संशोधन प्रकल्प कसा करावा

संशोधन प्रकल्प कसा करावा

याबाबतचे आवश्यक मार्गदर्शक

द्वितीय आवृत्ती

झीना ओ' लिअरी

SAGE | bhasha

Los Angeles | London | New Delhi
Singapore | Washington DC | Melbourne

Originally Published in 2014 in English by
SAGE Publications, Ltd as *The Essential Guide to Doing Your Research Project, 2e*

This edition published in 2017 by

SAGE | bhasha

SAGE Publications India Pvt Ltd
B1/I-1 Mohan Cooperative Industrial Area
Mathura Road, New Delhi 110 044, India
www.sagepub.in

Published by SAGE Publications India Pvt Ltd, Translation Project Coordinated by TranslationPanacea, Pune.

ISBN: 978-93-515-0699-7 (PB)

Translator: Sangeeta Kulkarni
SAGE Team: Sumona Kundu, Syed Husain Naqvi

अनुक्रमाणिका

लेखिकेविषयी

झीना ओ'लिअरी ह्या 'संशोधन पद्धतीशास्त्र' या विषयामधील आंतरराष्ट्रीय स्तरावरील एक अग्रेसर म्हणून ओळखल्या जातात. त्यांना संशोधनाचा खाजगी आणि सरकारी क्षेत्रातील निर्णयक्षमतेवर परिणाम साधणारा उपयोग करण्यात जास्त रस आहे. सिडनी येथील विद्यापीठासाठी (बिजनेस स्कूल आणि सरकारी पदवी महाविद्यालय), तसेच ऑस्ट्रेलिया व न्यूझीलंड येथील शासकीय महाविद्यालयांमधील संशोधन विभागांसाठी संशोधन युनिट्स तयार करणे आणि त्यांचे नियमन करण्याचे काम त्या करतात. झीना यांना पर्यावरण आरोग्य विकास केंद्रात आणि जागतिक आरोग्य संघटनेला संलग्न असलेल्या केंद्रात बरीच वर्षे सल्लागार आणि संशोधन नियामक म्हणून काम करण्याचा व्यापक अनुभव आहे. त्या *'रीसर्चिंग रिअल वर्ल्ड प्रॉब्लेम्स'* आणि *'द सोशल सायन्स जार्गन बस्टर'* या पुस्तकांच्या लेखिका आहेत.

ऋणनिर्देश

सर्वप्रथम, मी ज्यांच्याबरोबर सिडनी विद्यापीठ, पश्चिम मलेशियामधील जागतिक वैद्यकीय विद्यापीठ, हॉंगकॉंग येथील तांत्रिक शिक्षणाचे विद्यापीठ, पश्चिम सिडनी तसेच ऑस्ट्रेलिया आणि न्यूझिलंड येथील शासकीय महाविद्यालयांमध्ये काम केले त्या पदवी आणि पदव्युत्तर अभ्यासक्रमांतर्गत प्रकल्प करणाऱ्या सर्व विद्यार्थ्यांना धन्यवाद देणे गरजेचे आहे. त्यांच्याबरोबर मी सिडनी विद्यापीठ, पश्चिम मलेशियामधील जागतिक वैद्यकीय विद्यापीठ, हॉंगकॉंग येथील तांत्रिक शिक्षणाचे विद्यापीठ, पश्चिम सिडनी तसेच ऑस्ट्रेलिया आणि न्यूझिलंड येथील शासकीय महाविद्यालये येथे काम केले. तुमच्याकडून मला जेवढे शिकायला मिळाले तितके मी देखील तुम्हाला शिकवले असेल अशी आशा बाळगते. न्यूझिलंड, चायना, फिजी, पलाउ, मलेशिया आणि व्हिएतनाम येथील ज्या साथीदारांबरोबर मी जवळ जवळ गेली १० वर्षे किंवा जास्तच एकत्र काम केले, त्यांच्याबद्दलही मी कृतज्ञता व्यक्त करू इच्छिते. तुमच्यामुळे माझा दृष्टिकोन व्यापक झाला. तुम्ही माझ्या अध्यापनात विश्वास आणि नावीन्य आणण्यास मदत केलीत. 'सेज' प्रकाशनात काम करणारे लोक, विशेषतः जय सीमन, केटी मेत्झलर आणि अन्ना होरवाई यांचे आभार मानलेच पाहिजेत. त्यांची कमालीची बारीक नजर आणि त्यांचा पाठिंबा यामुळे हे काम जास्त चांगले झाले. शेवटी, मी लिहीत असताना माझ्या पायाशी सतत बसणारे आणि जग किती सुंदर आहे, याची आठवण करून देणारे माझे छोटेसे कुत्रे – बॉसवर्थ याचा उल्लेख करायलाच हवा. आता मला सांगा, तुमच्या जोडीदाराचा आणि मुलांचा उल्लेख न करता तुम्ही तुमच्या कुत्र्याचा उल्लेख करू शकाल का? नाही? बरं मग मला दररोज खरोखर काय महत्त्वाचे आहे ह्याची आठवण करून दिल्याबद्दल जेम्स, स्काऊट आणि डाकोटा यांना धन्यवाद. ☺

१

चला संशोधन जगतात भरारी घेऊ या!

आपण काय करत आहोत ते माहीत असते तर त्याला संशोधन कसे म्हटले असते?

अल्बर्ट आईन्स्टाईन

प्रकरणाचे पूर्वावलोकन

- संशोधन प्रकल्प हाताळण्याचे आव्हान
- संशोधन म्हणजे नक्की काय आणि ते का केले पाहिजे?
- संशोधनाच्या रचनेचा शोध घेणे
- संशोधनाच्या मार्गात मदत मिळवणे

एक संशोधन प्रकल्प हाताळण्याचे आव्हान

हे प्रत्यक्षात खूप रोमांचकारी आहे. तुमच्या समोर तुमचा स्वतःचा संशोधन प्रकल्प हाताळण्याची संधी आहे! तुम्हाला ही प्रक्रिया पुढे नेता येईल आणि स्वतः लोकांशी बोलता येईल. याचे जरा दडपण येऊ शकते याची मला कल्पना आहे. शेवटी तुम्ही संशोधनातील तज्ज्ञ नसता आणि अचानकपणे तुम्हाला विषयाची निवड, संशोधन करण्यास योग्य असे प्रश्न विकसित करणे, नियमांच्या अखत्यारित राहून मार्ग काढणे, माहितीवर काम करणे, पद्धतशीर दृष्टिकोन विकसित करणे, पद्धतींचा आराखडा बनविणे, तर्कसुसंगत योजना तयार करणे, प्रतिसादक शोधणे, डेटा संकलन करणे, त्याचे विश्लेषण करणे आणि लिहून काढणे इत्यादी संपूर्ण प्रक्रियेच्या व्यवस्थापनेच्या गरजेस सामोरे जावे लागते आणि तेही ठरावीक कालावधीत लिहून संपवणे हे पूर्णपणे अवास्तव वाटू शकते! हे सर्व मी यशस्वीपणे कसे पार पाडू शकणार आहे, असा प्रश्न तुम्हाला पडला तर असा विचार करणारे तुम्ही एकटे नाही आहात.

तुम्ही विश्वास ठेवा अगर ठेवू नका पण याचे उत्तरही तसे सरळसोपे आहे. तुम्ही पदवी अभ्यासक्रमातील शेवटच्या सत्राचा प्रकल्प हाताळत असा किंवा पीएच. डीच्या पदवीसाठी केलेला संशोधन प्रकल्प, उत्तर एकच आहे. तुम्ही एका वेळी एकच गोष्ट करा. संशोधन करण्यात एक सुसंगतता आणि एक लय असते. त्या सुसंगततेचा आणि लयीचा फक्त परिचयच नाही, त्यांचा आत्मविश्वासाने आणि सक्षमतेने वापर करता येणे आवश्यक आहे.

पण आपल्याला धडकी भरू शकते. आपल्याला जाणवलं नाही तरी 'संशोधन करणे' हे आपल्या शैक्षणिक प्रवासातील एक मोठ्या बदलाचे प्रतिनिधित्व करते. आतापर्यंत तुमचा संबंध फक्त ज्ञान घेण्यापुरता मर्यादित होता.

सर्व माहिती उपलब्ध आहेच. तुम्ही फक्त ती शोधायला हवी, लक्षात ठेवायला हवी, त्याचा वापर करायला हवा, सर्व माहिती एकत्रित करून त्याचा समन्वय करायला हवा आणि जसजशी तुमची कौशल्ये विकसित होतील त्याप्रमाणे तुम्ही तुमच्या मतांचे विवेचनदेखील करू शकता. पण संशोधन हाती घेणे हे एक संपूर्ण नवीन जग आहे. ज्ञानाचा उपयोग करणाऱ्या व्यक्तीकडून ज्याने सत्य शोधण्याचा आणि सांगण्याचा ध्यास घेतलेला आहे असा ज्ञानाचा निर्माता बनण्याकडे तुमची वाटचाल होत असते. याचाच अर्थ संपूर्णपणे नवीन क्षेत्राची जबाबदारी घेणे आणि खूप नवनवीन कौशल्ये वापरून त्यातील क्षमता संपादन करणे. हे 'संशोधन करण्यामधील' आव्हान आहे. फक्त संशोधनाबद्दल नुसती माहिती असून उपयोग नाही.

संशोधन म्हणजे नक्की काय आणि ते का केले पाहिजे?

आपण ज्याला 'संशोधन' म्हणतो त्या संकल्पनेचे तुम्हाला स्पष्ट आकलन झालेले आहे, असा विचार करणे सोपे आहे. कारण आपल्या दैनंदिन आयुष्यात आपण ते नेहमी करतो. कोणती कार विकत घ्यावी हे ठरवताना आपण चिकित्सकपणे अभ्यास (संशोधन) करतो. कोणत्या विद्यापीठात प्रवेश घ्यावा हे ठरवण्यासाठी तुम्ही त्याबाबतचे संशोधन करता. आणि हो, एखाद्या नेमून दिलेल्या कामासाठी काही गोष्टी शोधायच्या असतील तेव्हाही तुम्ही संशोधनच करता.

पण आपण दररोज ज्या प्रकारचे संशोधन करतो आणि ज्या प्रकारचे संशोधन आपण आता हाताळणार आहात त्यात एक सुस्पष्ट असा फरक आहे. लेखिका झोरा नेएल हरस्टन म्हणते: 'संशोधन म्हणजे आवश्यकतेनुसार असलेली जिज्ञासा किंवा औत्सुक्य. म्हणजे हेतुपुरस्सर नाक खुपसणे आणि माहिती काढणे' (हरस्टन १९४२). आणि हा नक्कीच त्याचा एक भाग आहे. शिवाय शास्त्रीय संशोधनात आकारबद्धता, संकल्पनेची पद्धतशीर मांडणी आणि काटेकोर पद्धती यांची आवश्यकता असते. तरीही माहितीमध्ये नवीन भर पडण्यासाठी 'नियमित जिज्ञासेची' गरज असतेच. *ऑक्सफर्ड इंग्लिश डिक्शनरी* नुसार संशोधन म्हणजे, 'वस्तुस्थिती सिद्ध करण्यासाठी आणि नवीन निष्कर्षांपर्यंत पोहोचण्यासाठी जमवलेली सामग्री आणि त्याचा उगम यांचा पद्धतशीर अभ्यास करणे.' म्हणून तुम्हाला माहीत नसलेल्या गोष्टी शोधण्यासाठी ढिसाळ अशा प्रक्रियांमध्ये गुंतून पडण्यापेक्षा सर्व जगाला माहीत नसलेले काहीतरी पद्धतशीरपणे शोधणे याच्याशी शास्त्रीय संशोधन संबंधित आहे. माहितीच्या जगतात भर घालण्यासाठी तुम्हाला मिळालेली ही संधी आहे.

तुम्ही जर त्याचा विचार केलात तर खरंतर ते खूप उत्कंठावर्धक आहे असं तुम्हाला जाणवेल. संशोधनात नवीन माहिती उजेडात आणण्याचे किंवा शोधून काढण्याचे सामर्थ्य असते. प्रत्यक्ष बदलांवर या नवीन माहितीचा परिणाम होऊ शकतो. शेवटी फक्त माहितीसाठी माहिती अशी चैन आपल्याला परवडणारी नाही असे अनेकांचे म्हणणे आहे. फक्त जिज्ञासेपोटी फारच क्वचित संशोधन हाती घेतले जाते. खूप वेळा आपण आपल्यासमोर आलेली तातडीची समस्या किंवा प्रश्न हाताळण्यासाठी मदत होईल अशा ज्ञानाच्या शोधात असतो. आणि दुर्दैवाने आपल्या विश्वात आज अशा प्रकारच्या समस्यांची कमतरता नाही.

संशोधनासंबंधी माहितीची गरज

मला हे माहीत आहे की तुमच्यापैकी काहीजण तुमच्या पदवी अभ्यासक्रमाची गरज म्हणून संशोधन प्रकल्प हाती घेतात. पण फक्त आवश्यकतेच्या पलीकडे जाऊन तुमच्या संशोधनात कोणत्यातरी परिस्थितीमध्ये सुधारणा घडवून आणण्याचे सामर्थ्य असेल तर ती खरी प्रेरणा ठरेल. पदार्थवैज्ञानिक रिचर्ड फेनमनने म्हटल्याप्रमाणे, 'आपण मानवी

वंशाच्या आरंभ बिंदूलाच आहोत. त्यामुळे एखाद्या प्रश्नाला सामोरे जावे लागणे हे अवास्तव नाही... आपल्याला शक्य आहे ते करणे, शक्य आहे ते शिकणे, समस्येची जी उकल आपण काढतो त्यात सुधारणा करणे आणि ते पुढच्यांपर्यंत पोचवणे ही आपली जबाबदारी आहे. [फेनमन, १९९७]

संशोधन आपल्याला विपुल प्रमाणात समस्या असणाऱ्या जगात सुधारणा करण्यास मदत करते. उदा. सरकारसमोर अनेक कोड्यात टाकणाऱ्या समस्या असतात. खरं तर सरकार हीच एक समस्या होऊ शकते. वातावरणात ताण आहे. आपली पृथ्वी हीच एक मोठ्ठे 'हरित गृह' होऊ लागली आहे. जमीन क्षारयुक्त होत आहे आणि आपल्याकडे पुरेसे स्वच्छ आणि सुरक्षित पाणी नाही. खरे पाहता, गरजूंना पुरेसा वाटा मिळेल अशा पद्धतीने आपण पैसे, अन्नपदार्थ किंवा औषधे याचे वाटप करण्याचा मार्ग शोधू शकत नाही. आरोग्याची काळजी आणि शिक्षण याबाबतच्या सुविधा पुरेशा आणि समानही नाहीत. आणि जागतिक क्षेत्रापासून अगदी स्थानिक खेळाच्या मैदानापर्यंत सगळीकडे वंशद्वेष, लिंगभेद यावर आपण मात करत आहोत असे दिसत नाही. घरगुती हिंसाचार आणि बालशोषण जगातील कानाकोपऱ्यात दररोज घडत आहे. तसेच लहान मुलांच्या अश्लील फिल्म्स बनवणे हा एक अब्जावधी डॉलरची उलाढाल असलेला उद्योग आहे.

आपल्याला दहशतवादाच्या धोक्याचा सामना करावा लागतो. तसेच त्या धोक्याच्या आपल्याला वाटत असलेल्या भीतीलाही तोंड द्यावे लागते. आपण स्वत:वर रोज दारू, सिगारेट, कारखाने आणि वाहने अशा गोष्टींमुळे उद्भवणाऱ्या विषारी रसायनांचा प्रयोग करत असतो. मुले उपासमारीला बळी पडत आहेत – काही युद्धांमुळे आणि काही राजकीय उलथापालथीमुळे तर काही प्रसारमाध्यमांनी फूस लावल्यामुळे अनोरेक्सिया झाल्यामुळे (अनोरेक्सिया म्हणजे आहारविषयक मानसिक विकृती). दरम्यान शाळांना हिंसाचार, अमली पदार्थ, लैंगिक आणि वांशिक तणावाला सामोरे जावे लागते.

आणि शिवाय जिथे दररोज कामाच्या अनुषंगाने होणाऱ्या अपघातामुळे आणि आजारांमुळे ६,००० हून जास्त लोकांना आपला जीव गमवावा लागतो [जागतिक कामगार संघटना २००५] अशी काम करण्याची जागा. दरम्यान त्यातून 'वाचलेल्या माणसांना' वरिष्ठ अधिकाऱ्यांचा ताण, मोठ्या प्रमाणात नोकरशहांची अकार्यक्षमता, एकूणच सर्वच बाबतीतील विषमता सहन करावी लागते आणि काम आणि इतर हजारो जबाबदाऱ्यांचा समतोल सांभाळावा लागतो.

संशोधनज्ञान क्षमता

आता, अशा प्रकारची समस्या सोडविण्यामध्ये संशोधनाची काय भूमिका आहे? तर, संशोधन म्हणजे विशिष्ट समस्येचे उत्तर शोधण्यासाठी माहिती गोळा करण्याची प्रक्रिया. आणि अशा प्रश्नाबाबत सर्वसाधारणपणे समोर येणाऱ्या समस्या सोडविण्यास मदत होईल अशा प्रकारच्या माहितीचा इथे संबंध असतो.

ह्यामुळे मग संशोधन हे आपल्या समस्यांवरील उत्तर होऊ शकेल का? दुर्दैवाने तसे होत नाही, पण संशोधन हे समस्येच्या निराकरणाचा एक भाग असू शकते. डोळसपणे निर्णय घेताना संशोधन हे महत्त्वाचे साधन ठरू शकते. आपण काय करावे, आपण काय करू शकतो, आपण ते कसे करणार आणि आपण ते किती चांगल्या पद्धतीने केले हे ठरवण्यात संशोधनाची भूमिका मध्यवर्ती असू शकते. संशोधन हे आपल्या समस्येचे उत्तर नसले तरी, कठीण समस्या हाताळण्याची सुरुवात करण्यासाठी आवश्यक माहिती आपल्याला ते पुरवू शकते. संशोधनामुळे आपल्याला खालील गोष्टी कळायला मदत होते:

- *विशिष्ट समस्या आणि अडचणींबद्दल अधिक माहिती समजते – क्लिष्टता, गुंतागुंत आणि त्याचे होणारे परिणाम यांच्यासह;*

- *अमलात आणण्याजोगे उपाय शोधणे – भविष्यकाळासाठीची धोरणे, शक्यता पडताळून बघणे;*
- *त्या उपायांच्या दिशेने वाटचाल करणे – प्रत्यक्ष बदलांची अंमलबजावणी;*
- *यशाचे मूल्यमापन – समस्या निवारण/बदल केलेल्या योजना यशस्वी झाल्या आहेत का ते बघणे;*
- *ठोस शिफारसी द्या – तुमच्या निष्कर्षांचा विस्तारित भाग म्हणून तुमच्या शिफारसी एखाद्या गोष्टीची प्रत्यक्ष कारवाई, कार्यक्रम आणि धोरण यावर प्रभाव पडण्यासाठी वापरल्या जाऊ शकतात.*

तुम्ही स्थानिक पातळी ते जागतिक पातळी असा याचा विचार केलात तर, ह्या सर्व उपक्रमांना संशोधनातून माहिती दिली गेली पाहिजे, तशी ती देता येईल. अधिक शोध घेण्याचा संशोधन हा महत्त्वाचा दुवा ठरू शकतो: म्हणजेच आजूबाजूला असलेल्या समस्यांमधील गुंतागुंत समजावून घेऊन त्यांचा शोध घेणे. उपायांचा शोध घेताना याची आपल्याला मदत होऊ शकते. गरजांचे महत्त्व ठरवताना, भविष्यकालीन धोरणे ठरवताना आणि संभाव्य उत्तरांचा शोध घेताना व त्याचे मूल्यांकन करताना, संशोधन हा महत्त्वाचा दुवा ठरू शकतो. 'संशोधन पद्धती'च्या धोरणांच्या माध्यमातून कृती करण्याची आणि झालेला बदल जाणून घेण्याची संधी मिळू शकते. आणि शेवटी, समस्या सोडविण्याच्या दृष्टीने निरीक्षण करणे आणि सुधारणा करण्याच्या आपल्या प्रयत्नाच्या केंद्रस्थानी गुणवत्तापूर्ण संशोधन असू शकते. थोडक्यात, संशोधन हे उत्तर असू शकत नाही – पण ते आपल्याला पुढे जाण्यासाठी निश्चितपणे मदत करू शकेल असे एक साधन आहे.

आता संशोधन प्रकल्प हाताळणारी एक व्यक्ती म्हणून, आपण हे लक्षात ठेवणे महत्त्वाचे आहे की आपल्याला जगातील मुलांना उपासमारीपासून वाचवायला आवडेल, दुष्ट दहशतवाद संपवायला आवडेल. किंवा धार्मिक छळ या विषयाला पूर्णविराम द्यायला आवडेल. तुमच्यापैकी बरेचजण या प्रकारच्या समस्यांवर संशोधन प्रक्रियांद्वारे पूर्णपणे तोडगा काढण्याच्या परिस्थितीत नसतात. साधारणपणे असे म्हणता येईल की, एका संशोधन प्रकल्पाचे आयोजन करताना अनेकदा आपण असे बघतो की आपण अशा समस्यांमध्ये किंवा समस्यांच्या विशिष्ट पैलूंमध्ये गुंतून पडतो ज्या महत्त्वाच्या आणि लक्षणीय असल्या तरीही स्थानिक, बदलणाऱ्या आणि व्यावहारिक असतात. अतिभव्य आणि सैद्धांतिक प्रकल्पांपेक्षा प्रत्यक्ष आणि निश्चित गरजा असलेल्या प्रकल्पांमध्ये वास्तविक मूल्य जास्त आहे. माहितीमध्ये भर घालण्यासाठी जे करता येईल ते करणे, हे आपले ध्येय असणे आवश्यक आहे.

संशोधनाच्या रचनेचा शोध घेणे

आता तुम्हाला संशोधन म्हणजे काय आणि ते करायला तुम्ही का उद्युक्त झालात, या गोष्टीची समज आलेली असल्याने संशोधनाच्या या खेळात तात्त्विक आधाराचा आणखी सखोल अभ्यास करण्याची हीच वेळ आहे. हे खरोखर आवश्यक आहे किंवा नाही हा प्रश्न जर आपल्याला पडला असेल तर आपण एकटे नाही आहात हे आपल्यालाही माहीत आहे. 'तात्त्विक आधार' हे शब्द उच्चारताच बऱ्याच जणांच्या मन:चक्षूंसमोर अशी जागा उभी राहते जिथे त्यांना अजिबात जावेसे वाटत नसते. पण ते आवश्यकच आहे – संशोधन ही एक प्रवाही संरचना आहे ज्याला संभाव्य संशोधकांना सामोरे जावेच लागते.

फक्त काही दशकांपूर्वी संशोधनाची संरचना विशेष वादविवाद न होता होत असे. संशोधन हा वैज्ञानिक पद्धतीने नियमांचे पालन करणारा एक तांत्रिक उपक्रम होता. वैज्ञानिक तपासाचे विषय कदाचित बदलत असतील – जसे रसायनशास्त्र, जीवशास्त्र, भौतिकशास्त्र, सामाजिक, इ. पण संशोधनाची उद्दिष्टे, तर्क, पूर्वधारणा आणि पद्धतीचे सर्वसाधारण दृष्टिकोन समान होते. सामाजिक शास्त्राचा त्या काळातील प्रत्यक्षार्थवादाच्या वैज्ञानिक चौकटीत समावेश केला गेला आणि ते त्याच्या गृहीतकांवर चालू लागले.

विसाव्या शतकाच्या उत्तरार्धात प्रवेश केल्यावर ज्ञाननिर्मिती संदर्भातील अनेक गृहीतकांबाबत आणि पर्यायाने संशोधानाबाबतच प्रश्न विचारले जाऊ लागले, टीका होऊ लागली आणि विटंबना सुरू झाली. त्याचा परिणाम म्हणून गृहीतकांच्या तपासणीसाठी वापरण्यात येणाऱ्या तत्त्वज्ञानविषयक शास्त्रीय पद्धतीवर आधारित दृष्टिकोनावरील संपूर्ण अवलंबित्वाकडून जास्त सहभागात्मक, सहाय्यक, अनुमानजन्य, व्यक्तिविशिष्टतावादी आणि संशोधनात्मक दृष्टिकोनाकडे असा बदल झाला.

अस्तित्वशास्त्र आणि ज्ञानशास्त्र

आणखी दोन शब्द, ज्याकडे बऱ्याचशा विद्यार्थ्यांनी पाठ फिरवली, त्याच्या शोधामधून ह्यामधील बराचसा बदल समजावून घेता येऊ शकेल. पण तरीही ते इथे आहेतच. ह्या संज्ञांची ओळख करून घेणे महत्त्वाचे आहे कारण माहितीच्या निर्मिती संदर्भातील वाद व वैविध्य आणि परिणामतः तुम्ही सुरू करणार असलेली संशोधन प्रक्रिया समजावून घेण्यासाठी त्याची मदत होईल.

शब्दार्थसूची

अस्तित्वशास्त्र

जे अस्तित्वात आहे त्याचा अभ्यास आणि ते कसे समजावून घ्यावे व त्याचे वर्गीकरण कसे करावे याचा अभ्यास.

ज्ञानशास्त्र

आपल्याला जगाचे योग्य ज्ञान कसे होते; ज्ञानाचे नियम.

आता ह्याचे विभाजन करू या. अस्तित्वशास्त्राद्वारा हाताळला जाणारा मुख्य प्रश्न हा आहे की 'कोणत्या प्रकारच्या गोष्टी प्रत्यक्ष अस्तित्वात आहेत?' 'काय अस्तित्वात आहे हे शोधून काढण्याचे नियम कोणते आहेत?' तर ज्ञानसिद्धांताद्वारे हाताळला जाणारा हा मुख्य प्रश्न आहे. आता, हे दोन्ही प्रश्न खरं तर बरोबरीनेच काम करत असतात आणि म्हणून वाद निर्माण होण्याची शक्यता असते. जाणून घेण्याचे (ज्ञानशास्त्र) विविध नियम असल्याने काय अस्तित्वात आहे किवा खरे (अस्तित्वशास्त्र) काय आहे याबाबत भिन्न कल्पना असू शकतात.

खालील गोष्टी विचारात घ्या. 'अनुभवसिद्ध' लोकांचा असा विश्वास असतो की सर्व ज्ञान हे जाणिवेतून निरीक्षण करण्यापुरतेच मर्यादित आहे. (त्यांचे ज्ञानशास्त्र). त्यामुळे ज्याचे मोजमाप करता येत नाही त्या गोष्टी स्वीकारणे त्यांना अवघड जाते. (त्यांचे अस्तित्वशास्त्र) पण ज्ञानसंपादनाचे (ज्ञानशास्त्राच्या तुलनेत) 'सत्याच्या' कल्पनांपासून फारकत घेणारे इतर मार्गही आहेत. (पर्यायी अस्तित्वशास्त्र) उदा. (मोजमापापेक्षा) धर्माधिष्ठित ज्ञानशास्त्रावर विश्वास असणारे लोक म्हणतील, आपण जरी देवाला प्रत्यक्ष स्पर्श करू शकत नसलो तरी वास्तवात तो आहे. तसेच, ज्ञान संपादनाचे मूळ मार्ग माहीत असलेले लोक पौराणिक कथांचा आणि आख्यायिकांचा सत्य म्हणून स्वीकार करतील. मात्र, उत्तर आधुनिकतावादी लोक, आपण सत्य शोधू शकू असा कोणता मार्ग आहे का? असा प्रश्न विचारू शकतात आणि सत्य ही निसरडी संकल्पना आहे, जी नेहमी राजकीय असते, असे सुचवू शकतात.

समाजशास्त्रविषयक संशोधनाच्या क्षेत्रात, एकमेकांशी स्पर्धा करणाऱ्या अस्तित्वशास्त्र आणि ज्ञानशास्त्र यांच्या दरम्यान ताण आणि वादविवाद असल्यामुळे संशोधकांनी ज्ञान आणि सत्य याबाबतच्या विचाराला स्वतःच दिशा देणे आवश्यक ठरते. नवीन संशोधकांनाही त्यांच्या दृष्टिकोनाचा विचार करावा लागतो. उदाहरणार्थ, बाह्य आणि

प्रत्यक्षात दिसणाऱ्या गोष्टीच ज्ञेय आहेत असे 'अनुभवसिद्ध ज्ञानशास्त्र' आपल्याला सांगते का? दुसऱ्या शब्दात सांगायचे म्हणजे बाह्य गोष्टीमध्ये सत्य आहे का? आणि एक संशोधक म्हणून आपल्या संशोधनावर यामुळे काही मर्यादा येतील का? किंवा तुमच्या 'उत्तर आधुनिक ज्ञानशास्त्रामुळे' ज्ञानाच्या 'संरचनेमध्ये' लोकांचा खूप मोठा सहभाग असतो, असा आपला विश्वास आहे का? प्रत्यक्षात सत्य हे संदिग्ध, प्रवाही आणि सापेक्ष आहे. ही विश्वासप्रणाली आपण वास्तवाचे शोधन कसे करता यावर नक्कीच परिणाम करेल.

समजा आपण असं मानूया, शिक्षणविभाग तृतीय श्रेणीतील विद्यार्थ्यांच्या शैक्षणिक यशाच्या निदर्शकांचे पुनरावलोकन करीत आहे. आपण गणित आणि इंग्रजीबाबतची साक्षरता मोजण्यासाठी पारंपरिक निदर्शक वापरून आणि प्रायोगिक तत्त्वाचा वापर करून पुनरावलोकन करावे असे म्हणणाऱ्या लोकांच्या गोटात आहात? का एक अस्सल अनुभव मिळविण्यासाठी तृतीय श्रेणीतील विद्यार्थ्यांच्या जगात शिरून त्यांची मूल्य, समाधान, सर्जनशीलता आणि कल्पकता याबाबत अधिक माहिती मिळवण्याची तयारी असलेल्या उत्तर-आधुनिक गोटात आहात?

सामाजिक विज्ञानाबाबतचे संशोधन करताना, अनुभववादी आणि उत्तर-आधुनिक दृष्टिकोनाच्या संशोधकांमध्ये अशा भिन्न मार्गांदरम्यान वाद उफाळून त्यांच्यात अतिबचावात्मक, भावनिक आणि अनेकदा अनुत्पादक गट पडतात. दुर्दैवाने, समग्र ज्ञान जाणून घेण्याचा योग्य मार्ग आपल्यालाच माहीत आहे, असा दोन्ही गटांना विश्वास वाटत असल्याने समग्र ज्ञान मिळवण्यासाठी एकत्रित काम करण्याची संभाव्य शक्यता कमी होते.

स्पर्धात्मक दृष्टिकोन

येथे थोडे थांबूया आणि आपण आपले जग कोणत्या प्रकारे समजावून घेऊ शकतो आणि एखादा विशिष्ट मार्ग संशोधन प्रक्रियेवर कसा प्रभाव टाकू शकतो याकडे दृष्टिक्षेप टाकू या. हे मार्ग परस्परअनन्य असतील तर चांगले होईल – पण, त्यांची विविध शाखांमधील उगमस्थाने आणि त्यातील काही परस्परव्याप्त असतात हे पाहता हे थोडे गोंधळात टाकणारे होऊ शकते हे मला माहीत आहे. मी येथे संक्षिप्त आढावा घेईन, पण आपण खरोखर या प्रत्येक'वादां'बाबत 'इजम्स' बाबत हिंमतीने पुढे जाऊ इच्छित असाल तर या प्रकरणाच्या शेवटी सुचवल्या गेलेल्या पुस्तकांच्या सूचीकडे नजर टाका.

शब्दार्थसूची

वास्तववाद

आपल्या ग्रहणक्षमतेवर अवलंबून नसलेले बाह्य जगाचे स्वतंत्र असे अस्तित्व आहे असे मत. दुसऱ्या शब्दात सांगायचे तर, आपण पाहू किंवा समजू शकत असलो किंवा नसलो तरी सत्य अस्तित्वात असतेच.

अनुभववाद

आपल्या इंद्रियांच्या माध्यमातून जे बघता येऊ शकते तितकेच ज्ञान मर्यादित आहे असे मत. वैज्ञानिक पद्धतीच्या मार्गातील कोनशिला.

प्रत्यक्षार्थवाद

सर्व खरे ज्ञान वैज्ञानिक आहे आणि आणि वैज्ञानिक पद्धतीनेच त्याचा चांगल्या प्रकारे पाठपुरावा करता येतो.

जगात एकमेव सत्य आहे, असा तुलनेने सोपा मार्ग या तिन्ही संज्ञा मांडतात. आपल्याला जे माहीत असते ते इंद्रियांच्या अनुभवातून शास्त्रीय पद्धतीने आपल्यासमोर मांडण्यात येते असे संशोधनप्रक्रियेत सुचवले जाते. समग्र ज्ञानसंपादनानंतर निर्विवादपणे व्यापक दृष्टिकोनातून झालेल्या संशोधनाचे ह्या तिन्ही संज्ञा खात्रीपूर्वक प्रतिनिधित्व करतात. ज्ञानसंपादनाच्या काळापासून या तीन संज्ञा संशोधनाच्या वादरहित भूमीचे निश्चितपणे प्रतिनिधित्व करतात.

सामाजिकशास्त्रविषयक संशोधन जगतात, ज्ञान संपादनाच्या दृष्टिकोनाच्या मुळाशी अनेकदा जग कसे कार्य करते आणि कशाचा अभ्यास करणे आवश्यक आहे हे गृहीत धरलेले असते. सामाजिक शास्त्रज्ञ म्हणून आपण, पुरावा शोधण्याच्या व्यवसायात असतो: चांगल्या विक्रीचा पुरावा, खप वाढल्याचा पुरावा, वजन कमी झाल्याचा पुरावा, आयुर्मान वाढल्याचा पुरावा, धूम्रपान सोडल्याचा पुरावा, चाचणीत चांगले गुण मिळाल्याचा पुरावा. लोकांनी काय केले, ते काय करतात आणि ते किती वेळा हे करतात, ह्याचे आपण मोजमाप ठेवतो.

तथापि अलीकडील काही दशकांमध्ये या सरळसोट दृष्टिकोनाबद्दल प्रश्न विचारले जात आहेत. अनागोंदी आणि गुंतागुंत या विश्वात जी भूमिका निभावतात ती आपण कधीच 'ओळखू' शकणार नाही, भौतिकशास्त्रज्ञांनी मात्र ती ओळखली आहे. सामाजिक जगतातील सत्याचे स्वरूपाचे काय? हे सत्य आहे तरी कोणाचे? तसेच प्रत्यक्षार्थवाद्यांनंतरचे तत्त्वज्ञ आणि संशोधक बरेच आहेत जे ज्ञान संपादनाच्या या मार्गांबाबत प्रश्न उभे करत आहेत आणि मध्यवर्ती तत्त्वांवर उघडपणे समीक्षा, विरोध आणि नकार यांचा अवलंब करत आहेत.

सामान्यपणे या ज्ञानसिद्धांती लोकांना पर्याय म्हणून, 'उत्तर-आधुनिक' किंवा 'उत्तर-प्रत्यक्षार्थवादी' असे एकाच संघटनेअंतर्गत वर्गीकरण होऊ शकेल, असे जगाला वाटते. या प्रकारच्या ज्ञान मार्गात वर ध्वनित केलेल्या निश्चिततेऐवजी अनागोंदीपणा, क्लिष्टता, अज्ञात, अपुरेपणा, विविधता, अनेकत्व, विखंडन आणि अनेक वास्तव हे दिसून येते. मध्यवर्ती संघटनेअंतर्गत येणाऱ्या ज्ञानमार्गात खालील गोष्टी अंतर्भूत होतात:

शब्दार्थसूची

सापेक्षतावाद

सत्य, नैतिकता आणि संस्कृती यासारख्या गोष्टी फक्त त्यांच्या स्वत:च्या सामाजिक, ऐतिहासिक संदर्भातूनच जाणून घेता येतात, वैश्विक असे काही नसते, असे मत.

सामाजिक रचनात्मकतावाद

जग हे मनुष्यप्राण्यांची अन्योन्यक्रिया आणि अर्थ लावण्यातून निर्माण झाले आहे ह्यावर भर देणारा ज्ञानसिद्धांत.

व्यक्तीसापेक्षता

अनुभवास येणाऱ्या व्यक्तिनिष्ठ घटकांवर भर देतो आणि वैयक्तिक अनुभव हा वास्तवज्ञानाचा आधार आहे, हे स्वीकारतो.

सामाजिकशास्त्रामध्ये ह्याचा अर्थ संशोधन पद्धतींमध्येच गुंतागुंत असणे, असा होतो. उदाहरणार्थ भावंडाच्या आठवणी आणि संवेदना पूर्णपणे परस्परविरुद्ध असतील तर पालकत्वाच्या दर्जाबाबत आपण कसे मत बनविणार? धोका टाळण्यासाठी वस्तुनिष्ठ उपाय असतानाही लोक वेगाने का जातात, हे समजावून घेण्यासाठी उत्तम मार्ग कोणता दृष्टिकोन? लोक समजायला अवघड असतात, त्यांच्या सामाजिक प्रणाली क्लिष्ट असतात, त्यांची तत्त्वे आणि मूल्ये आणि त्यांची उगमस्थाने शोधणेही अवघड असते. उत्तर-आधुनिक संशोधक 'संशोधन' करत असताना अजूनही ह्या गुंतागुंतीशी प्रामाणिक राहण्याचा प्रयत्न करतो.

संख्यात्मक, गुणात्मक आणि मिश्र दृष्टिकोन

संशोधनाच्या सामान्य बोलीत आपण, वास्तववादी, अनुभवसिद्ध आणि 'सत्य बाहेर आहे' असे मानणाऱ्या मार्गाचा संख्यात्मक असा उल्लेख करतो. हा एक दुर्दैवी शिक्का आहे, ज्याच्यामुळे विविध धारणांचे समज आणि संख्याचा वापर करून डेटाचे सांख्यिकीकरण करण्याच्या पद्धतीत गोंधळ निर्माण होतो. त्याचप्रमाणे अनेक, रचित, व्यक्तीनिष्ठ सत्य आणि गुंतागुंत ह्यांचा गुणात्मक असा उल्लेख केला जाणाऱ्या गोष्टींशी संदर्भ जोडला जातो. पुन्हा एक दुर्दैवी शिक्का, ज्याच्यामुळे यावेळी विविध धारणांचे समज आणि कथित शब्दांचे जतन करण्याची पद्धत ह्यात गोंधळ निर्माण होतो. संख्यात्मक आणि गुणात्मक या नेहमीच अशा सूचक संज्ञा आहेत ज्या विश्वासप्रणाली आणि मूल्यपद्धतींचा निर्देश करतात. दुसऱ्या शब्दात सांगायचे तर धारणांमधील संघर्ष सुरूच राहतो. मी परंपरांवर आधारित नसणाऱ्या संशोधन पद्धती वापरण्याची खंदी पुरस्कर्ती असले तरी विचारपूर्वक विचारलेल्या एका चांगल्या संशोधनविषयक प्रश्नाचे सर्वोत्कृष्ट उत्तर देणे, हे माझे ध्येय असते. ही गोष्ट एखाद्या संशोधकास मिश्र पद्धतीच्या मार्गाकडे नेऊ शकते – जी संख्यात्मक आणि गुणात्मक दोनही परंपरेतील पद्धतींचा वापर करणारी पद्धती आहे. आणि ज्यासाठी अत्यंत सजग संशोधकाची आवश्यकता असतो. (आठव्या प्रकरणात संख्यात्मक, गुणात्मक आणि मिश्र पद्धती याबाबतची सखोल चर्चा करण्यात आली आहे).

प्रत्यक्षार्थवादी आणि उत्तर-प्रत्यक्षार्थवादी आणि संख्यात्मक व गुणात्मक ह्यांच्या दरम्यानच्या विभागणीची दृश्य स्वरूपात सक्षमपणे मांडणी कशी करता येईल याचा मी विचार करत होते. तेव्हा मला अचानक हे लक्षात आले की ते डाव्या व उजव्या मेंदूमधील फरकाची आठवण करून देतात. आकृती १.१ मध्ये दाखवल्याप्रमाणे, तर्कसंगत डाव्या मेंदूला निश्चितता, वस्तुनिष्ठता आणि नियम आणि प्रत्यक्षार्थवाद आणि संख्यात्मकतेशी संबंधित प्रक्रिया आवडतात तर बंडखोर उजवा मेंदू घडणीला कमी महत्त्व देतो आणि तो 'उत्तर प्रत्यक्षार्थवाद्यांच्या' अनिश्चितता, गुंतागुंत आणि सापेक्षतेच्या धारणांमध्ये अधिक निश्चिंत असतो.

त्यामुळे कदाचित ज्ञान संपादनाचे विविध मार्ग फक्त धारणांमधील बदलांपेक्षा आणखी कशाचे तरी प्रतिनिधित्व करत असावेत. कदाचित प्रत्येक व्यक्तीच्या आकलनातील मूलभूत विभाजनाचे ते प्रतिनिधित्व करत असतील.

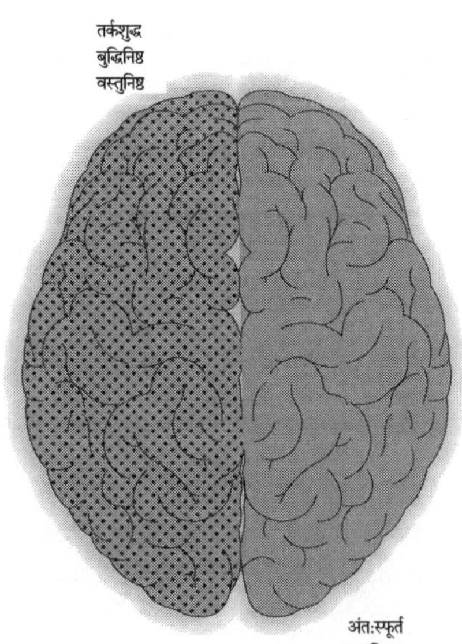

आकृती १.१ डाव्या आणि उजव्या बाजूने बघण्याचे मार्ग

आपल्याकडे एकाहून जास्त मार्गांनी पाहण्याची क्षमता निश्चितच आहे. आपण मेंदूच्या दोनही बाजू वापरू शकतो. आपण समग्र मेंदूकडेही वाटचाल करू शकतो. जो जास्त एकात्मिक मार्ग आहे. आणि हे संशोधनाच्या बाबतीत खरे आहे. ज्ञान मिळवण्याचे हे दोन्ही मार्ग मौल्यवान आहेत आणि ते परस्परांबरोबर राहू शकतात आणि राहतात हे आपण मान्य केले तर, संशोधनजगतात दोन्ही मार्गांना मान्यता दिली जावी आणि पुढे चर्चा केल्याप्रमाणे त्या भेदाला ओलांडून पुढे जावे.

सजग संशोधकाचे स्थान

संशोधन क्षेत्रात असलेली अनागोंदी, गुंतागुंत, अज्ञात आणि अनेकत्व स्वीकारणारे आणि न स्वीकारणारे, अशी विभागणी आहे हे नाकारता येणार नाही. पण या विभागणीपलीकडे जाता येऊ शकते आणि जावे असे मत मी मांडेन. जेव्हा अनेक संशोधकांना विशिष्ट ज्ञानमार्गाचे अनुसरण करण्याची गरज भासते आणि ते फक्त त्यांच्या स्वत:च्या ज्ञानसिद्धांतामध्ये बसत असलेल्या पद्धतीत गुंतून पडतात तेव्हा भिन्न, विषम आणि स्पष्टपणे निराळे मार्ग विश्वासार्ह ज्ञान प्रदान करू शकतील का हे विचारात घेणे श्रेयस्कर ठरेल.

खरं तर, मी असे म्हणेन की चांगल्या संशोधनाकडे विचारी माणसाचा खेळ म्हणून पाहिले जावे. ही एक सर्जनशील आणि पद्धतशीर प्रक्रिया आहे. या प्रक्रियेत विश्वासार्ह माहिती मिळवण्याच्या साधनांचे मूल्यांकन, पुनर्मूल्यांकन आणि त्याविषयक निर्णय घेणे तसेच योग्य विश्लेषण करणे आणि विश्वसनीय निष्कर्ष काढणे इ.चा समावेश असतो.

आजकाल विशिष्ट पद्धतींवर विसंबून राहणारे आणि त्यांच्यावर विश्वासदेखील ठेवणारे बरेच संशोधक आहेत. जेनेसिकने पद्धती (मेथड) आणि मूर्तीपूजा (आयडोलट्री) याचा संयोगकरून 'मेथडोलेट्री' (पद्धतीपूजेचे) ही नवीन संज्ञा तयार केली. सांगितल्या जाणाऱ्या गोष्टीतील वास्तविक गाभा वगळून पद्धतींची निवड आणि बचाव करण्यात गुंतून पडणे 'पद्धतीबद्दलची भावनिक गुलामगिरी आणि एकनिष्ठता (२००७: ४८)' असे ती 'पद्धतीपूजे'चे वर्णन करते

उदयोन्मुख संशोधक म्हणून हे लक्षात ठेवायला हवे की संशोधनाचा 'सर्वोत्तम प्रकार' असा काही नसतो. संशोधनपद्धती आपल्यासमोरच्या प्रश्नास कितपत लागू होतात ह्यावरून त्या चांगल्या आहेत की वाईट हे ठरते. चांगल्या प्रश्नांची माहिती मिळवण्याच्या योग्य प्रक्रियेशी सांगड घातली गेली पाहिजे. आणि हे नेहमीच संशोधकाच्या हातात असते, पद्धतीच्या नव्हे. तुम्ही स्वीकारलेले दृष्टिकोन आणि तुम्ही वापरलेल्या पद्धती ह्या प्रवाही, लवचीक आणि निवडक असणे गरजेचे आहे तसेच मांडल्या गेलेल्या प्रश्नांना उत्तर देणेही.

रकाना १.१ मध्ये काटेकोरपणे वर्गीकरण न करण्याचे फायदे अधोरेखित केले आहेत. संशोधनाची प्रत्येक परिस्थिती आणि संशोधन प्रश्न हा विशिष्ट असतो आणि परिस्थिती जितक्या वेगळ्या, तितकी गृहीतके वेगळी असू शकतात. तुम्ही काय गृहीत धरून काम करत आहात आणि त्याचा तुमच्या अभ्यासावर कसा परिणाम होईल हे समजून घेणे ही खरी युक्ती आहे.

रकाना १.१

केळीच्या खपाचे गृहीतक!

माझ्याकडे एक विद्यार्थिनी होती जिला पुनर्प्रक्रिया केलेले सांडपाणी केळ्याच्या जलसिंचनासाठी वापरता येईल का? ह्याचा शोध घेण्याची इच्छा होती. तिने हे दोन टप्प्यांमध्ये केले. पहिल्या टप्प्यात गृहीतप्रमेयाची

(पुढे चालू...)

(पुढे चालू...)

मांडणी केली गेली ज्यात – शहरातील पाणी जलसिंचनासाठी वापरून पिकवलेली केळी आणि पुनर्प्रक्रिया केलेले सांडपाणी जलसिंचनासाठी वापरून पिकवलेली केळी यामध्ये काहीही जीवभौतिकिय फरक नसेल, असे विधान केले होते. अभ्यासाच्या या टप्प्यात तिने (योग्य रीतीने) फक्त प्रत्यक्षार्थवादी गृहीतके स्वीकारली आणि शास्त्रीय पद्धतीचे 'नियम' वापरून संशोधन केले – ती प्रयोगशाळेत काम करणारी एक परिपूर्ण वस्तुनिष्ठ शास्त्रज्ञ होती.

दुसऱ्या टप्प्यात, गुणवत्तेत काहीही 'फरक नसताना' ही पुनर्प्रक्रिया केलेले सांडपाणी जलसिंचनासाठी वापरून पिकवलेली केळी ग्राहक विकत घेतील का? हे काळजीपूर्वक तपासले. अभ्यासाच्या ह्या टप्प्यासाठी विद्यार्थिनीने तिची गृहीतके विचारपूर्वक तपासून पहिली आणि ह्या विशिष्ट प्रश्नासंदर्भात ती उत्तर – 'प्रत्यक्षार्थवादाच्या' प्रदेशाकडे चालली होती असे तिला जाणवले. स्वत:च्या व्यक्तिनिष्ठतेशी तिने संघर्ष केला आणि 'सत्य' आणि 'वास्तव' ह्या दोन वेगळ्या गोष्टी असू शकतात हे तिला जाणवले (ज्या ग्राहकांनी 'कोणताही फरक नसेल' या निष्कर्षांवर विश्वास दाखवला होता, त्यांनीही सांगितले की ते पुनर्प्रक्रिया केलेले सांडपाणी जलसिंचनासाठी वापरून पिकवलेली केळी विकत घेणार नाहीत). ह्या प्रश्नाचे सर्वोत्कृष्ट उत्तर देण्यासाठी स्पष्ट अशी नियमावली नव्हती, पण प्रक्रिया चालू असताना तिच्या पद्धतीने 'विचार करण्याची' तिची इच्छा आणि तिच्या दृष्टिकोनात असलेल्या लवचिकतेमुळे तिला विश्वासार्ह आणि उपयुक्त असे निष्कर्ष काढता आले.

कार्यपद्धती, पद्धती आणि साधने

धारणांच्या संघर्षातून तुमचा मार्ग काढल्यानंतर, कोणत्याही संशोधनपद्धतीत बसणाऱ्या रचनेबाबत स्पष्टता असणे गरजेचे आहे. इथे मी पद्धतीशास्त्र आणि पद्धतींबद्दल बोलत आहे. मी जेव्हा पुस्तकात सर्वत्र विविध पद्धतींच्या तपशीलात शिरेन, तेव्हा पद्धतीशास्त्र आणि पद्धतींमधील फरक आणि त्या अभ्यासाच्या आराखड्याशी कशा जोडल्या गेल्या आहेत, हे अधोरेखित करणे महत्त्वाचे आहे असे मला वाटते. ह्या महत्त्वाच्या संज्ञा समजण्यासाठी मदत होईल अशा काही व्याख्या इथे देत आहे.

शब्दार्थसूची

कार्यपद्धती

व्यापक, स्थूल पातळीवरील चौकटी ज्या संशोधनाच्या विविध शाखांना वैध ठरविणाऱ्या धारणात्मक गृहीतकंशी संबंधित कारणमीमांसेची तत्त्वे पुरवतात. कार्यपद्धती अभ्यास आयोजित करण्यासाठी धोरणे आणि मूलभूत प्रशिक्षण ह्या दोन्ही गोष्टी पुरवतात. येथील उदाहरणांमध्ये शास्त्रीय पद्धती, मानववंशशास्त्र आणि कृतिसंशोधन यांचा समावेश आहे. (प्रकरणे ८ आणि ९ पाहा).

पद्धती

प्रत्यक्षात *सूक्ष्म स्वरूपाची* तंत्रे माहिती संकलन आणि पृथ:करण करणे हे करत असते. डेटा संकलनाच्या पद्धतींमध्ये मुलाखती घेणे, सर्वेक्षण करणे, निरीक्षण आणि सहजपणे लक्षात न येणाऱ्या पद्धती यांचा समावेश होतो (पाहा. प्रकरणे ११ व १२) तर विश्लेषणाच्या पद्धतींमध्ये संख्यात्मक पद्धती (म्हणजेच संख्याशास्त्र) आणि गुणात्मक पद्धती (विषयाशी संबंधित शोध) (पाहा. प्रकरणे १३ व १४) यांचा समावेश होतो.

साधने

संशोधनाच्या डेटा संकलनासाठी वापरण्यात येणाऱ्या विशिष्ट गोष्टी जसे प्रश्नावली, निरीक्षण पडताळणी आणि मुलाखतीचे वेळापत्रक. (प्रकरणे ११ व १२ पाहा)

कार्यपद्धतीचा आराखडा

तुमच्या संशोधन प्रकल्पासाठीची वरील सर्व गोष्टीचा समावेश होईल अशी योजना.

तुम्ही तुमच्या संशोधनासाठीची योजना तयार करायला सुरुवात केल्यावर धारणासंबंधींच्या प्रश्नांसारख्या ढोबळ घटकांवर आणि कोण, कुठे, कधी, कसे आणि काय या संदर्भातील नेमक्या प्रश्नावर गंभीरपणे विचार करण्याची गरज असते.

कार्यपद्धतीच्या पातळीला अडकून न रहाता, विद्यार्थ्यांना सरळ त्यांच्या *संशोधन पद्धतीच्या* तपशीलात उडी मारावीशी वाटणे हे आता असाधारण नाही. त्यांना द्रुत गतीने डेटा संकलनाच्या पद्धतींचा आराखडा बनवायचा असतो, तसेच व्यापक स्वरूपाच्या चौकटीचे आकलन होणे, स्वीकारणे आणि वापरणे का महत्त्वाचे आहे, हे त्यांना समजत नाही.

पण कार्यपद्धती ही संशोधन प्रक्रियेसाठी फार महत्त्वाची असते आणि खरं तर ती फक्त धोरणांपेक्षाही खूप काही प्रदान करते. संशोधक म्हणून आपली ज्ञाननिर्मिती कायदेशीर करण्याची प्रक्रिया ती करते. आपण फक्त नुसतीच मतं असणारे साधेसुधे लोक नाही आहोत, तर कसून तसेच विचारपूर्वक प्रक्रिया करणारे संशोधक आहोत, हे बाहेरील जगाला दर्शविण्याची ही आपली साधने आहेत. विविध कार्यपद्धतीविषयक अवस्थांचा अवलंब (प्रकरण ८ आणि ९ मध्ये चर्चिल्याप्रमाणे), आपण ज्ञानउत्पादनासंबंधित जबाबदाऱ्या आणि वादांना सामोरे जातो हे दाखवून देते.

म्हणून विश्वासार्ह संशोधन आराखड्यासाठी फक्त माहिती संकलन आणि विश्लेषण पद्धतींचा अवलंब करण्यापेक्षा अधिक काहीतरी आवश्यक आहे. अशा पद्धती, अधिक विस्तृत पातळीवरील रचना किंवा पद्धतीच्या बरोबरीने नियोजन करणाऱ्या कार्यपद्धतीला संलग्न असणे आवश्यक आहे जेणेकरून अशा पद्धती संशोधकला सर्वाधिक छाननी पातळीपर्यंत टिकाव धरू शकेल असा एक समाधानकारक आराखडा प्रदान करतील.

संशोधनाच्या मार्गात मदत मिळवणे

आता तुम्हाला अनेकदा संशोधनाचा प्रवास म्हणून उल्लेख का केला जातो, याची कदाचित थोडीशी कल्पना आली असेल. तुम्ही ह्या पुस्तकाचे पहिले प्रकरणही अजून पूर्ण केलेले नाही, आणि आधीच तुम्हाला खूप गोष्टींचा विचार करण्यास सांगण्यात आले आहे. आणि तेही तुम्ही स्वत:च्या संशोधन प्रकल्पाचा विचार सुरू करण्याच्याही आधीच. पण काळजी करू नका, तुम्ही एकटे नाही आहात. तुमचे मार्गदर्शक बनणे हेच या पुस्तकाच्या ध्येय आहे. तुम्हाला ज्या प्रक्रिया आणि कार्यपद्धतीची आवश्यकता असेल त्यांचा आराखडा बनविणे; संशोधनाचे तर्कविश्लेषण करण्यात तुम्हाला मदत करणे; संशोधन प्रकल्प आयोजित करण्यासाठी अंतर्भूत होणाऱ्या अविभाज्य घटकांबाबत सर्व निर्णय घेण्यासाठी मार्गदर्शन करणे आणि संबंधित पद्धतीशास्त्र आणि पद्धतीमध्ये सखोल अभ्यास आवश्यक असेल तेव्हा तुम्हाला योग्य मार्ग दाखवणे अशा प्रकारे आपल्या या सर्व प्रवासात आपल्याला सोबत करण्यासाठीच रचना केलेली आहे.

त्याच वेळी हे काही 'पाककृतींचे पुस्तक' नाही, हे समजून घेणे महत्त्वाचे आहे. हा आपण आंधळेपणाने अनुसरण करण्यासाठीचा पायऱ्यांच्या आराखड्याचा संचही नाही. तार्किकदृष्ट्या प्रक्रिया आणि कार्यपद्धतीवर काम करत तुम्हाला पुढे जावे लागेल. पण हे एक असे पुस्तक आहे जे चांगले संशोधन हे नेहमी सजग संशोधकावर

अवलंबून असते, हे मान्य करते. सर्व निर्णय जे मर्यादित व्यावहारिक बाबी आणि विश्वासार्ह माहिती व निष्कर्ष यांच्या शोधावर प्रकाश टाकतात, त्याची संशोधकाने काळजीपूर्वक तुलना करायला हवी.

त्यामुळे तुम्ही एखादा लहान प्रकल्प हाताळत असा किंवा एखाद्या प्रमुख प्रबंधाचे काम हाती घेतलेले असो, संपन्न शोध मार्गाच्या ह्या प्रवासात हे पुस्तक तुमच्या सोबत असणार आहे. तुम्हाला फक्त तुमच्या संशोधन प्रश्नांसंबधित 'निष्कर्षच' उजेडात आणायचे नाहीत तर संशोधन प्रक्रिया तसेच प्रकल्प व्यवस्थापनासंबंधित काटेरी आव्हानेही उजेडात आणायची आहेत.

पुस्तक संरचना

ह्या पुस्तकात एकूण १५ प्रकरणे आहेत. त्यात तुम्हाला संशोधन प्रकल्प आयोजनाची सुरुवात करण्यापासून, त्याचे प्रकाशन करण्यापर्यंतच्या सर्व पैलूंबाबत तार्किकदृष्ट्या माहिती मिळेल. दुसऱ्या शब्दांत सांगायचे तर, सर्व प्रकरणांमध्ये बहुतेक संशोधन प्रकल्पांसाठी आवश्यक प्रक्रियांचे आयोजन प्रतिबिंबित केलेले आहे.

आरंभ – पुस्तकाची उद्दिष्टे आणि केलेल्या कामामधून सर्वाधिक गोष्टी मिळविण्यासाठीची मार्गदर्शक तत्त्वे यांची ओळख करून देण्याबरोबरच ह्या विभागात संशोधन सुरू करण्यापूर्वी काय आधारभूत काम करणे आवश्यक आहे, हे तुम्हाला कळेल.

- **पहिले प्रकरण** यात ज्ञानाचे आकलन आणि उत्पादन यासकट संशोधनाच्या अधिक मूलभूत आणि सैद्धांतिक पैलूंची ओळख करून दिलेली आहे. तुम्हाला ह्या आकलनाच्या पातळीची तुमचा स्वतःचा संशोधन मार्ग पार करण्यासाठी दीर्घ काळापर्यंत मदत होईल.
- दुसरे प्रकरण व्यावहारिकतेबद्दल आहे. ह्या प्रकरणात, संशोधन हाती घेणे ही गोष्ट कठीण असू शकते आणि त्यामुळे आपण त्याच्यापासून दुरावले जाण्याची शक्यता असते, याची जाणीव करून दिली आहे. नेहमी उच्च पातळीवर राहण्याकरता पद्धती देण्याचा प्रयत्न केलेला आहे. आपला संशोधनप्रवास सुरू करण्यासाठी आपल्याला काय माहीत असणे आवश्यक आहे, संशोधन प्रक्रियेला योग्य मार्ग कसा दाखवावा आणि आखीव मार्गावर कसे राहावे, याचा समावेश केलेला आहे.
- तिसऱ्या प्रकरणात तुम्ही काय जाणून घेऊ इच्छिता याचे शास्त्र समजून घेणार आहात. ते तुम्हाला थेट पद्धतीत वापरला जाणारा एक व्यवहार्य, स्पष्टपणे मांडलेला संशोधन प्रश्न निश्चित करण्याच्या 'प्रक्रिये'बाबत मार्गदर्शन करते. जेव्हा तुम्ही काय जाणून घेऊ इच्छिता हे तुम्हाला अगदी पूर्णपणे माहिती असेल; तेव्हा अंगीकार (adopt), अनुकूलन (adapt) किंवा योग्य शोधकार्यपद्धतीचा वापर करणे हे आश्चर्यकारकरीत्या सोपे आहे.
- **चौथ्या प्रकरणात** सचोटीच्या संकल्पनेचा समावेश केलेला आहे. विश्वासार्हतेच्या पारंपरिक निर्देशकाकडे, तसेच 'गुणात्मक' डेटाच्या अधिक योग्य पर्यायाकडे वळण्याआधी; प्रकरणाच्या सुरुवातीलाच संशोधनप्रक्रियेतील अधिकार आणि राजकारण याचा शोध सुरू होतो. त्यानंतर या प्रकरणात नैतिक जबाबदारी आणि आचारसंहिता मान्यता प्रक्रिया याबाबत चर्चा केलेली आहे.

योजना – पुढील तीन प्रकरणे प्रभावी नियोजनावर आहेत.

- संशोधन प्रस्ताव, तसेच मार्गक्रमणात केलेल्या विचारांचे स्पष्टीकरण, तात्पुरत्या स्वरूपाच्या कल्पना, स्पष्ट शब्दात मांडलेले विचार आणि उपलब्ध संधी हे भविष्यकालीन कृतीस कशी रूपरेखा देतात; आणि सर्वात महत्त्वाचे म्हणजे 'प्रकल्प विक्री' या गोष्टीचा समावेश पाचव्या प्रकरणात आहे.

• **सहाव्या प्रकरणात** साहित्य ज्या विविध प्रकारे संशोधनास माहिती पुरवते त्याचा शोध घेतला आहे. मी अनेकदा विद्यार्थ्यांना सांगते की, संशोधन करण्याआधी त्यांनी मला तीन गोष्टींची खात्री देणे आवश्यक आहे: संशोधनास पात्र असलेल्या प्रश्नाचे उत्तर ते शोधत आहेत. ते स्वतः ज्ञानगंगेत महत्त्वाची भर घालू शकतील अशी योग्य व्यक्ती आहेत (त्यांनी अंतर्भूत केलेल्या गोष्टींबद्दल त्यांना माहिती आहे.) आणि त्यांचा कार्यपद्धतीचा मार्ग हा त्यांच्या प्रश्नाची उत्तरे मिळवण्याचा सर्वोत्तम मार्ग आहे. आणि हे करण्यासाठी, त्यांनी वाचन करणे आवश्यक आहे. ह्या प्रकरणात साहित्याचे स्रोत, व्यवस्थापन आणि वापर या संबंधित विषयांचा संपूर्णपणे अंतर्भाव केलेला आहे.
• **सातव्या प्रकरणात** धारणेमध्येच थांबण्याऐवजी प्रश्नापासून वाढत जाणारी अशी तुमच्या अभ्यासाची रचना करते आणि पद्धत पुढे नेण्याकरिता मूलभूत प्रश्नांचा शोध घेण्यासाठी एक चौकट आखून देते.

कार्यपद्धती – गेल्या ३० वर्षात सामाजिक विज्ञान अभ्यास रचनेत विश्वास बसणार नाही इतके वैविध्य आले आहे आणि संशोधनात नवीन असणाऱ्यांना या क्षेत्राचे दडपण येऊ शकते. ८ व्या आणि ९ व्या प्रकरणात संशोधनाबद्दल माहिती देणाऱ्या कार्यपद्धतींचा विशेषतः सखोल शोध घेण्यात आला आहे.

• **आठव्या प्रकरणात** गुणात्मक, संख्यात्मक आणि मिश्र कार्यपद्धतींचा विचार केलेला आहे.
• **नवव्या प्रकरणात** मूल्याधारित, क्रियाभिमुख आणि मुक्त धोरण अशा अधिक प्रयोजनात्मक पद्धतींचा शोध घेतलेला आहे.

डेटा संकलन – पुढील तीन प्रकरणात प्रभावी डेटा संकलनावर लक्ष दिलेले आहे.

• **दहाव्या प्रकरणात** आपण शोधत असलेला डेटा कोणाकडे आहे, आपले 'प्रतिसादक' कोण याकडे लक्ष देण्यात आले आहे. तसेच, डेटाची वाहतुक, आव्हाने आणि नमुन्यांची (सॅम्पल) निवड व निश्चिती पद्धत, महत्त्वाचे माहितीदाते आणि समस्या (केसेस) याचा समावेश केलेला आहे.
• **अकराव्या प्रकरणात** प्राथमिक डेटा संकलना संबंधित संधी आणि आव्हाने जसे की सर्वेक्षणे आणि मुलाखती यावर लक्ष केंद्रित केले आहे.
• **बाराव्या प्रकरणात** दुय्यम डेटा संकलन आणि डेटा स्रोत याबाबतचे पर्याय समोर ठेवले आहेत.

डेटा विश्लेषण – आपल्या डेटाची अर्थपूर्णता आणि डेटाचे सादरीकरण हा यानंतर येणारा भाग आहे.

• **तेराव्या प्रकरणात** संख्यात्मक डेटा व्यवस्थापन आणि विश्लेषण याची मूलतत्त्वे सांगितली आहेत. या ठिकाणी भिन्न चल प्रकार, मापन, वर्णनात्मक आणि अनुमानिक आकडेवारी, संख्याशास्त्रीय चाचण्यांची निवड, आणि डेटाचे सादरीकरण याचा समावेश केलेला आहे.
• **चौदाव्या प्रकरणात** गुणात्मक डेटावर लक्ष केंद्रित केलेले आहे. तर्कशास्त्र आणि सामान्य गुणात्मक विश्लेषण पद्धती तसेच आशय, विवेचन, संभाषण आणि निवेदनात्मक विश्लेषण याचा विचार केलेला आहे. याशिवाय भाषिक चिन्हशास्त्र आणि अर्थमीमांसा अशा विशिष्ट शाखांची माहिती येथे दिलेली आहे. शेवटी, गुणात्मक डेटाच्या सादरीकरणाबद्दलची अगोदर निर्दिष्ट केलेली उदाहरणे नमूद केली आहेत.

लेखन – शेवटी, या सर्व गोष्टींच्या लेखी नोंदी करणे.

• **पंधराव्या प्रकरणात** कायम ज्याची भीती वाटते अशी लेखन प्रक्रिया आणि वाचकांच्या आठवणीत राहील, रचना सुसंगत असेल, कथानक स्पष्ट असेल अशा 'संभाषणात्मक' लेखनाच्या आवश्यकतेवर भर दिला आहे. तुम्हाला लेखी नोंदी करण्यासाठी वेगवेगळ्या खूप अनुरूप कृतियोजना सुचवून फक्त तुमच्या प्रकल्पाची

एकंदर गुणवत्ता सुधारणे इतकेच नाही, तर एकूणच ह्या कठीण कामाची भीती कमी करणे हेसुद्धा ह्या प्रकरणाचे ध्येय आहे.

ह्या पुस्तकाचा सर्वात जास्त फायदा कसा करून घ्याल?

हे पुस्तक वापरण्याचे काही मार्ग आहेत. आणि वेळोवेळी या चार पद्धतींनी तुम्ही हे पुस्तक वापराल असे तुम्हाला लक्षात येईल.

1. **वाचून काढा.** तुम्ही संशोधनाशी निगडीत प्रक्रियेशी आणि कार्यप्रणालीशी परिचित व्हाल. हे एक माहितीपूर्ण पुस्तक आहे असे मला वाटते.
2. **संदर्भासाठी याचा वापर करा.** तुम्ही जसजसे तुमच्या संशोधन प्रकल्पात पुढे जाल, तसे तुम्हाला ह्या पुस्तकाच्या १५ प्रकरणात उत्तरे मिळत जातील. आणि त्यात मिळाली नाहीत, तर अधिक वाचनासाठी दिलेल्या पुस्तकांमध्ये तुम्हाला ती मिळतील.
3. **तुमच्या संशोधन प्रक्रियांचा सहकारी म्हणून हे पुस्तक वापरा.** इथे या पुस्तकाचा प्रत्यक्ष वापर सुरू होतो. प्रत्येक प्रकरणाच्या नवीन आशयाची ओळख झाली तरी स्वतःचा प्रकल्प करताना कोणत्या विकास प्रक्रिया अंगीकारणे आवश्यक आहे ह्याची माहिती देणे, हे मुख्य ध्येय आहे. तुम्हाला 'अज्ञान' ते 'परिपूर्णता' हा प्रवास करताना आवश्यक असणारे ज्ञान व कौशल्ये प्राप्त करुन देण्यावर भर आहे. अशा प्रकारे पुस्तक वापरत असताना, सतत वाचत राहणे हा एक चांगला दृष्टिकोन आहे. तुमचे काम सुरू केल्यापासून ते तुमचे काम सादर करण्यास तयार होईपर्यंत पंधराव्या प्रकरणाच्या शेवटच्या पानापर्यंत तुम्ही प्रवास करावा, अशी मी शिफारस करेन.
4. **आपली वेबसाइट वापरा.** www.uk.sagepub.com/oleary ही ती वेबसाइट आहे. त्याच्यावर खूप उपयुक्त माहिती, व्हिडिओ, ब्लॉग, मार्गदर्शक, प्रस्तुती तंत्र (PowerPoint), उपलब्धता सूची, उदाहरणे आणि टेम्पलेट इ. आहे. संपूर्ण पुस्तकात चिन्ह (icon) नक्की बघत राहा. ज्यामुळे त्या ऑनलाइन सहज उपलब्ध असलेल्या पुस्तकात संदर्भ साहित्य सूचित होईल.

प्रकरणाचा सारांश

- विशिष्ट प्रश्नाचे उत्तर मिळवण्यासाठी डेटा संकलन केलेले संशोधन म्हणजे नवीन ज्ञान विकासाची प्रक्रिया. पण ज्ञानगंगेत योगदान देण्याची आपल्याला संधी मिळाली आहे आणि कदाचित तुम्ही बदलांवर ही प्रभाव टाकू शकाल. जाणीवपूर्वक निर्णय घेण्यासाठी हे एक महत्त्वाचे साधन ठरू शकते. आपण काय करावे, आपण काय करू शकतो, आपण ते कसे करणार आणि आपण ते किती चांगल्या प्रकारे केले, हे ठरवताना केंद्रस्थानी हे असू शकते.
- वैज्ञानिक संशोधनाचा जन्म प्रत्यक्षार्थवादातून झाला आणि त्याने धारणेची गृहीतके स्वीकारली. या गृहीतकांमध्ये खालील गोष्टींचा समावेश होतोः ज्ञेय आणि अंदाजयोग्य जग; प्रायोगिक आणि संक्षिप्त संशोधन; वस्तुनिष्ठ आणि तज्ज्ञ संशोधक गृहीतकाधारीत पद्धती आकडेवारीच्या दृष्टीने महत्त्वाचे संख्यात्मक निष्कर्ष.
- गेल्या दशकात विज्ञानशास्त्राची गृहीतके वादाच्या भोवऱ्यात आली आहेत. 'प्रत्यक्षार्थवाद्यांनंतरच्या' तत्त्वज्ञ संशोधकांना संदिग्ध आणि परिवर्तनशील असलेले जग, अंतर्ज्ञानी आणि समग्र संशोधन, व्यक्तिनिष्ठ आणि सहयोगी असलेले संशोधक, अनुमानाचा आणि संशोधनात्मक असलेली पद्धती; आणि व्यक्तिविशिष्टतावादी आणि गुणात्मक असलेले निष्कर्ष हे मान्य आहेत.

- धारणेच्या गृहीतकानुसार संशोधकांचे स्थान ठरविण्यापेक्षा, सजग संशोधक विशिष्ट संशोधनप्रश्नासंदर्भात मूलभूत पद्धतीसिद्धांतांवरील विविध गृहीतकांचा शोध घेणे शक्य आहे का याचा विचार करू शकतो.
- एक संशोधन प्रकल्प हाती घेणे हे जरा दडपण आणणारे असू शकते. पण तुमच्या प्रवासात हे पुस्तक मार्गदर्शक म्हणून तुम्हाला उत्तम मार्ग दाखवेल व संशोधन प्रक्रियेतील खाचाखोचा समजून घेण्यासाठी मदत करेल.

अवांतर वाचन

या प्रकरणात काही अवजड सैद्धांतिक संकल्पना आहेत ज्यांचे तुम्ही थोडे अधिक सखोल जाऊन अन्वेषण करू शकता. येथे काही उपलब्ध लीड्स दिलेले आहेत.

अनुभववाद

Carey, S. S. (2011) *A Beginner's Guide to Scientific Method.* Belmont, CA: Wadsworth.

शास्त्रीय पद्धत हाच 'मार्ग' आहे अशी श्रद्धा रुजलेली असताना, शास्त्रीय पद्धत 'काय आहे' आणि 'कशी करायची' ही काही फारशी चांगली ओळख नाही आहे.

Robinson, D. (2013) *Introducing Empiricism.* New York: Totem Books.

आपण काय अनुभवले आणि आपण त्याच्यावर कसा विश्वास ठेवू शकतो याबाबतचा क्रांतिक परिचय. या पुस्तकातील आकर्षक ग्राफिक्समुळे पुस्तक लगेच घ्यावेसे वाटते.

ज्ञानशास्त्र

Audi, R. (2010) *Epistemology: A Contemporary Introduction to the Theory of Knowledge.* London: Routledge.

महत्त्वाच्या संकल्पना स्पष्ट करणारा चांगला व्यापक परिचय – आणि संशोधनातील ज्ञानशास्त्रावर विशिष्ट भर देलेला आहे. सटीप स्रोतांची उत्तम यादी.

Martin, R. (2010) *Epistemology: A Beginner's Guide.* London: Oneworld Publications.

नवशिक्या लोकांसाठीचे मार्गदर्शक पुस्तक मला आवडले ज्ञान म्हणजे काय, ते कसं प्राप्त करता येईल आणि आपण त्यावर विश्वास ठेवू शकतो का? याबाबत विचार करायला लावण्यासाठी, त्याची आखणी केलेली आहे. खूप सुगम.

सत्ताशास्त्र

Conee, E. and Sider, T. (2007) *Riddles of Existence: A Guided Tour of Metaphysics.* Oxford: Oxford University Press.

अत्यंत तात्त्विक असले तरी, या पुस्तकामुळे प्रत्यक्षात सत्ताशास्त्र काहीसे सुलभ होते. काय अस्तित्वात आहे या माध्यमातून विचार करण्याचे आव्हान कोणत्याही संशोधकासाठी एक फायदेशीर अभ्यास आहे.

Jacquette, D. (2003) *Ontology.* Montreal: McGill-Queen's University Press.

हे देखील अत्यंत तात्त्विक, पण सत्, अस्तित्व आणि तर्कशास्त्र अशा संकल्पनांचा सुलभ परिचय.

धारणा

Wallerstein, I. (2001) *Unthinking Social Science: The Limits of Nineteenth-Century Paradigms.* Philadelphia: Temple University Press.

मला व्यक्तिशः, तुम्हाला पहायला भाग पडणारी आणि पूर्वकल्पित समजांचा फेरविचार करायला लावण्यासाठी आखणी करण्यात आलेली कोणतीही पुस्तके आवडतात. हे विज्ञानावर राज्य केलेल्या अनुमानांना हलवून सोडण्यासाठी आखणी केलेले एक अभिजात पुस्तक आहे. एक उत्तम चिकित्सक पुस्तक.

प्रत्यक्षार्थवाद

Schick, T. (ed.) (1999) *Readings in the Philosophy of Science: From Positivism to Postmodernism.* NY: McGraw-Hill.

हा एक काव्यसंग्रह आहे जो तुम्हाला प्रत्यक्षार्थवादाकडून उत्तर आधुनिकतावादाकडे नेणाऱ्या प्रवासाचे दर्शन घडवतो. नवीन नमुना विकासाचा मनोरंजक चेहरा.

Steinmetz, G. (ed.) (2005) *The Politics of Method in the Human Sciences: Positivism and Its Epistemological Others.* Durham, NC: Duke University Press.

चांगले तुलनात्मक पुस्तक. प्रत्यक्षार्थवाद आणि दृष्टीच्या विविध पर्यायी मार्गांचा शोध त्यांच्या उपयोजन आणि अनुमानाद्वारे घेतला जातो.

वास्तववाद

Chakravartty, A. (2010) *A Metaphysics for Scientific Realism: Knowing the Unobservable.* Cambridge: Cambridge University Press.

वास्तववादाची समाजविज्ञानात कशी उत्क्रांती झाली आहे याबद्दलची छान दृष्टी, जी वैज्ञानिक वास्तववाद हा वैज्ञानिक ज्ञानाचा आधार आहे या मुद्द्यावर चर्चा करते.

Rescher, N. (2005) *Reason and Reality: Realism and Idealism in Pragmatic Perspective.* Lanham, MD: Rowman & Littlefield.

हा प्रत्यक्षात विवेचक निबंध/प्रबंध आहे. तर्कसुसंगत चौकशी आणि प्रभावी संवाद या सर्वोत्तम वास्तवतावादी पद्धती आहेत असा युक्तिवाद यात केलेला आहे.

सापेक्षतावाद

Boghossian, P. A. (2006) *Fear of Knowledge: Against Relativism and Constructivism.* Oxford: Oxford University Press.

सापेक्षतावादाकडे धमकावणारा शत्रू म्हणून पाहिले जाऊ शकते आणि शत्रूला खाली खेचणे, हे या पुस्तकाचे ध्येय आहे. तुम्हाला सापेक्षतावादा (आणि कार्यप्रवर्तकता/विधायकता) विरुद्ध वितर्क काय आहेत तसेच निर्धारक लढाईचा उत्पन्न होणारा आवेग हे समजावून घ्यायचे असेल, तर हे एक उत्तम पुस्तक आहे.

Gellner, E. (1987) *Relativism and the Social Sciences.* Cambridge: Cambridge University Press.

हा निबंधांचा एक छान संच आहे. नैसर्गिक आणि मानवी विज्ञानातील ज्ञानाबद्दल जो सांस्कृतिक वास्तवतावादी दृष्टिकोन असतो, त्यात येणाऱ्या आव्हानांचा यात शोध घेण्यात आलेला आहे.

सामाजिक कार्यप्रवर्तकता/विधायकता

Berger, P. L. and Luckman, T. (1967) *The Social Construction of Reality: A Treatise in the Sociology of Knowledge.* New York: Anchor.

हे एक अभिजात काम आहे ज्यात 'बाहेर' एकच सत्य आहे, या विधानाला आव्हान देण्यात आलेले आहे. ते असा युक्तिवाद करते की, जे लोक ज्ञानसाधक आहेत, त्यांचे म्हणणे समजून घेतले तर आपण जग समजून घेऊ शकतो. त्यापलीकडे, हे ज्ञानसाधक ज्ञानाचे निर्मातेही असतात.

Burr, V. (2003) *Social Constructionism.* New York: Psychology Press.

एक चांगला परिचय – सहानुभूतीपूर्ण तरीही चिकित्सक. महत्त्वाच्या कल्पना स्पष्ट करताना मला उदाहरणांचा वापर करणे आवडते.

व्यक्तिसापेक्षतावाद

Letherby, G., Scott, J. and Williams, M. (2012) *Objectivity and Subjectivity in Social Research.* London: Sage Publications.

ह्या पुस्तकाचा व्यावहारिक दृष्टिकोन मला आवडतो आणि वस्तुनिष्ठता आणि व्यक्तिनिष्ठता या दोन विरुद्ध श्रेणींमध्ये विभागणी करण्यासाठीचा विरोध. सहकार्याने काम कसे करावे याबद्दल एक छान दृष्टी.

Double, R. (2006). *Metaethical Subjectivism.* Aldershot: Ashgate Publishing.

हे पुस्तक आत्मनिष्ठतावादाच्या सामार्थ्याबद्दल बोलते – सत्य हे निरीक्षकाच्या दृष्टिकोनावर किंवा परंपरेवर अवलंबून आहे स्वीकारण्याची ताकद. एक सुलभ काम.

२

सज्ज व्हा आणि प्रारंभ करा

प्रारंभ करणे हेच पुढे जाण्याचे गुपित आहे.

मार्क ट्वेन

प्रकरणाचे पूर्वावलोकन

- प्रारंभ करणे
- प्रक्रियेस दिशा देणे
- वाटचाल करत राहणे

प्रारंभ करणे

मार्क ट्वेनचा सल्ला आणखी बहुमोल कशामुळे ठरेल हे तुम्हाला माहीत आहे? जर आपल्याला प्रारंभ करण्याचा सर्वोत्तम मार्ग माहीत असता तर काय झाले असते. संशोधन प्रकल्प हाताळण्यासाठी तयार होत असलेल्या विद्यार्थ्यांना प्रारंभ कसा करावा किंवा ठरवलेल्या मार्गावर वाटचाल करण्यासाठी त्यांनी काय करणे आवश्यक आहे, याची त्यांना कल्पनाच नसते.

पण, एक गोष्ट मात्र नक्की की संशोधन सहजच घडत नाही. संशोधन ही एक अशी प्रक्रिया आहे जिच्यासाठी नियोजन, आगाऊ योजनेची आखणी, बांधिलकी आणि चिकाटी यांची गरज असते. खरं तर, संशोधन हे काम नसून एक प्रवास आहे; आणि कोणत्याही प्रवासाप्रमाणेच त्याचे व्यवस्थापन करावे लागते, त्याला मार्गदर्शन करावे लागते आणि अगदी सुरुवातीपासून ते शेवटच्या मुक्कामापर्यंत ते नीट हाताळणे आवश्यक असते. आता विद्यार्थ्यांना यशस्वीरीत्या ह्या प्रवासाचे मार्गदर्शन करण्याच्या त्यांच्या क्षमतेबद्दल शंका असणे स्वाभाविक आहे. शेवटी, संशोधन हे कौशल्य नुकतेच विकसित होण्यास सुरुवात झालेली आहे, त्यामुळे ते सुरू करण्याचा विचार बऱ्यापैकी भीतीदायक असू शकतो. काही जण धोरणात्मक योजना न आखता उडी घेतात, तर इतर काही नियोजनाच्या टप्प्यातच दीर्घकाळ घुटमळतात. काहीजण चांगली सुरुवात करतील, पण वाटेतच हरवून जातील किंवा प्रेरणा गमावून बसतील. जसा तुम्ही पुढे कामाचा गंभीरपणे विचार सुरू कराल, तसे हे लक्षात ठेवणे आवश्यक आहे की योग्य वेळी संशोधन प्रकल्प पूर्ण करणे हे तुम्ही बौद्धिकदृष्ट्या सक्षम असण्याच्या चाचणीपेक्षा जास्त महत्त्वाचे आहे; ती तुमच्या चिकाटीची आणि जिद्दीचीही चाचणी आहे.

नवीन ज्ञाननिर्मितीचा प्रदीर्घ शोध हा खूप काही शिकवणारा अनुभव असेल, जो तुमच्या अपेक्षेपेक्षा खूप जास्त समृद्ध असेल, असे तुमचा प्रवास सुरू केल्यावर तुम्हाला लक्षात येईल. संशोधन प्रकल्पाच्या आयोजनामुळे तुम्हाला खालील गोष्टी करणे शक्य होते:

- *'समस्या – आधारित शिक्षण' चालू करणे* – व्यावहारिक पद्धतीने समस्या सोडवण्याची जी गरज आहे त्या प्रश्नांवर काम करणे, ही शिक्षणाची खरी सुरुवात आहे. हा समस्या आधारित शिक्षणामागील विचार आहे. इथे शिक्षण ही 'दुहेरी कडी' आहे. यायोगे तुम्ही फक्त शोध घेत असलेल्या समस्याच जाणून घेता इतकेच नाही, तर तुम्हाला विविध प्रकारच्या नवीन समस्यांचे निराकरण करण्यासाठी ही कौशल्ये वापरता येतील, अशा रीतीने त्या समस्या हाताळणेही शिकता येते. संशोधनाच्या आयोजनाचे स्वरूप (आणि मार्गात थोडे अडखळत) समस्या आधारित शिक्षणास संशोधन प्रक्रियेत प्रस्थापित करते.
- *'कृती शिक्षण' चालू करणे* – कोल्ब (१९८४) यांनी 'अनुभवाच्या परिवर्तना' द्वारे ज्ञान निर्मितीच्या महत्त्वावर भर दिला. त्यांनी असे सुचवले की, अनुभवात्मक किंवा कृती शिक्षण हे चक्रावर अवलंबून असते ज्यामध्ये पुढील गोष्टी समाविष्ट असतात (1) वास्तविक अनुभवांमधील सहभाग (ठोस प्रयोग) ज्याचे अनुसरण करणे गरजेचे आहे (2) विवेकी पुनरावलोकन आणि विचार (सजग निरीक्षण) तसेच (3) व्यापक सिद्धांतीकरण (गोषवारा संकल्पना) आणि (4) कृतीमध्ये सुधारणा करण्याचा प्रयत्न (सक्रिय प्रयोग). अशा प्रक्रिया संशोधन निर्वाहित करण्याच्या विविध पैलूंमध्ये अंत:स्थापित केलेल्या असतात. संशोधन 'करणे' म्हणजे कृती शिक्षणाच्या चक्रात व्यग्र होणे.
- *संभाषण कौशल्य वाढवा* – विश्वासार्ह डेटाचे संकलन हे लाजाळू किंवा कमजोर माणसाचे काम नाही. ही एक अशी प्रक्रिया आहे जी तुमच्या इतरांशी संवाद साधण्याच्या क्षमतेवर पुष्कळ प्रमाणात अवलंबून असते. प्रवेश मिळवण्याचे आव्हान असो, मुलाखती आयोजित करण्याचे असो किंवा सहभागी निरीक्षण चालू करण्यामधील आव्हान असो – अनेकदा संशोधन करताना तुमचे संभाषण कौशल्य वाढविणे फायदेशीर ठरते.
- *संशोधन कौशल्ये विकसित करा* – मी संशोधन पद्धतीवरील पुस्तके लिहित असले तरी मी अजूनही तुम्हाला सांगेन की 'वाचना'तून तुम्ही संशोधन आयोजनाबद्दल खूप काही शिकू शकता – पण खरे शिक्षण 'करण्याने' येते. सजगपणे संशोधनाचे आयोजन करून ते कसे करायचे हे तुम्ही शिकाल, यात शंकाच नाही.
- *नवीन ज्ञानाची निर्मिती करा* – तुम्हाला काहीतरी सापडेल. तुम्हाला तुमच्या संशोधन प्रश्नाचे उत्तर मिळेल, अशी आशा आहे. तुम्ही नवीन ज्ञानाची निर्मिती कराल जे ज्ञानाच्या साठ्यात भर घालेल.
- *पुराव्यावर आधारित निर्णयप्रक्रियेत सहभागी व्हा किंवा पुराव्यावर आधारित निर्णयप्रक्रिया सुकर करा* – व्यावहारिक ज्ञान, व्यावहारिक निर्णय यांच्यावर तुम्ही निर्माण केलेल्या डेटाचा प्रभाव आहे, हे कळल्यावर खरंच चांगले वाटते. सुरुवातीपासून आणि प्रसाराच्या वेळी जर व्यवस्थित व्यवस्थापन केले, तर तुमच्या संशोधन प्रकल्पामध्ये बदलावर प्रभाव पाडण्याची क्षमता असू शकते.
- *शैक्षणिक पात्रता प्राप्त करण्यासाठी किंवा बढती मिळवण्यासाठी मार्ग दाखवणे* – कदाचित ही उद्दिष्टे वरील उद्दिष्टांएवढी उदात्त नसतीलही, पण परिस्थितीला सामोरे तर जायलाच हवे. आपल्यासाठी अशा प्रकारच्या गोष्टी कायमच महत्त्वाच्या असतात.

प्रक्रियेला दिशा देणे

संशोधनात एकाच वेळी कल्पनाशक्ती, सर्जनशीलता, शिस्त आणि रचना यांची आवश्यकता असते, आणि प्रारंभापासून समाप्तीपर्यंत योजनाबद्ध मार्गदर्शनाची आवश्यकता असणारी ही एक प्रक्रिया आहे. त्यामुळे, सुरुवातीपासूनच प्रक्रियेशी संबंधित अनेक व्यवहार्यता लक्षात घेणे योग्य ठरेल. कामाला यशस्वीपणे सुरुवात करण्यापूर्वी खालील गोष्टी करणे योग्य ठरेल: संस्था/कार्यक्रमाची संसाधने आणि आवश्यकता यांच्याशी ओळख

करून घ्या; योग्य प्रकारे राबवा; सल्लागार प्रक्रियेची चर्चा करा; आणि तुमच्या कामाचे व्यवस्थापन अशा प्रकारे करा की तुमचे कामही वेळेत पूर्ण होईल आणि तरीही आयुष्य सुरळीत चालेल!

तुमचा अभ्यासक्रम समजून घेणे

संशोधन प्रक्रियेमध्ये योजनाबद्ध रीतीने पुढे जाण्यासाठी तुम्हाला तुमच्या विद्यापीठासाठी आवश्यक असलेल्या गोष्टी आणि संसाधने यांच्याशी परिचय करून घेणे आवश्यक आहे. जर तुम्ही तसे केले नाहीत तर, तुम्ही विद्यापीठाच्या मार्गदर्शक तत्त्वांत न बसणारे संशोधन करत आणि निष्कर्ष काढत वेळ व्यर्थ दडवाल आणि किंवा उपलब्ध संसाधनांचा पूर्ण फायदा घेणार नाही.

आवश्यक गोष्टी

जेव्हा एखादे चांगले काम निर्दिष्ट अपेक्षा पूर्ण करत नाही तेव्हा विद्यार्थी आणि शिक्षक यांच्यासाठी ती सारख्याच प्रमाणात निराशेची गोष्ट असते. विद्यापीठाचे शिष्टाचार पूर्ण होत आहेत याची खात्री करण्याचा सर्वोत्तम मार्ग म्हणजे सुरुवातीलाच ते काय आहेत, याची चौकशी करणे आणि संशोधन प्रकल्प पूर्ण होईपर्यंत ते लक्षात ठेवणे. सामान्य संशोधन आवश्यकतांमध्ये खालील गोष्टींचा समावेश होतो:

- *मुदत पाळणे* – हा कदाचित समोर येणारा सर्वात मोठा अडथळा आहे, पण त्याचे व्यवस्थापन अतिशय महत्त्वाचे आहे. उशीरा सादर केल्यास ते स्वीकारले जाणार नाही, असे होऊ शकते किंवा त्याला दंड पडू शकतो. तुमचा हा प्रवास सुरू करण्यापूर्वीच तुमची मुदत माहीत करून घेणे आणि उशीरा केल्या गेलेल्या सादरीकरणाविषयीची आणि मुदतवाढीची धोरणे, यांची ओळख करून घेणे योग्य ठरेल.
- *शब्दमर्यादा पाळणे* – अभ्यास, विद्याशाखा आणि विद्यापीठ यांच्या पातळीप्रमाणे शब्द मर्यादा बदलतात. पण जी काही मर्यादा असेल, त्या मर्यादेच्या आत साधारणपणे दर्जेदार शैक्षणिक संशोधन निबंध/प्रबंध निर्मिती संपेल अशी अपेक्षा असते. व्याख्याता म्हणून, एक अतिशय लहान 'शैक्षणिक निबंध' समोर येणे हे तितकेच निराशाजनक आहे (पण खूप नाही) जितके वाहून नेण्यासाठी ट्रॉलीची गरज पडण्याइतके मोठे. निर्दिष्ट शब्दमर्यादेच्या खूप मागेही राहू नका अथवा खूप पुढेही जाऊ नका. काही प्राध्यापक/संस्था ठरवून दिलेल्या मर्यादेच्या बाहेर असलेल्या कामाबाबत खूप कठोर असू शकतात.
- *आचारसंहिता मान्यता मिळविणे* – सहभागी म्हणून मानवाचा (किंवा प्राणी) समावेश असलेल्या बऱ्याच संशोधनांसाठी ही आवश्यक असते, आणि पुढील प्रकरणात त्याची पूर्णपणे चर्चा करण्यात आली आहे. अशा मान्यता मिळविण्यासाठी प्रत्येक विद्यापीठाच्या त्यांच्या स्वतःच्या गरजा, समित्या आणि मुदती असतात.
- *प्रगती अहवाल/परिसंवाद* – जास्त काळ चालणाऱ्या प्रकल्पांमध्ये अनेकदा विद्यार्थी, निरीक्षक किंवा दोघांनीही विद्यापीठांकडे वार्षिक किंवा वर्षातून दोनदा अहवाल सादर करणे आवश्यक असते. नियमितपणे आयोजित केल्या जाणाऱ्या परिसंवादात विद्यार्थ्यांनी सादरीकरण करणे अपेक्षित असते.
- तपासणीची प्रक्रिया – हीदेखील अभ्यास आणि विद्यापीठ यांच्या पातळीप्रमाणे बदलते. काही संशोधन लेखांना दर्जा/प्रत किंवा पातळी देण्यात येईल, तर इतरांना फक्त समाधानकारक/असमाधानकारक असे शेरे देण्यात येतात. उच्च पदवींसाठीच्या परीक्षा प्रक्रियांमध्ये अनेकदा बाह्य तज्ज्ञ परीक्षकांचा समावेश असतो. जे ठरवताना विद्यार्थ्यांचा त्यात सहभाग असू शकतो किंवा नसूही शकतो. केलेल्या कामाचे तोंडी समर्थन करण्याचा देखील त्यात समावेश होऊ शकतो. तुम्ही तुमच्या पर्यवेक्षकांशी या प्रक्रियेच्या सुरुवातीलाच परीक्षा/परीक्षकांविषयी चर्चा करावी. कशाची अपेक्षा करावी, हे जाणून घेण्याने मोठा फायदा होऊ शकतो.

- *कल्पकता दाखवणे आणि वाङ्मयचौर्य टाळणे* – जवळजवळ सर्व विद्यापीठांची कल्पकता आणि वाङ्मयचौर्य, याबाबत स्पष्ट धोरणे आहेत. वाङ्मयचौर्यामध्ये काय येते ह्याचा परिचय करून घ्या. त्यातून तुम्हाला काही धोकादायक संदिग्ध क्षेत्र टाळण्यास मदत होऊ शकेल.

संसाधने

संसाधनांचा प्रश्न येतो तेव्हा अनेक विद्यार्थी नुसते विचारण्याचे कष्टही घेत नाहीत, त्यामुळे त्यांना ती संसाधने मिळतही नाही. तुमचे विद्यापीठ/अभ्यासक्रम संशोधन विद्यार्थ्यांना कोणती संसाधने पुरवते हे शोधून काढणे ही गोष्ट तुमच्या प्रारंभिक प्राधान्यक्रमाच्या यादीमध्ये वरच्या स्थानावर असायला हवी. रकाना २.१ मध्ये दर्शवल्याप्रमाणे, एखाद्या उत्कृष्ट सेवा किंवा सुविधेविषयी थोड्याशा उशिराने माहिती कळणे यापेक्षा जास्त नाउमेद करणारी दुसरी कुठली गोष्ट नाही.

रकाना २.१

अरेरे! मला सहा महिन्यांपूर्वी हे माहीत असते तर...

परिस्थिती १

'१,३०० डॉलर! तुम्हाला तुमच्या संशोधन क्षेत्राला भेट देण्यासाठी १,३०० डॉलर मिळतात? आणि तुम्ही ते कसे मिळवता?'

'सर्व संशोधन विद्यार्थी त्यांचा खर्च भागवण्यासाठी एका वर्षाला $ २,५०० मदत म्हणून मिळण्यास पात्र असतात; ते तुम्हाला फॉर्ममध्ये फक्त नमूद करायचे आहे.'

'तुम्ही माझी गंमत करत आहात. मला हे कसे सांगण्यात आले नाही?'

परिस्थिती २

'अरे, तुम्ही छायांकित प्रती काढणाऱ्या व्यक्तीचा नंबर मिळवण्यासाठी काय केले?'

'मुख्य कार्यालयात डेबी म्हणून आहे. महाविद्यालय सर्व संशोधन विद्यार्थ्यांना छायांकित प्रती उपलब्ध करून देते.'

'ओह, ही खरंच मोठी गोष्ट आहे. मी गेल्या सहा महिन्यांत छायांकित प्रती काढण्यासाठी किती खर्च केला आहे माहीत आहे का?'

परिस्थिती ३

'तुम्ही कोणत्या दिशेने जाणार आहात?'

'तुमचा विश्वास बसतो का, मला एक पुस्तक घेण्यासाठी अर्धे शहर ओलांडून नेल्सन लायब्ररीमध्ये जावे लागेल? या महाविद्यालयात ते उपलब्ध नाही.'

'अरे... का? तुम्ही इंटरनेटवरून इंटरकॅम्पस लोनची (एका महाविद्यालयातून दुसऱ्या महाविद्यालयात पुस्तके पाठवण्याची व्यवस्था) सुविधा का वापरत नाही? ते तुमच्याकडे थेट पुस्तक पाठवतात.'

'तुम्ही गंमत तर करत नाही ना... केव्हापासून?'

असे काही स्त्रोत जे तुम्ही तपासून पाहणे गरजेचे आहे:

- *निवास* – स्वतंत्र किंवा सामयिक कार्यालयीन जागा उपलब्ध आहे का?
- *साधन* – तुम्हाला दूरध्वनी, संगणक, प्रिंटर आणि छायाप्रती करणारी व्यक्ती उपलब्ध आहेत का?
- *सॉफ्टवेअर* – विद्यापीठात वापरासाठी कोणते सॉफ्टवेअर उपलब्ध आहे? तुम्हाला लागू शकेल असे कोणतेही सॉफ्टवेअर विद्यापीठ घेईल का?
- *निधी* – विद्यापीठ शुल्क, पुस्तके, छायाप्रती काढणे, टपाल, तुम्हाला वापरायला लागणाऱ्या इतर गोष्टी (कागद, शाईची कार्टरीज, रेकॉर्डिंगसाठीचे साहित्य), प्रवास खर्च (साइट भेटी, परिषद उपस्थिती) आणि उपकरणे (ध्वनिमुद्रण, नक्कल करण्याचे यंत्र, पीसी, लॅपटॉप, सॉफ्टवेअर, इ)? या सर्व गोष्टींसाठी होणाऱ्या खर्चामध्ये मदत म्हणून काही पैसे उपलब्ध होऊ शकतात का?
- *ग्रंथालय सुविधा* – कोणते डेटाबेस उपलब्ध आहेत? इंटर-लायब्ररी लोन सिस्टीम उपलब्ध आहे का? तुम्हाला इंटरनेटचा वापर करण्याची परवानगी असेल का?
- *कार्यशाळा* – विद्यापीठ कोणत्याही प्रकारची पद्धतीकार्यशाळा किंवा लेखन मंडळे सुचवते का?
- *पद्धतीसाठी मदत* – प्रश्नावलीची आखणी, नक्कल, डेटा एंट्री करताना काही मदत उपलब्ध होणार आहे का? सांख्यिकी आकडेवारीबाबत काही सल्ला मिळणार आहे का?
- *लेखनासाठी मदत* – प्रस्तावाची जुळणी करण्यासाठी किंवा अंतिम मसुद्याचा आराखडा बनवण्यासाठी कोणी मदत करू शकेल का? संपादनात मदत करणारे कोणी उपलब्ध आहे काय?

सज्ज व्हा

संशोधन ही एक क्रिया आहे ज्यामध्ये तुम्ही शिकण्याचा प्रयत्न केला असेल अशा सर्व प्रकारांपेक्षा अधिक स्वातंत्र्याची आणि जास्त स्वायत्ततेची आवश्यकता असते, आणि तुम्ही बऱ्यापैकी वेळ वाचण्यात किंवा संगणकावर काम करण्यात घालवणे अपेक्षित असते. म्हणूनच तयारी करण्यासाठी शांत जागा, एक चांगला विश्वसनीय संगणक यांची उपलब्धता आणि काम करण्यासाठी तुम्ही वापरणार असलेला संगणक आणि त्याच्या सॉफ्टवेअरमधील नैपुण्य आवश्यक आहे:

- *अभ्यासिका/कार्यालय* – स्वतःला सर्व गोष्टींपासून दूर ठेवून कोंडून घेण्यासाठी एक आरामदायक ठिकाण आवश्यक आहे. संशोधन ही इतरांपासून दुरावण्याची क्रिया असू शकते आणि तुम्ही आरामात काम करू शकाल, अशी जागा तयार करणे किंवा शोधण्याचा प्रयत्न करणे योग्य ठरेल.
- *संगणक* – बऱ्याच विद्यार्थ्यांना अद्ययावत वर्ड प्रोसेसिंग प्रोग्राम आणि खात्रीशीर इंटरनेटच्या वापराशिवाय संशोधन करणे अशक्य वाटते. तुम्हाला प्रणालीच्या गरजेनुसार संख्याशास्त्रीय आणि गुणात्मक डेटा व्यवस्थापन प्रणालीचा वापर करावा लागू शकतो. त्यामुळे केवळ आपल्या वर्तमान गरजा पूर्ण करू शकेल अशा संगणकामध्ये गुंतवणूक न करता, संशोधन प्रक्रिया जशी पुढे जाईल त्यानुसार वाढीव गरजा पूर्ण करू शकणाऱ्या संगणकांमध्ये गुंतवणूक करणे केव्हाही चांगले.
- *प्रावीण्य* – आज आपण संगणक/इंटरनेटच्या जगात वावरत असल्याने, तुमच्यामधील बहुतेकांकडे मूलभूत वर्ड प्रोसेसिंगचे आणि इंटरनेटवर शोध घेण्याचे चांगले कौशल्य आहे. तथापि, त्याहून काही प्रगत कौशल्ये शिकल्यास, ती नक्की वाया जाणार नाहीत. मग ते मोठ्या दस्तऐवजाचे व्यवस्थापन करणे असो किंवा ग्राफिक्स वापरणे असो, पुढील शोध घेणे असो किंवा टच टायपिंगचा (कीबोर्डकडे न पाहता टाईप करण्याची सवय) सराव करणे असो, या क्षेत्रांमध्ये तुम्ही कार्यक्षम आहात, असे तुम्हाला वाटल्याने तुम्हाला खूप फायदे होऊ शकतात.

योग्य सल्ला मिळवणे

संशोधन प्रकल्प करत असताना सहसा, मार्गदर्शक आणि पर्यवेक्षक यांचे मार्गदर्शन व पाठिंबा मिळवून त्याप्रमाणे काम करावे लागते. अनेक जणांसाठी हा एक नवीन आणि काहीसा भीतिदायक अनुभव असतो. आता ह्या अनुभवाने तुम्हाला खूप फायदा होईल, हे मी सांगू शकेन –आणि बहुतेक वेळा तर तो तसा असतोच. पण, काही वेळा तो अनुभव आंतक्षुब्ध करणारा, नाउमेद करणारा, संताप वाढवणारा आणि फक्त असमाधानकारक असू शकतो. पर्यवेक्षक व्यस्त, फेटाळणारा, गोंधळलेला आणि कधी कधी अगदी गर्विष्ठही असू शकतो. त्यामुळे अगदी सुरुवातीपासूनच काय अपेक्षा आहेत त्याबाबत चर्चा करणे आणि खुल्या, स्पष्ट आणि सुखकारक संवादाच्या दिशेने काम करणे अत्यंत महत्त्वाचे आहे.

तुम्ही पर्यवेक्षकीय संबंधांमध्ये नवीन असाल तर त्यात किती वैविध्य असू शकते याची तुम्हाला जाणीव नसेल. काही संबंध विद्यार्थ्याची स्वायत्तता आणि स्वातंत्र्य यावर आधारित असतात. तर इतर संबंध जास्त सहयोगी आणि अवलंबी असतात. यात तुमची गणना कशात होते, हे माहीत करून घेण्याचा एकमेव मार्ग म्हणजे विद्यार्थी आणि पर्यवेक्षक दोघांनी अपेक्षा काय आहेत याबाबत चर्चा करणे. लक्षात ठेवा, जर तुम्ही हे लवकर केले नाहीत तर तुम्ही स्वत:हूनच प्रचंड निराशा आणि तीव्र चिंता व अस्वस्थता हे सगळे ओढवून घ्याल. रकाना २.२ मध्ये तुम्ही तुमच्या पर्यवेक्षकांबरोबर कोणत्या अपेक्षांची उघडपणे चर्चा करू शकता ते दिलेले आहे:

रकाना २.२

अपेक्षांसंबंधी वाटाघाटी करा

विद्यार्थी- पर्यवेक्षक संबंधांमध्ये खालील अपेक्षा स्पष्ट करून घेणे आवश्यक आहे:

स्वायत्तता

- विद्यापीठ संसाधने/आवश्यकता यांच्याकडे विद्यार्थ्याला वळवण्याची जबाबदारी कोणाची आहे?
- कालमर्यादा कोण ठरवणार?
- विषयाची, प्रश्नाची, कार्यपद्धतीय आणि सैद्धांतिक चौकटीची निवड करताना पर्यवेक्षक किती सल्ला देईल/देऊ शकेल आणि मार्गदर्शन करेल/करू शकेल?
- विद्यार्थ्यांनी पुनरावलोकन/टिप्पणीविषयक सर्व मसुदे सादर करण्याची अपेक्षा आहे का?
- संशोधनाला मिळणाऱ्या सर्व नवीन दिशांसाठी पर्यवेक्षकांकडून अधिकृत परवानगी घेणे आवश्यक आहे का?
- लेखन/संपादन यासाठी पर्यवेक्षकाकडून मदत मिळेल का?
- स्वीकारार्हतेबाबत अंतिम निर्णय कोण घेणार?

कार्यक्रम

- तुम्ही किती नियमितपणे भेटणार?
- अभिप्राय मिळवणे आणि त्याला प्रतिसाद देणे ही कार्यवाही पूर्ण करण्यासाठी अपेक्षित वेळ काय आहे?
- परिसंवाद सादर करणे आवश्यक आहे का?

संबंधांचे स्वरूप

- संबंध निव्वळ व्यावसायिक असेल की व्यावसायिक/वैयक्तिक असेल?
- भावनिक आधार दिला जाईल का?
- प्रगतीबाबत खुली आणि स्पष्ट चर्चा अपेक्षित/स्वागतार्ह आहे का?

तुमचे पर्यवेक्षक-विद्यार्थी संबंध हे शैक्षणिक बाबतीत पूर्वी अनुभवलेल्या इतर कोणत्याही संबंधांपेक्षा जवळचे असण्याची शक्यता आहे. हे संबंध थोडे यातनादायक असू शकतात, याचे एक कारण हे आहे की या संबंधात दोन व्यक्तींचे सामर्थ्य फारच असमान असते. एका बाजूला अननुभवी विद्यार्थी असतो, तर दुसऱ्या बाजूला तज्ज्ञ प्राध्यापक असतात. होय, मार्गदर्शन, संवर्धन आणि परस्परांविषयीचा आदर हे ध्येय असावयास हवे. पण रकाना २.३ रकानामध्ये दर्शवल्याप्रमाणे, हे असे संबंध आहेत ज्यामुळे विद्यार्थ्याला आपण कोणाचातरी आश्रय घेत आहोत असे वाटू शकते किंवा ते भयभीत होऊ शकतात.

रकाना २.३

लाल पेनचे सामर्थ्य – केटची कथा

मी जेव्हा विद्यापीठ बदलले तेव्हा, नुकतीच पीएच. डी. प्राप्त झालेल्या आणि माझ्यासारख्याच संशोधनविषयात रस असलेल्या एका पर्यवेक्षकाकडे मला नियुक्त केले गेले. आम्ही काही वेळा भेटलो, पण ह्या भेटी खूप चांगल्या झाल्या, असे मी म्हणू शकणार नाही. तिच्या पीएच. डी.चा विषय माझ्याच क्षेत्रामधील असला तरी आमची एखाद्या गोष्टीकडे बघण्याची पद्धत अगदीच भिन्न होती. आणि माझा दृष्टिकोन फक्त भिन्न नाही तर चुकीचा आहे अशी तिची भावना झाली आहे, असे मला वाटू लागले. आपल्याबद्दल कोणीही 'मत बनवणे' कोणालाच नको असते, म्हणून तिला प्रबंधाचे सुरुवातीचे प्रकरण सुपूर्द करताना मला जास्तच धाकधूक वाटत होती. वाचल्यानंतर ती काय मत मांडेल, या विचारने मला नकोसे केले आणि तिच्या अभिप्रायाची भीती वाटू लागली.

काही आठवड्यांनंतर प्रकरण परत मिळाले तेव्हा तो अभिप्राय मी विचार केल्यापेक्षाही जास्त वाईट होता. कागदावर शब्दशः सगळीकडे लाल शाई पसरलेली होती. संतप्त, क्षुद्र, 'माझ्याकडे तुमच्यापेक्षा जास्त अधिकार आहे', 'तू चुकीची आहेस' असे सांगणारी लाल शाई. माझी धास्ती जाऊन तिची जागा आता रागाने घेतली. माझ्यावर अशी सत्ता गाजवण्याची अजिबातच गरज नव्हती. मला अगदी बारीकसारीक दोष काढून नको होते. खरं तर मला पाठिंबा, मार्गदर्शन, सल्ला आणि दृष्टिकोन यांची गरज होती. सरतेशेवटी, मला प्रत्यक्षात एका नवीन पर्यवेक्षकाची गरज होती.

ह्याचा अर्थ तुमच्या आणि तुमच्या पर्यवेक्षकाच्या 'तारा' जुळल्याच पाहिजेत असे काही नाही. ज्या पर्यवेक्षकाची शैली तुम्हाला तुमच्या सीमा ओलांडायला लावते, त्यांच्याकडूनही भरपूर शिकायला मिळते. ज्यांचा तुम्ही कधी विचारही केला नसेल अशा काही मार्गांनी तुमच्या वाढीस मदत करते. खाली दिलेला प्रबंध—ऋणनिर्देशातून ही गोष्ट चांगल्या प्रकारे कळते:

> डॉ. शर्मन यांना माझे धन्यवाद. डॉ. शर्मन यांना धन्यवाद. ते माझ्या मनाच्या कार्यपद्धतीस अनुकूल असे महान पर्यवेक्षक होते. आणि डॉ. हकीम यांनाही माझे धन्यवाद. माझ्या मनाच्या कार्यपद्धतीप्रमाणे त्यांची पद्धत नसूनही ते देखील तितकेच महान पर्यवेक्षक होते.

एकूण, मी सकारात्मक पर्यवेक्षक-विद्यार्थी संबंध निर्माण करण्यासाठी तीन धोरणे सुचवेन. पहिले, संबंध प्रस्थापित होताना सुरुवातीपासूनच तुमच्या पर्यवेक्षकाला तुमच्याकडून काय अपेक्षित आहे आणि तुम्ही पर्यवेक्षकाकडून काय अपेक्षा करू शकता, हे माहीत करून घ्या. दुसरी गोष्ट म्हणजे, खुलेपणा ठेवा – चिंता आणि निराशा साठवून ठेवू नका. समस्या उद्भवू नये म्हणून शक्य तितक्या लवकर, योग्य मार्गाने त्या आपल्या पर्यवेक्षकांपर्यंत पोचवा. तिसरी गोष्ट, तुमचे संबंध कोणत्याच मार्गाने नीट प्रस्थापित होत नसतील, तर कोणाशी तरी त्याबाबत बोला: अभ्यासक्रमाचे समन्वयक, संशोधन कार्यालय, शैक्षणिक संस्थेतील आपल्या विश्वासातील व्यक्ती. प्रत्येक संबंध यशस्वी होतोच

असे नाही आणि तुम्ही तुमच्या प्रगतीलाच प्राधान्य देणे आवश्यक आहे. तुमच्या पर्यवेक्षकाशी तुम्ही एक निरोगी नाते विकसित करू शकलात तर तुमचा पुढील प्रवास खूप सोपा होईल, हे लक्षात ठेवणे महत्त्वाचे आहे.

साहित्याचा वापर

एक संशोधन प्रकल्प सुरू करण्यामधील सर्वात मोठे आव्हान म्हणजे फक्त तुमचा संशोधन विषय आणि अंतिम प्रश्न यांच्यावरच काम करणे. माझा सल्ला ऐकाल तर, साहित्याकडे वळा आणि बऱ्यापैकी लवकर वळा. तुमच्या पर्यवेक्षकाशी निश्चितच संवाद साधा पण त्याचबरोबर स्वतंत्रपणे ज्ञानही मिळवा, शक्य असेल तर तुमच्या विषयातील तज्ज्ञही बना.

पार्श्वभूमीसंदर्भातील वाचन करा, संदर्भीय वाचन करा, शैक्षणिक वाचन करा. निकडीचे प्रश्न समजून घ्या, राजकीय कार्यक्रम समजून घ्या, ज्ञानामधील त्रुटी समजून घ्या. तुम्ही या सगळ्यात तुमचे डोके घातले तर तुमच्या संशोधनाची दिशा ठरवताना एक फलदायी संभाषण झाले तर ते किती कमी भीतीदायक असेल याची कल्पना करा!

उदाहरणार्थ, तुम्हाला आरोग्याची जाहिरात करण्यात स्वारस्य आहे, विशेषतः तरुणांमधील लठ्ठपणामध्ये, पण तुम्हाला त्यावर अधिक लक्ष केंद्रित करणे अवघड जात आहे. वाचा! – लठ्ठपणा आणि युवा याबाबतच्या आकडेवारीचे वाचन करा – तुमच्या भागात, तुमच्या राज्यात, तुमच्या देशात, आंतरराष्ट्रीय पातळीवर. स्थानिक/राज्य आरोग्य जाहिरात युनिट काय करत आहेत, ह्याबद्दल वाचा. तारुण्यातील लठ्ठपणा या संशोधन या विषयावरील लेख ज्या जर्नलमध्ये समाविष्ट केलेले आहेत ते वाचा. हे सर्व गोळा करा. तुम्हाला लक्ष केंद्रित करण्यासाठी याची मदत आवश्यक आहे. तुमच्या संशोधनप्रश्नासंदर्भातील स्वतःची मते स्पष्ट शब्दात मांडताना तुम्हाला याची मदत आवश्यक आहे.

आता होतकरू संशोधकाला उपलब्ध साहित्याची कमतरता नाही आहे. ग्रंथालय डेटाबेसच्या मालिकेमुळे जवळजवळ कोणत्याही विषयाचा शोध घेणे शक्य होते. आणि अर्थातच, कोणतेही सर्च इंजिन वापरून आश्चर्यकारक प्रमाणात इंटरनेटवर उपलब्ध असलेले संशोधन साहित्य आता वापरता येऊ शकते. खरंतर, गूगल हे सर्च इंजिन आता गूगल स्कॉलर (scholar.google.com) घेऊन आले आहे, ज्यामध्ये तुम्ही विविध विद्याशाखांमधील सारांश, तज्ज्ञांकडून पुनरावलोकित केले गेलेले लेख, पुस्तके, प्रबंध, आणि तांत्रिक अहवाल शोधू शकता.

तुम्ही याआधी अशा प्रकारे साहित्यशोध घेतला नसेल, तरीही इंटरनेटवरील तुमच्या दैनंदिन शोधाने तुम्हाला आधीच या क्षेत्रात बऱ्यापैकी कुशल बनवले आहे. आणि जसजसे तुम्ही तुमच्या विद्यापीठाच्या डेटाबेसशी परिचित व्हाल आणि तुम्ही तुमच्या शोधाचा कसा विस्तार करू शकता आणि तो कसा मर्यादित करू शकता याबद्दल अधिकाधिक योजनाबद्ध विचार करणे सुरू कराल, त्यावेळी योग्य साहित्य केवळ काही क्लिक अंतरावर असेल. आता हा विषय मी येथेच सोडते, पण संबंधित साहित्य शोधण्यासाठी टप्प्याटप्प्याने माहिती मिळवण्यासाठी तुम्ही सहाव्या प्रकरणाकडे वळू शकता.

कामाचे व्यवस्थापन

सर्व पातळीच्या किंवा विद्याशाखेच्या विद्यार्थी संशोधनप्रकल्पाबाबत मी एक शब्द जोर देऊन सांगते, तो 'करण्यायोग्य' हा आहे. ते करण्यायोग्य आहे का? तसेच, संशोधन करण्यायोग्य आहे का, हे तपासत असताना संशोधन आराखड्याची फक्त गुणवत्ता बघितली जात नाही. एक व्यक्ती म्हणून तुमच्यावर असणाऱ्या दबाव व जबाबदाऱ्यांचे तुम्हाला किती प्रमाणात व्यवस्थापन करावे लागते आहे, याचाही त्यात समावेश होतो. तुमच्या कामाचे वास्तविक मूल्यांकन आणि व्यवस्थापन आवश्यक आहे. जर तुम्ही तसे केले नाही तर फक्त वेळ निसटून जाईल.

कोष्टक २.१ गँट चार्ट

	जाने.	फेब्रु.	मार्च	एप्रिल	मे	जून	जुलै	ऑगस्ट	सप्टेंबर	ऑक्टो.	नोव्हें.	डिसेंबर
पायाभूत साहित्याचे पुनरावलोकन	xx	xx										
साहित्य परीक्षण		xx	xx	xx	xx	xx						
पद्धती निर्धारण			xx	xx								
डेटा संकलन					xx	xx	xx					
प्रगती परिसंवाद						12th						
डेटा विश्लेषण							xx	xx	xx			
पहिल्या मसुद्याचे लेखन		xx	xx	xx	xx	xx	xx	xx				
दुसऱ्या मसुद्याचे लेखन								xx	xx	xx		
अंतिम परिसंवाद											27th	
अंतिम मसुद्याचे लेखन										xx	xx	xx
प्रबंध तयार होण्याची अपेक्षित वेळ												15th

वेळेचे व्यवस्थापन करण्यासाठी ठरावीक नियम नाहीत. तुम्ही निशाचर असाल, सकाळी लवकर उठणारे असाल, एका वेळी बरीच कामे करू शकणारे असाल, एका वेळी केवळ एकच काम हाताळू शकणारे असाल, ठरावीक वेळापत्रकाच्या अभावामुळे तुम्हाला धास्ती वाटत असेल, किंवा अधिक उत्स्फूर्त असाल. तुमचा स्वतःचा दृष्टिकोन ओळखून त्याच्या सामर्थ्यांचा उपयोग करून घेणे व त्यातील वैगुण्यांकडे लक्ष देणे, हे वेळेत पूर्ण होण्यासाठी महत्त्वाचे असेल. तुम्ही तुमच्या स्वतःच्या शैलीत योजनेचे काम करू शकलात, तर जे काम शेवटी अतिशय जटिल होण्याची शक्यता आहे आणि काही वेळा न संपणारे आहे असे वाटते अशा कामाचे व्यवस्थापन करण्यास तुम्हाला मदत होईल.

गँट चार्ट हे एक उपयुक्त साधन आहे. कोष्टक २.१ मध्ये दाखवल्याप्रमाणे, गँट चार्टचा उपयोग करून प्रकल्पाचे प्रारंभापासून समाप्तीपर्यंतचे प्रतिचित्रण केले जाऊ शकते. आता संशोधन करणे अनेकदा प्रवाही आणि लवचीक अभ्यास असतो ज्यामध्ये अनपेक्षित गोष्टी अंतर्भूत होण्याची शक्यता असते, आणि तुमच्या तक्त्यामध्ये प्रकल्पाचे गतिमान स्वरूप प्रतिबिंबित होण्यासाठी बदल करणे आवश्यक असते, हे नेहमी लक्षात ठेवा. आणि कोणताच दस्तऐवज हाती नसण्यापेक्षा, ज्याच्यावर चर्चा करून सुधारणा केली जाऊ शकेल असा दस्तऐवज हाती असल्यामुळे तुम्हाला कालमर्यादेचे भान राहते.

काही जणांकडे, गँट चार्टचा वापर करण्यासाठी लागणारी शिस्त नैसर्गिकरीत्याच असते. या आश्चर्यकारक व्यक्ती ठरावीक वेळी उठू शकतात, योजनेप्रमाणे लक्षपूर्वक काम करू शकतात आणि भोजनासाठी व प्रसाधनगृहाचा वापर करण्यासाठी कमीत कमी सुटी घेणे त्यांना शक्य होते. आणि आठवड्यातील पाच दिवस ते करतात. मात्र आपल्यासारख्या सामान्य माणसांनी इतक्या वर्षांच्या औपचारिक शिक्षणातून विकसित केलेली चालढकल करण्याची कौशल्ये ही आपल्याला त्या शिस्तीच्या अधीन होताना पाहू शकत नाही. त्याउलट आपण प्रेरणा मिळण्याची प्रतीक्षा करतो. जर प्रेरणेमध्ये पुरेशी वारंवारता आणि नियमितता असेल, तर तेही ठीक आहे – पण जर तसे नसेल तर काय? तसेच नंतर, आपण खोट्या – प्रेरणादायी अवस्थेत आहोत अशी स्वतःची 'फसवणूक' करून घ्यावी लागते. खालील काही गोष्टींचा तुम्ही प्रयत्न करू शकता:

- *तुमच्या संशोधन जर्नलचे काम करणे/वाचन करणे* – कोणत्याही संशोधकाचे बहुमोल साधन म्हणजे चांगले जर्नल. जे सर्जनशील प्रेरणा टिपते आणि तुम्हाला प्रक्रियेचे व्यवस्थापन करण्यास मदत करू शकते. तुमच्या जर्नलमध्ये निरीक्षणे, पद्धतीवरील आणि सिद्धांतांवरील टिपणे, संबंधित संपर्क सूची, स्वतःसाठीची टिपणे/स्मरणपत्र, आणि इतर कल्पना, रेघोट्या, संकल्पना नकाशे इ. चा समावेश असू शकतो. तुमच्या जर्नलमध्ये भर घालून किंवा फक्त ते वाचूनही सर्जनशीलतेचे स्राव प्रवाहित होऊ शकतात.

- *संगणकावर बसण्यासाठी स्वतःला भरीस पडणे* – महत्त्वाचे/मोठे काम करण्याआधी काही अगदी हलके काम करणे, एक उत्प्रेरक (कॅटालिस्ट) ठरू शकते. तुलनेने पूर्णपणे दुर्लक्षित असलेले संपादकीय काम, डेटाची साफसफाई किंवा संदर्भीकरण करून बघा आणि नंतर तुम्ही ज्या कामाची चालढकल करत आहात त्या कामाकडे वळण्याचा प्रयत्न करा. तुम्ही संगणकाकडे वळलाच नाहीत, तर नंतरचे काहीच घडणार नाही. परंतु जर तुम्ही एखादे काम करायला बसलात, तर फक्त ते कामच होई इतकेच नाही तर प्रत्यक्षातील कामही सुरू होईल.
- *प्रत्यक्षातील किंवा काल्पनिक मित्राला पत्र लिहिणे* – आपण एका ठिकाणीच अडकलो आहोत असे वाटत असेल तर, तो 'जो कोणी,' (प्रत्यक्षातील किंवा काल्पनिक मित्र) असेल त्याला तुम्ही काय करीत आहात, हे सांगणारे अनौपचारिक पत्र लिहिण्याचा प्रयत्न करा. शैक्षणिक लेखनापासून स्वतःला मुक्त केल्यास अनेकदा कल्पना सुचण्यास मदत होऊ शकते.
- *फेरफटका मारा* – कधी कधी एखादी छानशी चक्कर, डोके शांत करण्यासाठी आणि नव्या कल्पनांचा प्रवाह चालू होण्यासाठी प्रेरक ठरू शकते. लहान ऑडिओ रेकॉर्डर सुलभतेने उपलब्ध असणे (तो बेडजवळ ठेवल्यास सकाळी लवकर सुचणाऱ्या कल्पना तुम्हाला टिपून ठेवता येऊ शकतील) ह्यामुळे विसरले जाण्याची शक्यता असलेले काही विचार तुम्ही हस्तगत करू शकाल.

प्रवाहात राहणे

संयम आणि चिकाटी याचे मूल्य वजनाने त्यांच्याइतक्याच असलेल्या हुशारीच्या दुप्पटीहून अधिक असते.

थॉमस हेन्री हक्सली

आतापर्यंत मी ज्यांचे परीक्षण केले अशा एकाही विद्यार्थ्याने संशोधनाच्या प्रवासातील दुःख व्यक्त केले नाही असं मला वाटत नाही. बहुतेक सर्वांसाठीच, त्यांचा संशोधन प्रकल्प हा आत्तापर्यंत हाती घेतलेला सर्वात मोठा शैक्षणिक प्रकल्प असण्याची शक्यता आहे. क्षेत्राची माहिती करून घेणे, 'नवीन ज्ञान' निर्मितीची जबाबदार घेणे, पद्धतींची रचना करणे, डेटा संकलन आणि विश्लेषण, आणि या सर्वाचे लेखन हे एक भीतीदायक आव्हान असू शकते – विशेषतः वास्तविक जगात ज्या व्यक्तींच्या भूमिका आणि जबाबदाऱ्या ह्या विद्यार्थ्यांच्या च्या पलीकडेही असतात त्यांच्यासाठी. पण दिलासादायक गोष्ट ही आहे की निराशा, गोंधळ, आणि अगदी अकार्यक्षमता या भावनासुद्धा अगदी सामान्य आणि पार करण्याजोग्या आहेत. संतुलन साधणे आणि संकटाला सक्षमतेने सामोरे जाणे हा संशोधनाचा अविभाज्य घटक आहे.

संतुलन साधणे

विद्यार्थी, कर्मचारी, पालक, बालक, भागीदार – कोणताच विद्यार्थी हा फक्त एक विद्यार्थी नसतो. आपल्याला विविध भूमिका वठवाव्या लागतात. पण कधी कधी आपल्या आजूबाजूचे लोक, आणि आपण स्वतःसुद्धा हे कधी कधी विसरतो की काही वेळा त्या परस्पर विरोधी असल्या तरी, आपल्याला एकाच वेळी या सर्व गोष्टींचे व्यवस्थापन आणि समतोल राखणे आवश्यक आहे. संतुलन आवश्यक आहे. जीवनातील महत्त्वाच्या भागाकडे दुर्लक्ष केले गेले तर कोणीही त्यांच्या पूर्ण क्षमतेनुसार काम करू शकत नाही.

तुम्ही अभ्यासावर लक्ष केंद्रित करणे आवश्यक असताना, तुमच्यावर कामाचा भार असतानाही, तुम्ही कुटुंबाला प्राधान्य देणे गरजेचे आहे, हे कळत असतानाही या सगळ्या गोष्टींचा समतोल तुम्ही कसा साधाल? रकाना २.४ मध्ये दर्शवल्याप्रमाणे कामाच्या ठिकाणी, घरी, किंवा विद्यापीठात तुम्ही तुमच्या गरजांप्रति प्रामाणिक राहणे

आणि खुलेपणा ठेवणे ही चांगली सुरुवात असू शकते. त्याच बरोबर 'नाही' म्हणण्याची क्षमता असेल तर तुम्ही बराच काळ उच्च स्थानी टिकून राहू शकाल:

- *कामाच्या ठिकाणी* – आपल्या व्यवस्थापकांशी अभ्यासाच्या मागण्यांविषयी चर्चा करण्यासाठी वेळ काढा. ते मदत करतील अशी आशा आहे. नाही, तर किमान आपण किती पाण्यात आहोत हे तरी तुम्हाला कळेल. तुमचे संशोधन कामाच्या ठिकाणाशी संबंधित असेल आणि विशेषतः तुम्ही तुमच्या संशोधनाचा तुमच्या कामाच्या ठिकाणी होणारा संभाव्य फायदा आणि महत्त्व तुम्ही स्पष्ट करू शकलात, तर तुमच्या प्रकल्पासाठी लागणारा वेळ आणि पैसा याबाबत वाटाघाटी करणे शक्य आहे.
- *घरी* – कुटुंबातील व्यक्तींचे समर्थन आवश्यक आहे. फक्त घरगुती कर्तव्ये, बाल संगोपन, अशा मदतीद्वारे मिळणाऱ्या व्यावहारिक आधारासाठी नाही तर या प्रक्रियेदरम्यान खूप महत्त्वाच्या असणाऱ्या भावनिक आधारासाठीही समर्थनाची आवश्यकता असते. दुर्दैवाने, काही जोडीदारांना तुमच्या कामगिरीची धास्ती वाटू शकते किंवा हेवाही वाटू शकतो. अशी संभ्रमावस्था असताना काम चालू ठेवणे किंवा निदान परत किमान आपण किती पाण्यात आहोत हे माहीत करून घेणे, या गोष्टी तुम्हाला बळकटी देऊ शकतात.
- *विद्यापीठामध्ये* – मला वाटतं सर्वोत्तम सल्ला व्यावसायिक राहणे हा असेल. परंतु कायदेशीर बाबींबाबत असलेल्या तुमच्या चिंता समोर मांडा. तुम्ही तुमच्या पर्यवेक्षकांसमोर व्यक्त होणे आणि प्रामाणिक असणे यावर वास्तववादी आणि गाठता येण्याजोगी ध्येय ठरवण्याची तुमची क्षमता अवलंबून आहे.

रकाना २.४

अपराधाच्या भावनेसाठी वेळ नाही! डकोटाची कथा

मी माझा पदव्युत्तर पदवी करतानाचा बराचसा वेळ मी काय करत नाही आहे, असा विचार करत खर्च केला. मी अभ्यास करत असताना मी माझा खूप वेळ, मी मित्रांबरोबर, कुटुंबाबरोबर आहे, त्यांच्याबरोबर बाहेर जात आहे, असे दिवास्वप्न पाहण्यात वाया घालवला. स्वतःला दुःखी कष्टी करण्यात आणि निरुपयोगी ठरवण्यात मी पटाईत होते. मी जेव्हा मित्र आणि कुटुंब यांच्याबरोबर असायचे, तेव्हाही परिस्थिती फार काही चांगली असे असेही नव्हते. मी जे काम करणे अपेक्षित आहे ते काम माझी वाट पाहत आहे, याबद्दल स्वतःला दोष देत मी तो वेळ घालवत असे.

माझी सर्वात लहान मुलगी १ वर्षाची झाल्यावर मी पीएच. डी. सुरू करण्याचा निर्णय घेतला. त्यामुळे मला कस लावून काम करणे गरजेचे आहे हे माहीत होते. आता घरी दोन लहान मुले होती आणि मी काय करायला हवे, असा यातनामय विचार करण्यात मी माझा वेळ वाया घालवू शकत नव्हते. म्हणून मी 'अपराधीपणा झटकण्याचा' एक जाणीवपूर्वक निर्णय घेतला. मी मुलांना अर्धवेळासाठी उच्च दर्जाच्या पाळणाघरात ठेवले आणि बाकीचे सगळे फक्त सोडून दिले. आणि तुम्हाला माहीत आहे का? ह्याचा उपयोग झाला. मुले पाळणाघरात असतील तेव्हा मी फक्त माझ्या कामावर लक्ष केंद्रित केले आणि स्वतःला त्यांची काळजी करण्याची परवानगी दिली नाही. तथापि, मी जेव्हा कुटुंबाबरोबर होते, तेव्हा मी खरोखरच कुटुंबाबरोबर होते. मी पूर्णपणे तिथे होते आणि छान आनंद घेतला. शेवटी, मी माझा प्रबंध वेळेत पूर्ण केला. तीव्र चिंता आणि अपराधीपणा असताना उत्पादकता अजिबात नसते, असा माझा विश्वास आहे.

आव्हानांचा सामना करणे

तुम्हाला माहीत आहे का? प्रत्यक्षात आव्हानांना सामोरे जावे लागेल अशी अपेक्षा न करता, एखादा प्रमुख संशोधन प्रकल्प हाती घेणे हे अवास्तववादी होईल – आपले जीवन आव्हानांनी भरलेले आहे. हे फार होतंय असे वाटणे,

स्वत:वर संशय घ्यायला सुरुवात करणे किंवा तुम्ही करत असलेल्या गोष्टीबाबत संशय घेणे सोपे आहे. तुम्ही एकटे नाही आहात हे माहीत करून घेणे महत्त्वाचे आहे. रकाना २.५ मध्ये दाखवल्याप्रमाणे, काय अपेक्षा कराव्यात, इतर कसे सामोरे जातात हे जाणून घेणे आणि अवघड काळातून जाताना तुम्हाला मदत करू शकेल अशी पाठिंबा देणारी व्यवस्था विकसित करणे आणि वापरणे.

- *प्रेरणा खालावत जाणे* – खूप जास्त काळ प्रेरित राहणे कठीण होऊ शकते. एक रोमांचक आणि मनोरंजक प्रकल्प म्हणून झालेली सुरुवात शेवटी कधीकधी कधी एकदा संपते, पर्यंत येऊन पोचते. एक आश्वासक संशोधन संस्कृती विकसित केल्यास दीर्घ काळापर्यंत प्रेरणा टिकवून ठेवणे शक्य होते. घरी एक लक्षपूर्वक/सहानुभूतीपूर्वक ऐकणारा कान, रस घेऊन काम करणारे सहकारी, समवयस्क आधारव्यवस्था किंवा इंटरनेटवरील विषयासंबंधित गप्पा गट इ. गोष्टींमध्ये गुंतवून घेतल्यास तुमची अभिरुची जागृत राहाण्यास मदत होऊ शकते. तसेच 'प्रक्रियेचा आनंद' घ्या आणि 'शेवट नजरेच्या टप्प्यात येईल' अशी स्वत:ला आठवण करून देणे योग्य ठरेल.
- *आत्मविश्वासाचा अभाव* – 'शिकत' असताना अतिशय यशस्वी अशा कारकीर्दीच्या शेवटी त्यांच्या 'संशोधन' कारकीर्दीचा प्रारंभ करणारे लोक भरपूर आहेत. क्षमता आणि यश यांची त्यांना सवय असते. तसेच, संशोधन करणाऱ्या विद्यार्थ्यांचा साधारणपणे त्यांचा स्वत:चा असा ठरवलेला उद्देश असतो, ते स्वतंत्रपणे काम करतात, आणि त्यांच्या क्षमतेइतके काम करतातच; आणि इथेच समस्या निर्माण होते. तुमच्या क्षमतेइतके काम करताना अनेकदा तुम्हाला स्वत:च्या वैयक्तिक मर्यादा ओलांडाव्या लागतात, जे तुम्ही आधीचे शिक्षण घेताना केलेले नसते. हे तोतयासारखे वाटणे, हे तुमच्या क्षमते पलीकडे आहे असा विचार करणे आणि आपले काम तितकेसे चांगले नाही आहे असा विश्वास बाळगणे, या गोष्टींमुळे मोठ्या प्रमाणावर भीती पसरते, तुम्ही विश्वास ठेवा अगर ठेवू नका. तुमचे कसे चालले आहे याबद्दलची जास्त वस्तुनिष्ठ जाणीव गोष्टींचे यथार्थ चित्र मांडण्यासाठी मदत करू शकते. तुम्ही तुमच्या पर्यवेक्षकाशी आणि तुमच्या समवयस्कांशी चर्चा केल्यास तुम्हाला अनेकदा असे दिसून येईल की तुमच्या स्वत:पेक्षा इतरांना तुमच्या क्षमतेबद्दल अधिक विश्वास वाटतो. ज्या विद्यार्थ्यांना आत्मविश्वास वाटत नाही त्यांना मी अनेकदा सांगते की ते शिक्षण प्रक्रियेच्या मध्यावर आहेत; कालानुरूप कौशल्य आणि आत्मविश्वास यात वाढ होईल.
- *भरकटल्यासारखे वाटणे* – संशोधन नेहमी व्यापक संशोधनाने सुरू होते, जे तुम्हाला विविध विषयांकडे घेऊन जाऊ शकते. याची चांगली बाजू म्हणजे या शोधाच्या निमित्ताने तुमच्या ज्ञानात निर्विवादपणे भर पडेल आणि अनेकदा नवीन अंतर्दृष्टी मिळू शकेल. तथापि, जोखमीची बाजू ही आहे की तुम्हाला भरकटल्यासारखे वाटू शकते. परिस्थितीमुळे भरकटल्यासारखे वाटणे आणि तुम्ही कोठे जात आहात याची अजिबात कल्पना नाही, असे वाटणे साहजिक आहे. तुम्ही नक्की काय जाणून घेऊ इच्छित आहात याचे परीक्षण करणे, तुमच्या पर्यवेक्षकाबरोबर खरोखर खुल्या व स्पष्ट चर्चा करणे आणि शेवटचे म्हणजे उत्तरे अशी सहजासहजी दिसत नाहीत, याची आठवण ठेवणे. या गोष्टींमधून दिशा शोधता येऊ शकेल. दिशेची निवड करताना तुम्हाला काही कठीण निर्णय घेण्याची गरज पडते.
- *अव्यवस्था* – 'तुम्ही व्यवस्थित असणे आवश्यक आहे' असे म्हणणे खूप सोपे आहे. सगळे काही हाताबाहेर जात आहे, ही जाणीव होण्याआधी कदाचित तुम्हाला हे माहीतही असते. स्वयंशिस्तीची गरज उघड असू शकते, पण ती अंगी बाणण्याची क्षमता खूपच कठीण आहे. प्रत्यक्ष कृतीच्या ठिकाणी उडणारा गोंधळ ही आपल्यामधील उणीव असेल तर आठवडाभर किंवा दोन आठवडे संशोधन करणे बंद करून फक्त आपल्या कामाची जागा स्वच्छ करा आणि व्यवस्थितपणा स्वत:च्या अंगी बाणा. तथापि, गोंधळ तुमच्या मनातच अधिक प्रमाणात असेल आणि तुम्ही नीट विचार करू शकत नाही, असे तुम्हाला वाटत असेल, तर तुम्ही पुढील गोष्टी करू शकता (1) वर दिलेला प्रयत्न करा – सुसंघटित डेस्क आणि कार्यालय एका संघटित मनाचा मार्ग मोकळा करू शकते – किंवा (2) ह्या सर्वापासून दूर जा. कधीकधी तुम्हाला ताजेतवाने बनण्यासाठी, तुमच्या चित्तवृत्ती उल्लसित करण्यासाठी एका निवांत वीकएंडची गरज असते.
- *वैयक्तिक संकट* – जॉन लेनन म्हणाले, 'तुम्ही इतर योजना बनवण्यात व्यस्त असताना जे काही घडते ते म्हणजे आयुष्य'. तुम्ही तुमचे संशोधन करत असताना जग थांबले तर किती छान होईल, पण असे घडत

नाही. ते आर्थिक असो, भागीदार असोत, पालक असोत, मुले असोत, काम असो, खरं तर कोणत्याही प्रकारचे नाट्य असो, संशोधन प्रक्रिया आणि जीवनाचे अपरिहार्य चढ व उतार योगायोगाने एकाच वेळी येतात. अशा वेळी तुमच्या आधारयंत्रणेचा आधार घ्या आणि तुमच्या पर्यवेक्षकांबरोबर उघडपणे बोला. सामान्यपणे लोक मदत करतात असा माझा अनुभव आहे. कदाचित सर्वात महत्त्वाची गोष्ट म्हणजे जास्त ताण घेऊ नका. पाठिंबा मिळवा आणि नंतर अपराधीपणा झटकून निश्चयाने काम करा, जरा सावकाशीने घ्या किंवा संकटकाळ सरेपर्यंत वेळ जाऊ द्या.

रकाना २.५

सहजतेने आणि आकर्षक पद्धतीने करणे!

छायाचित्र २.१ मेमेल इमेज © २००७ लेनी ग्रिनर

मी माझ्या संशोधन प्रकल्पाचे सुरुवातीपासून शेवटापर्यंत विशेष ताण न येता व्यवस्थापन करू शकले, याची अनेक कारणे आहेत असे मला वाटते. एक म्हणजे, मी नियमित होते. मी स्वतःला वास्तववादी कालमर्यादा घालून घेतली होती – समतोलाचा समावेश केला आणि माझ्या योजना माझ्या इतर सर्व जबाबदाऱ्यांपासून मला दूर करणार नाहीत ह्याची खात्री केली. आणि माझ्या पयर्वेक्षकाला माझी योजना साध्य करण्याजोगी वाटत आहे, ह्याची खात्री करून घेतली. म्हणून मी फक्त प्रामाणिकपणे माझ्या स्वतःच्या कामातील व आयुष्यातील आव्हानांचे मूल्यांकन केले नाही, तर तज्ज्ञ व्यक्तीकडून संशोधनाचेही प्रामाणिकपणे मूल्यांकन करून घेतले होते.

आणखी एक गोष्ट म्हणजे ताण निघून जातो, हे लक्षात ठेवण्याचा प्रयत्न करा. मी थोडी भावनाविवश/व्याकूळ झाले, तर मी दीर्घ श्वास घेते आणि हे निघून जाईल, हे मला माहीत आहे. या वेळी मी त्वरित दिलासा आणि समर्थन मिळवण्याचा प्रयत्न करते आणि स्वतःला खूप वेळ भरकटल्यासारखे वाटू देत नाही. लोक ह्याचा वापर जास्तीत जास्त का करत नाहीत, हे मला माहीत नाही – माझे बरेच समवयस्क त्यांच्या ताणाला तोंड देण्याऐवजी त्यातच गुंतून पडतात.

त्यामुळे हा माझा सल्ला आहे. तुम्हाला कुठे जायचे आहे, त्याची माहिती घ्या. तुमच्या पर्यवेक्षकाला तुमचा दृष्टिकोन साध्य करण्यासारखा वाटत आहे, याची खात्री करून घ्या. व्यवस्थितपणा अंगी बाणा आणि गरज असेल तेव्हा समर्थन मिळवा. काही लोकांना हे जितके अवघड वाटते तितके हे नक्कीच अवघड नाही. हे करणे अगदीच शक्य आहे.

प्रकरणाचा सारांश

- संशोधन ही एक प्रक्रिया आहे जिचे व्यवस्थापन करणे आवश्यक आहे. तुमच्या प्राथमिक नियोजनात धोरणात्मक असणे, व्यवस्थित व तयार असणे आणि संशोधनासाठी आवश्यक मानसिक जागा तयार करणे, हे प्रक्रियेचे महत्त्वाचे भाग आहेत.
- विद्यापीठाच्या मार्गदर्शक तत्त्वांमध्ये बसणाऱ्या संशोधनाची निर्मिती करण्यासाठी, तुम्हाला तुमच्या संस्थेच्या गरजांचा परिचय करून घेणे आवश्यक आहे. हे केल्यामुळे तुम्हाला संशोधन प्रक्रियेसाठी सर्व संसाधने उपलब्ध होतील आणि संशोधन प्रक्रियेस दिशा मिळेल.

- योग्य सल्ला मिळवणे हे आव्हान असू शकते. चांगला संवाद आणि समीक्षकाकडून आपल्याला असलेल्या स्पष्ट अपेक्षा यांच्या दिशेने काम करणे आवश्यक आहे. तसेच तुमच्या विषयावर उपलब्ध असलेल्या साहित्याचा उपयोग करून घ्या ज्यामुळे तुम्ही तुमच्या विषयामध्ये वरची पातळी गाठू शकाल.
- संशोधनाचे आयोजन करताना काही खरीखुरी आव्हाने सामोरी येऊ शकतात. गँट चार्टचा वापर करणे आणि शिस्तीने व प्रेरित होऊन काम करणे, यामुळे तुम्हाला कामाचे व्यवस्थापन करण्यासाठी आणि कालमर्यादेचे पालन करण्यासाठी मदत होऊ शकते. पण समतोल हा स्वास्थ्यासाठी किती महत्त्वाचा आहे, हे लक्षात ठेवणेदेखील महत्त्वाचे आहे.
- संशोधन प्रक्रिया हा क्वचितच सोपा आणि सुरळीत प्रवास असतो. अनेकदा आत्मविश्वास आणि प्रेरणा यासंबंधित आव्हानांचा त्यात समावेश होतो, आणि संशोधन प्रक्रिया व जीवनातील चढउतार योगायोगाने एकाच वेळी येतात. तुम्ही एकटे नाही आहात आणि तुम्हाला कोणाचातरी पाठिंबा आहे ह्या जाणिवेमुळे तुम्ही यातून बाहेर पडू शकाल.

अवांतर वाचन

संशोधन प्रकल्पात टिकाव कसा धरायचा याविषयी बरीच मार्गदर्शिके उपलब्ध आहेत. तुम्ही खालील पुस्तकांवर एक नजर टाकू शकता.

Cryer, P. (2006) *The Research Student's Guide to Success.* Buckingham: Open University Press.

मला हे पुस्तक खूपच व्यावहारिक वाटले. पहिला अर्धा भाग ही या प्रकरणाची विस्तृत आवृत्ती आहे, तर दुसऱ्या अर्ध्या भागात संशोधन पूर्ण कसे करायचे, त्याचा प्रसार कसा करायचा आणि अखेरीस नोकरी मिळविण्यासाठी काय करायचे याबाबत आहे.

Hall, G. and Longman, J. (2008) *The Postgraduate's Companion.* London: Sage.

संशोधन पदवीमध्ये कशाचा समावेश होतो, योग्य विद्यापीठाची निवड; त्यामध्ये प्रवेश मिळवणे; आणि निधी मिळवणे अशा काही चांगल्या विषयांची येथे चांगली माहिती दिलेली आहे. तसेच हे पुस्तक प्रबंध प्रक्रियेबद्दल आणि ती पूर्ण झाल्यावर तुम्ही काय अपेक्षा करू शकता याबद्दल माहिती देते. एक व्यापक मार्गदर्शक.

Phelps, R., Fisher, K., and Ellis, A. H. (2007) *Organizing and Managing Your Research: A Practical Guide for Postgraduates.* London: Sage.

या पुस्तकात अनुभवी संशोधकांकडून देण्यात आलेल्या सूचना आणि पद्धतींवर भर दिला आहे, म्हणून हे पुस्तक मला आवडते. आणि उपदेशाचे समर्थन करण्यासाठी त्यात व्यावहारिक उदाहरणेही दिली आहेत.

Rudestam, K. E. and Newton, R. R. (2007) *Surviving Your Dissertation: A Comprehensive Guide to Content and Process.* London: Sage.

प्रक्रियेवर पूर्णपणे लक्ष केंद्रित करण्यापेक्षा, हा मार्गदर्शक प्रबंध तयार करण्यासाठी संशोधनाभिमुख पद्धती वाचकांना देते. पद्धतीपुस्तकाप्रमाणे व्यापक नसले तरी, हे पुस्तक पद्धतीप्रक्रियेबद्दल उत्कृष्ट मार्गदर्शन करते.

३

तुमचा संशोधन प्रश्न विकसित करणे

प्रकरणाचे पूर्वावलोकन

- चांगल्या प्रश्नांचे महत्त्व
- आपला विषयाची व्याख्या करणे
- मनोरंजक विषय ते संशोधनयोग्य प्रश्न
- चांगल्या प्रश्नांची वैशिष्ट्ये

चांगल्या प्रश्नांचे महत्त्व

विज्ञाननिष्ठ मन जितके चांगले प्रश्न विचारते तितकी चांगली उत्तरे देत नाही.

क्लॉइड लेवी – स्ट्रॉस

तुम्ही तयार आहात. तुम्ही स्वत:ला सज्ज केले आहे आणि तुम्ही काय करणार आहात याचीही तुम्हाला चांगली कल्पना आली आहे. तुमच्याकडे काही संशोधन कल्पनादेखील आहेत. आता पुढे काय? निश्चित संशोधन प्रश्न विकसित करणे आणि त्याची मांडणी करणे.

आता तुम्ही विचार करत असाल, 'मी काय संशोधन करू इच्छिते याची मला अतिशय स्पष्ट कल्पना आहे. तर माझ्या प्रत्यक्ष प्रश्नावर काम करणे इतके महत्त्वाचे आहे का?' याचे उत्तर आहे एक स्पष्ट 'होकार'. संशोधन प्रश्नाबाबत विचार न करता आणि संशोधन प्रश्न विकसित करण्यावर वेळ न घालवता, एकदम संशोधन प्रकल्पामध्ये उडी मारू इच्छिणारे विद्यार्थी भरपूर आहेत. काही जणांना त्यांच्या विषयाबद्दल कल्पना आहे, पण ते कोणत्या पैलूंचा शोध घेऊ इच्छितात त्यांची त्यांना स्पष्ट कल्पना नाही. काहींनी त्यांच्या कल्पना कदाचित खूपशा संकुचित केल्या असतील पण त्यांनी या गोष्टीचा स्पष्ट उल्लेख त्यांच्या संशोधनयोग्य प्रश्नामध्ये केलेला नसतो.

मी चांगल्या संशोधन प्रश्नांसाठी खरोखरंच आग्रही असते, असे मला म्हणावे लागेल. ते चांगल्या संशोधनासाठी अगदी मूलभूत आहेत, असा माझा विश्वास आहे आणि ते प्रश्न व्यक्त करण्याची क्षमताही गरजेची आहे. तुम्ही तुमचा प्रश्न काय आहे, ते मांडू शकला नाहीत, तर तुमच्या प्रश्नाचे उत्तर सापडले आहे, हे तुम्हाला कसे समजेल?

लक्षात ठेवा: संशोधन हा निर्णय घेण्याचा प्रवास आहे. तुम्ही खरं तर, सतत तार्किक, सुसंगत आणि स्पष्ट निर्णय घेण्यात स्वत:ला व्यस्त ठेवावे, अशी प्रक्रियेची मागणी आहे. आणि तुम्हाला काय वाटते, तार्किक, सुसंगत

आणि स्पष्ट निर्णयाचा मापदंड काय आहे? तुम्ही ज्या पर्यायांची निवड कराल, ते तुम्हाला संशोधन प्रश्नाचे उत्तर विश्वासपूर्वक देण्याच्या एक पायरी जवळ नेऊन ठेवेल. त्यामुळे तुमच्या प्रश्नाची स्पष्ट अभिव्यक्ती केली नाही तर तुम्ही खरोखरच एक आंधळा प्रवास करत आहात.

संशोधन प्रश्न आवश्यक आहेत, कारण ते:

- *संशोधनाची व्याख्या करतात* – उत्तम रीतीने मांडला गेलेला संशोधन प्रश्न तुम्हाला, तसेच तुमच्या अंतिम वाचकांना दोघांनाही तुमच्या प्रकल्पाबद्दल माहिती प्रदान देऊ शकतो. तो पुढील गोष्टी करू शकतो: विषयाची व्याख्या – तरुणांच्या आत्महत्या, पर्यावरणाची अवनती, धर्मनिरपेक्षीकरण इत्यादि; संशोधन प्रयत्नाच्या स्वरूपाची व्याख्या – अस्तित्वात असलेल्या गोष्टींचा नव्याने शोध घेणे, अन्वेषण करणे, स्पष्ट करणे, वर्णन करणे, किंवा तुलना करणे; तुम्हाला ज्यात स्वारस्य आहे असे प्रश्न स्पष्ट करा – काय, कुठे, कसे, केव्हा, का; तुमच्या संकल्पना आणि चल स्पष्ट करा – उत्पन्न, वय, शिक्षण, लिंग, स्वाभिमान, प्रदूषण इत्यादि आणि तुम्हाला चलांदरम्यान काही संबंध असण्याची शक्यता वाटते का, हे सूचित करणे – परिणाम, वाढणे, कमी होणे, नाते, परस्परसंबंध, कारणे इत्यादि.
- *सीमारेषा आखणे* – तुमचा संशोधन प्रवास चालू असताना तुमच्यासमोर नवीन विचारप्रवाह, वळसे आणि वळणे येतील असे तुम्हाला दिसून येईल. चांगल्याप्रकारे परिभाषित केला गेलेला संशोधन प्रश्न तुम्हाला सीमारेषा आखण्यासाठी मदत करू शकेल. जेव्हा एखादा औत्सुक्यपूर्ण विचारप्रवाह समोर येईल स्वत:ला विचारा, 'ह्याचा माझ्या प्रश्नाशी काय संबंध आहे?' माझ्या मते या प्रश्नाची तीन संभाव्य उत्तरे आहेत. (१) खरं पाहता काहीही नाही – मला हा विषय इथेच सोडून द्यावा लागेल आणि कदाचित पुढील प्रकल्पात त्याचा वापर करता येईल. (२) प्रत्यक्षात ह्याचा बराच संबंध आहे – तुम्ही जर त्याच्याबद्दल विचार केलात तर ते खरोखरंच ...... शी संबंधित असते. (हे रोमांचक आहे आणि आपल्या कामाला नवीन परिमाण देऊ शकेल); आणि (३) खरोखर काही नाही, पण मला प्रत्यक्षात जे मनापासून जाणून घ्यायचे आहे, त्याच्या केंद्रस्थानी हा विषय आहे – कदाचित मला माझ्या प्रश्नाचा पुनर्विचार करावा लागेल.
- *दिशा देणे* – एक चांगल्या प्रकारे परिभाषित केलेला, तसेच चांगल्याप्रकारे मांडलेला संशोधन प्रश्न तुमच्या प्रकल्पासाठी एक रूपरेषा म्हणून काम करेल. तो प्रश्न तुम्हाला ज्याचा शोध घ्यायचा आहे त्या सिद्धांताच्या; तुम्ही ज्याचे पुनरावलोकन करणे आवश्यक आहे त्या साहित्याच्या; ज्याचे संकलन करणे आवश्यक आहे त्या डेटाच्या; आणि ज्यांचा वापर करणे आवश्यक आहे अशा पद्धतींच्या दिशेने नेईल. खरंतर, मला असं वाटतं की वाईट पद्धतीने मांडलेल्या संशोधन प्रश्नासाठी स्पष्ट अशा कार्यपद्धतीची व्याख्या देणे जवळपास अशक्य आहे. तुम्हाला काय जाणून घ्यायचे आहे हेच तुम्हाला माहीत नसेल, तर ते शोधण्यासाठी काय करायचे हे शोधण्याच्या परिस्थितीत तुम्ही असणार नाही.
- *तुमच्या कामाचे मूल्यांकन करण्यासाठी संदर्भ चौकट बना* – तुमचा प्रश्न केवळ सातत्य प्रदान करणे आणि तुमच्या संपूर्ण कार्यसूचीची आखणी करणे एवढेच करत नाही, तर ते निर्णय घेण्याच्या प्रक्रियेचा मापदंड म्हणून देखील काम करते. तुमच्या प्रकल्पासंबंधित सर्व निर्णय घेण्याचे निकष हे पर्याय तुमच्या संशोधन प्रश्नाच्या विश्वासार्ह उत्तरांच्या जवळ नेतो की नाही, यावर अवलंबून असतील.

संशोधन प्रश्न ही सुलभ विश्लेषणाची साधने आहेत. जी संशोधन प्रक्रियेतून संशोधन, सर्जनशीलता आणि प्रवाहीपणा या सर्व गोष्टी काढून घेतात, असे चित्र मला उभे करायचे नाही. अजिबातच नाही. संशोधन प्रश्नाची स्वत:ची रचना अशा प्रकारे केली जाऊ शकते की ते खुले आणि संशोधनात्मक असतील. तसेच, प्रकल्पाच्या सुरुवातीच्या टप्प्यात, संशोधन प्रश्नामध्ये अनेकदा बदल होऊ शकतो, तो वेगळे वळण घेऊ शकतो आणि त्याचा विकास होऊ शकतो. हे असेच घडले पाहिजे कारण साहित्यामधील तुमच्या गुंतवणुकीमुळे तुमचे ज्ञान आणि विचार दोन्ही विकसित होतील. होय, संशोधन प्रश्न हा तपासाची व्याख्या करतो आणि दिशाही दाखवतो. पण प्रश्नाची व्याख्या करणे आणि प्रश्न पुन्हा परिभाषित करणे, हे संशोधकावर अवलंबून आहे ज्यामुळे ते त्यांची कार्ये योग्य पद्धतीने पार पाडू शकतील.

तुमच्या विषयाची व्याख्या करणे

संशोधन प्रश्नाच्या महत्त्वाबाबतची चर्चा वगैरे सर्व ठीक आहे, पण तुम्हाला कोणत्या विषयाचा पाठपुरावा करायचा आहे याचीच खात्री नसल्यास काय? पण, असे वाटणारे तुम्ही एकटे नाही आहात. होय, स्वत:ला कशाचे संशोधन करायचे आहे याबाबत स्पष्ट कल्पना असणारे भरपूर विद्यार्थी आहेत, पण संशोधन विषय निर्माण करण्याच्या कल्पनेशीच संघर्ष करणारे ही पुष्कळ आहेत. खरंतर, संशोधन करण्यास योग्य काहीतरी निर्माण करणे त्यांच्या आवाक्यापलीकडचे आहे, असे अनेक जणांना वाटते.

मग तुम्ही विषयावर लक्ष कसे केंद्रित करायचे? खाली रकाना ३.१ मध्ये दर्शवल्याप्रमाणे, कुतूहल आणि तुमची सर्जनशीलता यांच्यावर लक्ष केंद्रित करून, प्रेरणेचा शोध घेत आणि व्यावहारिकतेकडे लक्ष ठेवून तुम्ही कल्पना निर्माण करण्यावर भर देता.

कुतूहल आणि सर्जनशीलता

> जे सगळ्यांनी पाहिले आहे ते पाहण्यात, पण जो विचार कोणीच केला नाही असा विचार करण्यात शोध सामावला आहे.
>
> *अल्बर्ट झेंट – ग्योर्गी*

कोणत्याही वेळी कुतूहल किंवा आवड उत्पन्न झाली की संशोधन कल्पना सुचू शकतात. ज्यांचे आपल्याला आश्चर्य वाटते, ज्यांच्यामुळे आपण थबकतो आणि विचार करतो, किंवा आपल्याला आनंद वाटतो, निराशा, दिलासा वाटतो किंवा राग उफाळून वर येतो अशा घटना, परिस्थिती आणि परस्परसंवाद यासारख्या गोष्टी आपल्या अवतीभवती दररोज घडत असतात. हीच समृद्ध आणि सुपीक जमीन आहे, जिच्यातून कल्पना जन्माला येतात. तुम्ही कशामुळे हेलावून जाता, तुमचे मित्र, कुटुंबीय आणि समवयस्क यांच्याशी तुम्ही कोणत्या मुद्द्यांवर चर्चा करता आणि जगात, घरात किंवा तुमच्या कामाच्या ठिकाणी, कोणते मुद्दे तात्कालिक आहेत याचा विचार करा. लवकरच तुम्हाला

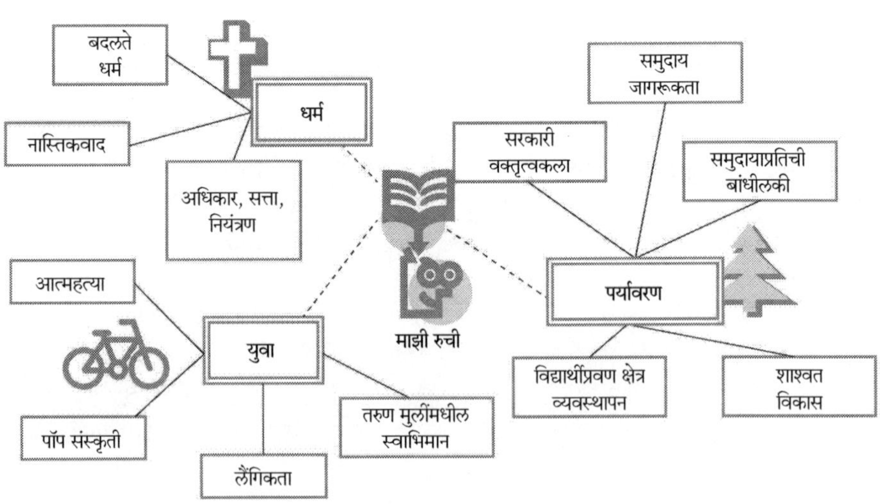

आकृती ३.१ संभाव्य संशोधन विषयांचा संशोधन आराखडा

संशोधनाचे विषय विपुल प्रमाणात आहेत असे दिसून येईल. 'अरे, खरंच असं झालं तर..' असा विचार तुम्ही करत आहात असं तुम्हाला आढळलं तर तुम्हाला कल्पनांचा अविरत पुरवठा होत राहील.

इथे संकल्पनेचा आराखडा हा पर्याय वापरून बघणे उपयोगी ठरू शकेल. प्रतिचित्रणामुळे तुम्हाला एका दिशेने तसेच विरुद्ध दिशेनेही विचार करण्याचे स्वातंत्र्य मिळते. ते मनाला प्रोत्साहित करण्यासाठी एका कल्पनेकडून दुसऱ्या कल्पनेकडे जाण्यासाठी आणि त्यायोगे सर्जनशील प्रक्रिया वाढविण्यासाठी मुक्त सहयोगाचा वापर करते. संकल्पना प्रतिचित्रण अंतर्दृष्टी मिळणे, दुवा शोधणे आणि विषयाधारित रचना करणे यासाठी उपयुक्त ठरू शकते; तसेच लेखनात आलेल्या अडथळ्यावर मात करण्यासाठी हे एक उत्तम साधन ठरू शकते. आकृती ३.१ मध्ये संभाव्य संशोधन विषयांचा आराखडा बनवण्यासाठी वापरण्यात येणारा एक साधा संकल्पना आराखडा दाखवलेला आहे .

साहित्याकडे वळणे

संशोधनासाठी वाचनाच्या महत्त्वावर जास्त जोर दिला जाऊ शकत नाही. आपल्याला आपल्या विषयाबद्दल कधीच सर्व गोष्टी माहिती नसतात, आणि आपल्याला क्वचितच पुरेशी माहीती असते. पार्श्वभूमी, संदर्भ, वाद, शैक्षणिक वादविवाद आणि आपल्या स्वारस्याच्या क्षेत्रात आढळून येणारे राजकीय उद्देश या गोष्टींची बित्तंबातमी काढण्यासाठी बऱ्यापैकी वेळ खर्च करावा लागतो. यामुळे तुम्हाला संशोधन रुची आणि संशोधन गरजा ओळखण्यासाठी मदत होते. साहित्यामध्ये दुर्लक्ष केल्या गेलेल्या समस्येमधील एखाद्या महत्त्वाच्या पैलूच्या संशोधनाकडे तुम्ही ओढले गेल्याचे तुम्हाला दिसून येईल. सामान्य आकलनाचा आधार असलेल्या काही अनुमानांवर तुम्हाला प्रश्नचिन्ह उभे करावेसे वाटेल. एखाद्या अभिनव दृष्टिकोनाच्या योगे तुम्ही वाढत्या वादात भर घालाल. पुराव्यावर आधारित निर्णय घेण्यासाठी आवश्यक असणाऱ्या निश्चित डेटाचा पुरावा गोळा करण्यासाठी तुम्ही एखाद्या संधीचा फायदा घेऊ शकता. संशोधन निबंधाच्या शेवटी विचारलेल्या त्या विषयक प्रश्नांची उत्तरे देण्याचे आव्हान तुम्ही स्वीकारू शकता.

प्रासंगिक साहित्याव्यतिरिक्त, तुम्ही तुमच्या सिद्धांतातील गुंतवणुकीवर प्रश्नदेखील विकसित करू शकता. हे तुम्ही 'सिद्धांत' वाचत असताना तुम्हाला अचानक स्फुरते. आपण विचार करता 'अच्छा', कदाचित ह्यामुळेच एखादी विशिष्ट परिस्थिती जशी आहे तशी ती अशी आहे, किंवा ते जे काही करतात ते कदाचित त्यामुळेच करतात. माझ्या एका विद्यार्थ्याने अशाच एका क्षणी अलथूस्सर (Althusser) यांच्या कागारांबंधीचे लेखन वाचले. त्यात त्यांनी कुटुंब, शाळा आणि चर्च अशा संस्थांची शासकीय विचारधारा, वैयक्तिक देहभानामध्ये अंतःस्थापित करण्याविषयी प्रामुख्याने चर्चा केलेली आहे. विद्यार्थ्याने चर्चच्या भूमिकेकडे नवीन दृष्टीने पाहण्यास सुरुवात केली आणि नागरिकांच्या सामाजिकीकरणामध्ये शासनाचे एक अंग म्हणून आयरिश कॅथोलिक चर्चचे कामकाज चालते का आणि असल्यास कशाप्रकारे चालते, याची चौकशी करण्याचा निर्णय घेतला.

प्रेरणांचा शोध

तुमचा विषय (रकाना ३.१ पाहा) मर्यादित करण्यासाठीचा दुसरा दृष्टिकोन म्हणजे तुमच्या सभोवतालच्या जगाची सवय करून घेणे. पुढील गोष्टींमधून प्रेरणा मिळू शकतातः

- *वैयक्तिक अंतर्दृष्टी आणि अनुभव* – प्रत्येकाकडे अनुभव आणि अंतर्दृष्टी असते ज्याचा तो उपयोग करू शकतो. उदाहरणार्थ, कामाची जागा. कधीतरी नोकरी केलेल्या व्यक्ती तुम्हाला सांगतील की कामाच्या ठिकाणी सर्वत्र समस्या पसरलेल्या असतातः लाल फीत, अपात्रता, अकार्यक्षमता, असमर्थता, निर्णय घेणाऱ्या व्यक्ती प्रत्यक्ष काम करणाऱ्यांच्या संपर्कात नसणे, भ्रष्टाचार, सेवेच्या आधीचा नफा, मानसिक धैर्य, आणि

प्रेरणा. तुमचे स्वतःचे वैफल्य अनेकदा इतरांच्या वैफाल्याशी बांधले गेलेले असते – आणि ते ज्यामध्ये सामील असतात त्या संघटनेच्या, समाजाच्या किंवा संस्थेच्या ध्येयांशी उद्दिष्टांशी, दृष्टीशी देखील बांधले गेले तर त्या वैफाल्यांमध्येच 'संशोधन' क्षमता असण्याची चांगली शक्यता आहे.

- *निरीक्षण* – आपल्या सभोवार काय आहे, हे पाहणे बरेच अवघड असू शकते. म्हणून नव्या नजरेने जग पाहाण्यामुळे प्रबल संशोधन अंतर्दृष्टी मिळू शकते. माझ्या एका विद्यार्थ्याच्या बाबतीत हे घडले. तो रेल्वेमधून प्रवास करत होता. पर्सनल स्पेसविषयीच्या अलिखित नियमांचे त्याला अचानक आकर्षण वाटले. कोण कुठे बसले होते, ते किती जवळ बसले होते, कोण कोणापासून दूर झाले आणि कोणत्या परिस्थितीत, याचे आपल्याला कुतूहल वाटत आहे, असे त्याच्या लक्षात आले. प्रत्येक थांब्यानंतर डब्यात असलेल्या लोकांची संख्या बदलत होती, म्हणून लोक जागेसाठी खूप धडपड करत होते, हे तो कुतूहलाने बघत होता आणि त्यानंतर त्याने ह्या वर्तनाचे कारण ठरवणाऱ्या नियमांचा अभ्यास करायचा ठरवला.
- *समकालीन/समयोचित समस्या* – कधी कधी जुन्या विषयाला नवजीवन मिळू शकते. कामाच्या ठिकाणी एखादा विषय अचानक महत्त्वाचा बनू शकतो, किंवा अगदी जगाचे लक्ष वेधणारा केंद्रबिंदूही बनू शकतो. पाश्चात्य जगाचे इस्लामिक श्रद्धेबाबतचे स्वारस्य, आकर्षण, आणि मत हे याचे योग्य उदाहरण आहे. 'दृष्टिकोन' शोधणे सोपे होते आणि 'प्रसारमाध्यमे विषयाचे वृत्त कसे देतात?', 'सरकारचे धोरण, व्यवहार आणि म्हणणे काय आहे?' आणि 'याचा शाळेच्या मैदानावरील वंशद्वेषावर काय परिणाम होत आहे?' अशा बाजूंचा विचार करणे अधिक सोपे होते.
- भागधारकांच्या गरजा ओळखणे – भागधारकांच्या गरजा ह्या अत्यंत व्यापक स्वरूपाच्या असू शकतात. आणि न्यायसंगत आरोग्य निगा प्रणालीपासून ते स्थानिक पाणलोट क्षेत्रातील निळ्या, हिरव्या शेवाळ्याच्या वाढीवर प्रतिबंधांत्मक उपाय सुचवणे ते शाळेत टिकून राहण्यासाठी विद्यार्थ्यांना प्रवृत्त करणे, असे त्यांचे कार्यक्षेत्र असू शकते. प्रसारमाध्यमांच्या वृत्तांचा, संपादकाला लिहिलेल्या पत्रांचा किंवा नगर परिषद बैठकांसारख्या विविध मंचाचा, कामाच्या ठिकाणच्या बैठकांचा, किंवा भागधारक त्यांचा क्षोभ व्यक्त करण्यासाठी गोळा होऊ शकतील अशा अन्य कोणत्याही जागांचा पाठपुरावा करून गरजा ओळखता येऊ शकतात.

रकाना ३.१

संशोधनास योग्य असे मुद्दे निवडणे

माझे काही विद्यार्थी ज्या संशोधन विषयांवर काम करत आहेत त्या विषयांची आणि या समस्यांची निवड कशी/का करण्यात आली त्याची सूची खाली दिलेली आहे:

- *अग्निशमन व्यवस्थापन योजनेचा एक घटक म्हणून हवामान बदलाचा धोक्याचा समावेश* - न्यू साउथ वेल्स मधील ग्रामीण अग्निशमन सेवा व्यवस्थापकाद्वारे निवड केला गेलेला मुद्दा, ज्याने प्रक्रिया नियोजानमधील या चलनाची आवश्यकता ओळखली .
- *घरगुती कचरापेट्यांमधील पुनर्प्रक्रिया न होऊ शकणाऱ्या सामानाची मोठ्या प्रमाणातील टक्केवारी* – कचरा व्यवस्थापन ज्याच्या ताब्यात होते अशा उच्च पदवीचा अभ्यास करणाऱ्या एका निराश परिषद अधिकाऱ्याने निवडलेला मुद्दा.
- *कोणत्याही पुराव्याशिवाय आरोग्य जाहिरात केंद्रामध्ये घेतले जाणारे निर्णय* – कोणत्या मुद्द्यांना प्राधान्य द्यायचे याची खात्री नसलेल्या नवीन केंद्र संचालकाने निवडलेला मुद्दा.
- *आपत्कालीन वार्डमधील परिचारिका कर्मचाऱ्यांबाबत घडणाऱ्या हिंसा* – व्यावसायिक आरोग्य व सुरक्षेमधील पदव्युत्तर पदवी घेतलेल्या माजी परिचारिकेकडून निवडला गेलेला मुद्दा, जिला रुग्णाच्या हल्ल्यामुळे सक्तीने पेशामध्ये बदल करावा लागला.

- *विद्यापीठातील शिवीगाळ आणि हेजिंगची परंपरा* – विद्यार्थीनीद्वारे निवडले गेलेले मुद्दे, तिच्या पहिल्या वर्षी जिला विद्यापीठात अशा गोष्टींना सामोरे जावे लागले, त्या विद्यार्थीनीकडून निवडले गेलेले मुद्दे.
- *ज्यांचे सुरक्षाविषयक अहवाल सुमार दर्जाचे आहेत असे बांधकाम उद्योगातील उपकंत्राटदार* – व्यावसायिक आरोग्य व सुरक्षा विद्यार्थ्याने निवड केलेला मुद्दा, जो त्याने प्रसारमाध्यमांच्या या विषयाशी संबंधित चालू वृत्तामुळे निवडला.
- *वर्गात अनुभवात्मक शिक्षणाचा होणारा कमी उपयोग* – विद्यार्थीनीद्वारे निवडलेला मुद्दा, जिला पदवी अभ्यासक्रमाच्या ओघात तिच्या समोर आलेल्या साहित्यामधून हे जाणवले.
- *हवामानातील बदल कमी करण्यासाठी धोरणाचा अवलंब करणाऱ्या व्यक्तींच्या प्रेरणा* –व्यक्तीला धोक्याचे ज्ञान असूनही (धोरणाचा अवलंब) करण्याबाबत औदासीन्य असणे याचे आकर्षण वाटलेल्या विद्यार्थ्याने निवडलेला मुद्दा.
- *हाँगकाँगमधील उंच इमारतींमध्ये आग घंटांकडे दुर्लक्ष* – घंटांकडे दुर्लक्ष केल्यामुळे सात लोक मरण पावलेल्या तपासाच्या प्रभारी आग सुरक्षा अधिकाऱ्याद्वारे निवडलेला गेलेला मुद्दा, जो उच्च पातळीवरील उपक्रम करत होता.

व्यावहारिकता

कितीही मर्यादित वाटले तरी, सर्व नव्या विषयांची व्यावहारिकता बघणे आवश्यक आहे. विषय कितीही मनोरंजक वाटले तरी शेवटी तुमचा प्रकल्प 'करण्यायोग्य' असणे आवश्यक आहे. आता तुम्ही तुमचा अभ्यास अंमलात आणण्यासाठी वापरू शकाल अशा संभाव्य पद्धती जेव्हा आपण पाहू, तेव्हा करण्यायोग्य म्हणजे काय याबद्दल आपण विस्ताराने बोलणार आहोत. पण अगदी विषयाची ओळख करून घेतानाही औचित्य, देखरेख आणि निधीची गरज यासारख्या व्यावहारिकता ध्यानात ठेवणे योग्य होईल:

- *औचित्य* – असे अनेक विद्यार्थी आहेत जे ते घेत असलेल्या पदवीशी सुसंगत असलेल्या कल्पना मांडत नाहीत. माझ्याकडे एक औद्योगिक आराखडा तयार करण्याच्या अभ्यासक्रमाचा विद्यार्थी होता. त्याला परग्रहावरील अपहरण ह्या विषयावरील संशोधन प्रकल्प हाती घ्यायचा होता! एक विषय म्हणून, कदाचित त्या विषयात थोडी क्षमता होती. संशोधन विकसित होणाऱ्या व्यावसायिक पद्धतींशी संबंधित असावे, असे विषयाच्या आवश्यकतेतून स्पष्टपणे दिसत होते आणि अर्थातच परग्रहावरील अपहरण (एलिअन अॅब्डक्शन) या विषयात व्यवसायाच्या काय संधी उपलब्ध आहेत याची मला खात्री नाही. आता, हे अगदी टोकाचे उदाहरण आहे हे मान्य. पण असे भरपूर संशोधन विद्यार्थी आहेत ज्यांचे संशोधनाचे विषय त्यांच्या शैक्षणिक कार्यक्रमाशी विसंगत आहेत. असा प्रकार असेल तर, तो एक इशारा आहे. खरोखरच तुमच्या संशोधन विषयक शैक्षणिक आणि व्यावसायिक ध्येयाचा बसून विचार करायला हवा आणि ते सर्व सुरळीत करायला हवे.
- *पर्यवेक्षण* –बरेच विद्यार्थी पर्यवेक्षकांचा ठोस आधार असल्याशिवाय प्रमुख संशोधन प्रकल्पाविषयी वाटाघाटी करू शकत नाहीत. तुम्ही स्वतःला प्रकल्पामध्ये अडकवून घेण्यापूर्वी, तुमच्या विषयासाठी योग्य पर्यवेक्षण उपलब्ध आहे की नाही, हे शोधून काढणे योग्य ठरेल.
- *निधी समिती/मालकाच्या आवश्यकता* – निधी समिती किंवा मालकाने तुम्हाला विशिष्ट क्षेत्रात संशोधन करण्यासाठी प्रायोजित केले असेल, तर कदाचित तुम्हाला विषयात बदल करता येणार नाही. तथापि, परिभाषित प्रकल्पामध्येही विशिष्ट पैलूवर लक्ष केंद्रित करण्याइतकी किंवा समस्येबाबत नवीन दृष्टिकोन आणण्याइतकी प्रकल्पाची व्याप्ती असू शकते. तुमच्या प्रस्तावित संशोधनाची समर्पकता आणि संबंधित लाभ

यांचा समावेश असलेली खुली चर्चा आणि अगदी 'विक्री भाषणही' तुम्हाला अधिक सर्जनशील क्षमता देऊ शकते.

औत्सुक्यपूर्ण विषय ते संशोधन करण्यायोग्य प्रश्न

आता तुम्ही स्पष्ट संशोधन प्रश्न विकासित करण्याचे महत्त्व ओळखले असेल आणि तुमच्या मनात एखादा औत्सुक्यपूर्ण विषयही असेल, अशी आशा आहे. तुमचा प्रश्न मर्यादित करायला सुरुवात करण्याची वेळ आली आहे.

मर्यादित करणे

व्यापक प्रश्न चांगल्या संशोधनाचे लक्ष्य असू शकते, पण प्रश्न स्थूल आणि बोजड असतील तेव्हा संदिग्धता उद्‌भवू शकते. कटिबद्ध आणि नेमकं असण्याने संशोधनाचे काम सुलभतेने पूर्ण करणे सोपे होते. तुम्हाला खूप मर्यादित होण्याची भीती वाटत असेल, तर प्रत्येक प्रश्न विशिष्ट चौकटीशी जोडून ते समृद्ध सिद्धांत आणि सखोल आकलन यांचा शोध घेण्यासाठी वापरले जाऊ शकतात हे लक्षात ठेवा. 'केंद्रित' हा शब्द काही 'वरवरचे' या शब्दासाठी प्रतिशब्द नाही. मर्यादित करण्यासाठी मी दोन धोरणांची शिफारस करते. एक म्हणजे तुमचा संकल्पना आराखडा परत एकदा बघा, तर दुसरे धोरण म्हणजे खाली ज्या निर्मितीप्रक्रियेची रूपरेषा दिलेली आहे त्या चार पायऱ्यांच्या प्रश्न निर्मिती प्रक्रियेनुसार काम करा.

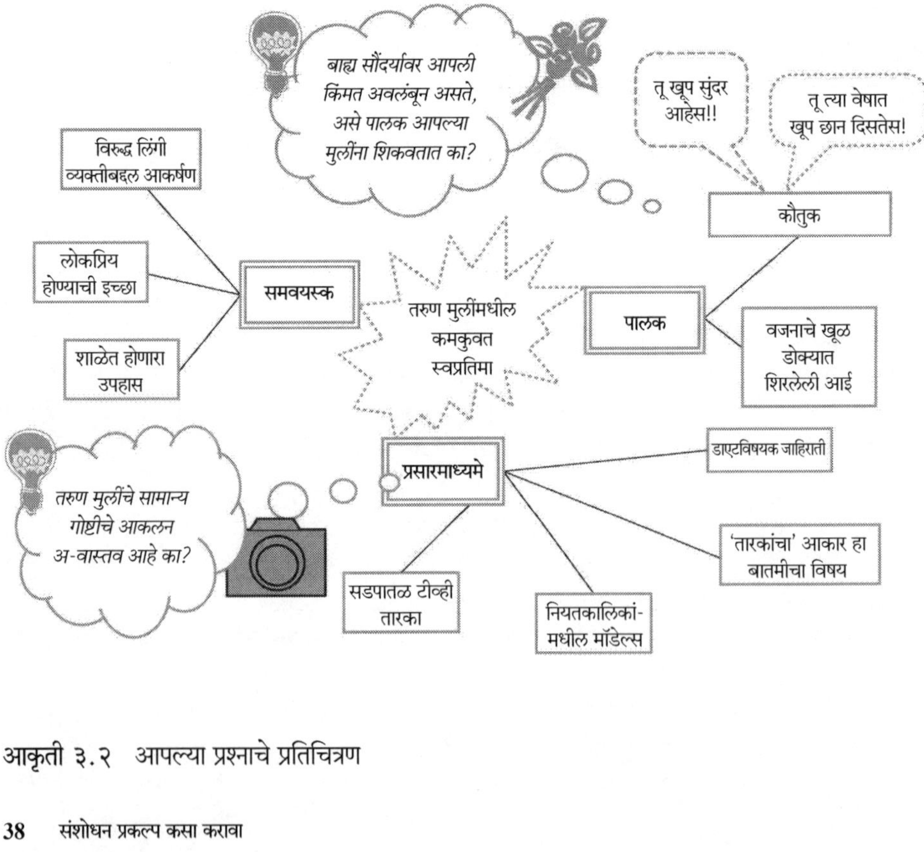

आकृती ३.२ आपल्या प्रश्नाचे प्रतिचित्रण

संकल्पनेचा आराखडा पुन्हा पाहणे

जसा संकल्पना नकाशा संशोधन विषयांचे कल्पनामंथन करण्यासाठी वापरला जाऊ शकतो, तसाच प्रश्नाचे स्पष्टीकरण करण्यासाठीही वापरला जाऊ शकतो. आकृती ३.२ मध्ये दिलेल्या नकाशात 'तरुण मुलींची स्वप्रतिमा कमकुवत का असते' याचा शोध घेतला आहे. विद्यार्थ्याने काही प्रमुख प्रभावांचे प्रतिचित्रण केले आहे – समवयस्क, पालक, प्रसारमाध्यमे – आणि 'समस्यां'च्या कारणांवर विचार सुरू केले. ह्या सर्वांमधून अशा काही औत्सुक्यपूर्ण कल्पना मिळतात ज्या संशोधन करण्यायोग्य असू शकतात. विद्यार्थी नंतर पुढील दोन गोष्टी विचारून हे पुढे नेतात: (१) मला कोणत्या पैलूमध्ये सर्वात जास्त स्वारस्य आहे; आणि (२) माझ्याकडे कोणती अंतर्दृष्टी आहे का, जिचा मी समावेश करू शकतो? यामध्ये, विद्यार्थ्यांसाठी दोन 'अहाहा' क्षण येतात, आणि संशोधन प्रश्न प्रकाशात येणे सुरू होते. पहिला संपूर्ण प्रसारमाध्यमांच्या भूमिकेकडे समग्रपणे बघतो आणि विचारतो: 'शरीर प्रतिमेबाबत तरुण मुलींच्या दृष्टीने नेहमीचे काय आहे?' दुसरा, पालक मुलींचे कौतुक करतात आणि किती वेळा ते त्याचा संबंध त्या 'किती सुंदर आहेत' याच्याशी लावतात, यावरील एका औत्सुक्यपूर्ण परावर्तनाच्या स्वरूपात येतो. बाह्य सौंदर्याद्वारे तुमची किंमत केली जाते असे पालक नकळतपणे शिकवत आहेत की काय, याचे विद्यार्थ्याला आश्चर्य वाटायला लागले.

चार पायऱ्यांची प्रश्न निर्मिती प्रक्रिया

संकल्पना प्रतिचित्रणापेक्षा पुढील चार पायऱ्यांची प्रक्रिया वापरून काम करणे ही अधिक सरळ प्रक्रिया आहे:

१. फक्त एक – किंवा दोन शब्दांचा वापर करून, खालील प्रश्नांची उत्तरे लिहा:

(अ) *तुमचा विषय काय आहे?* उदाहरणार्थ, पाठीची वेदना, पुनर्प्रक्रिया, स्वतंत्र शिक्षण...

(ब) *तुमच्या संशोधनाचा संदर्भ काय आहे?* उदाहरणार्थ, शाळा, स्थानिक अधिकारयंत्रणा, दवाखाना, समाज...

(क) *तुम्ही काय साध्य करू इच्छिता?* उदाहरणार्थ शोध लावणे, वर्णन करणे, बदल करणे, शोध घेणे, स्पष्ट करणे, विकसित करणे, समजून घेणे...

(ड) *आपल्या प्रश्नाचे स्वरूप काय आहे?* तो काय, कोण, कुठे, कसे, केव्हा किंवा का असे विचारणारा प्रश्न आहे का?

(इ) *असे काही संभाव्य संबंध आहेत का ज्यांचा तुम्हाला शोध घ्यायचा आहे?* उदाहरणार्थ, परिणाम, वाढ, घट, नातेसंबंध, परस्परसंबंध, कारणे...

२. प्रश्नाच्या स्वरूपाने प्रारंभ करणे – कोण, काय, कुठे, कसे केव्हा – जोपर्यंत प्रश्न किंवा प्रश्नांशी तुम्ही परिचित होत नाही तोपर्यंत पहिल्या पायरीवर मिळालेले तुकडे एकत्रित करायला सुरुवात करा. समजा तुमची समस्या घराच्या कचऱ्यातील पुनर्प्रक्रिया न होऊ शकणाऱ्या मोठ्या प्रमाणातील वस्तू ही आहे. (रकाना ४.१ मध्ये चर्चा केल्याप्रमाणे) पहिल्या पायरीमध्ये मिळालेली उत्तरे अनेक प्रश्न उपस्थित करू शकतात:

(अ) विषय: पुनर्प्रक्रिया. संदर्भ: घरगुती/समुदाय. ध्येय: कार्यक्षमतेचा अभाव का आहे याचा शोध घेणे. तुमच्या प्रश्नाचे स्वरूप: कोण आणि का. नाते: जनसांख्यिकीय वैशिष्ट्ये आणि अकार्यक्षम पुनर्प्रक्रिया यांच्या दरम्यानचे सहसंबंध

प्रश्न: घरगुती पुनर्प्रक्रियेशी संबंधित व्यवहार आणि जनसांख्यिकीय वैशिष्ट्ये यांच्या दरम्यान काही संबंध आहे का?

(ब) विषय: पुनर्प्रक्रिया. संदर्भ: घरगुती/घरे. ध्येय: व्यक्ती पुनर्प्रक्रियेचे कार्य कसे करते, ते समजून घेणे. तुमच्या प्रश्नाचे स्वरूप: कसे. नाते: N/A.

प्रश्नः घरगुती कचरा व्यवस्थापनाशी संबंधित निर्णयप्रक्रियेमध्ये व्यक्ती कशा गुंततात?

(क) विषयः पुनर्प्रक्रिया. संदर्भः घरगुती/समुदाय. ध्येयः पुनर्प्रक्रियेतील अकार्यक्षमतेचे वर्णन करणे, जेणे करून प्रभावी समुदाय जागरूकता मोहीम विकसित केली जाऊ शकते. आपल्या प्रश्नाचे स्वरूपः काय. संबंधः N/A.

प्रश्नः घरगुती कचरापेटीमध्ये आढळणाऱ्या पुनर्प्रक्रिया न होऊ शकणाऱ्या सर्वात सामान्यपणे आढळणाऱ्या वस्तू कोणत्या आहेत?

३. तुम्ही एकापेक्षा अधिक प्रश्न विकसित केले असतील, तर (लक्षात ठेवाः कोणत्याही एका समस्येमधून अनेक संशोधन प्रश्न निर्माण होऊ शकतात) तुमच्या प्रमुख प्रश्नासंबंधी तुमचे स्वारस्य आणि व्यावहारिकता, तसेच तुमच्या पयर्वेक्षकाचा सल्ला यावर आधारित निर्णय घ्या.
४. तुमचा प्रश्न मुद्देसूद आणि शक्य तितक्या उत्तम रीतीने व्यक्त होईपर्यंत मर्यादित आणि स्पष्ट करा. लक्षात ठेवाः कोणत्याही संशोधन प्रश्नाची पहिली मांडणी ही थेट तिसऱ्या चौथ्या, किंवा अगदी पाचव्या प्रयत्नाइतकी स्पष्ट, उपयुक्त आणि निःसंदिग्ध असणे असंभव आहे.

या दोन प्रक्रिया भरीव संशोधन प्रश्न परिभाषित करण्यासाठी तुम्हाला बऱ्याच पुढेपर्यंत मदत करतील – योग्य कार्यपद्धतीविषयक मार्गावर वाटचाल करण्यासाठी आवश्यक. पण तेथे पोहोचणे ही एक प्रक्रिया असू शकते. रकाना ३.२ मध्ये संशोधन प्रश्नाच्या विकासाची काही उदाहरणे दिली आहेत.

रकाना ३.२

एका 'चांगल्या' संशोधन प्रश्नाचा विकास

प्रारंभिक प्रश्नः शाळांनी बाल शोषणाला कसे सामोरे जावे?

समस्याः *मोठ्या प्रमाणावरील संदिग्धता* – शाळांची स्पष्ट व्याख्या करणे आवश्यक; बाल शोषणाची स्पष्ट व्याख्या करणे आवश्यक; 'शोषण करणाऱ्या व्यक्तीची' स्पष्ट व्याख्या करणे आवश्यक; 'त्याला कसे सामोरे जावे' ह्याची स्पष्ट व्याख्या करणे आवश्यक.

ज्यामध्ये साहित्य, महत्त्वाचे भागधारक आणि पर्यवेक्षकांशी सल्लामसलतीचा समावेश आहे, अशा अनेक पुनरावृत्तींनंतर...

अंतिम प्रश्नः शालेय कर्मचारी वर्गाकडून विद्यार्थ्यांना देण्यात येणाऱ्या चुकीच्या शारीरिक, भावनिक, किंवा लैंगिक गैरवर्तणुकीबद्दलच्या आरोपांचे व्यवस्थापन करण्यासाठी वापरण्यात येणारी युके मधील प्राथमिक शाळांची सर्वोत्तम पद्धत काय आहे?

प्रारंभिक प्रश्नः (गुन्हा) नोंदवणे अनिवार्य केल्यास घरगुती हिंसा कमी होते का?

समस्याः *संदिग्धता* – गुन्ह्याची नोंद अनिवार्य करणे म्हणजे काय याची व्याख्या करणे आवश्यक; घरगुती हिंसा म्हणजे काय याची व्याख्या करणे आवश्यक; भागधारक म्हणजे काय याची व्याख्या करणे आवश्यक. *चुकीच्या प्रश्नाची शक्यता* – 'का' पासून सुरू होणारे प्रश्न होय/नाही स्वरूपाचे प्रश्न असतात; आणि साधारणपणे तुम्हाला ते तसे नको आहेत.

ज्यामध्ये साहित्य, महत्त्वाचे भागधारक आणि पर्यवेक्षकांशी सल्लामसलतीचा समावेश आहे अशा अनेक पुनरावृत्तींनंतर...

अंतिम प्रश्नः गुन्ह्याची नोंद अनिवार्य करणे हे प्रचारात आणलेल्या, उत्तर भागातील घरगुती आणि कुटुंब हिंसा कायद्यामधील सुधारणांमुळे; आकडेवारी जरी घटनांच्या नोंदणीमध्ये वाढ दाखवत असली तरी, घरगुती हिंसेच्या घटना कमी प्रमाणात घडल्या का?

प्रारंभिक प्रश्नः संशोधकांना शोध घेण्यासाठी फेसबुक खुले असावे का?

समस्याः *संदिग्धता* – फेसबुकचे कोणते पैलू याची स्पष्ट व्याख्या करण्याची आवश्यकता; संशोधक म्हणजे कोण याची स्पष्ट व्याख्या करण्याची आवश्यकता; शोध म्हणजे काय याची स्पष्ट व्याख्या करण्याची आवश्यकता. *चुकीच्या प्रश्नाची शक्यता* – आणखी एक होय / नाही प्रश्न; स्पष्ट शब्दात केलेल्या अभिव्यक्तीमध्ये बसते असे खरोखर काय जाणून घ्यायची तुमची इच्छा आहे, ह्याचा पुनर्विचार करणे.

ज्यामध्ये साहित्य, महत्त्वाचे भागधारक आणि पर्यवेक्षकांशी सल्लामसलतीचा समावेश आहे अशा अनेक पुनरावृत्तींनंतर...

अंतिम प्रश्नः कोणत्या परिस्थितीत फेसबुक पोस्टचे विश्लेषण योग्य आहे याची व्यावसायिक संशोधक खात्री देतील आणि त्याचे नैतिक पद्धतीने कसे व्यवस्थापन केले जाऊ शकते?

पुन्हा परिभाषित करण्याची आवश्यकता

तुमच्याकडे आता परिपूर्ण संशोधन प्रश्न आहे. तुम्ही आता मार्गस्थ झालेले आहात आणि प्रश्नाची स्थापना करायला तयार आहात. पण कदाचित नाही – सुरुवातीच्या टप्प्यामध्ये संशोधन प्रश्नात अनेकदा बदल, पालट होऊ शकतो आणि प्रकल्प विकसितही होऊ शकतो. आणि हे केवळ ठीक आहे असे नाही, तर ते योग्यच आहे कारण प्रत्यक्षात संशोधन प्रक्रियेतील तुमची गुंतवणूक तुमचे ज्ञान आणि विचार दोन्ही विकसित करते. दिशानिश्चितीसाठी निःसंदिग्ध प्रश्न विकसित करणे आवश्यक आहे, पण संशोधनाचा प्रवास हा क्वचितच सरळ रेषेत असतो, हे लक्षात ठेवणे महत्त्वाचे आहे. ही प्रक्रिया जितके प्रश्न निर्माण करते तितकी उत्तरेही आणि ती तुम्हाला अनपेक्षित दिशांना घेऊन जाणार, हे तर अपेक्षितच आहे.

खालील गोष्टींचा विचार करा. संशोधन करण्यासाठी तुम्ही हे करणे आवश्यक आहे:

१. तुमच्या संशोधन प्रश्नाची व्याख्या करा, जेणेकरून तुम्ही कोणत्या साहित्यावर लक्ष केंद्रित करायचे आहे आणि यथावकाश त्याचे पुनरावलोकन करायचे आहे, हे ओळखू शकता.
२. साहित्य वाचा आणि त्याचे पुनरावलोकन करा. जेणेकरून तुम्ही योग्य आणि संशोधन करण्यायोग्य प्रश्न तयार करण्याच्या स्थितीस पोहोचाल.

पहिल्यांदा काय, कोंबडी का अंडे? वाचन आणि प्रश्न निश्चित करण्याबाबतीत, अपरिहार्यपणे एक प्रश्न दुसऱ्यापेक्षा महत्त्वाचा असतो असे काही नसते. खरं तर ते एकमेकांत गुंफलेले असले पाहिजेत. संशोधन साधारणपणे एका कल्पनेने सुरू होते, जी कितीही स्रोतांकडून मिळू शकते. कल्पना नंतर हळूहळू वाचनाच्या दिशेने जायला हवी; वाचन संभाव्य संशोधनयोग्य प्रश्नाच्या विकासाच्या दिशेने जायला हवे; संभाव्य प्रश्न अधिक विशिष्ट वाचनाच्या

दिशेने जायला हवा; आणि विशिष्ट वाचनामुळे प्रश्नामध्ये सुधारणा करता यायला हवी. आकृती ३.३ मध्ये दाखवल्याप्रमाणे, प्रश्न तयार करणे, ही एक पुनरावृत्तीची प्रक्रिया आहे, सर्व स्तरांवरील वाचन करून याची माहिती करून घेणे आवश्यक आहे.

तुम्ही तुमच्या पद्धतींचा शोध घेणे सुरू केले असताना अशीच एखादी परिस्थिती येऊ शकते. तुमचे संशोधन 'कसे' उलगडेल याचा सखोल शोध घेताना कदाचित तुम्हाला तुमच्या विषयाच्या अशा एखाद्या पैलूची आवड निर्माण होईल, जो सध्याच्या तुमच्या प्रश्नाच्या व्याख्येमध्ये स्पष्टपणे प्रतिबिंबित झालेला नाही. तरीही त्या परिभाषित प्रश्नाशिवाय, संभाव्य पद्धतींचा शोध घेण्यासाठी तुम्ही आत्ता गेलात तिथपर्यंत गेला नसतात.

खरंतर, तुम्ही तुमचे संशोधन सुरू केल्यानंतर तुमच्यासमोर असे कितीही घटक येऊ शकतात जे पुढील गोष्टींच्या दिशेने घेऊन जातील: तुमचे लक्ष्य आणि उद्देशांची चौकशी; तुमच्या प्रश्नांमध्ये सुधारणा करणे; प्रश्न वाढवणे; किंवा अगदी नवीन प्रश्न शोधणे. हे घटक तुम्हाला मार्गावरून बाजूला करत नाहीत ना, किंवा ते तुमच्या कामासाठी सकारात्मक असणाऱ्या सुधारणा आणि परिष्करणांचे प्रतिनिधित्व करतात का, ह्याचे मूल्यांकन करणे हे आव्हान आहे. अशा मुद्द्यांची तुमच्या पर्यवेक्षकांशी चर्चा केल्यामुळे तुम्हाला अशा प्रकारचे निर्णय घेण्यासाठी अमूल्य पाठिंबा मिळू शकेल.

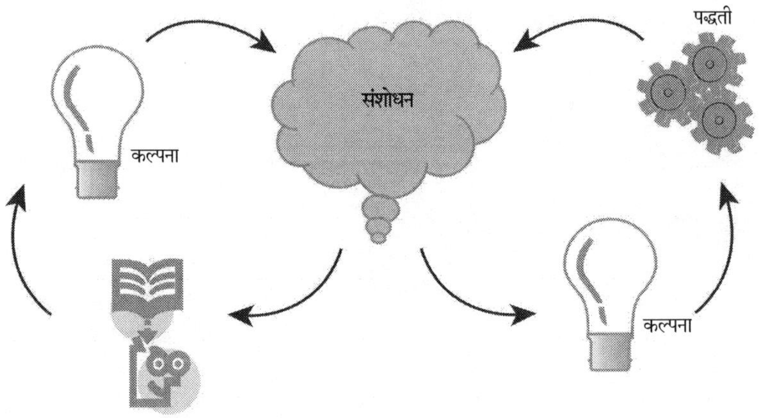

आकृती ३.३ संशोधन प्रश्नाच्या विकासाची आवर्तने

गृहीतप्रमेयाची कोंडी

'मला गृहीतप्रमेयाची आवश्यकता आहे का?' हा विद्यार्थ्यांकडून विचारला जाणारा एक नेहमीचा प्रश्न आहे. आणि या प्रश्नाचे उत्तर देणाऱ्या दोन अगदी भिन्न धारणात्मक विचारपद्धती आहेत, असे दिसते. प्रत्यक्षार्थवाद्यांचा (प्रकरण १ पाहा) असा विश्वास आहे की गृहीतप्रमेय ही वैज्ञानिक पद्धतीची कोनशिला आहे आणि तो संशोधन प्रक्रियेचा अत्यंत आवश्यक घटक आहे. उत्तर-प्रत्यक्षार्थवादी मात्र नेहमी गृहीतप्रमेयाकडे सामाजिक संशोधनावर मर्यादा घालणारे सुलभ विश्लेषणाचे साधन म्हणून पाहतात.

दुर्दैवाने, ह्या ठळकपणे दोन प्रकारात झालेल्या या विभाजनामुळे, गृहीतप्रमेय ही त्यांच्या संशोधनाला कार्यान्वित करणारी शक्ती असावी का, हे ठरवण्यात अडचण येत असलेल्या विद्यार्थ्यांना काहीच मदत होत नाही. या प्रश्नाचे उत्तर देण्यासाठी विद्यार्थ्यांना दोन गोष्टी माहीत असणे आवश्यक आहे: गृहीतप्रमेय प्रत्यक्षात काय करते; आणि त्यांच्या संशोधन प्रश्नाला हे गृहीतप्रमेय योग्य आहे का?

शब्दार्थसूची

गृहीतप्रमेय

तपासून पाहता येईल अशा विधानाच्या स्वरूपात व्यक्त केलेल्या दोन किंवा अधिक चलांच्या संबंधांच्या स्वरूपाबद्दल काढलेले तार्किक अनुमान (अटकळ किंवा अभ्यासपूर्ण अंदाज).

गृहीतप्रमेय, तुमच्या चलांशी संबंधित काय आढळेल आणि तुम्ही कशाची चाचणी करणार आहात, याबाबतचे स्पष्ट आणि मुद्देसूद विधान मांडून तुमच्या संशोधन प्रश्नाला पुढच्या पायरीवर नेते. हे एक सावध विधान आहे जे त्यानंतरच्या तपासातून पडताळून बघता येईल.

समजा घटस्फोटासंबंधी संशोधन करण्यात तुम्हाला स्वारस्य आहे. तुमचा संशोधन प्रश्न आहे: 'जोडप्याच्या घटस्फोटाच्या निर्णयात कोणत्या घटकांचे योगदान आहे?' तुमची अटकळ आहे की यात पैशाचा मोठा वाटा आहे – आर्थिक समस्यांमुळे घटस्फोट होऊ शकतात. येथे तुमच्याकडे गृहीतकासाठी आवश्यक असे सर्व घटक आहेत: तार्किक अनुमान (तुमची अटकळ); चल (घटस्फोट आणि आर्थिक समस्या); आणि ज्याची चाचणी केली जाऊ शकते असा नातेसंबंध (विशिष्ट गोष्टीकडे नेतो). त्यामुळे हा गृहीतकासाठी एक परिपूर्ण प्रश्न आहे – कदाचित 'आर्थिक समस्येमुळे घटस्फोटाची शक्यता वाढेल' यासारखे काहीतरी.

'घरगुती पुनर्प्रक्रियाविषयक आचरण आणि जनसांख्यिकीय वैशिष्ट्ये यांदरम्यान काही संबंध आहे का?' यासारखे प्रश्नदेखील गृहीतकाच्या विकासासाठी चांगले उमेदवार आहेत. येथे तुमची अटकळ ही आहे की पुनर्प्रक्रियाविषयक आचरणावर वयाचा मोठ्या प्रमाणात प्रभाव असू शकतो – मुळात, तरुण लोक कोणत्याही गोष्टी कचरापेटीमध्ये टाकतात, असा संशय आहे. येथे पुन्हा गृहीतकासाठी आवश्यक असे सर्व घटक उपलब्ध आहेत: तार्किक अनुमान (तुमची अटकळ); चल (पुनर्प्रक्रियाविषयक आचरण आणि वय); आणि ज्याची चाचणी केली जाऊ शकते असा नातेसंबंध (पुनर्प्रक्रियाविषयक आचरण वयावर अवलंबून असते). शेवटी तुमचे गृहीतप्रमेय कदाचित असे असेल, 'प्रौढ व्यक्तींपेक्षा, मुले आणि युवक कचरापेटीमध्ये अयोग्य साहित्य टाकण्याची शक्यता अधिक असते'.

मुळात तुमच्याकडे (१) स्पष्टपणे परिभाषित केलेला संशोधन प्रश्न, (२) अन्वेषण करण्यासाठी चल आणि (३) त्या चलांमधील नातेसंबंधांविषयीची अटकळ असेल तर (४) चाचणी घेतली जाऊ शकते, गृहीतप्रमेय तयार करणे सोपे आहे.

आता सर्व संशोधनप्रश्नांचा गृहीतकांच्या स्वरूपात विकास होऊ शकत नाही. 'शाळेतील विद्यार्थी, कारकीर्द/पुढील अभ्यासाच्या पर्यायासंबंधित निर्णयप्रक्रियेमध्ये, कसे व्यस्त असतात?' हा प्रश्न घ्या. लक्षात ठेवा: गृहीतप्रमेय हे 'चलातील संबंध' व्यक्त करण्यासाठी असते. हा प्रश्न मात्र, चल आणि त्यांच्यामधील संबंध पाहण्याचे ध्येय ठेवत नाही. उजेडात आणणे आणि प्रक्रियेचे वर्णन करणे हे ह्या प्रश्नाचे ध्येय आहे. त्यामुळे गृहीतप्रमेय योग्य ठरणार नाही.

साधारणपणे, गृहीतप्रमेय योग्य ठरणार नाही जर:

- *एखाद्या विशिष्ट परिस्थितीबद्दल तुमची काही अटकळ नसेल किंवा अभ्यासपूर्ण अंदाज नसेल* – उदाहरणार्थ, तुम्हाला दक्षिण पॅसिफिकमधील मद्यविषयक व्यसनाधीनतेचा अभ्यास करायचा आहे. पण तुम्ही गृहीतके निर्माण करू शकाल असे तुम्हाला वाटत नाही, कारण तुमच्याकडे अभ्यासपूर्ण अंदाज बांधण्यासाठी योग्य सांस्कृतिक संदर्भ नाहीत.
- *तुमच्याकडे निश्चित चलांचा संच नाही* – तुमचे संशोधन विशिष्ट परिस्थितीत योगदान देणाऱ्या घटकांची नावे शोधू शकते. पॅसिफिक बेटांवरील व्यसनाधीनतेबाबतीत, आपल्या संशोधनाचा उद्देश सहभागी घटक किंवा चल ओळखणे हा असू शकतो.

- *तुमचा प्रश्न मानसघटनाशास्त्रविषयक वर्णनावर लक्ष केंद्रित करतो (प्रकरण ८ पाहा)* – उदाहरणार्थ, तुम्हाला या प्रश्नात स्वारस्य असू शकते – 'पॅसिफिक बेटावर राहणाऱ्या लोकांचे पिण्याबद्दलचे काय अनुभव आहेत?' चलांदरम्यानचे संबंध इथे समोर येत नाहीत.
- *तुमचा प्रश्न सांस्कृतिक गटाच्या संस्कृतीवर्णन विषयक अभ्यासावर लक्ष केंद्रित करतो (प्रकरण ८ पाहा)* – उदाहरणार्थ, तुम्हाला विचारायचे असेल 'साऊथ पॅसिफिकच्या गावांमध्ये मद्याच्या व्यसनाधीनतेविषयी कशाप्रकारचा सांस्कृतिक प्रतिसाद मिळतो?' कदाचित या परिस्थितीत, बळजबरीने गृहीतप्रमेय तयार केल्यास, समृद्ध वर्णन करण्याच्या क्षमतेवर मर्यादा येऊ शकतात.
- *सहयोगी बदलाच्या प्रक्रियेत सहभागी होऊन संशोधन करणे, हे तुमचे ध्येय आहे. (प्रकरण ९ पाहा)* – 'कृतिसंशोधनात', कार्यपद्धती ही सहयोगी आणि अनपेक्षित दोन्ही आहे, त्यामुळे वापरासाठी पूर्वनिश्चित गृहीतकं बनवणे अव्यवहार्य ठरेल.

थोडक्यात, गृहीतप्रमेय तुमच्या प्रश्नासाठी योग्य आहे की नाही हे तुमच्या चौकशीच्या स्वरूपावर अवलंबून असते. जर तुमचा प्रश्न 'चलांमधील संबंध' या मुद्द्यापाशी येत असेल तर, नंतर तो अगदी चांगल्या प्रकारच्या परिभाषित संशोधन प्रश्नाच्या पलीकडे जाऊ शकतो एवढ्या प्रमाणात गृहीतप्रमेय तुमचा अभ्यास स्पष्ट करू शकतो. तथापि, तुमचा प्रश्नाने, अशा संबंधाचा शोध घेतला नाही, तर नंतर फक्त सक्तीने गृहीतप्रमेय बनवण्याचा योग्य उपयोग होणार नाही.

चांगल्या प्रश्नाची वैशिष्ट्ये

एकदा का तुम्ही संशोधन प्रश्न निश्चित केलात, की तो व्यावहारिक पातळीवर संशोधन करण्यायोग्य आहे का, याचे मूल्यांकन करणे आवश्यक आहे. खालील तपाससूची एक धावती नजर टाका (रकाना ३.३ मध्ये सारांश दिलेला आहे आणि ऑनलाइनही उपलब्ध 🖱). उत्तरांचा विचार करताना तुम्हाला अस्वस्थ वाटत असेल तर ते कदाचित तुमच्या प्रश्नाचा पुनर्विचार करावा लागण्याचे लक्षण आहे.

प्रश्न माझ्यासाठी योग्य आहे का?

सामान्यज्ञान असे सुचवते की, एका वास्तववादी संशोधन योजनेचे नियोजन करताना पुढील गोष्टींच्या मूल्यांकनाचा समावेश होतो (१) तुमच्या बांधिलकीची पातळी (२) तुमच्या कामासाठी किती वेळ देणे आवश्यक आहे, असे तुम्हाला वाटते – नंतर दोन्ही दुप्पट करा. त्या कालावधीत तुमचे स्वारस्य टिकवून ठेवण्याची क्षमता तुमच्या प्रश्नामध्ये आहे की नाही, हे लक्षात घेणे आवश्यक आहे. प्रकरण २ मध्ये चर्चा केल्याप्रमाणे, प्रेरणा गमावणे अतिशय सोपे आहे, आणि मार्गावर राहण्यासाठी खरोखरंच स्वारस्य असण्याची गरज आहे.

तथापि, याला दुसरी बाजूही आहे. तुमचे स्वारस्य खरोखर टिकवून ठेवतील अशा प्रश्नांमुळे सहसा पूर्वग्रह आणि व्यक्तिनिष्ठता उत्तमप्रकारे बाहेर येतात. प्रकरण ३ मध्ये चर्चा केल्याप्रमाणे, या व्यक्तिनिष्ठतांचा काळजीपूर्वक शोध घ्यायला हवा आणि संशोधन प्रक्रियेची सचोटी कायम राहील अशाप्रकारे त्याचे व्यवस्थापन करायला हवे. तुम्ही पुढील गोष्टींचा काळजीपूर्वक विचार करायला हवा:

- तुम्हाला माहीत आहे, संशोधन प्रश्नांच्याबाबतीत खूप समस्या येतात. खोलवर रुतलेले पूर्वग्रह साधारणपणे विश्वासार्ह संशोधन करू देत नाहीत.
- घरगुती हिंसा किंवा लैंगिक शोषण असे घराघरात आढळणारे संशोधनाचे मुद्दे. अशा विषयांवर संशोधन करणे, हा उपचार असू शकतो आणि ते सारक ठरू शकतात, पण वैयक्तिक आणि व्यावसायिक प्रेरणांचे जास्त प्रमाणात मिश्रण करणे, दोन्ही उद्देशांसाठी संभाव्यतः हानीकारक ठरू शकते.

क्षेत्रासाठी प्रश्न योग्य आहे का?

पुढीलपैकी एक किंवा अधिक गोष्टी करणे ही संशोधनाची भूमिका आहे: विशिष्ट क्षेत्रामधील अत्याधुनिक ज्ञान; व्यावसायिक प्रगतीसाठी; धोरणावरील परिणाम; किंवा व्यक्तींना मदत. संशोधन प्रश्न महत्त्वपूर्ण असणे आवश्यक आहे – फक्त तुमच्यासाठीच नव्हे, तर व्यापक स्तरावर शैक्षणिक किंवा व्यावसायिक ग्राहकांसाठीदेखील.

मी माझ्या विद्यार्थ्यांना सहसा, त्यांचा संशोधनाचा खर्च भरून निघेल अशा स्पर्धात्मक निधीसाठी ते अर्ज करत आहेत, अशी कल्पना करायला सांगते. ते संशोधन करण्यास सक्षम आहेत आणि त्यांचे दृष्टिकोन अर्थपूर्ण आणि विश्वासार्ह परिणाम देण्याची शक्यता आहे, असे निधी समितीला पटवून देण्यासाठी, त्यांनी युक्तिवाद सुरू करण्यापूर्वी, मुळात तो विषय निधी देण्यासाठी योग्य आहे, याची त्यांनी समितीला खात्री पटवून दिली पाहिजे. त्यांनी खालील गोष्टी स्पष्टपणे मांडल्या पाहिजेत:

- ते ज्ञान का महत्त्वाचे आहे.
- त्याचे सामाजिक महत्त्व काय आहे.
- निष्कर्षांमुळे कशाप्रकारे सामाजिक प्रगती होणार आहे.
- त्यांच्या संशोधनामुळे व्यवसाय आणि किंवा धोरणात काय सुधारणा होऊ शकतात.

संशोधन प्रक्रियेतील सुरुवातीचे काम तुमच्या अभ्यासासाठीची सयुक्तिकता स्पष्टपणे व्यक्त करू शकणे हे आहे, जे प्रकल्पाचे महत्त्व दाखवणारी रूपरेषा आखते. तुमच्या प्रश्नाची साहित्यात दखल घेतलेली असावी आणि तो महत्त्वपूर्ण असावा.

प्रश्नाची मांडणी चांगल्या पद्धतीने झाली आहे का?

संशोधन प्रश्न तुम्ही ज्या सिद्धांताचा आणि साहित्याचा शोध घेणे आणि पुनरावलोकन करणे गरजेचे आहे फक्त त्यांचाच निर्देश करत नाही तर तुम्ही कोणता डेटा संकलित करणे गरजेचे आहे आणि तुम्ही कोणत्या पद्धतींचा अवलंब करावा, याचाही निर्देश करतो. यागुळे रांशोधन प्रश्नाची रगष्ट अभिव्यक्ती विशेषकरून महत्त्वाची ठरते. संज्ञा नि:संदिग्ध आणि स्पष्टपणे परिभाषित असणे आवश्यक आहे.

'यूएसए मध्ये आरोग्य ही एक समस्या आहे का?' हा प्रश्न घ्या. सर्वसाधारण वादविवादाचा एक प्रश्न म्हणून हा कदाचित ठीक आहे. तथापि, संशोधन प्रश्न म्हणून थोडे वाजवी स्पष्टीकरण आवश्यक आहे. तुम्ही 'आरोग्य'ची व्याख्या काय करता? या संज्ञेच्या तुम्ही काय सीमा ठरवल्या आहेत? तुम्ही 'समस्येची' व्याख्या काय करता? सामाजिक, नैतिक, आर्थिक, कायदेशीर की या सर्व? आणि तुम्ही कोणाच्या बाजूने बोलत आहात? समस्या कोणाची? प्रश्न जितका अधिक स्पष्ट असेल तितके तो जास्त काम प्रश्न करू शकेल, आणि अभ्यासाची दिशाही तितकीच जास्त स्पष्ट होईल.

विचार करण्यासारखा दुसरा मुद्दा म्हणजे तुमचा प्रश्न खोट्या अनुमानावर आधारित आहे का? पुढील प्रश्न बघा 'फिजीमधील गावांतील महिला त्यांच्यावर अत्याचार करणारी पुरुषप्रधान संरचना कशी उलथवून टाकू शकतात?' येथे काही अनुमाने आहेत जी तपासली जाणे आवश्यक आहे:

१. पुरुषप्रधान संरचना आहेत. ही माहिती अस्तित्वात असू शकते आणि साहित्यातही आढळू शकते. हे खरे आहे हे गृहीत धरून...
२. या पुरुषप्रधान संरचना संबंधित महिलांवर खरंच अत्याचार करणाऱ्या आहेत.

३. या पुरुषप्रधान संरचना बदलण्याची फिजीच्या महिलांची इच्छा आहे.
४. बदल घडवून आणण्यासाठी त्या 'उलथवून टाकणे' हा सांगितला गेलेला एकमेव पर्याय आहे. ही एक अर्थगर्भ संज्ञा आहे, जी वैयक्तिक व्यक्तिनिष्ठता ध्वनित करते.

प्रश्न करण्यायोग्य आहे का?

तुम्ही प्रश्नाचे उत्तर शोधण्यासाठी आवश्यक संशोधन अंगीकारण्यासाठी सक्षम आहात का? हा कदाचित कोणत्याही चांगल्या संशोधन प्रश्नाचा मुख्य निकष आहे. आता हे विश्वास बसणार नाही इतके उघड आहे, पण ज्यांचे उत्तर संशोधन प्रक्रियेद्वारे दिले जाऊ शकत नाही, असे अनेक प्रश्न आहेत. उदाहरणादाखल हा प्रश्न घ्या, 'कठीण प्रसवामुळे नवजात बालकाच्या त्याच्या आईवर प्रेम करण्याच्या क्षमतेवर परिणाम होतो?' हा प्रश्न संशोधन करण्यायोग्य नाही. तुम्ही 'प्रेमा' ची व्याख्या कशी करणार? आणि तुम्ही जरी ती व्याख्या केलीत तरी, तुम्हाला प्रेम करण्याची नवजात बालकाची क्षमता मोजण्यासाठी मार्ग शोधणे आवश्यक आहे. आणि तुम्ही ते करू शकलात तरी, प्रेम करण्याच्या क्षमतेचा संबंध कठीण प्रसवाशी लावायला लागण्याच्या कोंडीत तुम्ही सापडला आहात. औत्सुक्यपूर्ण प्रश्न, पण संशोधन करण्यायोग्य नाही.

इतर काही प्रश्नांविषयी सैद्धांतिक पातळीवर संशोधन करणं शक्य आहे, पण व्यावहारिक पातळीवर नाही. विद्यार्थ्यांच्या संशोधन प्रकल्पावर अनेकवेळा खाली दिलेल्या गोष्टींमुळे मर्यादा येतात:

- वेळेचा अभाव
- निधीचा अभाव
- कौशल्याचा अभाव
- प्रवेशाचा अभाव
- नैतिक मंजुरीचा अभाव

तुमचा प्रश्न व्यवहार्य आहे आणि तो तुम्हाला एका पूर्ण प्रकल्पाकडे घेऊन जाऊ शकतो, याची आधीच खात्री करून घेणे योग्य ठरते. वेळ आणि ऊर्जेची मोठ्या प्रमाणात गुंतवणूक केल्यानंतर तुमचा प्रकल्प करण्यायोग्य नाही, हे कळण्याइतके वाईट काहीच नाही.

जाणकारांकडून प्रश्न बरोबर असल्याची मान्यता मिळवली का?

जेव्हा अंतिम प्रश्नाची मांडणी करायची वेळ येते तेव्हा जाणकार आणि संशोधन करणारे यांचा सल्ला घेणे योग्य ठरेल. बहुतेक पर्यवेक्षकांकडे संशोधनाची आणि पर्यवेक्षणाच्या अनुभवाची संपत्ती असते आणि सामान्यतः कोणते प्रश्न 'संशोधन करण्यायोग्य' आहेत आणि कोणते प्रश्न डोकेदुखी ठरू शकतील, हे त्यांना माहीत असते. तुमचा प्रश्न त्या क्षेत्रातील अधिव्याख्यात्यांकडे, तुमच्या पर्यवेक्षकांकडे आणि तुम्हाला जितक्या 'तज्ज्ञ' व्यक्ती माहीत आहेत त्यांच्यासमोर मांडा.

रकाना ३.३

चांगल्या प्रश्नाची तपाससूची

माझ्यासाठी प्रश्न योग्य आहे का?

- प्रश्नात माझ्या आवडीच्या विषयाचा समावेश असेल का?
- मी कोणतेही संभाव्य पूर्वग्रह/व्यक्तिनिष्ठता यांचे व्यवस्थापन करू शकेन का?

प्रश्न क्षेत्रासाठी योग्य आहे का?

- निष्कर्ष महत्त्वपूर्ण आहेत असा विचार केला जाईल का?
- त्याचे ज्ञानमध्ये योगदान असेल का?
- त्याच्यात बदलाला प्रभावित करण्याची क्षमता आहे का?

प्रश्न स्पष्टपणे मांडलेला आहे का?

- संज्ञांची स्पष्ट व्याख्या केली आहे का?
- कोणतेही न तपासलेले समज आहेत का?

प्रश्न करण्यायोग्य आहे का?

- प्रश्नाचे उत्तर देण्याचा प्रयत्न करताना माहिती संकलित केली जाऊ शकते का?
- या माहितीपर्यंत पोचण्यासाठी आवश्यक असणारी कौशल्ये आणि नैपुण्य तुमच्याकडे आहे का? नसतील तर ती कौशल्ये विकसित केली जाऊ शकतात का?
- मला ते सर्व माझ्या वेळेच्या मर्यादेच्या आत पूर्ण करणे शक्य होईल का?
- माझ्या खर्चाच्या अंदाजपत्रकापेक्षा जास्त खर्च होण्याची शक्यता आहे का?
- काही संभाव्य नैतिक समस्या आहेत का?

जाणकार व्यक्तीकडून प्रश्नाला मान्यता मिळाली का?

- मी योग्य मार्गावर आहे, असे माझ्या पर्यवेक्षकाला वाटते का?
- क्षेत्रातील 'तज्ज्ञ' व्यक्तींना माझा प्रश्न प्रस्तुत/महत्त्वाचा/करण्यायोग्य वाटतो का?

प्रकरणाचा सारांश

- नीटपणे मांडण्यात आलेला संशोधन प्रश्न विकसित करणे आवश्यक आहे, कारण तो प्रकल्पाला परिभाषित करतो, सीमारेषा आखतो, दिशा देतो आणि तुमच्या कामाची मूल्यांकन संदर्भ चौकट म्हणून काम करतो.
- संशोधनासाठी विषय निर्माण करण्याची क्षमता हे खरे आव्हान असू शकते. संशोधन प्रेरणा कोणत्याही क्षेत्रातून मिळू शकतात ज्यामध्ये साहित्य, वैयक्तिक अंतर्दृष्टी आणि अनुभव; निरिक्षण; समकालीन/समयोचित मुद्दे; आणि भागधारकांच्या गरजा यांचा समावेश होऊ शकतो.
- संशोधनाची दिशा नेहमी संशोधकाच्या निर्णयावर पूर्ण अवलंबून नसते. तुम्ही ज्या व्यावहारिक विषयांचे भान ठेवणे गरजेचे आहे, त्यात पुढील गोष्टींचा समावेश होतोः विषयाचं औचित्य; पर्यवेक्षकाचे समर्थन प्राप्त करण्याची आपली क्षमता; आणि निधी मिळण्याच्या संधी आणि बांधीलकी.
- विषयाकडून संशोधन करण्यायोग्य प्रश्नाकडे जाणे घाबरवणारे असू शकते. संकल्पना आराखडा किंवा विकास प्रक्रिया, तसेच सततचे परिष्करण याचा वापर, तुम्हाला तितकाच संशोधन करण्यायोग्य प्रश्न तसेच मजबूत गृहीतके विकसित करण्यास मदत करेल.

- चांगल्या संशोधन प्रश्नांमध्ये पुढील गोष्टी असणे आवश्यक आहे: तुमच्यासाठी योग्य; क्षेत्रासाठी योग्य; तसेच नीट मांडणी असलेला; करण्यायोग्य; आणि जाणकार व्यक्तींकडून मान्यता मिळालेला विषय.

अवांतर वाचन

बहुतेक संशोधन पद्धतीवरील ग्रंथांमध्ये संशोधन प्रश्न विकसित करण्याचा समावेश थोड्याबहुत प्रमाणात करतात.

Booth, W. C., Colomb, G. C., and Williams, J. M. (2008) *The Craft of Research.* Chicago: University of Chicago Press.
Bryman, A. (2012) *Social Research Methods.* Oxford: Oxford University Press.
Robson, C. (2011) *Real World Research.* Oxford: Blackwell.

तरीही दोन उत्कृष्ट पुस्तकं जी पूर्णपणे संशोधन प्रश्नाच्या विकासात येणाऱ्या आव्हानांना समर्पित आहेत:

Andrews, R. (2003) *Research Questions.* London: Continuum International.

सुमार कल्पना केलेल्या किंवा अनिश्चित प्रश्नाच्या आधारे संशोधनात पुढे जाणे किती कठीण आहे, याची या पुस्तकाला समज आहे, आणि विद्यार्थ्यांसाठी महत्त्वपूर्ण आणि संशोधन करण्यायोग्य असलेल्या प्रश्नांची रचना आणि आखणीच्या प्रक्रियेपर्यंत नेते.

White, P. (2009) *Developing Research Questions: A Guide for Social Scientists.* Basingstoke: Palgrave Macmillan.

हे पुस्तक विद्यार्थ्यांना सामान्य प्रश्नांपर्यंत नेते जसे: कोणती गोष्ट विषयाला संशोधन योग्य बनवते; तुम्ही विषयाकडून प्रश्नाकडे कसे जाल आणि तुम्ही परिष्करण करून 'संशोधन योग्य' मुद्दा कसा शोधाल. येथे टिपा भरपूर आहेत.

४

विश्वासार्ह आणि नैतिक संशोधनाचे काम हाती घेणे

प्रकरणाचे पूर्वावलोकन

- सामर्थ्य, राजकारण, नैतिकता आणि संशोधनातील प्रामाणिकपणा
- विश्वासार्हता: ज्ञान निर्मितीतील सचोटी
- नैतिकता: प्रामाणिकपणा आणि 'संशोधित'

सामर्थ्य, राजकारण, नैतिकता आणि संशोधनातील प्रामाणिकपणा

वस्तुस्थितीविरुद्ध मोजले जाणारे आपले सर्व विज्ञान, हे प्राचीन आणि सरळ आहे – आणि तरीही ती आपल्याकडील सर्वात मौल्यवान गोष्ट आहे.

अल्बर्ट आईन्स्टाईन

विज्ञान 'प्राचीन आणि सरळ' आहे, तरीही ते 'मौल्यवान' आहे. आइनस्टाइनच्या मते याचा काय अर्थ होता आणि त्याचा संशोधकांना काय उपयोग आहे ? तसेच, विज्ञान हे प्राचीन आणि सरळ आहे. कारण वास्तव टिपण्याचा शोध घेणे हे एक आव्हान आहे, ज्याला आपण पूर्णपणे सामोरे गेलेले नसतो आणि कदाचित कधीच सामोरे जाणारही नाही. पण ते मौल्यवान आहे कारण ते आपल्या शिकण्याच्या, वाढण्याच्या, स्थलांतर करण्याच्या, बदल घडविण्याच्या – वेगळा बदल घडविण्याच्या क्षमतेच्या केंद्रस्थानी आहे. आणि याचा अर्थ संशोधन अत्यंत काळजीपूर्वक हाताळले जाणे आवश्यक आहे. प्रत्येक टप्प्यावर, जबाबदारपणा आणि प्रामाणिकपणा हे ध्येय असणे, आवश्यक आहे. या आव्हानाची याहून कमी मागणी नसते.

संशोधनातील प्रामाणिकपणाची दोन व्यापक क्षेत्रांमध्ये गरज भासते, ज्यामध्ये सामर्थ्य आणि राजकारण दोन्ही गोष्टी आपापली भूमिका बजावतात. पहिले म्हणजे ज्ञाननिर्मितीसाठीचा तुमचा शोध – तुम्ही 'सत्य' मिळविले आहे, त्रुटी आणि सहज न दिसणारे पूर्वग्रह ज्यात नाहीत अशा अनुमानापर्यंत तुम्ही पोहोचला आहात; आणि व्यावसायिक सचोटीने तुम्ही संशोधन केले आहे याची खात्री करून घेणे, ही तुमची जबाबदारी आहे. दुसरे म्हणजे इतरांबरोबर काम करणे – इथे तुमची जबाबदारी नैतिक आहे. ज्यामध्ये तुमच्या अभ्यासात गुंतलेल्या सर्वांचे अधिकार आणि कल्याण पूर्ण काळ सुरक्षित आहेत, याची खात्री करून घ्यावी लागते.

कोष्टक ४.१ सामर्थ्य, विशेषाधिकार, आणि स्व

सामर्थ्य आणि विशेषाधिकार	तोटा आणि दुर्लक्ष
गोरा	कोणीही गोरा नसलेला
एका विकसित देशातून	एका विकसनशील देशातून
ख्रिश्चन	मुस्लीम, हिंदू, बौद्ध
विद्यापीठातून शिक्षण घेतलेला	माध्यमिक किंवा कमी शिक्षण
मध्यमवर्गीय	कामगार वर्गातील
मध्यम वयीन	तरुण/वृद्ध
पुरुष	स्त्री
प्रथम भाषा इंग्रजी असलेला	इंग्रजी भाषेची कौशल्ये नसलेला

सत्तेचा खेळ समजून घेणे

राजकारण आणि सत्तेच्या सर्व पैलूंना बाजूला काढून संशोधनाचा निव्वळ वस्तुनिष्ठ क्रिया म्हणून विचार करणे, ही एक दंतकथाच मानावी लागेल. जिचा आता संशोधन जगतात स्वीकार केला जात नाही. म्हणून अगदी अलीकडे विसाव्या शतकाच्या वळणावर, मॅक्स वेबर यांनी 'वैज्ञानिक समस्येचे अस्तित्व हे वैयक्तिकरीत्या ... विशेषतः हेतू आणि मूल्याभिमुखतेच्या बरोबरीने जाते', हे ([१९०४] १९४९) ओळखले. त्यामुळे आता संशोधन आणि म्हणून संशोधक हा ज्ञानाच्या स्वरूपाला आकार देण्यासाठी जबाबदार असतो, असे मानले जाते. ह्या ज्ञाननिर्मितीशी संबंधित जबाबदाऱ्यांमुळे नैतिक आणि राजकीय जागृतीच्या आवश्यकतेला वाढती ओळख आणि स्वीकृती मिळाली आहे. ज्याचा संशोधनातील मुख्य प्रवाहात विचार होतो. संशोधकांनी सक्रियपणे सत्ता, राजकारण आणि नैतिकतेचे व्यवस्थापन केले पाहिजे. याकोब ब्रोनोव्स्की (१९७१) म्हणाले, 'कोणतेच विज्ञान हे राजकारणाच्या संसर्गापासून आणि सामर्थ्यविषयक भ्रष्टाचारापासून लांब राहू शकत नाही.'

मी संशोधन 'करायला' सुरुवात केली तेव्हा मला शक्तिशाली वाटत नव्हते, हे मी कबूल करणे आवश्यक आहे. मी फक्त एक विद्यार्थी होते आणि सत्ता माझ्या विश्वासार्ह संशोधन करण्याच्या क्षमतेवर कसा परिणाम करेल, हे मी ओळखू शकले नाही. पण अर्थातच मी त्याचा अंदाज बांधायला हवा होता, कारण माझ्याकडे सामर्थ्य होते. मी सुशिक्षित आणि मध्यमवर्गीय असल्याने मिळालेले सामर्थ्य, संशोधन करण्याच्या स्थितीत असल्याने मिळवलेले सामर्थ्य, नियंत्रण ठेवण्याच्या पदामुळे आणि अधिकारपदामुळे मिळालेले सामर्थ्य.

यापुढे लिंग, वय, वंश, धर्म, सामाजिक वर्ग इत्यादि गोष्टींमुळे पूर्वग्रह निर्माण झाले नाही तर चांगले होईल. पण ते होतात. गुणधर्मांचा इतर तुमच्याकडे कसे पाहतात आणि तुम्ही जगाकडे कसे पाहता या दोन्ही गोष्टींवर परिणाम होतो. आणि हे कितीही अन्याय्य असले तरी काही स्पष्ट वैशिष्ट्ये ही सत्ता आणि विशेषाधिकाराशी संबंधित असतात, तर काही नसतात. भेदभावाला बळी पडलेल्या कोणालाही ही वस्तुस्थिती आपोआपच कळण्याची शक्यता आहे. परंतु ज्यांचे गुणधर्म त्यांना प्रबळ स्थानावर (कोष्टक ४.१ पाहा) नेऊन ठेवतात, त्यांच्या बाबतीत संभाव्य सामर्थ्य ओळखले जात नाही, असे होऊ शकते.

ओळखल्या न गेलेल्या सामर्थ्याचा परिणाम गंभीर असू शकतो. अनेक वर्षे, मानववंशशास्त्रज्ञ स्वविषयी चिंतनशील सजगता न बाळगता संशोधन करत राहिले. आणि वर्षानुवर्षे त्यांच्या निष्कर्षांवर गोऱ्या, पुरुषप्रधान, पाश्चात्य समाजाच्या पूर्वग्रहाची आणि अनुमानांची छाप होती. निर्माण झालेल्या ज्ञानाची सचोटी आणि संशोधितांचे (ज्याचे संशोधन केले आहे असा) कल्याण, हे दोन्ही सामर्थ्यविषयक नैतिक वाटाघाटी आणि सामर्थ्यविषयक संबंध यावर अवलंबून आहे.

शब्दार्थसूची

विश्वासार्हता

विश्वास संपादन करण्यासाठी गुणवत्ता, क्षमता, किंवा सामर्थ्य.

ज्याच्यावर इतरांचा विश्वास बसेल आणि ज्यावर अवलंबून राहता येईल, असे नवे ज्ञान निर्माण करणे हे संशोधनाचे ध्येय असेल, तर या ज्ञानाची निर्मिती विश्वासार्ह असणे आवश्यक आहे. त्यात 'विश्वास संपादन करण्याची शक्ती' असणे आवश्यक आहे.

पण हे करण्यापेक्षा म्हणणे सोपे आहे. सामाजिक शास्त्रांमधील संशोधनात साधारणपणे लोकांबरोबर काम करावे लागते – आणि ज्या संशोधनात लोकांचा समावेश असतो, त्या संशोधनातील प्रामाणिकपणासमोर आव्हानांची झुंड उभी राहते. खरं तर लोक अत्यंत क्लिष्ट असतात. जीवाणू, पेशी, डीएनए वगैरे प्रयोगशाळेत साधारणपणे नीट वागतात – तिथे तुम्ही काय अपेक्षा करावी हे तुम्हाला माहीत असते आणि ते छोटेसे जीवाणू जाणीवपूर्वक किंवा नकळत तुम्हाला बाहेर फेकून देण्याचा प्रयत्न करत नाहीत.

पण लोक क्लिष्ट असतात. त्यांचे काही गुप्त उद्देश, प्रमादशील आठवणी असतात आणि त्यांना विशिष्ट प्रकारे स्वत:ला सादर करण्याची गरज वाटते. ते मदतशील, बचावात्मक किंवा मर्यादाशील असू शकतात – आणि पुष्कळ वेळा ते कसे वागत आहेत, हेच तुम्हाला माहीत नसते. आणि नंतर एक संशोधक असतो. तो सुद्धा प्रमादशील, पक्षपाती, किंवा व्यक्तीनिष्ठ असलेली स्वतंत्र अस्तित्व असणारी व्यक्ती असतो ज्याला 'निःपक्षपाती' विश्वासार्ह परिणामांची निर्मिती करण्याच्या आव्हानाला सामोरे जायला लागते. आता तुम्ही जर व्यक्तीनिष्ठ संशोधक आणि अंदाज न बांधता येण्याजोगा 'संशोधित' यांना एकत्र आणलेत तर विश्वासार्ह ज्ञाननिर्मिती सोपी नाही.

संशोधन जगताच्या बाहेर विश्वास ठेवण्याजोग्या, संयुक्तिक, संभाव्य किंवा वास्तववादी अशा गोष्टींमधून विश्वासार्हता मिळू शकते. पण संशोधन जगतात, विश्वासार्हतेला एक विशिष्ट अर्थ प्राप्त होतो आणि विश्वसनीयता, वैधता, सत्यता, तटस्थता आणि तपासून पाहण्याची क्षमता अशा निर्देशकांच्या श्रेणीतून तो व्यक्त होतो. हे निर्देशक शिस्तबद्ध काटेकोर चौकशीचा समावेश असलेले संशोधन निर्दिष्ट करतात आणि म्हणूनच ज्ञानातील बहुमोल योगदान म्हणून त्यांचा स्वीकार केला जातो.

योग्य निर्देशकांचा वापर करून काम करणे

विशिष्ट संशोधन प्रकल्पासाठी कोणते निर्देशक प्रस्तुत आणि योग्य आहेत, हे माहीत करून घेणे, हे असंदिग्धता असल्याशिवाय साध्य होत नाही. संशोधनाचा आधार असलेली गृहीतके प्रत्यक्षार्थवादींच्या ज्ञानक्षेत्राच्या (प्रकरण १ पाहा) पलीकडे विस्तारत असल्यामुळे, संशोधनाचे चिकित्सक मूल्यांकन कसे केले पाहिजे याबाबतचे वादविवाद तीव्र होतात. पारंपरिक संशोधकांसाठी, चांगल्या संशोधनाचे निर्देशक हे जगभरात आधारविधान मानले जातात. जे मोजण्यायोग्य असून चौकशीच्या परिभाषित नियमांच्या आधारे मोजले जाऊ शकतात, त्यांच्याशी वस्तुनिष्ठपणे संपर्क साधला जाऊ शकतो आणि खरं तर ते जाणून घेण्यासारखे असतात. मात्र, प्रत्यक्षार्थवादींच्या धारणांवर विवेचक टीका करणाऱ्यांनी ह्या गृहीतकांवर प्रश्नचिन्ह उभे केले आहे. निर्देशकांचे पर्यायी संच उत्तर प्रत्यक्षवादी/उत्तर आधुनिकतावादी जगात संशोधनाचे आधारविधान म्हणून अधिक योग्य आहेत हे आता मान्यताप्राप्त आहे – हे जग अनंत, जटिल असलेले आणि 'सत्याची' परिभाषा नसलेले आहे असे मानले जाते; ते व्यक्तीनिष्ठतेला ओळखते आणि महत्त्व देते आणि हे फक्त आकडेवारीद्वारे टिपणे संभव आहे.

अनेक संशोधकांसाठी अडचण ही असते की जी गृहीतके त्यांच्या संशोधनाचा आधार असतात, ती ज्ञानाच्या एका धारणात्मक मार्गामध्ये व्यवस्थित बसत नाहीत. स्वतःला आणि त्यांच्या संशोधनाला एकतर प्रत्यक्षार्थवादी किंवा उत्तर प्रत्यक्षार्थवादी चौकटीमध्ये बंदिस्त करण्यामुळे त्यांची विचार करण्याची आणि सजगपणे कार्य करण्याची क्षमता मर्यादित होते. जेव्हा संशोधक धारणांमधून उत्पन्न झालेल्या चौकटीचा अवलंब करतात, तेव्हा या दोन गटात आखल्या गेलेल्या सीमा ओलांडण्याकरिता अभ्यासाची रचना करणे कठीण होते.

त्यामुळे, अशी गुंतागुंत असूनदेखील तुम्ही विश्वासार्हतेच्या निर्देशकांच्या दिशेने कसे काम सुरू करणार? तसेच, धारणात्मक आधाराचा वापर करण्याऐवजी, मी तुम्हाला असे सुचवीन की चांगल्या संशोधनाची खात्री करून घेण्यासाठी तुम्ही मूलभूत आव्हानांकडे लक्ष देणे आवश्यक आहे. जी खाली सूचित केली आहेत:

- व्यक्तिनिष्ठतांचा शोध घेऊन त्यांचे व्यवस्थापन केले आहे का?
- 'खरे सार' टिपले गेले आहे का?
- सर्व पद्धती सुसंगततेने हाताळल्या जात आहेत का?
- तर्क योग्य आणि उचित आहेत का?
- संशोधनांची यथार्थता पडताळून पाहिली जाऊ शकते का?

हे प्रश्न तुमच्या स्वतःच्या तसेच इतरांच्या कामाच्या विश्वासार्हतेचे मूल्यांकन करण्यासाठी एक चौकट म्हणून काम करू शकतात. मग तुमच्या विश्वकल्पना आणि गृहीतके; संशोधनाची ध्येये आणि उद्देश आणि कार्यपद्धतीय दृष्टिकोन यांची तपासणी करून या प्रत्येक प्रश्नासाठी योग्य निर्देशक ठरवणे, हे संशोधक म्हणून तुमच्या स्वतःवर अवलंबून आहे (कोष्टक ४.२ पाहा)

व्यक्तिनिष्ठतांचे व्यवस्थापन

इथे संशोधक व्यक्तिनिष्ठ घटक आहे की नाही हा प्रश्न नाही आहे (प्रत्येकजणच असतो), पण आपण व्यक्तिनिष्ठ आहोत हे आपण ओळखतो का आणि आपण आपल्या वैयक्तिक पूर्वग्रहांचे व्यवस्थापन करू शकतो की नाही, हा प्रश्न आहे.

जगाचा अन्वयार्थ कसा लावायचा ह्याचे जे नियम आपल्याला दिलेले असतात, त्यांच्या आधारे आपण जगाचा अर्थ लावतो, ह्यात शंका नाही. पण आपण त्या नियमांमध्ये गढून गेलो असल्याने आणि त्यांनी वेढले गेल्याने, ते दिसणे फार कठीण होऊन बसते. उदाहरणार्थ, जे धर्मावर विश्वास असलेल्या संरचनेत जन्माला येतात, त्यांना आपण देवाबद्दल पहिल्यांदा कधी ऐकले होते हे अनेकदा आठवत नाही; तो किंवा ती फक्त आहे. देशभक्तीची आपली जाणीव, कुटुंबाबाद्दलची आपली समज, न्याय आणि निःपक्षपातीपणा यावरील आपला विश्वास – आपले नीतीनियम आणि सर्वात आंतरिक विश्वास – ते निर्मित आहे हे ओळखण्याची, प्रदर्शित करण्याची क्षमता आपल्यामध्ये येण्याआधी आपल्या आतमध्ये ते स्थापित झालेले असते. या श्रद्धा आपल्यामध्ये अंतर्स्थापित असतात. आपण जग कसे समजून घेतो आणि जगातील गोष्टींचा अर्थ कसा लावतो – आणि आपण याचे संशोधन कसे करू शकतो, या गोष्टीचाच हा भाग आहे. म्हणून विश्वासार्ह संशोधनाच्या दिशेने काम करताना संशोधन प्रवास सुरू करू तेव्हा या गोष्टी विचारात घेण्यासाठी आपल्या विश्व कल्पनांबद्दलची सजगता आणि जाणीवपूर्वक केलेले प्रयत्न याची ते मागणे करते.

आता प्रयोगशाळेत काम करणाऱ्या, पारंपरिक शास्त्रज्ञांसाठी, याचा अर्थ म्हणजे कोणतीही पूर्वनिर्धारित मते बाजूला ठेवणे आणि शुद्ध वस्तुनिष्ठतेचे ध्येय ठेवणे. कठोर कार्यपद्धतीय शिष्टाचार आणि सहसा स्वतःहून भिन्न असणारे 'संशोधित' यांमुळे या निर्देशकाचा शोध सुकर होतो. तथापि, समाजशास्त्राच्या संशोधकांसाठी, हे आव्हान थोडेसे अधिक कठीण आहे. समाजाचेच संशोधन केले जात असते, आणि समाजातील उत्पादने म्हणून,

सामाजशास्त्र संशोधकांना हे ओळखावे लागते की, त्यांच्या स्वतःच्या विश्वाविषयीच्या कल्पनांमुळे ते मूल्यांच्या बंधनात अडकतात. जर आपण कोण आहोत यावर आपण काय पाहतो आणि त्याचा अर्थ कसा लावतो, हे अवलंबून असेल तर कठोर संशोधनासाठी अनेक दृष्टिकोन ऐकणे, पाहणे आणि त्यांचे मूल्यांकन करणे आवश्यक आहे. उदाहरणार्थ, स्त्रीमुक्तीवाद्यांनी बरीच वर्ष सामाजिक शास्त्रांवर वंचित, गोरे व पुरुष यांच्या दृष्टिकोनातून विश्लेषण करण्याच्या आणि जगाचा अर्थ लावण्याच्या वृत्तीवर टीका केली आहे.

वस्तुनिष्ठता कधीच उघड नसते. एक संशोधक म्हणून तुम्ही व्यक्तिनिष्ठता विचारात घेतली नाहीत आणि सक्रियपणे तटस्थतेच्या निकषांच्या दिशेने काम केलेत, तर तुम्ही सहजच जाळ्यात ओढले जाल आणि तुमच्या स्वतःच्या तुलनेत इतरांचे वास्तव तपासायला लागाल. खरंतर, जे संशोधक जाणीवपूर्वक त्यांच्या स्वतःच्या स्थितीचे व्यवस्थापन करत नाहीत, त्यांना 'स्व-केंद्रित' विश्लेषणाचा धोका असतो; म्हणजेच वंश, वर्ग, लिंग अशा समस्यांविषयी असंवेदनशील असणे; फक्त हाती सत्ता असलेल्यांचा प्रबल आवाज ऐकणे; आणि भाषेच्या शक्तीकडे दुर्लक्ष करणे.

वंश, वर्ग, लिंग अशा मुद्द्यांविषयी असंवेदनशील असणे

वंश, वर्ग, लिंग इ. मुद्द्यांविषयीची असंवेदनशीलता ही संरचनांकडे अभ्यासतील महत्त्वाचे घटक किंवा चल म्हणून दुर्लक्ष करण्याच्या पद्धतीसंदर्भात असते आणि ते 'स्व-केंद्रित' विश्लेषणाचे उप-उत्पादन असू शकते. संशोधकांनी संशोधितांचे वास्तव ओळखले पाहिजे आणि समजून घेतले पाहिजे, अन्यथा अद्वितीय आणि लक्षणीय गुणधर्मांकडे दुर्लक्ष होण्याचा धोका वाढतो. उदाहरणार्थ, बहु-सांस्कृतिक (multi-cultural) वातावरणामधील विद्यार्थी प्रेरणांचा अभ्यास, हा वांशिकता हा महत्त्वपूर्ण चल असल्याशिवाय फारसा अर्थपूर्ण होणार नाही. होय, कारकीर्दीतील महत्त्वाकांक्षा, अभ्यासातील आनंद, अनुभूत समर्पकता, इ. हे प्रेरणेचे महत्त्वाचे निर्देशक असू शकतात. पण हे सर्व घटक कुटुंब आणि संस्कृती यांनी प्रेरित केले जाऊ शकतात. उदाहरण म्हणून बघायचे झाल्यास, अनेक आंग्ल-आशियाई कुटुंबात, विद्यार्थ्यांच्या यश आणि अपयशाकडे, पालकांचे यश आणि अपयश म्हणून पाहिले जाते, आणि विद्यार्थ्यांसाठी हा मोठ्या प्रमाणात भार किंवा प्रेरक ठरू शकतो.

वंश, वर्ग, लिंग इ. मुद्द्यांविषयीच्या असंवेदनशीलतेमुळे दोन परस्परविरोधी गटात विभाजन होऊ शकते, किंवा परस्परव्यापी वैशिष्ट्ये न ओळखता हे समूह वर्णपंक्तीच्या दोन टोकांना स्वतंत्रपणे ठेवण्याची प्रवृत्ती दिसून येते. 'पुरुष' आणि 'महिला' किंवा 'काळा' आणि 'गोरा' याबद्दल स्वतंत्रपणे चर्चा करताना आपण हे करतो. दोन परस्परविरोधी गटात विभाजन करणारे संशोधन हे अर्थातच साचेबंद पद्धतीला बळी पडलेले संशोधन आहे.

शेवटी, वंश, वर्ग, लिंग इ. मुद्द्यांविषयीची असंवेदनशीलता दुहेरीपणा आणू शकते. जिथे सारख्याच वर्तन, परिस्थिती किंवा वैशिष्ट्यांचे सर्वेक्षण करताना प्रतिसादक काळा आहे का गोरा, पुरुष आहे का स्त्री, श्रीमंत आहे का गरीब ह्यानुसार वेगळे निकष वापरून विश्लेषण केले जाते. समजा तुम्हाला वैवाहिक व्यभिचाराच्या कारणांचा शोध घ्यायचा आहे. जर तुम्हाला पुरुष आणि महिला प्रतिसादकांचे वेगवेगळे संच वापरायचे असतील, ज्यामध्ये जसे तुमचे पुरुषांबद्दलचे 'ते सहज कंटाळतात' आणि महिलांबद्दलचे 'खूप गरजू' असे पूर्वकल्पित समज पुढे आले, तर तुम्ही दुहेरीपणाने वागू शकता. संशोधनाच्या आयोजनामध्ये, आपल्या समाजात मूळचीच असलेली गृहीतके आणि पूर्वग्रह, यांपासून संरक्षण करणे ही आवश्यक गरज आहे, हे लक्षात ठेवा.

फक्त हाती सत्ता असलेल्यांचा प्रबळ आवाज ऐकणे

सर्वात मोठ्या आवाजात बोलणाऱ्यांचा किंवा तुमच्या 'भाषेत' बोलत असलेल्यांचा आवाज ऐकणे सोपे आहे. परंतु तुम्ही जेव्हा हे करता, तेव्हा तुम्ही एक महत्त्वाचा अंतःप्रवाह, एक दुसरा संपूर्ण आवाज विसरून जाण्याची शक्यता

असते. मी स्वत: शिकवत असताना या गोष्टीशी संघर्ष केला आहे. कार्यशाळा घेताना, मी माझ्या विद्यार्थ्यांशी संबंध प्रस्थापित करण्याचा खूप प्रयत्न करते – त्यांना व्याख्यान देण्याऐवजी मी त्यांच्याशी संवाद साधण्याचा प्रयत्न करते. मी 'संवाद' साधण्याचा आणि दोन्ही बाजूने संभाषण चालू ठेवण्याचा प्रयत्न करते. आणि मी हे बऱ्यापैकी करू शकते असे वाटते. प्रत्येक वर्गातील विद्यार्थ्यांच्या मध्यवर्ती गटामुळे मला हे सोपे होते.

पण या मध्यवर्ती गटामध्ये कोण असते? तो एक मिश्र गट असू शकतो, पण ते कोण नसतात, हे मी सांगू शकेन. शक्यतो ते आंतरराष्ट्रीय विद्यार्थी नसतात; पाठीमागे राहण्याकडे त्यांचा कल असतो. आता यामागे अनेक कारणे आहेत. एक कारण म्हणजे, बऱ्याच जणांनी ज्यामध्ये सहभाग अपेक्षित नसतो अशा प्रकारच्या शिक्षण प्रणालीमध्ये शिक्षण घेतलेले असते. इतरांची इंग्रजी ही दुसरी भाषा असल्याने त्यांना ते अवघड जाते. पण मी आणि माझे वास्तव हासुद्धा अजून एक घटक असू शकतो. मी वापरत असलेली उदाहरणे, माझ्या बाबतीत घडलेली मी सांगितलेली वैयक्तिक छोटी रंजक गोष्ट, माझी 'बेफिकीर' अमेरिकन शैली, या सर्व गोष्टींमुळे माझ्यासारखीच जनसांख्यिकीय वैशिष्ट्ये असलेले लोक जास्त बोलतील. त्यामुळे माझ्या वर्गातील आशियायी आणि भारतीय विद्यार्थ्यांचे म्हणणे न ऐकले जाण्याची शक्यता आहे (त्यांच्या पश्चिमेकडील विद्यापीठ संपूर्ण कारकिर्दीमध्ये त्यांना असाच अनुभव येण्याची शक्यता आहे).

शिकवत असताना, माझ्या सर्व वर्गाला मी कशी गुंतवून ठेवणे आणि मी प्रत्येक विद्यार्थ्यापर्यंत पोचत आहे आणि ते माझ्यापर्यंत पोहोचत आहेत, याची खात्री करण्यासाठी मार्ग शोधणे हे माझ्यासाठी आव्हान असते. संशोधन करत असताना यासारखेच आव्हान असते (रकाना ४.१ पाहा). तुम्ही विविधतेबाबतची गुणग्राहकता आणि दुर्लक्षितांकडे लक्ष देणे, याबद्दलच्या धोरणांवर जाणीवपूर्वक काम केले नाहीत, तर समाजातील दुर्लक्षित लोकांकडे लक्ष न देताच डेटा संकलित करून अनुमान काढण्याचा धोका वाढतो. जबाबदार संशोधनात परंपरेनेच दुर्लक्षित असलेल्या लोकांना सक्षम करण्याचा प्रयत्न करणे आवश्यक आहे. स्थानिक लोक, अल्पसंख्यांक, मुले, महिला, समलैंगिक पुरुष आणि महिला हे अनेकदा दुर्लक्षित राहतात, पण संपूर्ण आकलनासाठी त्यांच्याकडे लक्ष देणे आवश्यक आहे.

रकाना ४.१

माझ्या प्रांतातील लोक – किथची कथा

मी एका स्थानिक परिषदेबरोबर संशोधन करत होते आणि मी माझ्या पहिल्या सभेला उपस्थित राहिले, तेव्हा महापौरांची आणि काही स्थानिक नगरसेवकांची समुदायासंदर्भात आधीच मुलाखत घेतली होती. बैठक खरोखरंच डोळे उघडणारी होती. मी अभ्यास करत असलेल्या प्रदेशाची मानववंशीय पार्श्वभूमी ४५% आंग्ल-ऑस्ट्रेलियन, २५% आशियाई, २०% भारतीय, आणि १०% ग्रीक आणि अजून किमान सात विविध धर्म अशी होती. पण, मी बैठकीमध्ये पाउल ठेवले तेव्हा मला माझे 'ख्रिश्चन' नाव विचारण्यात आले, आणि (रोमन कॅथलिक चर्च पेक्षा वेगळ्या असलेल्या) प्रोटेस्टंट मंत्र्याच्या प्रार्थनेने बैठकीला सुरुवात झाली. त्या वेळी मी आजूबाजूला नीट बघितले आणि सर्व नगरसेवक आंग्ल-ऑस्ट्रेलियन वंशाचे असल्याचे मला लक्षात आले. खरंतर, या वेळी उपस्थित जवळजवळ प्रत्येकजण आंग्ल-ऑस्ट्रेलियन होता.

मग जेव्हा महापौर आणि नगरसेवक त्यांच्या 'समूहा' बद्दल बोलत होते अशा सर्वपरिस्थितींचा मी विचार केला. त्यांचा 'समूह' नक्की कोणता होता याचा मी विचार करत राहिले. त्यांची संदर्भ चौकट त्यांच्या अधिकार क्षेत्राच्या मतदारसंघामधील सभासदांची श्रेणी होती का, की त्यांची संदर्भ चौकट त्यांच्या स्वत:सारखीच मानववंशीय पार्श्वभूमी असलेल्या व्यक्ती होत्या – दुसऱ्या शब्दांत सांगायचे तर, गोरे ख्रिस्ती म्हणून परिषद बैठकीला आलेल्यांचा 'समूह'? तेव्हापासून मी माझ्या संशोधनामध्ये 'खरा' समुदाय कसा प्रतिबिंबित होईल, आणि फक्त ज्यांच्याकडे ऐकले जाण्याची क्षमता/कल आहे समुदाय प्रतिबिंबित होणार नाही, याची खात्री करून घेऊ लागले.

भाषेच्या सामर्थ्याची उपेक्षा

आपला भाषेचा वापर अनेक प्रकारांनी आपल्या संशोधनाला रंग देण्यासाठी कारणीभूत ठरतो. प्रथमतः, शब्दांची स्वतःची सूक्ष्म पण प्रचंड शक्ती आहे. आपण जे शब्द प्रतिसादकांशी बोलताना वापरू आणि ते आपल्याशी बोलताना वापरतील त्यामधून सहज चुकीचा समज होऊ शकतो आणि त्याचा चुकीचा अर्थ काढला जाऊ शकतो. उदाहरणार्थ, एका गटासाठी 'धक्कादायक' असलेली भाषा ही दुसऱ्या एखाद्या गटासाठी अगदी 'दररोजची' असू शकते. शब्दाचे विश्लेषण हे संशोधिताच्या दृष्टिकोनातून आणि वास्तवातून येणे आवश्यक आहे, संशोधकाच्या नाही, हे लक्षात ठेवणे योग्य ठरेल.

समान भाषा नसलेल्या प्रतिसादकांबरोबर काम करताना अडचणींचा एक पुढचा थर दिसून येतो. एका भाषेतून दुसऱ्या भाषेत अचूकपणे भाषांतर करू शकेल असा संगणकाचा कोणताही प्रोग्राम नाही; याचे कारण भाषा या अत्यंत रूपकात्मक, दंतकथात्मक, काव्यात्मक असतात आणि त्यामध्ये बरेच गर्भित अर्थ, कोडी आणि गृहीतकंही असतात. अचूक विश्लेषण करताना भाषा आणि बोलण्यातील सूक्ष्म भेदांकडे दुर्लक्ष होते आणि नेहमी हे सूक्ष्म भेद विश्लेषकांकडून किंवा भाषांतराच्या प्रक्रियेमध्ये हरवून जातात. जे संशोधक असे गृहीत धरतात की इंग्रजी भाषा वेगळ्या भाषेत प्रक्रिया केलेले विचार सुसंस्कृतपणे टिपू शकेल; ते प्रतिसादकाच्या कल्पना आणि मते यांची समृद्धता आणि क्लिष्टता कमी करण्याची जोखीम उचलतात. स्वतःच्या प्रथम भाषेपेक्षा वेगळ्या भाषेत काम करणाऱ्या संशोधकांनी, अनुवाद करण्याच्या किंवा अर्थ लावण्याच्या प्रक्रियेत त्यांच्या डेटाची अचूकता आणि समृद्धता गमावली जाणार नाही, याची खात्री करण्यासाठी मार्ग शोधणे आवश्यक आहे.

व्यक्तिनिष्ठतेचे व्यवस्थापन करण्यासाठी धोरणे

तुम्ही सगळ्यात आधी व्यक्तिनिष्ठतांचे व्यवस्थापन करायला हवे. विश्वासार्ह डेटा आणि विश्वसनीय परिणामांच्या उत्पादनासाठी हे खरं तर महत्त्वाचे आहे. तुम्ही खालील धोरणांचा अवलंब करू शकता:

- *तुमच्या स्वतःच्या विश्वविषयक कल्पना समजून घेणे* – व्यक्तिनिष्ठतांचे व्यवस्थापन करण्याची तुमची क्षमता ही त्या ओळखणे आणि स्पष्ट शब्दात मांडणे यावर अवलंबून आहे. खरंतर, अनेक प्रबंधांमधील पहिल्या प्रकरणात आता संशोधकाची भूमिका असा एक विभाग समाविष्ट असतो.
- *पर्यायी वास्तव समजून घेणे* – संशोधक आणि संशोधित यांच्या आकलनाचा आधार असलेल्या, व्यक्तिगत व सामाजिक गृहीतकांचा सक्रियपणे शोध घेणे आणि ती भिन्न असू शकतात हे मान्य करणे.
- *प्रारंभिक मते स्थगित करणे* – आपण अशा समाजात राहतो जिथे आपल्याला न समजणाऱ्या गोष्टींबाबत मत बनवणे, सामान्य आहे. पण संशोधक म्हणून, समजले नाही तर अजिबातच मत न बनवणे, हे महत्त्वाचे आहे.
- *घटना, प्रसंग आणि अनुभवगम्य घटना यांचा तुम्ही लावलेला अर्थ 'आतल्या गोटातील' व्यक्तींकडून तपासून घेणे* – हे विशेषतः आंतरसांस्कृतिक संशोधनाशी संबंधित आहे. सांस्कृतिक वस्तुस्थितीची आतील परिस्थिती कोणीतरी कशी समजून घेते हे शोधून काढण्यामुळे, तुमच्या स्वतःच्या पूर्वग्रहांवर प्रकाश टाकायला मदत होते.
- *पूर्ण वृत्तांत मिळवणे* – तुम्ही शोध घेत असलेले लोक आणि सहभागी होणारे लोक हे अनेकदा प्रबळ आवाज असलेले असतात. तुमचे संशोधन ज्याचे प्रतिनिधित्व करते असे तुम्हाला वाटते त्या सर्व लोकांकडून तुमच्या संशोधन आराखड्याने ते (प्रतिनिधित्व) मिळवले पाहिजे ज्यामध्ये नेहमी गप्प बसणाऱ्यांचाही समावेश होतो.
- *पर्यायी आणि बहुतत्त्ववादी दृष्टिकोन शोधून काढणे आणि अंतर्भाव करणे* – अन्वयार्थ स्पष्ट करत असतानाही, बाहेरील मतांमुळे येऊ शकणाऱ्या समृद्धता आणि क्लिष्टता यांना थांबवा.

'सत्य' टिपणे

'सत्य' ही आभासी संकल्पना आणि ती टिपण्याची आपली इच्छा, याविषयी जे आहे त्याला संशोधन असे म्हणता येईल. परंपरेने, आपण इथे जाणून घेण्यायोग्य जगाबद्दल बोलत आहोत. ज्यामध्ये एकमात्र सत्याचे मूल्यमापन वैधतेच्या निर्देशकाद्वारे केले जाऊ शकते. दुसऱ्या शब्दांत सांगायचे तर, आपण आपले निष्कर्ष 'अचूक' आहेत की नाही याचे मूल्यांकन करतो. समजा तुम्ही 'समान लिंग असल्यामुळे मुलींचे त्यांच्या आयांशी मुलांपेक्षा चांगले संबंध प्रस्थापित होऊ शकतात का' याचा शोध घेत आहात. वैधता पुढील गोष्टींवर अवलंबून आहे: (१) तुम्ही मोजलेले 'संबंध' कसे खरोखर 'संबंधित' (असण्या) मध्ये प्रतिबिंबित होतात हे दर्शविते; (२) मुली व मुले यांच्याबद्दल सर्वसाधारणपणे दावा करण्यासाठी पुरेसे प्रतिनिधीत्व करण्याइतका तुमच्या नमुन्याचा आकार मोठा होता हे दाखवणे; (३) इतर कोणत्याही घटकांपेक्षा लिंगाचाच संबंध प्रस्थापित करण्याच्या क्षमतेवर खरा परिणाम होतो हे दाखवणे; (रकाना ४.४ पाहा)

तथापि, ज्या जगात आपण अनेक वास्तवांच्या शक्यतेचा स्वीकार करतो, तिथे खरेपणा हा योग्य सूचक ठरण्याची शक्यता आहे. सत्य जरी दृष्टिकोनावर अवलंबून असले तरी कडक आणि चिंतनशील पद्धत निष्कर्ष न्याय्य विश्वासार्ह आणि विश्वसनीय असल्याचे आश्वासन देते हे *खरेपणा* सूचित करतो. (रकाना ४.२ पाहा).

रकाना ४.२

काही झालं तरी हे कोणाचे वास्तव आहे?

मी एकदा पाचव्या इयत्तेतील वर्गाची रचना पाहण्यासाठी स्थानिक शाळेत मानवविज्ञानाच्या विद्यार्थ्यांचा एक गट घेऊन गेले होते. १० वर्षे वयाची ४२ मुले होती जी एका ओळीत सहा ह्याप्रमाणे सात ओळींमध्ये बसली होती व सर्व जणांची तोंडे समोर होती. शिक्षक मुलांकडे तोंड करून मध्यभागी उभे होते. मी माझ्या विद्यार्थ्यांचे दोन गट केले आणि वर्गाची रचना अशा रीतीने का केली आहे, हे शोधण्यास सांगितले.

छायाचित्र ४.१ वर्गातील रांगा

त्याबद्दल मिळालेले प्रतिसाद खूपच भिन्न होते. पहिल्या गटाने शिक्षकांच्या दृष्टिकोनातून प्रश्नाचे उत्तर देण्याचा प्रयत्न केला. त्यांनी तिची मुलाखत घेतली आणि तिच्या दृष्टीने ही रचना सर्वोत्तम आहे असे आढळले, आणि तिच्या मते खोलीची रचना करण्यासाठी यापेक्षा वेगळी कुठलीही योग्य पद्धत वापरली जाऊ शकत नाही. मुलांचे तोंड शिक्षकाकडे आणि फळ्याकडे असणे आवश्यक आहे. या रचनेमुळे मुले विचलित होण्याची शक्यता किंवा एकमेकांचे लक्ष विचलित करण्याचा कल कमी असल्याचे आणि त्यांना त्यांचे लक्ष शिक्षकाकडे केंद्रित करता येते, असे माझ्या विद्यार्थ्यांना दिसून आले.

दुसऱ्या गटाचे विश्लेषण पूर्णपणे वेगळे होते. त्यांनी महत्त्वपूर्ण साहित्याच्या दृष्टीकोनातून प्रश्नाचे उत्तर दिले आणि ही रचना सर्वच वर्गांच्या ठरावीक रचनेप्रमाणेच कशी आहे, जी नियंत्रण ठेवण्यासाठीची स्पष्ट यंत्रणा आहे असे सांगितले. आसन व्यवस्था अस्तित्वात आली कारण त्यामुळे शिक्षक आणि विद्यार्थी यांच्या दरम्यानचे वर्चस्वाबाबतचे संबंध सुलभ होऊ शकतात, जे सर्व एक-मार्गी आहेत. समवयस्क एकमेकांना काय देऊ शकतील याबाबत आदर यामध्ये दिसत नाही. ही रचना मुलांना एकमेकांपासून दूर करते, त्यांना एक सामूहिक गट म्हणून कार्य करण्यास अक्षम बनवते आणि म्हणून त्यांचे निर्बल असे प्रस्तुतीकरण होते. ह्यामुळे शिक्षणावर देखील मर्यादा येतात कारण तो मार्ग प्रत्यक्ष अनुभवामधील प्रतिबद्धतेऐवजी स्मरण – अध्ययन पद्धतीकडे झुकतो.

कुठला गट योग्य होता? मला वाटतं मुद्दा हाच आहे –योग्य किंवा चुकीचे, असा काही प्रश्न नाही आहे. फक्त वास्तव आणि दृष्टिकोनाचा प्रश्न आहे. तुम्ही जे वास्तव सादर करीत आहात तसेच जे तुम्ही सादर करणार नाही त्या वास्तवाची तुम्हाला जाणीव असणे आवश्यक आहे.

विश्वास संपादन करणे

सत्य टिपण्याची तुमची क्षमता, तुम्ही त्याला एकच वैध सत्य समजा किंवा इतर अर्थांच्या बरोबर जाणारे अधिप्रमाणित सत्य समजा, ते सर्वस्वी प्रतिसादकाला तुमच्याशी मोकळेपणाने आणि प्रामाणिकपणाने बोलते करण्याच्या तुमच्या क्षमतेवर अवलंबून आहे. आणि मोकळेपणाची हमी देऊ शकणारे कोणतेच तंत्र नसल्याने, विश्वास संपादन करणे गरजेचे आहे. म्हणून तुम्ही आणि 'संशोधित' यांच्यामधील सामर्थ्याची कोणतीही अस्तित्वात असलेली किंवा अनुभूत दरी कमी करणे अत्यंत महत्त्वाचे आहे. तुम्ही जर हे करू शकला नाहीत, तर 'संशोधितांना' संशोधन प्रक्रियेच्या संदर्भात दुरावल्यासारखे, दहशत दाखवल्यासारखे किंवा रस नसल्यासारखे वाटण्याची शक्यता आहे.

जवळीक साधण्याच्या आणि विश्वास संपादन करण्याच्या तुमच्या क्षमतेवर प्रभाव टाकू शकतील असे बरेच घटक आहेत:

- *लिंग* – रकाना ४.३ मध्ये दिल्याप्रमाणे तुम्ही साधलेली जवळीक आणि संपादन केलेला विश्वास, तुम्ही ऐकलेल्या गोष्टींबाबतचा कल, आणि तुम्ही काढून घेतलेल्या आठवणी हे सर्व प्रतिसादाकाचे लिंग काय आहे यावर अवलंबून असू शकते. उदाहरणार्थ, काही स्त्रियांना स्वतःच्या मुलाच्या मृत्यूबद्दल दुसऱ्या स्त्रीशीच बोलणे जास्त प्रशस्त वाटू शकते. किंवा (लैंगिक) स्वैराचारावर मुलाखत आयोजित करण्याची कल्पना करा; तुम्ही जी माहिती/उत्तरे काढून घ्याल ती तुमचे स्वतःचे लिंग काय आहे, यावर जास्त अवलंबून असू शकते. आता याबाबत ठरावीक असे कोणतेही नियम नाहीत. लिंग ह्या मुद्याचा जाणीवपूर्वक विचार करणे आणि तो मुद्दा विश्वास संपादन करण्यामध्ये घटक असण्याची शक्यता आहे का हा विचार करणे, हे महत्त्वाचे आहे.
- *वय* – विश्वास हा अनेकदा प्रतिसादाकाशी संबंध प्रस्थापित करण्याची तुमची क्षमता आणि तुमच्याशी संबंध प्रस्थापित करण्याची त्यांची क्षमता यावर अवलंबून असतो. आणि यामध्ये वय हा एक घटक नक्कीच असू शकतो. उदाहरणार्थ, 'तू या शनिवार-रविवारी काय केलेस' असे किशोरावस्थेतील मुलांना विचारणारे आणि

जरी विचारले तरी ज्यांना पूर्ण वृत्तांत कळतो असे खूप कमी पालक आहेत – विशेषतः जर शनिवार-रविवार चांगला गेला असेल तर! तुम्हाला आवडो अगर न आवडो, विश्वासार्ह डेटा संकलन करण्यामध्ये वय हा फार महत्त्वाचा घटक असतो. आणि परत याबाबत कोणतेही ठरावीक असे नियम नाहीत, हा फक्त एक आदेश आहे की संशोधक संशोधन संबंधांमध्ये वय कसा प्रभाव पाडू शकेल याचा तुम्ही विचार करा.

- *वांशिकता* – संशोधकाची मानववंशविषयक आणि सांस्कृतिक पार्श्वभूमी संशोधन प्रक्रियेवर नक्कीच प्रभाव टाकू शकते. सांगायला दुःख वाटते, पण जातीय आणि वांशिक वंशावळींमध्ये आपल्याला अजूनही खूप अन्याय, संशय आणि अविश्वास बघायला मिळतो. पण हे एक वास्तव आहे – आणि ते तुमच्या विश्वास संपादन करण्याच्या क्षमतेवर प्रभाव टाकू शकते, हे सत्य आहे. समजा तुम्ही हिस्पॅनिक समाजातील शिक्षण विषयक दृष्टिकोनावर संशोधन करू इच्छिता. बाहेरच्या 'गोऱ्या' माणसाला विश्वास संपादन करण्यासाठी कष्ट पडू शकतात, तर हिस्पॅनिक समाजातील माणूस सुलभपणे प्रामाणिक व खुला संवाद साधू शकतो.
- *सामाजिक-आर्थिक दर्जा/शिक्षण* – समाजातील स्थानाचा देखील संशोधन प्रक्रियेशी मोठा संबंध असू शकतो. संशोधक अनेकदा चांगल्या परिस्थितीतून आलेले असतात, त्यामुळे तुम्ही अडथळे दूर करण्याचा विचार करणे गरजेचे आहे आणि तुम्ही न्यायनिवाडा करणार नाही आहात, हे 'संशोधिताला' पटवून देणे आवश्यक आहे. तुमच्या स्वतःच्या तसेच संशोधिताच्या सामाजिक-आर्थिक दर्जाचे आणि शैक्षणिक पार्श्वभूमीचे भान ठेवल्यामुळे तुम्ही तुमच्या अभ्यासावर प्रभाव पाडू शकणाऱ्या आणि सामर्थ्यासंबंधीच्या कोणत्याही संभाव्य समस्यांचे व्यवस्थापन करू शकता.
- *संस्कृती किंवा उपसंस्कृतीमधील अंतर्गत सामर्थ्य आणि विशेषाधिकारचे स्थान* – सामर्थ्याचा असमतोल ही संस्कृती अंतर्गत काम करणाऱ्या संशोधकांसाठी, जे शास्त्रज्ञ किंवा तज्ज्ञांची भूमिका निभावतात त्यांच्यासाठी एक नेहमीची अडचण असू शकते. गॅरी लार्सन यांनी एकदा एक व्यंगचित्र काढले. त्यात त्यांनी झोपडीमधील 'स्थानिक' लोक वेडेपिसे होऊन 'मानववंशशास्त्रज्ञ!' असे ओरडत त्यांचे व्ही.सी.आर्स आणि टीव्ही लपवत आहेत असे दाखवले होते. तज्ज्ञाविषयी भीड बाळगल्यामुळे संशोधितामध्ये कसा बदल होतो, ह्याचे चित्र त्यांनी योग्य पद्धतीने रेखाटले आहे. आंतर-सांस्कृतिक संशोधन समजून घेताना होणारी मुख्य कोंडी म्हणजे तुम्ही अशा संस्कृतीचा अभ्यास करत आहात जिथे सत्ता आणि विशेषाधिकाराच्या तुमच्या स्थानामुळे प्रतिसादक नैसर्गिकपणे वागत नाहीत, हे तुम्हाला माहीत असते तेव्हा तुम्ही 'प्रमाणित' संशोधन कसे करू शकाल.

रकाना ४.३

लिंग, लैंगिकता आणि रोलर – कोस्टर – ॲनची कथा

महाविद्यालयातील आमचा एक गट ॲम्यूजमेंट पार्कमध्ये जाणार होता. पण शेवटी फक्त योहान, त्याचा पुरुष जोडीदार आणि मी इतकेच जण गेलो. प्रेमी युगुलांच्या जोडगळीमध्ये दोघात तिसरं असणं आधीच वाईट असतं. पण समलिंगी जोडप्यात असं तिसरं असणं हे अधिकचं विचित्र होतं. मी आधी कधीच ज्यांची दखल घेतली नव्हती असे शिष्टाचार एकदमच गायब झाल्यामुळे त्यांची अनुपस्थिती जास्तच जाणवत होती. कोणीही मला काहीही देऊ केले नाही, कोणीही मला प्रथम पुढे जाऊ देईना, कोणीही माझ्यासाठी काही जिंकण्याचा प्रयत्न करेना. मी एकटीच रोलरकोस्टरची फेरी मारली. माझ्या समोरच्या पाळण्यात दोन पुरुष एकमेकांसोबत आणि त्यांच्यामागे मी एकटीच. तुम्ही जरा थांबून त्याचे चिंतन करण्यापासून स्वतःला थांबवू शकत नाही. खरं तर, त्या दिवसापर्यंत, मी एक 'स्त्री' म्हणून पुरुषांशी किती संबंधित होते, याची मला अजिबात कल्पना आली नाही. पुरुषांशी होणाऱ्या माझ्या व्यवहाराला लैंगिकतेमुळे वेगळा रंग प्राप्त झाला, याची जाणीव झाल्याने मला मोठा धक्का बसला.

मी माझ्या स्वतःच्या संशोधनाशी ही गोष्ट पडताळून पाहिली आणि विशेषतः डेटा संकलन करताना लिंग आणि लैंगिकतेची भूमिका किती महत्त्वाची असू शकते, हे माझ्या लक्षात आले. मी खरोखर कशाचा अभ्यास करत आहे, हे मला समजून घ्यायचे असेल तर एक संशोधक म्हणून माझ्या स्वतःच्या पद्धतींनी मी कोण आहे हे लक्षात घेणे, आवश्यक असल्याचे लक्षात आले.

मत न बनवता ऐकणे

मत न बनवणे किती कठीण असते याचे अलीकडे मला स्मरण झाले. मी अनेकदा हाँगकाँगमध्ये कार्यशाळा घेते आणि माझा एक विद्यार्थी तिथून ऑस्ट्रेलिया (आता मी जिथे काम करते आणि राहते) मध्ये भेटीसाठी पोहोचला. दुपारचे जेवण करत असताना, त्याने आणि त्याच्या पत्नीने मला सांगितले की त्यांचा धाकटा मुलगा जो १० वर्षांचा आहे. तो यूकेमध्ये निवासी शाळेमध्ये शिकण्यासाठी गेला आहे आणि रोज फोनवर रडत सांगत असतो की रोज त्यालाच शिक्षा केली जाते आणि त्याचा वंशिक छळ केला जात आहे. तो म्हणाला की त्याला ते अजिबात आवडत नाही आणि तो खरोखर घरी परत येऊ इच्छितो. आता वास्तविक पाहता मी ज्या सांस्कृतिक वातावरणात वाढले आणि जिथे मी राहते तिथे मी माझ्या १० वर्षीय मुलाला घरापासून दूर पाठविण्याचा विचारही करू शकत नाही. पण त्या कुटुंबाने घेतलेला निर्णय हा त्या मुलाच्या प्रेमाखातर आणि त्याला सर्वोत्तम तेच देण्याच्या इच्छेने घेतला गेला होता याबाबत मी प्रश्न विचारू शकत नव्हते. फक्त हे सगळे आतापर्यंतच्या माझ्या स्वतःच्या वास्तवापासून आणि मी समाजात ज्या पद्धतीने वावरले त्यापेक्षा खूप वेगळे आहे.

त्यांच्याबाबत बनवलेले मत बाजूला ठेवून, 'त्याला तिथे पाठवताना तुम्ही काय विचार केला होता, हे मला पहिल्यांदा सांगा' असे खेकसणे टाळण्यासाठी मला जाणीवपूर्वक प्रयत्न करावे लागले. लोकांना तुमच्या त्यांच्याबद्दलच्या मताचा अंदाज लांबूनच येतो आणि तुम्ही जर ते दूर सारू शकला नाहीत किंवा थांबविण्यासाठी प्रयत्न करू शकला नाहीत, तर तुम्हाला विश्वास संपादन करण्याची आणि समस्येच्या मुळापर्यंत जाण्याची संधी मिळणार नाही. इथे मौखिक आणि गैर-मौखिक संकेतांवर लक्ष ठेवा – तुम्ही काय म्हणता, ते कसे म्हणता, तुमच्या चेहऱ्यावरील भाव, आणि तुमची देहबोली ह्या सर्व गोष्टी विश्वास निर्माण करण्याचे किंवा इतरांना दूर सारण्याचे काम करतात.

संशोधनामधील विश्वासाचा मुद्दा हा असा घटक आहे ज्यात संशोधिताशी जवळचे संबंध प्रस्थापित करण्याचा समावेश असतो. उदाहरणार्थ, मुलाखत घेताना. आणि हे खरे असले तरी, सर्वेक्षणामध्ये देखील विश्वास कसा संपादन केला जाऊ शकतो याचा विचार करणे योग्य ठरेल. तुम्ही जे शब्द वापरता, ज्या संकल्पना उपयोगात आणता आणि जे अनुमान तुम्ही गृहीत धरता, त्या सर्व गोष्टींमुळे प्रतिसादकाला दिलासा मिळू शकतो किंवा त्याला दुरावल्यासारखे वाटू शकते.

पद्धती सुसंगतपणे हाताळणे

एकदा का तुम्ही व्यक्तीनिष्ठतेचे व्यवस्थापन आणि 'सत्य' टिपण्यासाठी विश्वास संपादन करणे, हे मुद्दे हाताळले की ज्ञाननिर्मितीतील प्रामाणिकपणाचा शोध हा पद्धतीच्या प्रश्नाकडे वळतो. दृष्टिकोन काहीही असला तरी, संशोधन ही अव्यवस्थितपणाने होणारी कृती नाही, हे लक्षात ठेवणे महत्त्वाचे आहे. खरंतर ह्या उपक्रमासाठी शिस्त, कडकपणा आणि प्रमाणीकरणाची विशिष्ट पातळी असणे आवश्यक आहे. छाननीला सामोरे जाऊ शकेल आणि विश्वासार्ह म्हणून गणले जाईल असे संशोधन हे तुमचे ध्येय असेल उत्तम सुसंगततेची खात्री असेल अशा प्रकारे तुमच्या पद्धती लागू केलेल्या आहेत असा विश्वास वाचकांना वाटणे महत्त्वाचे आहे.

अनेकदा पद्धतीमधील सातत्य किंवा ज्या प्रमाणात उपाय, प्रक्रिया, किंवा साधन यांचे पुनरावृत्ती प्रयोग केले असता तेच परिणाम मिळतात. उल्लेख आहे ते प्रमाण म्हणजे विश्वसनीयता. वजनकाटा हे येथे देता येईल असे एक चांगले उदाहरण म्हणजे आहे. तुम्ही एकापाठोपाठ १० वेळा तुमच्या वजनकाट्यावर उभे राहिलात आणि परिणाम प्रत्येक वेळी तोच आला तर, तो काटा विश्वसनीय आहे. वजनकाटा चुकीचा असू शकतो - तो नेहमी १० पौंड जास्त किंवा १० पौंड कमी (मला स्वतःला कमी वजन दाखवणारे पर्याय पसंत आहेत) दाखवू शकतो, पण तरीही ते विश्वसनीय होईल. अधिक गुंतागुंतीचे उदाहरण म्हणजे प्रश्नावलीच्या साहाय्याने नोकरीतील समाधान मोजण्याचा प्रयत्न करणे. प्रश्नावली कोणी काढली होती, प्रतिसादकाचा तो दिवस कसा गेला होता किंवा तो शनिवार-रविवार होता की नाही, यासारख्या गोष्टींवर परिणाम अवलंबून नसेल, तरच फक्त प्रश्नावली विश्वसनीय होईल.

याची दुसरी बाजू ही आहे की लोक जटिल आणि बहुआयामी असतात. कोणत्याही वेळी कोणत्याही कारणासाठी ते स्वतःचा काही भागच प्रकट करतील. समजा तुम्हाला ताणाबद्दल विचारायचे आहे – ही अशी गोष्ट आहे जी रोज बदलत असते. त्यामुळे, 'विश्वसनीय' आहेत अशी कार्यपद्धतीय साधने विकसित करणे सोपे नाही. असे असले तरी, डेटा संकलन प्रक्रिया व्यवस्थित असणे आवश्यक आहे. खरं तर, त्याने अवलंबनक्षमतेचे निकष पूर्ण करणे आवश्यक आहे. सुसंगत, तार्किक, पद्धतशीर, चांगले दस्तऐवजीकरण केलेल्या आणि संशोधनातील व्यक्तीनिष्ठतेची कारणमीमांसा केली जाईल अशाप्रकारे पद्धती विकसित करण्याची आणि त्यांची रचना करण्याची आवश्यकता आहे.

–रकाना ४.४–

वैधता आणि विश्वसनीयता –हाच मुख्य खेळ नाही का?

वैधता आणि विश्वसनीयता ह्या गोष्टी चांगल्या संशोधनाचे मूलभूत निर्देशक आहेत, असा युक्तिवाद करणारे अनेक जण आहेत. एकत्रितपणे त्यांच्याकडे वैज्ञानिक पुराव्याला परिभाषित करणारे म्हणून पाहिले जाते. आपल्याकडे वैधता असते तेव्हा आपल्याला जे मोजायचे आहे ते आपण मोजतो आहोत आणि अन्य कोणतेही कार्यकारणभाव वगळले आहेत, हे आपल्याला माहीत असते. दुसऱ्या शब्दांत सांगायचे तर आपण लक्ष्य साध्य केले आहे.

आपल्याकडे विश्वसनीयता असते तेव्हा परिणाम ही फक्त एकदाच साधली जाणारी गोष्ट नाही, हे आपल्याला माहीत असते. परिस्थिती स्थिर असेल तर वारंवार केलेल्या चाचण्यांचे परिणामही सारखेच असतील. दुसऱ्या शब्दात सांगायचे तर आपण लक्ष्य पुन्हा पुन्हा साध्य करतो.

जेव्हा आपल्याकडे वैधता आणि विश्वसनीयता दोन्ही असते, तेव्हा नंतर आपण केवळ वारंवार लक्ष्य साध्य करतो असे नाही तर प्रत्येक वेळी (आकृती ४.१ पाहा) अचूकपणे लक्ष्य साध्य करतो, अशी स्थिती असते.

आणि ही निर्विवादपणे एक चांगली गोष्ट आहे. तथापि, जेव्हा तुम्ही ही विश्वासार्हता आणि वैज्ञानिक सत्य यासाठीचे पूर्वापेक्षित म्हणून वैधता आणि विश्वसनीयतेची मागणी करता, तेव्हा हे फसवे असते. जेव्हा आपण हे करतो, तेव्हा आपण मानवी/सामाजिक जगातील ज्या घटकांची वस्तुस्थिती शोधणे अवघड आहे अशा ठिकाणच्या संशोधनाचे दार बंद करतो.

जर तुम्ही बहुविध वास्तवाची, वेगवेगळ्या दृष्टिकोनांची, मानवी परिवर्तनशीलतेची आणि विसंगततेची शक्यता स्वीकारलीत तर नंतर या जटिल आणि बहुआयामी वास्तवाअंतर्गत काम करू शकतील, असे चांगले संशोधन निर्देशक शोधणे आवश्यक आहे. म्हणूनच 'उत्तर प्रत्यक्षतावादी' संशोधक वैधतेबरोबरच सत्यतेची (कोष्टक ४.२ मध्ये परिभाषित) आणि विश्वसनीयतेबरोबरच अवलंबनक्षमतेची (कोष्टक ४.२ मध्ये परिभाषित) मागणी करतात.

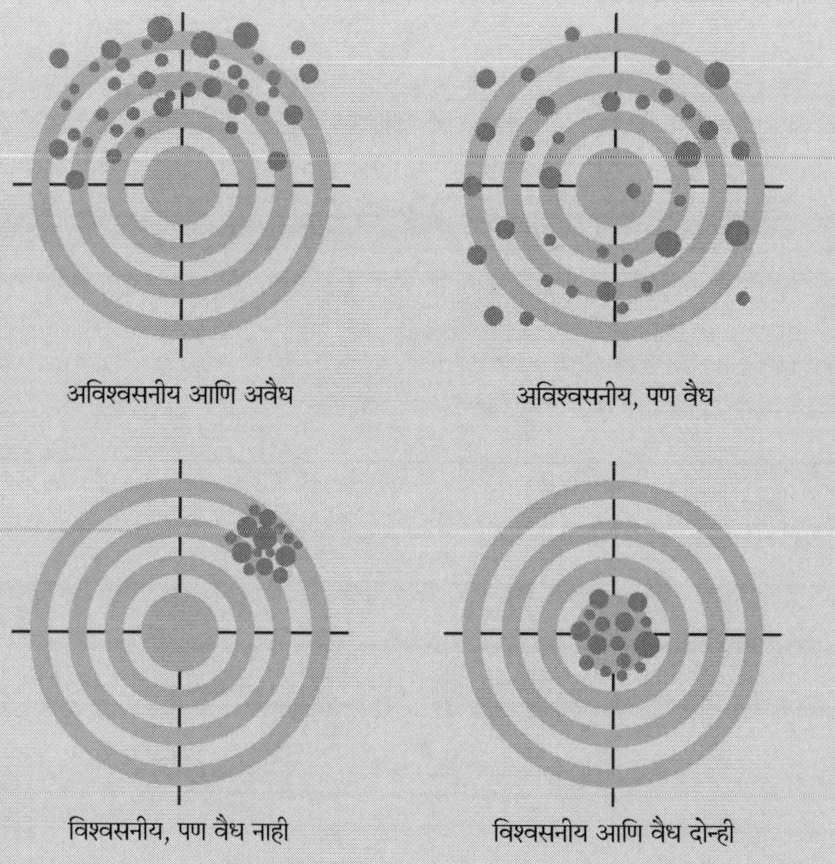

आकृती ४.१ वैधता आणि विश्वसनीयता

प्रस्तुत आणि योग्य युक्तिवाद करणे

तुमच्याकडे काही उत्तम डेटा आहे अशा टप्प्यावर तुम्ही आहात, असे गृहीत धरा. तुम्ही तुमच्या पूर्वग्रहांचे व्यवस्थापन करण्यास सक्षम आहात याची तुम्हाला खात्री आहे. तुमच्या प्रतिसादकांना तुम्ही बोलते केले आहे आणि वापरण्यात आलेली डेटा संकलनाची साधने व विश्लेषण धोरणे चांगल्या पातळीवरील छाननीला सामोरे जाण्यास सक्षम आहेत. पुढील पायरी म्हणजे काही विश्वासार्ह युक्तिवाद मांडणे. आता ह्यात आपण आधीच चर्चा केलेल्या काही आव्हानांचा समावेश असेल: व्यक्तीनिष्ठतेवर ताबा ठेवणे आणि अनेक अर्थांचा शोध घेणे. पण खाली चर्चा केल्याप्रमाणे, तुमचे निष्कर्ष तुमच्या अभ्यासाच्या मर्यादांच्या उजेडात तोलून बघणे आणि तुम्ही योग्य लोकांच्या गटाच्या वतीने बोलत आहात याचा विश्वास बाळगणे याचा समावेश असेल.

तुमच्या अभ्यासाच्या मर्यादांशी प्रामाणिक रहा

खूप कमी संशोधक आदर्श पद्धतीने त्यांच्या अभ्यासाचे आयोजन करू शकतात: क्वचितच पुरेसा वेळ किंवा पैसा (उपलब्ध)असतो; इतरांचे सहकार्यदेखील अपेक्षेपेक्षा कमी असू शकते आणि पश्चात्तबुद्धीच्या आधारे ते

ज्या गोष्टी वेगळ्या पद्धतीने करू शकले असते अशा गोष्टींची एक संपूर्ण यादी असू शकते. अशावेळेस तुम्ही काय कराल?

योग्य युक्तिवाद करणे म्हणजे – कितीही मर्यादा असतील तरीसुद्धा तुमच्या डेटाची विश्वासार्हता आणि तुमच्या परिणामांची विश्वसनीयता यांची खात्री पटवून देणे. अडचणींकडे दुर्लक्ष करून तुमच्या अभ्यासात सर्व काही सुरळीतपणे पार पडले, असे भासवणारे संशोधन लिहिणे मोहात पाडणारे आहे. पण याबाबतीत जर तुम्हाला आव्हान दिले गेले तर तुमची नैतिकता आणि विश्वासार्हतेविषयी प्रश्नचिन्ह उभे राहील. रकाना ४.५ मध्ये दाखविल्याप्रमाणे तीन पायऱ्यांचे अनुसरण करून काम करणे हा त्यापेक्षा जास्त चांगला मार्ग आहे. अभ्यासाच्या मर्यादा किंवा कमतरता प्रामाणिकपणे नोंदवणे ही पहिली पायरी आहे. कोणत्याही मर्यादा असल्या तरी किंवा त्या (विशिष्ट) मर्यादांमुळेच तुम्ही विश्वासार्ह डेटा गोळा करण्यासाठी आणि विश्वसनीय परिणाम मिळवण्यासाठी ज्या पद्धती वापरल्या आहेत त्यांची मांडणी करणे. त्यानंतर तिसरी पायरी येते. ती 'म्हणून' अशा प्रकारचे शब्द असणारी म्हणजेच कारणे देणारी विधाने असतात. जी तुमच्या अभ्यासाच्या डेटाचे आणि निष्कर्षांचे समर्थन आणि सुसूत्रीकरण करते.

–रकाना ४.५–

तुमच्या अभ्यासाच्या मर्यादांशी प्रामाणिक रहा

खालील विद्यार्थी उतारा हा तुमच्या अभ्यासाच्या मर्यादा तीन पायऱ्यांच्या पद्धतीने अधोरेखित करण्याचे एक उत्तम उदाहरण आहे:

> मूळ डेटा संकलन शिष्टाचार जनसंख्येचे यादृच्छिक नमुना सर्वेक्षण करणे असा असला तरी, प्राथमिक तपासणी या जनसंख्येचा आकार माहीत नसल्याचे दाखविते. घरगुती छळ अनुभवला आहे अशा पुरुषांची डिरेक्टरी अस्तित्वातच नाही आहे. ज्या पुरुषांनी अशा प्रकारचा छळ अनुभवला आहे त्यांना याबाबत संपर्क साधलेला आवडत नाही हे देखील स्पष्ट झाले आहे [पायरी १]. त्यामुळे असा निर्णय घेण्यात आला की सल्लागार कार्यालयात पत्रकांचा वापर करून स्वयंसेवकांसाठी विचारावे आणि स्नो-बॉल नमुना पद्धतीने समान परिस्थितीचा अनुभव घेतलेल्या त्यांच्या माहितीतील इतर कोणत्याही लोकांपर्यंत ते पोचविण्याची स्वयंसेवकांना विनंती करावी [पायरी २]. हा नमुना वापरून केलेल्या अभ्यासाचे परिणाम अधिक लोकसंख्येचे प्रतिनिधित्व करतील याची खात्री देता येणार नाही. पण हा अभ्यास, (कामासाठी) तयार आणि खुल्या असलेल्या स्वयंसेवकांचा वापर करून, अनुभवगम्य घटनांना मौल्यवान अंतर्दृष्टी देतो आणि घरगुती हिंसेसारख्या जास्त शोध न घेतल्या गेलेल्या क्षेत्रावर जास्त प्रकाश टाकतो. [पायरी ३].

योग्य लोकांच्या गटाच्या वतीने बोलणे

केवळ एका विशिष्ट नमुन्याशी संबंधित किंवा केवळ एखाद्या निश्चित संशोधन वातावरणातील निष्कर्ष महत्त्वाच्या भागधारकांना ज्ञान प्रदान करू शकतात, पण ते निष्कर्ष विस्तृत जनसंख्येला लागू करण्याची परवानगी देत नाहीत आणि त्यायोगे नवीन ज्ञानाची विस्तृत पिढी मर्यादित करत नाहीत.

म्हणून, निष्कर्षांची व्यापक उपयुक्तता हे अनेक संशोधकांचे ध्येय असते. निष्कर्ष हे विशिष्ट नमुना किंवा वातावरणाच्या पलीकडे जातात असा युक्तिवाद करण्याची इच्छा आहे. पण हे करताना संशोधकांनी आपण योग्य लोकांच्या गटाच्या वतीने बोलत आहोत, याची खात्री करून घेणे आवश्यक आहे. वापरला जाणारा कोणताही नमुना हा विस्तृत जनसंख्येचे प्रतिनिधीत्व करणारा आणि त्याचे निष्कर्ष मोठी नागरी प्रवृत्ती प्रतिबिंबित करेल, असा विश्वास वाटू शकेल इतका पुरेसा मोठा असणे आवश्यक आहे.

या निकषांची पूर्तता होणे याचा अर्थ तुमचे निष्कर्ष सामान्यीकरण करण्याजोगे आहेत असा होतो. (प्रकरण १० मध्ये चर्चा केल्याप्रमाणे) पुरेसे आणि व्यापक प्रतिनिधित्व निश्चित करणे ही गुरुकिल्ली आहे. आणि हे नक्कीच मध्यम ते मोठ्या प्रमाणातील सर्वेक्षण संशोधनात शक्य आहे. पण तुमचा संशोधन प्रकल्प एखाद्या विशिष्ट उदाहरणावर केंद्रित असेल किंवा तुमचा नमुना आकार मर्यादित करेल असा अधिक सखोल गुणात्मक डेटा गोळा करण्यासाठी त्याची आखणी केलेली असेल तर काय? या परिस्थितीत, तुम्ही सामान्यीकरणत्वाचा युक्तिवाद करू शकणार नाही. पण व्यापक उपयुक्तता हेसुद्धा ध्येय असू शकते. जर असे असेल तर, आपले ध्येय हस्तांतरणीयत्वाचा निर्देशक असेल किंवा 'शिकलेले धडे' जे पर्यायी वातावरणात किंवा जनसंख्येमध्ये लागू होण्याची शक्यता आहे, हे ठळकपणे दिसते. उदाहरणार्थ, कोणत्याही एका शाळेच्या बाबतीत केलेल्या सखोल अभ्यासाचे परिणाम हे सर्व शाळांचे प्रतिनिधीत्व करणार नाही – पण यातून धडे निश्चितपणे मिळालेले असतील जे इतर शाळांच्या संदर्भातील निगडीत समस्यांवर प्रकाश टाकू शकतील आणि समृद्ध शिक्षण प्रदान करू शकतील. संशोधन अहवाल वाचणाऱ्यांना उपयुक्तता ठरवता यावी यासाठी संशोधन वातावरणाची आणि पद्धतीची सविस्तर माहिती देणे महत्त्वाचे आहे.

अचूक आणि पडताळून बघण्यायोग्य संशोधन अहवाल प्रदान करणे

संशोधनाचे आयोजन करणे ही एक अतिशय गुंतागुंतीची प्रक्रिया आहे. ती बरोबर होणे कठीण आहे, यात शंका नाही. त्यामुळे जाणीवपूर्वक परिणाम खोटे किंवा दिशाभूल करणारे असण्याची शक्यता कमी करण्याची जबाबदारी संशोधकाची आहे. यासाठी, संशोधन पद्धती खुली आणि जबाबदार असेल अशी अपेक्षा आहे. भौतिकशास्त्रज्ञ रिचर्ड फेनमनचे (१९९७) असे म्हणणे होते की 'सर्व गोष्टींची नोंद करा ज्यामुळे ते (तुमचा अभ्यास) अवैध ठरेल असे तुम्हाला वाटते – फक्त त्याबद्दल तुम्हाला जे योग्य वाटते ते नाही... तुम्हाला माहीत असल्यास तुम्ही काढलेल्या अर्थाबाबत उत्पन्न झालेल्या अविश्वासाचा तपशील देखील दिला पाहिजे.' उणिवा आणि मर्यादा मान्य करण्याला प्रोत्साहन दिले जाते आणि संशोधन पुन्हा उत्पन्न करता येण्याजोगे असेल अशी अपेक्षा केली जाते. खरंतर, आचारसंहितेप्रमाणे संशोधकांनी अनेकदा, ५–७ वर्षांच्या कालावधीपर्यंत कच्चा डेटा ठेवणे आवश्यक आहे, ज्यामुळे फसवणूक किंवा चुकीच्या आरोपांपासून स्वतःचे संरक्षण होऊ शकते.

खोटेपणाची किंमत खूपच जास्त असली असली तरी (जे विद्यार्थी फसवणुकीची कृती करतात त्यांना अनेकदा त्यांच्या पदवी कार्यक्रमातून काढून टाकणे भाग पडले आहे), चुकीच्या पद्धतीने प्रतिनिधित्व करणे आणि फसवणूक हे फार सर्रासपणे चालते. संशोधक (फक्त विद्यार्थी नाही) खालील गोष्टींसाठी ओळखले गेले आहेत:

- घाईगडबडीने डेटा गोळा करणे किंवा परिणामांमध्ये फेरफार करणे;
- 'महत्त्व' दाखविण्यासाठी उदाहरणे वगळणे किंवा अंक स्वरूपातील डेटा चिवडणे;
- मूळ लेख(का)कांना श्रेय न देता पुस्तकामधून किंवा लेखामधून परिच्छेदांची वाङ्मयचोरी करणे;
- खोटी ओळख वापरून चुकीच्या पद्धतीने ग्रंथकर्तृत्व दाखवणे, एकापेक्षा अधिक लेखकांचा सहभाग असताना लेखनाचे संपूर्ण श्रेय घेणे, किंवा अभ्यासमध्ये काहीही सहभाग नसताना सह-लेखक म्हणून नाव देणे.

म्हणून पडताळून पाहता येतील असे अहवाल गरजेचे मानले जातात. तसेच इतरांना हुबेहुब प्रतिकृती तयार करणे किंवा निष्कर्ष पुनरुत्पादित करण्यासाठी प्रयत्न करण्याची परवानगी देऊन, पडताळून पाहता येतील असे अहवाल त्यांना स्वतःला 'पडताळून पाहण्यास योग्य' (निष्कर्ष नक्की कसे उत्पन्न होतात इतर जण पाहू शकतात) बनवतात व

अभ्यासाची विश्वासार्हता प्रस्थापित करण्यासाठी मदत करतात. हे सर्व पाहण्यासाठी तुमच्या पद्धती तिथे असतील तर, घाईगडबडीने डेटा तयार करणे, खोटे परिणाम तयार करणे, उदाहरणे वगळणे, अंकांमध्ये फेरफार करणे, वाङ्मयचौर्य आणि अगदी चुकीच्या पद्धतीने ग्रंथकर्तृत्व दाखवणे कठीण आहे.

निर्देशक आणि तपाससूची

प्रामाणिक संशोधनाच्या निर्देशकांशी परिचित होणे, हे सर्व संशोधन विद्यार्थ्यांसाठी एक आव्हान आहे. तुम्ही फक्त स्वत:च्या संशोधनातील निर्देशकांवर काम करणे आवश्यक आहे असे नाहीतर तुम्ही प्रस्तुत निर्देशकांचा वापर करून इतरांच्या कामाचे मूल्यांकन करू शकलात, तर संबंधित साहित्याचा बारकाईने उपयोग करण्याच्या तुमच्या क्षमतेमध्ये सुधारणा होईल. कोष्टक ४.२ मध्ये वरील महत्त्वाच्या मुद्यांचा सारांश दिलेला आहे आणि विविध संशोधन पद्धतींना योग्य ठरेल अशा संबंधित 'निर्देशकांची' एक कक्षा दिली आहे.

कोष्टक ४.२ विश्वासार्हता निर्देशकांचे मुद्दे आणि उदाहरणे

प्रत्यक्षार्थवादी निर्देशक	उत्तर – प्रत्यक्षार्थवादी निर्देशक
	व्यक्तिनिष्ठता शोधल्या आहेत का आणि त्याचे व्यवस्थापन केले आहे का?
वस्तुनिष्ठता – दृश्य अनुभवगम्य घटनांवर आधारित निष्कर्ष; भावना, वैयक्तिक मतभेद किंवा व्यक्तिनिष्ठतेचा प्रभाव नाही	*तटस्थता* – व्यक्तिनिष्ठता अशा पद्धतीने ओळखल्या आणि हाताळल्या जातात ज्यामुळे पूर्वग्रहदूषित परिणाम/निष्कर्ष टाळण्यासाठी प्रयत्न केले जातात *व्यक्तिनिष्ठतेमधील पारदर्शकता* – व्यक्तिनिष्ठ स्थितीची स्वीकृती आणि प्रकटीकरण आणि त्याचा संशोधन प्रक्रियेवर अगदी काढलेल्या निष्कर्षांवरही कसा परिणाम होऊ शकतो
	'खरे सार' टिपले गेले आहे का?
वैधता – सत्य ह्या मूल्यासंबंधित निष्कर्ष 'अचूक' आहेत की नाही. तसेच पद्धती, दृष्टिकोन, आणि तंत्र ज्याचा शोध घेतला जात आहे त्याच्याशी प्रत्यक्षात संबंधित आहेत की नाही याचा विचार केला जातो	*सत्यता* – सत्य ह्या मूल्याशी संबंधित, एकापेक्षा जास्त सत्य अस्तित्वात असू शकतात याची जाणीव. तसेच अनुभव/अनुभवगम्य घटनांच्या सखोल रचनेचे अनुभवाला धरून 'खरे' वर्णन करणे
	पद्धती सुसंगततेने हाताळल्या जातात का?
विश्वसनीयता – अंतर्गत सुसंगततेसंबंधित, म्हणजेच पुनरावृत्ती चाचण्यांमध्ये केलेले, मोजलेले किंवा निर्माण केलेले डेटा/परिणाम गोळा सारखेच आहेत ना.	*विश्वसनीयता* – समाजाच्या अभ्यासामधील विश्वसनीयता शक्य होणार नाही हे स्वीकारते, पण पद्धती या पद्धतशीर, चांगल्या दस्तऐवजीकरण केलेल्या आणि संशोधनातील व्यक्तिनिष्ठतेचे स्पष्टीकरण देणारी रचना असलेल्या आहेत ह्याची पडताळणी करते.
	तर्क उचित आणि योग्य आहे का?
सामान्यीकरण क्षमता – नमुन्यामधून, वातावणातून किंवा समूहातून काढलेले निष्कर्ष आणि अनुमाने मोठ्या लोकसंख्येसाठी, वेगळे वातावरण किंवा दुसरा समूह यासाठी थेट लागू आहेत का	*स्थानांतरण क्षमता* – नमुन्यामधून, वातावणातून किंवा समूहातून काढलेले निष्कर्ष आणि अनुमाने यामधून मिळालेले धडे मोठ्या लोकसंख्येसाठी, वेगळे वातावरण किंवा दुसरा समूह यासाठी सुसंगत असू शकतील का
	संशोधन तपासणे शक्य आहे का?
पुन्हा उत्पादन करण्याची क्षमता – तशीच कार्यपद्धती वेगळ्या अभ्यासात समान/तत्सम संदर्भात वापरली तर परिणामांना/निष्कर्षांना समर्थन मिळेल का	*तपासणीस सामोरे जाण्याची क्षमता* – संशोधन संदर्भांचे महत्त्व स्वीकारते आणि पद्धतींचे पूर्ण स्पष्टीकरण मिळवते ज्यायोगे संशोधक त्यांच्या निष्कर्षापर्यंत का आणि कसा पोहोचला हे इतरांना पाहण्याची परवानगी मिळते.

आचारसंहिता: प्रामाणिकपणा आणि 'संशोधित'

आचारसंहिता ही प्रामाणिक संशोधनाच्या पूर्णपणे केंद्रस्थानी आहे. सामर्थ्याबरोबर जबाबदारी येते. एक संशोधक म्हणून तुमची 'संशोधिताच्या' प्रति एक स्पष्ट व मूलभूत जबाबदारी आहे. प्रतिसादकाची प्रतिष्ठा व कल्याण, मानसिक आणि शारीरिक दोन्ही पातळीवरील, हे अगदी महत्त्वाचे आहे. ही जबाबदारी कायदेशीर, नैतिक आणि नितीविषयक पातळीवर सर्वोत्तम पद्धतीने कशी हाताळायची, हे समजून घेणे कोणत्याही संभाव्य संशोधकाच्या दृष्टीने असलेली पूर्वपिक्षा आहे.

कायदेशीर बंधने

थोडक्यात, संशोधक कायद्यापेक्षा श्रेष्ठ नाही. काही जणांना तसे बनायला आवडेल – पण नक्कीच ते तसे नसतात. समाजातील कायदे संशोधन जगतात चालतात. जर ते सामान्य लोकांसाठी बेकायदेशीर असेल, तर ते संशोधकांसाठी आणि संशोधन सहभागींसाठीही बेकायदेशीर असेल. आता बऱ्याच संशोधकांसाठी, बेकायदेशीर कामांमध्ये न गुंतणे हा निकष पाळणे खूप कठीण नाही. बहुतेकांना त्यामागचा तर्क माहीत असतो. पण एका जास्त सामान्य कायदेशीर पेचप्रसंगाला संशोधकांना सामोरे जावे लागते जे: (१) बेकायदेशीर क्रियांचा अभ्यास करू इच्छितात; किंवा (२) चौकशीच्या दरम्यान बेकायदेशीर क्रियांशी संबंध येणे. उदाहरणार्थ, कोंबड्यांच्या झुंजींपासून ते रुग्णालयात कर्मचाऱ्यांकडून रुग्णांचा छळ होणे, खासगी शाळेतील शारीरिक शिक्षा अशा सर्व काही विषयात स्वारस्य असणारे माझे विद्यार्थी होते. आणि अभ्यासादरम्यान त्यांना कळलेल्या कोणत्याही बेकायदेशीर उपक्रमांबाबत कळवणे बंधनकरक आहे का हे जाणून घेण्याचा पेचप्रसंग या विद्यार्थी संशोधकांसमोर उभा राहत असे. उदाहरणार्थ, समजा तुम्ही ताणाबद्दल पालकांची मुलाखत घेत आहात आणि तुम्हाला बालशोषणाच्या घटनेचा शोध लागला. त्याबाबत तुम्ही गुप्तता ठेवणे अपेक्षित आहे की छळाची तक्रार नोंदवणे बंधनकारक आहे?

तसेच, येथे असलेला कायदा फारच संदिग्ध आहे आणि प्रत्येक देशानुसार आणि समस्येनुसार भिन्न असू शकतो. कदाचित तुम्हाला बेकायदेशीर क्रियांची तक्रार करणे बंधनकारक केले जाणार नाही, पण बऱ्याच देशांतील न्यायालये तुमचा डेटा आणि फाइल्स वापरून साक्ष देण्यासाठी आदेश काढू शकतात. पूर्वीचे कायदेशीर दाखले असे सूचित करतात की संशोधकाचे गोपनीयतेचे आश्वासन न्यायालयात ग्राह्य धरले जात नाही. एक संशोधक म्हणून, तुम्हाला वकील, डॉक्टर, किंवा पाद्री यांच्या सारखा अधिकार देऊ केलेला नाही.

नीतीपूर्ण बंधने

जेव्हा आपण नैतिकतेबाबत बोलतो, तेव्हा आपण बरोबर आणि चुकीच्या गोष्टी, सामाजिक नियम आणि मूल्ये याबाबत बोलत असतो. संशोधनात आपल्याला, व्यक्तीच्या आणि सांस्कृतिक गटाच्या प्रतिष्ठेची व कल्याणाची जबाबदारी घेणे भाग पडते. अगदी सोपे आहे. संशोधन आक्षेपार्ह, मानहानीकारक, मानखंडन करणारा किंवा धोकादायक असू नये. खरंतर, ते कोणत्याही प्रकारची मानसिक किंवा शारीरिक हानी करणारे असू नये.

संशोधनाच्या आयोजनामध्ये येणारे काही नैतिक विचार खालीलप्रमाणे:

- *सद्सदविवेकबुद्धी* – संशोधनाच्या आयोजनासंबंधित कोणत्याही निर्णय प्रक्रियेत प्रतिसादक किंवा सहभागीचे हितसंबंध आघाडीवर ठेवणे गरजेचे आहे. संशोधकाकडे एक विशिष्ट अधिकार असतो हे लक्षात ठेवा आणि तुमच्या संशोधन प्रकल्पामध्ये सहभागी असलेल्यांच्या कल्याणाची खात्री करण्यासाठी हा अधिकार ओळखणे आवश्यक आहे, हे लक्षात ठेवणे महत्त्वाचे आहे.

- *समानता* – न्याय्य संशोधन हे इतर विभाग अशा विनंतीपासून प्रतिरक्षित असताना, जनसंख्येतील फक्त काही विभागांना संशोधनात सहभागी होण्याची विनंती करण्याच्या पद्धतीसंबंधात आहे. उदाहरणार्थ, कैदी, विद्यार्थी, मुले आणि अल्पसंख्यांक यांच्यामध्ये संशोधन अभ्यासात त्यांना लक्ष्य करता येईल अशी वैशिष्ट्ये असू शकतात. व्यक्तींच्या विशिष्ट गटांना 'गिनी पिग' सारखी वागणूक दिली जात नाही किंवा त्यांना तसे वाटू दिले जात नाही, हे महत्त्वाचे आहे.
- *प्रामाणिकपणा* – संशोधक प्रतिसादकांना 'फसवत' असत, आणि काय घडणार आहे, किंवा मुळात संशोधन अभ्यास का केला जात आहे, याबाबत त्यांना खोटे सांगत असत, ते दिवस आता गेले. संशोधकाने खुले आणि प्रामाणिक असणे आणि संशोधन प्रक्रियेतील तपशीलाबाबत पारदर्शकता ठेवण्यात येत आहे.

नैतिक बंधने

नीतिमत्ता ही नैतिक कर्तव्यांवर आधारित असण्याकडे कल असतो. पण व्यावसायिक फायद्यासाठी अहवाल फिरवण्यात काय योग्य आहे हे बघितल्यास फक्त बरोबर किंवा चूक असे बघावे लागेल. नीतिमत्ता ही वर्तनाची तत्त्वे किंवा नियम यासंबंधी आहे, जी व्यवसायामध्ये प्रत्यक्षात स्वीकारार्ह किंवा अनुमत काय आहे याबाबत अधिकारवाणीने सांगते. संशोधनाच्या आयोजनासाठी नैतिक मार्गदर्शक तत्त्वे ही व्यावसायिक नियमावली, विद्याशाखेचे क्षेत्र आणि संस्था यानुसार वेगळी असतील, परंतु त्यात सामान्यतः खालील गोष्टींचा अंतर्भाव असतो:

- *प्रतिसादकाने जाणीवपूर्वक संमती दिलेली आहे याची खात्री करून घेणे* – प्रतिसादक फक्त तेव्हाच संशोधन अभ्यासात सहभागी होण्यासाठी जाणीवपूर्वक संमती देऊ शकतील, जेव्हा त्यांना वेळेची बांधिलकी, कार्यक्रमाचा प्रकार, घेतले जाणारे विषय आणि समाविष्ट असणाऱ्या सर्व संभाव्य शारीरिक आणि भावनिक जोखीमा याबाबत पूर्ण कल्पना असेल. जाणीवपूर्वक संमती असे सुचवते की सहभागीः *सक्षम* – त्यांच्याकडे वाजवी बौद्धिक क्षमता आणि मानसिक परिपक्वता आहे; *स्वायत्त* – ते स्व-दिग्दर्शित आणि स्व-निर्धारित पर्यायांची निवड करत आहेत; *स्वेच्छेने सहभागी* – त्यांना कल्पना नाही असे नाही, त्यांच्यावर सक्ती, दबाव नाही किंवा त्यांना फसवलेले नाही; *खंडित करण्याच्या अधिकाराची जाणीव* – त्यांच्यावर सहभाग चालू ठेवण्याचे कोणतेही बंधन (किंवा दबाव) नाही; *न फसवणारे* – अभ्यासाचे स्वरूप, कोणत्याही संलग्नता किंवा व्यावसायिक योग्यता आणि अभ्यासाचा संकल्पित उपयोग प्रामाणिक व खुला असणे आवश्यक आहे; *सक्ती होऊ न देणारे* –व्यक्तींचा सहभाग मिळविण्यासाठी अधिकार वापरला जाऊ नये; *प्रेरित न होणारे* –त्यांचा वेळ आणि प्रयत्न याची भरपाई व्यक्तीला देणे स्वीकारार्ह असू शकते, पण प्रलोभनाने संभाव्य सहभागीच्या मताशी तडजोड करू नये.
- *प्रतिसादकाला कोणतीही हानी होणार नाही याची खात्री करून घेणे* – ह्यामध्ये भावनिक किंवा मानसिक हानी तसेच शारीरिक हानीचाही समावेश होतो. शारीरिक हानी ओळखणे तुलनेने सोपे आहे, पण मानसिक हानीची जोखीम ओळखणे आणि त्याचा अंदाज करणे कठीण असू शकते. तो संताप, चिंता, पेच किंवा अप्रिय आठवणींबाबत आधीच्या अनुभवाची पुनरावृत्ती असो, मानसिक 'हानी' ही, अनियोजित व अहेतुक तरीही सर्वसामान्यपणे आढळणारी असू शकते. तसेच मानसिक हानी नीतिमत्तेच्या आणि नैतिक दृष्ट्या अस्वीकृत आहे तसेच हानीच्या जोखमीमुळे कायदेशीर अडचणी निर्माण होऊ शकतात, हे लक्षात ठेवा. आपण इथे खटल्यांबाबत बोलत आहोत. त्यामुळे जरी तुमची कर्तव्याची जाणीव किंवा तुमची व्यावसायिक नीतिमत्ता तुमच्या निर्णयाचे समर्थन करत असेल तरी कायदेशीर कारवाईची क्षमता तुम्हाला तुमच्या दृष्टिकोनाचे पुनर्मूल्यांकन करण्यासाठी पुरेशी असू शकते.

- *गुप्तता आणि योग्य असल्यास गोपनीयता* – गुप्ततेमध्ये संशोधनासाठी डेटा प्रदान करत असलेल्यांच्या ओळखीचे संरक्षण करण्याचा समावेश होतो; ओळखविषयक सर्व डेटा पूर्णपणे संशोधकाकडे राहतो. ओळख लपविण्यासाठी टोपणनाव पुरेसे असू शकत नाही, हे लक्षात ठेवा. जर तुम्ही कोणाबद्दल बोलत आहात, किंवा कोण बोलत आहे, हे इतरांनी ओळखले तर ती ओळख लपवणे किंवा उघड करण्यासाठी परवानगी घेणे आवश्यक आहे. गुप्तता ही गोपनीयतेच्या एक पाऊल पुढे जाते आणि ती अगदी संशोधकापासूनही ओळखीचे संरक्षण करण्यासंबंधात असते. गुप्तपणे गोळा केलेली माहिती, डेटा आणि प्रतिसाद कोणत्याही विशिष्ट प्रतिसादकाचा आहे असे ओळखता येणारा असू नये. याचे एक चांगले उदाहरण म्हणजे 'निनावी' वर्ग मूल्यमापन हे आहे. इथे अभिप्रायाचा धिक्कार केली जाण्याची शक्यता नाही आणि त्या माहितीचा त्यांना परत त्रास होणार नाही, असा विश्वास विद्यार्थ्यांना वाटला पाहिजे. तसेच ओळख लपवणे, गोपनीयता आणि गुप्ततेच्या संरक्षणात पुढील गोष्टींचा समावेश करावाः कच्च्या डेटाचे सुरक्षित संचयन, डेटापर्यंत पोहोचण्यास प्रतिबंध घालणे; डेटाच्या त्यानंतरच्या वापरासाठी परवानगीची आवश्यकता; आणि कच्च्या डेटाची वेळोवेळी विल्हेवाट लावणे.

अशी मार्गदर्शक तत्त्वे सोपी वाटत असली तरी मार्गदर्शक तत्त्वांचे पालन आणि तुम्हाला गोळा करायचा असलेला डेटा यांच्या दरम्यान अदलाबदली होण्याची शक्यता आहे. तथापि, नेहमी नीतिमत्तेला प्राधान्य देणे आवश्यक आहे. द्विधा मनःस्थिती उद्‌भवते (रकाना ४.६ पाहा), याचा अर्थ यामुळे आपल्या रचनेत फेरबदल करणे आवश्यक असेल, तर त्याची तयारी असणे चांगले. सुदैवाने, नीतिमत्ता समित्यांच्या अशा मान्यता प्रक्रिया आहेत, ज्यामुळे तुम्हाला नैतिक संशोधनाचे आचरण परिभाषित करण्यासाठी स्पष्ट सीमा ओळखून त्याच्या अंतर्गत काम करण्यास मदत होते.

रकाना ४.६

वास्तविक जगातील संशोधनातील नैतिक पेचप्रसंग

संशोधन करताना तुम्हाला कोणत्या प्रकारच्या नीतिमत्ताविषयक पेचप्रसंगांना तोंड द्यायला लागण्याची शक्यता आहे? जवळजवळ सर्व विद्यापीठांमधील शिष्टाचार तुम्ही सहभागींची ज्ञात संमती घेतलेली आहे आणि सहभागींना तुमचे संशोधन कशासंदर्भात आहे आणि त्यांच्या सहभागामुळे काय मिळेल याबद्दल माहीत आहे, याची खात्री करून घेतात. आणि सुदैवाने, नीतिमत्ता शिष्टाचारांमुळे शारीरिक हानीचा धोका खूप प्रमाणात कमी झाला आहे. पण माझ्या अनुभवानुसार, नैतिक हानीच्या बाबतीत अद्याप दडलेले धोके आहेत, जे खालीलप्रमाणे आहेत

१. *दुर्लक्षित गट/प्रतिसादकांबाबत असंवेदनशील असणे*

उदाहरणार्थ, वांशिक गटांबरोबर काम करताना, तुम्हाला सांस्कृतिक ज्ञान असणे गरजेचे आहे ज्यामधून सांस्कृतिक संवेदनशीलता येते. आणि हे गृहित धरले जाऊ शकत नाही. ऑस्ट्रेलिया आणि न्यूझीलंड दोन्हीकडे काम करीत असताना आपण आदिवासी आणि/किंवा माओरी प्रतीसादकांना कोणत्या ना कोणत्या प्रकारे दुखावले आहे, ह्याचा संशोधकांना मोठा धक्काच बसतो, हे मी पाहिले आहे.

२. *गोपनीयतेची खात्री न देणे*

प्रतिसाद गोपनीय राहतील याचे आम्ही वचन देतो. पण उदाहरणार्थ, महत्त्वाच्या मुलाखतीची नोंद करताना आपण व्यक्तीच्या कामाच्या जागा, विभाग आणि पद याचा उल्लेख करतो, ज्यामुळे ह्या व्यक्तीपर्यंत पोचणे सोपे होते.

(पुढे चालू...)

(पुढे चालू...)

३. *प्रतिसादकांना तणावपूर्ण/विवादास्पद परिस्थितिमध्ये टाकणे*

मी अनेक दुर्दैवी लक्ष्य गटात हे घडताना पाहिले आहे. तणाव वाढतो आणि जर संघर्षाचे व्यवस्थित व्यवस्थापन केले नाही तर तो उग्र स्वरूप धारण करू शकतो. लक्ष्य गटाच्या सदस्यांची कामाची जागा, कुटुंब किंवा शाळा तीच असेल तर आणखीनच वाईट. संशोधन प्रक्रियेतील तणाव जीवनातील इतर भागांपर्यंतही पोहोचू शकतो. पहिला लक्ष्य गट कधीही स्वतः (विशेषतः वादविवाद वाढण्याची शक्यता आहे अशा विषयांवर) करू नये, असा सल्ला आहे.

४. *असंवेदनशील आणि संभाव्य धमकीवजा प्रश्न विचारणे*

लोक कशाबाबत संवेदनशील आहेत, हे जाणून घेणे कठीण असू शकते. लैंगिक शोषण, घरगुती हिंसा, किंवा युद्धाचा अनुभव याबाबतचे संशोधन असेल तेव्हा सावध असायला हवे, हे आपल्याला माहीत आहे. पण फेसबुकबद्दल, आहाराच्या सवयींबद्दल आणि चालढकलीबद्दल प्रश्न विचारले तरी लोक दुखावले जातात हे मी पाहिले आहे. आणि इथे मी नीतिमत्ता समितीच्या छाननीची प्रशंसा करते. याचा अर्थ अनपेक्षित हानीची सर्व जबाबदारी माझी नाही.

५. *जिथे तुम्हाला विश्वास खंडित करण्याची गरज पडेल (तुम्हाला वाटते) अशा परिस्थितीत स्वतःला ढकलणे*

बाल शोषण, कामाच्या धोकादायक पद्धती, फसवणूक, चोरी: तुम्हाला या कोणत्याही गोष्टीबाबत ज्ञान होऊ शकते. तुम्ही असे म्हणाल का, की 'संशोधन प्रक्रियेत घालून टाका' आणि त्याचा अहवाल द्या? बाल शोषणाच्या बाबतीत हे नक्कीच योग्य ठरेल अशी मला आशा आहे. पण मामुली चोरीचे काय? निधीच्या अफरातफरीबद्दल काय? व्यावसायिक आरोग्य व सुरक्षेच्या गंभीर धोक्यांबद्दल काय? व्यावसायिक आरोग्य व सुरक्षा लहान-सहान धोक्यांचे काय? मोठ्ठा पेचप्रसंग. पण तुम्ही एकट्याने हे करायची गरज नाही. आपल्या पर्यवेक्षकाशी बोला – नीतिमत्ता समितीकडे सोपवा. हे ओझे एकट्याने पेलू नका.

नीतिमत्ता मान्यता प्रक्रिया

नैतिक संशोधनाच्या आचरणासाठी फक्त बांधिलकी पुरेशी नाही. बहुतेक विद्यापीठांमध्ये आणि मोठ्या नोकरशाही संस्थांमध्ये, जसे रुग्णालये किंवा काही सरकारी विभाग यांच्यासाठी, अधिकृत मान्यता प्राप्त करणे आवश्यक आहे. त्यामध्ये अभ्यास करण्यासाठी (रकाना ४.८ पाहा), संमती अर्ज आणि माहितीच्या नोंदींसह, नीतिमत्ता प्रस्तावाच्या विकासाचा समावेश असेल (प्रकरण ५ पाहा). ह्यासाठी तुम्हाला अभ्यासाचे सर्व पैलू, नैतिक परिणामांसाठी काळजीपूर्वक तपासणे आणि सर्व तार्किक बाबीतून विचार करणे आवश्यक आहे.

असे बरेच संशोधक आहेत ज्यांचा असा विश्वास आहे की नीतिमत्ता मान्यता मिळवणे हा फक्त नोकरशाहीतील अडथळा प्रक्रिया आहे, ज्यासाठी ठरावीक आणि मौल्यवान वेळ द्यावा लागतो. पण प्रत्यक्षात प्रक्रिया गंभीरपणे घेण्यासाठी काही चांगली कारणे आहेत. नीतिमत्ता समिती पुढील गोष्टींसाठी आहे: ज्ञान निर्मितीतील प्रामाणिकपणाची खात्री; सहभागीची जबाबदारी घेण्यासाठी प्रोत्साहन; आणि अनैतिक संशोधनातून येणाऱ्या कोणत्याही संभाव्य कायदेशीर प्रश्नापासून संशोधक आणि मंजुरी देणारी संस्था दोन्हीचे संरक्षण करणे.

बऱ्याच विद्यापीठांचे त्यांचे स्वतःचे असे नीतिमत्ताविषयक शिष्टाचार असतात, पण जास्त प्रमाणीकरणासाठी हालचाली चालू आहेत. उदाहरणार्थ, यु.के.मधील आर्थिक आणि सामाजिक संशोधन परिषदेने, नीतिमत्तेच्या

संशोधनासाठी इएसआरसी चौकट विकसित केली आहे. हे ५१ पानी मार्गदर्शक पुस्तक आहे, जे इएसआरसी अनुदानित संशोधनाकरिता (रकाना ४.७ पाहा) नीतिमत्ता मान्यतेसाठी नेमकी आवश्यकता काय आहे, त्याची व्यवस्था करते. तसेच अनुदान देणाऱ्या युकेमधील इतर लोकांद्वारेही स्वीकारले जाते. ऑस्ट्रेलिया एक पाऊल पुढे गेले आहे. त्यांनी राष्ट्रीय नीतिमत्ता मान्यता फॉर्म (National Ethics Approval Form - NEAF) विकसित केला आहे जो विविध संशोधन समित्यांकडे सादर करण्याकरिता, प्रमाणीकृत प्रस्ताव पूर्ण करण्यासाठी संशोधकांना मदत करतो (आता बहुतेक ऑस्ट्रेलियन विद्यापीठांनी हा अर्ज स्वीकारला आहे). परीक्षणाच्या प्रक्रियेची सुसंगतता, कार्यक्षमता आणि गुणवत्ता वाढवण्याचे ध्येय आहे.

रकाना ४.७

नीतिमत्ता प्रमाणीकरण

यु.के. आर्थिक आणि सामाजिक संशोधन परिषद (The UK Economic and Social Research Council) (http://www.esrc.ac.uk/about-esrc/information/research-ethics.aspx) नीतिमत्ताविषयक गरजांच्या मार्गदर्शिकेमध्ये, संशोधकांना मंजुरी प्रक्रियेतील महत्त्वाच्या मुद्द्यांबाबत निर्णय घेण्याकरिता मदत करण्यासाठी फ्लो-चार्टचा (आकृती ४.२) समावेश आहे.

ऑस्ट्रेलियामधील नॅशनल एथिक्स ॲप्लिकेशन फॉर्म (नॅशनल हेल्थ ॲण्ड मेडिकल रिसर्चद्वारा विकसित) – पाहा https://www.neaf.gov.au/default.aspx – हे बऱ्यापैकी तपशीलवार आहे आणि अनेकदा विद्यार्थी संशोधकांना ते कठीणवाटते. NEAF कडे नीतिमत्ता उपयोजनापेक्षा अधिक काहीतरी म्हणून पाहावे हा सल्ला योग्य ठरेल. तुमच्या प्रकल्पाला अस्पष्ट कल्पनेकडून एका मूर्त संशोधन प्रक्रियेकडे नेईल अशा एका अनन्यसाधारण साधनाच्या स्वरूपात त्याची रचना करा. आकृती ४.३ मध्ये NEAF अर्जाची रूपरेषा दिलेली आहे.

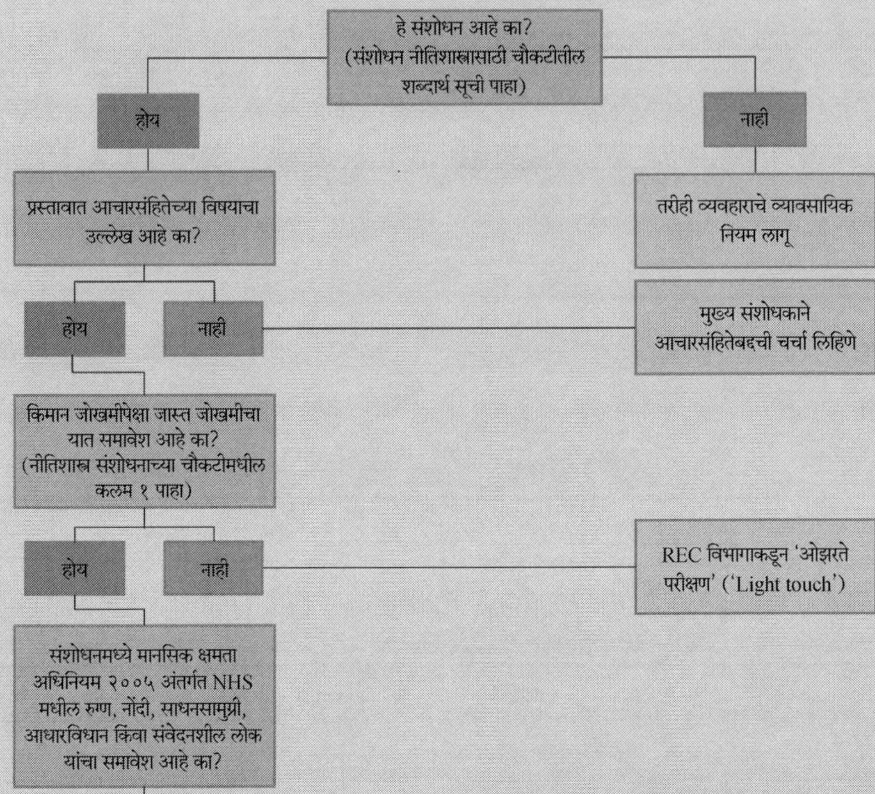

आकृती ४.२ नीतिमत्ता ESRC फ्लोचार्ट

राष्ट्रीय नीतिमत्ता संमती अर्ज (National Ethics Approval Form - NEAF)

संक्षिप्त संदर्भ आराखडा:
ही NEAF मधील सर्व विभागांची सूची आहे. तुम्हाला कोणत्या प्रकारचे संशोधन करायचे आहे त्यावर तुम्ही कोणत्या विभागांना उत्तरे देणे आवश्यक आहे हे अवलंबून असेल.

प्रशासकीय विभाग

विभाग १:

शीर्षक आणि प्रकल्पाचा सारांश
१.१ शीर्षक
१.२ सोप्या भाषेत प्रकल्प वर्णन

विभाग २:

संशोधक/तपासनीस
२.१ मुख्य संशोधक/तपासनीस
२.२ प्रधान संशोधक/तपासनीस
२.३ सहाय्यक संशोधक/तपासनीस
२.४ संपर्क
२.५ संशोधन प्रकल्पातील इतर कर्मचारी
२.६ संशोधका(कां)चे/तपासनीसा(सां)चे प्रमाणपत्रे
२.७ संशोधक(कां)चे/तपासनीस(सां)चे प्रशिक्षण

विभाग ३:

संसाधने
३.१ प्रकल्प निधी/मदत
३.२ हितसंबंधातील संघर्ष

विभाग ४:

अगोदरची परीक्षणे
४.१ नैतिक परीक्षण
४.२ परदेशी आयोजित केलेले संशोधन
४.३ समवयस्क
४.४ नैतिक परीक्षण विभाग

विभाग ५:

प्रकल्प
५.१ संशोधनाचा प्रकार
५.२ संशोधन योजना
५.३ फायदे / जोखीम
५.४ देखरेख

विभाग ६:

सहभागी
६.१ संशोधनातील सहभागी
६.२ सहभागी झालेल्याचे वर्णन
६.३ सहभाग अनुभव
६.४ संशोधका(कां)चे तपासनीस (सां)चे सहभागीशी असलेले संबंध
६.५ भरती
६.६ संमती प्रक्रिया

विभाग ७:

सहभागींचा तपशील
७.१ ज्या सहभागींची प्राथमिक भाषा इंग्रजी व्यतिरिक्त आहे (LOTE)
७.२ मुले किंवा तरुण लोक
७.३ बोधात्मक ऱ्हास झालेले, बौद्धिक अपंगत्व, किंवा मानसिक आजार असलेले लोक
७.४ परावलंबी किंवा असमान नातेसंबंधात गुंतलेले लोक
७.५ इतर देशांमधील लोक
७.६ गर्भवती महिला आणि मानवी गर्भ

विभाग ८:

गुप्तता/गोपनीयता
८.१ ह्या प्रस्तावाच्या नैतिक परीक्षणात गोपनीयता मार्गदर्शक तत्त्व लागू करणे आवश्यक आहे का?
८.३ प्रकल्पादरम्यान आणि पूर्ण झाल्यानंतर सहभागीबद्दलच्या माहितीची साठवण
८.४ संशोधन प्रकल्पादरम्यान गोळा केलेल्या आणि संशोधन प्रकल्पातून निष्पन्न झालेल्या माहितीची मालकी
८.५ माहितीची विल्हेवाट
८.६ सहभागी आणि इतरांना वैयक्तिक परिणामांबद्दल सांगणे

विभाग ९:

प्रकल्प विशिष्ट
९.१ संशोधन/चाचणीचा प्रकार
९.२ चिकित्सालयीन/क्लिनिकल संशोधन
९.३ किरणांचा समावेश असलेले संशोधन
९.४ मानवी गर्भाचा किंवा gametes समावेश असलेले संशोधन
९.५ मानवी नमुने गोळा करणे आणि त्यांच्या वापराचा समावेश संशोधन
९.६ अनुवांशिक चाचणी/जनुकीय संशोधनाचा समावेश असलेले संशोधन
९.७ आद्य आणि टॉरेस सामुद्रधुनी बेटावरील लोकांचा समावेश असलेले संशोधन
९.८ कामाची ठिकाणचे पायंडे किंवा शक्यतो कामाच्या ठिकाणच्या संबंधांवर प्रभाव पडणारे संशोधन
९.९ परदेशात आयोजित केलेले संशोधन
९.१० स्टेम पेशींचा समावेश असलेले संशोधन

आकृती ४.३ NEAF संदर्भ नकाशा

रकाना ४.८

नीतिमत्ता अर्ज परिशिष्ट – सहभागीला दिल्या जाणाऱ्या माहितीचे निवेदन आणि संमतीचे आवेदन पत्र

जवळजवळ सर्व नीतिमत्ता अर्ज करण्यासाठी, सामान्यतः आवश्यक असणारी दोन कागदपत्रे जी परिशिष्ट म्हणून जोडली जातात ती म्हणजे सहभागीला दिल्या जाणाऱ्या माहितीचे निवेदन आणि संमतीचे आवेदन पत्र. बऱ्याच नीतिमत्ता समित्यांच्या स्पष्ट आवश्यकता, उदाहरणे आणि टेम्पलेट त्यांच्या वेबसाइटवर असतील आणि तुम्ही त्या पाहाव्यात असा योग्य सल्ला दिला जातो. तथापि, या कागदपत्रांमधील महत्त्वाचे घटकांची रूपरेषा खाली दिलेली आहे.

सहभागीला दिल्या जाणाऱ्या माहितीचे निवेदन

१. तुम्हाला काय साध्य करण्याची अपेक्षा आहे यासहित, अभ्यासाची ध्येये आणि उद्दिष्टे यांचे साधारण संज्ञांमध्ये संक्षिप्त वर्णन,
२. अभ्यासाचे आयोजन कोण करत आहे याची माहिती, ज्यात व्यक्ती किंवा संघ, संस्था, घेतलेली पदवी आणि पर्यवेक्षक यांचा समावेश होतो.
३. अभ्यासामध्ये कशाचा समावेश आहे – मुलाखत , लक्ष्य गट , व्हिडिओ रेकॉर्डिंग, इ. तसेच यामध्ये स्थाने, सहभागी विषय, सहभागीचा आवश्यक वेळ आणि धोक्यांचा समावेश होतो.
४. कोणत्याही वेळी सहभाग काढून घेण्याचा सहभागीचा अधिकार
५. गुप्ततेची खात्री
६. सहभागीला होणारे फायदे
७. अधिक माहितीसाठी संपर्क तपशील आणि कोणत्याही मुद्द्यांबाबत चर्चा करणे.

संमतीचे आवेदन पत्र

१. प्रकल्पाचे शीर्षक
२. परवानगीचे निवेदन, जसे की 'मी, ... संशोधन प्रकल्पामधील माझ्या सहभागाला संमती देत आहे.'
३. सहभागी काय कबूल करतात त्याचा तपशीलः 'संमती देताना मी या गोष्टींचा स्वीकार करतो कीः

- प्रकल्पासाठी आवश्यक प्रक्रिया आणि लागणारा वेळ या गोष्टींची मला कल्पना दिलेली आहे.
- मी सहभागीला माहिती देणारे निवेदन वाचले आहे आणि संशोधका(कां)शी प्रकल्पाची माहिती आणि त्यातील माझ्या सहभागाबद्दल चर्चा करण्याची संधी देण्यात आली आहे.
- या अभ्यासात (सहभागी) असणे पूर्णपणे ऐच्छिक आहे, ह्याची मला कल्पना आहे -मी कोणत्याही दबावाखाली संमती दिलेली नाही.
- माझा सहभाग अगदी पूर्णपणे गोपनीय आहे, हे मला समजले. अभ्यासाच्या परिणामांमधून संकलित केलेला कोणताही संशोधन डेटा प्रकाशित केला जाऊ शकतो. तथापि, माझ्याबद्दलची कोणतीही माहिती ओळखता येईल अशाप्रकारे वापरली जाणार नाही, हे मला समजले.
- संशोधका(कां) शी किंवा एक्स विद्यापीठाशी असलेल्या माझ्या संबंधांवर कोणताही परिणाम न होता, मी कोणत्याही वेळी अभ्यासातून बाहेर पडू शकतो हे मला समजले.'

अधिक उदाहरणे आणि नमुन्यांसाठी सहचर संकेतस्थळ 🖱 पाहा.

प्रकरणाचा सारांश

- जबाबदारी आणि प्रामाणिकपणा हे सर्वश्रेष्ठ संशोधन विचार असायला हवेत. ह्यामध्ये ज्ञान निर्मितीतील प्रामाणिकपणा आणि संशोधनात सहभागी झालेल्यांशी वागण्याचा प्रामाणिकपणा यांचा समावेश आहे.
- नैतिक आणि राजकीय जागृती हा संशोधनाच्या मुख्य प्रवाहातील विचार असण्याची गरज आहे. सामर्थ्य, राजकारण, आणि नीतिमत्ता यांचे सक्रियपणे व्यवस्थापन करणे आवश्यक आहे.
- धारणेवर आधारित निर्देशक निवडण्यापेक्षा, संशोधकांना मूलभूत आव्हानांचा विचार करायला आणि बारकाईने त्यांच्या कार्यपद्धतीय पद्धतीचे परीक्षण करून योग्य निर्देशक निर्धारित करायला प्रोत्साहन दिले जाते. आव्हानांमध्ये पुढील गोष्टींचा समावेश होतो: व्यक्तिनिष्ठतांचे व्यवस्थापन; विश्वास संपादन करणे; सत्य टिपणे; सुसंगत युक्तिवाद करणे; आणि अचूक अहवाल प्रस्तुती.
- संशोधनामध्ये सहभागी होणाऱ्यांची प्रतिष्ठा व कल्याणाची जबाबदारी यामध्ये प्रामाणिकपणा आणि 'संशोधित' यांचा उल्लेख होतो. अशा जबाबदाऱ्या कायदेशीर, नैतिक आणि नीतिपूर्ण असू शकतात.
- अधिकृत नीतिमत्ता मान्यता ही प्रामाणिकपणाची खात्री देते, सहभागींप्रति असणाऱ्या जबाबदारीसाठी प्रोत्साहन देते आणि कायदेशीर प्रश्नापासून संशोधक आणि अनुदान देणारी संस्था दोन्हीचे संरक्षण करते.

अवांतर वाचन

ज्ञान निर्मितीतील विश्वासार्हता आणि प्रामाणिकपणा

Hood, S., Mayall, B., and Oliver, S. (eds) (1999) *Critical Issues in Social Research: Power and Prejudice.* Buckingham: Open University Press.

संशोधनाला राजकीय उपक्रम ठरवणाऱ्या काही मोजक्या पुस्तकांपैकी एक आणि संशोधनातील प्रामाणिकपणा मध्यवर्ती ठेवून सामर्थ्याच्या व्यवहाराचा शोध घेतात. एक वाचनीय पुस्तक.

IMNRC (2002) *Integrity in Scientific Research: Creating an Environment that Promotes Responsible Conduct.* Washington, DC: National Academies Press.

हे पुस्तक अधिक संस्थात्मक भूमिका घेते आणि प्रामाणिकपणा अधोरेखित करणाऱ्या पद्धती दर्शवते.

Macrina, F. L. (2005) *Scientific Integrity: Text and Cases in Responsible Conduct of Research.* Herndon, VA: ASM Press.

ह्या पुस्तकात सर्व महत्त्वाच्या विषयांचा समावेश असला तरी मला सर्वात आवडलेला प्रकार म्हणजे एकमेकांवर प्रभाव पाडू शकणारे समस्या अभ्यास हा आहे. एक नजर टाका.

Nichols-Casebolt, A. (2012) *Research Integrity and Responsible Conduct of Research.* Oxford: Oxford University Press.

या पुस्तकात समाजकार्याची बरीच उदाहरणे दिली असली तरी, ते अजूनही डेटा संकलनासंबंधित प्रामाणिकपणा/सचोटी; संशोधनाची मालकी; स्वारस्याबद्दल तीव्र मतभेद; विषयाचे संरक्षण; संशोधनातील गैरवर्तन; लेखकत्व आणि प्रकाशन; गुरू व शिष्य यांच्या जबाबदाऱ्या; समवयस्क परीक्षण; आणि सहयोगी विज्ञान या विषयांशी संबंधित असल्याने त्याची चांगली व्याप्ती आहे.

नीतिमत्ता

Israel, M. and Hay, I. (2006) *Research Ethics for Social Scientists.* London: Sage.

मला वाटतं हे नीतिमत्ता आणि नीतिमत्ता मान्यता प्रक्रिया या दोन्हीकडे बारकाईने बघणारे एक चांगले व्यापक आणि सहज मार्गदर्शक पुस्तक आहे.

Mertens, D. M. and Ginsberg, P. E. (2008) *The Handbook of Social Research Ethics.* London: Sage.

हा एक संपादित खंड आहे ज्यामध्ये इतिहास, सिद्धांत, तत्त्वज्ञान आणि व्यावहारिक सामाजिक संशोधन नीतिमत्तेच्या अंमलबजावणीची सखोल चर्चा केलेली आहे.

Oliver, P. (2003) *The Students' Guide to Research Ethics.* Buckingham: Open University Press.

विद्यार्थ्यांसाठी आवश्यक असा अत्यंत व्यावहारिक दृष्टिकोन, जो तुम्ही तुमच्या प्रकल्पाची आखणी आणि प्रगती करत असताना, तुम्हाला विचारात घ्यावे लागतील अशा नैतिक विचारांवर विचार करायला भाग पाडतो. पुढील वाचन करण्यासाठी चांगल्या लिंक्स.

५

संशोधन प्रस्तावाची आखणी करणे

प्रकरणाचे पूर्वावलोकन

- प्रस्तावाची भूमिका
- प्रस्तावामधील घटक
- आकर्षक प्रस्तावाचे लेखन
- अडथळे आणि आव्हाने

प्रस्तावाची भूमिका

> पद्धतीचा वापर करून वाचू या आणि आपल्या अभ्यासाकडून निर्दिष्ट होईल असा शेवट स्वत:साठी तयार करू या.
>
> *एडवर्ड गीबॉन*

संशोधनाची वेळ येते तेव्हा, खूप कमी प्रकल्प असे असतात जे कोणत्याही प्रकारच्या मान्यतेशिवाय सुरू होतात. ती तुमच्या प्राध्यापकांच्या शाब्दिक मान्यतेइतकी सोपीही असू शकते, पण त्यामध्ये प्रवेश बोर्ड, नीतिमत्ता समिती किंवा निधी मंडळ यांच्याकडून मिळालेल्या औपचारिक मान्यता प्रक्रियेचा समावेश असण्याची अधिक शक्यता आहे. आणि अर्थातच यांच्यापैकी एकापेक्षा अधिक संस्थांकडून मान्यता घेणे तुमच्यासाठी आवश्यक असू शकते.

याचा अर्थ असा की तुम्ही संशोधन प्रस्ताव विकसित करणे आवश्यक आहे. अनेक जण प्रस्तावाकडे विचारांचे स्पष्टीकरण देण्याची, कल्पना समोर आणण्याची आणि अशाप्रकारे मांडण्याची संधी म्हणून बघतात जे अभ्यासाची रूपरेषा, तसेच भावी कृतीसाठी नकाशा प्रदान करेल. आणि हो, संशोधन प्रस्ताव म्हणजेच या सर्व गोष्टी आहेत. *पण* – आणि हे महत्त्वाचे आहे – प्रस्ताव तुम्ही स्वत:साठी लिहित नाही आहात.) ते नि:संशय विक्री भाषण आहे. आणि काही वेळा प्रस्ताव ही तुमचा प्रकल्प पटवून देण्यासाठी आणि अभ्यासाला सुरुवात करण्यासाठी तुम्हाला मिळालेली संधी आहे आणि कधी कधी ती एकमेव संधी ठरु शकते.

तुम्ही विद्यापीठ संशोधन कार्यक्रमासाठी प्रवेश घेण्याच्या मागे असाल, नीतिमत्ता मान्यता मिळवण्याच्या मागे असाल, किंवा निधी शोधण्याच्या मागे असाल तर प्रस्तावामध्ये त्यांच्या गरजा पूर्ण करण्याची शक्ती कशी आहे,

हे त्यांना पटवून देणे ही प्रस्तावाची भूमिका असेल. बहुधा, संशोधन प्रश्न, प्रस्तावित पद्धती आणि संशोधक सगळ्यांमध्ये गुणवत्ता असते. दुसऱ्या शब्दात सांगायचे झाल्यास, समिती फक्त प्रकल्प उपयुक्त आणि व्यवहार्य आहे का नाही याचे मूल्यांकन करणार नाही, तर तुमच्याकडे प्रस्तावक म्हणून प्रकल्प अंमलात आणण्याची क्षमता आहे का नाही याबाबत त्यांना काय वाटते, हेही बघेल.

तुम्ही कोणत्या प्रकारच्या समितीला सामोरे जाणार आहात आणि कोणत्या प्रकारची मान्यता तुम्हाला घ्यायची आहे, त्यानुसार प्रस्तावातील विविध पैलूंना देण्यात आलेले महत्त्व बदलेल हे लक्षात ठेवा. उदाहरणार्थ, पीएच. डी. कार्यक्रमामध्ये प्रवेशासाठी लिहिलेला प्रस्ताव खरोखर एक संभाव्य संशोधक म्हणून तुम्ही पटवून देणे आवश्यक आहे. नीतिमत्ता समितीसाठी प्रस्ताव लिहिताना पद्धती आणि सहभागी यांच्या संबंधांवर लक्ष केंद्रित करणे आवश्यक आहे. निधी मंडळासाठी लिहिलेल्या प्रस्तावासाठी मात्र पद्धतीची व्यावहारिकता आणि संभाव्य परिणामांचा लाभ यावर खास भर असणे आवश्यक आहे.

संशोधन प्रश्नाची गुणवत्ता दाखवणे

कोणत्याही यशस्वी प्रस्तावासाठी आवश्यक आहे ती तुमची संशोधन प्रश्नाची गुणवत्ता पटवून देण्याची क्षमता. गुणवत्ता दाखवणे हे दोन गोष्टींवर अवलंबून आहे. पहिली म्हणजे स्पष्टपणे आणि थोडक्यात आपला संशोधन विषय आणि प्रश्न याविषयी सांगू शकणे (साधारणपणे शीर्षक, सारांश/गोषवारा, ध्येय/उद्दिष्टे, संशोधन प्रश्न/गृहीतप्रमेय याविषयीचे काम). दुसरी गोष्ट म्हणजे तुम्ही तुमचा संशोधन प्रश्न उत्तर देण्यायोग्य आहे हे दाखवून देणे; म्हणजेच तुमचा प्रश्न कार्यक्रमाला, प्रवेशाच्या पातळीला किंवा निधीद्वारे समर्थन मिळविण्याइतका महत्त्वपूर्ण आहे. (साधारणपणे परिचय/पार्श्वभूमी/तर्क याबाबतचे काम)

समितीच्या मूल्यांकनाची वेळ येते तेव्हा अनेक प्रकारच्या परिस्थिती उद्भवण्याची शक्यता असते:

१. संशोधन प्रश्नाचे मूल्य स्वयंसिद्ध असते (जसे की १८ वर्षखालील मुलांमधील खाण्याच्या, दारू पिण्याच्या, लयलूट करण्याच्या सवयीला आळा घालण्याकरिता सर्वात प्रभावी उपाययोजना काय आहेत?) आणि मूल्यांककांचे समाधान होईपर्यंत तुम्ही तुमच्या प्रश्नाचे महत्त्व युक्तिवादाने पटवून देऊ शकता. आहे ते ठीक आहे.
२. संशोधन प्रश्नाचे मूल्य वरीलप्रमाणे स्वयंसिद्ध आहे. पण तुम्ही या प्रकरणाचा युक्तिवाद अतिशय वाईट पद्धतीने करता आणि तुम्ही सुरुवात करू शकता, हे तुम्ही मूल्यांककांना पटवून देऊ शकत नाही. जो खरंतर तुमचा सरळ युक्तिवाद असायला हवा होता. ही एक मोठी समस्या आहे.
३. संशोधन प्रश्नाचे मूल्य स्वयंसिद्ध नाही (जसे की 'बिग ब्रदर ही मालिका यू.के. मधील रहिवाशांना अमेरिकेमधील रहिवाशांपेक्षा अधिक आवडते का?'), पण तुम्ही खात्री पटेल अशा रीतीने ते प्रमाणित करणाऱ्या खऱ्या समस्येच्या पुराव्याचे उदाहरण देऊ शकता आणि या क्षेत्रामध्ये संशोधन करण्याचा काय फायदा असू शकतो या बाबतीत युक्तिवाद करू शकता. तुम्ही हे करू शकलात (विशेषतः या प्रश्नाबाबत), तर खरंच हे कौतुकास्पद आहे!
४. संशोधन प्रश्नाचे मूल्य वरीलप्रमाणे स्वयंसिद्ध नाही आणि तुम्ही स्वतःच्या प्रकरणाला मदत होईल असे काही करत नाही. तुमचा युक्तिवाद अगदीच दुबळा असतो. त्यामुळे मूल्यांकक विचार करत राहतात आणि पटकन तुमचा प्रस्ताव नाकारलेल्या ढिगात टाकतात.

येथे मुद्दा हा आहे की संशोधन प्रश्नाचे महत्त्व महत्त्वाचे असले तरी, प्रत्यक्षात कशाचे मूल्यमापन करण्यात येत असेल तर ती म्हणजे महत्त्व पटवून देण्यासाठी युक्तिवाद करण्याची तुमची क्षमता. त्यामुळे तुमचे लेखन पूर्ण, स्पष्ट आणि बांधीव असणे, तसेच उत्तम प्रकारे आयोजित केलेले आणि योग्य पद्धतीने संदर्भित केलेले असणे महत्त्वाचे आहे.

प्रस्तावित पद्धतींची गुणवत्ता दाखविणे

एकदा का तुमचे मूल्यांकक तुमच्या संशोधन प्रश्नामध्ये गुणवत्ता आहे याच्याशी सहमत झाले, की त्यांचे लक्ष तुमच्या पद्धतींकडे वळेल. ते इथे खाली दिल्याप्रमाणे अनेक गोष्टी शोधत असतात:

१. प्रस्तावित पद्धती स्पष्टपणे व्यक्त झाल्या आहेत का? तुमच्या मूल्यांककांना तुम्ही काय प्रस्तावित करत आहात याचा अर्थ कळू शकला नाही, तर तुमच्या प्रस्तावाची सुरुवात करण्याची संधी मिळणे अवघड आहे.
२. प्रस्तावित पद्धती तार्किक आहेत का? दुसऱ्या शब्दांत सांगायचे तर, त्यांना काही अर्थ आहे का आणि तुमच्या मूल्यांककांना तुमच्या दृष्टिकोनामुळे तुम्ही विश्वासार्ह डेटा (साधारणपणे पद्धती विभागातील काम) संकलन करू शकता असा विश्वास निर्माण होऊ शकेल का?
३. उमेदवाराने अभ्यासाच्या सीमा तसेच प्रभावी डेटा संकलन आणि विश्लेषणामध्ये येणारे कोणतेही संभाव्य अडथळे यांचा विचार केला आहे का? प्रस्थापित मूल्यांककांना सर्व संशोधन मर्यादित असते हे माहीत असते; हे मान्य करून साधारणपणे पद्धती आणि मर्यादा/सीमा ठरवणे या विभागातील काम असूनही (तुमच्या पद्धतीबाबत विश्वासार्हता दर्शविणे हे तुमचे काम आहे.)
४. प्रस्तावित पद्धती नैतिक आहे का? तिसऱ्या प्रकरणात चर्चा केल्या प्रमाणे, नीतिमत्ता सर्व संशोधन प्रक्रियेच्या (आणि अर्थातच नीतिमत्ता प्रस्तावाचे प्रमुख लक्ष्य) केंद्रस्थानी आहे. तुमच्या प्रस्तावाने प्रतिसादकाची प्रतिष्ठा व कल्याण, मानसिक आणि शारीरिक दोन्ही पातळीवर, पूर्णपणे सुरक्षित आहेत का (पद्धती आणि नैतिक विचारांवर विभाग काम) हे दाखवणे आवश्यक आहे.
५. प्रस्तावित पद्धती व्यावहारिक/करण्यायोग्य आहेत का? तुमच्या मूल्यांककांना असा विश्वास वाटला नाही की त्याची अंमलबजावणी केली जाऊ शकते, तर तुमच्या पद्धती किती तार्किक, तसेच विचार केलेल्या आहेत याने काही फरक पडत नाही. तुमच्याकडे आवश्यक कौशल्य आहे किंवा तुम्ही ते विकसित करू शकता, हे दाखवणे आवश्यक आहे; तुम्ही आवश्यक डेटापर्यंत पोचू शकता; तुम्ही दिलेली कालमर्यादा वास्तववादी आहे; आणि तुमचे काम अंदाजपत्रकात (पद्धती विभागातील काम, तसेच आवश्यक असल्यास, वेळ आणि बजेट) बसेल.

मुळात, तुमची पद्धत हा तुमच्या प्रश्नांची विश्वासार्ह उत्तरे मिळविण्याचा कार्यक्षम, प्रभावी आणि नैतिक मार्ग आहे, आणि तुमच्या पद्धती विभागाने ती वापरण्यासाठी तुम्ही सक्षम आहात, अशी वाचकांची खात्री करून देणे आवश्यक आहे.

संशोधकाची गुणवत्ता दाखवणे

तुमचे प्रश्न आणि तुमच्या पद्धती दोन्हीच्या बाबतीत मूल्यांकक आनंदी आहेत, असे गृहीत धरू या. तुम्ही या कामासाठी योग्य व्यक्ती आहात असे त्यांना वाटते की नाही, ही अंतिम समस्या आहे. तुम्ही हे करू शकाल असा त्यांना विश्वास वाटतो का? तुमच्याकडे आवश्यक पार्श्वभूमी असलेले ज्ञान, साहित्याची किमान थोडीफार तरी ओळख आणि लेखन कार्य करण्यासाठी वाजवी कौशल्य आहे असा विश्वास आहे का?

हे बरेच प्रश्न आहेत आणि मूल्यांककांनी तुमची आणि वास्तविक तुम्ही कोणत्या गोष्टींमध्ये सक्षम आहात याची माहिती घेतली तर चांगले होईल. पण हे घडण्याची शक्यता नाही. खरं तर तुम्ही ज्यांना कधीच भेटला नाहीत अशा लोकांकडून तुमच्या प्रस्तावाचे परीक्षण केले जाण्याची खूप शक्यता आहे. मग ते तुमच्या प्रस्तावाचे परीक्षण करण्यासाठी काय वापरतील? फक्त तुमचा प्रस्ताव. साहित्यामध्ये गढून जाण्याच्या तुमच्या क्षमतेची पारख मूल्यांकक तुमच्या प्रस्तावाच्या लघु साहित्य परीक्षणातून करतील. तुम्ही जे ज्ञान दाखवता आणि तुमच्या कार्यपद्धतीय समस्येबाबत तुम्ही किती चांगल्या प्रकारे युक्तिवाद करता, यावरून ते पद्धत अंमलात आणण्याच्या

तुमच्या क्षमतेचे मूल्यांकन करतील. आणि तुमच्या लेखनाच्या क्षमतेचे मूल्यांकन हे तुमच्या प्रस्तावातील लेखनाच्या गुणवत्तेवरून होईल. त्यामुळे तुमच्या प्रस्तावाच्या तपशिलाकडे बारीक लक्ष देऊन तुमच्या प्रस्तावाला, आत्तापर्यंत तुम्ही प्रयत्न केलेल्या लिखाणातील सर्वात पूर्ण, स्पष्ट आणि योग्य असे लेखन बनवा.

प्रस्तावातील घटक

प्रस्तावातील आवश्यक गोष्टी प्रस्ताव आणि संस्थेनुसार बदलतात. परंतु सामान्यतः तुम्हाला खाली दिलेल्या गोष्टींपैकी काही गोष्टी एकत्रित करून त्यांचा समावेश करावा लागेल:

- *शीर्षक* – स्पष्ट , संक्षिप्त आणि निःसंदिग्ध शीर्षक निवडा. तुमच्या शीर्षकाने शक्य तितक्या संक्षिप्त प्रकारे, तुम्ही शोध घेणार असलेल्या समस्येचा विशिष्ट मजकूर आणि संदर्भ दर्शविला पाहिजे.
- *सारांश/गोषवारा* – प्रस्तावांमध्ये अनेकदा प्रकल्प सारांश देणे गरजेचे असते. ज्याची शब्दसंख्या सहसा खूप मर्यादित असते. इथे तुमच्या प्रकल्पाबद्दल थोडक्यात काय, का आणि कसे अशा प्रकारची फक्त काही वाक्ये ज्यामुळे तुमचा प्रस्ताव पटेल, हे सांगणे ही युक्ती आहे – आणि माझ्यावर विश्वास ठेवा, बरोबर मसुदा बनवण्यासाठी तुम्हाला अनेकदा मसुदे बनवावे लागतील.
- *ध्येय/उद्दिष्टे* – बऱ्याच प्रस्तावांचा एक व्यापक उद्देश असतो जो तुमच्या प्रकल्पातून जे साध्य करायची आशा आहे, ती गोष्ट टिपतो. अधिक विशिष्ट ध्येय असलेल्या उद्देशांचा संच या ध्येयाचे समर्थन करतो. ध्येय आणि उद्दिष्टे ही अनेकदा बुलेट पॉइण्ट्सनी स्पष्टपणे मांडली जातात आणि सामान्यतः त्यामध्ये पुढे दिल्याप्रमाणे वाक्ये असतातः उदाहरणार्थ, विकसित करण्यासाठी...; ओळखण्यासाठी...; अन्वेषण करण्यासाठी...; मोजण्यासाठी...; समजावण्यासाठी...; वर्णन करण्यासाठी...; तुलना करण्यासाठी...; निर्धारित करण्यासाठी. व्यवस्थापन साहित्यामध्ये तुमच्यासमोर 'स्मार्ट' उद्दिष्टे असा शब्द येईल - स्मार्ट ही स्पेसिफिक, मेजरेबल, अचिव्हेबल, रिलेव्हन्ट/रिझल्ट फोकस्ड/रिॲलिस्टिक, आणि टाईम बाऊन्ड (विशिष्ट, मोजता येण्याजोगी, गाठता येण्याजोगी, प्रस्तुत/परिणाम केंद्रित/वास्तववादी, आणि ठराविक वेळ-बद्ध) अशा अक्षरांनी बनलेली आद्याक्षर संज्ञा आहे. उद्दिष्टे वरवरची, काल्पनिक किंवा वायफळ न होऊ देणे, हे ध्येय आहे. तुम्हाला काय साध्य करायचे आहे हे स्पष्टपणे मांडले गेले, तर तुमच्या ध्येयाच्या दिशेने काम करण्यासाठी मदत होईल.
- *संशोधन प्रश्न/गृहीत प्रमेय* – प्रकरण ४ मध्ये चर्चा केल्याप्रमाणे, उत्तम प्रकारे व्यक्त केलेल्या संशोधन प्रश्नात (किंवा गृहीत प्रमेयात) तुमचे अन्वेषण परिभाषित केले पाहिजे, सीमा ठरवल्या पाहिजेत, दिशा दिली पाहिजे आणि तुमच्या कामाचे मूल्यांकन करण्याकरिता संदर्भ चौकट म्हणून काम केले पाहिजे. आपल्या प्रस्तावाचे परीक्षण करणारी कोणतीही समिती ही तुमच्या प्रकल्पाचा एकूण अर्थ समजावून घेण्यासाठी आपल्या प्रश्नाकडे वळेल. तुमचा प्रश्न/गृहीतप्रमेय शक्य तितक्या चांगल्या पद्धतीने परिभाषित केलेला आणि स्पष्ट मांडणी असलेला बनविण्यासाठी वेळ द्या.
- *परिचय/पार्श्वभूमी/तर्क* – तुमच्या वाचकांना तुमच्या विषयाची ओळख करून देणे आणि तुम्ही जी समस्यांचा विचार करत आहात ती महत्त्वाची आहे, शोध घेण्यायोग्य आहे आणि निधी देण्यायोग्यही आहे हे पटवून देणे, हे ह्या विभागाचे मुख्य काम आहे. त्याने समस्येला काही संदर्भ द्यायला हवा आणि खरोखरच परिस्थितीमध्ये सुधारणा घडवून आणण्याच्या किंवा समस्या सोडविण्याच्या दिशेने काम करायचे असल्यास या क्षेत्रात संशोधन पूर्णपणे आवश्यक आहे या निष्कर्षापर्यंत तुमच्या वाचकांना घेऊन जायला हवे.
- *साहित्याचे परीक्षण* – एक औपचारिक 'साहित्य परीक्षण' (प्रकरण ६ मध्ये याबाबत अधिक सखोल चर्चा केलेली आहे) म्हणजे कारणमीमांसा करणारे लेखन, जे तुमच्या प्रकल्पासाठी जागा तयार करण्याकरिता संबंधित शास्त्रीय आणि शैक्षणिक संशोधन करायला लावते. या ज्ञानसागरामध्ये ज्ञानाची भर घालण्याची क्षमता असणारे 'खेळाडू' म्हणून तुमची स्वतःची विश्वासार्हता सिद्ध करतानाच वाचकांना या क्षेत्रातील

घडामोडींची माहिती देणे, ही साहित्य परीक्षणाची भूमिका आहे. मर्यादित शब्दसंख्येची अपेक्षा असणारा हा मसुदा लिहिणे खरंच अवघड आहे. त्यामुळे एकापेक्षा जास्त मसुदे बनविण्यासाठी तयार रहा.

- *सैद्धांतिक दृष्टिकोन* – हा विभाग एका अमूर्त किंवा सैध्दांतिक चौकटीमध्ये तुमच्या अभ्यासाला स्थित करण्याची विनंती करतो. तुमच्या कल्पनांना आधार देणारे आणि त्या सांगणारे सैद्धांतिक दृष्टिकोन स्पष्टपणे मांडणे आणि विशेषतः, 'सिद्धांत' कसे संलग्न असतात आणि तुमच्या अभ्यासाला ते कशी दिशा देतात याबाबत चर्चा करणे, ही कल्पना आहे.
- *पद्धती* – सर्व प्रस्तावांमध्ये 'पद्धतींचा' कुठला ना कुठला प्रकार आवश्यक असतो. तुमचा दृष्टिकोन व्यावहारिक आहे आणि विचारलेल्या प्रश्नांच्या विश्वासार्ह उत्तरांकडे नेईल (प्रकरण ७ पाहा), अशी वाचकांची खात्री करण्यासाठी तुमची योजना पुरेशा पारदर्शकतेने आणि तपशिलासह मांडणे, हे ध्येय आहे. पद्धती या शीर्षकाखाली तुम्ही सामान्यतः खालील गोष्टी स्पष्ट करालः

    - दृष्टिकोन/पद्धती – उदाहरणार्थ, तुम्ही जर संस्कृतीवर्णन, कृतिसंशोधन किंवा कदाचित यादृच्छिकीकृत नियंत्रित चाचणी करत असाल (प्रकरण ८ आणि ९ पाहा);
    - तुम्ही प्रतिसादक कसे शोधाल – यामध्ये जनसंख्या आणि नमुना/नमुना प्रक्रिया मांडणे यांचा समावेश असेल (प्रकरण १० पाहा);
    - डेटा संकलन पद्धत(ती) – उदाहरणार्थ, सर्वेक्षण, मुलाखती आणि दस्तऐवज विश्लेषण (प्रकरण ११ आणि १२ पाहा);
    - विश्लेषण पद्धती – तुम्ही संख्याशास्त्रीय किंवा विषयाधारित आणि कदाचित त्यासंबंधीची प्रतिरूपे यांचे विश्लेषण केलेत (प्रकरण १३ आणि १४ पाहा).

- *मर्यादा/सीमा ठरवणे* – निष्कर्षांचे सामान्यीकरणत्व आणि उपयुक्तता यांच्यावर प्रभाव पाडू शकतील अशा अटी किंवा आकृतीबंधाची वैशिष्ट्ये यांचा संदर्भ देणाऱ्या मर्यादा जसे लहान नमुना आकार किंवा नोंदींपर्यंत पोचण्यास प्रतिबंध असणे. बरेच प्रकल्प हे संसाधने, प्रवेश किंवा संस्थात्मक समस्या अशा अडचणींनी मर्यादित होतात, हे लक्षात ठेवा. त्यामुळे मूल्यांककांवर सोडण्यापेक्षा 'दोषां'बाबत खुले असणे केव्हाही चांगले कारण ते अधिक चिकित्सक असू शकतात. सीमा ठरवणे, हे अभ्यासाच्या सीमा समाविष्ट करून आणि बहिष्कृत करून तुमचा अभ्यास कसा मुद्दाम मर्यादित केला जातो, त्यासंदर्भात आहे. उदाहरणार्थ, तुमच्या मुलांच्या अभ्यासाची सीमा फक्त विशिष्ट वयाच्या मुलांपुरतीच किंवा एखाद्या विशिष्ट प्रदेशातील शाळांपुरतीच मर्यादित ठेवणे. कोणत्याही मर्यादा किंवा सीमा ठरवलेल्या असूनही तुमचे निष्कर्ष विश्वासार्ह असतील, अशी वाचकांची खात्री करून देणे, हे तुमचे व्यापक ध्येय आहे हे लक्षात ठेवा. त्यामुळे बचावाचा पवित्रा न घेता किंवा खेद व्यक्त न करता तुमच्या अभ्यासाच्या घटकांबाबत खुले असणे, ही युक्ती आहे. मर्यादा असूनही विश्वासार्हतेची खात्री करण्यासाठी तुम्ही वापरणार असलेली कोणतीही धोरणे स्पष्ट करणे योग्य ठरेल.
- *नैतिक विचार* – तुम्ही जेव्हा मानवी सहभागींबरोबर काम करत असता तेव्हा तुम्हाला नैतिक मुद्द्यांचा विचार करावा लागेल (प्रकरण ३ पाहा). हा जर नीतिमत्ता समितीसाठीचा अर्ज असेल, तर तुम्हाला तुमच्या प्रस्तावाचे लक्ष नैतिक मुद्द्यांवर जास्त केंद्रित करणे आवश्यक आहे. पण हा प्रवेश किंवा निधी मिळविण्यासाठीचा प्रस्ताव असला तरीही, अजूनही तुम्ही ज्ञान निर्मितीमध्ये प्रामाणिकपणाशी संबंधित विषयांचा आणि तुमच्या अभ्यासात तुम्ही सहभागीच्या भावनिक, शारीरिक आणि बौद्धिक कल्याणाच्या जबाबदारीचा विचार केला आहे, याची तुमच्या वाचकांना खात्री पटणे आवश्यक आहे.
- *कालमर्यादा* – हे फक्त तुमच्या पद्धतीवर वेळापत्रकाचे अध्यारोपण आहे आणि अनेकदा तक्त्याच्या किंवा कोष्टकाच्या स्वरूपात ते तयार केले जाते. तुमचा प्रस्ताव वाचणारी समिती, तुमची योजना वास्तविक आहे का आणि कोणत्याही व्यापक किंवा निर्धारित कालमर्यादांशी जुळवून घेऊ शकेल का याकडे बघेल.
- *अर्थसंकल्प/निधी* – हा खर्चाचा आणि तो कोण करणार याचा पूर्ण हिशोब आहे. नीतिमत्ता प्रस्तावासाठी किंवा शैक्षणिक विद्यार्थी संशोधन प्रस्तावासाठी हा विभाग नेहमी आवश्यक असतोच असे नाही. निधी

देणाऱ्या मंडळासाठी हे निश्चित गरजेचे असेल. वास्तववादी असणे नक्कीच योग्य ठरेल – खर्चाचा अंदाज कमी धरला जाण्याची खूप शक्यता आहे. वेतन, सॉफ्टवेअर, हार्डवेअर, उपकरणे, प्रवास, प्रतिलेखन (transcription), प्रशासकीय आधार, इ. अशी यादी वाढत जाणे आणि प्रकल्प चालू असताना मध्येच पैसा कमी पडणे हा चांगला पर्याय नाही. पण तुम्ही जर एखाद्या प्रायोजित प्रकल्पासाठी निविदा भरत असाल तर निधी मंडळाच्या अर्थसंकल्पाच्या जवळपास जाणारा आकडा काढणे, ही एक चांगली कल्पना आहे, हे लक्षात ठेवा. त्यानुसार तुम्ही तुमच्या पद्धतींची आखणी करू शकता आणि ते तुम्हाला स्पर्धात्मक बनवू शकेल अशी आशा आहे.

- *संदर्भ* – यामध्ये दोन गोष्टी येतात. पहिली म्हणजे तुम्ही इतर कुठल्याही शैक्षणिक/व्यावसायिक लेखनात देता त्या प्रकारे संदर्भाचे उदाहरण देणे. विश्वास ठेवा अगर नाही, पण हे अनेकदा राहून जाते. दुसरी गोष्ट म्हणजे काही समित्यांना तुमच्या कामाबद्दल माहिती देणाऱ्या १० किंवा १५ प्राथमिक संदर्भांची सूची लागते. ही माहिती समितीला तुमच्या ज्ञानाचे मूल्यांकन करण्यासाठी मदत करू शकेल आणि तिच्या सदस्याला तुमचा अभ्यास कोणती दिशा पकडेल याबाबतचा स्पष्ट संकेत देऊ शकेल.

आकर्षक प्रस्ताव लेखन

माझा अनुभव असा आहे की, जेव्हा एखाद्या व्यक्तीला किंवा समितीला अन्य कोणाच्या कामाबाबत/भविष्याबद्दल मोठे निर्णय घेण्याचा अधिकार असतो, तेव्हा त्यांना तो अधिकार गाजवायला आवडते. आणि त्यांना अनेकदा तो अधिकार अतिशय पांडित्यपूर्ण प्रकारे गाजवणे आवडते. जेव्हा संशोधन प्रस्तावाच्या मूल्यमापनाची वेळ येते तेव्हा, समित्यांना काय पाहिजे आहे, कोणत्या मार्गाने पाहिजे आहे, केव्हा पाहिजे आहे यामध्ये त्याचे रूपांतर होते. तुम्ही जर प्रस्तावलेखन करणारी व्यक्ती असाल तर, तुम्ही देखील तितकेच पांडित्यपूर्ण असायला हवे आणि तुम्ही सर्व मार्गदर्शक तत्त्वांचे अनुसरण करत आहात याची खात्री करा, हेतूपुरस्सर लिहा आणि (अंतिम मसुदा तयार होण्यापूर्वी) अनेक मसुदे बनविण्यासाठी तयार रहा, असा याचा अर्थ आहे. रकाना ५. १ मध्ये वास्तविक जगातील उदाहरणे दिली आहेत.

मार्गदर्शक तत्त्वांचे पालन

अर्जामध्ये शीर्षक २० शब्दांपेक्षा अधिक नसावे असे म्हटल्यावर किंवा गोषवारा १५० शब्दांहून कमी असावा असे म्हटल्यावर तुम्हाला किती शब्द मिळतात? अर्जदारांच्या दृष्टीने मर्यादा ताणण्याचा प्रयत्न करणे, हे निश्चितच असामान्य नाही – पण मी याच्या उलट सल्ला देईन. अर्जदार साध्यासोप्या निर्देशांचे पालन करू शकत नाही, असे वाटले की काही मूल्यांकक जरा चिडतात. दुसऱ्यांवर नियंत्रण ठेवणारे? असतीलही कदाचित. पण अनेकदा मूल्यांकक तुम्ही प्रत्यक्षात तुमच्या प्रकल्पावर काम सुरू केल्यावर, अपेक्षित गरजा पूर्ण करण्यासाठी सक्षम आहात का याची कसोटी म्हणून तुमच्या अर्जाकडे बघतात, हे लक्षात घेणे आवश्यक आहे. हा दृष्टिकोन थोडा संकुचित वाटू शकतो, पण तुम्ही एका लहान अर्जामध्ये मार्गदर्शक तत्त्वांचे पालन करू शकला नाहीत तर तुमच्या प्रकल्प पूर्ण करण्याच्या क्षमतेबद्दल तुम्हाला काय सांगता येणार, असे तुमचे मूल्यांकक विचारू शकतात.

पत्रामध्ये दिलेल्या सूचनांच्या जास्तीत जास्त जवळ जाणाऱ्या मार्गदर्शक तत्त्वांचे अनुसरण करणे हा सर्वोत्तम सल्ला आहे. याचा अर्थ:

- शिफारस केलेले विभाग/शीर्षकानुसार किंवा शक्य तितक्या जवळची अशी तुमच्या प्रस्तावाची रचना करणे;
- सर्व शब्दमर्यादा पाळणे;

- शुद्धलेखन आणि व्याकरण याबाबत अतिशय काटेकोर असणे.
- नियमाप्रमाणे मुदतीचे काटेकोरपणे पालन करणे.

हेतुपुरस्सर लेखन करणे

प्रस्ताव कधीही गचाळ नसावा, घाईगडबडीने उरकलेला नसावा किंवा शेवटच्या क्षणी बनवलेला नसावा, हे समजून घेणे महत्त्वाचे आहे. तो अत्यंत सफाईदार आणि तसेच उत्तम प्रकारे बनविलेला लेखनाचा नमुना असणे आवश्यक आहे. लक्षात ठेवा: तुमच्या विचारांची स्पष्टता, तुमच्या तर्कामधील सत्यता आणि तुमच्या लेखनाची गुणवत्ता ही एक संशोधक म्हणून तुमची क्षमता पारखण्यासाठी वापरली जाईल.

एक आकर्षक प्रस्ताव बनवण्यासाठी खालील सूचनांची मदत होईल:

- *तुम्ही काही यशस्वी प्रस्ताव बघू शकलात तर पाहा* – शक्य असल्यास, तुम्ही ज्या समितीकडे अर्ज केला आहे त्या समितीकडे गेलेले प्रस्ताव किंवा त्यासारख्या समितीकडे अर्ज केलेले प्रस्ताव शोधा. तुमच्या अर्जाचे मूल्यांकन करणाऱ्या संस्थांचे प्रस्ताव ऑनलाइन असतील. ते नसतील तर, तुम्ही गुगलमध्ये 'संशोधन प्रस्ताव उदाहरण' असे सर्च करा. तुम्ही अभ्यासाच्या पातळीशी (पीएच. डी., पदवीपूर्व) किंवा तुमच्या अभ्यासाच्या व्यापक क्षेत्राशी (व्यवसाय, समाजशास्त्र, धोरण) याची सांगड घालू शकता. पण लक्षात ठेवा! इंटरनेटवरील सर्व प्रस्ताव चांगले असतातच असे नाही. या प्रकरणाच्या शेवटी उद्धृत केलेल्या पुस्तकांमधील उदाहरणेही तुम्ही पाहू शकता.
- *शब्दात व्यक्त करण्यासाठीचा शोध* – इथे तृतीय पुरुषी भाषा वापरण्याची पद्धत आहे. तथापि, आता तुम्ही काय करणार आहात यासाठी 'मी' चा वापर सामान्यतः अधिक स्वीकारला जातो. तसेच भविष्यकाळात लिहायचे लक्षात ठेवा. प्रस्ताव हा तुम्ही काय करणार आहात याबाबत आहे. आत्ता काय करत आहात याबद्दल किंवा भूतकाळात काय केले आहे याबद्दल नाही.
- *बांधीव लिहा* – आपले लेखन स्पष्ट, संक्षिप्त, थेट आणि सोपे असे असणे आवश्यक आहे. वाहवत जाणे किंवा अनावश्यक परिभाषा वापरून प्रदर्शन करण्याचा प्रयत्न टाळा.
- *पुरेसे लिहा* – वर जे म्हटले आहे त्याच्याशी काहीसे विरोधाभासात्मक असले तरी, मूल्यांककांना निर्णय घेण्यासाठी लिखाण पुरेसे आहे याचीही खात्री करणे आवश्यक आहे.
- 'तज्ज्ञ नसलेल्या' व्यक्तींसाठी लिहा – तुमचा प्रस्ताव 'स्वतंत्र' आणि तुमच्या क्षेत्राच्या बाहेरील व्यक्तींना समजावा असा असणे आवश्यक आहे.
- *तुमचा गृहपाठ करा* – तुमच्या छोट्याशा औपचारिक प्रस्तावामध्ये जी गोष्ट तुम्हाला नको असते ती म्हणजे 'चुका'. तथ्य पारखून बघा, तुमच्या साहित्यामध्ये त्रुटी राहणार नाही याची खात्री करा. सिद्धांत आणि पद्धती यांचे कोणतेही संदर्भ अचूक आहेत, याची खात्री करून घ्या.
- *अवास्तव उद्धृते देऊ नका* – साधारणपणे लिखाण पूर्ण, स्पष्ट आणि योग्य असे असावे असे अपेक्षित असते. त्यामुळे तुम्हाला कदाचित थेट उद्धृत करायला पुरेशी जागा नसते. साहित्याचे पाठबळ असलेले शब्द आणि कल्पना तुमच्या असू द्या.
- *अंतिम मुदतीकडे दुर्लक्ष करू नका* – लवकर पूर्ण करण्याचा प्रयत्न करा जेणेकरून तुम्हाला परीक्षण आणि पुढचा मसुदा तयार करण्यासाठी वेळ मिळेल. लक्षात ठेवा: मुदती अनेकदा ताठर असतात आणि ह्या प्रकरणात घाई गडबड झालेली आणि गुणवत्तेवर परिणाम झालेला तुम्हाला आवडणार नाही.
- *खाली चर्चा केल्याप्रमाणे, मसुदा तयार करणे आणि सुधारित मसुदा तयार करणे यासाठी तयार रहा.*

मसुदा बनवणे आणि त्याचे पुनर्लेखन

इथे सर्वोत्तम सल्ला हा आहे की शक्य असल्यास, एकापेक्षा अधिक वेळा, अभिप्राय आणि मसुद्याचे पुनर्लेखन यासाठी पुरेसा वेळ ठेवा. लक्षात ठेवाः तुमच्या वाचकांना तपशील समजत नसला तरी, तज्ज्ञ नसलेल्या व्यक्तींना व्यापक चर्चेचा अर्थ समजला पाहिजे – त्यांना प्रस्ताव समजला का आणि त्याचा अर्थ समजला का, हे समवयस्क, पालक, मित्र इ. ना अजिबात संकोच न करता विचारा. पण तुम्हाला पोहोचता येणार असेल तर, संशोधन आणि संशोधन प्रस्ताव यामध्ये अनुभव असलेल्या कोणाचा तरी सल्ला घ्या, अशी शिफारस मी नक्की करेन.

पंधराव्या प्रकरणात अंतिम मसुद्याच्या दिशेने काम करण्यासाठी तपशीलवार तपास सूची दिली आहे. पण सारांश सांगायचा तर तुमच्या अंतिम मसुद्यामध्ये पुढील गोष्टी असाव्यातः प्रस्थापित निकषांचे अनुसरण करा, तर्कसंगत राहा, यथायोग्य युक्तिवादाने आपला मुद्दा पटवून द्या, पुरेशा माहितीचा अंतर्भाव असू दे, व्यक्त करण्यासाठी शब्दांचा सुसंगत वापर करा, पुनरुक्ति टाळा, स्पष्ट आणि अस्खलित असू दे, फुकटची बडबड टाळा, परिच्छेदाच्या लांबीची वाक्ये टाळा, आद्याक्षरे आणि पारिभाषिक शब्दांचा मर्यादित वापर करा, शब्दसंख्येचे काटेकोरपणे पालन करा, शुद्धलेखन आणि व्याकरण आदर्श असू द्या, टंकलेखनातील सर्व चुका टाळा आणि चांगल्या प्रकारे मांडणी करा .

रकाना ५.१

प्रस्तावाचे उदाहरण

काही काळापूर्वी, मी आणि माझ्या सहकाऱ्याने सादर केलेल्या बऱ्याच मोठ्या निधी प्रस्तावातील हे काही भाग आहेत. माझा प्रस्ताव त्यांच्या वैशिष्ट्यांशी थेट जुळेल याची खात्री करणे, हे माझे ध्येय होते. आश्चर्याची गोष्ट म्हणजे, त्यांनी कोणत्याही पार्श्वभूमी साहित्याबद्दल विचारले नव्हते. म्हणून काहीही देण्यात आले नव्हते.

प्रकल्पाचे शीर्षकः उत्कृष्ट भाषणः सार्वजनिक क्षेत्रातील स्पष्ट प्रभावी सादरीकरणे

प्रकल्पाचा आढावा (१५०–२०० शब्द): आपण जेव्हा प्रेरणादायी वक्ते आणि त्यांची असामान्य सादरीकरणे ऐकतो तेव्हा ती आपल्याला कळतात. आपण ती जाणून घेतो कारण आपण हेलावले जातो. आपण जाणून घेतो कारण आपण ते इतरांना सांगू इच्छित असतो. जाणून घेतो कारण आपल्याला प्रेरित वाटते. पण प्रेरणा देणे हे कठीण उद्दिष्ट असू शकते. उपदेशाने युक्त असूनही सादरीकरणे कंटाळवाणी, नीरस, कल्पनाशून्य असतात असे सर्वसामान्यपणे आढळते – सार्वजनिक क्षेत्रातील सादरीकरणांचाही यामध्ये समावेश आहे. तथापि, सार्वजनिक क्षेत्रातील बदल हा साधारणपणे समर्थनावर अवलंबून असतो आणि अशी घटनाचक्रे अनेकदा सादरीकरणामध्ये कळस गाठतात. सुधारणा ही अनेकदा प्रभावावर अवलंबून असते, त्यामुळे कल्पनेला गती देणे आणि प्रेक्षकांना प्रेरणा देणे ह्याची निर्विवादपणे गरज आहे. प्रभावी सादरीकरणाच्या माध्यमातून प्रेक्षकांवर प्रभाव टाकण्याची साधने माहीत असणे आव्हानात्मक असते, विशेषतः या माहितीच्या युगात जिथे आधी जे ज्ञान तज्ज्ञांकडे असायचे ते आता गुगल आणि विकीपीडीयाकडे आहे.

सार्वजनिक क्षेत्रातील सादरीकरणांसाठी, शिकवणे आणि शिकणे यामध्ये सुधारणा होण्याकरिता शिफारसी देणे, हे या प्रकल्पाचे ध्येय आहे. गेल्या दशकातील उत्तम आणि ज्यामध्ये सार्वजनिक क्षेत्रातील विशिष्ट संदर्भ आहे अशा सर्वात प्रेरित ७० सादरीकरणांच्या विश्लेषणातून हा प्रकल्प खरोखर प्रेरणादायी सादरीकरणांचा पाया असलेल्या सर्वात महत्त्वाच्या घटकांचे विश्लेषण करेल. अशाप्रकारे सर्वोत्तम पद्धतीमध्ये असलेल्या तुटी आणि कोणत्या घटकांसाठी प्रशिक्षणाची गरज आहे हे ओळखण्यासाठी यानंतर हा प्रकल्प ऑस्ट्रेलिया आणि न्यूझीलंड यांच्यामधील ट्रान्स-टॅसमन

छायाचित्र ५.१ प्रभावी सादरीकरण

(ऑस्ट्रेलिया आणि न्यूझीलंड यांच्यामधील अंतर्देशीय परस्पर संबंधांचा) अनुच्छेद असलेल्या सार्वजनिक क्षेत्रातील सादरीकरणांचे विश्लेषण करेल.

प्रकल्पाची उद्दिष्टे (१००–२०० शब्द): सार्वजनिक क्षेत्रातील सादरीकरणांसाठी, शिकवणे आणि शिकणे यामध्ये सुधारणा होण्याकरिता स्पष्ट शिफारसी देणे हा या संशोधन प्रकल्पाचा व्यापक उद्देश आहे.

या प्रकल्पाची उद्दिष्टे खालीलप्रमाणे आहेत:

- अत्यंत प्रभावी, अत्यंत प्रेरणादायी सादरीकरणे तयार करण्यासाठी सर्वात महत्त्वाचे घटक ओळखणे;
- सार्वजनिक क्षेत्राच्या विशिष्ट संदर्भातील समस्या आणि सर्वात महत्त्वाचे घटक ओळखणे;
- सर्वात महत्त्वाचे घटक सहजपणे ओळखण्यासाठी गुणात्मक आधारक तयार करणे;
- हे क्षेत्र विकसित करण्यासाठी, शिकवणे आणि शिकणे यामध्ये विकास आणि संवर्धन होण्याकरिता ऑस्ट्रेलिया/न्यूझीलंड येथील सार्वजनिक क्षेत्रातील सादरीकरणांच्या परिणाम कारकतेचे मूल्यमापन करणे आणि ऑस्ट्रेलिया/न्यूझीलंड येथील सार्वजनिक क्षेत्रातील प्रभावी सादरीकरणांमधील तुटी ओळखणे.

प्रकल्पाचे फायदे (१००–२०० शब्द): सार्वजनिक क्षेत्रामध्ये पुढाकार, प्रकल्प, कार्यक्रम किंवा धोरणातील सुधारणा या गोष्टींना समर्थन मिळवण्याची आवश्यकता नसते असे क्वचितच घडते. पुरस्कार अत्यावश्यक असतात आणि प्रेरणा देण्यात अपयशी ठरलेले सादरीकरण चांगल्या संभाव्य सुधारणांमधून बाहेर फेकले जाऊ शकते. हा प्रकल्प सार्वजनिक क्षेत्रातील सादरीकरणाच्या क्षेत्रामध्ये, शिकवणे आणि शिकणे यामध्ये सुधारणा करण्याचे ध्येय ठेवून तीन भागधारकांच्या गटाला त्याचा लाभ देतो.

धोरणांच्या घटनाचक्रावर प्रभाव पडण्याच्या वाढीव क्षमतेद्वारे ऑस्ट्रेलिया आणि न्यूझीलंड यांच्यामधील अंतर्देशीय परस्परसंबंध (ट्रान्स-टासमन) असलेल्या सार्वजनिक क्षेत्राला फायदा होईल. सुधारित सादरीकरणांमुळे महत्त्वाच्या सार्वजनिक प्रशासन समस्यांवर अधिक अभियोजित चर्चा होऊ शकेल आणि ती सार्वजनिक क्षेत्रातील सुधारणा पुढे नेण्यात महत्त्वाचा वाटा उचलतील.

(पुढे चालू...)

(पुढे चालू...)

भविष्यातील अध्यापन आणि व्यवहारोपयोगी शिक्षण, या उपक्रमांसाठी संसाधनांचा विकासाच्या माध्यमातून निधी संस्थांना फायदा होईल. शासनामधील सर्वोत्तम पद्धतीच्या विकासाचे समर्थन करत असताना, सार्वजनिक क्षेत्रातील संवाद प्रशिक्षणातील नेतृत्वाचे संवर्धन करणे हा उद्देश आहे.

वाढीव कौशल्ये, आत्मविश्वास, आणि प्रभाव पातळी याचा विद्यार्थ्यांना फायदा होईल.

कार्यपद्धती – तुमचा प्रकल्प कोणती संशोधन पद्धत (ती) वापरणार आहे (५०-१५० शब्द)? कार्यपद्धती दोन्ही ऑनलाइन आणि 'समोरासमोर' मिळालेल्या डेटामधील दोन टप्प्यात झालेल्या गुणात्मक दृष्टिकोनावर अवलंबून असेल. टप्पा एक – गेल्या दशकातील अत्यंत प्रेरणादायी ७० सादरीकरणांचे विश्लेषण. *जनसंख्याः* मीडिया/प्रभावी तज्ज्ञ व्यक्ती ह्या ऑनलाइन सादरीकरणांना (इंग्रजीमधील) अत्यंत प्रेरणादायी मानतात. *नमूना योजनाः* आखणी केलेल्या लक्षित नमुन्यामध्ये, जनसंख्याशास्त्रातील वक्त्यांच्या विस्तृत श्रेणींचा समावेश करण्यात आला आहे – सार्वजनिक क्षेत्रातील कमीत कमी ३५ सादरीकरणे. *विश्लेषणः* अहवालाचे विश्लेषण, आशयाचे विश्लेषण आणि भाषिक चिन्हशास्त्र याचा वापर करून एक उत्तम व्यवहार्य मॅट्रिक्स (आधारक) विकसित करणे.

टप्पा दोन – ट्रान्स-टासमन क्षेत्रामधील ३० सार्वजनिक क्षेत्रातील सादरीकरणांचे विश्लेषण. *जनसंख्याः* एएनझेडएसओजीच्या वार्षिक परिषदेमधील तसेच ऑनलाइन सादरीकरणांमधील सादरीकरण. नमूना धोरणः यादृच्छिक, काटछेद असलेला. *विश्लेषणः* पहिल्या टप्प्यात विकसित केलेल्या आधारकाला लागून असलेल्या सादरीकरणांच्या मूल्यांकनाद्वारे तुटी विश्लेषण. या टप्प्यात वापरण्यात आलेल्या सर्व सादरीकरणांची ओळख पुसून टाकली जाईल आणि डेटा न ओळखता एकत्रित केला जाईल. वैयक्तिक सादरीकरणांचे समालोचन करण्याऐवजी, व्यवहारातील सामान्य तुटी ओळखणे हा उद्देश आहे.

ह्या प्रकल्पासाठी ही पद्धत/या पद्धती वापरण्यामागे काय हेतू आहे (१००–१५० शब्द)? या प्रकल्पासाठी वापरलेली कार्यपद्धती सुबकपणे एका विशिष्ट दृष्टिकोनाअंतर्गत किंवा अगदी विशिष्ट धारणेअंतर्गत येत नाही तर उलट प्रश्नाधारित दृष्टिकोनाचे प्रतिनिधित्व करतो जो पारंपारिक सामाजशास्त्रीय पद्धती तसेच प्रकल्प व्यवस्थापन साधने अशा दोन्हीचा वापर करतो. विशेषतः, हा प्रकल्प पुढील गोष्टींवर अवलंबून आहेः संख्यात्मक धारणेअंतर्गत विकसित केलेले नमूना धोरण; अहवालाचे विश्लेषण, आशयाचे विश्लेषण आणि गुणात्मक विचारधारेतून घेतलेले भाषिक चिन्हशास्त्र अशा डेटा विश्लेषण पद्धती; आणि परंपरेनुसार प्रकल्प व्यवस्थापनात अधिक आढळणारे तुटी विश्लेषण. अशा मिश्र कार्यपद्धती अनेकदा गणनिष्ठ परंपरांना बद्ध नसलेल्या संशोधनाला लागू होतात. विविध विचारधारांमधून काही घेण्याची क्षमता, तसेच इंटरनेटच्या शक्तीला पत देण्याची क्षमता ही पद्धतींना सत्यता देते आणि संदर्भाधारित पद्धतींचा विकास करण्याची परवानगी देते.या प्रकल्पात वापरल्या जाणाऱ्या विशिष्ट पद्धती या ठराविक कालावधीमध्ये, विश्वासार्ह परिणाम देऊ शकण्याची सर्वात जास्त शक्यता असणाऱ्या मानल्या जातात.

अधिक उदाहरणांसाठी सहचर संकेतस्थळ 🖱 पाहा

अडथळे आणि आव्हाने

तुम्ही वरील सर्व गोष्टी केल्यात, तर तुम्ही नक्की छाप पाडाल? हे सर्व सुरळीत असणार, नाही का? असे असावे अशी आशा आहे. पण अशा काही अवघड परिस्थिती असू शकतात जिथे तुम्हाला वाटाघाटी कराव्या लागू शकतात.

तुमचा आराखडा प्रस्तावाच्या अपेक्षित गरजा पूर्ण करत नाही तेव्हा

तुम्ही आतापर्यंत वाचले असेल, तर मला असे वाटते की जे समितीला हवे आहे, ते देणे किती महत्त्वाचे आहे हे तुम्हाला कळले असेल. पण तुमचा संशोधन आराखडा समितीच्या अपेक्षित गरजा पूर्ण करू शकला नाही तर? 'गुणात्मक' संशोधनाच्या बाबतीत हे घडण्याची शक्यता आहे. जिथे गृहीतप्रमेय, चल, वैधता आणि विश्वसनीयता या सारख्या संज्ञा तुमच्या अभ्यासासाठी योग्य नसू शकतात, पण तरीसुद्धा तुमच्या प्रस्तावामध्ये ते 'विभाग' असणे गरजेचे असू शकते.

दुर्दैवाने, अजूनही संख्यात्मक धारणेप्रति पूर्वग्रह असू शकतो. ज्याचा परिणाम प्रस्ताव प्रोफार्माजमध्ये आणि अगदी समितीच्या अपेक्षांमध्येही प्रतिबिंबित होऊ शकतो. असे झाले तर, असे पेचप्रसंग हाताळण्यासाठी त्या समितीबरोबर ज्यांनी काम केले आहे अशा कोणत्याही व्यक्तींचा सल्ला घ्या, असे मी सुचवेन – प्रत्येक समितीचे दृष्टिकोन भिन्न असतील. मात्र, तुम्हाला अशी आतल्या गोटातील माहिती मिळू शकली नाही, किंवा 'फक्त शक्य तितके सर्वोत्तम करण्याचा प्रयत्न करा', असे सांगितले तर मी प्रस्तावाची मोठी कार्यसूची लक्षात घ्या: म्हणजेच संशोधन प्रश्नाची गुणवत्ता, प्रस्तावित पद्धतीची गुणवत्ता आणि संशोधकाची गुणवत्ता निदर्शनास आणा. त्यामुळे, धारणा काहीही असो, तुम्ही प्रस्तावात प्रविष्ट करत असलेल्या सैद्धांतिक, संकल्पनात्मक आणि कार्यपद्धतीय लँडस्केपबाबत तुम्हाला विश्वास आहे हे दर्शविणे आवश्यक आहे. यासाठी, आक्रमकतेने नको किंवा खेदपूर्वकही नको, तर आत्मविश्वासाने लिहा. समितीला गृहीतप्रमेय हवे असेल आणि तरीही ते योग्य नसेल, तर तुमच्याकडे 'एन/ए' लिहिण्याचा आणि अनुचितपणा दर्शवण्याचा पर्याय उपलब्ध आहे (प्रकरण ४ पाहा). समितीला चलांची सूची हवी असेल आणि तुमचा अभ्यास अधिक शोधजनक असेल, तर तसे म्हणा. जर वैधता, विश्वसनीयता किंवा सामान्यीकरणत्व अयोग्य असेल, तर, आत्मविश्वासाने अधिक योग्य असलेल्या विश्वासार्हता निर्देशकांबद्दल बोला (प्रकरण ३ पाहा). कोणतीही योग्य समिती जिला काही किंमत आहे तिला जरी समितीच्या अपेक्षा/परिभाषेत बसत नसले तरी, ते जे बोलत आहेत ते त्यांना माहीत आहे असे लगेच ओळखू येईल.

जेव्हा तुमचा आराखडा उदयोन्मुख असेल

ज्यामध्ये विकसित होणाऱ्या पद्धती आहेत, असा अभ्यास प्रस्ताव तुम्ही मांडत असता तेव्हा आणखी एक मुख्य अडचण येते. अशा पद्धती ज्या प्रस्तावाचा अर्ज करताना पूर्णपणे स्पष्ट केल्या जाऊ शकत नाहीत, त्याही वापराव्या लागतात. हे विशेषतः 'संशोधिताची' प्रतिष्ठा व कल्याण याचे संरक्षण करण्यासाठी तसेच संशोधक आणि संस्था यांचे कायदेशीर दायित्वापासून संरक्षण करण्यासाठी वापरल्या जाणाऱ्या नीतिमत्ता प्रस्तावांबाबत अडचणीचे असते. ह्या प्रस्तावांमध्ये अनेकदा पद्धतीचा पूर्ण अहवाल मागितला जातो. ज्यामध्ये बरेचदा सर्वेक्षण आणि मुलाखत वेळापत्रक यांसारख्या गोष्टी जोडाव्या लागतात.

पुन्हा एकदा जे 'गुणात्मक' संशोधक पूर्णपणे पूर्वनियोजित नसलेले, संवादात्मक डेटा संकलन तंत्र वापरू इच्छित असतील; त्यांना पेचप्रसंगाला तोंड द्यावे लागेल. जे कृतिसंशोधन हाती घेतील, त्यांना देखील झगडावे लागेल कारण त्यांचे कार्यपद्धतीय शिष्टाचार हे अनेक वेगवेगळ्या घटनाचक्रातील भागधारकांच्या सहकार्यावर आधारित असतात (प्रकरण ९ पाहा). खरंतर, अनेक संशोधन प्रकल्पांमध्ये (संख्यात्मक अभ्यासासह) पद्धती ह्या अनेक टप्प्यांमध्ये आयोजित केल्या जातात. ज्यामध्ये प्रत्येक टप्प्यात पूर्वी काय घडले आहे ते निर्धारित केलेले असते. उदाहरणार्थ, सर्वेक्षणाच्या आराखड्याची माहिती देण्यासाठी, महत्त्वाची माहिती देणाऱ्या व्यक्तींच्या मुलाखती वापरल्या जाऊ शकतात किंवा सर्वेक्षण परिणाम सखोल मुलाखतींमध्ये वापरले जाणारे प्रश्न ठरवू शकतात.

तुमच्या दृष्टिकोनाबाबत खुले आणि माहितगार असणे हे इथे सर्वोत्तम धोरण असेल. तुमचा आराखडा हा योगायोगाने आलेला किंवा वाईट पद्धतीने मांडलेला नाही, हे दाखवून द्या. तुम्ही सर्व वैशिष्ट्ये स्पष्ट करू शकत

नसाल तरी आवश्यक लवचिकता पूर्वनियोजित आहे, हे दाखवा आणि तुमची एक परिभाषित चौकट आहे, हे दाखवा. समितीला आगाऊ योजनेची आखणी दाखवा शक्य असल्यास सूचक प्रश्न द्या. आणि शेवटी तुम्ही तुमचा दृष्टिकोन स्वीकारार्ह कार्यपद्धतीय साहित्याप्रति जोडू शकता, हे दाखवा. तुम्ही जर अशा प्रकारच्या युक्तिवादाचे व्यवस्थापन करू शकलात तर यशाचे मोठ्या प्रमाणात संवर्धन होण्याची शक्यता आहे.

अर्थात, तुम्ही असे तर्क करू शकलात तरी समितीला अधिक माहितीची आवश्यकता असण्याचीही शक्यता आहे. या बाबतीत, तुम्ही तुमच्या कार्यपद्धतीय योजनेला आणखी अधिक परिभाषा जोडण्यासाठी प्रयत्न करू शकता. पण तुमच्या व्यापक आराखड्यामुळे ही गोष्ट अशक्य असेल आणि आपली समिती ठाम असेल, तर तुम्हाला पुढील गोष्टी लागतील (१) तुम्ही तुमच्या पद्धती विकसित होत असताना पुरवणी अर्ज करून ठेवणे शक्य आहे का ते बघणे किंवा (२) आवश्यक कार्यपद्धतीय फेरबदलांबाबत तुमच्या परीवेक्षकाशी बोलणे

जेव्हा तुम्हाला दिशा/पद्धत बदलण्याची इच्छा किंवा आवश्यकता असेल

समजा तुम्ही १५ सी.ई.ओ.च्या मुलाखती घेण्याची पूर्ण तयारी केली आहे. पण, कितीही प्रयत्न केले तरी तुम्हाला फक्त तीनपेक्षा जास्त सहभागी मिळू शकले नाहीत. किंवा समजा, तुम्ही १००० बेघर लोकांचे सर्वेक्षण करण्यासाठी $ ५०० खर्च करण्याची योजना केलीत, पण ३७८ डॉलर खर्च केल्यानंतर तुमच्याकडे फक्त ३६ जणांचे सर्वेक्षण परत आले. किंवा तुम्ही प्रस्तावात समावेश केल्यापेक्षा जास्त व्यापक साहित्य परीक्षण हाती घेतले आहे आणि तुम्ही मूलतः प्रस्तावित केलेला सर्वेक्षण प्रश्न लक्ष्यापासून खूपच दूर आहे असे लक्षात आले, अशी कल्पना करा.

तुम्ही काय कराल? तसेच, एका कार्यपद्धतीय दृष्टिकोनातून, तुम्ही त्याक्षणी जे हातात आहे ते कराल, तुम्ही तुमच्या प्रश्नाचा विचार कराल, तुमच्या पर्यवेक्षकाशी बोलाल आणि सर्वात 'करण्यायोग्य' विश्वासार्ह डेटा प्राप्त करण्यासाठी मार्ग निश्चित कराल. पण या परिस्थितीत बरेच विद्यार्थी तसेच फक्त पुढे जातात आणि समिती चर्चा न करताच त्यांच्या पुढील अभ्यासाचे शिष्टाचार बदलतात हे निराशाजनक आहे. आणि हा कमीतकमी प्रतिकाराचा मार्ग असला तरी, त्याची शिफारस केली जात नाही. जर तुमचा अर्ज निधी मंडळासाठी काम करण्याच्या 'कराराचे' प्रतिनिधित्व करत असेल. उदाहरणार्थ, तुम्ही तुमच्या दृष्टिकोनात केलेला बदल कळवणे आवश्यक आहे. नीतिमत्ता अर्जांचे अत्याधुनिकीकरण तितकेच महत्त्वाचे आहे. तुम्ही संशोधिताची प्रतिष्ठा आणि कल्याण याला धक्का पोचवणार नाही हे बाहेरील समितीने पाहावे, इतकेच नाही तर आपण संभाव्य खटल्यांपासून स्वतःचे आणि आपल्या संस्थेचे संरक्षण केले आहे, याची खात्री देखील तुम्ही करून घेऊ इच्छिता.

प्रकरणाचा सारांश

- संशोधन प्रस्ताव विचार स्पष्ट करण्याची, कल्पना साकारण्याची, भविष्यातील कृतीसाठी नकाशाच्या प्रदान करेल अशा प्रकारे स्पष्ट शब्दात व्यक्त करण्याची संधी देते. याचाच अर्थ तुमचा प्रकल्प 'पटवून' देण्यासाठी संशोधन प्रश्न आणि प्रस्तावित पद्धती यांची गुणवत्ता स्पष्ट करण्याचे, हे एक साधन आहे.
- प्रस्तावांसाठी आवश्यक असलेल्या गोष्टी भिन्न असू शकतात. पण बऱ्याच प्रस्तावांमध्ये खालील काही गोष्टींचे एकत्रीकरण स्पष्टपणे व्यक्त करायला सांगतातः शीर्षक; सारांश/गोषवारा; ध्येये/उद्दिष्ट; संशोधन प्रश्न/गृहीतप्रमेय; परिचय/पार्श्वभूमी/तर्क; साहित्याचे परीक्षण; सैद्धांतिक दृष्टिकोन; पद्धती; मर्यादा/सीमा घालणे; नैतिक विचार; वेळापत्रक; अंदाजपत्रक/निधी; आणि संदर्भ.
- आकर्षक प्रस्तावाचे लेखन करण्यासाठी तुम्हाला लक्षपूर्वक तुमच्या संस्थांच्या मार्गदर्शक तत्त्वांचे अनुसरण करणे आणि हेतूपुरस्सर लिखाण करणे आवश्यक आहे. ह्यासाठी चांगले नियोजन, आपला विषय माहीत

असणे, शब्दात व्यक्त करण्यासाठीचा शोध, पूर्ण, स्पष्ट आणि योग्य असे लेखन, 'तज्ज्ञ नसलेल्या' व्यक्तींसाठी लेखन, आणि पुनर्लेखनाची तयारी यांचा समावेश होतो.

- समितीचे आवश्यकता प्रस्ताव पूर्ण न करू शकणे आणि उदयोन्मुख आकृतीबंध असलेले प्रस्ताव, हे अडथळे येऊ शकतात. दोन्ही घटनांमध्ये, माहितगार, आत्मविश्वासपूर्ण व खुले असण्याने यशाच्या शक्यतेत वाढ होईल.
- हे वेदनादायक वाटले तरी, तुम्हाला दिशा/पद्धत बदलण्याची इच्छा किंवा आवश्यकता असल्यास ते तुमच्या मंजुरी मंडळाला कळवणे ही चांगली कल्पना आहे.

अवांतर वाचन

प्रस्तावाच्या विकासामध्ये मार्ग दाखविण्यासाठी मदत करू शकतात अशी थोडकीच पुस्तके आहेत, त्यातील बहुतांश पुस्तके चांगली उदाहरणे देतात. त्यासाठी पुढे पाहा:

Krathwohl, D. R. and Smith, N. L. (2005) *How to Prepare a Dissertation Proposal: Suggestions for Students in Education and the Social and Behavioral Sciences.* Syracuse, NY: Syracuse University Press.

गुणात्मक, संख्यात्मक आणि मिश्र कार्यपद्धतींचा समावेश असलेले टप्प्याटप्प्याने पुढे नेणारे एक मार्गदर्शक पुस्तक. शिफारसींना आधार म्हणून विद्यार्थ्यांची उदाहरणे ज्या प्रकारे वापरली आहेत, ते मला आवडले.

Locke, L. F., Spirduso, W. W., and Silverman, S. J. (2013) *Proposals that Work: A Guide for Planning Dissertations and Grant Proposals.* London: Sage.

प्रबंध हाती घेतलेल्या किंवा अनुदानासाठी अर्ज केलेल्या विद्यार्थ्यांसाठी एक व्यापक मार्गदर्शक. पुस्तक – अनुसरण करण्यास सोपे आहे आणि विषयाशी निगडित उदाहरणांची श्रेणी दिलेली आहे.

Ogden, T. E. and Goldberg, I. A. (eds) (2002) *Research Proposals: A Guide to Success.* New York: Academic Press.

राष्ट्रीय संस्थेच्या आरोग्य प्रस्ताव प्रक्रियेसंदर्भात असूनही ह्या पुस्तकात स्पष्ट उदाहरणे आणि प्रस्ताव वाढविण्यासाठी अनेक सूचना दिलेल्या आहेत. तसेच प्रस्ताव प्रक्रियेतील इंटरनेटच्या भूमिकेचाही समावेश केलेला आहे.

Punch, K. (2006) *Developing Effective Research Proposals.* London: Sage.

गुणात्मक आणि संख्यात्मक या दोन्ही संशोधनाचा अंतर्भाव केलेले, उत्कृष्ट मार्गदर्शक पुस्तक. प्रस्तावाची मुलतत्त्वे, त्याचे लेखन कसे करावे आणि तो पूर्ण झाल्यानंतर कसा दिसला पाहिजे, याची माहिती देते.

६

साहित्याचा आढावा

–प्रकरणाचे पूर्वावलोकन–

- साहित्याचे महत्त्व
- संबंधित साहित्य मिळवणे
- साहित्याचे व्यवस्थापन करणे
- 'साहित्य परीक्षणाचे' औपचारिक लेखन

साहित्याचे महत्त्व

> मी फक्त माझ्याकडे असलेली सर्व बुद्धिमत्ता वापरत नाही, तर शक्य असेल तितकी उसनी घेऊनही वापरतो.
>
> *वूड्रो विल्सन*

वाचन हा संशोधन प्रक्रियेतील एक अत्यावश्यक भाग आहे – त्यासाठी दुसरा कोणताही मार्ग नाही. का? कारण तुम्ही अज्ञानाच्या आधारे स्वत:ला खरोखरच संशोधनामध्ये गुंतवू शकत नाही. तुम्ही शिकत असताना, आधीच अस्तित्वात असलेले ज्ञान पूर्णपणे विचारात घेणे हे तुमचे ध्येय असते तेव्हा तुम्हाला कमी माहीत आहे की जास्त याने खरोखर काही फरक पडत नाही. इथले ध्येय स्वयं-शिक्षण आहे, जिथे तुम्ही ज्या पातळीला आहात तिथपासून सुरू करणे आणि तुम्हाला पुढील स्तरावर घेऊन जाण्याचा प्रयत्न करणे गरजेचे आणि आवश्यक आहे.

संशोधनाचे आयोजन करणे थोडेसे वेगळे असते. जेव्हा तुम्ही संशोधन करत असता तेव्हा तुम्ही इतर जण ज्यापासून शिकतील, काम करतील आणि परिस्थिती सुधारण्यासाठी ते वापरतील अशा ज्ञानाची निर्मिती करण्याचा प्रयत्न करीत असता. आणि त्यासाठी जबाबदारी उचलण्याची गरज असते. तुम्ही काय बोलत आहात हे माहीत असणे आवश्यक आहे. नवीन ज्ञान निर्मिती ही मूलतः पूर्वीच्या ज्ञानावर अवलंबून असते. ज्ञान बांधणी करते आणि संशोधक त्याच्याशी सुपरिचित नसतील तर साहित्यामध्ये भर घालणे संशोधकासाठी अशक्य असते.

होय, बरेचसे ज्ञान हे अनुभवातून येऊ शकते – आणि याचे मी समर्थन करते. पण व्यापक संदर्भात पाहिले नाही तर अगदी समृद्ध अनुभवाकडेही दंतकथात्मक पुरावा म्हणून पाहिले जाण्याची शक्यता आहे. वाचन तुम्हाला व्यापक संदर्भ देते. ते प्रेरणा देते, माहिती देते, शिकवते आणि प्रबोधन करते. ते कल्पना निर्माण करते,

महत्त्वाच्या प्रश्नांची रचना करण्यास मदत करते आणि संशोधनाच्या आखणी प्रक्रियेसाठी कारणीभूत होते. हे लेखनामध्ये देखील केंद्रस्थानी आहे; साहित्याचे समर्थन असलेली तर्कमीमांसा आवश्यक आहे, तसेच आखीव बांधणी असलेले साहित्य परीक्षण हा संशोधक विश्वासार्हता स्थापन करण्यासाठी महत्त्वाचा निकष आहे.

मात्र, साहित्य वापरून काम करणे, हे अनेकदा त्रासदायक मानले जाते. अनेकविध हेतू, आकारमान आणि वैविध्य, ते शोधण्यात व त्याचे व्यवस्थापनात करण्यात येणाऱ्या अटचणी, त्याच्या विसंगतीवर कार्यपाही करणे, औपचारिकपणे त्याचे परीक्षण करण्याची गरज आणि कदाचित ह्या सर्वाचा आधार असलेल्या तुमच्या स्वत:च्याच ज्ञानाचा, अनुभवाचा आणि नैपुण्याचा अभाव ह्यामुळे साहित्यात काम करणे थोडेसे भीतीदायक वाटू शकते.

साहित्य वापरून काम करताना त्यामध्ये समाविष्ट असणाऱ्या विविध कामांची रूपरेषा आकृती ६.१ मध्ये देण्यात आली आहे. आणि तुम्हाला ते समजून घेण्यासाठी, स्रोत बघण्यासाठी, त्याचे व्यवस्थापन करण्यासाठी आणि त्याचे परीक्षण करण्यासाठी मदत मिळावी म्हणून प्रक्रियांचा शोध घेण्यात आला आहे.

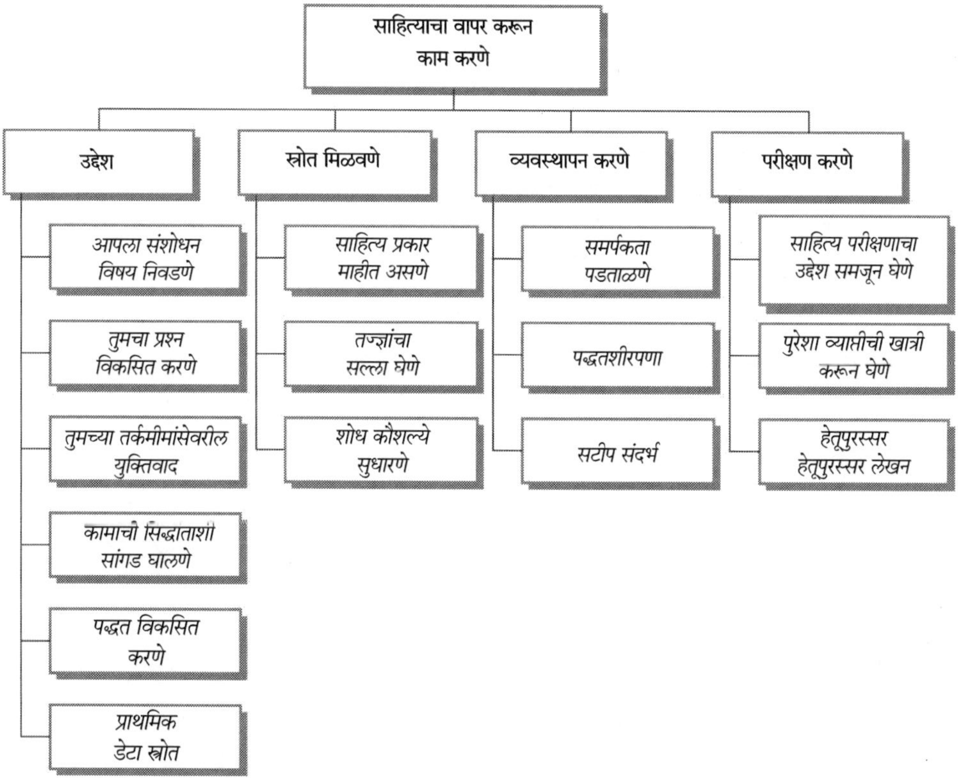

आकृती ६.१ साहित्याचा वापर करून काम करणे

साहित्याची भूमिका

संशोधन प्रक्रियेमध्ये प्रत्येक टप्प्यावर साहित्यातील प्रतिबद्धता आवश्यक असते. आकृती ६.२ मध्ये दर्शवल्याप्रमाणे साहित्य तुम्हाला खालील गोष्टीत मदत करू शकते:

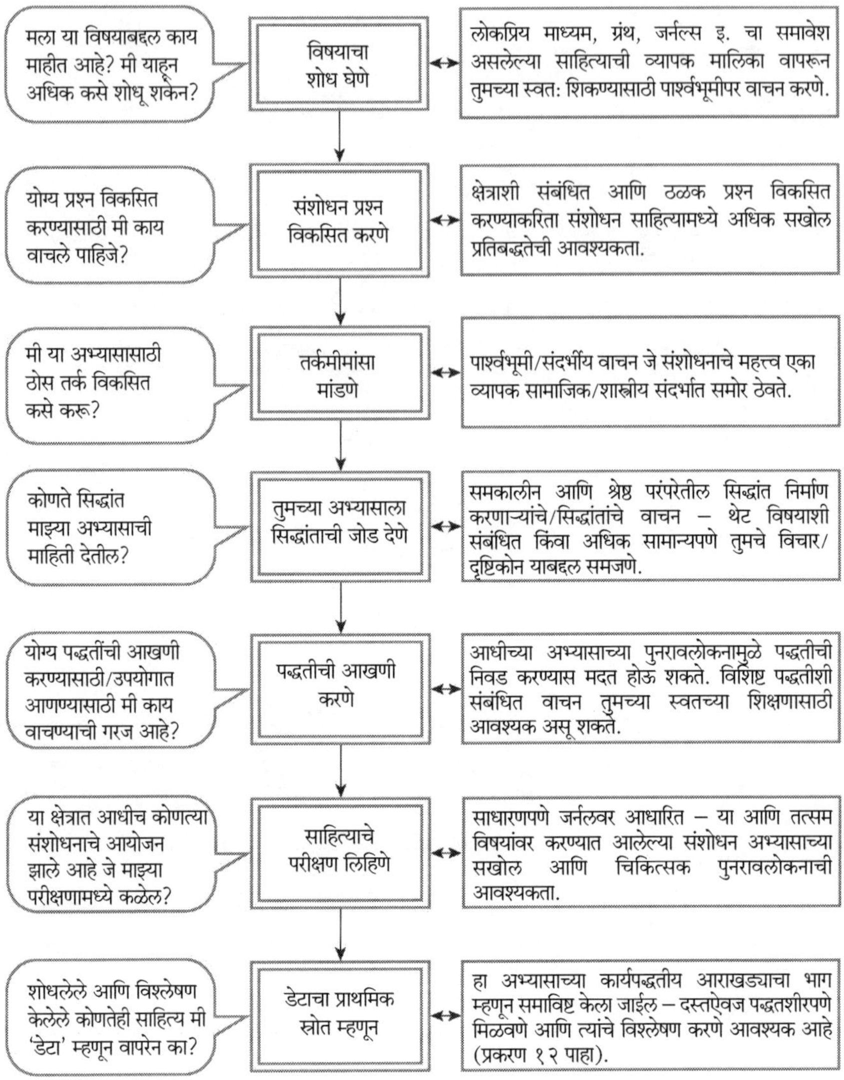

आकृती ६.२ साहित्य आणि संशोधन प्रक्रिया

- *विषयाचा शोध घ्या* – बरेच विद्यार्थी किंवा अगदी अनुभवी संशोधकानांही विशिष्ट विषयाबद्दल जे काही माहीत असणे आवश्यक आहे ते माहीत नसते आणि वाचनामुळे तुम्हाला नक्कीच गति मिळेल. ह्यामध्ये ग्रंथांच्या आणि मीडिया अहवालाच्या खोलात शिरणे. तसेच क्षेत्राचे वैज्ञानिक साहित्य असणाऱ्या जर्नलवर आधारित संशोधन अभ्यास यांचा समावेश होतो.
- *संशोधन प्रश्न विकसित करणे* – प्रकरण ४ मध्ये चर्चा केल्याप्रमाणे, संशोधन प्रश्न विकसित करण्याकरिता मार्गदर्शन मिळवण्याची एक चांगली जागा म्हणजे साहित्य होय. लोकप्रिय माध्यमांमध्ये समाविष्ट होणारे विशिष्ट विषयाबाबतचे चालू वादविवाद, वादंग आणि तंटे यामुळे सामाजिक अर्थासबंधीचे प्रश्न निर्माण होण्यसाठी मदत होऊ शकते. शास्त्रीय साहित्याप्रति प्रतिबद्धता प्रश्न विकसित करण्यासाठी कारणीभूत ठरू शकते. 'तुटी' शोधणे, आत्तापर्यंत पुरेशा संबोधित न झालेल्या प्रश्नांचा शोध आणि नवीन संदर्भात प्रश्न विचारण्याचा प्रयत्न हे सर्व 'वाचनावर' अवलंबून असते.

- *तर्कमीमांसा मांडणे* – चांगल्या प्रकारे मांडलेली तर्कमीमांसा कोणत्याही संशोधन प्रस्तावाचा एक अविभाज्य घटक असते आणि तुमचा विशिष्ट संशोधन प्रश्न संबोधण्यासाठी वेळ आणि पैसा यांची गुंतवणूक का करावी, हे त्यातून सूचित होणे आवश्यक आहे. हे करण्यासाठी तुम्ही तुमच्या अभ्यासाचे सामाजिक आणि शास्त्रीय महत्त्व पटवून देणाऱ्या साहित्याचा उपयोग करणे आवश्यक आहे.
- *तुमच्या अभ्यासाला सिद्धांताची जोड द्या* – संशोधन आणि सिद्धांत यामध्ये बरेच अंतर आहे, असे मानणाऱ्या विद्यार्थ्यांसाठी सैद्धांतिक वाचन कठीण ठरू शकते – हे असाधारण नाही. वर्षानुवर्षे सिद्धांताचे मजबूत दुवे नसतना समाज 'शास्त्रज्ञ' संशोधनमध्ये गुंतलेले होते, तर सामाजिक 'सिद्धांत तयार करणाऱ्या' व्यक्ती संशोधन न करता सिद्धांत मांडत होते. तथापि, द्विभाजनाची ही प्रवृत्ती कमी होत आहे आणि आपण सिद्धांताच्या संदर्भातील मूर्त समस्यांच्या अन्वेषणाचे मूल्य ओळखू लागलो आहोत. उदाहरणार्थ, सामर्थ्य, वर्ग, धर्म या विषयांना स्पर्श करताना साधारणपणे वेबर, मार्क्स आणि डर्खाइम अशा सिद्धांत तयार करणाऱ्या व्यक्तींचा शोध घेणे अनिवार्य आहे. खरंतर, प्रत्येक विद्याशाखेचे क्षेत्र (नर्सिंग, शिक्षण, व्यवस्थापन, इ), तसेच समृद्ध सिद्धांतांवर स्थिर झालेले समाजशास्त्र आणि तत्त्वज्ञान या विषयांचे व्यापक क्षेत्र, हे तुमच्या अभ्यासाला सखोलता आणि विश्वासार्हता दोन्ही देऊ शकेल. आता काही जणांच्या बाबतीत सैद्धांतिक वाचन ही आवड आणि आनंद आहे – आणि म्हणून समस्यापूर्ण नाही. पण इतरांसाठी, ते एक कष्टाचे काम असू शकते. तुम्ही दुसऱ्या प्रकारमध्ये मोडत असाल, तर तुमच्या समीक्षकांशी सिद्धांताबाबत चर्चा करणे आणि तुमच्या कामाची किती प्रमाणात माहिती देणे अपेक्षित आहे, ते स्पष्ट करून घेणे महत्त्वाचे आहे.
- *पद्धतींची आखणी करणे* – वाचन पद्धतीच्या आखणीला अनेक प्रकारे पाठिंबा देऊ शकते. ते पुढील गोष्टी करू शकतेः कार्यपद्धती आणि पद्धतींशी संबंधित शिक्षणाचे समर्थन; तुम्हाला चिकित्सक पद्धतीने मूल्यमापन करण्याची आणि शक्यतो त्याचा अवलंब करू देते, तुमच्या विशिष्ट संशोधन प्रश्नाचा शोध घेण्यासाठी पद्धती 'आदर्श' मानल्या जाणे; पर्यायी कार्यपद्धतीय दृष्टिकोनाच्या गरजेच्या मूल्यांकनात तुम्हाला मदत आणि साहित्यामध्ये प्रचलित असलेल्या कार्यपद्धतीय उणिवांवर मात करण्यासाठी अभ्यासाच्या संकल्पनेमध्ये तुम्हाला समर्थन देणे. अभ्यासाचा योग्य आराखडा बनविणे, डेटा संकलन करणे आणि विश्लेषणाचे आयोजन करणे, यासाठी तुम्हाला व्यापक कार्यक्षेत्रातील ह्या प्रकारच्या पद्धती ग्रंथांमध्ये, तुम्ही अवलंब करण्याचे योजत असलेल्या विशिष्ट संशोधन दृष्टिकोन केंद्रित पुस्तकांमध्ये (उदा. संस्कृतीवर्णन, कृतिसंशोधन किंवा आकडेवारी); स्वतः पद्धतीवरील संशोधन लेखांमध्ये आणि तुम्ही ज्या योजना वापरण्याचे योजत असाल त्यासारख्याच वापरल्या जाणाऱ्या अभ्यासाच्या पद्धतींचा अहवाल देणाऱ्या नियतकालिकातील लेखांमध्ये गढून जाणे आवश्यक आहे. या पुस्तकातील शिफारस केलेले वाचन, संदर्भ आणि संदर्भ ग्रंथाची यादी ही संबंधित साहित्य श्रेणी शोधण्यासाठी एक उत्तम सुरुवात असू शकते.
- *साहित्याचे परीक्षण लिहिणे* – औपचारिक 'साहित्य परीक्षण' हे निष्कर्ष, सैद्धांतिक आणि कार्यपद्धतीय योगदानासह ज्ञानाधारित परिपूर्ण माहितीचे चिकित्सक परीक्षण आहे. साहित्य परीक्षण तुमच्या अभ्यासाला 'जागा' निर्माण करून देण्यासाठी उपयुक्त ठरणाऱ्या वितंडवादी लेखनाचा एक अगदी विशिष्ट भाग आहे. तो आधीच्या संशोधनाचे परीक्षण करतो व सुसंस्थापित संशोधन नियतकालिकातील प्रकाशित लेखांना ग्राह्य धरतो. आणि सामान्यतः अनुदान अर्ज, संशोधन अहवाल आणि नियतकालिकामधील लेख यासाहित संशोधन लिखाणाचाही हा एक वेगळा आणि आवश्यक भाग असतो. सर्व विद्यार्थी प्रबंधांना अक्षरशः संबंधित, चिकित्सक आणि व्यापक अशा साहित्य परीक्षणाची आवश्यकता असते. खरं तर परीक्षणामध्ये साहित्यातील तुमच्या प्रतिबद्धतेच्या पातळीचे प्रतिनिधित्व केले गेले पाहिजे, जे प्रत्यक्ष साहित्यामध्ये योगदान करण्याची तुमची उत्सुकता असे सूचित करते. चांगल्या साहित्याचे परीक्षण लिहिताना येणाऱ्या सर्व गोष्टी या प्रकरणात नंतर समाविष्ट केलेल्या आहेत.
- *डेटाचा प्राथमिक स्रोत* – डेटा म्हणजे स्वतः हेतुपूर्वक निर्माण केलेले काहीतरी असा विचार आपण सामान्यतः करतो (उदा. मुलाखतीची नक्कल किंवा सर्वेक्षणांचे परिणाम). पण बाराव्या प्रकरणात दिल्याप्रमाणे, सर्व प्रकारचे साहित्य प्राथमिक डेटा स्रोत म्हणून वापरले जाऊ शकते. आधीच्या अभ्यासाच्या

मेटा- विश्लेषणापासून ते मीडिया आशयाचे विश्लेषण, ऐतिहासिक दस्तऐवजांचे सखोल विश्लेषण, साहित्याचा उपयोग संदर्भाची, अभ्यासाची माहिती देण्यापेक्षा, खटला चालवण्यापेक्षा अधिक काहीतरी करण्यासाठी करता येऊ शकतो. खरं तर, ते तुमच्या विश्लेषणाच्या केंद्रस्थानी असू शकते.

संबंधित साहित्य मिळवणे

दुर्दैवाने, साहित्याचे महत्त्व ओळखणे आणि त्याचा विविधप्रकारे होणारा वापर समजून घेणे या गोष्टी आपोआप होत नाहीत. तरीही तुम्ही शोध घेऊन त्याच्यापर्यंत पोहोचणे आवश्यक आहे. हे कार्यक्षमतेने करण्यासाठी, तुम्हाला साहित्यामधील विविध प्रकारांचा परिचय असणे आवश्यक आहे; तज्ज्ञांची भेट घेण्यासाठी आणि त्यांची मदत मागण्यासाठी सज्ज राहा; डेटाबेसचे सामर्थ्य समजावून घ्या; ग्रंथालयाचा आणि इंटरनेटचा सर्वोत्तम वापर करण्यासाठी तुमची शोध कौशल्ये सुधारा.

साहित्याचे प्रकार

तुम्ही स्वत: साहित्याच्या ज्या मालिकेमध्ये गढून गेलेले आहात, ती तुम्ही पहिल्यांदा कल्पना केल्यापेक्षा थोडी जास्तच व्यापक असू शकते, असे तुम्हाला जाणवेल. कारण संशोधनासाठी केले गेलेले वाचन संशोधनाच्या प्रवासातील सर्व पैलूंविषयी माहिती देते. कोणत्याही प्रकारचे वाचन योग्यच असते. उदाहरणार्थ, तुम्ही खालील गोष्टींवर अवलंबून राहण्याची शक्यता आहे:

- *विद्याशाखाधारित संदर्भ साहित्य* – विशिष्ट विद्याशाखेची परिभाषा माहीत असलेल्यांसाठी, त्यांच्या दररोजच्या भाषेचा भाग नाही आहेत अशा काही संज्ञा विसरणे सोपे आहे. जर तुम्ही विशिष्ट विद्याशाखेत तुलनेने नवीन असाल तर, विषय-विशिष्ट शब्दकोश आणि विश्वकोश तुम्हाला त्या क्षेत्रामधील मध्यवर्ती संज्ञा, रचना आणि सिद्धांत यांच्यापर्यंत नेण्यास मदत करू शकतात.
- *पुस्तके* – यामध्ये प्रास्ताविक आणि प्रगत ग्रंथ, वेचक साहित्यसंग्रह, संशोधन अहवाल, लोकप्रिय कथेतर साहित्य, आणि पार्श्वभूमी व संदर्भ प्रदान शकतील अशी किंवा सिद्धांत व पद्धती यांची माहिती देणारी काल्पनिक पुस्तके, यांचाही समावेश होतो. तरीसुद्धा पुस्तकाच्या औपचारिक परीक्षणाची वेळ येते तेव्हा, पुस्तकाच्या निर्मितीसाठी लागणाऱ्या जास्त वेळाचा अर्थ असा होतो की त्या पुस्तकात अगदी वर्तमानकालीन संशोधन आढळणार नाही.
- *नियतकालिकातील लेख* – हे तुम्हाला पार्श्वभूमीपर वाचनाच्या पलीकडे घेऊन जातात आणि वाचनासाठी कठीण संशोधन वृत्तांत पुरवतात. ते साहित्य परीक्षणाच्या केंद्रस्थानी आहेत कारण ते अनेकदा 'शैक्षणिक' प्रेक्षकांकडे निर्देश करते; साधारणपणे तज्ज्ञांनी त्यांचे परीक्षण केलेले असते. याचा अर्थ त्यांनी किमान काही विश्वासार्हतेच्या मापदंडांची पूर्तता केलेली आहे आणि त्यामध्ये आशयाचे विशिष्ट क्षेत्र आणि निर्मितीमधील नियमितपणा आहे. म्हणजेच हे लेख संबंधित आणि वर्तमानकालीन दोन्ही होण्याची शक्यता आहे. मालिका, विशेषीकरण आणि नियतकालिकांची उपलब्धता सतत वाढत आहे आणि ऑनलाइन नियतकलिकांची आणि संगणकाधारित आंतर-ग्रंथालय कर्ज योजनेची महत्त्वाची सुरुवात झाल्यामुळे ते मोठ्या प्रमाणात उपलब्ध आहेत.
- *ग्रे साहित्य* – आंतरराष्ट्रीय मानक पुस्तक क्रमांक (आयएसबीएन) किंवा आंतरराष्ट्रीय मानक क्रमांक (आयएसएसएन) नसलेले प्रकाशित आणि अप्रकाशित साहित्य. यामध्ये परिषदेतील कागदपत्रे, अप्रकाशित संशोधन प्रबंध, वृत्तपत्रातील लेख आणि पत्रके/पुस्तिका यांचा समावेश होतो. बरेच संशोधक त्यांच्या अभ्यासक्रमामध्ये ग्रे साहित्याचे काही प्रकार वापरतात. अलीकडील प्रबंध आणि परिषदेतील प्रबंध हा वर्तमानकालीन मूळ कामाचा मौल्यवान स्रोत होऊ शकतो. तर वृत्तपत्र लेख, पत्रके आणि पुस्तिका पार्श्वभूमी आणि संदर्भ म्हणून दस्तऐवज विश्लेषण प्रक्रियेमध्ये (प्रकरण १२ पाहा) वापरले जाऊ शकतात.

छायाचित्र ६.१ साहित्य

- *अधिकृत प्रकाशने, आकडेवारी आणि संग्रह* – हे साहित्य पार्श्वभूमी आणि संदर्भीय माहितीचा बहुमोल स्रोत असू शकते आणि अनेकदा अभ्यासाच्या तर्काला आकार देण्यासाठी मदत करते. ते दस्तऐवज विश्लेषणामधील प्राथमिक डेटाचा उत्तम स्रोत देखील असू शकते (प्रकरण १२ पाहा) किंवा संख्याशास्त्रीय विश्लेषणातील माध्यमिक डेटाचा एक चांगला स्रोत (प्रकरण १३ पाहा) असू शकते.
- *लेखन साहाय्य* – ग्रंथकोषविषयक संदर्भ ग्रंथ, शब्दकोश, विश्वकोश, ज्ञानकोश, पंचांग, दर वर्षी छापले जाणारे संदर्भ पुस्तक, उद्धरणांची शब्दांची पुस्तके इ. अशी संसाधने लिखाणाच्या प्रक्रियेदरम्यान महत्त्वपूर्ण आधार देऊ शकतात आणि तुमच्या कामाची भाषिक शैली सुधारण्यासाठी तसेच मजकूरमध्ये तुम्हाला स्वारस्य असलेले मुद्दे जोडण्यासाठी; तथ्य तपासण्यासाठी आणि त्या तथ्याला संदर्भ देण्यासाठीही वापरले जाऊ शकतात.

'तज्ज्ञांची' मदत घ्या

जेव्हा योग्य साहित्याचा शोध घेण्याची वेळ येते तेव्हा एकटे जाऊ नका! तुम्ही कसा प्रारंभ करावा याविषयी सल्ला देऊ शकणारे, काही अत्यंत ज्ञानी तज्ज्ञ आहेत.

तुम्ही दुर्लक्ष करू नये असा एक स्रोत म्हणजे तुमच्या विद्यापीठाचे ग्रंथपाल. माझे प्रथम वर्षाचे विद्यापीठतले विद्यार्थी अनेकदा लायब्ररी अभिमुखतेच्या गरजेबद्दल पुटपुटतात. पण माहिती व तंत्रज्ञान इतक्या झपाट्याने बदलत आहे की विद्यार्थी आणि व्यावसायिक संशोधकांना नियमितपणे आपली कौशल्ये अद्ययावत ठेवणे गरजेचे ठरत आहे. तुमच्या ग्रंथपालांना भेटा! ग्रंथपाल फक्त ग्रंथालयातील नवीन संगणक/इंटरनेटवरील शोध घेण्याच्या सुविधांबाबतचे तज्ज्ञ नाही आहेत, तर ते अनेकदा तुम्हाला संपूर्ण जगभरातील ग्रंथालयांमध्ये असलेली पुस्तके/लेख शोधण्यासाठी आवश्यक प्रशिक्षण देऊ शकतात. अनेक विद्यापीठातील ग्रंथपाल हे एका विशिष्ट शैक्षणिक क्षेत्राशी (समाजशास्त्र, नर्सिंग, शिक्षण, पर्यावरण इ.) संबंधित असतात. हे 'विशेषज्ञ' तुमच्या क्षेत्रातील विशिष्ट

संबंधित डेटाबेस, नियतकालिके (छापील आणि इलेक्ट्रॉनिक दोन्ही), संदर्भग्रंथ, गोषवारा, समीक्षणे इत्यादींशी तुमचा परिचय करून देऊ शकतात.

संबंधित साहित्याच्या तुमच्या शोधामध्ये 'तज्ज्ञ' देखील अत्यंत उपयोगी ठरू शकतात. पर्यवेक्षक, प्राध्यापक आणि अधिव्याख्याता यांच्याशी बोला. त्यांना अनेकदा साहित्य माहीत असते आणि ते तुम्हाला योग्य दिशा दाखवू शकतात; किंवा कमीत कमी तुमच्या विषयाशी परिचित आणि जे तुम्हाला सुरुवात करण्यासाठी आवश्यक असलेला सल्ला देऊ शकतील, अशा कोणत्यातरी चांगल्या व्यक्तीकडे ते तुम्हाला पाठवू शकतात. तसेच, तुम्ही त्यांच्या पुस्तकांच्या कपाटांमधील पुस्तके चाळू शकलात तर बघा कोणतेही एक तात्विक अभ्यासक्रमाचे ग्रंथालय सर्व दृष्टिकोनांचा समावेश करू शकत नाही किंवा पूर्णपणे अद्ययावत असण्याचा संभव नाही, पण तज्ज्ञांकडे अनेकदा तुमच्या शोधाला सुरुवात करू शकतील असे महत्त्वाचे उतारे असतात.

सरतेशेवटी, क्षेत्रातील तज्ज्ञांची मदत घेण्याचा विचार करा. तुमच्या क्षेत्रात काम करत असलेल्या व्यक्तींना अनेकदा संबंधित साहित्य मिळवावे लागते. माझे अनेक विद्यार्थी मला सांगतात की साहित्य शोधताना त्यांना अडचण येते आणि हे फक्त त्यांच्या संशोधन प्रश्नाशी संबंधित एक किंवा दोन अलीकडील अभ्यासच त्यांना मिळत आहेत. मी त्यांना विचारते, 'पण या लोकांनी कोणाची उद्धृते घेतली आहेत? त्यांच्या संदर्भ यादीमध्ये कोण कोण आहे?' नियतकालिकातील एका संबंधित लेखामधून अनेक संबंधित उताऱ्यांपर्यंत जाता येते. तसेच नियतकालिकातील संबंधित लेखांसहित पदव्युत्तर आणि पीएच. डी. प्रबंधांवरही नजर टाका. ह्या कामांना व्यापक साहित्य परीक्षणाची आवश्यकता असते आणि तुमच्या निष्कर्षांचा स्रोत मिळवण्याचा प्रश्न येतो तेव्हा अभ्यास वाङ्मयसूचीद्वारा एक मोठी सुरुवात होऊ शकते. आणि तुम्ही व्यावसायिकांकडेदेखील वळू शकता, हे विसरू नका – प्रत्यक्ष क्षेत्रात काम करणाऱ्या व्यक्तींना अनेकदा साहित्याची जाण असते. शेवटी, संबंधित परिषदांना उपस्थित राहण्याचा प्रयत्न करा. तुमच्या साहित्याच्या शोधात यामुळे मोलाची भर पडेल अशी खूपच शक्यता आहे.

डेटाबेसची उपलब्धता

आपण सर्व लायब्ररींमध्ये चक्कर मारतो किंवा ऑनलाइन असतो आणि ग्रंथालयाच्या इलेक्ट्रॉनिक सर्च इंजिनामध्ये शोध घेतो ह्यातून त्यांच्या ग्रंथालयामध्ये – ते ज्या नियतकालिकांचे वर्गणीदार आहेत यापासून कशाचा समावेश आहे, हे आपल्याला कळते. ही सामान्यतः विविध कॅम्पस आणि शक्य तितक्या संबंधित संस्थांशी जोडलेली असतात. मस्त. पण ग्रंथालयाकडे कोणत्या जर्नल्सचे सदस्यत्व आहे हे जरी तुम्हला त्यातून कळत असले तरी प्रत्यक्ष त्या नियतकालिकांमधील लेख शोधण्याबाबत ते तुमच्यावर मर्यादा घालू शकतात आणि म्हणूनच तुम्हाला डेटाबेसकडे वळणे गरजेचे आहे.

डेटाबेस तुम्हाला संबंधित नियतकालिकांतर्गत शोध घेण्याची परवानगी देतो. डेटाबेस अनेक असतात व आकृती ६.३ मध्ये अगदी वर दाखवल्याप्रमाणे तुम्ही शीर्षकानुसार डेटाबेस पाहू शकता. तुम्हाला संबंधित डेटाबेसची नावे माहीत नसतील तरी तसे केल्यास विषय क्षेत्र शोधता येते. फक्त तुम्हाला ज्यात स्वारस्य आहे अशा विषयावर क्लिक करा. उदा. 'न्यूट्रिशन' आणि तुमचे ग्रंथालय तुम्हाला सर्व संबंधित डेटाबेस पुरवते.

अनेक ग्रंथालये *क्रॉससर्च* सारखी साधने पुरवतात. *क्रॉससर्च* मध्ये तुम्हाला मुद्रित आणि इलेक्ट्रॉनिक पुस्तके, लेख, नियतकालिके, मल्टीमिडीया, प्रबंध, वर्तमानपत्र, ई-भांडार इ. सारखे सर्व प्रकारचे साहित्य शोधता येते. त्यांना समर्पकतेप्रमाणे क्रमांक दिल्याने तुम्ही तुमचा शोध निकषांवर मर्यादित करू शकता जसे वर्ष, आकार आणि भाषा.

गुगल स्कॉलर हा शोध घेण्यास योग्य असा आणखी एक पर्याय आहे. *क्रॉससर्च* प्रमाणे, ह्यामध्ये तुम्हाला बरीच श्रेष्ठ साहित्य श्रेणी शोधता येते. मला ॲडव्हान्स सर्च हा पर्याय आवडला ज्यामध्ये तुम्ही प्रकाशनाचे वर्ष आणि नियतकालिकाचे नाव यासारख्या गोष्टी टाकून शोध मर्यादित करू शकता. (आकृती ६.४ बघा)

साहित्याचे परीक्षण लिहिणे		
A - B - C - D - E - F - G - H - I - J - K - L - M - N - O - P - Q - R - S - T - U - V - W - X - Y - Z -		
नवीन – प्रयत्न – दक्षता सेवा – इ-नियतकालिके – इ-पुस्तके – मोबाईल उपकारणांकारिता		
डेटाबेस विषयाद्वारे		
मूळ रहिवासींचा/आदिवासी अभ्यास	अर्थशास्त्रीय आणि व्यवसाय सांख्यिकी	गणित आणि संख्याशास्त्र
वृत्तांत	अर्थशास्त्र	माध्यमे आणि
शेती विज्ञान	शिक्षण	संदेश/दळणवळण
कृषी व साधन	अभियांत्रिकी	वैद्यकीय मानवता
अर्थशास्त्र	इंग्रजी साहित्य आणि भाषा	वैद्यकीय
शेती – वनस्पतीशास्त्र	पर्यावरणशास्त्र	उत्सर्जनशास्त्र
प्राचीन इतिहास	व्यायाम आणि खेळशास्त्र	सूक्ष्मदर्शकाच्या व
मानववंशशास्त्र	चित्रपट अभ्यास	सूक्ष्म विश्लेषणाच्या सहाय्याने औषध
अरबी आणि इस्लामचा अभ्यास	अर्थव्यवस्था	आधुनिक ग्रीक
पुरातत्त्व	फ्रेंच	संग्रहालय अभ्यास
आर्किटेक्चर, संकल्पना आणि नियोजन	लिंग आणि सांस्कृतिक अध्ययन भौगोलिकशास्त्र	संगीत
कला इतिहास आणि सिद्धांत	जर्मनीविषयक अभ्यास	बातम्या सेवा
आशियाई अभ्यास	सरकार आणि आंतरराष्ट्रीय संबंध	नर्सिंग आणि बाळंतपणातील पोषण
चीनी अभ्यास, जपानी अभ्यास, आणि	आरोग्य सूचना	भौतिकोपचार
कोरियन अभ्यास देखील पाहा	हिब्रू, बायबल आणि यहुदी यांचा अभ्यास	संस्थात्मक वर्तणूक –
ऑस्ट्रेलियातील साहित्य	इतिहास	कार्य आणि संस्थात्मक अभ्यास
आरोग्यातील वर्तनात्मक आणि	इतिहास आणि तत्त्वज्ञानाचे शास्त्र	दृष्टीसरलन
समाजशास्त्र	मानव संसाधन –	शांती आणि मतभेद याबाबतचा अभ्यास
जीवरसायनशास्त्र आणि	कार्य आणि संस्थात्मक अभ्यास पाहा	कामगिरी अभ्यास
सूक्ष्म जीवशास्त्र	प्रतिमा आणि ऑनलाइन व्हिडिओ डेटाबेस	औषधनिर्माणशास्त्र
जैविक शास्त्र	स्थानिक आरोग्यविषयक अभ्यास	तत्त्वज्ञान
व्यवसाय माहिती प्रणाल्या	भारतीय उप खंडविषयक अभ्यास	भौतिकशास्त्र आणि खगोलशास्त्र भौतिकोपचार
व्यवसाय, आंतरराष्ट्रीय	इंडोनेशियाविषयक अभ्यास	राजकीय
आणि उद्योजकता	औद्योगिक संबंध	अर्थशास्त्र प्रकल्प
व्यवसाय कायदा	– कार्य आणि संस्थात्मक अभ्यास पाहा	व्यवस्थापन
सेल्टसंबंधित अभ्यास	माहिती तंत्रज्ञान	मानसशास्त्र
रसायनशास्त्र	आंतरराष्ट्रीय व्यापार/उद्योग	सार्वजनिक आरोग्य
चीनी अभ्यास – इंग्रजी भाषा आणि	इटलीविषयक	धार्मिक अभ्यास
चीनी भाषा	जपानविषयक अभ्यास – इंग्रजी भाषा आणि जपानी भाषा	सामाजिक कार्य आणि धोरण अभ्यास
वाङ्मय	कोरियाविषयक अभ्यास – इंग्रजी भाषा	सामाजिक -कायदेशीर अभ्यास
मानसशास्त्र प्रशिक्षण: कार्य आणि	कामगार इतिहास –	समाजशास्त्र आणि सामाजिक धोरण
संस्थात्मक अभ्यास पाहा	कार्य आणि संस्थात्मक अभ्यास पाहा	स्पॅनिश
व्यावसायिक कायदा – व्यवसाय	कायदा	उच्चार रोगनिदानचिकित्सा
कायदा पाहा	ग्रंथालय सूची	सांख्यिकी –
कॉम्प्युटर सायन्स – माहिती तंत्रज्ञान	भाषाशास्त्र	गणित आणि संख्याशास्त्र पाहा
पाहा	रसदशास्त्र/लॉजिस्टिक्स वाहतूक/रसदशास्त्र/लॉजिस्टिक्स	वाहतूक/रसदशास्त्र/लॉजिस्टिक्स
अभ्यासक्रम अभ्यास – शिक्षण आणि	पाहा	अमेरिकाविषयक अभ्यास
अभ्यासक्रम अभ्यास पाहा	व्यवस्थापन –	नागरी योजना
दंतचिकित्सा	कार्य आणि संस्थात्मक अभ्यास पाहा	पशुवैद्यकशास्त्र
विकास अभ्यास	विपणन	काम आणि संस्थात्मक
डिजिटल संस्कृती		अभ्यास

आकृती ६.३ इलेक्ट्रॉनिक संसाधने – डेटाबेस

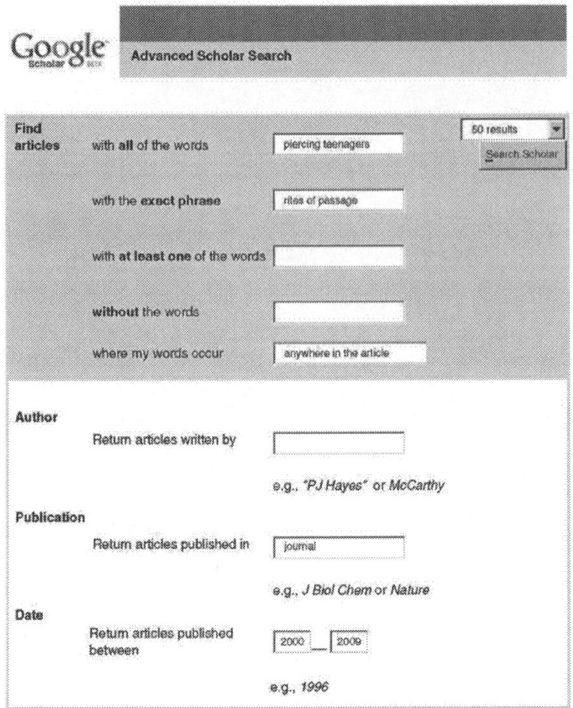

आकृती ६.४ गुगल स्कॉलर प्रगत शोध

पण इथे एक सूचना देणे आवश्यक आहे: तुम्ही नियतकालिकातील लेख शोधत असाल, परंतु तुम्हाला संबंधित नियतकालिकांची नावे माहीत नसतील तर फक्त प्रकाशनाच्या रकान्यामध्ये 'नियतकालिक' असे शब्द लिहा. नियतकालिक या शब्दाने तुमचा शोध मर्यादित होईल (जी चांगली टक्केवारी आहे). यामुळे बरेच अनावश्यक पर्याय कमी होतील. गुगल स्कॉलर इंटरनेटवर सहज उपलब्ध आहे – पण मी तुमच्या विद्यापीठाच्या वेबसाइटवरून लॉग इन व्हा आणि तिथून शोध घ्या, अशी शिफारस करेन. असे केल्याने तुम्ही वर्गणी न भरता तुमच्या विद्यापीठाची सदस्यता असलेल्या नियतकालिकांच्या कोणत्याही लेखाचा पूर्ण मजकूर बघू शकाल.

तुमची शोध कौशल्ये सुधारणे

इंटरनेटने स्थानिक ग्रंथालयांच्या मर्यादांमधून आपल्याला मुक्त केले असल्याने, साहित्य विपुल आहे! पण या गोष्टीचा एक नकारात्मक पैलू आहे. ह्या अविश्वसनीय उपलब्धतेचा अर्थ, मार्गक्रमण करण्यासाठी कौशल्य विकसित करण्याची गरज आहे. तुम्ही जर नियमित इंटरनेट वापरणारे असाल, तर त्याचा तुम्हाला फायदा होईल. वेब हाताळण्यासाठी आवश्यक कौशल्ये आणि साहित्य शोधण्यासाठी आवश्यक असलेली कौशल्ये समान आहेत. मुळात, कळीचे शब्द वापरून तुम्हाला सर्च इंजिन वापरता येणे आवश्यक आहे. म्हणूनच, कळीच्या शब्दांच्या स्वरूपात तुमचा विषय, गौण विषय, चल, सिद्धांत, सिद्धांत शोधणाऱ्या व्यक्ती, पद्धती, महत्त्वाच्या संकल्पना इ. ओळखणे आवश्यक आहे. नंतर तुम्ही एकच आणि एकत्रित केलेले कळीचे शब्द वापरून केलेले काम शोधू शकता.

समजा तुम्हाला बॉडीपिअर्सिंगमध्ये स्वारस्य आहे, विशेषतः युवकांच्या. तुमचा पहिला कळीचा शब्द असू शकतो:

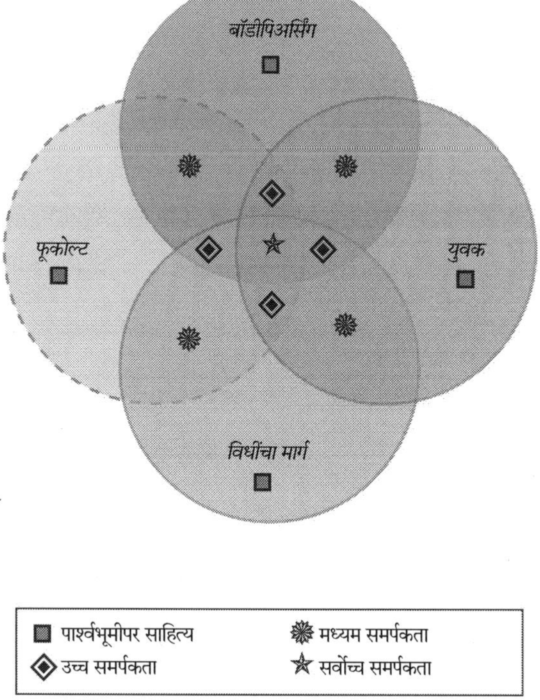

आकृती ६.५ साहित्याची परस्परछेदी क्षेत्रे

- बॉडीपिअर्सिंग (अंगठ्या, नाक रिंग, इ.)
- युवक (मुली) (मुले) (युवा) (पौगंडावस्थेतील).

तुम्ही एक कळीचा शब्द किंवा त्या शब्दाचे कोणतेही मिश्रण वापरून शोध घेतलात तर तुमच्या साहित्यामध्ये शोधाशोध सुरू होईल. तुम्हाला विशेषतः संबंधित किंवा स्वारस्यपूर्ण वाटलेले अजून दोन अतिरिक्त चल शोधण्यासाठी दोन शब्द जोडून माहिती गोळा केली जाऊ शकते. संबंधित साहित्याचा ढीग वेगळा काढला जाण्याची शक्यता आहे. उदाहरणार्थ:

- बंड
- विधींचा मार्ग

ही प्रक्रिया वापरून, तम्ही तुमच्या शोधाला मर्यादित करण्यासाठी अतिरिक्त कळीचे शब्द (उदा. कौटुंबिक पार्श्वभूमी) किंवा विशिष्ट सिद्धांत निर्माण करणाऱ्याचे नाव (उदा. फूकोल्ट) जोडू शकता. तुम्ही अधिक साहित्य मिळवण्यासाठी कळीचे शब्द काढून देखील टाकू शकता – किंवा अजून काय माहिती मिळू शकते हे पाहण्यासाठी कळीच्या शब्दांची अदलाबदल करू शकता.

आकृती ६.५ मध्ये प्रमुख कल्पना आणि त्यांच्या परस्पर संबंधांवर आधारित निर्माण झालेल्या साहित्याचा संदर्भ ठळकपणे सांगितला आहे. काही परस्परछेदी भागांमध्ये जास्त साहित्य मिळू शकत नाही, पण तुम्ही कल्पना, संकल्पना आणि चल यांच्याभोवती विचार करत राहिलात, तर तुम्ही साहित्याचा एक ठोस पाया तयार कराल.

स्वामित्वहक्क (कॉपीराइट) समजून घेणे

साहित्याच्या शोधामध्ये आणखी एक गोष्ट लक्षात ठेवायला हवी – आणि ती म्हणजे स्वामित्वहक्क. कोणतीही गोष्ट जी स्वामित्वहक्काने संरक्षित असते तेव्हा मूळ निर्मात्याकडे त्याचे विशेष अधिकार आहेत असा त्याचा अर्थ असतो (सहसा एका मर्यादित कालावधीसाठी). वाजवी व्यवहार (कॉमनवेल्थ देशांमध्ये मध्ये उल्लेख केलेला आहे तसे) किंवा वाजवी वापर (अमेरिका) नियमांतर्गत येत नाही तोपर्यंत तुम्ही स्वामित्वहक्क असलेल्या सामग्रीची नक्कल करू शकत नाही.

ऑस्ट्रेलियात अभ्यास आणि अव्यावसायिक संशोधनाचा प्रश्न असतो तेव्हा, वाजवी व्यवहाराअंतर्गत, तुम्ही खालील गोष्टींची नक्कल करू शकता:

- ५% किंवा पुस्तकातील एक प्रकरण;
- नियतकलिक किंवा वृत्तपत्राच्या एका अंकातून एक लेख;
- परिषद अहवालाच्या एका संचामधून एक पेपर;
- कायदा अहवालातील एका खंडातून एक केस;
- १० पानाहून कमी असतील तर साहित्यासंबंधित लहान खंड;
- वेब सामग्रीची एक (हार्ड) प्रत (साइटवर सूचित केल्याप्रमाणे).

छायाप्रत केलेली सामग्री वापरून प्रबंधाचे उत्पादन करताना परवानगी असल्यास मूल्यांकनासाठी आवश्यक असलेल्या कितीही प्रती तुम्ही घेऊ शकता. उचित व्यवहार आणि योग्य वापर याबाबत विविध देशांमध्ये वेगवेगळे अपवाद आणि नियम आहेत. आपल्या संस्थेकडे विचारणा करून किंवा गुगल करून आपल्या देशातील स्वामित्वहक्क कायदे तपासणे योग्य ठरेल.

साहित्य व्यवस्थापन

एका संशोधन प्रकल्पाशी किती जास्त साहित्य संबंधित असू शकते हे समजणे विद्यार्थ्यांसाठी अनेकदा धक्कादायक ठरू शकते. तुमच्या शोधादरम्यान तुम्ही ढीगभर गोष्टी गोळा कराल हे क्रमप्राप्त आहे आणि त्याचे व्यवस्थापन करण्यासाठी मार्ग शोधणे गरजेचे आहे. आपण असे न केल्यास, तो फक्त एका कोपऱ्यात धूळ खात पडेल. त्याचे व्यवस्थापन करण्यामध्ये लवकर आणि कार्यकुशलतेने औचित्य शोधणे; स्रोतांचा पद्धतशीरपणे माग ठेवणे आणि संबंधित टीपा काढणे याचा समावेश होतो.

समर्पकतेचे मूल्यांकन

तुम्ही कदाचित तुम्हाला सापडलेल्या संबंधित साहित्यातील शब्द न् शब्द वाचू शकणार नाही आहात. म्हणून समर्पकता मूल्यांकन आणि 'सारांश' काढण्यासाठी जलद आणि कार्यक्षमतेने तुम्ही गोळा केलेल्या साहित्यातून मार्ग काढता आला तर तुमचा भरपूर वेळ वाचेल आणि विफलता येणार नाही. नियतकालिकातील लेख वाचत असताना तुम्ही गोषवारा किंवा सारांश पाहा. ते तुम्हाला चांगल्या प्रकारे संदर्भ देऊ शकतील. पुस्तकामध्ये अनुक्रमणिका, पाठीमागच्या कव्हरवरील पुस्तकाची जाहिरात आणि परिचय बघा. तसेच प्रकरणाच्या निष्कर्षांवर आणि एकूण निष्कर्षांवर एक नजर टाका. काही मिनिटात हे पुस्तक तुमच्या स्वतःच्या संशोधन प्रक्रियेसाठी महत्त्वाचे आहे की नाही, याचे मूल्यांकन करणे शक्य होईल.

एक साधी सूचना, स्टिकी नोट्स वापरून वाचलेल्या गोष्टींना संदर्भाप्रमाणे क्रमांक द्या. उदाहरणार्थ, तुम्ही तीन वेगवेगळ्या संकल्पनांशी संबंधित साहित्य बघत असाल, तर तुम्ही तीन रंगांच्या स्टिकी नोट्स वापरू शकाल. प्रत्येक संकल्पनेसाठी एक. नंतर एकूण कामाची क्रमवारी निश्चित करा किंवा पुस्तकातील त्या प्रकरणाचे १ (कमीतकमी संबंधित), २ (थोडासा संबंधित), किंवा ३ (उच्च संबंधित) असे क्रमांकन करा. जेव्हा तुम्ही साहित्याचे अधिक परखड सर्वेक्षण कराल तेव्हा ह्यामुळे किती वेळ वाचू शकतो, हे बघून तुम्हाला आश्चर्य वाटेल.

गुणवत्ता मूल्यांकन करणे

साहित्यातील फक्त एखादा लहानसा भाग संबंधित आहे, म्हणजे तो गुणवत्तेचे प्रतिनिधित्व करतो असा त्याचा अर्थ होत नाही. माझ्यावर विश्वास ठेवा, वेबवर निरर्थक गोष्टी भरपूर असतात. त्या पूर्वग्रहदूषित, वैयक्तिक प्राधान्यक्रमांवर भर असलेल्या आणि कधी कधी चक्क चुकीच्या असू शकतात. तुम्ही तज्ज्ञांनी परीक्षण केलेल्या नियतकालिकातील लेखांकडे वळलात तर तुम्ही अधिक चांगले काम कराल. आणि साहित्य परीक्षणात सामान्यतः हेच अपेक्षित आहे. पण अगदी नियतकालिकातील लेखांच्या बाबतीतही गुणवत्ता मूल्यांकन करण्याची गरज आहे. तुम्ही हे कसे करू शकता? संरक्षित संशोधन विश्वासार्हतेच्या निर्देशकांशी संबंधित असे अनेक प्रश्न आहेत जे तुम्ही विचारू शकता. ज्याचा विचार चौथ्या प्रकरणात (कोष्टक ४.२ मध्ये) केलेला आहे.

तुम्ही लेख वाचत जाल तसे स्वतःला खालील गोष्टी विचारा:

- संशोधकाच्या व्यक्तिनिष्ठता जाणून घेतल्या आहेत का आणि व्यवस्थापन केले गेले आहे का?
- वैध आणि अधिप्रमाणित सत्याकडे जाणाऱ्या तर्कशुद्ध पद्धती वापरल्या आहेत का?
- पद्धती सुसंगततेने हाताळल्या जात आहेत का?
- तर्क प्रस्तुत आणि योग्य आहेत का?
- संशोधनाचे लेखापरीक्षण/तपासणी जाऊ शकते का?

आता मला लक्षात आले की तुम्ही संशोधनात नवीन असाल तर तुम्हाला 'खऱ्या' संशोधकांच्या कामाचे मूल्यांकन करणे एक आव्हान वाटू शकते. पण हे कौशल्य विकसित करणे आवश्यक आहे. एक संशोधक म्हणून, तुम्ही ज्ञानसागरात योगदान देत आहात आणि तुम्ही त्या ज्ञानसागरातील सद्य परिस्थितीचे मूल्यांकन करण्यासाठी सक्षम असणे आवश्यक आहे. त्याच्यामध्ये काय आहे याचा परीक्षणात समावेश होणे अटळ आहे. तुमचे संशोधन कौशल्य जसजसे विकसित होईल, तसतशी इतरांच्या कामाचे मूल्यांकन करण्याची तुमची क्षमता सिद्ध होईल.

पद्धतशीर असणे

तुमच्यासाठी खरोखर आवश्यक आहे असा हरवलेला संदर्भ शोधण्यासारखे वाईट काहीही नाही. ते एखादे पृष्ठ क्रमांक नसलेले अवतरण असेल किंवा उतारा नसलेले तथ्य असेल किंवा तिथेच असणे आवश्यक असलेला एखादा परिपूर्ण मुद्दा – फक्त तुम्ही ते कुठे वाचले आहे, हे तुम्हाला लक्षात राहिले तर. तुम्ही तुमचे प्रत्येक संसाधन व्यवस्थापन प्रणालीमध्ये समाविष्ट करू शकलात तर तुम्ही स्वतःची भविष्यातील तीव्र डोकेदुखी कमी करू शकाल.

संबंधित पुस्तके, लेख, इत्यादिंच्या प्रती ठेवा व क्रमाने लावा. 'स्वतःकडच्या मोजक्या कॉपी' देणे टाळा. आठवड्याच्या अखेरीस तुम्हाला परत देईन, असे शपथेवर सांगितल्यावरही घेणारा अनेक पुस्तके आणि लेख कसे कधीच परत करत नाही, हे विस्मयकारक आहे. तुमच्याकडे चांगली उद्धृते असणे आवश्यक आहे. आता सामान्यपणे आपण वाईट संदर्भीकरण पाहात असलो तरी, म्हणून योग्य संदर्भीकरण करणे हे बौद्धिकदृष्ट्या कठीण

काम आहे यावर माझा विश्वास नाही. हे त्रासदायक आहे हे खरं आहे पण ते योग्य रीतीने करणे खरंच अवघड नाही. आपण फक्त पद्धतशीर आणि मेहनती असणे आवश्यक आहे. तुमच्यासाठी योग्य संदर्भीकरणाची योग्य शैली कोणती आहे, हे सुरुवातीपासूनच माहीत करून घ्या. शैलीसाठी मार्गदर्शक निवडा आणि संदर्भीकरणाला सुरुवात करा. कठोर संदर्भीकरण आणि योग्य पद्धतीने कागदपत्र लावणे यामुळे भविष्यातील तुमचा बराच त्रास वाचू शकतो.

तुम्ही प्रो-साईट, एंड-नोट किंवा संदर्भ व्यवस्थापक यासारख्या संदर्भसूचींचे फाइल व्यवस्थापनाचे सॉफ्टवेअर वापरण्याचा विचार करू शकता. एकदा मूलभूत ग्रंथकोषाविषयीचा तपशील दिला की हे सॉफ्टवेअर (उदा, हार्वर्ड, एपीए, वॅनकूवर) संदर्भाचा आराखडा कितीही शैलींमध्ये आपोआप बदलू शकतात. फक्त एक शेवटचा मुद्दाः आपल्या प्रकल्पाशी संबंधित कोणत्याही, खरं तर संदर्भासहित सर्वच गोष्टींची जादा प्रत करून ठेवली आहे ना याची खात्री करा. तुम्ही जिच्यावर अवलंबून राहू शकता अशी एक बाब म्हणजे संगणकांवर तुम्ही अजिबात अवलंबून राहू शकत नाही.

संदर्भांवर भाष्य करणे

वाचन आपले मन ज्ञानविषयाने फक्त सजवते, पण विचारांच्या प्रक्रियेमुळे ते ज्ञान स्वतःचे बनते.

जॉन लॉक

पहिल्या वाचनापासून टिपणे घेण्याचा एक शिस्तबद्ध दृष्टिकोन विकसित करणे योग्य ठरेल. ज्यामुळे साहित्याचे पद्धतशीर आणि संघटित परीक्षण करता येऊ शकेल. अनेक विद्यार्थी असा पद्धतशीर दृष्टिकोन न ठेवता साहित्य वाचतात आणि नंतर त्यांना ते परत वाचणे आवश्यक आहे असे आढळते—जेव्हा त्यांच्याकडे हमखास वेळ कमी असतो आणि ठरावीक मुदतीच्या आत काम पूर्ण करायचे असते.

टिपांसहित ग्रंथसूची ठेवणे किंवा तुम्हाला उद्धृत स्रोतांच्या समर्पकतेची, अचूकतेची आणि दर्जाची आठवण करून देईल अशाप्रकारे तुमच्या सर्व महत्त्वाच्या साहित्याचे एक पद्धतशीर परीक्षण ठेवणे, हे एक चांगले धोरण आहे (रकाना ६.१ पाहा). याचा अर्थ तुम्ही प्रचंड प्रमाणात औपचारिक टिपणे घेणे आवश्यक आहे, असा नाही. विवरणे साधारणपणे फक्त तुम्हाला बघण्यासाठीच असतात आणि सर्व तुमच्या शब्दात लिहिण्यासाठी लागणारा तुमचा वेळ वाचविण्यासाठी थोडक्यात लिहिली जातात. त्यामुळे 'विवरणे' करत असताना प्रत्येक संबंधित संदर्भ म्हणजे अत्यंत कठीण काम असल्यासारखे वाटू शकते. तुम्ही साहित्याचे औपचारिक परीक्षण करण्याचे काम हाती घ्याल तेव्हा किंवा लिहिताना जेव्हा तुम्हाला संदर्भ परत बघावे लागतील तेव्हा तुम्ही विवरणे काढल्याबद्दल स्वतःचेच आभार मानाल.

परीक्षण केलेल्या कामाच्या संदर्भाप्रमाणे विवरणाचा आशय आणि लांबी दोन्हीमध्ये बदल होऊ शकतो. पण खालील गोष्टी अंतर्भूत कराव्यात असे मी सुचवीनः

- *लेखक आणि प्रेक्षक* – मोठ्या प्रमाणात साहित्य गोळा करण्याच्या क्षमतेमुळे साहित्याचे मूल्यांकन करण्याची गरज वाढली आहे. इंटरनेट हे प्रचार, पुरेशी माहीती न मिळवलेली मते आणि अविश्वासार्ह संशोधन यांनी भरलेले आहे. स्वतःला विचाराः लेखन कोण करत आहे? त्यांची पात्रता काय आहे? ते व्यावसायिक, राजकारणी, संशोधक, किंवा अज्ञात आहेत का? आणि हे कोणासाठी लिहिले गेले आहे? शैक्षणिक वर्गासाठी, सामान्य लोकांसाठी, मतदारांसाठी, ग्राहकांसाठी आहे का? या प्रश्नांच्या उत्तरांमुळे तुम्हाला स्रोताबाबत जराही अस्वस्थ वाटले, तर कदाचित अधिक विश्वासार्ह साहित्याकडे जाणे सर्वोत्तम ठरेल.
- *सारांश* – अनेकदा मला सारांश किती मोठा असावा, असे विचारले जाते. त्याचे उत्तर आहे, 'ते अवलंबून आहे'. तुम्हाला संशोधन आणि लेखन करण्यासाठी मदत होईल अशी टिपणे काढणे, हे उद्दिष्ट आहे. तुम्ही एखाद्या कमी महत्त्वाच्या कामाचा एक किंवा दोन वाक्यात गोषवारा लिहू शकाल, तर ते तुमच्या

स्वतःच्या विचारासाठी आणि संशोधनासाठी जास्त कारणीभूत असेल आणि त्याला अधिक सखोल व्याप्तीची आवश्यकता असेल. आपल्याला नंतर काय जाणून घ्यायची इच्छा आहे त्याविषयी लिहू शकता आणि आपल्या स्मरणशक्तीवर विश्वास ठेवून जाळ्यात अडकू नका. काय लक्षात राहील असे आज तुम्हाला वाटेल ते अगदी उद्या नाही तरी काही महिन्यांनंतर नक्कीच विसरले असण्याची शक्यता आहे. तुम्ही तुम्हाला वाटेल त्या कोणत्याही प्रकारे/ शैलीमध्ये विवरणे लिहू शकता हे लक्षात ठेवा; तुम्ही औपचारिक असण्याची गरज नाही. त्यामध्ये रेघोट्या, मध्यवर्ती कल्पना आणि त्या अनुषंगाने येणारे विषय याबाबतची माहिती, उद्धृत केलेल्या गोष्टी, पृष्ठ क्रमांक इ. यापैकी काहीही योग्य ठरते.

- *चिकित्सक मूल्यमापन* – सर्वसाधारणपणे विद्यार्थ्यांना माहितीचा गोषवारा लिहिताना समस्या येत नाही. तथापि, त्यांना अनेकदा कुठे अडचण येत असेल तर ते चिकित्सकपणे पाहण्याच्या क्षमतेत. आता मला माहीत आहे की 'चिकित्सक' ह्या शब्दमध्ये नकारात्मकता सूचित करण्याची एक प्रवृत्ती आहे, पण शैक्षणिक परीक्षणात 'चिकित्सक' या शब्दाचा अर्थ माहितीपूर्वक आणि विचारपूर्वक केलेले मूल्यमापन असा आहे. एक संभाव्य संशोधक म्हणून तुम्ही 'मी त्याचा खरोखर काय विचार केला आणि का?' हा प्रश्न विचारण्यासाठी आणि त्याचे उत्तर देण्यासाठी सक्षम असणे आवश्यक आहे. हे नवीन आहे का? हे जुने आहे का? ते प्रगत आहे? ते फक्त एका नवीन स्वरूपात प्रसिद्ध केलेले जुने साहित्य आहे का? पद्धतीमध्ये काही मूलभूत दोष आहेत का? लेखकांचे पूर्वग्रह दिसत आहेत का? परिणाम विश्वासार्ह आहेत का? तसेच तुम्ही वाचलेल्या इतरांच्या कामाचा साम्य आणि फरक या दृष्टिकोनातून विचार करा. सामान्य साहित्यामध्ये ते कसे/कुठे बसते?
- *समर्पकतेवरील टीपा* – इथे तुम्ही, इतरांनी काय केले आहे आणि तुम्ही काय करणार आहात याचा संबंध दाखविण्याचा प्रयत्न करता. तुम्ही जो अभ्यास आयोजित करण्याची योजना आखत आहात त्या अभ्यासासंबंधात हे काम कसे बसते, हे स्वतःला विचारा. कामामध्ये असे काही आहे का, ज्याने आपल्या डोक्यात लख्खकन प्रकाश पडतो? सिद्धांत किंवा विचारसरणीची तुलना कशी होते? पद्धतींबद्दल काय? विचार/पद्धतीमध्ये काही दोष आहे का जेणेकरून तुम्ही एका वेगळ्या दृष्टिकोनातून हे क्षेत्र/विषय/प्रश्न याचा शोध घेऊ इच्छिता? तुम्ही खरोखर जे म्हणायचा किंवा करायचा प्रयत्न करत आहात त्याच्या गाभ्याला भिडेल अशा काही उद्धृत केलेल्या गोष्टी, उतारे किंवा विभाग आहेत का? प्रेरित व्हा. आश्चर्यचकित व्हा. स्तब्ध व्हा. सर्जनशीलतेने ह्या विभागाचा वापर करा.

रकाना ६.१

संक्षिप्त नमुना विवरण

ओ.लिअरी, झेड. (२००१) 'स्वयंपाकघरातील संभाषणे', ए. बार्टलेट आणि जी मर्सर (eds), पोस्ट ग्रॅज्युएट/पदव्युत्तर संशोधन पर्यवेक्षण: ट्रान्सफॉर्मिंग (रि)लेशन्स. न्यूयॉर्क: पीटर लँग.

उतारा (हार्वर्ड संदर्भ)

लेखक वेस्टर्न सिडनी विद्यापीठामध्ये एक वरिष्ठ व्याख्याता आहेत. ज्यांनी पदव्युत्तर संशोधन विद्यार्थी आणि निरीक्षकांना लक्ष्य करणाऱ्या एका पुस्तकात एक प्रकरण लिहिले आहे.

लेखक/प्रेक्षक

मुळात ह्या विवरणात, अनेक संशोधन विद्यार्थ्यांना कौटुंबिक कर्तव्ये आणि अभ्यास ही तारेवरची कसरत करताना भावनिक आणि बौद्धिक त्रास सहन करावा लागतो, याबाबत चर्चा केलेली आहे. आणि ते सोडवण्याचा प्रयत्न केलेला आहे.

(पुढे चालू...)

(पुढे चालू...)

सारांश

विवेचन अगदी लहान आणि आत्मीयतेने व वैयक्तिक शैलीमध्ये लिहिलेले असल्याने त्याच्याशी संबंध जोडणे खूप सोपे जाते.

मात्र, हा डेटा/काटेकोरपणाचा पाठिंबा असलेला कोणताही संशोधन अभ्यास नाही आणि म्हणून त्यांनी मांडलेल्या चिंता व्यापक आहेत की नाही, या प्रश्नांचे त्या प्रमाणात मूल्यांकन करण्याची परवानगी देत नाही. त्याचा फिल्ड आणि हॉवर्ड (२००२) आणि ड्रेकर (२००३) यांनी आयोजित केलेल्या अधिक कडक संशोधन अभ्यासाशी संबंध जोडता येत नाही.

चिकित्सक मूल्यमापन

याचा 'भूमिका आणि कार्यभाराच्या व्यवस्थापनासाठी यंत्रणा आणि धोरणांशी जुळवून घेणे' या माझ्या प्रकरणाशी संबंध जोडता येतो आणि एखाददुसऱ्या उद्धृतांसाठी चांगले असू शकेल, असे मला वाटते. विशेषतः जर माझा मजकूर खूप रुक्ष झाला असेल तर. समर्पकता.

औपचारिक 'साहित्य परीक्षणाचे' लेखन

प्रकरणाच्या सुरुवातीला चर्चा केल्याप्रमाणे, साहित्य परीक्षण हा वितंडवादी लेखनाचा एक अतिशय विशिष्ट भाग आहे. तो मुख्यत्वे नियतकालिकातील संबंधित लेखांच्या चिकित्सक परीक्षणावर आधारित असतो, जो तुमच्या संशोधनाला 'जागा' निर्माण करून देण्याचे काम करतो. साधारणपणे संशोधन प्रकल्प, प्रस्ताव, अहवाल, नियतकालिकातील लेख आणि विद्यार्थी प्रबंध यासाठी तो आवश्यक असतो. त्याच्याकडे भव्यकार्य म्हणून पाहिले जात असले तरीही – तो हाताळणे आवश्यक आहे.

साहित्य परीक्षण करण्याच्या विचाराने दडपल्यासारखे वाटणे स्वाभाविक आहे. खरंच, सर्वात आत्मविश्वासू असलेल्या विद्यार्थ्यांच्या मनातही साहित्य परीक्षण लिहिण्याची गरज भीती निर्माण करू शकते. तुम्ही फक्त साहित्यामध्ये गढून जाणे आवश्यक आहे इतकेच नाही तर, तुम्हाला तुलना, तीव्रता, मिश्रण आणि साहित्यामध्ये योगदान देण्याची तुमची उत्सुकता सूचित होईल अशाप्रकारे साहित्याशी युक्तिवाद करण्यासाठी सक्षम असावे लागेल आणि विशेषतः तो तुमचा पहिला अथक प्रयत्न असेल तर ते एक मोठे काम आहे.

केवळ सुरुवात कशी करावी हे समजणे कठीण असू शकते – आणि सगळ्याच निरीक्षकांना तुम्हाला मार्ग कसा दाखवायचा हे माहीत नसते. वाचल्यावर बऱ्याचजणांना साहित्य परीक्षण चांगले आहे हे कळते, पण बऱ्याच जणांसमोर चांगले साहित्य परीक्षण कसे मांडायचे, ही अडचण असते. साहित्य परीक्षणाचा उद्देश समजावून घेणे, व्याप्ती हाताळू शकणारे संभाव्य मार्ग समजावून घेण्याचा प्रयत्न करणे आणि पद्धतशीरपणे काम करणे या सगळ्या गोष्टींमुळे काम आटोपशीर करण्यासाठी बराच वेळ लागू शकतो.

उद्देश

औपचारिक साहित्य परीक्षणाचा उद्देश फक्त साहित्याचे परीक्षण असावे असे तुम्हाला वाटेल. पण साहित्य परीक्षण म्हणजे काय याबाबत असलेल्या अपेक्षा आतापर्यंत मागील संशोधकांनी केलेल्या आणि त्यांना सापडलेल्या गोष्टींची

साधी व स्पष्ट मांडणी करणे याच्या खूप पलीकडे जातात. औपचारिक साहित्य परीक्षण हा सहेतुक युक्तिवाद असतो, ज्याद्वारे खालील गोष्टी साध्य होणे अपेक्षित असते:

- *वाचकांना क्षेत्रातील विकासाची माहिती देणे* – संशोधन अभ्यासाने वाचकांना फक्त तुमच्या विशिष्ट संशोधन प्रश्नाची माहिती द्यावी इतकेच नाही, तर मुद्द्याचा केंद्रविषयदेखील त्यांना सांगावा. ठोस साहित्य परीक्षणाच्या समावेशामुळे वाचकांना अद्ययावत अहवाल आणि संबंधित सिद्धांत, पद्धती व संशोधन अभ्यासांची चर्चा यांद्वारेच संदर्भासंबंधी शिक्षण उपलब्ध झाले पाहिजे. हे सर्व मिळून विशिष्ट विषयाची साहित्याधारित माहिती बनते.
- *संशोधकाची विश्वासार्हता प्रस्थापित करणे* – संशोधक नवीन ज्ञान निर्मितीसाठी जबाबदार असल्याने ते त्या क्षेत्रात तुल्यबळ आहेत; संबंधित नवीन घडामोडींची त्यांना जाणीव आहे; आणि त्यांच्या संशोधन क्षेत्रातील शैक्षणिक आणि वैज्ञानिक परिसंवादाशी आणि चर्चेशी परिचित आहेत; हे दाखवणे आवश्यक आहे. साहित्य परीक्षणामुळे संशोधक संबंधित संशोधनकार्याच्या कठोर आणि चिकित्सक मूल्यमापनातून प्रदर्शित केलेल्या महत्त्वाच्या मुद्द्यांच्या आकालानातून आणि त्यांच्या स्वतःच्या कामाच्या संबंधाच्या उर्वरित क्षेत्राशी आखणी करण्याच्या क्षमतेतून विश्वासार्हता प्रस्थापित करू शकतो.
- *त्यांच्या अभ्यासाची गरज आणि समर्पकता याबाबत युक्तिवाद करणे* – साहित्य परीक्षणात संशोधकाच्या स्वतःच्या संशोधन कार्यक्रमाची चर्चा करणे आवश्यक आहे. आधीच्या संशोधनाच्या संदर्भात चालू अभ्यास स्थापित करणे आवश्यक आहे. साहित्य परीक्षणामध्ये 'तुटी' ओळखण्याची क्षमता आहे, जी अभ्यास संशोधन प्रश्नाचे योग्य आणि महत्त्वाचे स्वरूप दाखवते. साहित्य परीक्षण कार्यपद्धतीय पद्धतीचे पुढील प्रकारे समर्थन करू शकते: सामान्यपणे स्वीकारल्या जाणाऱ्या आणि ह्या प्रकारच्या संशोधनासाठी ठरावीक असलेल्या पद्धतींचे बारकाईने मूल्यांकन करणे; आधीच्या अभ्यासाबाबत सामान्य असलेल्या मर्यादा ठळकपणे सांगणे; आणि पद्धतींना आधार देणाऱ्या कदाचित असमर्थनीय असलेल्या गृहीतकांना उजेडात आणणे.

कोष्टक ६.१ साहित्य विरुद्ध 'साहित्य परीक्षण'

साहित्याचे परीक्षण करण्यासाठी स्वयंशिक्षणात्मक कारणे	औपचारिक 'साहित्य परीक्षण' काय साध्य करण्याचा प्रयत्न करते
• क्षेत्रामध्ये काय चालू आहे त्याची तुम्हाला माहिती असू दे. • विषयाशी संबंधित आणि कार्यपद्धतीय ज्ञान आणि कौशल्याचा पाया तयार करा. • चिकित्सक विचारक्षमता/विश्लेषण कौशल्ये विकसित करा • साहित्यामधील संभाव्य तुटी शोधा ज्या संभाव्य संशोधन प्रश्नांना सूचित करू शकतील • अत्यंत सामान्य/ठरावीक पद्धतींचे बारकाईने मूल्यमापन करा • तुमच्या स्वतःच्या कार्यपद्धतीय पद्धती विकासाचे सुलभीकरण करा.	• तुमच्या क्षेत्रामध्ये काय चालू आहे ते तुमच्या प्रेक्षकांना माहिती करून द्या • माहितगार आणि सक्षम संशोधक म्हणून तुमची विश्वासार्हता प्रस्थापित करा • तुमच्या संशोधन प्रश्नाची समर्पकता आणि महत्त्व याबाबत युक्तिवाद करा • तुमच्या स्वतःच्या कार्यपद्धतीय दृष्टिकोनाला संदर्भ द्या • तुमच्या दृष्टिकोनाची समर्पकता आणि महत्त्व याबाबत युक्तिवाद करा

कृपया लक्षात ठेवा: साहित्य परीक्षण म्हणजे दस्तऐवज विश्लेषण नाही. ते आधीच्या संशोधकांनी आयोजित केलेल्या संशोधन अभ्यासाचे विहंगावलोकन आहे. दस्तऐवज विश्लेषण हा अप्रत्यक्ष डेटा विश्लेषणाचा एक प्रकार आहे (प्रकरण १२ पाहा). तुम्हाला डेटा संकलनासाठी आणि पुरावे शोधण्यासाठी दस्तऐवज धोरण, कायदे, आणि संघटनात्मक शिष्टाचार यासारख्या गोष्टींचा शोध घ्यायचा असेल, तर साहित्य परीक्षणामध्ये त्याचा समावेश करू नये. तुमच्या संशोधन प्रश्नाचे उत्तर शोधण्याचा एक विश्वासार्ह दृष्टिकोन म्हणून दस्तऐवजाचा शोध घेण्याची गरज

असेल, तर मग माझा सल्ला हा आहे की पद्धतीचा समावेश करा आणि तुमच्या निष्कर्ष विभागात त्याची नोंद करा.

कोष्टक ६.१ मध्ये साहित्याचे परीक्षण करण्यासाठी अधिक व्यापक, स्व-शिक्षणात्मक कारणे, आणि औपचारिक 'साहित्य परीक्षणाचे' तत्सम उद्देश ठळक करून थोडया अधिक सखोल स्वरूपात रूपरेषा देण्याचा प्रयत्न केला आहे.

व्याप्ती

एकदा उद्देश समजून घेतल्यावर, 'माझ्या साहित्य परीक्षणात नक्की काय असणे आवश्यक आहे?' असा प्रश्न तुम्ही विचाराल. तुमचे साहित्य परीक्षण पुरेसे व्यापक असावे ज्यात पुढील गोष्टी असाव्यात: तुमच्या वाचकांना तुमच्या विषयाशी संबंधित चालू चर्चा आणि विवाद याबाबतची माहिती देणे; क्षेत्राच्या बरोबरीने संशोधक म्हणून तुमची स्वत:ची विश्वासार्हता प्रस्थापित करणे; तुमच्या स्वत:च्या संशोधनाची गरज आणि समर्पकता प्रदर्शित करणे. पण साहित्याची सर्वसाधारण सखोलता, तुम्ही मांडायचा प्रयत्न करीत असलेले तर्क, आणि प्रकल्प/प्रबंधाची पातळी हे देखील काय योग्य आणि आवश्यक आहे हे निश्चित करेल. एका-सत्र पदवी प्रकल्पाकरिता फक्त २० सर्वात संबंधित आणि अलीकडील लेखांमध्ये प्रतिबद्धतेची गरज असेल तर पीएच. डी. प्रबंधासाठी २५० हून अधिक लेख आवश्यक असतील आणि सिद्धांत आणि बीज दोन्ही कामांमध्ये खोलात शिरणे आवश्यक असेल.

व्याप्तीसाठीच्या पर्यायांमध्ये खालील गोष्टींचा समावेश होईल:

- उद्धृत केलेल्या सर्व संबंधित साहित्याची सर्वांगीण व्याप्ती;
- फक्त विशिष्ट उताऱ्यासह सर्वांगीण व्याप्ती;
- साहित्यातील विशिष्ट भागाचा नमुना असणाऱ्या कामांच्या चर्चेची प्रातिनिधिक व्याप्ती;
- बीज/प्रमुख कामांची व्याप्ती;
- वरील गोष्टींचे एकत्रीकरण.

वाङ्मयचौर्य

सगळं ऑनलाइन आहे. आणि ह्याचा अर्थ एक संपूर्ण साहित्य परीक्षण 'कट अँड पेस्ट'च्या अंतरावर आहे. हे करू नका! पहिली गोष्ट म्हणजे ते चुकीचे आहे: तुम्ही मूलत: इतरांच्या कामाची चोरी करत आहात. दुसरी गोष्ट म्हणजे, तुम्हाला तुमच्या पदवी कार्यक्रमातून बाहेर हाकलवून दिले जाऊ शकते. तिसरी गोष्ट म्हणजे, ते एक चांगले साहित्य परीक्षण होणार नाही. तुम्ही गोषवाऱ्यातील काही अंश एकत्र करू शकता आणि कट आणि पेस्ट करू शकता. पण त्यामध्ये कोणतेही युक्तिवाद नसतील. कोणताही चालना देणारा संदेश नसेल. तुम्ही हे कस्टम पीस म्हणून लिहिणे आवश्यक आहे. ज्यामध्ये तुमच्या अभ्यासाची गरज आणि समर्पकता याबाबत स्पष्टपणे चर्चा केलेली असेल.

मग वाङ्मय चौर्य म्हणजे नक्की काय? दुसऱ्या व्यक्तीच्या शब्द, कल्पना, किंवा डेटा संदर्भ न देता आणि म्हणून आपल्या स्वत:चा म्हणून वापरणे. म्हणजेच तुम्ही खालील गोष्टी करू शकत नाही:

- स्रोतांचा संदर्भ न देता कल्पना, वाक्ये, परिच्छेद, आकृत्या किंवा प्रतिमा कट आणि पेस्ट करणे;
- इतर कोणाला तरी वेतन देऊन तुमच्यासाठी लिहिण्यास सांगणे;
- ऑनलाइन स्रोतावरून पेपर डाउनलोड करून तो स्वत:चा म्हणून जमा करणे;
- इतर विद्यार्थ्यांच्या कामामधून त्यांना कल्पना न देता नक्कल करणे;
- तुमच्या संदर्भग्रंथामध्ये स्रोत म्हणून उल्लेख करणे पण मजकूरमध्ये संदर्भ न देणे;
- संदर्भ न देता अन्य कोणाच्या तरी मूळ कल्पनेमधील शब्द बदलणे;

• वक्त्याचा श्रेयनिर्देश न करता एखादे भाषण किंवा व्याख्यानामधील भाग उद्धृत करणे.

आता माझ्या लक्षात आले की तज्ज्ञांचा संदर्भ देऊन तुम्हाला अभिनव काम करायला सांगणे ही विसंगती असल्यासारखे वाटू शकते. पण श्रेयनिर्देश हा महत्त्वाचा भाग आहे – दुसऱ्या शब्दांत सांगायचे तर, योग्य संदर्भीकरण. तुम्ही मेहनती आणि अगदी पांडित्यपूर्णही असणे आवश्यक आहे. तुमच्या विद्याशाखेत संदर्भीकरणाच्या कोणत्या शैलीची शिफारस केलेली आहे ते शोधून काढा आणि सहजगत्या ऑनलाईन आढळणाऱ्या किंवा तुमच्या संस्थेने दिलेल्या मार्गदर्शक तत्त्वांचे पालन करा.

लेखन प्रक्रिया

विशेष मार्गदर्शन नसताना, एकत्रितपणे एक प्रभावी साहित्य परीक्षण करू शकणारे असे विद्यार्थी आहेत. त्यांच्याकडे काम समजून घेण्याची क्षमता असते आणि ते काम कौतुकास्पद रीतीने हाताळतात. पण हा अपवाद आहे, असे मला म्हणावे लागेल. बऱ्याच विद्यार्थ्यांना अडचण येते आणि ते पुढे जाण्यासाठी एका स्पष्ट मार्गाच्या शोधात असतात. त्यामुळे खालील प्रक्रिया ही तुम्ही अनुसरण करू शकाल अशी एकमेव प्रक्रिया नसली तरी तुम्ही अ पासून ब पर्यंत जाऊ शकाल आणि त्याच्याही पुढे 'तो म्हणाला, ती म्हणाली' अशा अहवालाच्या पलीकडे जाण्यासाठी तुम्हाला त्याची मदत होईल. लक्षात ठेवा: येथे माहिती देणे, स्थापना करणे आणि मतभेद व्यक्त करणे, हे ध्येय आहे. हे करण्यासाठी, मी खालील पायऱ्या सुचवेन:

१. *साहित्य परीक्षणाला एक सतत चालणारी प्रक्रिया बनवा* – तुमचे साहित्य परीक्षण तुमचा प्रश्न, सिद्धांत आणि पद्धती याबद्दल माहिती देईल आणि तुमचा प्रश्न, सिद्धांत आणि पद्धती तुमच्या साहित्य परीक्षणाचे घटक तयार करायला मदत करतील. ही चक्रिय प्रक्रिया आहे. साहित्य परीक्षण हे अनेकदा मार्गक्रमण करत राहणारे लक्ष्य असते. त्यामुळे अभ्यास विकसित होत जाईल तसे तुमच्या पातळीवर विचार आणि लेखन दोन्ही विकसित व्हायला हवेत.
२. *चांगली आणि ससंदर्भ परीक्षणे वाचा* – तुम्ही तुमचे स्वतःचे परीक्षण बनवण्याच्या स्थितीस पोहोचण्यापूर्वी चांगले साहित्य परीक्षण कोणते आहे, हे तुम्हाला समजणे आवश्यक आहे.
३. *आपल्या अभ्यासातील चल ओळखा* – उदाहरणार्थः (अ) बॉडी पिअर्सिंग; (ब) युवक; (क) राईट्स ऑफ पासेज
४. *प्रतिशब्द किंवा पर्यायांची सूची विकसित करा* – उदाहरणार्थः (अ) छेदन, अंगठ्या, नथनी, शरीरावर काढली जाणारी नक्षी इ.; (ब) युवक, मुली, मुले, पौगंडावस्थेतील मुले, प्रौढ तरुण; (क) राईट्स ऑफ पासेज, प्रारंभ, प्रवर्तन, पालन.
५. *वेन डायग्राममधील ठिकाण* – पूर्वी आकृती ६.५ मध्ये दाखविले आहेत त्याप्रमाणे.
६. *सर्च इंजिनाचा वापर* – योग्य डेटाबेस शोधा आणि/किंवा तुमच्या ग्रंथपालाचे मार्गदर्शन घ्या. चल आणि त्यांचे प्रतिशब्द/पर्याय याचे एकत्रीकरण वापरून शोधा.
७. *उतारे आणि गोषवारे यांचे संकलन करा* – यामधील अनेक इलेक्ट्रॉनिक माध्यमांमध्ये उपलब्ध होतील.
८. *गोषवारे वाचा आणि सर्व असंबद्ध लेख वेचून काढा* – विषयाशी संबंधित नसलेल्या गोष्टी काढून टाका, आणि उर्वरित वाचन समर्पकतेप्रमाणे ओळीने लावून घ्या.
९. *तुम्ही अजून खोलात शिरायला हवे आहे की तुमच्या परीक्षणावर लक्ष केंद्रित करावे याचे परीक्षण करा* – लक्ष केंद्रित करण्यासाठी तुम्ही संबंधित चल जोडू शकता (आकृती ६.३ पाहा) आणि आधी करण्यात आलेले अभ्यास पाहा, साधारण पाच किंवा सात वर्षे. तुमचे परीक्षण ठरावीक किंवा प्रातिनिधीक व्याप्तीला मर्यादित करण्याचा विचारही तुम्ही करू शकता. विस्तारणे म्हणजे चालांना मर्यादा घालणे/फेरबदल करणे

आणि कालावधीत वाढ. लक्षात ठेवा की अभ्यासामध्ये थेट तुमचा विशिष्ट संशोधन प्रश्न संबंधित माहितीपूर्ण आणि उपयुक्त आहे का याचा शोध घेण्याची गरज नाही.

१०. *तुमच्या संबंधित वाचनाच्या नोंदी पद्धतशीरपणे ठेवा* – स्वतः एक व्यापक संदर्भ ग्रंथाची सूची तयार करणे किंवा प्रोसाईट, एंडनोट किंवा रेफरन्स मॅनेजर अशी ग्रंथकोषाविषयक सॉफ्टवेअर वापरणे, हे पर्याय उपलब्ध आहेत.

११. *प्रत्येक संबंधित लेख वाचा आणि त्यावर विवेचन करा* – आधीच्या प्रकरणात सुचविल्याप्रमाणे, लेखक/प्रेक्षक, महत्त्वाचे मुद्दे, दोषदर्शी शेरा, आणि समर्पकतेवर टिप्पणी करा.

१२. *तुमच्या विवेचानांची क्रमवारी करा आणि नियोजन करा* – केंद्रविषय, चिंताजनक मुद्दे, सामान्य उणिवा यांचा शोध घ्या. तुमचे स्वतःचे तर्क विकसित होतील असे नमुने आपोआप तयार व्हायला सुरुवात होतील असे तुम्हाला दिसून येईल.

१३. *तुमच्या साहित्य परीक्षणासाठी एक संभाव्य रूपरेषा विकसित करा* – तुमच्या कोणत्या युक्तिवादामुळे तुम्ही साहित्यामध्ये पूर्णपणे व्यस्त झाला आहात, याची वाचकांना खात्री होईल याचा विचार करा. जसे तुमचे विचार विकसित होत जातील, तसे तुमच्या रचनेत नेहमी फेरबदल केले जाऊ शकतात. पण तुमचा प्रमुख युक्तिवाद तुम्ही मांडलेल्या पद्धतीने तुम्ही हाती घेणार असलेल्या तुमच्या संशोधन अभ्यासाच्या गरजेशी संबंधित पाहिजे.

१४. *हेतूपूर्वक लिहा* – काहीतरी विषयपत्रिका/कार्यक्रम असल्याशिवाय तुम्ही औपचारिक 'साहित्य परीक्षण' लिहू शकत नाही. तुमच्या प्रेक्षकांना तुमच्या परीक्षणातील प्रत्येक विभागातील 'मुद्दा' सहजपणे ओळखता आला पाहिजे. तुमच्या प्रेक्षकांना, तुम्ही त्यांना जे सांगत आहात ते का सांगत आहात, हे कळत नसेल तर तुम्ही तुमच्या दृष्टिकोनाचा पुनर्विचार करणे आवश्यक आहे.

१५. *तुमच्या तर्कांना पाठिंबा म्हणून साहित्याचा वापर करा* – परीक्षण, अहवाल किंवा इतरांची तर्क उसनी घेणे यापेक्षा निर्मितीला मदत करण्यासाठी आणि नंतर तुमच्या स्वतःच्या तर्कांना समर्थन देण्यासाठी साहित्याचा वापर करा. म्हणजेच प्रत्येक परिच्छेदामध्ये असा मुद्दा पाहिजे ज्याला साहित्याचा पाठींबा आहे. उदाहरणार्थः

> हवामानातील बदलासंदर्भात, ज्ञान आणि वर्तनविषयक बदल यामधील संबंध हे वादग्रस्त आहेत[तुम्ही जो मुद्दा सांगायचा प्रयत्न करत आहात]. हवामानातील बदलाचे ज्ञान हे वर्तनाला प्रभावित करते असे अनेक अभ्यासांमध्ये दर्शविले असले तरी (जोन्स, २००८; वाँग २००२; स्मिथ, २००७), बर्नी आणि पॉविस (२००९) यांनी केलेल्या एका नवीन अभ्यासात ज्ञानाचा बदलावर किमान परिणाम होतो, असे म्हटले आहे आणि समवयस्क व शेजारी यांच्या पद्धतींचा खूप जास्त प्रभाव पडतो [तुमच्या मुद्याला समर्थन देणारा पुरावा].

या लेखकाचा प्रत्येक परिच्छेद अग्रेसर असण्यापेक्षा सहपरिच्छेद सुरू करणे हा जास्त अत्याधुनिक दृष्टिकोन जसे 'जोन्सने (२००८) असे म्हटले आहे', 'वाँग (२००२) यांना आढळले' आणि 'स्मिथ (२००७) यांचे म्हणणे आहे'

१६. *योग्य शैली आणि सूर यांचा अवलंब करा* – खूप मर्यादाशील असणे टाळावे पण अतिदोषदर्शी असणेही टाळावे ही युक्ती आहे. तुमच्या स्वतःच्या कल्पनांमध्ये गुंतणे, वादविवाद करणे, मतभेद व्यक्त करणे, विकास करणे आणि योगदान देणे, हे तुमचे ध्येय आहे लक्षात ठेवा. तुम्ही स्वतःचा फक्त विद्यार्थी म्हणून विचार केलात तर, तुम्हाला चिकित्सक होणे कठीण वाटू शकेल. दुसरीकडे, तुम्ही इतरांच्या कामामधील दोष काढू शकता हे दाखवून विश्वासार्हता प्रस्थापित करण्याचा प्रयत्न केलात, तर तुम्ही दुसऱ्याबद्दल लगेच मते बनवणारे, बारीकसारीक दोष काढत बसणारे आणि परीक्षण केलेल्या कामामधून महत्त्व आणि समर्पकता काढण्यास अक्षम बनाल असा धोका असतो.

१७. *भरपूर अभिप्राय मिळवा* – साहित्य परीक्षणाचे लेखन हे सोपे काम नाही आणि निरीक्षकाच्या अपेक्षा खूप प्रमाणात बदलू शकतात. लेखन प्रक्रिया सुरू करण्यासाठी किंवा अभिप्राय प्राप्त करण्यासाठी शेवटच्या

क्षणापर्यंत प्रतीक्षा करू नका. आधीच तुमच्या पर्यवेक्षकाला किंवा वाचू इच्छिणाऱ्या इतर कोणालाही तयार मसुदा नक्की वाचायला द्या.

१८. *पुनर्लेखनासाठी तयार राहा* – तुम्ही विद्यार्थी असा किंवा व्यावसायिक संशोधक, एकदा किंवा दोन वेळा (किंवा तीन किंवा चार) पुनर्लेखन करण्याशिवाय तुमच्याकडे पर्याय नसतो.

चांगल्या आणि वाईट दोन्ही साहित्य परीक्षणांच्या काही उदाहरणांसाठी सहचर संकेतस्थळ पाहा.

प्रकरणाचा सारांश

- चांगल्या संशोधनामध्ये विशयाशी संबंधित, कार्यपद्धतीय आणि सैद्धांतिक साहित्यामधील प्रतिबद्धतेची गरज असते. ह्यामुळे तुम्हाला विषयाचा शोध घेणे, प्रश्न परिभाषित करणे, तर्क स्पष्टपणे मांडणे, तुमच्या अभ्यासाबाबत सैद्धांतिक माहिती देणे, योग्य आकृतिबंध विकसित करणे, औपचारिक साहित्य परीक्षण लिहिणे यासाठी मदत होईल आणि कधी कधी संशोधनासाठी प्राथमिक डेटा स्रोत ठरू शकेल.
- साहित्य प्रकारांमध्ये संदर्भ साहित्य, पुस्तके, नियतकालिके, ग्रे साहित्य, अधिकृत प्रकाशने, संग्रहित आणि लिखाणाला मदत होईल अशा साहित्याचा समावेश होतो. योग्य साहित्य शोधण्यासाठी तुम्ही ग्रंथपाल, निरिक्षक आणि इतर संशोधकांच्या अनुभवाची मदत घेतली पाहिजे.
- साहित्याची उपलब्धता सतत वाढत आहे. त्यामुळे विविध इलेक्ट्रॉनिक डेटाबेस आणि सर्च इंजिने यांच्या वापरासाठी विद्यार्थ्यांनी कळीच्या शब्दांचा शोध घेण्याचे नैपुण्य विकसित करणे आवश्यक आहे. यासाठी तुम्हाला मोठ्या प्रमाणात लिहिलेल्या कामामधील समर्पकता आणि गुणवत्ता त्वरित जोखणे देखील आवश्यक आहे.
- स्रोतांचे व्यवस्थापन आणि विवेचन यामुळे संबंधित साहित्याच्या नोंदी पुरवल्या जातात. त्यामध्ये उतारा, लेखक आणि प्रेक्षक यांचा उल्लेख, लहान सारांश, चिकित्सक समीक्षा, आणि टिपणे याचा समावेश होतो. तुम्हाला उद्धृत केलेल्या स्रोतांचे महत्त्व, अचूकता आणि गुणवत्ता याचे स्मरण करून देतील.
- औपचारिक साहित्य परीक्षण हे तुमच्या विषयाची तुमच्या वाचकांना माहिती देण्यासाठी, संशोधक म्हणून तुमची विश्वासार्हता प्रस्थापित करण्यासाठी आणि तुमच्या कामाची गरज आणि समर्पकता याबाबत युक्तिवाद करण्यासाठी संकल्पित केलेले एक अगदी विशिष्ट वितंडवादी उत्तम लिखाण होय. बहुतांश लोकांना हे एक कठीण काम वाटते ज्याच्यासाठी सहनशीलता, सराव, मसुदा लिहिणे आणि पुनर्लेखन याची गरज भासते.

अवांतर वाचन

संशोधन साहित्याचा वापर करून काम करण्यात मदत करू शकतील अशी थोडकीच पुस्तके आहेत. आणि हे पुस्तक सुरुवात करण्यासाठी चांगले आहे असे तुम्हाला आढळेल:

Fink, A. (2009) *Conducting Research Literature Reviews: From the Internet to Paper.* Thousand Oaks, CA: Sage.

जे संशोधनाची गरज आणि महत्त्व याचे समर्थन करणाऱ्या तर्कासाठी साहित्य परीक्षण कशाप्रकारे पायाभूत होते आणि अभ्यासाचे निष्कर्ष स्पष्ट करून सांगणारे एक चांगले उपलब्ध मार्गदर्शक आहे. उदाहरणे आणि अभ्यासांची उत्कृष्ट मालिका.

Galvan, J. L. (2012) *Writing Literature Reviews: A Guide for Students of the Social and Behavioral Sciences.* Glendale, CA: Pyrczak.

ह्या पुस्तकामध्ये महत्त्वाचे मुद्दे स्पष्ट करण्यासाठी ज्याप्रकारे प्रत्यक्ष साहित्य परीक्षणातील उदाहरणे वापरली आहेत ते मला आवडले. अनुसरण करण्यास सोपे.

Girden, E. and Kabacoff, R. (2010) *Evaluating Research Articles from Start to Finish.* Thousand Oaks, CA: Sage.

इतर कोणाच्या संशोधनाचे समालोचन करणे, विशेषतः एका व्यावसायिक संशोधकाच्या, हे विद्यार्थी संशोधकांसाठी अवघड आव्हान असू शकते. समालोचन करण्यासाठी लेखक इथे वापरत असलेला पद्धतशीर दृष्टिकोन – उदाहरणांचा वापर – ह्यामुळे कार्य सुलभ होईल.

Machi, L. A. and McEvoy, B. (2012) *The Literature Review: Six Steps to Success.* Thousand Oaks, CA: Corwin Press.

लेखक एक साधा सहा पायऱ्या असलेला दृष्टिकोन देतातः विषयाची निवड; साहित्याचा शोध; युक्तिवादाचा विकास; साहित्याचे सर्वेक्षण; चिकित्सक मूल्यमापन आणि लेखन. अत्यंत उपयुक्त.

Pan, M. L. (2008) *Preparing Literature Reviews: Qualitative and Quantitative Approaches.* Glendale, CA: Pyrczak.

वर्तमान संशोधनाचे मूल्यमापन करणे आणि साहित्य परीक्षणाचे आयोजन व लेखन करणे यासाठी चांगले मार्गदर्शक पुस्तक. उपयुक्त अभ्यास आणि चांगली उदाहरणे.

Rhoades, E. A. (2011) 'Literature reviews', *The Volta Review,* 111(3): 353–368.

हा एक चांगला लेख आहे. ऐकू न येणाऱ्या मुलांचा संदर्भ असला तरी, लेखक संदर्भावर जास्त वेळ खर्च करत नाही आणि त्याऐवजी एक चांगले साहित्य परीक्षण कसे बनते या मुद्द्याकडे येतो. साहित्य कष्टाने वाचणे, त्याचा अर्थ समजावून घेणे, आणि त्याचा अहवाल बनवणे यासाठी दिलेला सल्ला निर्विवादपणे उपयोगी ठरतो.(सहचर संकेतस्थळावर संपूर्ण मजकूर उपलब्ध)

Ridley, D. (2012) *The Literature Review: A Step by Step Guide for Students.* London: Sage.

मला हे पुस्तक खरोखरंच आवडले. उत्तम पद्धती बाहेर काढण्यासाठी प्रकरणे आणि उदाहरणे यांचा चांगल्या प्रकारे वापर केलेला आहे. ऑनलाइन स्रोत आणि व्यावहारिक पूर्वसूचना यांची चांगली व्याप्ती.

७

संशोधन योजनेची आखणी

प्रकरणाचे पूर्वावलोकन

- प्रश्नाकडून उत्तराकडे मार्गक्रमण
- संशोधकासाठी योग्य ते मिळवणे
- व्यवहारचातुर्य: करण्यायोग्य बनवणे
- तपशीलात सर्व काही आहे

प्रश्नाकडून उत्तराकडे मार्गक्रमण

अंतिम ध्येयापासून पद्धती आणि साधने वेगळे केले जाऊ शकत नाहीत.

एमा गोल्डमन

कार्यपद्धतीय आराखड्याचा प्रश्न येतो तेव्हा, तो विश्वास बसणार नाही इतका स्पष्ट असू शकतो. पण योग्य रीतीने मांडलेल्या तुमच्या संशोधन प्रश्नाचे उत्तर मिळवणे किंवा कुशलतेने तयार केलेल्या गृहीतप्रमेयाची चाचणी घेणे हे तुमचे ध्येय असणार आहे. आता हे स्पष्टपणे ध्वनित होते की कार्यपद्धतीय आराखड्यासाठी स्पष्टपणे व्यक्त झालेला संशोधन प्रश्न किंवा कौशल्यपूर्वक बनवलेली गृहीप्रमेय आवश्यक असतात आणि हे सत्य आहे. योग्य पद्धतीने व्यक्त झालेला प्रश्न तपासाची व्याख्या करतो, सीमा आखतो, दिशा दाखवतो आणि आपल्या कामाच्या मूल्यांकनासाठी संदर्भ चौकट म्हणून काम करतो. अशाप्रकारे, तुमचा प्रश्न पद्धतीसंबंधित निर्णयाची रूपरेखा म्हणून काम करतो. त्यामुळे तुम्हाला असे वाटत असेल की कार्यपद्धतीय आराखडा पुढे नेण्यासाठी तुम्ही तयार आहात, परंतु तुम्ही अद्याप स्पष्टपणे आपल्या प्रश्नामध्ये स्वत:ची मते स्पष्ट शब्दात मांडू शकलेला नाही आहात, तर तुम्ही स्वतः प्रश्नावर परत काम करणे खरोखर आवश्यक आहे (प्रकरण ४ पाहा). तुम्हाला कुठे जायचे आहे हे तुम्हाला माहीत नसेल, तर तुम्ही तिथे जाण्याचा मार्ग निश्चित करू शकणार नाही.

मार्ग शोधणे

क्षणभर आपण मार्ग या विषयावर चर्चा करू. तुम्ही तुमच्या संशोधन प्रश्नाबाबत खूपच आनंदी आहात असे गृहीत धरू या. उत्तरे मिळवण्यासाठी सर्वोत्तम असे काय करता येईल याचा विचार करणे ही पुढील पायरी असेल. दुसऱ्या शब्दात सांगायचे तर, तुमच्या कार्यपद्धतीय आराखड्याचे घटक परिभाषित करणे. आकृती ७.१ मध्ये प्रश्नाकडून

आकृती ७.१ मार्ग

उत्तराकडे मार्गक्रमण करताना आपण सामान्यपणे काय योजना आखतो, ते मांडले आहे. बाण प्रश्नाकडून उत्तराकडे जाण्याचा सर्वोत्तम कार्यपद्धतीय आराखडा दर्शवतो. आराखडा योग्य किंवा उत्तम आहे असे येथे गृहीत धरले गेले आहे.

आकृती ७.२ कार्यपद्धतीय शक्यतांचे पर्यायी प्रतिनिधित्व करते. प्रश्नाकडून उत्तराकडे मार्गक्रमण करण्यासाठी अनेक मार्ग असू शकतात, असे येथे गृहीत धरले आहे. मार्ग वैविध्यपूर्ण आणि भिन्न असतात, पण त्या सर्व मार्गांमध्ये विश्वासार्ह उत्तरांकडे जाणारा डेटा निर्माण करण्याची क्षमता असते. प्रश्न, संशोधक आणि संदर्भ यांच्यासाठी योग्य असलेल्या कार्यपद्धतीय मार्गावरून मार्गक्रमण करणे ही युक्ती आहे.

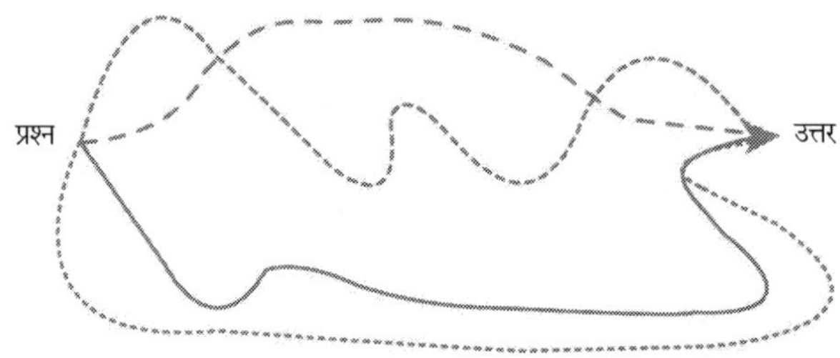

आकृती ७.२ अनेक मार्ग

आकृती ७.३ ही, आकृती ७.२ प्रमाणेच 'अनेक मार्ग' या गृहीतकावर काम करते. पण आपण कोण आहोत आणि आपण काय करतो, ह्या दोन्ही गोष्टी आपण काय पाहतो आणि आपण काय शोधतो यावर प्रभाव टाकू शकतात, याची आपल्याला आठवण करून देते. प्रत्येक कार्यपद्धतीय आराखड्यामध्ये काहीशा वेगवेगळ्या दृष्टिकोनातून उत्तरे शोधून काढण्याची क्षमता आहे मला वाटतं विसाव्या शतकातील भौतिकशास्त्रज्ञ, वेर्नर हायझेनबर्ग, ज्याने क्वांटम मेकॅनिक्स शोधले त्याने ते छान विशद केले आहे: 'आपण काय बघतो तो स्वतः निसर्ग नसतोच, तर आपल्या प्रश्न विचारण्याच्या पद्धतीमुळे तो उघड होतो' (शुलमान आणि असिमोव, १९८८: ३२४).

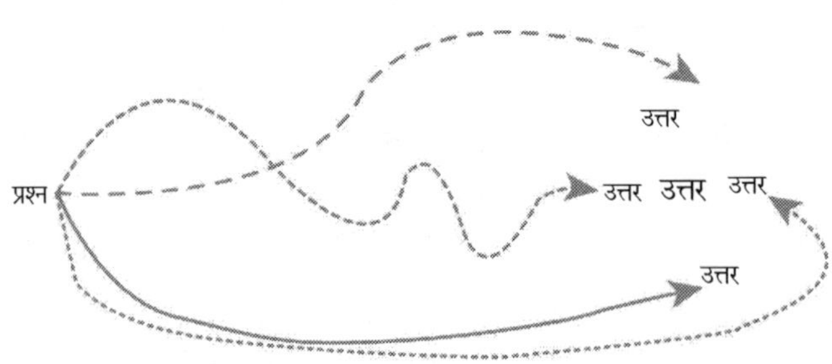

आकृती ७.३ मार्ग आणि दृष्टिकोन

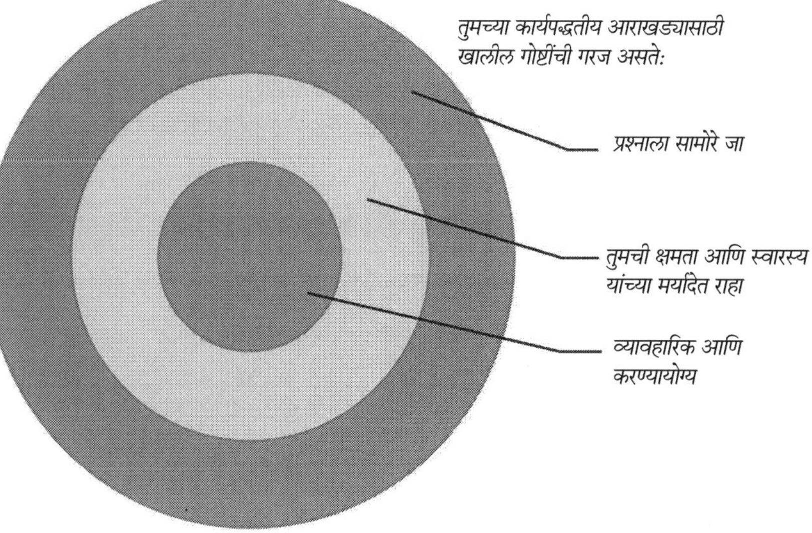

आकृती ७.४ तुमच्या कार्यपद्धतीय आराखड्याला लक्ष्याकडे नेणे

या नमुन्यांच्या प्रगतीचे महत्त्व म्हणजे संशोधकासाठी ते ज्या जबाबदारीचे प्रतिनिधित्व करतात त्यामध्ये वाढ होणे हे आहे. मार्ग शोधण्यापासून ते संभाव्य मार्गांच्या श्रेणीमधून निवड करून मार्गक्रमण करण्यापर्यंत, ते सजगपणे मार्गांच्या परिणामांचा विचार करण्यापर्यंत आल्यावर, विश्वासार्हतेबाबत येणाऱ्या समस्यांचा विचार करण्याची गरज वाढते. आकृती ७.३ मध्ये दाखवलेल्या अशा समान पद्धतीने झालेला विकास पाहिला, तर आराखडा खरोखर विचारांचा खेळ होतो. ज्यासाठी तुम्हालाच योग्य पद्धतीने विचार करून निर्णय घेण्याची आवश्यकता असते, जो अशाप्रकारे तुमच्या अभ्यासाकडे वाटचाल करेल ज्यामुळे अत्यंत विश्वासार्ह डेटा आणि विश्वसनीय परिणाम, याची सर्वोत्तम खात्री दिली जाईल.

मग तुम्हाला तुमच्या कार्यपद्धतीय निर्णयाच्या प्रक्रियेमध्ये कशाचा विचार करणे आवश्यक आहे? आकृती ७.४ मध्ये दाखवल्याप्रमाणे, तुमचा कार्यपद्धतीय आराखडा अचूकपणे बनवण्यासाठी पुढील गोष्टी आवश्यक आहेत: तुमच्या कार्यपद्धतीय आराखड्याने तुमच्या प्रश्नाचा विचार करायला हवा आणि योजनेला सुरुवात करण्यासाठी आवश्यक कौशल्य व स्वारस्य तुमच्याकडे आहे किंवा ते विकसित करण्याची तुम्हाला इच्छा आहे; आणि तुमच्या कार्यपद्धतीय आराखड्यातील सर्व घटक करण्यायोग्य आहेत.

तुमचा प्रश्नाचा विचार करणे

दुर्दैवाने, नवीन आणि प्रस्थापित दोन्ही प्रकारच्या संशोधकांची एका विशिष्ट कार्यपद्धतीय दृष्टिकोनाशी बांधील असण्याची प्रवृत्ती असते. त्यांच्या प्रश्नाला तार्किकदृष्ट्या खरोखर कशाची गरज आहे याबाबतच्या चिकित्सक तपासणीमध्ये ते गुंतण्याच्याही अगदी सुरुवातीला; संस्कृतीवर्णन किंवा जनसंख्या अभ्यास करण्याचे किंवा सर्वेक्षण किंवा मुलाखतींची मालिका घेण्याचे त्यांच्या मनात असू शकेल. पण कार्यपद्धतीय दृष्टिकोन विकसित करण्यामागचे ध्येय हे तुमच्या प्रश्नाच्या सर्वात योग्य उत्तराच्या दिशेने काम करीत राहणे आहे, हे लक्षात ठेवा. हे उघड आहे की गोष्टी करण्यासाठी तुम्ही अनुसरत असलेला विशिष्ट मार्ग हा दुसऱ्यापेक्षा मुळातच चांगला आहे किंवा तुम्ही तुम्हाला

ज्याठिकाणी वावरताना काही त्रास होत नाही अशा ठिकाणी राहणे योग्य आहे, अशाप्रकारच्या विश्वासाला बळी न पडणे हे महत्त्वाचे आहे. पद्धती प्रश्नांनुसार ठरवल्या जाणे आवश्यक आहे.

प्रकरण ४ मध्ये चर्चा केल्याप्रमाणे, मात्र तुमचे लिखाण पहिल्या मांडणीपासून जसे आहे तसेच राहावे, असा याचा अर्थ नाही. संशोधन ही साधारणपणे विकास आणि पुनर्विकासाची, सतत चालू राहणारी आणि कृतीची पुनरावृत्ती होणारी प्रक्रिया आहे. ज्यामध्ये संपूर्ण संशोधन प्रक्रियेत विविध पातळ्यांवर प्रश्नांमध्ये बदल होताना दिसतो. तथापि, सरतेशेवटी तुमचा अंतिम प्रश्न आणि तुमचा कार्यपद्धतीय आराखडा यांच्याशी गोळा केलेला डेटा आणि पद्धती मिळतीजुळती आहेत ना, यावर भर देणे आवश्यक आहे. एक, दुसरा, किंवा दोन्ही विकसित होऊ शकतात. पण शेवटी, तुमचा प्रश्न आणि तुमचा आराखडा (ज्यांचा कार्यपद्धती आणि पद्धती दोन्ही पातळीवर निर्णय घेण्यासाठी समावेश करण्यात येईल) यांचे संबंध एकदम घट्ट असणे आवश्यक आहे.

कार्यपद्धतीय पातळीवर काम

कार्यपद्धतीय निवडीमध्ये सहभागी असलेला सर्वात महत्त्वाचा घटक म्हणजे परिचय असणे, हा आहे. तुम्हाला बाहेर काय आहे, याची जाणीव असणे आवश्यक आहे. आठव्या प्रकरणात अंतर्भूत केल्याप्रमाणे तुम्ही शास्त्रीय, परिकल्पित-निगमन पद्धतींवर आधारित पारंपरिक संख्यात्मक योजना, तसेच सखोल पातळीवर खोलात शिराण्यासाठी संकल्पित केलेल्या कितीही गुणात्मक योजनांचा शोध घेऊ शकता. तुम्ही मिश्र कार्यपद्धतीय दृष्टिकोनाचाही विचार करू शकता, ज्या तुम्हाला एकापेक्षा अधिक धोरणांच्या पलीकडे काम करायला लावतील. अधिक प्रयोजनात्मक धोरणेदेखील आहेत जी तुम्हाला ज्ञान आणि बदल या दोन्ही दिशेने एकाच वेळी काम करण्याची परवानगी देतात. जसे कृतिसंशोधन, तसेच पुढील आणि मागील दोन्ही टोकांच्या मूल्यमापनासाठी संकल्पित केलेल्या कार्यपद्धती. तुम्हालाच या सर्व दृष्टिकोनांचे सखोल ज्ञान असेल तर उत्तम. असे असले तरी संशोधन प्रकल्प हाती घेताना तिथे काय आहे, याचा परिचय आणि सजगतेने तुमच्या अभ्यासाचे लक्ष्य आणि उद्देशांसंबंधात या धोरणांचा विचार करण्याची क्षमता असणे, हे महत्त्वपूर्ण आहे.

जेव्हा गोष्ट तुमच्या प्रकल्पापाशी येऊन थांबते, तेव्हा तुम्ही सामान्यतः पुढीलपैकी एक किंवा अधिक गोष्टी करण्याचा प्रयत्न करता: समस्या किंवा चर्चेचा विषय समजून घेणे; अंमलात आणण्याजेगी उत्तरे शोधणे; उत्तारे शोधण्याच्या दिशेने काम करणे; किंवा यश आणि अपयश यांचे मूल्यमापन करणे. खाली चर्चा केल्याप्रमाणे, ही प्रत्येक भिन्नभिन्न ध्येये विशिष्ट कार्यपद्धतीय दृष्टिकोनाशी जोडणे.

- *समस्या समजून घेणे* – समस्या चांगल्या प्रकारे समजून घेण्याचा प्रयत्न करताना तुमच्या समस्येच्या परिस्थितीमधील व्यापक सामाजिक दृष्टिकोन आणि पर्यायांकडे बाहेरील बाजूने किंवा गुंतागुत आणि क्लिष्टता याकडे आतील बाजूने पाहणे, यांचा समावेश होईल. उदाहरणार्थ, कामाची जागी येणाऱ्या ताणाची समस्या. तुम्हाला हे जाणून घ्यायला आवडेल 'कामाच्या ठिकाणी ताण येणे किती प्रमाणात नेहमीचे आहे?' हा जर तुमचा प्रश्न असेल तर, बाह्य शोध – उदाहरणार्थ, सर्वेक्षण दृष्टिकोन वापरून केलेला जनसंख्या अभ्यास – आवश्यक ठरू शकेल. पण जर विशिष्ट कर्मचारी गट ताणाला कशी प्रतिक्रिया देतात किंवा कामाच्या ठिकाणाचा ताण घेऊनच जगणे कसे वाटते, हे समजून घेण्यात तुम्हाला स्वारस्य असेल तर मात्र तुम्ही अधिक अंतर्केंद्रित धोरणाकडे बघाल ज्यामुळे क्लिष्टतेच्या मुळाशी जाता येऊ शकेल – उदाहरणार्थ, संस्कृतीवर्णन किंवा मानसघटनाशास्त्र (प्रकरण ८ पाहा).
- *अंमलात आणण्याजोगे उपाय शोधणे* – अंमलात आणण्याजोगे उपाय शोधण्यासाठी पुढील गोष्टींचा शोध घ्यावा लागेल: गरजांचे मूल्यांकन आणि भविष्यकालीन दृष्टी; संभाव्य कार्यक्रम, मध्यस्थ आणि सेवा शोधून काढणे किंवा विशिष्ट बदलाच्या उपक्रमाच्या व्यवहार्यतेचा शोध घेणे. उदाहरणार्थ, कामाच्या जागेच्या

ठिकाणी येणाऱ्या ताणाचीच समस्या बघू. हा ताण कसा कमी केला जाऊ शकेल ते समजून घेणे, हे तुमचे ध्येय असू शकते. विशिष्ट प्रश्न असा असेलः 'कामाच्या ठिकाणी येणारा ताण हा कर्मचाऱ्यांसाठी प्राधान्याची समस्या आहे का?', 'कामाच्या ठिकाणच्या भिन्न संस्कृतींबाबत कर्मचाऱ्यांचं मत काय आहे?', 'ताण कमी होण्यासाठी अन्य वातावरणात कोणते कार्यक्रम प्रस्तुत केले गेले आहेत?' किंवा 'क्ष प्रकल्प माझ्या कामाच्या ठिकाणासाठी योग्य/किंमतीच्या दृष्टीने प्रभावी होईल का?' अशा प्रकारच्या प्रश्नांना काही वेळा 'पुढील बाजूने केलेले विश्लेषण' असे संबोधतात आणि विश्लेषणात्मक संशोधनासाठी हे सामान्य दृष्टिकोन आहेत. तुमची ध्येये/उद्दिष्टे जर एक विशिष्ट दिशा दाखवत असतील तर, तुम्ही साहित्यातील हे क्षेत्र शोधणे आवश्यक आहे (प्रकरण ९ पाहा).

- *उपाय शोधण्याच्या दिशेने काम करणे* – मी इथे ज्ञाननिर्मितीच्या पलिकडे जाणाऱ्या संशोधन ध्येयांचा संदर्भ देत आहे. म्हणजे असे संशोधन, ज्याच्या संशोधन कार्यक्रमात बदलाचे ध्येय अंतर्भूत केलेले आहे. जे सुधारित चालीरीती, प्रणालींमध्ये बदल करणे, किंवा काही प्रमाणात अगदी मूलभूत किंवा आमूलाग्र बदलाच्या दिशेने काम करणे यासंदर्भातील आहे. समजा, एका सहकारी शिक्षण प्रकल्पामधील कमर्चाऱ्यांशी सहयोग करणे, हे तुमचे ध्येय होते. ज्यांनी ताण कमी होण्यासाठी एका धोरणाचा विकास आणि अंमलबजावणी केलेली आहे. तुम्ही जरी कर्मचाऱ्यांच्या वागणुकीमध्ये, कामाच्या ठिकाणच्या पद्धतींमध्ये किंवा विस्तृत कॉर्पोरेट संस्कृतीमध्येच बदल घडवण्यासाठी काम करू इच्छित असाल, तरी बदलाची कृती करत असताना, ज्ञान निर्मिती करण्याची तुमची इच्छा तुम्हाला 'कृतिसंशोधना' संबंधित साहित्याच्या दिशेने घेऊन जाईल (प्रकरण ९ पाहा).
- *बदलाचे मूल्यमापन* – 'बदलाचा उपक्रम/कार्यक्रम यशस्वी झाला का?' या प्रश्नाचे उत्तर देणे, हे इथले ध्येय आहे. आता मूल्यमापनातील तुमचे स्वारस्य परिणामांशी संबंधित असू शकते. जसे 'एक्स' या कार्यक्रमाची उद्दिष्टे पूर्ण झाली का? ते प्रक्रियेशी संबंधितही असू शकते, उदाहरणार्थ 'कार्यक्रम एक्स कसा आणि किती चांगला राबवला जात आहे?' तुम्हाला अलीकडे सुरू केलेल्या ताण कमी करण्याच्या कार्यक्रमाचे मूल्यमापन करायचे असेल तर तुम्ही 'कार्यक्रम एक्समुळे ताण कमी झाला का?' असा प्रश्न विचारू शकाल. हा प्रश्न तुम्हाला 'परिणामांशी' किंवा 'एकत्रित' मूल्यमापनाशी संबंधित साहित्याकडे नेईल. तथापि, जरी तुम्हाला, 'या कार्यक्रमाच्या अमलबजावणीमध्ये कोणती ताकद, उणिवा, संधी व धोके आहेत?', असे विचारायचे असेल तरी तुम्हाला 'प्रक्रिया' किंवा 'विधायक' मूल्यमापनाचे साहित्य शोधणे आवश्यक आहे (प्रकरण ९ पाहा).

आकृती ७.५ मध्ये ध्येयं, प्रश्न आणि पद्धती दरम्यानचे दुवे वापरून तार्किकदृष्ट्या काम करण्याचा प्रयत्न केला आहे. स्पष्ट किंवा सर्वांगीण नाही तर पक्क्या संबंधांची उदाहरणे देईल आणि ज्यामध्ये तुम्ही आणखी अन्वेषण करू शकता असे जे क्षेत्र सूचित करेल. पण हे लक्षात ठेवा की तुमच्याकडे नेहमी मिश्र पद्धतीच्या वापराचा पर्याय आहे – जो तुम्हाला तुमच्या प्रश्नाचे उत्तर साकल्याने देण्यास मदत करू शकतो (प्रकरण ८ पाहा).

पद्धतीच्या पातळीवर काम करताना तुमचे विस्तृत कार्यपद्धतीय दृष्टिकोन हे तुमच्या लक्ष्य आणि उद्देशांच्या बरोबर आले की, तुम्ही एक पाऊल पुढे जाणे आवश्यक आहे आणि तुमचा डेटा गोळा करण्यासाठी आणि त्याच्या विश्लेषणासाठी योग्य अशा प्रत्यक्ष पद्धतीचा विचार करणे आवश्यक आहे.

आता पद्धतींशी संबंधित निर्णयप्रक्रिया ही स्पष्टपणे प्रश्नाधारित असते. एक चांगल्या पद्धतीने मांडलेला प्रश्न, तुम्ही कोणाशी बोलणे आवश्यक आहे आणि तुम्ही काय प्रश्न विचारला पाहिजे - आणि याचाच विस्तार म्हणून, तुम्ही कोणत्या डेटा संकलन पद्धती / साधने वापरू शकता याकडे तुम्हाला घेऊन जाईल. उदाहरणार्थ, तुम्हाला किशोरवयीन मुलींच्या स्व-प्रतिमेवर संशोधन करायचे आहे, अशी कल्पना करा. तुम्ही दोनपैकी एक गोष्ट करू शकता. तुम्ही उतविळेपणाने अभ्यासाचा आराखडा बनवायला सुरुवात करू शकता – नाही तरी, 'मुलाखती' आयोजित कराव्यात हे तुमच्या मनात आहेच. किंवा तुम्ही खरोखर तुम्हाला काय माहिती हवी आहे, याचा विचार

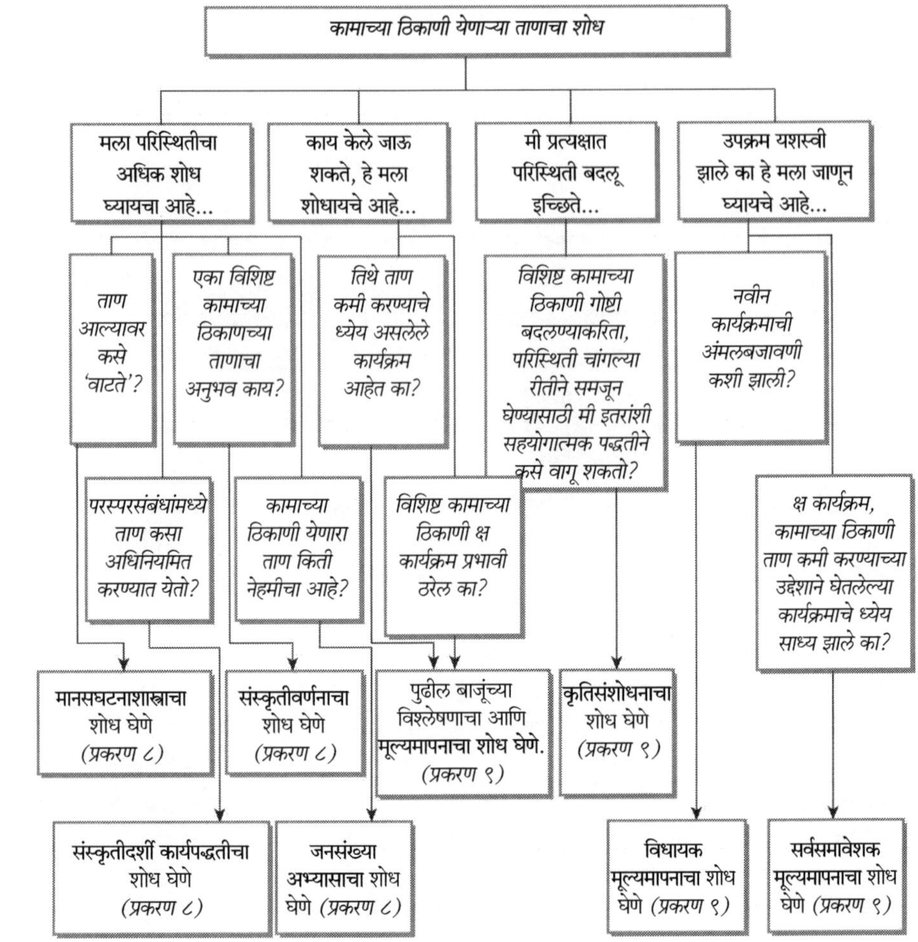

आकृती ७.५ कार्यपद्धतींचा शोध

करू शकता. अधिक संबंधित साहित्य वाचू शकता, मर्यादित आणि स्पष्ट करण्याच्या प्रक्रियेवर काम करू शकता आणि समस्येच्या विषयावर चढाई करण्यापूर्वी कदाचित आपल्या प्रश्नाचा आणखी एकदा स्पष्टपणे विचार करू शकता.

जे विद्यार्थी उतावळेपणाचा दृष्टिकोन स्वीकारतात आणि प्रश्नाचा विचार करून काम करण्याऐवजी विषयातच गढून जातात, त्यांना खरोखर संघर्ष करावा लागतो, असा माझा अनुभव आहे. शेवटी अनेकदा ते हरवल्यासारखे आणि गोंधळून गेल्यासारखे होतात. गोष्टी स्थिरस्थावर व्हायला खूप वेळ लागतो (आणि काहीवेळा त्या स्थिरस्थावर होतच नाहीत), आणि शेवटी विद्यार्थ्यांकडे ज्याचा वापर कसा करायचा हे कळत नाही असा डेटा साठतो. विश्वास ठेवा, प्रश्न तुमच्या डेटामध्ये बसवण्याचा प्रयत्न करणे इतके सोपे नाही आहे – आणि ते क्वचितच होऊ शकते!

दुसरीकडे, समजा तुम्ही तुमचा प्रश्न 'बाह्य सौंदर्यावर मुलींची योग्यता अवलंबून आहे, असे पालक त्यांच्या मुलींना या ना त्या मार्गाने शिकवतात का?' अशाप्रकारे मर्यादित करू शकलात. तुम्हाला काय जाणून घ्यायचे आहे, हे माहीत असल्यामुळे पद्धतीबाबत निर्णय घेणे फक्त एका (तर्कशुद्ध) पावलाच्या अंतरावर आहे. उदाहरणार्थ, तुम्हाला पालक, मुले किंवा कदाचित समुपदेशक यापैकी कोणाचा दृष्टिकोन हवा आहे, ह्याचा विचार करा. ह्यामधून

तुमचे डेटा संकलन करताना ज्यांना लक्ष्य करणे आवश्यक आहे अशी जनसंख्या आणि नमुना या दोन्हीचे स्पष्ट निर्देश तुम्हाला मिळतील (प्रकरण १० पाहा).

नंतर तुम्ही करू इच्छित असलेल्या संशोधनाच्या प्रमाणाचा तुम्ही विचार करू शकता – कदाचित मोठ्या प्रमाणातील सर्वेक्षण ज्यामध्ये विविध सामाजिक-आर्थिक किंवा सांस्कृतिक गटांची तुलना केलेली असेल; किंवा कदाचित तुम्ही मुलाखती आयोजित करून किंवा लक्ष्य गट बनवून, जास्त समृद्ध वर्णन मिळवू शकाल (प्रकरण ११ पाहा) असे वाटते. निरीक्षणासारख्या सहजपणे लक्षात न येणाऱ्या उपायांचा विचार करून तुम्ही प्रत्यक्ष पालक-मुलगी संवादाला साक्षी राहू शकाल (प्रकरण १२ पाहा). कदाचित तुम्ही वरीलपैकी विविध गोष्टींचा विचार कराल.

प्रकरण काहीही असले तरी हरकत नाही, कार्यपद्धतीशी संबंधित अपेक्षा माहीत असतील, तसेच आपल्या प्रश्नाबाबत स्पष्टता आणि नेमकेपणा असेल तर तर्क आणि व्यवहार्यता या दोन्हीच्या आधारे त्याचा शोध घेता येईल आणि विचार करता येऊ शकेल. जो तुम्हाला सहजगत्या पद्धतींच्या श्रेणीकडे घेऊन जाईल.

संशोधकासाठी योग्य ते मिळवणे

तुम्हाला जे माहीत आहे त्या गोष्टींबरोबर कायम राहण्याची इच्छा असते. पण वर चर्चा केल्याप्रमाणे, प्रश्नातून कार्यपद्धती आणि पद्धत दोन्हीची निवड व्हायला हवी. त्यामुळे तुमची स्वतःची गृहीतके, पूर्वग्रह आणि मी असे म्हणण्याचे धाडस करते, संकुचित वृत्ती तपासून बघणे महत्त्वाचे आहे. बरेच संशोधक त्यांच्या आरामदायक कोषाच्या बाहेर असलेल्या गोष्टी यादीतून काढून टाकतात आणि प्रत्येक दृष्टिकोनाकाडे समग्र ज्ञान उत्पादनासाठी देण्यासारखे काय आहे, ते समजून घेण्यासाठी वेळ काढत नाहीत.

पण खुलेपणा आणि तुमच्या आरामदायी कोशाच्या सीमा रुंदावण्याचे महत्त्व यासाठी ही संधी दिली तरी तुमच्या स्वतःच्या ज्ञानशास्त्राच्या चौकटीच्या विरोधात जाणाऱ्या दृष्टिकोनाने काम करणे कठीण ठरू शकते. खरंतर, तुम्ही जर प्रत्यक्षवाद/शास्त्रीय पद्धतीचे विचारपूर्वक परीक्षण केलेले असेल, तर तुम्ही पारंपरिक 'संख्यात्मक' अभ्यास हाती घेणे चुकीचे ठरेल. त्याचप्रमाणे, आकडेवारीचे समर्थन नसलेल्या डेटाच्या मूल्याबाबत तुम्हाला समस्या असेल, तर गुणात्मक नमुन्यामध्ये खोलवर जाणेही तुम्हाला आरामदायक वाटणार नाही. तुम्ही तुमच्या स्वतःच्या श्रद्धा, तसेच नवीन कौशल्य/हितसंबंध विकसित करण्याची तुमची इच्छा आणि विशिष्ट संशोधन 'भूमिका' घेणे, याबाबत खराखुरा विचार करणे आवश्यक आहे.

कौशल्य आणि स्वारस्य

तुम्ही समाजाभिमुख व्यक्ती आहात की तुम्हाला संगणकाच्या समोर बसायला आवडते? अनोळखी लोकांशी जिव्हाळ्याच्या गप्पा मारताना तुम्हाला सुखावह वाटते की जरा लांबूनच आणि औपचारिक संवाद तुम्हाला चांगले वाटतात? तुम्हाला अक्षरांशी खेळायला आवडते की अंकांशी? तुम्ही भावनिक गुंतवणूकीची पातळी हाताळू शकता का किंवा तुम्हाला अलिप्त राहावे असे वाटते आणि नेहमी 'वस्तुनिष्ठ' असलेले आवडते? काय करू शकता? तुम्ही वस्तुनिष्ठ होऊ शकाल की स्वतःचे मत स्वतःजवळ ठेवण्यासाठी संघर्ष कराल? तुम्ही आकडेवारीचा तिटकारा करता, की 'तिटकारा' हा पुरेसा प्रभावी शब्द नाही?!

होय, तुम्ही नवीन कौशल्ये विकसित करू शकता, आणि अर्थातच हे एक फायदेशीर ध्येय आहे, पण खरोखर तुम्ही मनात तुमची कालमर्यादा लक्षात ठेवणे आवश्यक आहे. नवीन कौशल्यांमध्ये तरबेज होणे नेहमी सोपे नसते आणि हे सर्व करण्यासाठी जी नवीन कौशल्ये विकसित करणे आवश्यक आहे, त्यांची संख्या कदाचित वास्तववादी

नाही आहे. तुमची कौशल्ये आणि स्वारस्य कशात आहेत, याबद्दल चांगला विचार करा. आकडेवारी तुम्हाला अजिबात आवडत नाही आणि त्या विचारानेही तुमचे पित्त खवळते, हे तुम्हाला माहीत असेल तर मोठ्या प्रमाणातील सर्वेक्षणाच्या मार्गाने जाणे मूर्खपणाचे होईल. दुसरीकडे, तुम्हाला सखोल मुलाखतीचे मूल्य माहीत असेल तरीही तुमच्याकडे योग्य संभाषण कौशल्ये नसतील तर तो एक त्रासदायक मार्ग ठरू शकतो जो तुमच्या संशोधन प्रक्रियेसाठी न्याय्य ठरणार नाही. तुम्ही फक्त तुमच्या स्वतःच्या आरामदायी कोशाचा विचार करणे आवश्यक आहे असे नाही, तर तुमची कौशल्ये किंवा त्यांचा अभाव, याचा तुम्ही संकलित करत असलेल्या डेटाच्या गुणवत्तेवर कसा परिणाम होऊ शकतो, याचा विचार करणेही आवश्यक आहे. कार्यक्षमता ही चैन नाही, हे लक्षात ठेवा – ती एक गरज आहे.

संशोधन भूमिका

संशोधकाच्या भूमिकेला रूपकांची कमतरता नाही. सिद्धांत निर्माण करणाऱ्यांपासून ते शास्त्रज्ञांपर्यंत, नृत्यदिग्दर्शकापासून ते बदलाचे माध्यम इथपर्यंतची संशोधकाचे चित्रण करण्यासाठी वापरली जाणारी रूपकांची श्रेणी तुमच्या संशोधन प्रकल्पाकडे जाणाऱ्या शक्यतांच्या विविधतेकडे निर्देश करते. खालील रूपके पाहा आणि तुमच्यासाठी व तुमच्या संशोधन प्रक्रियेसाठी कोणते रूपक सर्वोत्तम आहे, याचा विचार करा. कदाचित आणखी महत्त्वाचे म्हणजे, कोणत्या भूमिका तुमच्यासाठी व कार्यपद्धतीय आराखड्यासाठी साजेशा नसणाऱ्या किंवा अयोग्य असू शकतात याचा विचार करा. या भूमिका परस्परव्यावर्ती असण्याची गरज नाही, हे लक्षात ठेवा आणि अर्थातच तुमची स्वतःची संशोधक भूमिका कल्पकतेने आणि योजनाबद्ध पद्धतीने तयार करण्यापासून तुम्हाला कोणी अडवू शकत नाही.

- *सिद्धांती* – 'तत्त्वज्ञ' किंवा 'विचारवंत'. सिद्धांती ह्या रूपकातून असा संशोधक सूचित होतो जो बारकाईने विश्लेषण करू शकेल आणि अमूर्त स्वरूपातही विचार करू शकेल. सिद्धांत निर्माण करणाऱ्या व्यक्ती इतर सिद्धांत निर्माण करणाऱ्यांच्या कामावर आधारित काम करून नवीन मार्ग शोधण्याची शक्यता असते. एखादी विशिष्ट अनुभवगम्य घटना किंवा परिस्थिती समजावून सांगताना सिद्धांती बरेचदा एखाद्या प्रबळ धारणेच्या बाहेर असणारे आकलन विकसित करण्याचा प्रयत्न करतात. विविध कार्यपद्धतीय/पद्धती दृष्टिकोन त्यांच्या दृष्टीने सोयीस्कर असू शकतात.
- *शास्त्रज्ञ* – 'वस्तुनिष्ठ तज्ज्ञ'. शास्त्रज्ञ ह्या रूपकातून सूत्रावर आधारित कार्य करणारे संशोधक सूचित होतो. भिन्न, अचूक, पद्धतशीर, तार्किक, उच्च प्रशिक्षित आणि संशोधन प्रक्रिया ज्याच्या नियंत्रणात आहे असा. वस्तुनिष्ठता शास्त्रज्ञाचा संशोधन प्रक्रियेवर अयोग्य प्रभाव नाही याची शहानिशा करते. अशा शास्त्रज्ञांना 'संख्यात्मक' नमुना सर्वात सोयीस्कर वाटतो.
- *बदलाचे प्रतिनिधी* – 'बंधनातून मुक्त करणारा'. बदलाचे प्रतिनिधी ह्या रूपकातून फक्त व्यक्तिनिष्ठता स्वीकारणारा संशोधक सूचित होत नाही, तर हे व्यक्तिनिष्ठतांवर आधारित परिस्थिती चांगली करण्यासाठी काटेकोरपणे काम करतात. अनेकदा त्यांच्या श्रद्धा संशोधन/बदल प्रक्रिया याच्याप्रति वाहिलेल्या असतात आणि प्रतिसादकाचे शब्द आणि कृती याबाबत संवेदनशीलता असते. बदलाचे प्रतिनिधी अनेकदा सहभागी आणि सहयोगी पद्धतीने काम करतात. ते कृतिसंशोधन धोरणांसाठी सर्वात जास्त उपयुक्त आहेत.
- *बहुआयामी* – 'सर्व व्यवहार जाणणारे' किंवा 'जे करू-ते-स्वतः अशी व्यावसायिक व्यक्ती'. बहुआयामी ह्या रूपकातून प्रश्न आणि संदर्भ या दोन्ही गोष्टी आणि दोन्हीवर अवलंबून असणारी पद्धती कल्पकतेने हाताळणारे संशोधक सूचित होतो. बहुआयामी विविध कार्यपद्धतीय साधने वापरेल तसेच समस्या सोडवण्यासाठी किंवा उपाय शोधण्यासाठी गरज पडली तर अगदी नवीन साधने तयारही करेल (डेनझीन आणि लिंकन, २००७). बहुआयामींना विविध कार्यपद्धतीय/पद्धती पर्याय सोयीस्कर वाटतात.
- *नृत्य दिग्दर्शक* – 'नृत्य समन्वयक'. नृत्यदिग्दर्शक ह्या रूपकातून, महत्त्वाच्या तत्त्वाच्या पायावर सुरूवात करणारे, दूरदृष्टी असणारे आणि मर्यादित दृष्टिकोन न ठेवण्याचा प्रयत्न करणारे संशोधक सूचित होतात.

नृत्यदिग्दर्शक काम सुरू होण्यापूर्वीचा सराव किंवा तयारी करणे, शोध आणि अभ्यास, आणि शेवटी स्पष्टीकरण आणि मांडणी (जनेसिक, २००७) अशा पद्धतीने काम करतो. नृत्यदिग्दर्शकाला सहसा 'गुणात्मक' पद्धती सोयीस्कर वाटते.

वास्तववादी: करण्यायोग्य बनवणे

तुमचा संकल्पित आराखडा तुमच्या संशोधन प्रश्नाचा विचार करतो, असे गृहीत धरा. खरं तर, तुम्हाला या दृष्टिकोनाबद्दल पुरेसे निश्चिंत वाटत आहे आणि तुम्हाला असा विश्वास वाटत आहे की तुमच्यामध्ये कौशल्ये आहेत किंवा तुम्ही ती विकसित करू शकाल आणि तुमच्या प्रकल्पाला सुरुवात करण्यासाठी आवश्यक भूमिका घेऊ शकाल. आता फक्त आणखी एक प्रश्न आहे. तो प्रकल्प करण्यायोग्य आहे का? तुमच्यासाठी आणि तुमच्या प्रश्नासाठी तुमचा कार्यपद्धतीय आराखडा कितीही योग्य असला, तरी जर तुमच्याकडे नीतिमत्ता मान्यता किंवा संसाधने, वेळ, किंवा कार्य पूर्ण करण्यासाठी आवश्यक उपलब्धता नसेल तर तुम्हाला तुमच्या दृष्टिकोनाचा फेरविचार करणे आवश्यक आहे. पार न करता येण्याजोग्या अशा अडथळ्यांचा हल्ला होणार असेल तर अंमलबजावणी करण्यासाठी 'सर्वोत्तम' आराखडा निरर्थक आहे.

खालील प्रश्न तुमच्या कार्यपद्धतीय योजनेच्या व्यावहारिकतेचे मूल्यांकन करण्यासाठी मदत करू शकतात:

- *तुमची पद्धत नैतिक आहे का? तुमच्या पद्धतीला आवश्यक नीतिमत्ता मान्यता मिळविण्याची शक्यता आहे का?* कोणत्याही संशोधन आराखड्याचा स्पष्ट निकष तो नैतिक असावा हा आहे; आणि नीतिमत्ता समितीकडून नैतिकतेचे परीक्षण केले जाण्याची शक्यता आहे. अभ्यासामध्ये लोकांशी संवाद आवश्यक असेल तर अनेकदा औपचारिक कामाच्या जागेची किंवा विद्यापीठाची मंजूरी आवश्यक असते. तिसऱ्या प्रकरणात नैतिकतेबद्दल तपशीलवार चर्चा केली आहे. पण थोडक्यात सांगायचे तर, नीतिविषयक अभ्यास, ज्ञान निर्मितीमधील प्रामाणिकपणाची जबाबदारी घेतो आणि प्रतिसादाकाचे मानसिक, भावनिक आणि शारीरिक कल्याण संरक्षित केलेले आहे, याची खातरजमा करतो.
- *तुम्हाला डेटापर्यंत प्रवेश उपलब्ध आहे का?* डेटापर्यंत पोहोचणे हे संशोधकापुढील एक प्रमुख आव्हान आहे. तुम्ही दस्तऐवजाचे अन्वेषण करणे, मुलाखती किंवा सर्वेक्षणाचे आयोजन करणे किंवा निरीक्षणामध्ये गढणे, यापैकी कशाचीही योजना आखली असेल आणि तुम्ही लोक, ठिकाणे आणि नोंदींपर्यंत पोहोचू शकला नाहीत तर सर्वोत्तम योजनाही निरर्थक ठरतील. गोष्ट वास्तववादी असण्याबाबत आहे. तुम्ही बाहेर जाऊन प्रवेश मिळवण्यासाठी काय कराल आणि तुमच्या पद्धती खरोखर व्यवहार्य आहेत का, हे स्वतःला विचारा.
- *तुमचा कालावधी वास्तववादी आहे का?* होय, महत्त्वाकांक्षी असणे चांगले आहे, पण महत्त्वाकांक्षी असूनही वास्तववादी असणे जास्त चांगले. तुमच्या कार्यपद्धतीय आराखड्याला लागणारा पुरेसा वेळ तुम्ही दिला नसेल, तर तुम्ही अतिशय निराशाजनक आणि तणावपूर्ण मार्गावरून जाण्याची शक्यता आहे ज्यामध्ये मुदतींचे पालन न करणे; मधेच तुमच्या पद्धती बदलून तुमच्या अभ्यासाशी तडजोड करणे; तुमच्या मूळ पद्धती वापरून हलक्या दर्जाचे काम करणे; तुमच्या कामातील/जीवनातील इतर गोष्टींना लागणाऱ्या वेळाशी तडजोड करावी लागणे किंवा तुमचा प्रकल्पच पूर्ण न होणे, या गोष्टींचा समावेश होऊ शकतो.
- *तुमच्याकडे पुरेशा संसाधनांची उपलब्धता आहे का?* संशोधन करणे स्वस्त नाही आणि विद्यार्थी संशोधन प्रकल्पांसाठी विद्यापीठ निधी साधारणपणे अस्तित्वात नसतो किंवा अतिशय मर्यादित असतो. म्हणूनच तुमच्या अभ्यासासाठी एक वास्तववादी अंदाजपत्रक विकसित करणे अत्यंत महत्त्वाचे आहे. तुमचा आराखडा किती महाग असू शकतो याचं कदाचित तुम्हाला आश्चर्य वाटेल. उदाहरण म्हणून सर्वेक्षण घ्या. समजा तुम्हाला ३०० प्रतिसादकांकडून डेटा संकलित करायचा आहे. तुम्हाला त्या दर्जाचा प्रतिसाद मिळण्यासाठी, कमीत कमी २००० प्रश्नावलींचे वितरण करावे लागेल. तुम्ही तितक्या प्रश्नावलींचा उत्पादन

खर्च, अधिक लिफाफे आणि टपालाचा (पाठविण्यासाठी आणि परतीसाठी) खर्च त्यात मिळवेपर्यंत तुमचा खर्च नियंत्रणाबाहेर जाऊ शकतो. पण दुसऱ्या बाजूला, संख्येने कमी असलेल्या सखोल मुलाखतीदेखील महाग असू शकतात. एक तासाच्या मुलाखतीचे प्रतिलेखन ५० पाने इतके मोठे असू शकते. तुम्ही त्यापैकी काही पाने टाईप करून घेण्यासाठी कोणाला पैसे देण्याचे ठरवलेत तर खरोखर लगेच खर्च वाढतो. पुस्तके, संगणक, संगणक प्रणाली, उपकरणे, दुभाषी, अनुवादक, प्रशिक्षण इ. सर्व गोष्टींचा वास्तववादी दृष्टिकोनातून विचार करणे गरजेचे आहे. कोणताही प्रकल्प, कितीही योग्य असला तरी, जर तुम्ही खर्च करू शकत नसाल तर ते व्यवहार्य ठरणार नाही किंवा खरं तर शक्य होणार नाही.

सर्व काही तपशीलात आहे

एकदा तुमच्या सर्वसाधारण संशोधन योजनेबाबत तुम्ही स्वस्थ झालात, की त्या योजनेच्या मूलतत्त्वांकडे पाहण्याची वेळ येते. ह्यामध्ये तुमच्या दृष्टिकोनासंबंधित कोण, कुठे, केव्हा, कसे आणि काय या मूलभूत प्रश्नांची उत्तरे देऊ शकणे याचा समावेश होतो. तुम्ही या प्रश्नांची उत्तरे देऊ शकलात तर, तुम्ही तुमचा संशोधन आराखडा स्पष्टपणे परिभाषित करून मांडण्याच्या मार्गावर आहेत.

मूलभूत प्रश्न

म्हणतात ना तपशीलातच सगळं काही आहे. खाली वर्णन केलेल्या मूलभूत प्रश्नांवर तुम्ही काम केलेत की एखादी कार्यपद्धतीय योजना किती चांगल्या प्रकारे परिभाषित होऊ शकते, हे आश्चर्यकारक आहे.

कोण

- *कोणाबद्दल बोलायची तुमची इच्छा आहे?* दुसऱ्या शब्दात सांगायचे तर, तुमची 'जनसंख्या' काय आहे, किंवा तुमच्या परिणामांच्या व्यवहार्यतेचे क्षेत्र काय आहे? तुमचे निष्कर्ष फक्त तुम्ही ज्यांच्याशी बोललात त्यांच्यापुरते मर्यादित आहेत की तुम्ही एका व्यापक गटाबद्दल बोलू इच्छिता? उदाहरणार्थ, तुमचे निष्कर्ष फक्त तुम्ही मुलाखती घेतलेल्या फिलाडेल्फियामधील मुलांपुरते मर्यादित आहेत की ते यू.एस.ए. मधील मुले किंवा पाश्चात्य जगतातील मुले यांनाही लागू होतात? किंवा तुमचे निष्कर्ष केंटमधील एक ग्रामीण समुदाय, इंग्लंडमधील सर्व ग्रामीण समुदाय की यू.के. मधील सर्व ग्रामीण समुदाय सूचित करतात?
- *कोणाशी बोलायची/कोणाचे निरीक्षण करण्याची तुमची योजना आहे?* तुम्हाला ज्यांच्या बद्दल बोलायचे आहे त्यातील प्रत्येक व्यक्तीशी बोलू शकणे फारच दुर्मिळ आहे. तुम्हाला ज्यांच्याबद्दल बोलायचे आहे ती तुमची 'जनसंख्या' असेल, तर तुमच्याशी प्रत्यक्षात बोलणारे म्हणजे तुमचा 'नमुना'. तुमचा नमुना एकतर मूलतः मनोरंजक असेल किंवा एका विस्तृत जनसंख्येचे प्रतिनिधित्व करणारा असेल. प्रकरण १० मध्ये नमुना आणि जनसंख्या या मुद्द्यावर सखोल चर्चा केलेली आहे.

कुठे

- *तुमच्या नमुन्याचे प्रत्यक्ष अधिकारक्षेत्र कोणते आहे?* तुमच्या पद्धती अमलात आणण्यासाठी किती दूरपर्यंत प्रयत्न करण्याची गरज आहे, याच्याशी हे संबंधित आहे. तुम्हाला विविध भौगोलिक क्षेत्रात प्रवास करण्याची आवश्यकता आहे का? तुम्हाला विविध स्थळांना भेट देण्याची गरज आहे का?
- *वातावरण तुमच्या पद्धतींच्या विश्वासार्हतेशी संबंधित आहे का?* पद्धतीवर ठिकाण कसा परिणाम करू शकते, याचा इथे विचार करावा लागेल. उदाहरणार्थ, बांधकाम कामगारांचे नोकरीतील समाधान

तपासण्यासाठी तुम्हाला मुलाखती आयोजित करायच्या असतील तर कामाच्या ठिकाणी घेतलेल्या अनौपचारिक मुलाखतींपेक्षा, शुक्रवारी रात्री पबमध्ये मारलेल्या अनौपचारिक गप्पांमधून वेगळा डेटा निर्माण होईल का, याचा तुम्हाला विचार करावा लागेल.

कधी

- *तुमच्या पद्धती, तुम्हाला लागणाऱ्या कालावधीमध्ये कशा बसतात?* डेटा गोळा करण्यासाठी, फक्त विश्लेषण करण्यासाठी, निष्कर्ष काढण्यासाठी आणि शेवटी अहवाल निर्मितीसाठी कमी वेळ लागेल असा अंदाज बरेच विद्यार्थी बांधतात. तुमच्या एकूण वेळेच्या संबंधात 'कधी?' हा प्रश्न निश्चित करणे आवश्यक आहे.
- *तुमच्या पद्धतीच्या विश्वासार्हतेशी वेळ मिळतीजुळती आहे का?* 'केव्हा' हा प्रश्न तुमच्या डेटाला कशाप्रकारे प्रभावित करू शकतो याचा विचार न करता तुम्हाला सर्वात सोयीस्कर असेल तेव्हा सर्वेक्षण किंवा मुलाखत आयोजित केलीत तर तुमच्या अभ्यासाच्या विश्वासार्हतेला धोका उत्पन्न होऊ शकतो. उदाहरणार्थ, सकाळी ९ ते सायंकाळी ५ या दरम्यान आयोजित केलेल्या समोरासमोर होणाऱ्या समाज सर्वेक्षणात कामगारांचे प्रतिनिधित्व मोठ्या प्रमाणावर कमी होण्याची शक्यता आहे. आणि तुम्ही परिणाम घोषित होण्याच्या दिवशीच जर विद्यापीठ विषयांचे मूल्यमापन आयोजित केले असेल तर तुमच्या डेटावर त्याचा परिणाम होईल हे नक्की.

कोष्टक ७.१ कार्यपद्धतीय आराखड्यासाठी तपाससूची

पालक (माता) त्यांच्या मुलींना, योग्यता ही बाह्य सौंदर्यावर अवलंबून असते असे शिकवतात का?
एक वर्षाचा संशोधन प्रकल्प

छायाचित्र ७.१ सौंदर्य आणि योग्यता

(पुढे चालू...)

कोष्टक ७.१ *(पुढे चालू...)*

पद्धती – पहिला मसुदा	पद्धती – दुसरा मसुदा
कोण	**कोण**
कोणाबद्दल बोलत आहातः आयर्लंडमधील मुलींचे पालक	**कोणाबद्दल बोलत आहातः** आयर्लंडमधील लहान मुलींच्या माता
बोलणे/निरीक्षणः डब्लिनमधील २–५ वर्षीय ३० मुलींच्या माता	**बोलणे/निरीक्षणः** डब्लिनमधील २–५ वर्षीय ३० मुलींच्या माता, दोन लक्ष्य गटातील १० मतांच्या मुलाखती घेणे
× प्रश्नाशी एकरूपः (हा काही अटीतटीचा सामना नाही – माता = पालक; डब्लिन = आयर्लंड – फेरबदल करण्याची गरज)	✓ प्रश्नाशी एकरूप (मी पालक ऐवजी 'माता' असा प्रश्नामध्ये फेरबदल करीन आणि साहित्याद्वारा आयरिश उपयोज्यतेची समस्या दाखवण्याचा प्रयत्न करेन)
✓ संशोधकासाठी योग्य (गटाबरोबर काम करायला मला आवडेल)	✓ संशोधकासाठी योग्य (गटाबरोबर काम करायला मला आवडेल)
? करण्यायोग्य (मला शक्य आहे, पण 30 मुलाखती या फारच जास्त असू शकतात)	✓ करण्यायोग्य (दोन गटातील प्रत्येकी १० हे जास्त वास्तववादी)
कुठे	**कुठे**
अधिकार क्षेत्रः डब्लिन	**अधिकार क्षेत्रः** डब्लिन
वातावरणः मुलाखती/निरीक्षणे यासाठी विद्यापीठात खोली आरक्षित करणे	**वातावरणः** प्लेगृपमध्ये लक्ष्य गट आयोजित करणे आणि निरीक्षण करणे
? प्रश्नाशी एकरूप (कदाचित मला अधिक नैसर्गिक वातावरण आवश्यक आहे)	✓ प्रश्नाशी एकरूप (जास्त नैसर्गिक निरीक्षण)
✓ संशोधकासाठी योग्य (सोयीस्कर)	✓ संशोधकासाठी योग्य (मतांचे वसतिस्थान)
✓ करण्यायोग्य (खोली आरक्षित करू शकतो)	✓ करण्यायोग्य (मी प्लेगृप समन्वयकांना विचारले आहे)
कधी	**कधी**
वेळः मध्यान्ही, आठवड्याचा मध्य	**वेळः** प्लेगृप दरम्यान (4 आठवडे)
काल मर्यादाः मेचा सुरुवातीचा काळ	**कालमर्यादाः** मार्च
? प्रश्नाशी एकरूप (मातांना घाई केली जाऊ शकते/ताण येऊ शकतो – डुलकीच्या वेळावर परिणाम इ.)	✓ प्रश्नाशी एकरूप (आधीच मातेच्या साप्ताहिक अनुसूची मध्ये)
✓ संशोधकासाठी योग्य (सोयीस्कर)	✓ संशोधकासाठी योग्य (सोयीस्कर)
? करण्यायोग्य (मध्यान्ही ठीक, मे महिन्यात पुरेसा 'स्वतःसाठी वेळ' मिळणार नाही)	✓ करण्यायोग्य (मार्च महिना एकूण वेळेत व्यवस्थित बसतो आहे.)
कसे	**कसे**
पद्धतीः निरीक्षण आणि वैयक्तिक मुलाखती	**पद्धतीः** निरीक्षण आणि वैयक्तिक मुलाखती
पद्धतीचा वापरः चार वेळा माता व मुले यांचा व्हिडिओ काढणे आणि त्याचप्रमाणे मुलाखतींचा व्हिडिओ.	**पद्धतीचा वापरः** बालवाडीमध्ये निरीक्षण तपाससूची आणि लक्ष्य गटाचे ध्वनिमुद्रण
? प्रश्नाशी एकरूप (बऱ्याच तपशिलातील व्हिडिओ, पण पाळत ठेवल्यासारखे वाटले तर माता वेगळ्या वागू शकतात)	? प्रश्नाशी एकरूप (तपाससूची आणि नोंदी ठेवणे ह्याचा उपयोग होईल असे मला वाटते. पण खरंच माहीत होण्याआधी मला पद्धतीची चाचणी घ्यावी लागेल – मार्गदर्शन घेईन – मार्गदर्शनाच्या परिणामांवर आधारित फेरबदल)
? संशोधकासाठी योग्य (मी आधी व्हिडिओ केले आहेत, पण त्यांचे विश्लेषण केलेले नाही – या कौशल्याचा विकास आवश्यक आहे)	✓ संशोधकासाठी योग्य (मी आधी निरीक्षणे केलेली आहेत, पण त्यांचे विश्लेषण केलेले नाही – या कौशल्याचा विकास आवश्यक आहे)
× करण्यायोग्य (ते सर्व टिपण्यासाठी अनेक कॅमेरे आवश्यक, काही मातांनी सांगितले त्यांना व्हिडिओ रेकॉर्ड करणे आरामदायी वाटत नव्हते; ३० मुलाखती घेतल्या तर बराच डेटा निर्माण होईल)	✓ करण्यायोग्य (निर्माण झालेल्या डेटाचे व्यवस्थापन करता येईल)
काय	**काय**
प्रश्नः निरीक्षण तपाससूची आणि मुलाखतीसाठी प्रश्न विकसित करणे	**प्रश्नः** निरीक्षण तपाससूची आणि लक्ष्य गट चर्चा विषय विकसित करणे
? प्रश्नांची उत्तरे (साधनांच्या विकास आणि मार्गदर्शनासाठी समर्थन मिळणे आवश्यक आहे)	? प्रश्नांची उत्तरे (साधनांच्या विकास आणि मार्गदर्शनासाठी समर्थन मिळणे आवश्यक आहे)
✓ संशोधकासाठी योग्य (ही कौशल्ये मला शिकायला आवडतील)	✓ संशोधकासाठी योग्य (ही कौशल्ये मला शिकायला आवडतील)
✓ करण्यायोग्य (साधने विकसित करण्यासाठी पर्यवेक्षक/पद्धती अध्यापकांचे मला समर्थन आहे)	✓ करण्यायोग्य (साधने विकसित करण्यासाठी पर्यवेक्षक/पद्धती अध्यापकांचे मला समर्थन आहे)

(तपाससूची संकेतस्थळावर उपलब्ध.)

कसे

- *मी माझा डेटा कसा गोळा करणार?* यामध्ये डेटा गोळा करण्यासाठी, एकत्रित करण्यासाठी किंवा निर्माण करण्यासाठी ज्या पद्धती आणि साधने तुम्ही वापराल ते ठरवण्याचा समावेश होतो. प्रकरण ११ व १२ मध्ये अशा निरीक्षण, मुलाखती, सर्वेक्षण आणि दस्तऐवज विश्लेषण यासारख्या मूलभूत पद्धतींची श्रेणी दिलेली आहे.
- *मी माझ्या पद्धतीची अंमलबजावणी कशी करणार?* एकदा तुम्ही तुमच्या पद्धतींबाबत निर्णय घेतलात, की त्या पद्धतींची अंमलबजावणी कशी होईल याबद्दल विचार करणे हा आणखीनच 'सखोल पातळीवरील व्यावहारिक तपशील' आहे. उदाहरणार्थ, तुम्ही तुमच्या मुलाखतींचे ध्वनीमुद्रण करणार की टिपणे घेणार किंवा तुमच्या निरीक्षणांमध्ये एक वर्ष एखाद्या समुदायात राहणे किंवा विशिष्ट वेळा भेटी देणे यांचा समावेश असेल का, ह्याचा विचार करणे आवश्यक आहे.

काय

- *तुम्ही कशाचा शोध घेणार/तुम्ही काय विचारणार?* तुमची पद्धत काय आहे त्यानुसार, ह्यामध्ये प्रश्नावलींचा विकास, निरीक्षण तपाससूची व दस्तऐवज विश्लेषणासाठी चौकटी यांचा समावेश होतो. हे एकट्याने करू नका. तुम्हाला सल्ला आणि पाठिंबा मिळेल याची खात्री करा. ही साधने योग्य पद्धतीने वापरली जाणे ही कठीण गोष्ट आहे आणि खरोखर त्यांना विकसित करण्यासाठी काही चाचण्या किंवा मार्गदर्शन लागू शकते ज्याद्वारे त्यांनी निर्माण केलेल्या डेटाबाबत तुम्ही समाधानी असाल, अशा टप्प्यापर्यंत पोहोचता येईल (प्रकरणे ११ व १२ पाहा).

कोष्टक ७.१ मध्ये या उदाहरणाद्वारे तुमच्या कार्यपद्धतीय आराखड्याची मूलभूत तत्त्वे विकसित करण्यासाठी ह्या कोण, कुठे, कधी, केव्हा, काय याची चौकट पुरवली आहे. प्रकरणाच्या सुरुवातीला चर्चा केल्याप्रमाणे त्या घटकांच्या उचिततेचे मूल्यमापन करण्यासाठी 'पूर्वावश्यकता' अंतर्स्थापित केल्या. (प्रश्नाशी एकरूप, संशोधकासाठी योग्य आणि करण्यायोग्य)

या उदाहरणात, विश्वासार्हतेसाठीचा शोध जास्त साध्य करण्यायोग्य होण्यासाठी, दुसऱ्या मसुद्यामध्ये महत्त्वाचे फेरबदल करण्याकरिता चौकटीचा वापर झाला आहे. दुसऱ्या मसुद्यामध्येही काही प्रश्नचिन्हं शिल्लक राहतात हे लक्षात ठेवा. यामुळे केवळ परावर्तनापलीकडे, तुम्ही आराखड्याच्या उचिततेचे पूर्णपणे मूल्यांकन करण्यापूर्वी त्याच्या काही विशिष्ट बाबींबाबत मार्गदर्शन किंवा चाचणी करण्याची गरज ठळकपणे दिसते.

उदयोन्मुख कार्यपद्धतीय आराखडा

उद्देशाचा ठामपणा म्हणजे पद्धतीतील लवचिकता.

विल्यम जॉर्ज प्लंकेट

पद्धतीच्या तपशीलात शिरण्यापूर्वी मी उदयोन्मुख कार्यपद्धतीय आराखड्यासंबंधी थोडेसे सांगणार आहे – किंवा विशिष्ट प्रकारचा संशोधन आराखडा ज्यामध्ये संशोधक त्यांच्या कार्यपद्धतीय शिष्टाचारांचे सर्व तपशील क्षेत्रामध्ये जाण्याआधी आगाऊ ठरवत नाहीत. योजना ठरवणे आणि तुमच्या अभ्यासाच्या आयोजनासाठी शक्य तितक्या सर्वोत्कृष्ट दृष्टिकोनाचा विचार करणे, यावर माझा पूर्ण विश्वास आहे. आणि याचा अर्थ बहुतांश वेळेला तुमच्या दृष्टिकोनाचा तपशील निश्चित करणे आणि स्पष्टपणे मांडणे, असा होतो. मात्र, अशा अनेक परिस्थिती सामोऱ्या

येतील जेव्हा तुमच्या योजनेमध्ये मुळातच लवचिकता असणे आवश्यक ठरेल. दुसऱ्या शब्दांत सांगायचे झाले तर, अशा काही परिस्थिती असतात जेव्हा अचानक उद्‌भवलेल्या गोष्टी प्रक्रियेचा विचारपूर्वक आणि नियोजनपूर्वक समाविष्ट केलेला भाग ठरू शकतात.

उदाहरणार्थ, पायाभूत सिद्धांतामध्ये, उदयोन्मुख कार्यपद्धतीय आराखडा हा दृष्टिकोनाचा एक अविभाज्य घटक आहे. संशोधक विगमन पद्धतीने काम करून काटेकोरपणे डेटापासून सिद्धांत निर्माण करतात. पायाभूत सिद्धांताच्या अभ्यासाच्या पहिल्या टप्प्यात संशोधन प्रश्न किंवा विषय परिभाषित केला जातो. प्रारंभिक डेटा संकलनासाठी कार्यपद्धतीय शिष्टाचाराची अंमलबजावणी होते. डेटा संकेतन केले जाते व त्याचे विश्लेषण केले जाते आणि त्यानंतर सिद्धांताची निर्मिती होते. अभ्यासातील सिद्धांतांवर आधारित असणाऱ्या सलग टप्प्याटप्प्याने येणाऱ्या निर्माण झालेल्या कोणत्याही अवस्था नंतर उदयोन्मुख असतात. यात अस्तित्वातील डेटाची पुनर्तपासणी किंवा अतिरिक्त डेटाची निर्मिती, संकेतन करणे आणि विश्लेषण करण्यासाठी नवीन कार्यपद्धतीय शिष्टाचाराचा विकास आणि अंमलबजावणी, यांचा समावेश होऊ शकतो. दोन्ही घटनांमध्ये, पायाभूत सिद्धांत संशोधकांना हे माहीत असते की त्यांच्या अभ्यासाच्या नियोजनाच्या टप्प्यापासून त्यांच्या कार्यपद्धतीय शिष्टाचारातील विशेष भाग आगाऊ विकसित केला जाऊ शकत नाही आणि खरं तर प्रारंभिक डेटा मधून काय मिळते त्यावर ते अवलंबून असते. पण योग्यरीत्या परिभाषित न केल्या गेलेल्या कार्यपद्धतीय योजनेचा वापर न करता केल्या गेलेल्या गुणात्मक अभ्यासाऐवजी पायाभूत सिद्धांताचा वापर केला जावा, असा याचा अर्थ होत नाही. पायाभूत सिद्धांत लवचीक, पुनरावर्तीय आणि उदयोन्मुख असू शकतो. पण तो वाईट पद्धतीने परिभाषित केलेला, अहेतुपूर्वक किंवा तात्कालिक कधीही नसतो.

कृतिसंशोधन कार्यपद्धती (प्रकरण ९ पाहा) देखील अत्यंत उदयोन्मुख आहे. कृतीमध्ये बदल करण्यासाठी भागधारकांबरोबर काम करून ज्ञान निर्मिती करणे, हे कृतिसंशोधनाचे ध्येय आहे. ही प्रक्रिया भागधारकांसाठी लक्षणीय दिशेने बदलाचे कार्य करत असल्याने ते सहकारी संशोधकाची भूमिका घेतात. मुख्य 'संशोधक' हा कृतिसंशोधन प्रक्रियेसाठी आवश्यक कार्यपद्धतीय शिष्टाचार विकसित करणाऱ्या समूहाचा मदतनीस होतो. हे एक अत्यंत सहभागी आणि सहयोगी प्रकारचे संशोधन आहे. ज्यासाठी परिभाषित केलेले कार्यपद्धतीय दृष्टिकोन पूर्णपणे प्रमुख संशोधकाच्या नियंत्रणाच्या बाहेर असतात. उलट, प्रक्रिया उदयोन्मुख आणि चक्रीय असते आणि भागधारकांच्या/संशोधक समूहाच्या सहयोगी समावेशावर आधारित असते.

तसेच जेथे दृष्टिकोनामध्ये उदयोन्मुख आराखडा हा अंत:स्थापित आहे, त्या सर्व आराखड्यांमध्ये थोडी लवचिकता समाविष्ट करणे आवश्यक आहे, हे लक्षात ठेवणे महत्त्वाचे आहे. आयुष्य अंदाज न वर्तवता येण्यासारखे आहे आणि संशोधनही तसेच आहे. तुमच्याकडे एखादी योजना असू शकते - पण त्यामुळे तुम्हाला प्रतिसाद द्यावा लागेल, अशी परिस्थिती उद्भवणे थांबवता येणार नाही. मग ते परत न आलेले सर्वेक्षण असेल, अचानक तुम्हाला प्रवेश नाकारणारी कामाची जागा असेल किंवा एखादा महत्त्वाचा माहितीदाता मधेच सोडून जाईल, अडथळे येत राहणार आणि तुम्ही त्यातून मार्ग काढू इच्छित असाल तर तुम्ही लवचीक असणे आणि अगदी थोड्या वेळात आराखडा पुन्हा करायला तयार असणे आवश्यक आहे.

प्रकरणाचा सारांश

- अनेकदा विश्वासार्हतेने प्रश्नाकडून उत्तराकडे जाणारे अनेक मार्ग असतात, प्रत्येक मार्ग एक वेगळा दृष्टिकोन पुरवत असतो.
- तुमच्या आराखड्याला लक्ष्यापर्यंत पोहोचवण्यासाठी त्यात तुमच्या प्रश्नाचा विचार समाविष्ट असणे; तुमच्याकडे आवश्यक कौशल्ये आणि स्वारस्य असणे/ती विकसित करू शकणे; आणि तुमचा दृष्टिकोन करण्यायोग्य असणे, आवश्यक आहे.

- संशोधक म्हणून तुम्ही तुमच्या स्वतःची ज्ञानशास्त्रविषयक चौकट, आवडी आणि कौशल्य यामध्ये बसतील अशा पद्धतींची आखणी करणे गरजेचे आहे.
- नीतिमत्ता मान्यता प्राप्त करणे, आवश्यक डेटाची उपलब्धता; प्रकल्प वेळेत समाप्त करू शकणे; या गोष्टी तुम्ही करू शकला नाहीत किंवा निधी कमी पडला तर शक्य असलेला 'सर्वोत्तम' आराखडा करणे व्यर्थ आहे.
- कोण, कुठे, केव्हा, काय आणि कसे या संबंधित प्रश्नांची सजगपणे उत्तरे देऊ शकलात तर त्यानंतर आराखड्याच्या मूलतत्त्वांकडे पाहण्याची वेळ येते. यामध्ये पुढील नियोजनाचा समावेश होतो, पण अशा काही वेळा येतील जेव्हा तुम्हाला लवचिकतेची गरज भासेल.

अवांतर वाचन

यापैकी काही पुस्तके पद्धतीची आखणी करताना जाणवणाऱ्या गुंतागुंतीमधून मार्ग काढण्यासाठी मदत करू शकतील अशी आहेत. सुरुवात करण्यासाठी तुम्हाला खालील स्रोत चांगले वाटतील:

Creswell, J. W. (2013) *Research Design: Qualitative, Quantitative and Mixed Methods Approaches.* London: Sage.

पुस्तकाची पहिली आवृत्ती निघाली तेव्हा त्यामध्ये केलेली गुणात्मक आणि संख्यात्मक आराखड्याची तुलना आणि स्पष्ट केलेले फरक पाहणे उत्कृष्ट होते. मिश्र पद्धतीच्या सहभागाने या पुस्तकाचे वाचन अधिक आवश्यक ठरते.

Leedy, P. D. and Ormond, J. E. (2009) *Practical Research: Planning and Design.* Englewood Cliffs, NJ: Prentice Hall.

ह्या पुस्तकाचा टप्प्याटप्प्याने जाणारा दृष्टिकोन मला आवडला. आराखड्याच्या महत्त्वावर ते जोर देते आणि संशोधन नियोजन प्रक्रियेसंदर्भात उत्कृष्ट मार्गदर्शन करते.

Mitchell, M. L. and Jolley, J. M. (2012) *Research Design Explained.* Belmont, CA: Wadsworth.

ही याची आठवी आवृत्ती आहे, त्यामुळे हे पुस्तक नक्कीच काहीतरी योग्य देत असले पाहिजे. ह्यामध्ये मानसशास्त्रावर जबरदस्त भर आहे पण त्यामध्ये दिलेल्या पक्क्या तर्कशास्त्रासाठी आणि स्पष्ट उदाहरणांसाठी याची शिफारस केली जाते.

८

कार्यपद्धतींचे आकलन: संख्यात्मक, गुणात्मक आणि मिश्र दृष्टिकोन

—प्रकरणाचे पूर्वावलोकन—

- संख्यात्मक—गुणात्मक विभाजन समजून घेणे
- संख्यात्मक परंपरा
- गुणात्मक परंपरा
- मिश्र पद्धती

संख्यात्मक—गुणात्मक विभाजन समजून घेणे

वाद न होता ज्ञानउत्पादन झाले तर ते नक्कीच अधिक सोपे होईल. पण त्यात काय मजा? आपल्या सभोवतीचे जग समजून घेण्याची सर्वोत्तम पद्धत कोणती, यावर फावल्या वेळात वितंडवाद घालत बसणे बऱ्याच सामाजिक शास्त्रज्ञांना आवडते. 'गुणात्मक' आणि 'संख्यात्मक' म्हणून संबोधल्या जाणाऱ्या गोष्टींवर होणारी चर्चा सगळ्यात जास्त विवादास्पद असते.

आता माझ्यासाठी 'संख्यात्मक' आणि 'गुणात्मक' हे भाषापद्धतीमधील गोंधळात टाकणारे दोन शब्द आहेत. मी संख्यात्मक समाजशास्त्रज्ञ आहे का गुणात्मक समाजशास्त्रज्ञ, हे मला प्रत्येक सत्रात निदान दोनदा तरी विचारले जाते, याला फारच थोडा अर्थ आहे असे मला वाटते. ह्या संज्ञा, संशोधकाचे किंवा कार्यपद्धतीचे किंवा पद्धतीचेही योग्य वर्णन करतात यावर माझा विश्वास नाही. डेटाचे प्रकार आणि त्यांच्या संबंधित विश्लेषण पद्धतींसाठीचे फक्त एक विशेषण म्हणून त्याच्याकडे पाहणे जास्त उपयुक्त ठरेल: गुणात्मक डेटा, जो शब्द, चित्रे किंवा चिन्ह माध्यमातून मांडला जातो, विषयासंबंधीच्या संशोधनाचा वापर करून त्याचे केले जाणारे विश्लेषण आणि संख्यांच्या माध्यमातून मांडला जाणारा संख्यात्मक डेटा आणि संख्याशास्त्राचा वापर करून केलेले त्याचे विश्लेषण.

मात्र दुर्दैवाने 'संख्यात्मक' आणि 'गुणात्मक' पद्धतीचे परस्परविरोधी गटात विभाजन केले गेले आणि गृहीतकांचा संपूर्ण संच उभा केला गेला ज्यामुळे या दोन पद्धतीच विभागल्या जातात, आणि संशोधकांच्या साकल्याने आकलन

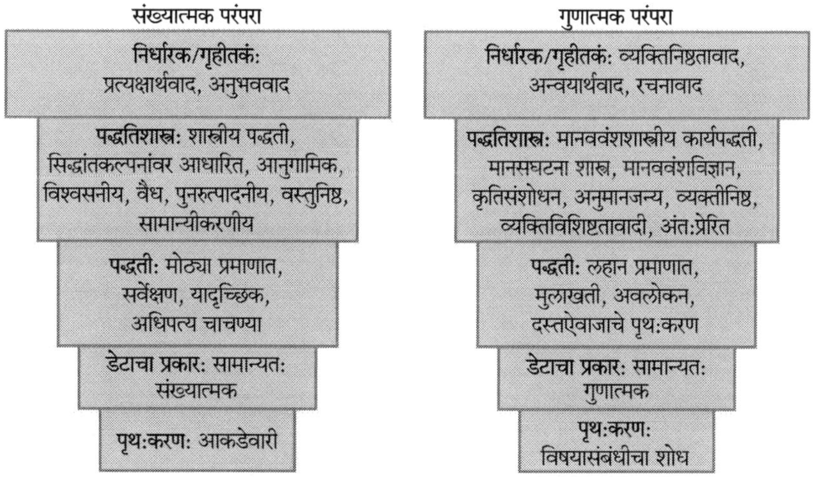

आकृती ८.१ संख्यात्मक आणि गुणात्मक परंपराविषयक गृहीतके

होण्याच्या क्षमतांना मर्यादा येतात. उदाहरणार्थ, अनेकदा संख्यात्मक संशोधनाला, एकमात्र सत्यासाठी केल्या जाणाऱ्या वस्तुनिष्ठ विज्ञानवादी शोधाचे निदर्शक मानले जाते. हा विज्ञानवादी शोध सिद्धांत चल अणि संख्यात्मक संशोधनावर अवलंबून असतो. त्याचे प्रमाण सर्वसाधारणपणे मोठे असले तरी त्यात फारशी सखोलता नसते. याउलट गुणात्मक संशोधन प्रत्याक्षार्थवादी सूत्रे नाकारते. आणि संख्येने कमी पण सखोल अभ्यासातून पुढे आलेल्या अनेक वस्तुस्थितींचा स्वीकार करते. परंतु ह्या प्रक्रियेवर व्यक्तिसापेक्ष, मूल्य खूप जपणारी, पक्षपाती अणि कधी कधी तात्कालिक असल्याचा आरोप होऊ शकतो. (कवाना इत्यादी, २००१; क्रेसवेल, २०१३ ; न्यूमन , २००५); आकृती ८.१ पहा.

संख्यात्मक आणि गुणात्मक परंपरा ज्ञानोत्पादनाशी संबंधित, एका मूलभूत आणि महत्त्वाच्या परिचर्चेचे प्रतिनिधित्व करतात, यात काही शंका नाहीं. (प्रकरण १ पाहा). तसेच 'संख्यात्मक' आणि 'गुणात्मक' या संज्ञांचा, विशेषत: पद्धतीशास्त्राच्या अनुषंगाने केलेला वापर गोंधळात टाकणारा, वादग्रस्त आणि मर्यादित करणारा आहे; यात देखील काही शंका नाही. खरं तर, या संज्ञा संख्यात्मकतेच्या कक्षेत येणारे आकृतिबंध शब्द अमान्य करतात तर गुणात्मक कक्षेत येणाऱ्या आकृतिबंधांमध्ये 'संख्ये'ला वेळ किंवा जागा नाही. हे असत्य आहे. शेवटी, संख्यात्मक डेटा ही गुणात्मक संकल्पनेसाठीची केवळ एक संकेतन प्रणाली नाही का? आणि गुणात्मक अभ्यास करताना, गणना किंवा टाळा टाळणे आवश्यक आहे, असा विचार करणे हास्यास्पद आहे.

पण हेच स्वीकृत विषयनामे समाजविज्ञानातील संशोधनाचा विस्तार परिभाषित करतात. त्यामुळे या परंपरा समजून घेतल्याने, त्यांच्या मुळाशी असणारी गृहीतके आणि त्यांनी सुचविलेली संस्थापित व अत्यंत मौल्यवान संशोधन धोरणे, अत्यंत महत्त्वाची आहेत यात शंकाच नाहीं. पण विभाजनाला ओलांडण्याची शक्याता लक्षात घेणे अणि ज्ञान संपादनाच्या पूर्णपणे वेगळ्या प्रकारच्या पारंपरिक मार्गांपलीकडे जाऊन कार्य करणेही तितकेच महत्त्वाचे आहे.

हे प्रकरण फक्त प्रत्येक परंपरेचे अन्वेषणच करत नाही, तर या दोहोतील विभाजन ओलांडण्यासाठी आणि त्या धूसर करण्यासाठी कार्य करणाऱ्या मिश्र कार्यपद्धतीचाही सखोल विचार करते. त्या विभाजनावर पुष्कळ काम झाले आहे असा युक्तिवाद खूपजण करतात.

संख्यात्मक परंपरा

समाजाचा अभ्यास हा जगातील अणुपासून पशूपर्यंत कोणत्याही घटकाविषयी केल्या जाणाऱ्या शास्त्रीय अभ्यासापेक्षा वेगळा नाही, या विश्वासावर संख्यात्मक परंपरा आधारित आहे. समाजशास्त्र ('विज्ञान' हा शब्द लक्षात घ्या) हे भौतिकशास्त्र किंवा जीवशास्त्राप्रमाणेच समान नियमांना प्रतिबद्ध आहे. वैज्ञानिक पद्धतीत एक ठाम विश्वास आहे, तो असा की – गृहीतके, निगमन तर्कशास्त्र, वस्तुनिष्ठतेची गरज आणि नावाप्रमाणेच सांख्यिकीकरणाचे मूल्य तपासून बघण्याची गरज असते. संख्यांची शक्ती आणि जोमाने व अचूकतेने जगाचे प्रतिनिधित्व करण्याची तिची क्षमता, यांच्या मुळाशी एक विश्वास आहे.

समाजविज्ञानात, शास्त्रीय किंवा परिकल्पित-निगमन पद्धती हा संख्यात्मक परंपरांचा आधार आहे, ज्यामध्ये प्रायोगिक व निम-प्रायोगिक योजनांचा समावेश आहे. अशा पद्धती अमानवी वस्तूंचा अभ्यास करताना लागू होणाऱ्या समान नियमांचे आणि कायद्यांचे अनुसरण करण्याचा प्रयत्न करतात. संख्यात्मक समाजशास्त्रज्ञदेखील, सध्या अस्तित्वात असलेला डेटा आणि सर्वेक्षण तंत्र, यांचा मानवी लोकसंख्येच्या अभ्यासाचा शोध आणि वास्तविक व यशस्वी सादरीकरणासाठी उपयोग करून घेतात. यातील प्रत्येक धोरणाबद्दल येथे टप्पाटप्प्याने चर्चा करण्यात आली आहे.

शास्त्रीय/अभ्युपगामी-निगमन पद्धती

संशोधन आयोजनाचे शास्त्रीय मानक साधारणपणे असे असेल:

१. एकाग्र होऊन अंगीकारा, परिस्थितीशी जुळवून घ्या किंवा सिद्धांत निर्माण करा.
२. सिद्धांतापासून प्रेरणा घेऊन आणि निगमन तर्क प्रक्रियांचा वापर करून (सिद्धांतापासून सुरुवात करून विशिष्ट उदाहरणांपर्यंत येण्याची प्रक्रिया), विशिष्ट प्रस्ताव किंवा गृहितके निर्माण करा.
३. नेहमी प्रायोगिक आकृतीबंधाद्वारा संख्यात्मक डेटाचे संकलन करा किंवा सामाजिकशास्त्राच्या बाबतीत, मोठ्या प्रमाणात केलेले सर्वेक्षण संशोधन.
४. संख्याशास्त्रीय प्रक्रिया वापरून डेटाचे पृथःकरण करणे.
५. तुमच्या गृहितकाचे समर्थन करणारा किंवा न करणारा निष्कर्ष काढा.

ही प्रक्रिया एक शास्त्रीय नियंत्रण यंत्रणा म्हणून काम करते आणि आपल्याला 'खऱ्या' ज्ञान निर्मितीचा अधिकार देते. संशोधक आणि 'माझ्यावर विश्वास ठेवा, मी जाणतो' किंवा 'ते मला स्वप्नात दिसले' किंवा 'एका देवदूताने येऊन मला सांगितले', असे म्हणणाऱ्या विक्षिप्त लोकांमध्ये हाच फरक आहे. मानक निश्चितीमुळे, वैज्ञानिक पद्धत पूर्वपक्ष म्हणून स्वीकारणाऱ्या पण प्रत्यक्षात वैयक्तिक ग्रह, राजकीय कार्यक्रम, गचाळ प्रक्रिया किंवा सदोष तर्कशास्त्र यांचा वापर करणाऱ्यांपासून आपल्याला संरक्षणही मिळते.

सामाजिक विज्ञानामध्ये पद्धतीशास्त्रीय दृष्टिकोन, वैज्ञानिक निष्पक्षता राखण्यासाठी आपला अभ्यासाचा विषय आणि आपण ज्याचा अपरिहार्य भाग आहोत त्या समाजापासून विशिष्ट अंतरावर राहण्याची आपल्याला अनुमती देतो. त्यानंतर हा दृष्टिकोन आपल्याला वैधता, विश्वसनीयता, सामान्यीकरणत्व आणि पुनरुत्पादनीयता या विश्वासार्हतेच्या पारंपरिक निर्देशकांच्या दिशेने कार्य करण्याची अनुमती देतो. (प्रकरण ४ पाहा). याव्यतिरिक्त, सांख्यिकीकरण प्रक्रियेमुळे आपण मोठी जनसंख्या हाताळू शकतो आणि ही प्रक्रिया आकडेवारी व संभाव्यता यांच्या वापराच्या माध्यमातून निष्कर्षांची वैधता देते.

सामाजिक विज्ञानामध्ये संख्यात्मक परंपरेची पाळेमुळे त्या ज्ञानशाखेपर्यंत जातात. आणि सामान्यतः व्यापक सर्वेक्षणावर आधारित संशोधनाच्या स्वरूपात, प्रयोग आणि जनसंख्या अन्वेषण कार्यपद्धतीमध्ये अभिव्यक्त होतात.

प्रायोगिक आकृतिबंध

प्रयोग हीच ज्ञानाची खरी पद्धत आहे.

विल्यम ब्लेक

शब्दार्थसूची

प्रयोग

कारण आणि परिणाम शोधण्यासाठी घेतलेला कठोर आणि नियंत्रित शोध. अवलंबी चलावर (जो त्यांच्या चौकशीचा मुख्य उद्देश असतो) काही परिणाम होत आहे का, हे पाहण्यासाठी संशोधक स्वतंत्र चल (जो त्यांच्या अभ्यासातील एक महत्त्वाचा निर्णायक घटक असतो असा त्यांचा विश्वास असतो) बदलतो. दुसऱ्या शब्दांत सांगायचे झाले तर, तुम्हाला *'वाय'* वर होणारे परिणाम तपासण्यासाठी *'एक्स'* मध्ये बदल करावे लागतात.

कदाचित प्रयोग म्हणजे काय हे वाचल्याशिवाय तुम्ही त्याची व्याख्या करू शकला नसतात. पण निदान या संज्ञेशी तुम्ही परिचित आहात. शेवटी वैद्यकीय संशोधक, गुन्हा घडलेल्या जागेचे अन्वेषक, तसेच माथेफिरू संशोधक यांच्यासाठी तो आधारस्तंभ आहे. आणि आपल्या ध्येयामध्ये पुढील गोष्टी समाविष्ट केल्या तर ही चांगली पद्धती होईल: औषधांचा आजारावर होणारा प्रभाव तपासणे; संशयिताची उंची आणि बंदुकीच्या गोळीची मार्गकक्षा याच्यातील अन्वयाकडे बघणे; किंवा मानव व राक्षस यांचा परिपूर्ण असा संकर तयार करणे.

सामाजिक विज्ञानात, आपण पेशी, जनुकं, मृत वस्तू किंवा प्रयोगशाळेतील प्राणी यांच्याबरोबर काम करणे असंभाव्य आहे. तुमच्या तपासाचे उद्दिष्ट ज्यांच्यात गुंतागुंतीं आहेत असे लोक असण्याची शक्यता आहे. आपले प्रयोग नियंत्रित वातावरणात, बंदिस्त प्रयोगशाळेत होण्याची शक्यता नाहीच. आपले संशोधन सर्व आव्हानांसकट, कमी नियंत्रित वातावरणात घडण्याची शक्यता आहे.

परंतु समाजविज्ञानात, अशी आव्हाने असताना केलेल्या प्रयोगात प्रचंड क्षमता असते. उदाहरणार्थ, समजा ज्या विद्यार्थ्यांना अध्ययनात गुंतवून ठेवण्यात अडचण येते, अशा विद्यार्थ्यांचे अन्वेषण करण्यात आपल्याला रुची आहे. प्रायोगिक प्रारूप आपल्याला असे गृहीतक तपासून बघण्याची अनुमती देईल. जसे गटाभिमुख रचना, वर्गाच्या मांडणीमध्ये बदल (स्वतंत्र चल) केल्यास विद्यार्थ्यांच्या एकाग्रतेमध्ये (अवलंबी चल) कशी सुधारणा होऊ शकते ते बघणे किंवा समजा, आपल्याला आजारपणाच्या रजेवर परिणाम करणारे घटक समजून घेण्यात स्वारस्य होते. आपण "सर्वसामान्य तंदुरुस्तीअभावी आजारपणाची रजा वाढू शकते" असे गृहीतक मांडू शकू. आणि कामाच्या ठिकाणी प्रायोगिक तत्त्वावर व्यायाम कार्यक्रमाची (अवलंबी चल) ओळख करून देणारी प्रायोगिक अभ्यास योजना आखू शकू, ज्यामुळे आजारपणाच्या दिवसांची संख्या कमी होईल (स्वतंत्र चल).

किंवा एखाद्या विशिष्ट राज्यातील किंवा नगरपालिकेमधील घरगुती कचऱ्याच्या वाढत्या पातळीमध्ये आपल्याला स्वारस्य आहे. तर तुम्ही *घरगुती कचऱ्यावर पुनर्वापर प्रक्रिया करण्याची समुदायामध्ये इच्छा आहे* असे गृहीतक मांडू शकाल. पण अंमलबजावणी कठीण आहे. आपण कदाचित घरगुती कचरा पातळीमध्ये घट (अवलंबून चल) होत आहे का हे पाहण्यासाठी घरातील कचरा साठवण्यासाठी, पुनर्वापर प्रक्रियेत वापरण्यात येणाऱ्या कचरापेट्या (स्वतंत्र चल), एक प्रयोग म्हणून मोफत देऊ शकता.

प्रयोगाचे आयोजन

काही दिवसांपूर्वी मी रेडिओवर 'मासे खाण्यामुळे आपला बुद्ध्यांक वाढतो' असे ऐकले. नवीनतम संशोधन अहवालात असे आढळले आहे की, जी मुले आठवड्यात किमान एकदा तरी मासे खातात त्यांचा बुद्ध्यांक मासे न खाणाऱ्या त्यांच्या समवयस्कांपेक्षा जास्त आहे, असे त्यांनी सांगितले त्यामुळे, 'मासे खा आणि चलाख बना' ही या कथानकाची ठळक बातमी म्हणून झळकली. पण हे ऐकल्यावर मला असे आढळले की, या संशोधनात मुलांचा बुद्ध्यांक आहार, शिक्षण, सामाजिक-आर्थिक दर्जा, पालकांचे वय, पालकांची वैवाहिक स्थिती आणि पालकांची शैक्षणिक पातळी अशा अनेक घटकांच्या संबंधात पडताळला गेला. आणि त्यामध्ये त्यांना आढळलेल्या परस्परसंबंधांमध्ये 'मासे खाणे आणि बुद्ध्यांक' हा एक परस्परसंबंध होता. जसा माशाचा खप वाढला तसे बुद्धिचातुर्यही वाढले – पण म्हणून पुन्हा आपण असेही म्हणू शकतो की बुद्ध्यांक वाढला म्हणून माशाचा खप वाढला. मासे खाण्यामुळे तुम्ही चलाख होता का किंवा चलाख लोक अधिक मासे खातात का? या परस्परसंबंधात कार्यकारणभाव दिसत नाही.

एक मधला किंवा संभ्रामक चल देखील इथे समोर येऊ शकतो. मासे काही तुम्हाला चलाख बनवत नाहीत, कदाचित असे असेल की चलाख पालक आपल्या मुलांना मासे खायला देत असतील, आणि त्यांच्या मुलांचा बुद्ध्यांक आनुवंशिकतेने ठरवला जात असेल.

समजा आपण खरोखरच या अफलातून मासे परिचर्चेच्या मुळाशी जाऊ इच्छित असाल आणि प्रयोगाचे आयोजन करून ह्याचा संबंध बघण्याचे तुम्ही ठरवलेत (शेवटी, आपण प्रयोग हा संशोधन समस्येवरील सर्वोत्तम मार्ग आहे हे वाचलेले आहेच) तर त्यासाठी आपण काय कराल?

तसे, प्रारंभिक नियोजनामध्ये बरेच निर्णय घ्यावे लागतील. आपल्या शोधकार्यपद्धती प्रारूपावर काम करत असताना तुम्हाला काही गोष्टी ठरवणे आवश्यक आहे:

१. *अवलंबी आणि स्वतंत्र चल* – आपल्या अभ्यासाचे केंद्रस्थान कोणते आहे, हे आपल्याला शोधून काढावे लागेल. किंवा तुम्ही कशाचे मूल्यांकन करण्याचा (अवलंबी चल) प्रयत्न करीत आहात? तसेच कार्यावर परिणाम करण्यासाठी (स्वतंत्र चल) तुम्ही कुशलतेने हाताळणार असलेले चल. ह्या प्रकरणात 'आपला बुद्ध्यांक मासे खाण्यावर अवलंबून असतो', हे तुमचे गृहीतक असणार आहे. ज्यामुळे बुद्ध्यांक हा अवलंबी चल आणि माशाचा खप हा स्वतंत्र चल होईल. प्रकारानुसार होणारी चलांची ही ओळख ही परस्परसंबंधांकडून कार्यकारणभावाकडे जाण्यासाठी मध्यवर्ती ठरेल.
२. *बदलाचे मूल्यांकन* – आपला स्वतंत्र चल कुशलतेने हाताळताना आपल्या अवलंबी चलावर काही परिणाम झाला आहे का, हे निर्धारित करण्यासाठी तुम्हाला बदलाचे मूल्यांकन करणे आवश्यक आहे. हे करण्याचा सर्वात प्रभावी मार्ग म्हणजे चाचणी पूर्व आणि चाचणीनंतर निरीक्षण करणे हा आहे. याचा अर्थ डेटा संकलन किंवा चांगल्या मूलभूत डेटाची उपलब्धता आणि प्रायोगिक हस्तक्षेपानंतर तुलनात्मक डेटा संकलित करू शकणे. आता बदलाचे मूल्यांकन तुलनेने सोपे आहे आणि मानक बुद्ध्यांक चाचणी व्यवस्थापनाचा त्यात सहभाग असेल.
३. *संशोधन आराखडा* – आपण नैसर्गिक वातावरण वापरणार आहात की प्रयोगशाळेसारख्या नियंत्रित वातावरणात आपला अभ्यास आयोजित करणार आहात, हे विचारात घ्या. प्रयोगशाळेतील अभ्यास नियंत्रित वातावरण देऊ शकेल. पण, अनेक समाजविज्ञानाच्या प्रश्नांबाबतीत हे व्यवहार्य होणार नाही. आपल्या संशोधनाच्या बाबतीत, घरी आहार बदलणे किंवा त्याच्या पाळणाघरात साप्ताहिक मेनू बदलण्याची व्यवस्था करणे, अशा इतर पर्यायांचा पालकशी बोलताना समावेश करता येईल.
४. *सहभागी संख्या* – आपण सहभागी संख्या काय ठेवणार आहात हेदेखील महत्त्वाचे आहे. निर्णायक किंवा संख्याशास्त्रीय दृष्टीने महत्त्वाच्या कोणत्याही निर्णयापर्यंत पोचण्यासाठी आपल्याला किती सहभागींचा समावेश करणे आवश्यक आहे, याचा विचार करा. उदाहरणार्थ, आपण पाच मुलांमधील नमुना शोधल्यास तो पुरेसा आहे का? (प्रकरण १०: नमुन्याचा आकार ठरवण्यासाठी मूलतत्त्वांचा समावेश)

५. *समूह संख्या* – आपण नियंत्रक समूहाचा वापर करणार आहात का? याचा निर्णयही घ्यावा लागेल. आपल्या माशाच्या उदाहरणात एकच समूह वापरल्यास, सर्व मुलांना बुद्ध्यंक चाचणीत सहभागी करून घ्यावे लागेल. त्यासाठी आठवड्यातील ठरावीक वेळी त्यांना मासे खाऊ घालावे लागतील आणि त्यानंतर काय होते ते पाहण्यासाठी काही कालावधीत त्यांना चाचणीत सहभागी करून घ्यावे लागेल. नियंत्रक समूह असल्यास, प्रारंभी सर्व मुलांची चाचणी होईल. अर्ध्या मुलांना नियंत्रण समूहात टाकण्यात येईल आणि इतर अर्ध्या मुलांना लक्ष्य समूहात ठेवले जाईल. आणि फक्त लक्ष्य समूहातील मुलांना मासे देऊन, नंतरच्या ठरावीक तारखेला पुन्हा दोन्ही समूहांची चाचणी केली जाईल आणि निष्कर्षांची तुलना केली जाईल.

६. *कृतियोजना निश्चिती* – आपण नियंत्रक समूह वापरत असाल तर आपण आपले समूह निर्धारित कसे करणार, हे ठरवणे आवश्यक आहे. मासे खाण्यासाठी मुलांची यादृच्छिक निवड करण्यात येईल का आपण निवडीसाठी वेगळा निकष वापरणार आहात? यादृच्छिकतेमुळे कार्यकारण वितर्काला मजबुती मिळेल. पण कारणाधारित मुलांची निवड करणे अधिक व्यावहारिक ठरेल, उदा. पाळणाघरात जाण्याचा दिवस.

७. *चल-संख्या* – फक्त एका स्वतंत्र चलासाठी चल-चाचणी होईल की तुम्ही इतर चलांचीही चाचणी घेणार आहात? उदाहरणार्थ, तुम्ही फक्त मासे खाण्यावर लक्ष केंद्रित करणार आहात का आहारातील इतर पैलूही तपासणार आहात? जसे भाज्या खाणे.

८. *नीतिशास्त्र* – जाणीवपूर्वक दिलेली संमती आवश्यक आहे का, हे विचारात घ्या. आपल्या मासे खायला देणे या उदाहरणाच्या बाबतीत, आपल्याला पालकांची संमती लागेल. नियंत्रण किंवा लक्ष्यगट यामध्ये केलेल्या त्यांच्या समावेशामुळे कोणत्याही समूह सदस्यांना त्यापासून संभाव्य फायदे किंवा धोके आहेत का? याचा विचार करणे आवश्यक आहे. आता मासे खाणे किंवा न खाणे यात जास्त काही जोखीम नाही; पण औषध चाचण्या, उपचार कार्यक्रम आणि शैक्षणिक उपक्रम हे मुद्दे निःपक्षपातीपणाबाबत प्रचंड नैतिक कोंडी करू शकतात.

९. *पर्यावरण नियंत्रण* – शेवटी, आपण वास्तविक परिस्थितीमध्ये काम करताना लागणारी व्यावहारिकता आणि पर्यावरण नियंत्रित करण्याची गरज, यामधून यशस्वीपणे कसा मार्ग काढणार हा विचार करणे आवश्यक आहे. दुसऱ्या शब्दांत सांगायचे झाल्यास, आपल्या निष्कर्षांचे श्रेय, खात्रीने आपल्या स्वतंत्र आणि अवलंबी चलांदरम्यानच्या कार्यकारणाला देण्याचा विचार करणे आवश्यक आहे. आता, आपण आपल्या प्रायोगिक प्रारूपामध्ये जितक्या अधिक नियंत्रणांचा अंतर्भाव काराल, तितक्या आपल्या चर्चा अधिक खात्रीलायक होतील. पण अशी नियंत्रणे अंतर्भूत केली नाहीत तर मात्र चर्चा आभासी असू शकतात.

(अ) फक्त तुमच्या विशिष्ट स्वतंत्र चलांमधील बदल, स्थानांतरण, फेरफार किंवा प्रभाव ह्याची खात्री करणे, हे नियंत्रित वातावरण असल्याशिवाय ठरवणे अवघड असू शकते. आहारातील बदल, झोपेच्या पद्धतीतील बदल, वैयक्तिक ताण इत्यादि इतर बदल आपल्या प्रायोगिक प्रारूपाच्या कक्षेबाहेर घडू शकतात.

(ब) संख्या पुरेशी नसेल तर संख्याशास्त्रीय अर्थपूर्णता दाखविणे किंवा निष्कर्ष हा फक्त योगायोग नाही हे दाखवणे अवघड ठरेल.

(क) नियंत्रक समूहाविना आपल्या लक्ष्य समूहावर परिणाम करणारे दुसरे इतर घटक नाहीत याची खात्री देणे कठीण आहे – जसे बुद्ध्यंकामधील सुधारणेचे श्रेय, मुलांनी जास्त लक्ष केंद्रित करणे, बुद्ध्यंक चाचण्यांचा सराव किंवा त्याचवेळी सुरू झालेला नवीन शैक्षणिक कार्यक्रम यांना देता येणार नाही.

(ड) जर तुम्ही यादृच्छिक पद्धती वापरली नाही तर (अनेकदा क्षेत्र-आधारित संशोधनात ती अव्यवहार्य ठरते) तुम्हाला दोन समूहात फरक अस्तित्वात नाहीत किंवा किमान आहेत, असा युक्तिवाद करणे आवश्यक आहे. आपल्या बाबतीत, दोन समूहात शिक्षण क्षमतेमध्ये नैसर्गिक फरक असेल तर बुद्ध्यंक वाढीचे श्रेय आहाराच्या सवयींना देणे अशक्य होईल.

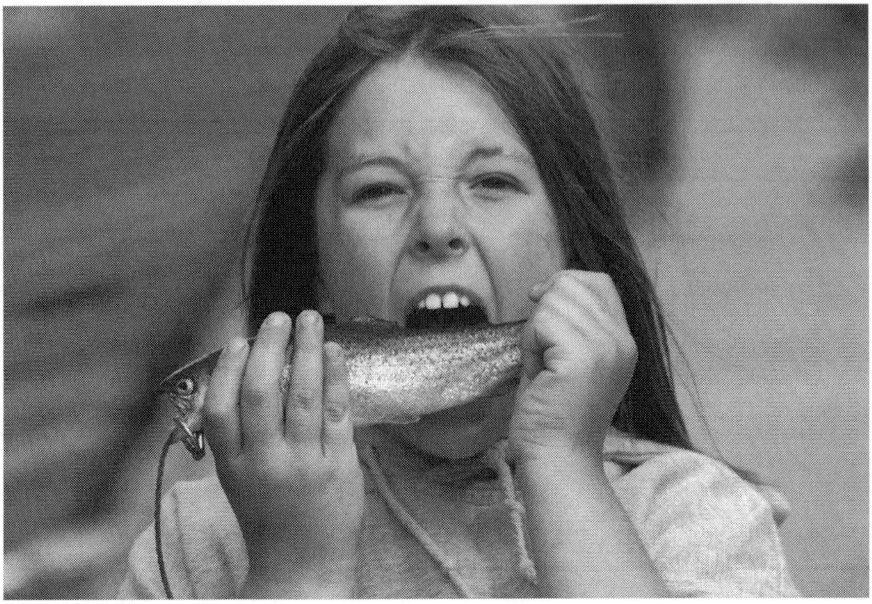

छायाचित्र ८.१ मासे खा आणि चलाख बना

(तपाससूची संकेतस्थळावर 🖰 उपलब्ध.)

तुम्ही घेतलेल्या निर्णयावर तुमच्या प्रयोगांचे 'प्रकार' ठरतील. गोल्ड स्टँडर्ड (सुवर्ण मानक) हे 'खरे' प्रायोगिक प्रारूप आहे (अनेकदा याला यादृच्छिकीकृत नियंत्रित चाचणी असे संबोधले जाते). प्रारूपाच्या ह्या प्रकारात स्वतंत्र चलात संशोधक फेरफार करतात, प्रयोग नियंत्रित परिस्थितीत आयोजित केले जातात, नियंत्रित समूह वापरले जातात आणि नियंत्रक आणि लक्ष्य समूह दोन्हीच्या बाबतीत यादृच्छिक कृतियोजना निश्चिती केली जाते.

दुर्दैवाने, यादृच्छिक निश्चिती क्षेत्र परिस्थितीत नेहमी शक्य होणार नाही. समजा एका स्थानिक बालवाडीकडून अन्न चाचणी करण्यासाठी तुम्हाला होकार मिळाला. परंतु, यादृच्छिक निश्चितीला शाळेकडून अनुमती मिळणार नाही (काही मुले चिकन नगेट खात आहेत आणि इतर मुलांना खाण्यासाठी मासे मिळतील तेव्हा शाळेत जी अनागोंदी माजेल त्याचा विचार शाळा करेल). म्हणून सोमवारी आणि बुधवारी आपली चाचणी घ्यावी असे त्यांनी सांगितले. म्हणून तेथे एक नियंत्रक समूह असेल (जे चांगले आहे), पण यादृच्छिक निश्चिती नाही (समूहांची गुणवत्ता एकमेकांहून भिन्न असल्यास समस्या निर्माण होईल- या दिवशी उपस्थित असलेली हुशार मुले, विविध शिक्षक, आया, विविध स्वयंपाकी, इ.). नियंत्रित समूह आहे यादृच्छिक निश्चिती नाही, असे असते तेव्हा, निमप्रायोगिक रचना असते आणि ही आदर्श नसली तरी समाजशास्त्र संशोधन क्षेत्रात अनेकदा आढळणारी वस्तुस्थिती आहे.

कोणताही नियंत्रित समूह उपलब्ध नसणे आणखी समस्यापूर्ण आहे (ज्यामुळे एकाच समूहाची रचना केली जाते). समजा बालवाड्यांनी सर्व किंवा कोणीच नाही, अशी भूमिका घेतली तर तुमचे यश फक्त उपाय पूर्व/ उत्तर-चाचणीवरून मोजले जाईल. त्यामुळे वर्गात झालेले कोणतेही बदल हे इतर कोणत्याही घटकामुळे नाहीत तर तुमच्या कार्यक्रमामुळे झाले आहेत याची खात्री करणे शक्य होणार नाही.

प्रयोगानुशांगिक बलस्थाने आणि आव्हाने

'मला जर हे करावं लागलं तर काय होईल.........?' असे म्हणणे आणि त्यानंतर त्याच अचूक परिस्थितीची उभारणी करणे आणि परिणामांचे मूल्यांकन करणे हे निश्चितच आकर्षक वाटते. तुमच्यासमोर ते उलगडत जाताना तुम्ही बघू शकाल. वातावरणात फेरफार करणे तुम्हाला शक्य होईल. तुम्ही परिणामांना साक्षी राहू शकाल आणि परिणामांची नोंद करू शकाल. परिस्थितीवर तुमचे नियंत्रण असेल.

प्रयोगांचे आयोजन जर नीट केले असेल तर कार्यकारण मूल्यांकन, समूहांची तुलना, वास्तविक कृती आणि प्रतिक्रिया अन्वेषण करणे शक्य होते. खरंच अशा प्रकारे प्रयोगांची रचना केली असेल तर प्रतिसादकाची स्मृती किंवा अभ्युपगामी घटनांवरील प्रतिक्रिया यांच्यावरील अवलंबित्व टाळता येते आणि प्रमाणीकरण केलेला सांख्यिक डेटा आणि सखोल गुणात्मक डेटा निर्माण करणे, हे चांगलेच आहे.

हे ऐकायला नक्कीच चांगले वाटते. पण सगळं सुरळीत होईलच याची कोणतीही खात्री नाही, असा संशय आपल्याला आधीच येऊ शकतो. सामाजिक संदर्भात व्यक्तीचा अभ्यास करताना, अनेकदा आपल्या प्रायोगिक प्रारुपाच्या चौकटीबाहेर असलेले सर्व प्रभाव नियंत्रित करणे अवघड असते. समाजशास्त्रविषयक प्रयोग करताना तुम्हाला खालील गोष्टींचा विचार करणे आवश्यक आहे: (१) आपल्या प्रारूपात नि:पक्षपातीपणा आहे का? (उदा. आपण स्वतंत्र चलात केलेल्या फेरफारांमुळे, कोणत्याही व्यक्ती किंवा समूहाचा फायदा किंवा तोटा होत आहे का?) (२) आपल्या प्रारूपात आपल्याला सहभागीची जाणपूर्ण संमती घेता येईल का? (३) प्रयोग पूर्ण होईपर्यंतच्या कालावधीपर्यंत सहभागीचा सहभाग टिकेल का? (४) आपण आपल्या स्वत:चे पूर्वग्रह नियंत्रित करू शकाल का? (५) आपले प्रारूप अवांतर, संमिश्र किंवा व्यवधानकारक चलांना (शोधकार्यपद्धतीच्या प्रारूपाचा भाग नसलेल्या गोष्टी तुमच्या अभ्यासावर परिणाम करू शकतात) नियंत्रित करू शकेल का?

हॉथ्रोन स्टडीज, (मेयो, १९३३; रोथलीसबर्जर आणि डिक्सन, १९३९) १९२० मध्ये काढलेली, कामाच्या ठिकाणांवर आधारित क्लासिक प्रयोगांवरील मालिका हे समाजशास्त्रीय प्रयोग आणि त्यात येणारी वास्तविक आव्हाने याचे एक उत्कृष्ट उदाहरण आहे (या प्रकरणानंतरचा रकाना ८.६ हा पहा).

जनसंख्या अन्वेषण

विशिष्ट जनसंख्येची मांडणी किंवा जनसंख्याशास्त्र समजावून घेणे, तसेच एखाद्या विशिष्ट विषयावर किंवा मुद्द्यावरील जनसंख्येचे ज्ञान, दृष्टिकोन आणि पद्धती याबाबतच्या आकलनशक्तीची बांधणी करणे; हा समाजशास्त्र संशोधनाचा मध्यवर्ती उद्देश आहे. खरंतर, हा समाजशास्त्र संशोधनाचा हा सर्वसाधारण उद्देश आहे.

समाजशास्त्रज्ञ ज्या जनसंख्येचे अन्वेषण करू इच्छितात त्या बहुतकरून अगदीच लहान आणि ज्यांचे निश्चितप्रकारे सांस्कृतिक पातळीवर सखोल अध्ययन झाले आहे, अशा असू शकतात. पण मोठ्या जनसंख्येला समजून घेण्याचा प्रयत्न करण्यासाठी केलेल्या व्यापक अभ्यासाचाच अधिक उल्लेख केला जातो. आणि नेमक्या अशाच (मोठ्या) प्रमाणामुळे परिमाणीकरणाची गरज निर्माण होते. आणि हीच गोष्ट संशोधन प्रकाराला प्रामाणिकपणे संख्यात्मक या छत्राखाली आणते.

जनसंख्येच्या अभ्यासाचे आयोजन

संख्यात्मक परंपरेमध्ये, प्रत्यक्षात तुम्हाला जनसंख्या समजण्यास मदत होईल, अशा दोन ढोबळ कार्यपद्धती आहेत: अस्तित्वात असलेल्या डेटाचा फायदा करून घेणे किंवा स्वत:चा प्राथमिक डेटा निर्माण करणे.

अस्तित्वात असलेल्या डेटाचा फायदा करून घेणे माझ्या मते, याचा विचार करण्यात खूपच तथ्य आहे. किमान अस्तित्वात असलेल्या डेटावर काम करण्याच्या शक्यतेचा विचार तरी करा. खरोखरच डेटा सर्वत्र आहे – कितीतरी संस्था, व्यक्ती, विद्यार्थी, संशोधन गट, प्राध्यापक, सरकारी आणि बिनसरकारी संस्था त्याचप्रमाणे संकलन, पुनर्संकलन आणि डेटा संकलन प्रक्रिया प्रतिकृती यांच्यामध्ये (प्रकरण १२ पाहा). फक्त तुम्ही निर्माण केलेला डेटाच तुम्ही वापरू शकता अशा विचाराच्या सापळ्यामध्ये सापडू नका. तुम्ही शोधलेला डेटा, कदाचित ज्यातून तुमच्या प्रश्नांची थेट उत्तरे मिळतील अशा स्वरूपात असणार नाही. पण त्यातच आव्हान आहे. लक्षात ठेवा: अनेकदा चाकाच्या पुनर्रचनेपेक्षा शुद्धीकरण करण्याने अधिक फायदा मिळेल. रकाना ८.१ मध्ये या प्रकारच्या अभ्यासाचे उदाहरण दिले आहे.

रकाना ८.१

अस्तित्वात असलेला डेटा वापरून पलाऊ येथील अन्न विषबाधा घटनेचा शोध घेणे

छायाचित्र ८.२ पलाऊ

काही वर्षांपूर्वी, पलाऊ राष्ट्रीय पर्यावरणीय आरोग्य कृती आराखड्यावर काम करत असलेल्या समूहाचा एक भाग म्हणून मला बोलावण्यात आले होते. आणि हे आमंत्रण येण्याआधी मी पलाऊबद्दल फारसे ऐकलेही नव्हते, हे मान्य करावेच लागेल. पलाऊ प्रशांत महासागराच्या मध्यभागी, इंडोनेशियाच्या उत्तरेला असणारा एक ठिपका आहे. तो चुनखडीच्या ३०० बेटांनी बनलेला आणि सुमारे २०,००० लोकसंख्या असलेला प्रदेश आहे. १९९४ पर्यंत त्याला अमेरिकेचे संरक्षण होते. पण आता ते एक नवीन राष्ट्र म्हणून स्वतःच्या पायांवर उभे करण्याचा प्रयत्न करत आहे. स्नोर्केलिंग (पाण्याखाली पोहणे) आणि डायविंग (सुरकांडी)च्या अजोड सुविधांमुळे, पर्यटन क्षेत्रातील बांधणीवर या प्रदेशाचे आर्थिक भविष्य अवलंबून आहे.

माझे सहकारी आणि मी यांना ओरिएंटेशनमध्ये सांगण्यात आले होते की पलाउच्या पर्यावरण आरोग्य विभागाला (DEH), अन्न सुरक्षेच्या मोठ्या आव्हानांना तोंड द्यावे लागत आहे. विशेषतः पर्यटकांमध्ये अन्न विषबाधेचे प्रमाण खूप जास्त होते, असे घटनेबाबतचे बरेच पुरावे सुचवत होते. मात्र या चिंतेचे समर्थन

करणारा वास्तविक 'डेटा' नव्हता. आम्ही अधिक शोध घेण्यासाठी एक पद्धत निर्माण करण्याचा निर्णय घेतला. प्रकरणांची संख्या, प्रकरणांची तीव्रता, कोण बाधित होत आहे, त्यात हंगामी चढउतार आहेत काय आणि संभाव्य कारणे शोधून काढण्यासाठी आम्ही लढा दिला.

अनेक पर्याय लक्षात घेतल्यानंतर (पर्यटक सर्वेक्षणासह) उपलब्ध रेकॉर्डवर भर देण्याचा (दप्तरांचा) आम्ही निर्णय घेतला. गटाने प्रत्येक रुग्णालय, डॉक्टर आणि देशातील वैद्यकीय सुविधा येथे जाऊन तेथील अहवालातील सर्व अन्न विषबाधा प्रकरणांच्या रेकॉर्डची तपासणी आणि अन्वेषण करायचे होते (प्रत्यक्ष घटनेपेक्षा हे मोठे वाटू शकते. पण लक्षात ठेवा – हा एक असा देश आहे ज्याची एकूण लोकसंख्या एखाद्या लहान शहराहून कमी आहे).

आम्ही घेतलेल्या रेकॉर्ड आढाव्याला त्याच्या मर्यादा आहेत, हे आम्हाला माहीत होतेः हा फक्त अहवालात आलेल्या प्रकरणांचा आढावा होईल – यात सर्व प्रकरणे नसतील; रेकॉर्डच्या उपलब्धतेवर आढावा अवलंबून असेल; आणि रेकॉर्डच्या अचूकता आणि सखोलतेवर अवलंबून असेल. तथापि, डेटा संकलनाची ही सर्वात प्रभावी आणि कमी खर्चिक पद्धत आहे, असा आमचा विश्वास होता. त्यामुळे DEH ला खालील गोष्टी करणे शक्य होईल (१) अन्न विषबाधा अहवालातील नमूद केल्या गेलेल्या प्रकरणांच्या संख्येचा अंदाज वर्तवणे; (२) हंगाम, वंश, स्थानिक विरुद्ध पर्यटक इ. यावर आधारित वितरणावर लक्ष देणे; (३) नोंद केलेली कारणे बघणे; (४) अधिक प्रभावी अन्न सुरक्षा धोरण बनवणे; आणि शेवटी (५) वैद्यकीय क्षेत्रातील पद्धतशीर डेटा संकलनाबाबत शिफारशींची निर्मिती.

प्राथमिक डेटा संकलन उपलब्ध डेटा आणि थेट आपल्या विशिष्ट विषयाशी संबंधित रेकॉर्ड नेहमी उपलब्ध नसते किंवा कदाचित ते तुम्हाला उपलब्ध होत नाही. म्हणून बऱ्याच वेळा जनसंख्या अन्वेषण करण्यासाठी, प्राथमिक डेटा संकलन हे सर्वोत्तम धोरण ठरते. म्हणजेच आपल्या अभ्यासासाठी जनसंख्येतून डेटा निर्माण करणे. बहुतांश भागात ज्या सर्वेक्षण प्रक्रियांचा समावेश होतो त्याचा सारांश इथे दिलेला आहे, पण ११ व्या प्रकरणात याबाबत सखोल चर्चा केलेली आहे. अशा प्रकारच्या प्राथमिक संकलनात समाविष्ट होणाऱ्या गोष्टी:

- *आपल्याला ज्या जनसंख्येबाबतची माहिती पडताळून पाहण्याची इच्छा आहे त्याची निश्चिती* – उदाहरणार्थ विशिष्ट समाजात रहाणारी सर्व माणसे, राज्य, देश, सांस्कृतिक गट, कामाची जागा किंवा जिल्हा शाळा किंवा एका समान गोष्टीत रस असणारे लोक/विशेष गुणधर्म असणारे लोक (उदा. अनौपचारिक टेनिस खेळाडू, कुपोषित लोक).
- *त्या जनसंख्येतील प्रत्येक घटकाकडून माहिती मिळवणे शक्य आहे का? याचे मूल्यांकन करणे* – जनसंख्येतील सर्व घटकांची ओळख असणे अवघड असल्याने, हे क्वचितच शक्य आहे. उदाहरणार्थ, अमिरीकेतील सर्व बेघर लोकांची किंवा प्रसूतीपश्चात्त नैराश्याने ग्रस्त असलेल्या ऑस्ट्रेलियन मातांची यादी तयार करणे, यासंबंधीच्या अडचणींचा विचार करा. या व्यतिरिक्त, जरी जनसंख्येतील सर्व सदस्य या अहवालात घेतले, तरी प्रत्येक घटकाची पाहणी करण्यासाठी आवश्यक असणारा वेळ आणि संसाधने जवळजवळ नेहमीच आपल्या क्षमतेपलीकडे असतात. याला राष्ट्रीय गणना हा एक अपवाद आहे ज्यात जनसंख्येतील प्रत्येक घटकाकडून माहिती मिळवण्यासाठी आवश्यक संसाधनांमध्ये गुंतवणूक केलेली असते. तथापि जनगणना अव्यवहार्य असेल तर, आपण पुढच्या पायरीवर जाणे आवश्यक आहे.
- *प्रतिनिधित्व आणि सामान्यीकरणत्व (generalizability)* –हे ध्येय डोळ्यासमोर ठेवून नमुने गोळा करण्याचे एक धोरण विकसित करणे. खूप मोठ्या जनसंख्येचे प्रतिनिधित्व करणाऱ्या पुरेशा लोकांकडून माहिती गोळा करणे जेणेकरून जनसंख्येबाबत आकडेवारीच्या दृष्टीने महत्त्वाचा निष्कर्ष काढला जाऊ शकतो.
- *प्रमाणीकरण केलेल्या साधनाचा स्वीकार, त्याचे अनुकूलन किंवा निर्मिती* – बऱ्याचदा तुम्हाला आवश्यक असलेली माहिती सर्वेक्षण प्रश्नावलीद्वारा तुम्ही गोळा करू शकता.

- *त्या साधनाचा वापर करण्यापूर्वी चाचण्या घेणे आणि योग्य प्रकारे नियमित करणे* – हे सर्व सर्वेक्षण प्रक्रियांमध्ये आवश्यक आहे.
- *अंमलबजावणी* – साधनाचे वाटप करणे आणि पूर्ण झालेले साधन गोळा करणे.
- *डेटा विश्लेषणासाठी आकडेवारीचा वापर* – तुम्ही कदाचित वर्णनात्मक आणि अनुमानिक या दोन्ही प्रकारच्या आकडेवारीची मदत घ्याल.

(संकेतस्थळावर उपलब्ध तपाससूची 🖱 तसेच जनसंख्या/नमुना यावर अधिक माहितीसाठी प्रकरण १०, सर्वेक्षणासाठी प्रकरण ११ आणि संख्यात्मक विश्लेषणासाठी प्रकरण १३ पाहा.)

जनसंख्येच्या अभ्यासाशी निगडित बलस्थाने आणि आव्हाने

अस्तित्वात असलेला आणि निर्माण केलेला डेटा वापरून काम करण्याच्या इच्छेचा ज्ञान उत्पादन करताना फायदा होऊ शकतो. संधी आणि आव्हाने यांच्या दरम्यान नेहमी देवाण घेवाण चालू असते.

सकारात्मक बाजू बघता, डेटा सर्वेक्षण साधारणपणे मोठ्या प्रमाणातील प्रतिसादकांमुळे साध्य होते, आणखी मोठ्या जनसंख्येचे प्रतिनिधित्व करते, गोपनीय आणि निनावी असते, त्याचे प्रमाणीकरण करता येते, परिमाणात्मक आहे, प्रायोगिक डेटा, आपल्याला संख्याशास्त्रीय महत्त्व दर्शविण्यासाठी सक्षम करते आणि अचूकपणे विश्वासर्हता, वैधता आणि सामान्यीकरणत्व स्थापन करण्यास अनुमती देते.

तथापि, या प्रक्रियेस मुळातच मर्यादा आहेत. उदाहरणार्थ, पुरेसा प्रतिसाद दर मिळणे कठीण असू शकते, शेवटी आलेले नमुने चुकीचे असू शकतात आणि त्यामुळे प्रातिनिधिक नसतात; जे विचारायचा विचार केला आहे, त्यातच तुम्ही अडकून राहता; आपल्याला प्रश्नांचे अतिरिक्त स्पष्टीकरण देण्याची संधी मिळत नाही; प्रतिसादकाचा प्रांजळपणा आणि प्रामाणिकपणा याचे मूल्यांकन करणे कठीण असते; आणि आपण त्याच्या जास्त खोलात जाऊ शकत नाही.

गुणात्मक परंपरा

> हा आहे खरोखर विज्ञानाचाच वेगळ्या दिशेने केलेला विचार...
> आपण धारणेतील आमूलाग्र बदलाबद्दल बोलत आहोत.
>
> *ए. जॉन्सन*

जर सामाजिक भूमिकेच्या, प्रत्यक्षार्थवादाच्या तत्त्वावर विशेषतः – ट्राईड ॲण्ड टू (आजमावलेले आणि शुद्ध वैज्ञानिक), परिकल्पित-निगमन पद्धतीच्या होणाऱ्या अभ्यासाचे संख्यात्मक परंपरा प्रतिनिधित्व करत असेल, तर गुणात्मक परंपरेचे प्रत्यक्षार्थवादाचा समालोचक म्हणून वर्णन केले जाऊ शकते. कारण प्रत्यक्षार्थवादाने ज्ञानशास्त्राची कारकीर्द परत आणली आणि ज्ञाननिर्मितीच्या पर्यायी मार्गांची गरज असल्याचे ओळखले. म्हणून गुणात्मक परंपरा अनुमानजन्य तसेच निगमन तर्कशास्त्राची मदत घेते, व्यक्तिसापेक्षतेची कदर करते, अनेक दृष्टिकोन व वस्तुस्थिती स्वीकारते, सहभागी आणि संशोधक या दोहोंमध्ये असणारी संशोधन शक्ती ओळखते आणि राजकीय कार्यसूची टाळत नाही. संख्येपेक्षा सखोलतेचे मूल्य जास्त असते, याचे ती जोरदार समर्थन करते आणि व्यक्ती, संस्था, सांस्कृतिक गट आणि अगदी रोजच्या दिवसाचा एक भाग असलेल्या परस्परसंवाद, प्रक्रिया, वास्तववादी अनुभव आणि विश्वास यंत्रणा यांचा खरोखरचा शोध घेण्यासाठी आणि समजून घेण्यासाठी सामाजिक गुंतागुंतीमध्ये खोलात शिरून कार्य करते.

म्हणून गुणात्मक पद्धतीमध्ये खोलात शिरणे म्हणजे अशा जगात काम करणे आहे जे जग, सकल अर्थाचा शोध, नैसर्गिक वातावरणात संशोधन, उदयोन्मुख शोधकार्यपद्धती प्रारूप, लहान संख्या, हेतुपूर्ण नमूना धोरण, संपन्न गुणात्मक डेटा, अनुमानिक विश्लेषण, अन्योन्यदर्शी अर्थग्रहण आणि संशोधकाला अपेक्षित असलेल्या अर्थांकरिता संशोधनाचे समर्थन असणे आवश्यक आहे, हे ओळखते. आणि चर्चेद्वारे काढलेल्या मार्गांच्या परिणामांची शक्यता, या मूल्यांचा स्वीकार करते आणि त्यांचे मूल्यही जाणते. जी वस्तुस्थिती अभ्यासली जात आहे त्यात प्रत्यक्षरीत्या सहभागी होऊन आणि पूर्णपणे लक्ष केंद्रित करून लोक, ठिकाणे, संस्कृती आणि परिस्थिती जास्त जवळून जाणून घेणे, हे ध्येय आहे.

क्लिष्ट जग समजावून घेण्यासठी समाजशास्त्रीय संशोधक ज्या महत्त्वाच्या पद्धतींची मदत घेतात त्यांचा ह्या विभागात विचार केला आहे. संस्कृतीवर्णनाचा अभिजात मानववंशशास्त्रविषयक पद्धती म्हणून समावेश केला आहे, जिचे सामर्थ्य (वस्तुनिष्ठ सत्य किंवा संशोधकाच्या भूमिकेमागचा दृष्टिकोन शोधत बसण्याऐवजी) सहभागींच्या दृष्टिकोनातून जग समजून घेण्याच्या प्रयत्नात आहे. सत्याची पर्वा न करता, वास्तव अनुभवांच्या महत्त्वाला दिली गेलेली मान्यता आणि श्रद्धेचा प्रभाव यामुळे प्रत्ययवादाचा समावेश करण्यात आला आहे. 'कलाकारांनी' जगाला अर्थ प्राप्त करून दिला आहे, या दृष्टिकोनामुळे संस्कृतीदर्शी कार्यपद्धतीचा समावेश करण्यात आला आहे. शेवटी, हा विभाग प्रत्यक्षार्थवादाचा प्रतिसाद आणि त्याचे समालोचन म्हणून (प्रकरण १ बघा) गुणात्मक परंपरेनुसार विकास पावलेल्या स्त्रीमुक्तीवादी कार्यपद्धतीकडे लक्ष देतो. ज्या प्रत्यक्षार्थवादाकडे काही स्त्रीमुक्तीवादी पुरुषप्रधान मार्ग म्हणून पाहतात.

आता काही विद्यार्थी संशोधक थेट या गुणात्मक पद्धतींचा सखोल अभ्यास करतील. उदाहरणार्थ, संस्कृतीवर्णनविषयक किंवा संस्कृतीदर्शी कार्यपद्धतीचा अभ्यास. पण काही त्यांचा स्वत:चा असा साचा विकसित करतील. त्यांच्या संशोधन प्रश्नाला साजेशी अंतर्दृष्टि आणि धोरणे ते आखतील जी विविध ज्ञान मार्गांच्या दृष्टिकोनातून महत्त्वाची आहेत आणि ज्यामुळे त्यांचे संशोधन जास्त संपन्न होईल.

या विभागात काय नाही, याचादेखील उल्लेख येथे करणे योग्य ठरेल. गुणात्मक कार्यपद्धती अंतर्गत अनेकदा प्रवृत्ती सिद्धांत आणि केस स्टडी सापडतात. प्रवृत्तीसिद्धांत ही अशी कार्यपद्धती आहे, जी डेटा विश्लेषणाच्या माध्यमातून सिद्धांतनिर्मिती करते. गृहीतकं किंवा अंत:प्रेरणेने सुरुवात करण्यापेक्षा प्रवृत्तीसिद्धांत डेटा संकलनाने सुरुवात करते आणि टप्या टप्याने डेटा विश्लेषण प्रक्रियेच्या माध्यमातून सिद्धान्त निर्मितीपर्यंत पोचते. त्याचे सामर्थ्य, तो डेटा कसा हाताळतो यात आहे – आणि माझा असा विश्वास आहे की त्याच्या विश्लेषण प्रक्रिया अनेक प्रकारच्या 'गुणात्मक' संशोधनात महत्त्वपूर्ण ठरू शकतात. म्हणून १४ व्या प्रकरणात याचा सखोल विचार केला आहे.

समस्या अभ्यासाला अनेकदा गुणात्मक पद्धती असेदेखील नाव दिले जाते. समस्या अभ्यास म्हणजे सर्वसमावेशक वर्णनाच्या माध्यमातून सामाजिक घटकांचा केलेला अभ्यास आणि एकाच परिस्थितीचे किंवा समस्येचे विश्लेषण. समस्या अभ्यासाला कार्यपद्धती म्हणावे हा युक्तिवाद मी समजू शकते, पण मी समस्या अभ्यासाचा इथे समावेश न करण्याची दोन करणे आहेत. एक म्हणजे, समस्या अभ्यासात विविध डेटा संकलन पद्धतींचा विविध समावेश होऊ शकतो. जसे केस संघटना किंवा समुदाय असेल तर सर्वेक्षण आलेच. आणि अर्थातच सर्वेक्षण हे संख्यात्मक धारणांमध्ये चांगले बसते. दुसरे म्हणजे, अभ्यास करण्यासाठीच्या समस्येची निवड करण्यामागचे तर्कशास्त्र... जनसंख्या, नमुना, महत्त्वाचा नमुना भाषक याचा अभ्यास केलाच पाहिजे, यावर माझा विश्वास आहे. समस्येकडे अभ्यासाचे एकक म्हणून पाहणे योग्य ठरेल. म्हणून समस्या अभ्यासाचा १९व्या प्रकरणात समावेश केलेला आहे.

गुणात्मक अभ्यासातील विश्वासार्हता

प्रत्यक्षार्थवादी/गुणात्मक परंपरेमधून विज्ञानाचा जन्म झाल्याने, गुणात्मकतेच्या आवाक्यात येणाऱ्या कार्यपद्धती विश्वासार्हतेच्या निकषांवर उत्तीर्ण होत नाहीत, अशी त्यांची बदनामी होऊ शकते (प्रकरण ४ पहा). पण याचा अर्थ

असा नव्हे की विश्वासार्हतेची मूल्ये गुणात्मक जगात अस्तित्वात नाहीत. त्याउलट, चौथ्या प्रकरणात चर्चिल्याप्रमाणे, अशा अभ्यासासाठी आवश्यक असलेला उच्च पातळीचा काटेकोरपणा आणि कामाचे योग्य निकष नक्कीच विकसित केलेले आहेत.

प्रत्याक्षार्थवाद्यांच्या कसोटीवर न उतरणाऱ्या आणि वरवर पाहता गुणात्मक असणाऱ्या विधानावर साशंकता व्यक्त केली जाणे, स्वाभाविक आहे. परंतु, याचा अर्थ केवळ कामासाठी चुकीच्या निकषाची केलेली निवड असा आहे (प्रकरण ४ पाहा). पण जेव्हा गुणात्मक अभ्यास प्रत्यक्षार्थवाद किंवा गुणात्मकतेच्या आधारावर अयोग्य पद्धतीने केला जातो तेव्हा अर्थातच अपेक्षेनुसार तो अपेक्षांना पात्र ठरत नाही. पण हे फक्त कामाच्या बाबतीत अयोग्य निकष वापरण्यासंबंधी आहे. चौथ्या प्रकरणात स्पष्ट केल्याप्रमाणे अभ्यासाचे ध्येय काय आहे आणि धारणात्मक स्थिती काय आहे, या गोष्टींचा विचार करण्याआधी, व्यक्तीसापेक्षता कशी सांभाळली गेली आहे आणि पद्धतींमध्ये सुसंगतता आहे का, तसेच मतितार्थ व्यक्त झाला आहे ना आणि सरतेशेवटी संशोधन प्रक्रिया तपासता येईल किंवा नाही, या गोष्टींचा विचार करणे आवश्यक आहे. अर्थात या विधानाची सार्वत्रिक उपयुक्तता सतत लक्षात ठेवली पाहिजे. तथापि अशा मूल्यांकनाच्या निकषांमध्ये तटस्थता किंवा पारदर्शकता, व्यक्तीनिष्ठतेपेक्षा वस्तुनिष्ठता, विश्वसनीयतेपेक्षा निष्पक्षता, वैधतेपेक्षा सत्यता, हस्तांतरणीयतेपेक्षा सामान्यीकरणत्व आणि पुनर्निर्मितीक्षमतेऐवजी तपासून पाहण्याची क्षमता (प्रकरण ४ पहा) असण्याची शक्यता आहे. रकाना ८.२ मध्ये, योग्य विश्वासार्हता मूल्यांपर्यंत पोहोचण्यासाठी गुणात्मक संशोधक वापरत असलेल्या काही कृतीयोजनांचा समावेश आहे.

रकाना ८.२

गुणात्मक अभ्यासात विश्वासार्हता साध्य करण्यासाठीच्या कृतीयोजना

पूर्णपणा आणि काटेकोरपणा साधण्याकरिता वापरता येऊ शकतील अशा तंत्रांचा समावेश:

- *संपृक्तता* – जेव्हा अधिक डेटामुळे ज्ञानसमृद्धीत भर पडत नसेल किंवा सिद्धांत विकसनात मदत होत नसेल केवळ तेव्हाच अतिरिक्त डेटा संकलन थांबवावे.
- *स्फटिकीकरण* – जगाकडे बहुआयामी दृष्टिकोनातून बघताना; एकाच परिस्थितीचे किंवा अनुभवजन्य घटनेचे समृद्ध आणि वैविध्यपूर्ण आकलन विकसित करणे आणि ते आपण कुठे बघतो आणि प्रकाश कुठे आहे इत्यादीवर आपल्याला काय दिसते, हे अवलंबून आहे याचा स्वीकार करणे.
- *प्रदीर्घ प्रतिबद्धता* – संस्कृती जाणून घेण्यासाठी, संदर्भ समजून घेण्यासाठी आणि विश्वास आणि जवळीक निर्माण करण्यासाठी पुरेशा वेळेची तरतूद करणे.
- *दीर्घस्थायी निरीक्षण* – सुरुवातीच्या वरवरच्या पातळीपलीकडे जाऊन परिस्थितीची नोंद घेणे.
- *व्यापक प्रतिनिधित्व* – संस्था, सांस्कृतिक गट किंवा अनुभवजन्य घटना यांच्याबद्दल आत्मविश्वासाने बोलले जाऊ शकते याची खात्री करुन देण्यासाठी पुरेसे विस्तृत प्रतिनिधित्व करणे.
- *समविचारी व्यक्तींचा आढावा* – संशोधन प्रक्रियेच्या बाह्य तपासणीमध्ये, कार्यपद्धतीच्या सर्व पैलूंसंबंधी सहकाऱ्याला मुद्दाम विरुद्धपक्षी भूमिका मांडायला सांगणे.

निश्चिती किंवा निकषन मिळवण्याकरिता वापरता येऊ शकतील अशा तंत्रांचा समावेश:

- *त्रिकोणीकरण* – प्रत्येक स्रोताच्या अधिकृततेची खात्री करून घेण्यासाठी एकापेक्षा अधिक डेटा स्रोतांचा वापर.

- *सदस्य तपासणी* – आतील गोटातील माणसांकडून घटना, परिस्थिती आणि अनुभवजन्य घटना यांचा अन्वयार्थ तपासून घेणे.
- *पद्धतीचे पूर्ण स्पष्टीकरण* – अभ्यासाचे लेखापरीक्षण आणि पुनर्निर्मिती करता यावी म्हणून वाचकांना कार्यपद्धतीचा पुरेसा तपशील उपलब्ध करून देणे.

संस्कृतीवर्णन

शुद्ध आणि साधे सत्य क्वचितच शुद्ध असते आणि ते कधीच सोपे नसते.

ऑस्कर वाइल्ड

तुम्ही माझ्या घरी रात्रीच्या जेवणासाठी येणार असाल आणि त्याचे अनुभव-चिंतन करायचे झाले, तर कदाचित तुम्ही तुमच्या स्वतःच्या घराच्या संदर्भातून विचार कराल.(उदा. 'आम्ही असे करतो', 'हे वेगळे आहे', 'कसे विचित्र आहे'). तुम्ही माझ्या कुटुंबाची पारख तुमच्या स्वतःच्या कुटुंबाप्रमाणेच आणि तुमच्या स्वतःच्या संदर्भ-चौकटीतून कराल.

सांस्कृतिक समूहांचा अभ्यास करताना संस्कृतीवर्णन हीच गोष्ट काटेकोरपणे टाळण्याचा प्रयत्न करते. संस्कृतीवर्णन – ज्याचा शब्दशः अर्थ 'संस्कृती लेखन' असा होतो – सहभागींच्या दृष्टिकोनातून जीवनाच्या मार्गांचा शोध घेते आणि पूर्व-अस्तित्वात असलेली चौकट वापरून किंवा विशिष्ट विश्वविषयक दृष्टिकोनातून संस्कृती मूल्यांकन टाळण्याचा प्रयत्न करते. समूहातील सदस्य ज्या पद्धतीने गोष्टी पाहतात, तसे पाहणे आणि जगातील गोष्टींचा ते कशा पद्धतीने अर्थ लावतात हे समजावून घेणे, हे ध्येय आहे. दुसऱ्या शब्दात सांगायचे झाल्यास, संस्कृतीवर्णनात्मक संशोधक मत बाजूला ठेवतात आणि संस्कृतीमधून अर्थ उलगडून दाखविण्यासाठी लोक ज्या जगात राहतात ते प्रतीकात्मक जग समजून घेण्याचा प्रयत्न करतात.

अशा प्रकारचे समृद्ध आकलन तयार करण्यासाठी संस्कृतीवर्णनात्मक संशोधक काही लक्षणीय कालावधीसाठी स्वतःला संस्कृतीमध्ये बुडवून घेतात. ते त्याचा भाग बनतात आणि नंतर त्यांच्या वास्तवातील संभाषणांवर आणि निरीक्षणांवर चिंतन करतात. मग ती परदेशी संस्कृती असो, परिचित संस्कृती असो किंवा अगदी त्यांची स्वतःची संस्कृती; संस्कृतीवर्णनात्मक संशोधक सहभागींच्या दृष्टिकोनातून जग समजून घेण्यासाठी सांस्कृतिक क्लिष्टतेच्या खोलात शिरण्याचा प्रयत्न करतात. सांस्कृतिक आकलन कसे आकार घेते हे समजून घेण्यासाठी आणि समूहातील सदस्यांच्या दृष्टीने, त्यांच्या अनुभवांना काय अर्थ आहे, याचा शोध घेण्याचा प्रयत्न संस्कृतीवर्णनात्मक संशोधक करतात. फक्त ते काय आहे, या शोधाच्या पलीकडे जाऊन ते का आहे, ह्याचा शोध घेणे हे त्यांचे ध्येय आहे. (रकाना ८.३ पहा)

शब्दार्थसूची

संस्कृतीवर्णन

सांस्कृतिक समूहाचा अभ्यास म्हणजे सहभागीच्या दृष्टिकोनातून जीवन समजून घेण्याचा, वर्णन करण्याचा आणि उलगडून दाखविण्याचा प्रयत्न करणे.

संस्कृतीवर्णनाचे मूळ सांस्कृतिक मानववंशशास्त्रात आहे. विशेषतः क्लिफर्ड ग्रीत्झ ज्याने असा दावा केला आहे की आचरण आणि उद्देश या दोन्हीची निर्मिती करणाऱ्या मूलभूत चौकटी उजेडात आणण्याचा, 'स्थूल वर्णनाचे' विकसन करणे हा एकमेव मार्ग आहे. ([१९७३] २०००)

आता वरवर बघता हे अगदी सोपे वाटू शकते. पण परिभाषा उलगडताना बऱ्याच गुंतागुंतीच्या गोष्टी स्पष्ट होतात.

१. *संस्कृतीवर्णन म्हणजे सांस्कृतिक समूहांचा अभ्यास.* हा लक्षणीय आहे कारण 'सांस्कृतिक' ही संज्ञा, समूहाला बांधून ठेवणारी गोष्ट, अनुवंशशास्त्र, जीवशास्त्र वा भूगोल यापेक्षा अधिक काहीतरी आहे, असे सूचित करते. 'सांस्कृतिक' समूह हे सामाजिक परंपरा आणि समान श्रद्धा व आचरणाचे (उदा. मानववंशीय समूह, सामाजिक समूह किंवा कामाच्या ठिकाणाचे समूह) आकृतीबंध यांनी एकत्र बांधलेले आहेत. जगाचे विश्लेषण हे तिच्या सांस्कृतिक अनुभवावर बांधलेले असते या श्रद्धेवर संस्कृतीवर्णनात्मक अभ्यास आधारलेला आहे. म्हणून सांस्कृतिक समूहांचा अभ्यास म्हणजे सामयिक आकलन आणि सांस्कृतिक आणि रुढ आचरणाचे पैलू उलगडणे. दुसऱ्या शब्दात सांगायचे झाले तर संस्कृती वर्णन कोणत्याही परिस्थितीला आकार देणाऱ्या पद्धती, नियम, भूमिका आणि अपेक्षा यांचा शोध घेते.
२. *संस्कृतीवर्णन त्याच्या सहभागींच्या दृष्टिकोनातून जीवनाचा मार्ग शोधते.* लोक ज्या जगात राहतात ते प्रतीकात्मक जग समजून घेण्याचा संस्कृतीवर्णन प्रयत्न करते. समूह सदस्यांच्या नजरेतून गोष्टी बघणे, आणि त्यांना वाटत असलेला जगाचा अर्थ समजून घेणे, हे ध्येय आहे. दुसऱ्या शब्दांत सांगायचे झाल्यास, संस्कृतीवर्णनात्मक संशोधक संस्कृतीअंतर्गत अर्थ उलगडण्याचा प्रयत्न करतात किंवा ग्रीत्झने ([१९७३] २०००) उल्लेख केल्याप्रमाणे 'स्थूल वर्णन' विकसित करतात. हे लक्षणीय आहे, कारण संस्कृतीवर्णन अनेक वास्तवांचा स्वीकार करते आणि त्याला सांस्कृतिक तद्नुभूतीची आवश्यकता असते. अनोळखी पाश्चात्य विश्वकल्पनेविरुद्ध समज करून घेण्यपेक्षा, संस्कृतीवर्णनात्मक संशोधक तो समज स्थगित करण्याचा प्रयत्न करून झालेल्या संशोधनाच्या दृष्टिकोनातून जग समजून घेण्याचा प्रयत्न करतात.
३. *संस्कृतीवर्णन शोधात समजून घेण्याचा प्रयत्न करणे, आढळून येणे, वर्णन करणे आणि त्याचा अर्थ उलगडून दाखविणे इत्यादींचा समावेश आहे.* संस्कृतीवर्णनाचे स्वरूप वर्णनात्मक आहे, अशी त्याच्यावर टीका केली जाते. पण आचरण आणि अर्थनिर्माण करणाऱ्या मूलभूत रचनेचे आकलन विकसित करणे, 'स्थूल वर्णन' निर्मिती करणे हे काम वर्णन करण्याइतकेच शोध आणि अन्वयार्थ लावणे याबाबतचेही आहे.

रकाना ८.३

संस्कृतीवर्णन दाखला – *लाईनवर काम करताना महिला*

१९७० च्या शेवटी आणि १९८० च्या सुरुवातीला मिरियाम ग्लूक्समनने......

छायाचित्र ८.३ संस्कृतीवर्णन उदाहरण फोटो

रूथ कॅव्हेंडिशने कारखान्यातील महिला कामगारांच्या संस्कृतीवर्णन अध्ययनाचे आयोजन केले. कारखान्याच्या चार भिंतींच्या आत त्यांचे जीवन कसे आहे, एकाच वेळी त्या कामाच्या आणि घरच्या जबाबदाऱ्या कशा पार पडतात आणि कारखान्यातील आयुष्याबद्दलचे त्याचे दृष्टिकोन काय आहेत (ग्लकमन, २००९) याचा शोध घेतला. एक सहभागी निरीक्षक म्हणून 'रूथ' ती अभ्यासत असलेल्या महिलांमध्ये फक्त तद्नुभूतीपुर्वक गुंतली नाही तर प्रत्यक्षात त्यांचे आयुष्य जगण्याचा तिने प्रयत्न केला. या अनुभवातून तिने एक अभ्यासपूर्ण, स्पष्ट, सहानुभावात्मक आणि व्यक्तिगत अहवाल चित्रण मांडले. या अहवालात प्रयोग, सर्वेक्षण किंवा मुलाखतीवर आधारित पारंपरिक समाजशास्त्राच्या तंत्र माध्यमातून मांडता न आलेले, औद्योगिक जगातील महिलांच्या जीवन वास्तवाचे चित्र रेखाटणे शक्य झाले.ह्या आणि अशा अनेक कारणांमुळे, कॅव्हेंडिशचा अभ्यास आता फक्त एक अभिजात/प्रवर्तक संस्कृतीवर्णन अभ्यास मानला जात नाही तर आर्थिक समाजशास्त्र, लिंग समाजशास्त्र, आणि कामाचे समाजशास्त्र या विषयांतील एक अभिजात अभ्यास समजला जातो. (ग्लकमनच्या संकेतस्थळावर निष्कर्ष उपलब्ध)

संस्कृतीवर्णन अभ्यासाचे आयोजन

संस्कृतीवर्णन अभ्यास, संशोधनातील वस्तुस्थिती समजून घेण्याचा प्रयत्न करत असल्याने ते सहसा एकाधिक डेटा संकलन धोरणावर अवलंबून असतात. ते नैसर्गिक वातावरणात असलेल्या सांस्कृतिक समूहांचा शोध घेण्यात गुंततात आणि त्यासाठी प्रदीर्घ प्रतिबद्धतेची आवश्यकता भासते. तसेच दीर्घस्थायी निरीक्षण करण्याठी स्वत:ला त्यात गुंतवून घ्यावे लागते. संशोधन प्रक्रिया लवचिक आणि उदयोन्मुख आहे. सांस्कृतिक समूहांतर्गत ती वास्तविक वस्तुस्थिती म्हणून विकसित होण्याची शक्यता असल्याचे उघड आहे. संस्कृतीवर्णनाचा उपयोग सर्वसाधारणपणे मानववंशशास्त्रविषयक अभ्यासात केला जातो आणि त्याची तत्त्वे विस्तृत संदर्भात वापरली जाऊ शकतात.

संभाव्य सांस्कृतिक समूह चर्चा केल्याप्रमाणे, सांस्कृतिक समूहाची व्याख्या करण्यासाठी जीवशास्त्र किंवा भूगोल यापेक्षा अधिक कशाचीतरी गरज भासेल. सांस्कृतिक समूह असण्यासाठी आधी सामयिक संस्कृती असण्याची अट पूर्ण करण्याची आवश्यकता आहे. ती एक विलक्षण परकीय संस्कृती (उदा. आदिवासी 'जमात') असू शकते, किंवा परिचित संस्कृती (उदा. स्थलांतरित समुदाय किंवा निवासी शाळा). प्रबळ सांस्कृतिक समूहाचा अभ्यास करणेही शक्य आहे. असा समूह बऱ्याच गोष्टी उघड करू शकतो. कारण तो अनेकदा स्वतःलाच अधोरेखित करतो ज्यामुळे विशेष ज्ञान आणि नियामक मतप्रणाली पहिल्या जात नाहीत.

कोणत्याही विशिष्ट सांस्कृतिक समूहाच्या निवडीस चिन्होपयोगशास्त्र, अंगभूत रस, उपपत्ती किंवा यातील काही संयुक्तपणे कारणीभूत असतील. चिन्होपयोगशास्त्र संशोधन बांधिलकीत समायोचित संधी किंवा सुगमता यांचा समावेश होऊ शकतो. सांस्कृतिक समूहांची निवड अन्योन्नदर्शी आकलन वाढविण्यासाठीही केली जाऊ शकते. कारण ते समूह, अद्वितीय आणि अपरिचित; ज्यांच्याविषयी गैरसमज आणि विपर्यास केलेले आहेत; स्वल्प आणि अश्रुत किंवा प्रबळ पण परावर्ती शोध न घेतलेले असतात. शेवटी, सांस्कृतिक समूह सिद्धांताच्या आधारावर निवडले जाऊ शकतात. उदाहरणार्थ, अर्थाची रचना कशी करण्यात आली आहे ते समजून घेणे, याचा अभ्यास करणे किंवा संस्कृतीचा अर्थ सांगणाऱ्या अर्थविवरणात्मक आणि प्रतीकात्मक पद्धतीचा शोध घेणे, हे ध्येय असेल तर प्रातिनिधिक, अ-प्रातिनिधिक, अतिरेकी किंवा दुर्मिळ जातीच्या समूहाची निवड करता येईल.

सांस्कृतिक समूह कसाही निवडला गेला असला तरी, संस्कृतीवर्णनात्मक संशोधकाला समूहात मुक्त प्रवेश असणे, हे अत्यावश्यक आहे. जवळीक आणि विश्वास निर्माण करणे आपल्याला शक्य होईल, असा विश्वास संशोधकाला वाटणे आवश्यक आहे. विश्वासार्ह संस्कृतिवर्णनात्मक अभ्यासासाठी संशोधकाला पृष्ठभागाला छेदून, औपचारिकतेच्या पलीकडे जाऊन तसेच फक्त संशोधकाच्या कामासाठी पूर्णपणे सादर न होणाऱ्या सांस्कृतिक क्रिया व कलाकार यांचे निरीक्षण करण्यास सक्षम असणे आवश्यक आहे.

संभाव्य माहिती संकलन श्रेणी/विश्लेषण पद्धती स्थूल वर्णन आणि समृद्ध व डोळस विवेचन करणे, हे संस्कृतीवर्णनात्मक संशोधकाचे ध्येय आहे. काही संशोधक फक्त डेटा संकलनाच्या एकाच पद्धतीपुरते स्वत:ला मर्यादित करू इच्छितात. म्हणून डेटा संकलन ही मल्टीमेथड आहे आणि अनेकदा संपृक्ततेच्या अवस्थेस पोहोचेपर्यंत म्हणजेच संकलन पूर्ण (परिपूर्ती) होईपर्यंत चालत राहते. व्युत्पन्न डेटाचे प्राथमिक स्वरूप संख्यात्मक असले तरी संस्कृतीवर्णन डेटाचे स्वरूप मुख्यत्वे गुणात्मक असते ज्यायोगे प्रतीकात्मक जगातील समृद्धीचे पूर्णपणे वर्णन केले जाऊ शकते. माहिती संकलन पद्धतीत खालील गोष्टींचा समावेश होतो:

- *निरीक्षण* – प्रतिसादकाचे निरीक्षण हे बऱ्याच संस्कृतीवर्णनात्मक अभ्यासांसाठी नित्याचे आहे. आणि खोलात जाऊन शोध घेण्यासाठी त्या संस्कृतीत आकंठ बुडून जावे लागते. संस्कृतीवर्णनात्मक संशोधक सांस्कृतिक

तद्नुभूती तयार करण्याचा प्रयत्न करतात आणि अन्य लोकांची वस्तुस्थिती जगतात. संस्कृतीवर्णनात्मक संशोधक, अधिक संरचित निरीक्षणे निर्माण करण्यासाठी असहभागी तंत्रांचाही वापर करू शकतात.

- *मुलाखती* – हे सामान्यतः सखोल आणि अरचित असतात आणि प्रतिसादकाच्या निरीक्षणानुसार संवादाचे स्वरूप धारण करतात. सांस्कृतिक समूहाच्या प्रतिनिधिक नमुन्याचे प्रतिनिधित्व करणारा खूप महत्त्वाचा माहितीदाता किंवा व्यक्ती यांचा 'मुलाखतीं'मध्ये समावेश असतो. अशा सांस्कृतिक समूहाच्या प्रतिनिधिक नमुन्यांमध्ये पुरुष, स्त्रिया, मुले, वृद्ध, नवीन सदस्य, संघटनात्मक सदस्य, इ. चा समावेश असतो.
- *कागदपत्रांचे विश्लेषण* – कधी कधी उपलब्ध संशोधनाच्या लक्ष्याची वस्तुस्थिती समजून घेण्यासाठी संस्कृतीत लिहिलेल्या मजकूराची तपासणी करणे, हा चांगला मार्ग आहे. निवड केलेल्या सांस्कृतिक समूहाच्या गुणधर्माप्रमाणे स्थानिक वर्तमानपत्र, दूरदर्शन, रेडीओवरील ध्वनिक्षेपण याचे विश्लेषण किंवा स्थानिक कलेचे विश्लेषण, शाळेतील मुलांच्या कविता व निबंध, जर्नल्स व दैनंदिनी किंवा सिद्धांत व श्रद्धा यांचाही विश्लेषणात समावेश होतो.
- *सर्वेक्षण* – संस्कृतीवर्णन अभ्यासाचे आयोजन करणारे लोक अनेकदा सर्वेक्षणावर ते खूप संक्षिप्त आहे अशी टीका करतात. पण संभाव्य डेटा संकलनाचे साधन म्हणून, ते एकतर्फीपणे अमान्य करावे असे मला वाटत नाही. फक्त सर्वेक्षणाधारित संशोधन अभ्यास म्हणजे संस्कृतीवर्णन नव्हे. प्रश्नावलीसारखे सर्वेक्षणाचे साधन हा विशिष्ट सांस्कृतिक समूहा अंतर्गत मोठ्या प्रमाणावर शोध घेण्यासाठी सर्वोत्तम मार्ग असेल.

संस्कृतीवर्णनः सामर्थ्य आणि आव्हाने

संस्कृतीवर्णनात्मक संशोधक संस्कृतीवर्णन अभ्यासात मग्न होण्यास तयार आहेत कारण त्यांना असा विश्वास वाटतो की ते मूल्ये, मानके, प्रतीके, सांस्कृतिक गटामधील श्रद्धा आणि पद्धती याचा संपन्न आणि सखोल शोध घेतील. ह्यामुळे त्यांना अस्तित्वात असलेल्या सिद्धांताशी संवाद साधता येऊ शकतो आणि नवीन सिद्धांताकडे नेणारे अंतर्ज्ञान विकसित करता येते. संस्कृतीवर्णनात्मक संशोधक, अनेक विश्वकल्पनांचे तसेच उपलब्ध संशोधित माहितीच्या दृष्टिकोनातून आकलन विकसित करण्याचे महत्त्व देखील जाणतात.

आकंठ बुडून केलेल्या या अभ्यासात संस्कृतीवर्णनाशी संबंधित काही अडचणी येतात. त्यात समाविष्ट गोष्टी: प्रवेश मिळवणे आणि विश्वास संपादन करणे, भावनिक मूल्य, उपलब्ध संशोधित माहितीवर संशोधकाने प्रभाव टाकण्याची शक्यता आणि आपण अभ्यास करत असलेल्या समूहाकडून आपल्या मागण्या.

पण संस्कृतीवर्णनाबाबत अधिक नेमक्या चिंता आहेत ज्यांचा गंभीरपणे विचार करणे आणि त्या कौशल्याने सोडवणे आवश्यक आहे. प्रथम, संस्कृतीवर्णनात्मक संशोधकांना एकजातीयत्वापासून (सजातीयतेपासून) संरक्षण देणे आवश्यक आहे, ज्यामुळे एखाद्या विशिष्ट समूहामधील फरकाला किमान मान्यता मिळेल. संस्कृतीवर्णनात्मक संशोधकांना इतरांची वस्तुस्थिती दर्शवताना थोडी विरोधाभासात्मक पेचप्रसंगाची जाणीव असणे देखील आवश्यक आहे. उपलब्ध संशोधित माहितीच्या दृष्टिकोनातून आकलन झालेल्या गोष्टींचा विकास करणे आणि अर्थ लावणे हे संस्कृतीवर्णनाचे स्पष्ट ध्येय आहे. तथापि, वर्णन अपरिहार्यपणे अर्थविवरणात्मक असावे लागते आणि हेदेखील तो स्वीकारतो. आणि संशोधकाच्या विश्वकल्पनेसह, सैद्धांतिक आणि वैश्लेषिक चौकटीच्या माध्यमातून निरीक्षणे आणि आदान याची हळूहळू माहिती होणे हा त्या अर्थग्रहणाचा आधार आहे. बाहेरच्या व्यक्तीला (विशेषतः अतिशय भिन्न संस्कृतीच्या) खरोखर कधी माहिती होईल का? तो वर्णन करू शकेल का? आणि आतल्या माणसाप्रमाणे वस्तुस्थिती उलगडून दाखवू शकेल का? हे प्रश्न उरतातच.

ह्या 'विरोधाभासा'चे व्यवस्थापन तुम्ही कसे करता, ही गोष्ट तुम्ही वरील प्रश्नाचे चिंतन कसे करता, तसेच संशयखोर माणसांच्या विश्वासार्हतेबाबतच्या चिंतांचे सामाधान होईल, अशी कारणमीमांसा मांडण्याची तुमची क्षमता यावर अवलंबून आहे. त्यासाठी तुम्हाला परावर्ती विचार करून खालील गोष्टींचा स्पष्ट उल्लेख करावा

लागेल: तुमच्या संशोधनातील अर्थविश्लेषक पद्धतींवर एक संशोधक म्हणून तुमचा कसा प्रभाव आहे, सखोलता आणि निश्चिती मिळवण्यासाठी तुम्ही कोणत्या धोरणांचा अवलंब केला आहे (रकाना ८.२ पहा), एखाद्या विशिष्ट ज्ञानशाखेत तुमच्या संशोधनाचे नेमके काय स्थान आहे.

आता एका संस्कृतीमध्ये स्वत:ला आकंठ बुडवून घेण्यासाठी नीतीशास्त्राची परवानगी मिळविणे अत्यंत कठीण आहे. एखाद्या पंथात किंवा समूहात सामील होण्यासाठी मंजूरी मिळण्याची शक्यता नाही! पण तुम्ही आधीच तुम्हाला शोध घेऊ इच्छित असलेल्या नवीन सांस्कृतिक समूहात आकंठ बुडाला असाल, तर संस्कृतीवर्णनाचा विचार करणे योग्य ठरेल. उदाहरणार्थ, तुम्ही भारताबाहेरील देशात शिकण्यासाठी राहत आहात किंवा एका मासेमारी नौकेवर तुम्हाला नुकतेच काम देऊ करण्यात आले आहे किंवा रांगड्या कामकरी वर्गाची पार्श्वभूमी असलेल्या माझ्या पदवीधर विद्यार्थी मित्राच्या बाबतीत घडले तसे; तुम्ही स्वत: ला शैक्षणिक संस्थेच्या विचित्र जगात गुंतवून घेतलेत.

आणखी एक शक्यता अशी आहे की, आपले संशोधन अधिक तद्नुभूतीपूर्ण आणि संवेदनशील करण्यासाठी तुम्ही संस्कृतीवर्णनाच्या आकलनाचा उपयोग करून घ्याल. जवळ जवळ सर्व मुलाखत आणि डेटा विश्लेषण तंत्राबाबतची योग्यता एकजुटीने प्रयत्न करून भरपूर प्रमाणात वाढवता येऊ शकते. त्यासाठी संशोधकापेक्षा प्रतिसादकाची सांस्कृतिक वस्तुस्थिती वेगळी असू शकते हे समजून घेणे आणि ह्या पर्यायी वास्तवाला वैधता देणे आणि ते पूर्णपणे समजून घेणे आवश्यक आहे.

मानसघटनाशास्त्र

जिंकल्यावर किंवा हरल्यावर काय वाटते ते कळणे महत्त्वाचे आहे. स्तनाच्या कर्करोगाशी लढा देत असलेल्या व्यक्तीचा प्रत्यक्ष अनुभव समजून घेणे महत्त्वाचे आहे का? वर्गात सर्वात शेवटी असणाऱ्याला काय वाटते ते समजून घेणे महत्त्वाचे आहे का? आता मी कार्यकरणाबद्दल बोलत नाही आहे. कोणीतरी का जिंकले वा हरले किंवा कर्करोगाचा अभिप्रेत अर्थ काय किंवा किंवा कोणाला तरी शाळेत संघर्ष का करावा लागला हे मी विचारत नाही आहे. मी काटेकोरपणे 'अनुभवजन्य' किंवा 'वास्तविक अनुभवा'बद्दल बोलत आहे – त्या अनुभवातून जाताना काय वाटते?

वास्तविक अनुभव समजावून घेणे खूप महत्त्वाचे आहे असे मला वाटते. मी हे स्पष्ट करण्याचा प्रयत्न करते. प्रौढ शिक्षणाबद्दलची महत्त्वाची भूमिका ही की लोक जेथे आहेत तेथून सुरुवात करणे आवश्यक आहे. आणि माझीही हीच परिस्थिती असल्याचे मला आढळले – फक्त माझ्या शिकवण्याच्या बाबतीतच नाही परंतु मतभेदांमध्ये मध्यस्थी, एजन्सी बदलणे, परिस्थितीतील प्रगती, समुपदेशन आणि समस्या ठरवणे याबाबत देखील तसेच वाटले. लोकांना अ ते ब असा प्रवास करायला लावण्यात तुम्हाला खरोखरच प्रभावी व्हायचे असेल तर तुम्हाला अ पासून सुरुवात करावी लागेल. आणि ते तुम्ही फक्त अ ला समजून घेणे आणि त्याचे मूल्य जाणण्याच्या माध्यमातूनच करू शकाल. फक्त बौद्धिकरीत्याच नाही तर, पण भावनिकरीत्याही.

खेळाडूंना शरीर संप्रेरक (स्टिरॉइड्स) घेण्याची इच्छा का होते? हे समजण्यासाठी तुम्ही त्यांचे जिंकणे आणि हरणे याबाबतची वास्तविक वस्तुस्थिती समजून घेणे आवश्यक आहे. तुम्ही स्तनाचा कर्करोग असणाऱ्या व्यक्तीला मदत करू इच्छित असाल तर त्यांना त्यांच्या शरीराबद्दल, त्यांच्या आत्मप्रतिष्ठेबद्दल आणि त्यांच्या भविष्याबद्दल त्यांना काय वाटते, हे तुम्हाला माहीत हवे. शाळेत शिक्षणासाठी संघर्ष करत असलेल्या विद्यार्थ्याला प्रेरणा कशी देता येईल हे तुम्हाला समजून घ्यायची इच्छा असेल तर त्यांच्या दृष्टीने वर्गात शेवटचे असणे म्हणजे नक्की काय? हे माहीत असणे आवश्यक आहे .

मानसघटनाशास्त्रीय अभ्यासाचे हे ध्येय आहे. क्ष म्हणजे काय? किंवा क्ष कशामुळे आहे? हे विचारण्यापेक्षा मानसघटनाशास्त्र क्ष च्या वास्तविक अनुभवांचा शोध घेते. खरं तर मानसघटनाशास्त्रज्ञ असा युक्तिवाद करतील

की वस्तुनिष्ठ ज्ञान किंवा सत्य यांचे वर्गीकरण करावे किंवा ते बाजूला काढावेत जेणेकरून ज्ञानात्मक जाणिवेच्या अंतर्गत प्रक्रियांवर लक्ष केंद्रित करता येईल. कारणे, सत्याची किंमत, वस्तुस्थिती किंवा स्वरूप याबाबत काळजी करण्याचे कारण नाही. सामाजिकदृष्ट्या रचना केलेल्या अंतरव्यक्तीनिष्ठ जगात सर्व ज्ञान वैयक्तिक आकलनावर (रकाना ८.४ पहा) अवलंबून असल्याने, आपली थेट जाणीव ही एकाच गोष्ट आपल्याला माहीत असते.

शब्दार्थसूची

मानसघटनाशास्त्र

त्यांचे अस्तित्व थेट व्यक्तीच्या स्वतःच्या जाणिवेत आणि अनुभवात असल्याने, अनुभवगम्य घटनांचा अभ्यास). सामाजिक-ऐतिहासिक संदर्भ किंवा अगदी तथाकथित 'वस्तुस्थिती' याऐवजी आकलन हे अन्वेषणाचे केंद्र आहे.

अनुभवगम्य घटना, अभ्यासाचा विषय म्हणून आपल्यासाठी थोडा नवीन असेल. म्हणून मानसघटनाशास्त्रीय अभ्यासामध्ये असलेल्या घटकांचे वर्गीकरण करू या आणि प्रत्येक घटकाची स्पष्टीकरण, आकलन आणि अनुभवगम्य घटनेच्या संशोधनात भूमिका काय आहे याचा ठळकपणे विचार करू या.

१. *मानसघटनाशास्त्रीय अभ्यास हा मोठ्या प्रमाणात व्यक्तींवर अवलंबून असतो.* एकतर व्यक्तींच्या मुलाखती किंवा त्यांची सांस्कृतिक उत्पादने – ते काय लिहितात, ते काय रंगवतात इ. – विशिष्ट अनुभवगम्य घटनेचे अनुभव सांगण्यासाठी वापरले जातात. उदाहरणार्थ, निर्वासित, खेळाडू किंवा नेते यांना अनुक्रमे विस्थापन, विजय, आणि शक्ती अशा प्रकारच्या अनुभवांचे चित्रण करण्यासाठी बोलावले जाऊ शकते. म्हणून मानसघटनाशास्त्रीय अभ्यासाच्या आयोजनामध्ये व्यक्ती या केंद्रस्थानी असतात. पण त्यांच्या स्वतःपेक्षा त्यांच्या वास्तविक अनुभवांचे चित्रण हे मानसघटनाशास्त्राचा केंद्रबिंदू असतो.

२. *मानसघटनाशास्त्रीय अभ्यास हा मोठ्या प्रमाणात रचनेवरही अवलंबून असतो.* विस्थापन, विजय आणि शक्ती अशा संकल्पना, मानसघटनाशास्त्रीय अनुभवांचा शोध घेताना केंद्रस्थानी असतात. तथापि, मानसघटनाशास्त्रीय अभ्यासात, रचनेची वस्तुस्थिती हे काळजीचे कारण नाही. उलट ते एकत्र करायला हवेत – जगाच्या दृष्टीने ते कसे असायला हवेत किंवा कसे आहेत याचा जितका मुक्तपणे शोध घेता येईल तितका घेतला पाहिजे. मानसघटनाशास्त्रात त्याच्या संकल्पनेपासून मुक्त झालेल्या सिद्धांत संकल्पनेचा वस्तू म्हणून उल्लेख केला जातो.

३. *मानसघटनाशास्त्राचा केंद्रबिंदू असलेल्या अनुभवगम्य घटना, या प्रत्यक्षात व्यक्ती आणि वस्तू यांच्या छेदनबिंदूशी असतात आणि व्यक्तीचे, वस्तूंबाबतचे वास्तविक अनुभव हे त्याचे केंद्र असते.* क्ष कशामुळे आहे? क्ष म्हणजे काय? हे विचारण्यापेक्षा मानसघटनाशास्त्र क्षच्या अनुभवांचा शोध घेते. दुसऱ्या शब्दात सांगायचे तर, मानसघटनाशास्त्र म्हणजे व्यक्ती आणि वस्तू यांच्या संबंधांच्या अनुभवांचा अभ्यास. व्यक्तीच्या थेट जाणिवेत त्याचे अस्तित्व असल्याने अनुभवगम्य घटनांचा तो अभ्यास आहे.

मानसघटनाशास्त्रीय अभ्यासाचे आयोजन

समाजविज्ञानामधील कार्यपद्धतीविषयक दृष्टिकोनामध्ये तीन मूलभूत घटक आहेत. ते म्हणजे तुमचे सहभागी, तुमच्या डेटा संकलन पद्धती, आणि विश्लेषणाच्या संकल्पित रीती ह्या होत. आणि अर्थातच, तुमचा 'अहवाल' हे अंतिम उत्पादन (end product) आहे. पण मानसघटनाशास्त्रात हे अशा प्रकारे होत नाही. मानसघटनाशास्त्रीय

चित्रण हे मानसघटनाशास्त्रीय अभ्यासाचे फलित आहे; आणि वर्णनाचे संकलन, त्या वर्णनाचा अर्थ लावणे आणि ती वर्णने लिहून काढणे या परिणामत: वेगवेगळ्या कृती नाहीत.

मानसघटनाशास्त्रीय चित्रण निर्मिती मानसघटनाशास्त्रीय अभ्यासाची महत्त्वाची निष्पत्ती म्हणजे समृद्ध मानसघटनाशास्त्रीय चित्रण होय. खरं तर, इतक्या समृद्ध प्रतिमांची निर्मिती करण्याचे ध्येय आहे त्यामुळे इतरांना त्यांच्या विशिष्ट अनुभवगम्य घटनेचा अनुभव कसा होता, हे सांगण्याची संधी मिळेल.

अशा चित्रणनिर्मिती प्रक्रियेत सामान्यत: विशिष्ट अनुभवगम्य घटनेचा अनुभव घेतलेल्या व्यक्ती मिळवणे, आणि प्रत्येक प्रतिसादकाबरोबर एक किंवा अधिक सखोल मुलाखती आयोजित करणे, याचा समावेश होतो. प्रतिसादकांची संख्या बदलू शकते – पण एका अनुभवगम्य घटनेचा अनुभव घेण्याचे एकाहून जास्त मार्ग असण्याची शक्यता आहे असे गृहीत धरून, भिन्नता राखण्यासाठी तुम्हाला सामान्यपणे पुरेश्या मुलाखतींचे आयोजन करणे आवश्यक आहे. मुलाखतदार खूप वेळा संपृक्ततेच्या शोधात असतात, ज्यामुळे अतिरिक्त मुलाखतींतून कोणत्याही नवीन दृष्टिकोनाची भर पडत नाही.

वास्तविक अनुभवांचे समृद्ध चित्रण करणे हे बहुतेक वेळा 'संभाषण' म्हणून आयोजित केलेल्या मुलाखतींचे ध्येय असते. दुसऱ्या शब्दांत सांगायचे झाल्यास, प्रतिसादकांनी त्यांना आलेला अनुभवगम्य घटनेचा अनुभव कसा वाटला, त्यामुळे त्यांना कशाची आठवण झाली आणि ते त्याचे वर्णन कसे करतील हे सांगावे, अशी तुमची इच्छा आहे. प्रतिसादकांना नंतर पुढे त्यांच्या चित्रणातील विविध पैलूंवर चिंतन करण्यासाठी प्रोत्साहन दिले जाते. ह्यासाठी अनेकदा त्यांच्या शब्दांपलीकडचा गर्भितार्थ समजून घेण्यासाठी, गाभ्याच्या आत खोलवर जावे लागते. उदाहरणार्थ, 'जिंकणे' या घटनेच्या अनुभवाचे प्रथम तुम्ही 'विलक्षण' म्हणून वर्णन करता, पुढे जाऊन तुम्ही 'जगाच्या शिखरावर असल्यासारखे वाटणे' किंवा 'माझ्याकडे तेवढी गुणवत्ता आहे, हे मला माहीत आहे' असे त्याचे वर्णन करता. अशा प्रकारे, संशोधक आणि संशोधित माहिती, एक वर्णनात्मक आणि अर्थविवरणात्मक गोष्ट तयार करतात जी अनेकदा समृद्ध, काव्यमय, आणि पूर्ण रूपकात्मक असते.

मुलाखती आयोजित करण्याऐवजी किंवा त्याशिवायही संशोधक पूर्व-उत्पादित मजकूराचादेखील शोध घेऊ शकतात. पत्रे, जर्नल्स, पुस्तके, चित्रपट, काव्य आणि संगीत यामध्ये मोठ्या प्रमाणावर असलेले सुंदर, समृद्ध मानसघटनाशास्त्रीय चित्रण सापडते. उदाहरणार्थ, 'लढाईवर जाणे' याचे मानसघटनाशास्त्रीय चित्रण. फक्त घरात असलेली पत्रे वाचून, किती समृद्ध, प्रांजळ, व सुखद (CHILLing) चित्रण जमा करता येऊ शकेल, याची कल्पना करा.

दुसरे आवर्तन एकदा का तुम्ही तुमची चित्रणे निर्माण (किंवा स्थित) वा संकलित केलीत की संपृक्तता बिंदू गाठला आहे असे आपल्याला वाटते, पुढील पायरी म्हणजे संश्लेषण आहे. समान अनुभवगम्य घटनांच्या अनुभवातील साधर्म्य आणि असमानता यांचा शोध घेणे, हे ध्येय आहे. तुम्ही खुद्द अनुभवगम्य घटनांबाबतच्या अनुभवाचीच व्याप्ती शोधत आहात. हे साधारणपणे अनावश्यक असमानता कमी करण्यासाठी आणि विविध चित्रणांच्या अत्यावश्यक स्वरूपाचे संकलन करण्यासाठी, उपलब्ध ग्रंथ आणि परिणामकारक कल्पना यांच्यादरम्यान आवर्तित होत राहते. माझ्या स्वत:च्या काही संशोधनात, उदाहरणार्थ, मी देवाचे करणे सोडून देणे; यासंबंधीचेच तीन 'प्रकार'चे वास्तविक अनुभव मांडले आहेत असे मला आढळले - 'राग आणि पश्चातापाची प्रतिक्रिया'; 'उद्विग्न आणि विषण्ण अंतर्निरीक्षण' आणि 'खुले अध्यात्मिक आत्मपरीक्षण' (ओ'लिअरी, २००१बी).

रकाना ८.४

मानसघटनाशास्त्रीय उदाहरण – 'एड्स ग्रस्त महिलांची शुश्रुषा करणे'

'एड्स ग्रस्त महिलांची शुश्रुषा करणे' (सीनफिल्ड १९९५) या अभ्यासाचा उद्देश परिचारिकांचा दृष्टिकोन समजावून घेणे (व्यक्तीचा अभ्यास हा वर मुद्दा १ मध्ये उल्लेख केल्याप्रमाणे) हा होता, जो एड्स ग्रस्त महिलांच्या गरजा (रचना/बांधणीवर मुद्दा २ मध्ये उल्लेख केल्याप्रमाणे) अधोरेखित करण्याच्या अनुभवावर होता (वास्तव अनुभव हा वर मुद्दा ३ मध्ये उल्लेख केल्याप्रमाणे). आतापर्यंत करत असलेल्या शैक्षणिक अभ्यासापेक्षा या अभ्यासाची उद्दिष्टे खूप वेगळी आहेत. त्यात वैद्यकीय परिचारिका व्यवसाय, परिचारिका शिक्षण व परिचारिका संशोधन यावर परिणाम साधण्याची क्षमता आहे.

हे उद्दिष्ट साध्य करण्यासाठी, सीनफिल्डने मानसघटनाशास्त्रीय दृष्टिकोन वापरला. ज्यात न्यू साउथ वेल्स, ऑस्ट्रेलिया मध्ये ९० बेड असलेल्या तीव्र आजारासाठीच्या रुग्णालयात नोकरी करणाऱ्या आठ नोंदणीकृत परिचारिकांशी सखोल संभाषणांचा (मानसघटनाशास्त्रीय चित्रण) समावेश होता. प्रत्येक संभाषणाचे, डेटामधून उदयास आलेल्या पाच कल्पनांबरोबर (शिक्षणातील त्रुटी ओळखणे; लक्ष केंद्रित करणे; सामान्यीकरण; एकत्रीकरण आणि प्रणाली अंतर्गत काम करणे) पुन:पुन्हा अन्वेषण केले (संश्लेषणाचे दुसरे आवर्तन).

(सीनफिल्डचे वाचन संकेतस्थळावर उपलब्ध ☝)

मानसघटनाशास्त्राच्या अनुषंगाने येणारी सामर्थ्ये आणि आव्हाने

मला असं वाटतं की मानसघटनाशास्त्राचे मुख्य सामर्थ्य हे आहे की, ते ज्याला 'अनुभवगम्य घटना' म्हणतात, ती शोधण्याचा मार्ग दाखवते. अनुभवगम्य घटना आपले सामाजिक जगत समजून घेण्यासाठी अत्यंत महत्त्वाच्या आहेत. पण अनेकदा सामाजिक अभ्यासात त्याकडे दुर्लक्ष होते. जनसंख्या, मते, दृष्टिकोन, श्रद्धा आणि लोकवर्तन शोधण्याकडे आपला कल असतो आणि आपण सामाजिक जगतात भरून राहिलेल्या कल्पना, मतप्रणाली आणि रचना यांचा अभ्यास करतो. पण अनुभवगम्य घटनांचा अभ्यास हा मर्यादित आहे आणि अनेकदा ते विद्यार्थी संशोधकांसाठी उपलब्ध संभाव्य संशोधन धोरण म्हणून चर्चिले जात नाही.

वास्तविक अनुभव समजावून घेण्याचा आणि त्यांचे वर्णन करू शकण्याच्या शक्यतेचा विचार करा. अशा प्रकारचे सामंजस्य असेल तर उपक्रमशीलता किंवा समस्या निवारण धोरणात बदल होण्यासाठी अजून किती अंतर्दृष्टी असायला हवी? उदाहरणार्थ, चिंताजनक आजाराचा वास्तविक अनुभव समजून घेणे व त्याचे चित्रण करणे. चिंताजनक आजार झालेल्या व्यक्तींसाठी समर्पित असलेल्या मानसिक आरोग्य कर्मचाऱ्यांसाठी योग्य करार-मसुदा विकसित करण्याची इच्छा असणाऱ्यांसाठी, हे वाचन अत्यावश्यक आहे. किंवा युद्धाने स्थैर्य गमावलेल्या देशात वाढणे कसे असते, याचा अन्वयार्थ काढायचा झाल्यास, हे चित्रण सांस्कृतिक तदनुभूती विकसित करण्यासाठी बहुमोल ठरू शकते का? आणि तणावाचा मागोवा घेणारा कोणताही अभ्यास, त्याला प्रत्यक्षात काय वाटत आहे हे समजून न घेता पूर्ण होणार नाही.

तुमच्या स्वत:च्या संशोधनातील मानसघटनाशास्त्रीय दृष्टिकोनांच्या ताकदीला कमी लेखू नका. सामाजिक शास्त्रज्ञ म्हणून, डोक्यात काय चालले आहे, याचा अभ्यास करण्याकडे आपला कल असतो. पण मानवी जीवनातील अनेक कृती या मनाच्या प्रेरणेने होतात. त्या विचारांपेक्षा भावनेने प्रेरित असतात. उदाहरणार्थ, दारू पिऊन गाडी चालाविण्यासारख्या अतर्क्य गोष्टी लोक का करतात किंवा कारावास किंवा लहान मुलाचा मृत्यू अशा अवघड

गोष्टींना लोक सामोरे कसे जातात, हे तुम्हाला माहीत करून घ्यायचे असेल तर फक्त 'का' आणि 'कसे' यापेक्षा आणखी काहीतरी विचारणे महत्त्वाचे ठरेल. त्याबाबतीत कसे वाटते हे विचारणे महत्त्वाचे आहे.

फायदेशीर असलेली कोणतीही गोष्ट सोपी असतेच असे नाही. साहित्य किंवा मानसघटनाशास्त्र स्थूल आणि तात्त्विकतेकडे झुकणारे असते. आणि प्रत्यक्ष 'पद्धतीं'वर विशेष स्पष्ट मार्गदर्शन करत नाही. संशोधन ग्रंथांमधूनही तुम्हाला फारसे मार्गदर्शन मिळणार नाही. काही ग्रंथात या विषयाचा संदर्भच नाही आणि ज्यात आहे त्यात तो विशेष चांगल्या पद्धतीने उल्लेखिलेला नाही. अध्यापन आणि अध्ययन याबाबतीतही तीच स्थिती आहे. सामाजिक शास्त्रज्ञ म्हणून मी घेतलेल्या 'प्रशिक्षणा'मध्ये मानसघटनाशास्त्रीय पद्धतीची चर्चा करण्यात आली नव्हती. आणि ते माझ्या तत्त्वज्ञानाच्या वर्गात जेव्हा शिकवले गेले, तेव्हा मानसघटनाशास्त्रीय अभ्यास आयोजित करण्यासाठी मला मदत होईल अशा प्रकारे घेतले गेलेले नव्हते. गर्भितार्थ हा की, तुमच्याकडे जर मानसघटनाशास्त्रातील अनुभवी पर्यवेक्षक किंवा मार्गदर्शक नसेल तर मानसघटनाशास्त्रीय अभ्यास करण्याकरीता तुम्हालाच साहित्यात शिरणे आवश्यक आहे. (काही सूचना या प्रकरणाच्या शेवटी देण्यात आल्या आहेत).

संस्कृतीदर्शी कार्यपद्धती

दिवसभरात आपण आपल्या – पालकांशी, मित्रांशी, किराणा दुकानातील कॅशिअरशी संवाद साधतो. आणि कधी कधी जाणीवपूर्वक, पण प्रामुख्याने मनाच्या सुप्तावस्थेत आपण कशा प्रकारे वागावे आणि काय बोलावे याबाबत आपले मत बनवितो. आणि हे आपण विशेष ताण न घेता करतो कारण आपण या 'पद्धतीं'शी – नियम, निकष आणि नमुन्यांशी जुळवून घेतलेले असते – ज्या आपल्याला अशा प्रकारच्या परस्पर संवादातून योग्य मार्ग काढायला मदत करतात.

संस्कृतीदर्शी कार्यपद्धती हा दररोज घडणाऱ्या परस्पर संवादाचा अभ्यास आहे. आणि व्यक्तींचा जगाशी संबंध आल्यावर प्रत्येक वेळी त्या अर्थविवरणात्मक कामात गुंततात, असा युक्तिवाद केला जातो. हे योग्य प्रकारे करण्यासाठी, त्या व्यक्ती संस्कृतीदर्शी कार्यपद्धतीचा जनक, गारफिनकेलने (१९६७) उल्लेख केलेल्या 'डॉक्यूमेंटरी पद्धती' वापरतात. यात 'इंडेक्सिकॅलिटी' (उल्लेखसूचीकरण) चा समावेश होतो. –ज्यात मान्यताप्राप्त नमुन्याला अनुरूप अशा सामाजिक परस्परसंबंधातून संदर्भ घेणे – आणि मग त्या परस्पर संवादाचा नमुन्यानुसार योग्य अर्थ लावणे, यांचा समावेश होतो. हे गोंधळात टाकणारे आहे, हे मला माहीत आहे. पण आचरणात आणायला ते खूपच सोपे आहे. कारण ही अशी गोष्ट आहे जी तुम्ही दररोज आपोआप करता. उदाहरणार्थ, जर कोणीतरी म्हणाले, 'मला तुझी दखल घेण्यावाचून पर्याय नव्हता' तर तुम्ही संभाव्य नमुना शोधण्यासाठी आणि योग्य प्रतिसादाची मांडणी करण्यासाठी सामाजिक परस्पर संवादातून संदर्भ गोळा कराल. त्यामुळे जर तुम्ही नाईट क्लबमध्ये असाल आणि एक विरुद्ध लिंगी व्यक्ती तुमच्याशी बोलत असेल तर 'पिक अप' (संबंध जोडणे) हा नमुना असू शकतो आणि तुम्ही उबग येऊन 'अरे मूर्ख माणसा ... गेलास उडत' किंवा 'हो, मी पण तुम्हाला पाहिलं' असं मोहक उत्तर देऊ शकता. दुसऱ्या पक्षानेही मनाच्या सुप्तावस्थेत योग्य नमुना, जो या केस मध्ये 'नकार' किंवा 'प्रणयचेष्टा' असू शकेल, तो शोधायला हवा आणि योग्य प्रतिसादाची मांडणी करायला हवी. प्रतिक्षिप्त क्रियेचा वापर करुन नंतर आपण आपला पुढील प्रतिसाद निर्माण करण्यासाठी, त्या प्रतिसादाचा वापर करू शकता आणि परस्पर संवाद समाप्त होईपर्यंत असे चालू ठेवू शकता. या प्रकारे नमुना हा उद्धवी आहे. पण परस्पर संवादातील नवीन घटकांचा अर्थ लावण्यासाठी, सातत्याने या नमुन्याचे सर्वात अलीकडील अर्थांकन वापरले जाते. पण कल्पना करा की तीच मूळ ओळ 'मला तुझी दखल घेण्यावाचून पर्याय नव्हता', हे म्हणणारा तुम्हाला गाडी बाजूला घ्यायला सांगणारा गणवेशधारी पोलीस आहे. तर मग परस्पर संवाद लगेच भिन्न स्वरूप धारण करेल. (रकाना ८.५ पहा).

शब्दार्थसूची

संस्कृतीदर्शी कार्यपद्धती

व्यक्ती त्यांची दैनंदिन कामे पार पाडण्यासाठी आणि त्यांच्या सामाजिक जगताचा योग्य अर्थ लावण्यासाठी ज्या पद्धतींचा वापर करतात त्या पद्धतींचा अभ्यास. सामान्य जीवनाला दिशा दाखवणारे 'नियम' शोधून काढणे हा संस्कृतीदर्शी कार्यपद्धतीचा केंद्रबिंदू आहे. जे काही घडले किंवा सांगितले ते बरोबर आहे का चूक, खरे आहे का खोटे यात त्याला रस नसतो. खरं तर, संस्कृतीदर्शी कार्यपद्धती 'काय' ह्या प्रश्नाकडे पूर्णपणे दुर्लक्ष करते आणि परस्पर संवाद 'कसे' चालू आहेत यावर लक्ष केंद्रित करते.

रकाना ८.५

संस्कृतीदर्शी कार्यपद्धतीचे उदाहरण – गारफिनकेलची 'ॲग्नेस'

संस्कृतीदर्शी कार्यपद्धतीचा अभ्यास करत असताना, १९६७ दरम्यानच्या त्यांच्या कामात, गारफिनकेल यांनी सामाजिक काम एकत्रित करण्याचा प्रयत्न केला. ॲग्नेस या १९ वर्षीय व्यक्तीने स्वत:ला स्त्री म्हणून सादर केले, जी पारंपरिक स्त्रीप्रमाणे दैनंदिन कामे पार पडत होती. पण १७व्या वर्षापर्यंत तिला एक मुलगा म्हणून वाढविण्यात आले होते आणि तिला पुरुषाची जननेंद्रिये होती. तिची स्त्री म्हणून गृहीत धरलेली ओळख आणि दररोज घडणाऱ्या घटनेचे खरे स्वरूप पुढे आणणे, हे गारफिनकेलचे ध्येय होते. वयाची पहिली सतरा वर्षे पुरुष म्हणून वाढवण्यात आल्यामुळे ॲग्नेसने स्त्रियांची अनेक कामे, ज्यांची दखल घेतली जात नाही आणि जी गृहीत धरली जातात त्यांचे खरे स्वरूप उघडकीस आणण्यासाठी एक चौकटच पुरवली. म्हणून, गारफिनकेलचा अभ्यास हा, लोक त्यांच्या दैनंदिन जीवनाची उभारणी करण्यासाठी परस्पर संबंध कसे निर्माण करतात, याचे संस्कृतीदर्शी कार्यपद्धतीचे सामर्थ्य अधोरेखित करणारे उदाहरण मानले जाते.

संस्कृतीदर्शी कार्यपद्धतीविषयक अभ्यासाचे आयोजन

दैनंदिन परस्पर संबंधाला अर्थ देण्यासाठी आणि तो योग्य ठरवण्यासाठी, व्यक्ती आवश्यक अर्थविवरणात्मक काम कशा प्रकारे करतात, याचा अभ्यास करणे हे संस्कृतीदर्शी कार्यपद्धतीच्या अभ्यासाचे ध्येय आहे. अर्थ व्यक्त करण्यासाठी वापरण्यात येणाऱ्या मार्गांमध्ये 'कायदेभंगाचे प्रयोग', 'सामायिक अन्वयार्थ विकासाचा शोध' आणि 'अन्वयार्थ लावण्यातील चुकीच्या संकेतांचा शोध' यांचा समावेश होतो.

कायदेभंगाचे प्रयोग कायदेभंग प्रयोगामध्ये (असे काहीतरी ज्याचा गारफिनकेलने अनेकदा त्याच्या विद्यार्थ्यांबाबत प्रयत्न केला), नियमाचे उल्लंघन करून दैनंदिन नियमांना अनावृत्त करणे आणि तुमच्या आणि इतरांच्या प्रतिक्रियांची दाखल घेणे हे ध्येय असते. अशाप्रकारे, गृहीत धरल्या जाणाऱ्या गोष्टी उघड होऊ शकतात (उदा. पूर्ण भरलेल्या उद्वाहकात दाराच्या विरुद्ध दिशेला तोंड करून उभे राहणे किंवा तुमच्या कुटुंबातील लोकांशी अशा पद्धतीने बोलणे की जणू काही तुम्ही नुकतेच त्यांना भेटले आहात). तुम्ही फक्त तुमच्या आजूबाजूला असणाऱ्यांच्या संभ्रमिततेची, वैफल्याची, अस्वस्थतेची नोंद करू शकाल एवढेच नाही तर गृहीत धरलेले नियम मोडताना कसे वाटते, ते पण व्यक्त करू शकाल. तार्किकदृष्ट्या, भरलेल्या उद्वाहकात दाराच्या विरुद्ध दिशेला तोंड करून उभे राहणे, हे खरंतर अत्यंत तणावपूर्ण काम नसायला हवे, पण काही प्रयोगकर्ते त्यामुळे अतिशय अस्वस्थ होऊ शकतात.

एक छान उदाहरण म्हणजे फेसबुकवर खूप जास्त मित्र बनवणे. जेव्हा किशोरवयीन मुले त्यांच्या मित्रांबरोबर बोलत असतात तेव्हा, ते ठराविक पद्धतीने बोलतात– आणि त्यांच्या आजी-आजोबांशी ते नक्कीच त्या पद्धतीने संवाद साधत नाहीत. पण जेव्हा तुमची आजी तुम्हाला friend request पाठवते आणि तुम्ही तिचा स्वीकार करता तेव्हा – कायदेभंग प्रयोगाचा जन्म होतो. एकतर तुम्ही विनम्र बनाल आणि मित्रांबरोबर ज्या प्रकारे वागता त्याचा कायदेभंग कराल किंवा तुम्ही नेहमी मित्राशी जसे बोलता तसाच संवाद चालू ठेवाल आणि आजीचे मन दुखावाल किंवा तिला काळजीत टाकाल. दोन्ही बाबतीत, उचित संप्रेषणाचे निकष दुसऱ्यांच्या प्रतिक्रियांवर आधारित असतात.

सामायिक अन्वयार्थ विकासाचा शोधी प्रत्येक सांस्कृतिक समूहाच्या अन्त:स्थापित अशा संप्रेषणपद्धती असतात, ज्या मुक्त आणि नैसर्गिक वाटतात, पण प्रत्यक्षात सांस्कृतिकरीत्या बांधील असतात. आणि ही सांस्कृतिक बांधिलकी मुख्यत्वे आतील घटकांमध्ये दडलेली असते. ते संस्कृतीने वेढलेले असल्यामुळे आणि त्याचा अन्वयार्थ सामयिक असल्याने तो आदर्श बनतो आणि त्याव्यतिरिक्त इतर मार्गांचा विचारच केला जात नाही. सांस्कृतिक समूहाच्या कक्षेच्या बाहेर असलेले घटक मात्र विकसित होण्याच्या दृष्टीने योग्य ठिकाणी आहेत.

एक उदाहरण देते. मी जेव्हा प्रथम ऑस्ट्रेलियामध्ये रहायला गेले तेव्हा रग्बी सामन्यानंतर, मुलाखत घेतली जात असे, ज्याची एक सर्वसाधारण प्रमाणित पद्धत होती असे माझ्या लक्षात आले. फक्त आशय नव्हे तर वापरले जाणारे शब्द, स्वरूप आणि वाक्यप्रयोगही तेच होते. त्यामुळे, 'कठीण सामन्याला सुरुवात होत आहे' अशी सुरुवात करून मुलाखतकार 'शाब्बास आणि उर्वरित हंगामात सुयश लाभो' असा शेवट करत असे. त्यांचे वय, जात किंवा ज्येष्ठता हे विचारात न घेता खेळाडूंची मुलाखत घेण्यात येई, सर्व एकसारखेच वाटत असे – 'धन्यवाद मित्रा', 'संघातील खेळाडूंनी खूप प्रयत्न केले', 'संघातील खेळाडूंना अभिमान वाटायला हवा', 'पूर्ण श्रेय [इथे विरुद्ध संघाचे टोपण नाव घाला, उदा. Doggies] ला जाते', 'त्यांनी आम्हाला घाम गाळायला लावला', 'विजय साजरा करायला वेळ नाही मित्रा', 'उर्वरित हंगामासाठी मान मोडून सराव करायला हवा आणि वेगाने पुढे जायला हवे', 'प्रफुल्लित हो मित्रा'. आणि या नियमांचे कोणी उल्लंघन केले तर ते ठळकपणे दिसून येते – कारण त्याच्याकडे अयोग्य म्हणून पहिले जाते. इतर खेळ आणि इतर देशांमध्ये ह्यात फरक दिसून येतो. एका अमेरिकन फुटबॉल खेळाडूची मुलाखत ज्या प्रकारे घेतली तो फार वेगळा आहे. तसेच पुन्हा इंग्लिश क्रिकेटपटूचे आहे. परस्पर संवादाची बांधणी करण्यासाठी मदत होईल असे नियम अस्तित्वात असतात पण अनेकदा दिसून येत नाहीत.

संस्कृतीदर्शी कार्यपद्धतीचे एक धोरण म्हणून सामयिक अन्वयार्थ कसे विकसित केले याचा शोध घेण्यात अपरिपक्व डेटा संकलनाचा समावेश होतो. या डेटामध्ये दैनंदिन परस्पर संवाद एकत्रित केलेले असतात. हे परस्पर संवाद अनेकदा नेमकेपणाने स्पष्ट केले जातात – डॉक्टर आणि रुग्णाच्या कुटुंबातील सदस्य, मित्र, एका विशिष्ट सांस्कृतिक समूहचे सदस्य किंवा या इथे मुलाखतकार आणि ज्याची मुलाखत घ्यायची आहे तो. नंतर डेटाचे ऑडिओ रेकॉर्डिंग किंवा संवादाच्या पलीकडे जाऊन विश्लेषण करायचे असेल तर व्हिडिओ रेकॉर्डिंग द्वारा प्रतिबद्ध केला जातो. ह्या डेटाचे पुढे बरेचदा चलबिचल, स्वरावरील टीप्पणी, अभिवृत्ती, आवाजातील उपरोधिक चढ उतार, गैर-मौखिक (non-verbal) संकेत इ. चे निष्ठापूर्वक प्रतिलेखन केले जाते. विश्लेषणानंतर परस्पर संवाद एकत्रितपणे विकसित कसा करता येईल, याचा शोध घेण्याकडे वळते. परस्पर संवादाला आधारभूत असलेले 'नियम' किंवा व्यक्तीच्या कृती किंवा संवाद कशा साधतात ते ओळखणे हे ध्येय आहे. यात अपरिहार्यपणे संदर्भ शोधणे आणि कलाकारांना (actors) ते कशा पद्धतीने समजले याचा शोध घेणे, यांचा समावेश होतो. संदर्भ (किंवा, गारफिनकेलने उल्लेख केल्याप्रमाणे प्रदर्शनकारी स्वरूप) आवश्यक आहे, कारण संदर्भ म्हणजे या विशिष्ट वातावरणासाठी सांकेतिक असा परस्पर संवादाचा नमुना – वरील केसमध्ये सामन्यानंतरची मुलाखत.

चुकीच्या संकेतांचा शोधी संप्रेषणाचे आणि परस्परसंवादाचे गृहीत धरले जाणारे स्वरूप उघड करण्यासाठी वापरण्यात येणारी एक अंतिम पद्धत. ह्या पद्धतीत, प्रामुख्याने गोष्टी अनपेक्षित पद्धतीने घडल्यावर होणारे तीव्र मतभेद किंवा मिळणारे चुकीचे संकेत यांचा शोध घेतला जातो. नियमांचे उल्लंघन करणाऱ्या गोष्टींकडून जेव्हा आदर्श ठरवलेल्या गोष्टी उघड केल्या जातात, तेव्हा गृहीत धरलेल्या गोष्टी टिपणे, उलगडून सांगणे किंवा समजून घेणे सोपे असते. माझी आई कोरियन आहे, पण ती २० वर्षांची असल्यापासून अमेरिकेत राहत आहे. ती मला ऑस्ट्रेलियामध्ये भेटायला येणार होती आणि माझ्या मुलीच्या पहिल्या वाढदिवसाच्या पार्टीत तिने एक अभिजात उदाहरण पुरवले. ती अनेकदा चुकीच्या पद्धतीने वागते, कारण एकतर ती परंपरांची तमा बाळगत नाही आणि दुसरे म्हणजे आणि लोकांना हसवणे तिला आवडते. तेथील एक बाळ किती गोंडस आहे, या बद्दलच्या संभाषणात ती सामील झाली तेव्हा आमच्यापैकी एक समूह बैठकीच्या खोलीत होता. ते कोणाबद्दल बोलत आहेत हे लक्षात आल्यावर ... आणि चेहऱ्यावर गोंधळलेला भाव आणून ती 'ते मूल!' 'किती कुरुप आहे ते मूल!' असे बरळली. ठीक आहे, ते कदाचित थोडेसे खरेही होते – आणि कदाचित इतरांच्या मनातही असेच विचार येऊन गेले असतील (त्या वाक्यावर आलेल्या हशाने ते स्पष्ट झाले होते). पण खोलीतील प्रत्येकाला शिष्टाचार माहीत होते आणि त्यांनी त्यांचा आदर केला – तुम्ही एका बाळाबद्दल असे बोलू शकत नाही, खास करून त्याचे गॉडपेरेंट्स आणि काकू त्याच खोलीत असताना तरी नाही. (सुदैवाने पालक आधीच गेलेले होते – अर्थात माझ्या आईला हे माहीत नव्हते). माझ्या आईच्या विश्लेषणाच्या स्वीकृत प्रथा मान्य न करण्याच्या अनिच्छेमुळे सांस्कृतिक अपेक्षांचा बुरखा फाडला गेला. खरंतर, विनोदातून अनेकदा, नियमांचे उल्लंघन करून विश्लेषणाच्या स्वीकृत प्रथांचा बुरखा फाडला जातो. आपण सामान्य संप्रेषणाच्या नमुन्यांकडे सहसा लक्ष देत नाही पण आश्चर्य, हशा, धक्का, भीती किंवा राग अशा प्रतिक्रिया मिळताच ते अधोरेखित होतात.

संस्कृतीदर्शी कार्यपद्धतीची सामर्थ्य आणि आव्हाने

संस्कृतीदर्शी कार्यपद्धतीकडे सामाजिक अभ्यासास देण्यासारखे खूप काही आहे. त्यात व्यक्तीसंबंधी अर्थविवरणात्मक कामाची ओळख, त्याशिवाय त्या कामाच्या अन्वेषण पद्धती याचा समावेश होतो. व्यक्ती सामाजिक जगताचा अर्थ कसा लावतात आणि त्यांना कशात अर्थ आहे असे वाटते, याचा ही कार्यपद्धती शोध घेते आणि व्यक्ती अर्थपूर्णतेबाबत आणि सामाजिक अनुशासन प्रस्थापित करताना अक्रियाशील नसतात, हे ओळखते.

परस्परसंपर्काची प्रत्यक्ष प्रक्रिया ('कसं' हा प्रश्न) हा शोध घेण्याजोगा विषय आहे, तसेच मौखिक परस्पर संवाद ('काय' हा प्रश्न) आणि परस्पर संवादासाठी कारण ('का' हा प्रश्न) हेच प्रश्न फक्त सामाजिक शास्त्रज्ञ विचारू शकतील असे नाही, हे संस्कृतीदर्शी कार्यपद्धती मान्य करते. संस्कृतीचा अभ्यास करण्याचा हा आणखी एक मार्ग आहे. विशिष्ट सांस्कृतिक समूहाचे सदस्य अर्थपूर्ण कसे बनतात आणि अर्थविवरणात्मक कामात कसे गुंततात ह्याचा शोध घेण्यासाठी संस्कृतीदर्शी कार्यपद्धती वापरली जाऊ शकते. आपल्याला संप्रेषणाचे स्वरूप आणि संस्कृती अंतर्गत असलेली सामाजिक संरचना याबाबतचे आकलन होण्यासाठी ही संस्कृति मदत करू शकते. शेवटी, संस्कृतीदर्शी कार्यपद्धती विशिष्ट प्रकारचे परस्पर संवाद कसे होतात, हे शोधण्याचा मार्ग पुरवते. उदा. न्यायाधीश कसे जाणूनबुजून निष्कर्ष काढतात किंवा वैद्यकीय व्यावसायिक कमीतकमी नकारात्मक प्रतिक्रिया येईल, अशा प्रकारे वाईट बातमी देऊ शकतात.

सध्या फेसबुक, ट्विटर आणि पिंटरेस्ट अशा ऑनलाइन संपर्क साधनांच्या नवनवीन स्वरूपांमध्ये विक्रेते, संवाद तज्ज्ञ, लोकसमूह प्रतिबद्धता विशेषज्ञ आणि समाजशास्त्र संशोधक यांना खूप रस आहे. संप्रेषण कसे होते आणि संस्था अर्थविवरणात्मक पद्धतींच्या या नवीन स्वरूपामध्ये स्वत:ला कशा गुंतवून घेतात आणि संस्कृतीदर्शी

कार्यपद्धतीला समाजशास्त्रीय पद्धती म्हणून नवीन समर्पकता आणण्यासाठी काय करतात, हा अगदी उत्कंठापूर्ण विषय आहे.

मुख्य प्रवाहाच्या बाहेर असलेल्या कोणत्याही शोधकार्यपद्धती दृष्टिकोनाप्रमाणेच, असे अनेक मुद्दे आहेत ज्यामुळे या पद्धतीचा वापर करणे खूप कठीण होते. यामध्ये अनुभवी व्यक्तींचे मार्गदर्शन(आधार) मिळण्यात येणारी अडचण आणि याबाबत जास्त माहिती नसलेल्या लोकांना तुमच्या आवडीच्या पद्धतींचे विवरण आणि समर्थन करावे लागणे, याचा समावेश होतो.

संस्कृतीदर्शी कार्यपद्धती कथन केलेल्या गोष्टींचा किंवा कृतींचा 'अर्थ' शोधत नाही, त्यामुळे ही पद्धती आपल्याला मूलभूत सामाजिक समस्यांचे किंवा वंश, वर्ग किंवा लिंग अशा महत्त्वाच्या रचनांचे आकलन होण्यासाठी मदत करत नाही, असाही काहींचा युक्तिवाद आहे. काहीजण असेही म्हणतात की संस्कृतीदर्शी कार्यपद्धतीचे नियम अगदीच नि:संदिग्ध आहेत आणि फारसे मनोरंजक नाहीत. पण इतर लोक असे मत मांडतात की, संस्कृतीदर्शी कार्यपद्धतीच्या अर्थविवरणात्मक परिणामातून वंशद्वेष किंवा लिंगभेद अशा काही गोष्टी, व्यक्ती कशा निर्माण करतात, हे आपल्याला कळू शकते.

दुसरा एक गैरसमज असा आहे की, अर्थविवरणात्मक कामांचे विश्लेषण हे संभाषणाच्या विश्लेषणापुरते मर्यादित आहे. किंवा दुसऱ्या शब्दात सांगायचे तर (प्रकरण १४ पहा) संस्कृतीदर्शी कार्यपद्धतीविषयक अभ्यासात, संप्रेषण आणि संवादाचे गैर-मौखिक अंग विशेष विचारात घेतले जात नाही, असा या विश्लेषण पद्धतीचा अर्थ होऊ शकतो. आता संभाषणाचे विश्लेषण ही चांगल्या पद्धतीने स्पष्ट करण्यात आलेली आणि संस्कृतीदर्शी कार्यपद्धतीविषयक डेटाच्या विश्लेषणासाठी वारंवार वापरण्यात येणारी पद्धत आहे; तरी हे लक्षात घ्यायला हवे की, ही त्यासाठी वापरण्यात येणाऱ्या संभाव्य पद्धतींपैकी फक्त एक आहे. गैर-मौखिक याचा अन्वयार्थ लावणे हे संस्कृतीदर्शी कार्यपद्धतीच्या दृष्टीने जितके महत्त्वाचे आहे तितकेच प्रत्यक्ष बोललेल्या शब्दांचा अन्वयार्थ लावणे.

स्त्रीवादी दृष्टिकोन समजून घेणे

महत्त्वाच्या गोष्टींकडे सर्वप्रथम लक्ष दिले पाहिजे. स्त्रीवादी कार्यपद्धती अशी काही गोष्ट असते का? बरं, जर असती तर त्याची व्याख्या करणे जवळजवळ अशक्य आहे. कारण, स्त्रीवादी संशोधक त्यांचे संशोधन करण्यासाठी कोणत्याही प्रकारच्या शोधकार्यपद्धतीचे कल्पनाबंध वापरतात. मात्र, संशोधनाविषयक स्त्रीवादी दृष्टिकोन स्पष्ट करणे सोपे आहे. संशोधनाच्या पारंपरिक 'नियमां'मध्ये नकळतपणे पुरुषप्रधान अभिग्रह अंत:स्थापित असतात अशी भूमिका आहे. खरंतर, स्त्रीवादी संशोधक असा युक्तिवाद करतात की आपण सामान्यपणे ज्ञान म्हणून जे स्वीकारतो ते प्रत्यक्षात 'पुरुष' ज्ञान आहे – म्हणजेच पुरुषप्रधान मूल्यांनी आणि श्रद्धांनी अधोरेखित ज्ञान, जे संशोधनाला आकार देते आणि ते कसे करायचे ते सांगते. हे पुरुषप्रधान अभिग्रह प्रश्नावली तयार करण्यापासून ते संकलन, अन्वयार्थ लावणे आणि डेटाची प्रस्तुती अशी प्रक्रियेची सर्व अंगे व्यापतात. मुख्य प्रवाहातील संशोधनात या अभिग्रहांची दखल न घेण्याची प्रवृत्ती ही सर्वात लक्षणीय गोष्ट आहे. त्यामुळे, एका विशिष्ट वास्तवापासून (पुरुष) घेतलेले संशोधनातील राजशिष्टाचार, ज्ञान निर्मितीचे प्रमाणभूत, योग्य आणि विश्वासार्ह मार्ग म्हणून स्वीकारले जातात.

आता स्त्रीवादी संशोधन म्हणजे काय किंवा ते कसं असावं याचा अन्वयार्थ काढताना, अदृश्य पुरुषप्रधान अभिग्रहांमुळे अस्तित्वात असलेल्या शोधकार्यपद्धतीबाबत चिकित्सक भूमिका घ्यावी, ह्या मागणीविषयी स्त्रीवादी संशोधक सहमत आहेत. पुरुषप्रधान अभिग्रहांचा बुरखा फाडण्याची आणि पुरुषप्रधान प्रभावापासून मुक्त अशा संशोधनाच्या दिशेने काम करण्याची गरज आहे. तसेच संशोधन प्रक्रियेच्या सर्व स्तरावर स्त्रीवादी सिद्धांत आणि तत्त्वे याची माहिती असणे आवश्यक आहे. काही स्त्रीवादी संशोधकांचा असा दावा आहे, की पुरुषांच्या तुलनेत विविध

सामाजिक वस्तुस्थिती हाताळण्यासाठी महिला या जास्त सक्षम आहेत. कारण पुरुषांना स्वतःला पुरुषप्रधानतेचा परिणाम दिसत नाही.

स्त्रीवादी दृष्टिकोन असा युक्तिवाद करतो की संशोधन:

- नेहमी राजकीयदृष्ट्या प्रेरित असते;
- महिला सक्षमीकरणासाठी कटिबद्ध पाहिजे;
- सामाजिक विषमता बदलण्याच्या दिशेने काम केले पाहिजे;
- कमी महत्त्वाच्या मतांसहित मानवी वैविध्याचे प्रतिनिधित्व केले पाहिजे;
- महिला आणि पुरुष यांच्यामधील तसेच महिलांमधील आपापसातील (वंश, वर्ग, वांशिक, धर्म, संस्कृती, लैंगिक अभिमुखता इ. नुसार) महत्त्वाचे फरक ओळखणे;
- संशोधकाचे सामर्थ्य आणि स्थान, मान्य असणे आवश्यक आहे;
- संशोधित आणि संशोधक यामधील फरक कमी केला पाहिजे;
- एकाधिक, वस्तुनिष्ठ आणि आंशिक सत्याचा स्वीकार करायला हवा आणि त्याचा शोध घेणे गरजेचे आहे;

तथापि, पारंपरिक सामाजिक विज्ञानाचा स्त्रीवादी समालोचक, हा आधी त्याचा स्वतःचा समालोचक असतो. प्रथम, अनेकांनी असा युक्तिवाद केला, की वरील भूमिका ही विशिष्ट स्त्रीवादी कार्यपद्धती नाही आहे आणि सर्वांच्या नाही तरी, बऱ्याच गुणात्मक चौकटींच्या ती केंद्रस्थानी आहे. दुसरी गोष्ट म्हणजे, स्त्रीवादी संशोधकांवर असा आरोप होतो की त्यांचे संशोधन हे मध्यमवर्गीय आणि श्वेतवर्णीयांकडे झुकलेले असते, ज्यामुळे त्यांच्या संशोधनावर स्वतःच्याच मर्यादा येतात. शेवटी, स्त्रियांना विविध अनुभव येत असले तरी, त्यामुळे त्या एकाच लिंगाला व्यक्तीचे अधिक खात्रीलायक अर्थविवरण करता येते, असा दावा करणे म्हणजे व्यक्तीच्या स्वतःच्याच जीवनातील प्रस्थापित रीतीरिवाजांकडे दुर्लक्ष केल्यासारखे होईल.

माझ्यापुरते म्हणाल तर, मी जेव्हा वरील मुद्दे पाहते, तेव्हा माझ्या डोळ्यासमोर प्रामुख्याने स्त्रीवादी कार्यपद्धती नाही – तर एक चांगली गुणात्मक संशोधन पद्धती येते. मात्र, स्त्रीवादी कार्यपद्धतीवरील साहित्यामध्ये लक्षवेधक मूल्य आहे, असे मला वाटते – अवलंब करण्यासाठी नाही, पण संशोधनाच्या खेळात अंतःस्थापित असलेले सांस्कृतिक अभिग्रह उघडे पडण्याचा एक मार्ग म्हणून याकडे बघता येईल. त्यानंतर आपण जगाकडे पाहण्याच्या अंगभूत पक्षपाती मार्गाच्या परिणामापासून मुक्त असा संशोधन दृष्टिकोन आखण्याच्या दृष्टीने योग्य मार्गावर आहोत.

मिश्र कार्यपद्धती

आतापर्यंत या प्रकरणात प्रत्येक परंपरेची भूमिका, तसेच अनुभवसिद्ध दृष्टिकोन यांना केंद्रस्थानी ठेवून, संख्यात्मक आणि गुणात्मक परंपरांचा शोध घेतला आहे. पण आता गोष्टी एकत्र करण्याची वेळ आली आहे. हे विचारण्याची वेळ आली आहे की पारंपरिक विभाजन का आणि कधी ओलांडले जावे आणि एकाच अभ्यासात संख्यात्मक आणि गुणात्मक दृष्टिकोनाचा वापर करणे आणि ते कसे करावे.

मिश्रपद्धतीसाठीचा युक्तिवाद

समाजशास्त्र संशोधनात मिश्र पद्धती अधिकाधिक नित्याची का होत आहे याची अनेक कारणे आहेत. मिश्र पद्धती:

- दोन्ही परंपरांमधील उत्तम गोष्टींचा फायदा करून घेऊ शकतात आणि त्यांच्या अनेक उणिवांवर मात करू शकतात;

- अनुमानजन्य आणि निगमन तर्क या दोन्हीसाठी वापरू शकतो;
- संवाद, कथा आणि चित्रे यांच्या माध्यमातून 'संख्ये'ला सखोलता आणि अंतर्दृष्टी देऊन एक व्यापक चित्र तयार करणे;
- संख्या आणि आकडेवारी (ज्यामुळे परिणाम अधिक व्यापक होऊ शकतात) यांच्या माध्यमातून 'शब्दां'ना अचूकता देणे;
- तुम्ही टप्प्याटप्प्याने संशोधनाचा मसुदा किंवा शिष्टाचार विकसित करू शकता
- एका परिस्थितीकडे बघण्याचे एकापेक्षा अधिक मार्ग;
- विविध दृष्टिकोनांचे संकलन करणे सुलभ होते;
- त्रिकोणीकरण करू शकतो.

यातच खरे सामर्थ्य आहे. पण ते तुमच्यासाठी आहे का? प्रकरण ७ मध्ये समाविष्ट केल्याप्रमाणे, कोणत्याही संशोधन आराखड्यासाठी मुख्य पूर्वावश्यकता ह्या आहेत: आपली पद्धत आपल्या प्रश्नाचे उत्तर देऊ शकते; एक संशोधक म्हणून तो आपल्यासाठी योग्य आहे; आणि आपला आराखडा कृतीयोग्य आहे. त्यामुळे मिश्र कार्यपद्धतीविषयक दृष्टिकोनाची क्षमता ठरवताना या निकषांचा शोध घ्यायला हवा. स्वत:ला विचारा:

१. माझ्या संशोधन प्रश्नाचे उत्तर देण्याचा सर्वोत्तम मार्ग मिश्र दृष्टिकोन आहे, असा माझा विश्वास आहे का? हा सर्वात महत्त्वाचा प्रश्न आहे. उत्तर हो असेल, तर हे प्रश्न विचारा:
२. मी दोन्ही परंपरांचा मोकळेपणाने विचार करू शकतो का आणि एकापेक्षा अधिक दृष्टिकोन निभावून नेण्यासाठी आवश्यक कौशल्य विकसित करण्याची माझी इच्छा आहे का? विश्वास आणि समर्पण हे दोन्ही संशोधनाच्या दृष्टीने महत्त्वाचे आहे, त्यामुळे आपण आपल्या मूल्यांकनामध्ये प्रामाणिक असणे आवश्यक आहे. आपण आपल्या पर्यवेक्षकाशी, दोन परंपरांमध्ये काम करताना येणाऱ्या आव्हानांबाबत बोला. तुम्ही ही पायरी चढून जाऊ शकाल असे वाटत असेल तर हे प्रश्न विचारा:
३. मिश्र दृष्टिकोन योग्य पर्यवेक्षण, वेळ किंवा आर्थिक अडचणींमुळे अव्यवहार्य होईल असे वाटते का? व्यावहारिकता नेहमी विचारात घ्यायला हवी, नाहीतर तुमचा हा प्रवास खूप कठीण होऊ शकेल.

संख्यात्मक आणि गुणात्मक परंपरांच्या मुळाशी असलेल्या गृहीतकांमुळे मिश्र दृष्टिकोनाचा वापर शक्य होत नाही, असा युक्तिवाद परंपरावादी निश्चितपणे करतात. दोन्ही पद्धती सिद्धांतांचे उद्देश वेगवेगळे आहेत आणि त्यामुळे संयुक्तपणे काम करणे शक्य नाही. तथापि, इतर लोक असेही सुचवितात की, विविध संशोधनकार्यपद्धतींना आधारभूत असणारा तर्क हा एकमेकांस अनुरूप असतो आणि त्या कार्यपद्धतींची निवड, कोणत्याही तत्त्वज्ञानविषयक किंवा पद्धती सिद्धांत गृहीतकांची पर्वा न करता, नेहमी आपल्या प्रश्नाचे उत्तर मिळण्यासाठी ती उपयुक्त आहे का, यावर आधारित असली पाहिजे.

तुमच्या प्रश्नाचे उत्तर मिळवण्यासाठी, मिश्र दृष्टिकोनाच्या क्षमतेचे मूल्यांकन करून या दोन भूमिकेंदरम्यान काम करणे तसेच – नेहमी व्याहारिकतेकडे लक्ष ठेवून – तुमच्या संशोधनाच्या दृष्टिकोनात मिश्र पद्धती बसते का याचे प्रामाणिकपणे मूल्यांकन करणे, हे वरील तीन प्रश्नांचे उद्दिष्ट आहे. शेवटी, प्रत्यक्ष परिस्थितीत सर्वात योग्य पद्धत कोणती आहे, ह्याच्या आपण शोध घेत आहोत.

सिडनी विद्यापीठातील सध्याचे माझे काम करताना, मी प्रत्येक वर्षी ४० पदव्युत्तर प्रकल्प हाताळते. ७ महिन्यांच्या कालावधीमध्ये उत्तर शोधता येऊ शकेल, अशी संशोधन समस्या विद्यार्थी विकसित करतात. ही संशोधन समस्या कठीण आणि त्यांच्या संघटनेला अत्यंत उपयुक्त असेल, असावी अशी शिफारस केलेली आहे. आता त्यांच्या प्रकल्पाचे कामावर आधारित स्वरूप असल्यामुळे, बऱ्याच लोकांना, संस्थेमध्ये काम करणाऱ्या व्यक्तींना नवीन आव्हाने, नवीन पद्धती, नवीन धोरणे, संभाव्य धोके इ. बाबत काय वाटते हे समजून घ्यायची इच्छा असते. आणि बऱ्याच जणांच्या दृष्टीने याचा अर्थ म्हणजे विविध भागीदार गटांमध्ये सहभाग आणि हे साध्य

करण्यासाठी धोरणांच्या चौकटीची असलेली गरज. केंद्रस्थानी असलेल्या समूहांच्या मुलखती आणि सर्वेक्षण हे अनेकदा त्याच कार्यपद्धती विषयक योजनेचा भाग बनतात, कारण आवश्यक डेटा संकलानासाठीचा तो सर्वोत्तम मार्ग असल्याचे मानण्यात येते.

दृष्टिकोन व कृतियोजना

मिश्र पद्धती वापरताना संशोधक तीन मुख्य भूमिका घेऊ शकेल. यातील प्रत्येक दृष्टिकोन आपल्याला विविध संशोधन कृतीयोजनांच्या आणि संशोधन आराखड्यांच्या दिशेने नेईल.

गुणात्मक डेटाच्या स्वीकृतीसह संख्यात्मक दृष्टिकोन

एकदा मला असे सांगण्यात आले की, मिश्र पद्धती म्हणजे संख्यात्मक सांगाड्यामध्ये थोडा गुणात्मक गाभा घालणे. मिश्र पद्धतीचे मुख्य केंद्र संख्यात्मक आहे, ही इथे असलेली मुळ भूमिका होय. असा विचार करणाऱ्या संशोधकांचा संख्यात्मक परंपरेची मूलभूत गृहीतकं स्वीकारण्याकडे कल असतो. पण ते हेही मान्य करतात की, काही गुणात्मक डेटा त्यांच्या अभ्यासात मदत करू शकेल.

हे स्पष्ट होण्याची शक्यता आहे:

- बंदिस्त प्रश्न तसेच खुल्या स्वरूपातील प्रश्नांचा समावेश असणारा सर्वेक्षणाचा आराखडा बनविणे; उदा. तुम्ही खाण कंपनीतील कर्मचारी वर्गाचे त्यांच्या नोकरीतील ताण आणणाऱ्या गोष्टींसंबंधी सर्वेक्षण करत आहात. आणि त्यांना आणि त्यांना फॉर्म बरोबर टिप्पण्या जोडण्याची परवानगी दिली आहे.
- सर्वेक्षणाच्या विकासाला फायदा व्हावा म्हणून, प्रकल्पाच्या सुरुवातीला महत्त्वाची माहिती देणाऱ्या काही लोकांच्या मुलाखती आयोजित करणे; उदा. ताणावर परिणाम करणारे मुख्य मुद्दे निर्धारित करण्यासाठी तुम्ही एक कामगार नेता आणि खाण कंपनीचे मुख्य व्यावसायिक आरोग्य अधिकारी व सुरक्षा अधिकारी यांची मुलाखत घेतलीत ज्यायोगे तुम्ही योग्य प्रकारे कर्मचारी सर्वेक्षण घेऊ शकाल.
- सर्वेक्षणाच्या निष्कर्षांना सखोलता यावी म्हणून, प्रकल्पाच्या शेवटी महत्त्वाची माहिती देणाऱ्या काही लोकांच्या मुलाखती आयोजित करणे; उदा. तुम्ही कर्मचाऱ्यांचा ताणावर तुमचे सर्वेक्षण केलेत, परिणामांचे विश्लेषण करा, आणि नंतर विश्लेषणातून उद्भवलेल्या मुद्यांवर चर्चा करण्यासाठी गट तयार करा.

पहिल्या उदाहरणात पाहिल्याप्रमाणे, गुणात्मक डेटा संकलनाची धोरणे अंत:स्थापित आहेत का? का अनेक टप्प्यांमध्ये त्याचे आयोजन केलेले आहे, या अभ्यासात संख्यात्मक धारणांचा स्वीकार करणाऱ्या आणि संख्यात्मक डेटावर प्रामुख्याने विसंबून राहणाऱ्या अभ्यासात केला गेलेला गुणात्मक डेटाचा 'अतिरिक्त' वापर हा समान गुणधर्म आहे.

संख्यात्मक डेटाच्या स्वीकृतीसह गुणात्मक दृष्टिकोन

विश्वास ठेवा अगर ठेवू नका, पण बरेच गुणात्मक संशोधक, संख्या म्हटल्यावर अत्यंत अस्वस्थ होतात. संख्येपेक्षा गुणवत्तेवर असणारा त्यांचा विश्वास, त्यांना संख्येवर काम करणे म्हणजे गुणवत्ता कमी असणे का? असे विचारायला भाग पाडतो. सुदैवाने या परीस्थितीत बदल होत आहे. अधिकाधिक गुणात्मक संशोधक संख्येच्या शक्तीचा स्वीकार करू लागले आहेत, आणि अगदी गुणात्मक परंपरांची मूलभूत गृहीतकं असतानाही त्याचा फायदा उठवता येईल, ह्याची त्यांना जाणीव होऊ लागली आहे.

ह्या परंपरेपासून उगम होणाऱ्या संशोधन आराखड्यामध्ये खालील गोष्टींचा समावेश होईल:

- संस्कृतीदर्शनविषयक अभ्यासात अंतर्भूत असलेले लहान समुदायाचे सर्वेक्षण; उदा. तुम्ही स्थानिक चर्च समुदायाचा शोध घेत आहात आणि या चर्चचा सभासद होणे म्हणजे काय याचा प्रत्यक्ष अनुभव तुम्हाला मिळत आहे. तुम्ही त्यांच्या संस्कृतीचा अभ्यास करत आहात, हे गुपित नाही आहे आणि एका क्षणी तुम्ही असा निर्णय घेता की, काही माहिती शोधण्यासाठी सर्वोत्तम मार्ग म्हणजे एक लहान सर्वेक्षण करणे.
- सखोल मुलाखतींची मालिका आयोजित करणे आणि जुळणी/संख्याशास्त्रीय विश्लेषण करण्यासाठी काही डेटाचे संकेतन करणे; उदा. ५० मुलाखतींच्या मालिकेच्या माध्यमातून चर्च समुदायाचा शोध घेण्याचे तुम्ही ठरविले. हे कशा प्रकारे करावे याचा विचार करत असताना तुम्हाला असे लक्षात आले की ५० प्रतिसादकांचा सहभाग असल्याने काही पाय चार्ट किंवा बार आलेख तयार केल्यास, आपले निष्कर्ष तुम्ही परिणामकारकरीत्या दाखवू शकाल.
- समस्या अभ्यासाला पूरक अशा अस्तित्वात असलेल्या डेटाची तपासणी; उदा. तुम्ही चर्च समुदायाची सखोल चौकशी केलीत आणि मुलाखती आणि निरीक्षणामध्ये स्वतःला गुंतवून घेतलेत. परंतु तुम्ही चर्चमधील उपस्थिती आणि चर्चमध्ये ठेवलेला गेल्या १० वर्षांचा सदस्यता डेटाही पाहिलात.

गुणात्मक चौकटीअंतर्गत केलेला सखोल शोध हा संशोधन प्रश्नाचे उत्तर देण्यासाठी सर्वोत्तम आहे, हा इथे प्राथमिक आधार आहे. सांख्यिकीकरण, मग ते सर्वेक्षण स्वरूपात अंतःस्थापित असो, परंपरेने गुणात्मक डेटा म्हणून ज्याच्याकडे पाहिले जाते, त्याची मोजणी असो किंवा अस्तित्वात असलेल्या डेटाचा शोध घेणे. मात्र, त्यामुळे अभ्यासाची व्याप्ती वाढू शकेल आणि संशोधनाला अधिक प्रातिनिधिक बनवण्याच्या दिशेने काम करू शकेल.

प्रश्न-चालित दृष्टिकोन

या स्थितीत धारणेच्या आधी प्रश्न उपस्थित केले जातात आणि याला संख्यात्मक किंवा गुणात्मक कोणत्याच परंपरेचा आधार नसतो. तो फक्त असे विचारतो की, संशोधन समस्येचे उत्तर देण्यासाठी विश्वासार्ह डेटा मिळवणे कोणत्या कृतीयोजनांमुळे शक्य होईल आणि मूलभूत पद्धतीसिद्धांताची पर्वा न करता, कार्य तडीस नेण्यासाठी तुम्ही आवश्यक कृतीयोजनांचा अवलंब करत आहात का हे पाहतो.

काही शक्यता:

- संशोधन समस्येसाठी आवश्यक असे संख्यात्मक आणि गुणात्मक दृष्टिकोनांसाठी निवडलेले कोणतेही पर्याय.
- सखोल आकलन आणि प्रतिनिधीत्वाची व्याप्ती, असे जलद ध्येय असलेला अभ्यास उदा. स्थानिक हायस्कूल मध्ये आलेल्या दादागिरीच्या अनुभवावरील प्रकल्प, जो त्याला काय वाटते (मानसघटनाशास्त्रविषयक पद्धतीला अनुरूप) आणि तो अनुभव किती नित्याचा (सर्वेक्षण संशोधन करण्यासाठी अनुरूप) होता, हे बघतो.
- लक्ष्य म्हणून दोन गट घेऊन केलेला व्यक्तींचा अभ्यास ज्यात विविध पद्धती आवश्यक आहेत; उदा. सामान्य कर्मचारी (सर्वेक्षण संशोधन करण्यासाठी योग्य) आणि उच्च स्तरीय व्यवस्थापन (माहितीपर मुलाखतींसाठी योग्य) ह्यांना समोर ठेवून केलेला कार्यालयीन संस्कृतीचा शोधाचा अभ्यास.

मी प्रश्न-चालित दृष्टिकोनाच्या बाजूने आहे, असे म्हणता येईल. कारण मला संख्यात्मक आणि गुणात्मक या दोन्ही परंपरा महत्त्वाच्या वाटतात आणि प्रत्येकाचे सामर्थ्य व उणिवा मला माहीत आहेत, मी अभिजात संख्यात्मक आणि गुणात्मक पद्धतीपासून एकापेक्षा जास्त निवडक पद्धतींचा वापर यापैकी कशाचाही मुक्त मानाने स्वीकार करेन, त्यासाठी माझे निकष हा शक्य असलेला सर्वात विश्वसनीय डेटा असेल (रकाना ८.६ पाहा).

रकाना ८.६

मिश्र पद्धती उदाहरण – हॉथोर्न अभ्यास

छायाचित्र ८.४ हॉथोर्न कारखाना 'रिले एकत्रीकरण चाचणीच्या खोलीमधील महिला', कॅलिफोर्निया १९३०, वेस्टर्न इलेक्ट्रिक कंपनीचे हॉथोर्न अभ्यास संकलन. © २००७ अध्यक्ष आणि हार्वर्ड कॉलेज अधिछात्र; सर्व हक्क राखीव.

१९२४ ते १९३४ दरम्यान, वेस्टर्न इलेक्ट्रिक कंपनीच्या हॉथोर्न येथील कारखान्यात उत्पादनावर परिणाम करू शकणाऱ्या घटकांवर आधारित (जसे की प्रकाश, सुट्टीचा वेळ, कामाचे तास) प्रयोगांची एक मालिका आयोजित केली गेली. (मेयो १९३३, रोएथलीसबर्गर आणि डिक्सन, १९३९). कोणत्याही वेळी चलात फेरफार केला गेला तेव्हा सामान्यपणे उत्पादनात वाढच झाली, याचे संशोधकाना आश्चर्य वाटले, जेव्हा हे अंतःप्रेरित नव्हते तेव्हाही किंवा चलात फेरफार करून मूळ होता तसा केल्यानंतरही. कोणत्याही प्रकारे एक चल बदलला तरी उत्पादन वाढले.

अशा संभ्रमित निष्कर्षांमुळे (फक्त निरीक्षण केले जात असल्यामुळे वर्तनात पडणारा फरक, आता हॉथोर्न परिणाम म्हणून ओळखला जातो) मिश्र कार्यपद्धती दृष्टिकोनाचा झपाट्याने विकास झाला. उत्पादनासंबंधित घटकांचे अधिक समग्र आकलन होण्यासाठी त्यांची रचना करण्यात आली. सन १९२८ पासून ते सन १९३२ पर्यंत, संशोधकांनी कामगारांचा दृष्टिकोन, मानसिक धैर्य, घरगुती जीवन, संगोपन, आहार, आणि इतर सवयी या विषयांवर, हॉथोर्न कारखान्यातील जवळपास २१,००० कर्मचाऱ्यांच्या मुलाखती घेतल्या. एका विशिष्ट कार्य गटाच्या दैनंदिन उपक्रमांचे निरीक्षण, लक्षपूर्वक अधीक्षण यात त्यांनी स्वतःला गुंतवले. अशाप्रकारे, गुणात्मक कृतियोजना या मूळ प्रायोगिक पद्धतीस पूरक ठरल्या.

(मेयो आणि रोएथलीसबर्गर – डिक्सन यांचे निष्कर्ष संकेतस्थळावर उपलब्ध)

आव्हाने आणि अडथळे

मिश्र पद्धती नक्कीच योग्य ठरतात. दोन्ही परंपरांचा फायदा का करून घेऊ नये आणि शक्य तितके समृद्ध चित्र का विकसित करू नये? हे ध्येय नक्कीच कौतुकास्पद आणि पाठपुरावा करण्याजोगे आहे, पण त्यासाठी बऱ्याच

आव्हानांमधून मार्ग काढून कार्य करणे आवश्यक आहे. प्रथम, तुम्ही दोन्ही धारणा समजून घेणे आवश्यक आहे: दोन्ही पद्धतींच्या गृहीतकांचा आधार; आणि विश्वासार्हतेचे योग्य निकष – वैधता आणि सत्यता, विश्वसनीयता आणि अवलंबित्व, सामान्यीकरण आणि हस्तांतरणीयता इत्यादीं मधील फरक समजून घेणे आवश्यक आहे. (प्रकरण ४ पहा). संख्यात्मक आणि गुणात्मक डेटाचे संकलन आणि विश्लेषण, हे दोन्ही करण्यासाठी आवश्यक कौशल्ये विकसित करणे आवश्यक आहे. उदाहरणार्थ, 'संख्यात्मक' सर्वेक्षणामध्ये अनेकदा मुक्त प्रश्न विचारले जातात, पण पूर्ण क्षमतेपर्यंत त्यांचे विश्लेषण क्वचितच केले जाते. त्याचप्रमाणे, गुणात्मक काम करणारे विद्यार्थी, ज्यांना त्यांच्या काही डेटाचे मापन करण्याची इच्छा आहे, त्यांना आकडेवारीची भीती वाटल्यामुळे त्यांच्या विश्लेषणावर मर्यादा येऊ शकतात.

आराखडा अतिमहत्त्वाकांक्षी होणार नाही याकडे आणि एकाऐवजी दोन प्रकल्प करण्याच्या शक्यतेकडेही लक्ष देणे आवश्यक आहे. एक समृद्ध चित्र विकसित करणे, हे एक कौतुकास्पद ध्येय असले, तरी तुम्ही ते सर्वतोपरी करू शकणार नाही आहात, हे लक्षात ठेवा – तुम्ही विचारत असलेल्या उपप्रश्नांवर आणि तुम्ही ज्यांचे दृष्टिकोन समजावून घेण्याचे प्रयत्न करणार आहात, त्या जनसंख्येवर मर्यादा घालणे गरजेचे आहे. आणि अर्थातच एकाधिक मिश्र पद्धतीसाठी लागणारा वेळ, साधने आणि देखरेखीचा पाठिंबा आपल्याकडे आहे याची खात्री करून घेणे आवश्यक आहे.

वरील वाटाघाटी करण्याची तुमची क्षमता ही यशस्वी होण्यासाठीची पूर्वावश्यकता आहे. मिश्र दृष्टिकोनामुळे उत्तम फळ मिळेल, पण त्या कार्यासाठी आवश्यक कौशल्ये तुम्हाला विकसित करावी लागतील.

प्रकरणाचा सारांश

- संख्यात्मक आणि गुणात्मक संशोधन परंपरा या ज्ञानोत्पादनातील मूलभूत विवादाचे प्रतिनिधित्व करतात, पण 'संख्यात्मक' आणि 'गुणात्मक' या संज्ञांचा वापर, विशेषकरून पद्धतीसंबंधात, गोंधळात टाकणारा, वादग्रस्त आणि मर्यादित असू शकतो.
- आपल्या जगात, समाजाचा अभ्यास हा इतर कोणत्याही घटकाच्या शास्त्रीय अभ्यासापेक्षा वेगळा नाही, आणि शास्त्रीय पद्धत, निगमन तर्कशास्त्र, वस्तुनिष्ठता आणि सांख्यिकीकरण यांचा ती आधार आहे या श्रद्धेवर संख्यात्मक परंपरा ही आधारित आहे. समाजविज्ञानात अनेकदा प्रायोगिक आराखडा किंवा संख्यात्मक डेटा विश्लेषणाच्या माध्यमातून गृहीतकांची चाचणी करण्यात येते.
- संख्यात्मक परंपरेचा आधार असलेल्या गृहीतकांचे गुणात्मक परंपरा समालोचन करते आणि अनुमानजन्य तर्कशास्त्र, व्यक्तिनिष्ठता, अनेक सत्य, संशोधनाचे राजकीय स्वरूप, आणि संख्येपेक्षा खोलीचे महत्त्व याचा ती (गुणात्मक परंपरा) आधार आहे. संस्कृतीदर्शन, मानसघटनाशास्त्र, संस्कृतीदर्शी कार्यपद्धती व स्त्रीवादी दृष्टिकोनही गुणात्मक कार्यपद्धतीची उदाहरणे आहेत.
- मिश्र पद्धतींवर आधारित अभ्यास पारंपरिक विभाजन ओलांडतात आणि संख्यात्मक आणि गुणात्मक पद्धती एकाच अभ्यासासाठी वापरतात. जर व्यवस्थितपणे हाताळले, तर ते त्यांच्या उणिवांवर मात करून दोन्ही परंपरांचा उत्तम फायदा उठवू शकतात.
- गुणात्मक परंपरांच्या स्वीकारासह संख्यात्मक परंपरा, संख्यात्मक परंपरांच्या स्वीकारासह गुणात्मक परंपरा किंवा स्वतःच प्रश्न चालित अशी, ही मिश्र पद्धतीची भूमिका होऊ शकते.

अवांतर वाचन

तुम्ही तुमचा दृष्टिकोन मर्यादित केलात, तर तुम्हाला कदाचित तुमचे वाचन पुढे जाऊन वाढवावेसे वाटेल. खाली दिलेली यादी व्यापक नाही, पण इथे तुम्हाला काही चांगले प्रारंभ बिंदू मिळतील.

संख्यात्मक परंपरा

Gorard, S. (2003) *Quantitative Methods in Social Science.* London: Continuum International.

येथे पूर्वपक्ष हा आहे की तुम्ही संख्यासंबंधात लाजणे तुम्हाला परवडणार नाही आहे. धोरणे तयार करणारे आणि निधी उपलब्ध करून देणारे यांच्यासाठी नेहमी संख्यात्मक परिणाम आवश्यक असतात. हे पुस्तक परिणात्मक आणि संख्यात्मक पद्धतींची भीती काढण्याचा प्रयत्न करते.

Kaplan, D. (ed.) (2004) *The SAGE Handbook of Quantitative Methodology for the Social Sciences.* Thousand Oaks, CA: Sage.

तुम्ही फक्त एक संख्यात्मक संसाधन करू शकत असाल तर, ही निवड वाईट नाही. यामध्ये संख्यात्मक तंत्रे, तसेच या तंत्रांचे समालोचन यांचा समावेश होतो... अतिशय व्यापक

परिकल्पित-निगमन पद्धती

Carey, S. S. (2011) *A Beginner's Guide to Scientific Method.* Belmont, CA: Wadsworth.

मला वाटतं हा वैज्ञानिक पद्धतीचे मार्ग आणि साधने यांचा एक अतिशय चांगला परिचय आहे. ज्या संशोधनात प्रयोग करणे वापरावे लागते, त्या संशोधनाची आखाणी आणि मूल्यांकन करायला ते तुम्हाला मदत करते.

Lehmann, E. L. and Romano, J. P. (2010) *Testing Statistical Hypotheses.* New York: Springer.

नवशिक्या लोकांसाठी हे पुस्तक कदाचित उपयोगी नाही. पण तुम्हाला जर थेट गृहीतांची चाचणी आणि सखोल संख्याशास्त्रीय विश्लेषणाबाबत येणारे आव्हान यामध्ये शिरणे आवश्यक असेल, तर त्यासाठी हे एक चांगले पुस्तक आहे.

प्रयोगात्मक आखणी

Bloom, H. (2006) *Learning More from Social Experiments: Evolving Analytic Approaches.* New York: Russell Sage Foundation Publications.

प्रतिसादकाची लक्ष्य किंवा नियंत्रण गटाकडे नियुक्ती करण्यावर भर देऊन, समाजशास्त्रज्ञ सध्या कशा प्रकारे प्रयोग आयोजित करतात, ह्याकडे हे पुस्तक बघते. नंतर ते पारंपरिक तंत्रांसंबंधित येणाऱ्या मर्यादांवर कशी मात करता येईल याबाबतची धोरणे देते.

Willer, D. and Walker, H. (2007) *Building Experiments: Testing Social Theory.* Stanford, CA: Stanford University Press.

विशेषत: समाजशास्त्राला लक्ष्य केलेल्या प्रायोगिक आखणी संदर्भातील हे एक उत्कृष्ट पुस्तक आहे. मुख्य (I have considered hard as hardcore) शास्त्रीय आणि समाजशास्त्रीय पद्धतींची तुलना ह्यामध्ये केलेली दिसते आणि समाजिक अभ्यास करताना प्रयोगांचा कशा प्रकारे उपयोग करून घेता येईल हे पाहते.

जनसंख्येचा शोध घेणे

प्रकरण १० मध्ये नमुनासंबंधित, प्रकरण ११ मध्ये सर्वेक्षणासंबंधित अध्ययन केलेले आहे आणि प्रकरण १३ मध्ये दुय्यम डेटा वापरून काम केलेले दिसते.

गुणात्मक परंपरा

Denzin, N. K. and Lincoln, Y. S. (2011) (eds) *The Sage Handbook of Qualitative Research.* Thousand Oaks, CA: Sage.

तुम्हाला जवळजवळ सर्व 'गुणात्मक' संशोधकांच्याकडे हे निर्देश/नियम पुस्तिका/हँडबुक दिसेल – आणि त्याला कारणही तसेच आहे. हे व्यापक तरीही पायाभूत आहे आणि गुणात्मक संशोधनातील जवळजवळ सर्वच समस्यांचा यात समावेश आहे.

Marshall, C. and Rossman, G. B. (2010) *Designing Qualitative Research.* London: Sage.

गुणात्मक रचनेच्या मूलतत्त्वांचा एक चांगला मार्गदर्शक. संशोधकांना अनेकदा ज्या कार्यपद्धतीसंदर्भातील आव्हानांना सामोरे जावे लागते, ती स्पष्ट करण्यासाठी वापरण्यात आलेली थोडक्यात केलेली साहित्यिक वर्णने/विसरित चित्रे (vignettes) मला विशेष करून आवडली.

संस्कृतीवर्णन

Atkinson, P., Coffey, A., Delamont, S., Lofland, J., and Lofland, L. (eds) (2007) *Handbook of Ethnography.* London: Sage.

संस्कृतीवर्णनाच्या इतिहासावरील उत्तम हँडबुक, त्याच्यामध्ये संस्कृतीवर्णन, त्याचा सिद्धांत आणि संस्कृतीवर्णनात्मक अभ्यासाचे आचरण याचा समावेश करण्यात आला आहे. व्यापक, तरीही सुलभ.

Geertz, C. ([1973] 2000) *The Interpretation of Cultures.* New York: Basic Books.

संस्कृतीवर्णनाचा विषय जेव्हा निघतो, तेव्हा गिर्त्झ ह्या माणसाचे नाव आलेच पाहिजे. आणि हे अत्यंत परिणामकारक काम खरोखर दृष्टिकोन परिभाषित करतो. हा दृष्टिकोन अजूनही, आपण संस्कृतीचा सर्वोत्तम अभ्यास कसा करू शकतो आणि संस्कृती कशी समजून घेऊ शकतो याचे मानक आहे.

Glucksmann, M. (2009) *Women on the Line.* London: Routledge.

वर दिलेला रकाना ८.३ पहा – संपूर्ण मजकूर सहचर संकेतस्थळावर उपलब्ध.

Fetterman, D. (2009) *Ethnography: Step-by-Step.* London: Sage.

शीर्षकाप्रमाणेच हे मार्गदर्शक पुस्तक संस्कृतीवर्णनविषयक डेटाचा अर्थ समजावून घेण्यासाठी तुम्हाला टप्याटप्याने मदत करेल. पण शीर्षक सूचित करते त्यापेक्षा कदाचित अधिक, ते सिद्धांत आणि एक संशोधन मार्ग म्हणून स्कृतीवर्णनाचे महत्त्व याचादेखील खोलात शिरते.

Madden, R. (2010) *Being Ethnographic: A Guide to the Theory and Practice of Ethnography.* London: Sage.

संस्कृतीवर्णनविषयक अभ्यासात आवश्यक असलेली तल्लीनता ही फक्त 'कसे करावे' याचा मार्गदर्शक, यापेक्षा

जास्त काहीतरी गरज निर्माण करते. तुम्ही त्यात कसे बसता ते पाहण्याची आणि तुमच्या संशोधन प्रक्रियेवर तुमचा किती प्रभाव आहे याबाबत तुम्हालाच आव्हान देणारे साहित्य निर्मितीची गरज निर्माण करते.

Wolcott, H. F. (2008) *Ethnography: A Way of Seeing.* Lanham, MD: AltaMira Press.

ह्या पुस्तकात संस्कृतीवर्णनविषयक अभ्यासाच्या स्वरूपाचाही शोध घेतला आहे, आणि संस्कृतीचा शोध घेण्यासाठी संस्कृतीवर्णन हे एक महत्त्वाचा दृष्टिकोन आहे ज्यामधून पलीकडे बघता येईल, असा युक्तिवाद ते करते.

मानसघटना शास्त्र

Berger, P. L. and Luckmann, T. (1967) *The Social Construction of Reality: A Treatise in the Sociology of Knowledge.* New York: Anchor.

मानसघटनाशास्त्र, सापेक्षतावाद आणि कार्यप्रवर्तकता/विधायकता यांच्या व्याख्याही केल्या गेल्या नव्हत्या त्यावेळी त्यांचा व प्रत्यक्षतावादानंतरचे/प्रत्यक्षार्थवादानंतरचे विचार याचा शोध घेतलेले एक उत्कृष्ट पुस्तक. सोपे नाही, पण विचारप्रवर्तक नक्कीच.

Giorgi, A. (2009) *The Descriptive Phenomenological Method in Psychology: A Modified Husserlian Approach.* Pittsburgh: Duquesne University Press.

हे काम, मनात अपराधी भावना न ठेवता (unapologetically) मानसघटनाशास्त्राच्या तत्त्वज्ञानामध्ये खोलवर गेले असले तरी, मानसघटनाशास्त्रविषयक संशोधन दृष्टिकोन हाती घेण्याच्या दृष्टीने व्यावहारिक पायऱ्या देते. आणि त्याला देखील उपयोजित उदाहरणांचा आधार आहे.

Sinfield, M. (1995) 'Nursing women with AIDS: a phenomenological study', *Australasian Annual Conference*, Society for HIV Medicine, 16–19 November, 7: 61.

वर दिलेला रकाना ८.४ पहा – संपूर्ण मजकूर सहचर संकेतस्थळावर उपलब्ध.

Smith, J., Flowers, P. and Larkin, M. (2009) *Interpretative Phenomenological Analysis: Theory, Method and Research.* London: Sage.

तत्त्वज्ञानाची सिद्धांत ऐवजी – मानसघटनाशास्त्रावर लक्ष केंद्रित केलेली पुस्तके शोधणे कठीण असू शकते. पण या पुस्तकाने ते काम चांगले केले आहे. स्पष्टीकरणात्मक मानसघटनाशास्त्रविषयक विश्लेषण असे नामकरण झाले, ह्यामध्ये मानसघटनाशास्त्रविषयक संशोधनाची निर्मिती करण्यासाठी ज्या पायऱ्या अनुसराव्या लागतील त्यांचा समावेश केलेला आहे.

संस्कृतीदर्शी कार्यपद्धती

Francis, D. and Hester, S. (2004) *An Invitation to Ethnomethodology.* London: Sage.

लेखक निरीक्षणात्मक समाजशास्त्राच्या संशोधन धोरणाचा आराखडा/कच्चा मसुदा तयार करतात. तो संस्कृतीदर्शी कार्यपद्धतीवर आणि संभाषण विश्लेषणावर आधारित असतो. त्यांच्या अधिकारक्षेत्रा अंतर्गत, वाचकांच्या कुटुंबापासून सुरुवात करून निरीक्षणात्मक समाजशास्त्राचा अभ्यास आयोजित करण्याचे जे आव्हान लेखक वाचकांसमोर ठेवतात, त्यामार्गे हे सामर्थ्य मिळते.

Garfinkel, H. (1967) *Studies in Ethnomethodology.* Englewood Cliffs, NJ: Prentice Hall.

संस्कृतीदर्शी कार्यपद्धतीचे जनक गर्फिनकेल यांनी केलेले अभिजात काम. खरंतर ह्या कामामुळे आपला ज्ञानाच्या दृष्टिकोनाबद्दलचे आपले आकलन परिभाषित होते. त्यामुळे वाचायला हवे असे.

Lynch, M. and Sharrock, W. (eds) (2009) *Ethnomethodology.* London: Sage.

हा चार खंडांचा संच व्यापक स्वरूपात, संभाषण आणि अन्योन्य प्रक्रियेची निर्मिती करणाऱ्या पद्धतींच्या अदृश्य नियमांचे खरे स्वरूप उघडे करण्याकडे लक्ष देतो. सामाजिक आदेश आणि सामाजिक बदल यांचा शोध घेण्यासाठी काही मनोरंजक अंतर्दृष्टी.

Ten Have, P. (2004) *Understanding Qualitative Research and Ethnomethodology.* London: Sage.

हे पुस्तक अधिक पारंपरिक गुणात्मक पद्धती आणि संस्कृतीदर्शी कार्यपद्धती यांच्यामधील संबंध शोधण्याचे चांगले काम करते, असे मला वाटते. आणि संस्कृतीदर्शी कार्यपद्धती विषयक दृष्टिकोनामुळे, आपल्याला आपल्या जगाबद्दल जे माहित आहे त्यामध्ये सुधारणा होऊ शकेल, असा युक्तिवाद ते करते.

स्त्रीवादी दृष्टिकोन

Nagy Hesse-Biber, S. J. and Leavy, P. L. (eds) (2006) *Feminist Research Practice: A Primer.* London: Sage.

हे काम स्त्रीवादी दृष्टिकोनांची एक चांगली श्रेणी देते आणि संस्कृतीदर्शन, तोंडी इतिहास, लक्ष्य गट, आशय विश्लेषण, मुलाखती आणि सर्वेक्षण संशोधन यामधून तपशीलवार उदाहरणे घेते.

Ramazanoğlu, C. with Holland, J. (2002) *Feminist Methodology: Challenges and Choices.* Thousand Oaks, CA: Sage.

हे पुस्तक वाचकांना कार्यपद्धतीविषयक पर्याय जाणीवपूर्वक निवडण्याचे आव्हान देते आणि असे पर्याय महत्त्वाचे आहेत कारण ते ज्ञान उत्पादनावर परिणाम करतील असे ते म्हणते, हे मला आवडले. एक चांगले क्रांतिक पुस्तक.

Sprague, J. (2005) *Feminist Methodologies for Critical Researchers: Bridging Differences.* Lanham, MD: AltaMira Press.

स्त्रीवादी कार्यपद्धती गुणात्मक धारणांबरोबर संरेखित करण्याऐवजी, हे काम असा युक्तिवाद करते की क्रांतिक भूमिका सर्व पद्धतींमध्ये सुधारणा करू शकते आणि सर्वेक्षण आणि प्रयोग यांच्यासह सर्व पद्धती, ज्ञानामध्ये मौलिक योगदान करण्यासाठी सक्षम आहेत.

मिश्र कार्यपद्धती

Creswell, J. W. (2013) *Research Design: Qualitative, Quantitative and Mixed Methods Approaches.* London: Sage.

हे पुस्तक वापरायला खूप सोपे आहे, विशिष्ट तांत्रिक भाषा टाळते, आणि स्पष्ट मार्गदर्शन देते हे मला आवडते. कार्यपद्धती विषयक विचारांवर संशोधन सुरू करण्यासाठी एक उत्तम जागा आहे.

Creswell, J. W. and Plano Clark, V. L. (2010) *Designing and Conducting Mixed Methods Research.* London: Sage.

एक उत्तम मार्गदर्शक पुस्तक, जे टप्याटप्याने मिश्र पद्धत रचनेचे सहा वेगवेगळे दृष्टिकोन देते. प्रकाशित मिश्र पद्धत अभ्यासाचा उदाहरण म्हणून उपयोग कामामध्ये भर घालतो.

Greenc, J. C. (2007) *Mixed Methods in Social Inquiry.* San Francisco: Jossey-Bass.

लेखक ज्या पद्धतीने मिश्र पद्धत संशोधनाच्या विविध दृष्टिकोनांच्या खोलात शिरतो आणि वाचकांना त्यांच्या आखणीच्या योग्यतेचा विचार करण्याचे आव्हान देतो, ते मला आवडले. मला महत्त्वाचे धडे देणारी तपशीलवार उदाहरणे ही आवडली.

Mayo, E. (1933) *The Human Problems of an Industrial Civilization.* New York: Viking Press.

वर दिलेला रकाना ८.६ पहा – संपूर्ण मजकूर सहचर संकेतस्थळावर उपलब्ध.

Roethlisberger, F. J. and Dickson, W. J. (1939) *Management and the Worker: An Account of a Research Program Conducted by the Western Electric Company, Hawthorne Works.* Cambridge, MA: Harvard University Press.

वर दिलेला रकाना ८.६ पहा – संपूर्ण मजकूर सहचर संकेतस्थळावर उपलब्ध.

Tashakkori, A. and Teddlie, C. (eds) (2010) *Sage Handbook of Mixed Methods in Social and Behavioral Research.* Thousand Oaks, CA: Sage.

हे एक व्यापक हँडबुक आहे जे खरोखर मिश्र पद्धतीभोवतालच्या वादंग आणि वादविवाद यांच्या खोलात शिरते. वेगवेगळ्या विद्याशाखांमधील चांगली नेमकी उदाहरणे.

९

कार्यपद्धतींचे आकलनः मूल्याधारित, क्रियाभिमुख आणि बंधमुक्त कृतियोजना

प्रकरणाचे पूर्वावलोकन

- बदल करण्याचा प्रयत्न करणारे संशोधन
- मूल्याधारित संशोधन
- कृतिसंशोधन
- बंधमुक्त संशोधन

बदलाला प्रोत्साहन देण्याचा प्रयत्न करणारे संशोधन

जो विचार कृतीमध्ये परिणत होत नाही तो विशेष नसतो आणि जी कृती विचाराच्या पुढे जात नाही, तिला काहीच मूल्य नसते.

जॉर्जेस बर्नानोस

आठव्या प्रकरणात धारणात्मकदृष्ट्या कार्यपद्धतींचा शोध घेतला गेला – म्हणजे विविध परंपरांवर आधारित संशोधन पद्धतींचा शोध घेतला. पण नवव्या प्रकरणाची रचना थोडी वेगळ्या प्रकारची आहे.या प्रकरणात, कार्यपद्धतींची विशिष्ट धारणात्मक संस्थापनेमधून चर्चा करण्याऐवजी उद्दिष्टांवर आधारित चर्चा केली गेली आहे. आपण उद्दिष्टांनुसार कार्यपद्धतींकडे पाहतो, विशेषतः बदलाभिमुख उद्दिष्टांकडे.

आता तुम्ही विचार करत असाल की, सर्व संशोधन हे बदल करण्याच्या क्षमतेबाबत असते, नाही का? संशोधन हे समस्या निवारण, परिस्थितीतील सुधारणा किंवा प्रगती यासाठी कारणीभूत व्हायला नको का? आकृती ९.१ मध्ये दाखवल्याप्रमाणे, संशोधनाची उद्दिष्टे ज्ञान ते बदल या सलगतेत स्थापित करता येतील. एका बाजूला मूलभूत किंवा 'शुद्ध' संशोधन आहे, जे जग अधिक चांगल्या पद्धतीने समजून घेण्याचा प्रयत्न करण्यासाठी ज्ञाननिर्मिती करते. या सलगतेच्या दुसऱ्या टोकाला प्रभावी संरचनांमध्ये अमूलाग्र बदल करण्याच्या हेतूने आयोजित करण्यात आलेले

संशोधन खालील कारणांसाठी ज्ञान निर्मिती करते:

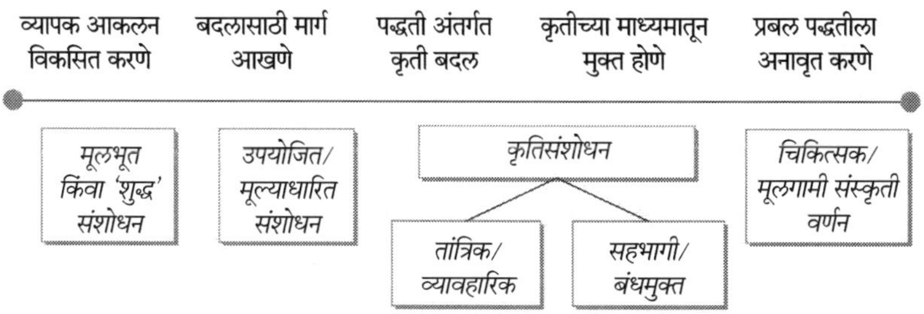

आकृती ९.१ ज्ञानाकडून बदलाकडे – संशोधनाची ध्येये

संशोधन आहे. मी समजू शकते की, सलगतेच्या दोन बाजू म्हणजे जगाची दोन टोके आहेत, असे वाटू शकते. पण ते अगदी व्यासाच्या दोन टोकांप्रमाणे विरोधी नाहीत, असे मी म्हणेन.

शुद्ध संशोधनाचा विचार केला तर, मनात कोणताही व्यावहारिक उद्देश न ठेवता संशोधन करणारे 'जगातील व्यावहारिक सत्यांपासून दूर राहणारे' असे खूप कमी संशोधक आहेत. खरं तर, सर्व संशोधन योजनांना तार्किकतेची अपेक्षा असते जिच्यायोगे विचाराधीन संशोधन प्रश्नाची शास्त्रीय किंवा सामाजिक अर्थपूर्णता अधोरेखित केली जाते. तथापि, ह्या संशोधन प्रकारातील संशोधकाच्या कार्यसूचीत निष्कर्षांचे उपयोजन समाविष्ट होत नाही. उपयोजित/ मूल्याधारित संशोधनात सहभागी होणाऱ्यांसाठी, बदलाचा प्रकल्पाच्या उद्दिष्टांशी जवळचा संबंध आहे. खरं तर, माहितीची तात्काळ गरज निर्माण झाल्यामुळे ज्ञाननिर्मिती होते. ज्यामुळे व्यावहारिक, प्रभावी, पुराव्यावर आधारित निर्णय घेणे सुलभ होऊ शकते. कृतिसंशोधन यापुढे एक पाऊल जाते – आणि संशोधनामुळे घडणाऱ्या बदलाची अपेक्षा करण्याऐवजी ते प्रत्यक्षात संशोधन प्रक्रियांमधून बदल घडावा अशी मागणी करते. शेवटी, मुक्त संशोधन बदलाच्या मूलभूत पातळीवर हल्ला चढवते. आणि स्वतःच्या कार्यसूचीत मुक्तता आणि आत्मनिर्धाराचा समावेश करते.

प्रत्यक्ष जगात आपले संशोधन किमान काही पातळीपर्यंत तरी उपयुक्त ठरावे, अशी सर्व संशोधकांची इच्छा असते. पण त्या संशोधनाची उपयुक्तता ज्ञाननिर्मिती करू शकते का जी शेवटी बदलाकडे मार्गक्रमण करेल किंवा बदल हाच संशोधन प्रक्रियेची प्रत्यक्ष निर्मिती असेल, हा प्रश्न आहे. या सगळ्याची पर्वा न करता, एक राजकीय प्रयत्न म्हणून संशोधनाकडे बघणे योग्य ठरेल.

मूल्याधारित संशोधन

अशी एक गोष्ट आहे जिची आपल्याकडे कमतरता नाही ती म्हणजे पुढाकार. परिस्थितीमध्ये सुधारणा घडवून आणण्यासाठी आपल्याला नवीन गोष्टी करून बघण्याची इच्छा असते: नवीन उत्पादने, नवीन पद्धती, नवीन भूमिका, नवीन कायदे, नवीन हस्तक्षेप, नवीन कार्यक्रम, नवीन संरचना, नवीन धोरणे, नवीन कार्यपद्धती, नवीन अभ्यासक्रम इ. पण आपले प्रयत्न कितपत यशस्वी होतील? आपण जे प्रयत्न किंवा कृती केल्या त्या करणे अपेक्षित होते का? आपण सकारात्मक बदलाच्या दिशेने काही मदत करू शकलो का? आपण अडचण निर्माण करणाऱ्या परिस्थितीची तीव्रता कमी करू शकलो का? अशा प्रकारच्या प्रश्नांना उत्तरे देणे, हे मूल्याधारित संशोधनाचे उद्दिष्ट आहे.

शब्दार्थसूची

मूल्याधारित संशोधन

कोणत्याही उपक्रमाचे मूल्य निर्धारित करण्याचा प्रयत्न करणारे संशोधन. मूल्याधारित संशोधन हे उपक्रमाचे परिणाम, तसेच परिवर्तन आणि सुधारणेसाठी असलेल्या संधीही सिद्ध करते.

मूल्याधारित अभ्यासाची गरज सतत वाढत आहे. चांगल्या प्रकारे आयोजित केलेले मूल्यमापन, ही आता निर्णयक्षम लोकांना विज्ञाननिष्ठ, माहितीने युक्त, पुराव्यावर आधारित असा निर्णय घेण्यासाठी आवश्यक असलेला, डेटा पुरवण्याची एक महत्त्वाची कृतियोजना आहे. खरंतर, बदलात हस्तक्षेप करणाऱ्या (change intervention) योजनांमध्ये मूल्याधारित घटकांची आवश्यकता मोठ्या प्रमाणावर वाढत आहे. ज्यात मूल्यनिर्धारण हे अगदी सुरुवातीपासून बदलाच्या व्यवस्थापनात अंत:स्थापित असेल.

मूल्याधारित अभ्यास, उपक्रम ज्या स्थितीत आहे तसाच ठेवावा की सुधारणा करून, विस्तार करून चालू ठेवावा किंवा मोडीत काढावा, हे निर्धारित करण्याचा प्रयत्न करतो. आणि तो हे विविध भागधारकांच्या गटाला दोन प्रकारचे प्रश्न विचारून करतो. पहिला परिणामांशी संबंधित आहे: उदाहरणार्थ, विशिष्ट उपक्रमाने त्याची उद्दिष्टे गाठली का? दुसरा प्रक्रियांशी संबंधित आहे: उदाहरणार्थ, विशिष्ट उपक्रमाची अंमलबजावणी कशी यशस्वी झाली आणि त्यात कशी सुधारणा केली जाऊ शकते?

सकल/परिणामात्मक मूल्यांकन

सकल मूल्यमापन, ज्याला परिणामात्मक मूल्यांकन देखील म्हणतात त्याचे उद्दिष्ट, हे प्रस्तुत बदलाच्या कृतियोजनेची परिणामकारकता (ज्याची ध्येय, उद्देश आणि उद्दिष्टे पूर्ण झाली आहेत) आणि त्याची कार्यक्षमता (परिणाम खर्चाचे समर्थन करतात) याच्याशी संबंधित डेटा आणि माहिती प्रदान करण्याचे आहे. ह्या उपक्रमासाठी तपासले नसते नाही तर कदाचित जे आढळले नसते अशा परिणामांसाठी उपक्रम जबाबदार आहे का, याचा तपास करणे अशी ही कल्पना आहे. तसेच अभिप्रेत आणि अनभिप्रेत अशा दोन्ही परिणामांचा समावेश करणे आवश्यक आहे. आता वास्तविक जगात आर्थिक उत्पन्न हा महत्त्वाचा घटक असतो, त्यामुळे अनेक परिणामात्मक मूल्यांकनात, प्रभावीपणे केलेल्या खर्चासंबंधित डेटाचाही समावेश अनेकदा योग्य किंमतीच्या विश्लेषणाच्या स्वरूपात करतात.

परिणामात्मक मूल्यांकनाच्या निष्कर्षांमधून कार्यक्रमनिधी, सुरुवात, समाप्ती, विस्तार आणि कपातीशी संबंधित निर्णयांची माहिती मिळणे अपेक्षित आहे. बऱ्याचदा निष्कर्ष विशिष्ट केसशी निगडीत असले तरी, त्याच्या परिणामांमध्ये अनेक भागधारकांच्या समूहांना स्वारस्य असू शकते, बदलाच्या हस्तक्षेपाच्या स्वरूपावर अफाट पसरलेल्या लोकसंख्येचे स्वारस्यही अवलंबून आहे.

सकल मूल्यांकनास अनुरूप पद्धती

तर मग मूल्यांकन अभ्यासाच्या आयोजनात नक्की कशाचा समावेश असेल? तसेच, एखाद्या विशिष्ट पद्धतीद्वारे परिभाषित केले जाण्याऐवजी, मूल्यांकन अभ्यास त्याच्या मूल्यांकन ध्येयांवरून ओळखला जातो. आणि या ध्येयांमुळेच योग्य मार्ग निश्चित होतो. सकल मूल्यमापनामध्ये, उपक्रमाचा उपयोग झाला का, हे शोधून काढणे, हे मुख्य ध्येय आहे. दुसऱ्या शब्दांत सांगायचे तर, त्याची उद्दिष्टे पूर्ण झाली का? कोष्टक ९.१ मध्ये दाखवल्याप्रमाणे,

अनेकदा उपक्रमाची अनेक उद्दिष्टे असतात आणि प्रत्येक भागधारकांच्या समूहानुसार त्यात बदल होऊ शकतो. परिणामांचा शोध घेणारा एक मूल्यमापक म्हणून, यशाचे मोजमाप हे प्रदाता, प्राप्तकर्ता, विस्तीर्ण समुदाय यांच्या दृष्टिकोनातून करायचे की ह्या सर्वांच्या दृष्टीकोनातून करायचे आहे, हे निर्धारित करणे आवश्यक आहे. कोणत्या परिणामात्मक उद्दिष्टांचा आणि कोणाच्या दृष्टिकोनांचा शोध घ्यायचा, हे निश्चित करणे आवश्यक आहे. त्यानुसार तुमच्या पद्धती बदलतील.

कोष्टक ९.१ मूल्यांकन पद्धती

	दात्याचा दृष्टिकोन	धारकाचा दृष्टिकोन	व्यापक दृष्टिकोन
परिणाम			
त्याचा उपयोग झाला का?	पुरवठादाराच्या दृष्टीने योग्य किमतीचा/फायदेशीर ठरला का?	लक्ष्य समूहामध्ये खरंच बदल झाला का?	व्यापक समाजाची गरज पूर्ण झाली का?
	संभाव्य पद्धतीः • दस्तऐवजाचे पुनरावलोकन • महत्त्वाचा महितीदाता • मुलाखती • लक्ष्य समूह	संभाव्य पद्धतीः • नियंत्रण गट किंवा आधीचा/नंतरचा डेटा वापरून प्रायोगिक व निम-प्रायोगिक प्रयोग करणे • फक्त सर्वेक्षण/मुलाखतीद्वारा उत्तर गटाचे अन्वेषण	संभाव्य पद्धतीः • सर्वेक्षण • लक्ष्य समूह
प्रक्रिया			
त्यात सुधारणा कशी करता येईल?	सामर्थ्य/ उणिवा काय होत्या? संघटनेसाठी ही प्रक्रिया जास्त कार्यक्षम/प्रभावी कशी करता येईल?	सामर्थ्य/ उणिवा काय होत्या? ज्या लोकांचा फायदा होणे अपेक्षित आहे, त्या लोकांसाठी ही प्रक्रिया जास्त कार्यक्षम/प्रभावी कशी करता येईल?	सामर्थ्य/उणिवा काय होत्या? समाजासाठी ही प्रक्रिया जास्त कार्यक्षम/प्रभावी कशी करता येईल?
	संभाव्य पद्धतीः • संघटनेतील महत्त्वाच्या भागधारकांच्या मुलाखती • लक्ष्य समूह • निरीक्षण • दस्तऐवजाचे पुनरावलोकन	संभाव्य पद्धतीः • सर्वेक्षण • लक्ष्य समूह • मुलाखती	संभाव्य पद्धतीः • सर्वेक्षण • लक्ष्य समूह • मुलाखती (बरेचदा महत्त्वाचे महितीदाते/भागधारक)

- *प्रदात्याचा दृष्टिकोन* – पद्धतीची रचना करताना, उपक्रम यशस्वी होईल असा विश्वास पुरवठादाराला वाटतो का? हे शोधण्यासाठी दोन सर्वसाधारण मार्ग आहेत. पहिला म्हणजे विचारणे. मुलाखती आणि लक्ष्य गट (प्रकरण ११ पाहा) यांमुळे आपल्याला रचना, प्रस्तुती आणि अंमलबजावणीसाठी जबाबदार असलेल्या सर्व लोकांशी, तसेच उच्च पातळीची संस्थात्मक जबाबदारी सांभाळत असलेल्या लोकांशी बोलण्याची संधी मिळते. दुसरी पद्धत म्हणजे, कागदोपत्री पुरावा पाहणे (प्रकरण १२ पाहा). हे विशेषतः प्रभावीपणे खर्च करण्यावर, लक्ष केंद्रित करणाऱ्या किंवा यशाचा पुरावा म्हणून नमूद केला जाण्याची शक्यता आहे, अशा प्रश्नांशी संबंधित आहे.
- *प्राप्तकर्ता दृष्टिकोन* – तुम्ही प्रत्यक्ष जाऊन उपक्रमाची बदलाभिमुख परिणामाची उद्दिष्टे खरोखर पूर्ण होत आहेत का हे पाहता. हे करण्याचा सर्वोत्तम मार्ग प्रायोगिक व निम-प्रायोगिक योजना हा आहे असा युक्तिवाद (माझ्यासह) अनेकजण करतील, ज्यामध्ये समूह आणि काळ यापलीकडे जाऊन तुलना करता येते. येथे तीन शक्यता आहेतः

१. *केस/नियंत्रण आकृतिबंध* – उपक्रमामुळे लक्ष्य गटामध्ये फरक पडला आहे का हे पाहण्यासाठी, तुम्ही उपक्रमामध्ये सहभागी झालेले आणि न झालेले लोक यांची तुलना करण्यासाठी नियंत्रण गटाचा वापर करू शकता.

२. *आधीचा/नंतरचा आकृतिबंध* – याला कधीकधी 'काळ मालिका विश्लेषण' म्हणतात. ह्या दृष्टिकोनात एकाच गटातील व्यक्तींची उपक्रम राबविण्याआधी आणि नंतर तुलना करता येते.

३. *केस/नियंत्रण – आकृतिबंधाच्या आधी/नंतर* – वरील दोन पद्धती एकत्रित करून यात आणखी स्पष्ट परिणाम साधता येतात.

यापैकी तिन्ही दृष्टिकोनात प्रगत नियोजन आवश्यक आहे आणि या विभागाच्या शेवटी चर्चा केल्याप्रमाणे, हे नेहमी शक्य होत नाही. अंमलबजावणीनंतर प्राप्तकर्त्यांच्या सर्वेक्षण किंवा मुलाखतीद्वारा प्रत्यक्ष बदलाऐवजी बदलाच्या आकलनाचे, मूल्यमापन करणे हा पर्याय आहे (प्रकरण ११ पाहा). येथे प्राप्तकर्त्याला बदल झाला आहे, असा विश्वास वाटतो का ते पाहणे, हे ध्येय आहे.

- *व्यापक सामाजिक दृष्टिकोन* – उपक्रमात अनेकदा प्रत्यक्ष प्राप्तकर्ता नसणाऱ्या भागधारकांच्या गटाशी संबंधित उद्दिष्टे असतात. उदाहरणार्थ, शाळेच्या दादागिरी कमी करण्यासाठीच्या उपक्रमाचा उद्देश पालक/समाजाची चिंता कमी करणे, हा असू शकतो किंवा आरोग्य उपक्रमाचा उद्देश समाजात संस्थेची प्रतिष्ठा सुधारण्याचा उद्देश असू शकतो. येथे सर्वेक्षण आणि लक्ष्य गट या पद्धतींची निवड करता येते. (प्रकरण ११). आणि अशा पद्धती साधारणपणे समाजाला त्यांचे आकलन आणि नजीकच्या काळात आकलनात झालेले बदल, याचा अहवाल द्यायला सांगतात आणि उपक्रमाअगोदर संकलित केलेल्या डेटाशी तुम्ही त्याची थेट तुलना करू शकता.

विधायक/प्रक्रिया मूल्यांकन

विधायक मूल्यमापन, ज्याला प्रक्रिया मूल्यांकन असेही म्हणतात. डेटा आणि विशिष्ट बदल उपक्रमाच्या पुढील विकासाला मदत होईल, अशी माहिती प्रदान करणे हा या प्रकारच्या मूल्यांकनाचा उद्देश असतो. असे अभ्यास उपक्रमाच्या प्रस्तुतीचा तपास करतात आणि तो कसा आणि किती चांगल्या प्रकारे राबविण्यात येत आहे, असे प्रश्न विचारतात. हा अभ्यास सामर्थ्य, उणिवा, संधी आणि धोके यांचे मूल्यांकन करू शकतो, तसेच अनेकदा यशस्वी अंमलबजावणी करण्यासाठी मदत करणाऱ्या किंवा अडथळा निर्माण करणाऱ्या घटकांचे मूल्यांकन करण्याचे काम करतो.

प्रक्रिया मूल्यांकनाने साध्य केलेल्या परिणामातून कार्यक्रमातील सुधारणा, फेरबदल आणि व्यवस्थापनाशी संबंधित निर्णयांची माहिती मिळणे अपेक्षित आहे. आणि हा अभ्यास विशिष्ट केसपुरता मर्यादित असला तरी 'हस्तांतरणीय' निष्कर्षांमुळे कोणत्याही इतर संघटनेला तत्सम उपक्रम करण्यात रस असल्यास, 'घेतलेल्या बोधाचे' (प्रकरण ४ पाहा) उपयोजन करता येईल.

विधायक मूल्यमापनास अनुरूप पद्धती

कोष्टक ९.१ मध्ये ठळकपणे दर्शवल्याप्रमाणे, विधायक किंवा प्रक्रिया मूल्यमापनाचा मुख्य उद्देश हा उपक्रमाच्या सामर्थ्य आणि उणिवांचे मूल्यांकन करणे आणि प्रक्रिया जास्तीत जास्त कार्यक्षम आणि प्रभावी कशी केली जाऊ शकते, हे विचारणे आहे. प्रदाता, प्राप्तकर्ता आणि विस्तीर्ण समाज यांच्याकडे काय योग्य पद्धतीने झाले आणि आणि

काय नाही, हे ठरवण्यासाठी विविध पर्याय उपलब्ध असल्यामुळे, इथे भागधारकांचा दृष्टिकोन पुन्हा महत्त्वाची भूमिका बजावतो. म्हणूनच, पद्धतीचा आकृतिबंध तुम्हाला काय माहीत करून घ्यायचे आहे आणि कोणाच्या दृष्टिकोनांचा शोध घ्यायचा आहे, यावर मोठ्या प्रमाणावर अवलंबून असतो.

- *प्रदात्याचा दृष्टिकोन* – तुम्ही येथे ज्या पद्धतींचा वापर करता त्या पद्धती पुरवठा करणाऱ्या समूहाची संमिश्रता आणि विविधता यावर अवलंबून असतील. उदाहरणार्थ, पट्टपंक्तीच्या (स्पेक्ट्रम) एका टोकाला तुम्हाला विशिष्ट शिक्षकाने चालविलेल्या वर्गातील उपक्रमाचे मूल्यमापन करण्यास सांगितले जाऊ शकते. या केसमध्ये, सखोल मुलाखत सर्वात योग्य ठरेल. (प्रकरण ११ पाहा). पट्टपंक्तीच्या (स्पेक्ट्रम) दुसऱ्या टोकाला तुम्ही सरकारच्या नवीन आरोग्यविषयक धोरणाचे मूल्यांकन कराल ज्याच्या रचना, विकास आणि अंमलबजावणीमध्ये सरकारी आणि खाजगी उद्योगांमध्ये विविध स्तरांवर काम करणाऱ्या व्यक्ती सहभागी आहेत. क्लिष्टतेची पातळी लक्षात घेता, आवश्यक डेटाचे संकलन करण्यासाठी (प्रकरण ११ पाहा) तुम्हाला अनेक पद्धतींच्या मुलाखती, विशेष लक्ष्य गट आणि अगदी सर्वेक्षणाचासुद्धा – वापर करणे आवश्यक आहे. इथे प्रक्रियेचे थेट निरीक्षण किंवा दस्तऐवज पुनरावलोकनही महत्त्वाचे आहे, ज्यात तुम्हाला संबंधित प्रक्रियेच्या लेखी नोंदींचा आणि कार्यवृत्ताच्या परीक्षणाचा शोध घ्यावा लागेल. (प्रकरण १२ पाहा).
- *प्राप्तकर्त्याचा दृष्टिकोन* – एखादी गोष्ट चांगली झाली आहे, असे व्यवस्थापनाला वाटले, म्हणजे प्राप्तकर्त्याला ते तसे वाटेलच असे म्हणता येत नाही. प्रक्रियेचे योग्य मूल्यमापन, हे पुरवठादाराच्या दृष्टिकोनापलीकडे जाऊन सामर्थ्य, उणिवा आणि संभाव्य फेरबदल याबाबत प्राप्तकर्त्याचे मत समजावून घेण्याचा प्रयत्न करेल. पुरवठादारांप्रमाणेच लक्ष्य गटाचा आकार आणि गुंतागुंतदेखील बदलते आणि तुम्ही स्वत:च आवश्यक डेटा संकलानासाठी मुलाखती विशेष लक्ष्य गट आणि सर्वेक्षण यांसारख्या विविध पद्धतींचा वापर कराल. (प्रकरण ११ पाहा)
- *विस्तीर्ण समुदाय दृष्टिकोन* – 'तुम्हाला आणि तुमच्या "ग्राहकाला" विस्तीर्ण समाजाचे मत हवे आहे का?' हा पहिला प्रश्न तुम्ही इथे विचारला पाहिजे .विस्तीर्ण समाज हा योग्य भागधारक आहे किंवा योग्य मत व्यक्त करण्याइतके पूर्वावश्यक ज्ञान समाजाला आहे, असे तुम्हाला कदाचित वाटणार नाही. दुसरीकडे, ज्या उपक्रमाचे पुनरावलोकन चालू आहे, त्याचा समाजावर दूरगामी परिणाम होऊ शकेल किंवा समाजच स्वत:कडे भागधारक म्हणून पाहील, अशा समस्यांशी त्याचा संबंध असेल. उदाहरणार्थ, शेजारी चालू असलेले भित्तीलेखन थांबवण्याचे लक्ष्य असलेला उपक्रम. या परिस्थितीत, उपक्रमाची सामर्थ्ये व उणिवा याबाबत विस्तीर्ण मताचा प्रचार करणे महत्त्वाचे ठरू शकते. येथे वापरण्यात येणाऱ्या पद्धती बहुधा सर्वेक्षण, विशेष लक्ष्य गट आणि शक्यतो महत्त्वाचा माहितीदाता यांच्या मुलाखती या असतील. (प्रकरण ११ पाहा).

मूल्याधारित संशोधनाचे राजकारण

> टीका करताना मी मित्र किंवा शत्रूविषयी सारखाच धीट, कठोर आणि न्याय्य असेन. ह्या उद्दिष्टापासून मला कोणीही परावृत्त करू शकणार नाही.
>
> *एडगर ॲलन पो*

सर्व संशोधन हे राजकीय असते असे म्हटले जाते, पण मूल्याधारित संशोधनाबाबत हे जरा जास्तच खरे आहे. असा विचार न करणे हा अगदीच भोळेपणा ठरेल. हितसंबंध सर्वत्र असतात आणि 'यश' शोधण्यासाठी संशोधकांवर उच्च दबाव असू शकतो.

मग तुम्ही वाटाघाटी कशा सुरू करणार आणि कधी कधी भिन्न असलेल्या मूल्याधारित संशोधनाच्या राजकीय आणि वैज्ञानिक ध्येयांमध्ये समतोल कसा साधणार? सर्वप्रथम संशोधन-संशोधित वास्तव आणि संबंध समजावून घेऊ. उदाहरणार्थ, ज्यांना उपक्रमांचे मूल्यांकन करून घ्यायचे आहे, त्यांची ध्येये नेहमी समान नसतात. काहीजणांना प्रामाणिक व खुला अभिप्राय हवा असतो, पण इतरांना फक्त त्यांनी केलेल्या गोष्टींचे निकषांकन करून हवे असते, तर आणखी काही जण फक्त मिळणाऱ्या निधीसाठी आवश्यक असलेल्या गोष्टींची पूर्तता करत असतात. आणि अर्थातच, यापैकी काहीजण या सगळ्याचे एकत्रीकरण करण्याच्या मागे असतात.

संशोधकांच्या बाबतीतही हे खरे आहे. मग ते अंतर्गत असोत किंवा बाह्य; सर्व मूल्याधारित संशोधक समान शैली, कौशल्य किंवा ध्येय वापरून काम करत नाहीत. उदाहरणार्थ, काही जण स्वतःला वस्तुनिष्ठ संशोधक समजतात.

कोष्टक ९.२ मूल्याधारित संशोधनातील संबंध

ग्राहक जे घेतात... मूल्यनिर्धारक ज्याची शैली पुढीलप्रमाणे असू शकते	प्रामाणिक प्रतिक्रिया	निकषांकन	निधीसाठी आवश्यक असलेल्या गोष्टींची पूर्तता
समीक्षक			
विश्वासार्हताः विश्वास संपादन करणे अवघड असते, त्यायोगे डेटा/ निष्कर्षांवर प्रभाव टाकणे. नकारात्मकतेला सहानुभाव दर्शवण्याकडे निष्कर्षांचा कल असतो आणि सकारात्मकता दर्शवत नाही.	ग्राहकांना त्यांच्या उपक्रमांमधील उणिवांची, जाणीव करून देणे योग्य ठरू शकते. समीक्षकांकडून अधोमूल्यांकन झाल्याने त्यांना खच्चीकरण झाल्यासारखे वाटू शकते.	हे संबंध समस्या निर्माण करतील, ग्राहकाचे खच्चीकरण होऊन तो निराश होण्याची शक्यता असते आणि त्याला अगदी रागही येऊ शकतो. समीक्षक कायमचे आणि कटु पद्धतीने आपले संबंध संपवण्याची शक्यता आहे.	मूल्यमापनाच्या महत्त्वाची ज्यांना जाण नाही, ते समीक्षकांकडून डावलले जाण्याची शक्यता असते. येथे विश्वास डळमळीत होण्याची आणि अढी निर्माण होण्याची शक्यता असते.
निःपक्षपाती शास्त्रज्ञ			
विश्वासार्हताः विश्वासार्ह डेटा/ निष्कर्षांची सर्वोत्तम शक्यता, विशेषतः जर निःपक्षपाती डेटाचे संकलन करताना विश्वास निर्माण करण्याचा प्रयत्न करणे, हा दृष्टिकोन असेल तर	चांगली अनुरूपता, पण तरीही ज्याची राजकीय कौशल्ये विकसित आहेत असा शास्त्रज्ञ असेल तरी त्यात कोणताही धोका नाही. ज्यांना अगदी प्रामाणिक अभिप्राय हवा आहे तेही मुत्सद्दीपणाची प्रशंसा करतात	निष्कर्ष योग्य असतील तरी, निकषांकन मिळवणाऱ्यांकडून ते कसे स्वीकारले आणि अंमलात आणले जातात, हे बरेचदा संशोधकाच्या संवेदनशीलतेवर आणि संभाषण कौशल्यावर अवलंबून असते	आधारभूत निष्कर्ष आणि संशोधकाची आंतरवैयक्तिक कौशल्ये यांच्या मदतीने संबंध सुधारण्याकडे कल – मूल्यमापनाचे महत्त्व 'पटवून' देण्यास संभाषण कौशल्य कारणीभूत असू शकते
मदतनीस/मार्गदर्शकाची			
विश्वासार्हताः उपक्रम यशस्वी झाला तर विश्वासार्ह निष्कर्ष काढता येऊ शकतील. उणिवा झाकून, सकारात्मक गोष्टींना महत्त्व देण्याची प्रवृत्ती असू शकते. प्रक्रियेसंबंधित शिफारसीकडे प्रवास	सर्वसाधारणपणे संबंध सकारात्मक असतात, पण प्रभावीपणे निर्णय घेण्यासाठी आवश्यक असलेला अभिप्राय/ लेखी स्वरूपातील डेटा मिळत नाही असे वाटले तर ग्राहक निराश होऊ शकतो	त्यांचे काम महत्त्वाचे आहे असे ग्राहकांना वाटणे, हे प्रत्यक्षात योग्य आहे. प्रक्रियेसंबंधित शिफारसीवर विचार केला जाण्याची चांगली संधी	मार्गदर्शक विश्वास निर्माण करू शकेल आणि मूल्यमापनाचे महत्त्व मनावर बिंबवू शकेल. पण ग्राहक शंकेखोर असेल, तर ते मार्गदर्शकाने दिलेल्या शिफारसींना जास्त महत्त्व देणार नाहीत
राजकारणी			
विश्वासार्हताः निष्कर्षांचा राजकीय परिस्थितीसंदर्भात शोध घेणे आवश्यक आहे – गर्भित अर्थ समजावून घेण्याची गरज आहे. संशोधन कार्यान्वित करणाऱ्यांच्या कार्यसूचीला हे निष्कर्ष आधारभूत ठरू शकतात	जोपर्यंत अपेक्षा स्पष्ट आहेत तोपर्यंत खूप अडटणीचे ठरत नाही. संशोधक आणि ग्राहक यांची उद्दिष्टे साधारणपणे स्पष्ट असावीत आणि व्यवस्थित हाताळली जावीत, म्हणजे संदिग्धता राहणार नाही	राजकारणी आणि ग्राहक यांचे ध्येय समान असते (ते म्हणजे निकषांकन), अभिप्राय विवेचनात्मक नसला तरी, संबंध चांगले असण्याची शक्यता आहे. मात्र, ध्येय विरुद्ध उद्देशासाठी असतील तर ग्राहक समाधानी असणार नाही	सामान्यतः विशिष्ट उद्देशाशी ध्येय बांधील असल्याने अनुरूप. विवेचनात्मक अभिप्रायाच्या पातळीबद्दल चर्चा आणि वाटाघाटी केल्या जाव्यात

विश्वासार्ह निष्कर्ष हे त्यांचे स्पष्ट आणि अढळ उद्दिष्ट असते. ते राजकीय संदर्भांची पर्वा करत नाहीत. इतर जण राजकीय पातळीवर जास्त काम करतात. ते सरकार/संस्था/राजकीय निधीचे वास्तव आणि त्यांना स्वत:ला सध्या सल्लागार म्हणून असलेल्या संधी, या सगळ्याशी एकरूप होतात. आणखी काही जणांचा अतिसमीक्षा करण्याकडे कल असतो आणि त्यांना दुसऱ्यांच्या कामामधील कमतरता दाखवून स्वत:ची बुद्धिमत्ता दाखविण्याची इच्छा असते. शेवटी, मदतीसाठी इच्छुक असलेले, स्वत:कडे मदतनीस किंवा अगदी मार्गदर्शक म्हणून बघणारे लोक असतात.

मी प्रथम मूल्याधारित संशोधन करायला सुरुवात केली, तेव्हा माझी या सर्व शैलींशी ओळख झाली. त्या सगळ्यांकडून मी शिकले आणि माझा पुढील मार्ग वस्तुनिष्ठ संशोधकाचा असेल, असे गृहीत धरले. पण लवकरच मला लक्षात आले की मूल्याधारित संशोधनाच्या राजकीय बाजूकडे दुर्लक्ष करून चालणार नाही आणि प्रत्यक्ष जगातील मूल्यमापनासाठी लवचिकता महत्त्वाची आहे. आता माझ्या स्वत:च्या व्यावसायिक आचारसंहितेशी बद्ध असलेला माझा मुख्य मूळ उद्देश, विश्वासार्ह आणि उपयुक्त निष्कर्षनिर्मिती हा आहे. पण ते निष्कर्ष कसे सादर करावे, कशावर जोर देण्यात आला आहे आणि कधी कधी काही गोष्टी न सांगणेच कसे उत्तम असते, ह्या गोष्टींवर निर्विवादपणे राजकारण आणि संदर्भ दोन्हीचा प्रभाव असतो.

कोष्टक ९.२, संशोधक विश्वासार्हतेच्या संदर्भातून, संशोधक/संशोधित ध्येये आणि संशोधक/संशोधित संबंध याच्या छेदनाकडे लक्ष देते. आधारकात (मॅट्रिक्स) सर्व शक्यता घेतलेल्या नसल्या तरी, ते मूल्याधारित संशोधनाच्या वस्तुस्थितीबाबतचे काही ज्ञान आणि राजकीयदृष्ट्या भारित वातावरणात प्रभावीपणे काम करण्यासाठीचे आवश्यक कौशल्य प्रदान करते.

मी बऱ्याच मूल्यनिर्धारकांबरोबर काम केले आहे आणि मला असे वाटते की, राजकीयदृष्ट्या चतुर असलेले, पण नेहमी व्यावसायिक नीतिमत्ता आणि सचोटी यांच्या अखत्यारीत काम करणारे मूल्यनिर्धारक सर्वोत्तम आहेत. काही जण ग्राहक आणि संदर्भ यांच्या शैलीशी जुळवून घेतील, तर काही काम करण्याच्या एका विशिष्ट प्रकाराशी एकनिष्ठ राहतील. पण जवळजवळ सर्व चांगले मूल्यनिर्धारक (evaluators), गोष्टी हाताळताना, ग्राहक व संशोधक दोघांच्या गरजा आणि ध्येये सचोटीने पूर्ण केल्या जातील अशी स्पष्ट अपेक्षा करण्याची गरज समजून घेतात.

मूल्याधारित संशोधनाची प्रत्यक्ष जगातील आव्हाने हाताळणे

मूल्याधारित संशोधनात विश्वसनीय डेटा संपादन करण्याचे राजकीय वास्तव हे एकमेव आव्हान नाही. मूल्यांकने शक्यतो प्रत्यक्ष जगाच्या अव्यवस्थित आणि गोंधळलेल्या वातावरणात होतात आणि विश्वसनीय, महत्त्वपूर्ण निष्कर्षनिर्मितीची इच्छा असल्यास, गुंतागुंतीची ही पातळी कौशल्यपूर्वक हाताळणे आवश्यक आहे.

जर मी हे केले असते तर ज्यांचे मूल्यांकन करायचे आहे असे सर्व उपक्रम, स्पष्ट आणि मोजण्यासारख्या ध्येय व उद्दिष्टांसहित संस्थापित असतील. पण हे क्वचितच घडते. अनेकदा आदर्श परिस्थितीपेक्षा दुय्यम परिस्थितीत मार्ग शोधणे गरजेचे होते. अशा परिस्थितीत खालील गोष्टींचा समावेश होतो:

मूल्यांकनाचा निर्णय आरंभिक अंमलबजावणीनंतर येतो तेव्हा

मूल्यमापन करण्याची गरज हा, प्रकल्प नियोजनाच्या सुरुवातीपासूनच एक मान्यताप्राप्त भाग झाला, तर ते चांगलेच होईल. मग तुमच्याकडे सर्व पर्याय असतील. लवकर नियोजन केल्यामुळे, तुमच्या नियंत्रण गटाच्या तुलनात्मक अभ्यासाची, जसे यादृच्छिकीकृत नियंत्रित चाचण्या, निम-प्रयोग किंवा आधी आणि नंतर आकृतिबंध (प्रकरण ८ पाहा) यांची आखणी करणे शक्य होईल. अशा खूप परिस्थिती असतात जिथे मूल्यमापनाची गरज असते. पण

मूल्याधारित नियोजन ही नंतर सुचलेली कल्पना असते आणि त्यामुळे तुमच्या शोधकार्यपद्धतीच्या पर्यायांवर मर्यादा येते.

मूल्याधारित अभ्यास, विशेषतः परिणामांसंबंधित मूल्याधारित अभ्यास हा तुलनेशी संबंधित असतो, हे इथे लक्षात ठेवणे महत्त्वाचे आहे. आणि आतापर्यंतचा तुलना करण्यासाठीचा सर्वोत्तम मार्ग म्हणजे किमान दोन डेटांचा संच वापरणे. प्रभावी मूल्यमापन, एक तर आधीचा आणि नंतरचा डेटा (उपक्रमाच्या आधी केलेल्या डेटा संकलनाची तुलना उपक्रमानंतर केलेल्या डेटा संकलनाशी होऊ शकते) किंवा केस/नियंत्रण डेटा (दोन गटातून संकलित केलेला डेटा, उपक्रमात सहभागी झालेला गट आणि सहभागी न झालेला गट) यावर आधारित असते.

पुढील नियोजनाची मदत न घेता यापैकी कोणता पर्याय तुमच्याकडे उपलब्ध आहे, याचा विचार करणे आवश्यक आहे. दुसऱ्या शब्दात सांगायचे तर, तुम्ही संबंधित विश्वसनीय मूलभूत डेटा संकलित करू शकाल का किंवा तुम्हाला तुल्य नियंत्रण गट शोधता येईल का, हे तुम्हाला ठरवावे लागेल. शक्य असेल तर, कसून मूल्यमापन करणे हे फारसे समस्यापूर्ण नाही. पण मूलभूत डेटा किंवा तुल्य नियंत्रण गट उपलब्ध नसेल तर, तुमच्याकडे खालील कार्यपद्धतींचे पर्याय उपलब्ध आहेत:

- 'फक्त उत्तर गटाचा' अभ्यास ज्यात तुम्ही भागधारकांना, पुनरावलोकन करत असलेल्या उपक्रमाच्या प्रभावाबद्दल विचारता (ज्ञान, अभिवृत्ती आणि आचरण). सामान्यपणे, ही पद्धती खऱ्या तुलनात्मक पद्धती इतकी प्रबळ नसली, तरी या दृष्टिकोनाला एक मूल्य आहे. येथे, स्पष्ट अपेक्षा ही गोष्ट महत्त्वाची आहे. तुमच्या ग्राहकाला तुमच्या कार्यपद्धतीविषयक निर्बंधांची आणि त्यांचा निष्कर्षांवर कसा परिणाम होईल, याची जाणीव असणे आवश्यक आहे.
- तुमचा अभ्यास, प्रक्रिया मूल्यमापनापुरता मर्यादित करा. ज्यामध्ये भागधारकांचे तुमच्या उपक्रमाची प्रस्तुती, रचना आणि अंमलबजावणी याविषयीचे परावर्तन हे केंद्रभागी आहे.

जेव्हा उपक्रमाच्या ध्येयाचा स्पष्टपणे उल्लेख केला गेला नसेल किंवा त्याचे खरोखर मोजमाप करता येत नसेल

उपक्रमाने त्याचे ध्येय साध्य केले आहे का, हे जाणून घेण्याची तुम्हाला इच्छा असेल, तर तुम्हाला दोन गोष्टी स्पष्टपणे माहिती असणे आवश्यक आहे: ती ध्येये काय होती/आहेत; आणि त्यांचे मोजमाप कसे केले जावे. ती, जी 'चाणाक्ष' उद्दिष्टे आहेत ती आतापर्यंतची सर्वोत्तम उद्दिष्टे आहेत: विशिष्ट, मोजता येण्याजोगी, गाठता येण्याजोगी, विषयाशी संबंधित आणि कालबद्ध: मनात अशी उद्दिष्ट ठेवून तुमचे उपक्रम विकसित केले गेले असतील तर कार्यपद्धतीविषयक आराखडा विचारात घेता तुम्ही निम्मे अंतर आधीच पार केले आहे. व्याख्येनुसार, तुमची उद्दिष्टे मोजता येण्याजोगी आहेत – त्यामुळे तुम्ही फक्त बाहेर जाऊन मापन करणे आवश्यक आहे. पण उद्दिष्टे ही स्पष्टपणे व्यक्त झालेली नसतील किंवा मोजता येण्याजोगी नसतील, तर तुम्हाला थोडे अधिक काम करावे लागेल. अस्तित्वात नसलेल्या किंवा संदिग्ध/अस्पष्ट उद्दिष्टांचे मूल्यांकन करणे शक्य नसल्याने, तुम्ही अधिक काम करणे आवश्यक आहे:

- उपक्रमाची स्पष्ट उद्दिष्टे तयार करण्यासाठी आणि स्पष्ट शब्दात मांडण्यासाठी भागधारकांबरोबर काम करणे;
- मूल्यांकनासाठी कोणत्या निश्चित उद्दिष्टांना प्राधान्य द्यायचे आहे हे ठरवणे;
- ही उद्दिष्टे अंमलात कशी आणता येतील ते ठरवा आणि मान्य करा (उदा. 'मुलांना वाचनातून मिळणारा आनंद' मोजण्यासाठी पद्धतीची रचना करणे, हे 'तृतीय श्रेणीतील मुलांमधील मनोरंजक वाचनात वर्षाच्या अखेरपर्यंत झालेली ५०% वाढ' मोजण्यासाठीच्या पद्धतीची रचना करण्यापेक्षा जास्त कठीण आहे.)

जेव्हा उपक्रम परिणामांची अपेक्षा करण्याइतका जास्त काळ सुरू राहू शकत नाही तेव्हा

मूल्यांकनासाठी दिलेला कालावधी, उपक्रमाच्या परिणामनिर्मितीसाठी आवश्यक असलेल्या कालावधीपेक्षा कमी पडणे, हे काही अपवादात्मक नाही. उदाहरणार्थ, आरोग्य जाहिरात मोहिमेचे ध्येय अनेकदा रोग निर्मूलनाशी निगडित असते. जसे फुफ्फुसाचा कर्करोग किंवा टाइप २ मधुमेहाच्या घटना कमी करणे. पण असे परिणाम विशिष्ट मोहिमेत अंतर्भूत करणे कठीण आहे आणि अनेक वर्षे त्यांचे निरीक्षण करणे शक्य नाही.

अशा परिस्थितीला तोंड देण्यासाठी, मूल्यनिर्धारकांकडून नेहमी वापरले जाणारे धोरण म्हणजे उपलब्ध कालावधीत मोजता येऊ शकतील असे, अल्प ते मध्यम मुदतीचे परिणाम हाताळणे. आणि नंतर अपेक्षित दीर्घकालीन परिणामांशी त्याचा सहसंबंध दाखविणे. उदाहरणार्थ, यश हे वाढीव जागरूकतेतून मोजता येऊ शकते. जसे धूम्रपानाच्या धोक्यांविषयी समाजात वाढलेली जागरूकता किंवा कर्बोदकांचा साखरेच्या पातळीवर होणाऱ्या परिणामांबाबत वाढलेली जागरूकता. यश हे वर्तनामधील बदलांमधूनही मोजता येऊ शकते, जसे ओढल्या जाणाऱ्या सिगारेट्सचे प्रमाण कमी होणे, साखरेच्या वापराची पातळी कमी होणे.

कोष्टक ९.३ आदर्श जगातील मूल्यमापन

आदर्श जगातील मूल्यमापन म्हणजे ...	दुर्दैवाने, प्रत्यक्ष जगात
राजकारण	
• भागधारकांचे संपूर्ण सहकार्य	सहकार्य मिळवणे अवघड जाऊ शकते. कार्यक्रम सुरू करणाऱ्यांना वेळ आणि संपत्ती गुंतवायची नसणे आणि त्यांच्याबद्दल मत बनविल्यासारखे वाटल्यामुळे ते संतापणे.
• निःपक्षपती निष्कर्षाची खरी इच्छा	सगळ्यांना त्यांच्या उपक्रमाचे प्रांजळपणे केलेले मूल्यांकन नको असेल. काही जणांना हवे असेल, पण बाकीचे अपेक्षित आवश्यकता पूर्ण करण्यावर भर देतील किंवा फक्त निकषांकन करून घेतील.
• हितसंबंधांचा कोणताही दबाव नसणे.	व्यक्त असो किंवा मार्मिक, यशाचा शोध घेण्यासाठीचा दबाव कर्कश आणि स्पष्ट असतो
दिशा	
• ग्राहकाकडून दिली जाणारी स्पष्ट दिशा	मूल्यांकनाची गरज आहे हे जाणवते, पण मूल्यांकनाच्या स्वरूपाबाबत एकमत नसते.
• वास्तववादी अपेक्षा	अपेक्षा नेहमीच अवास्तव असतात – विशेषतः जेव्हा उपक्रमाचे परिणामः (१) मापन करायला अवघड; (२) करण्यात येणाऱ्या अभ्यासात अंतर्भूत होणे अवघड
उपक्रम	
• उपक्रमाच्या सुरुवातीपासूनच नियोजनबद्ध मूल्यांकन	मूल्यांकनाचा निर्णय नेहमी अंमलबजावणीनंतर येतो, ज्याचा अर्थ ठोस आधारभूत डेटा आणि तुल्य (comparable) नियंत्रण गट शोधणे अवघड.
• स्पष्ट आणि मोजता येण्याजोगे उद्देश आणि उद्दिष्ट	उद्दिष्टे (१) गर्भित आणि स्पष्टतेचा अभाव असलेली (२) मापन करता येणार नाही अशी असू शकतात
• चांगल्या प्रकारे संस्थापित, परिपक्व उपक्रम	हस्तक्षेपामुळे क्वचितच लगेच यश मिळते, तरीही निर्धारित कालमर्यादेवरही ते अवलंबून असते. आणि त्या कोणताही ठळक बदल दिसण्याआधी आपल्या अपेक्षेपेक्षा लवकर येतात.
संपत्ती	
• अभ्यास सुरू करण्यासाठी पुरेसा वेळ आणि निधी	कुठल्याही अभ्यासात असते तशी वेळ आणि निधीची कमतरता
• आतल्या गोटातील माहिती, राजकीय व्यवहारचातुर्य आणि बाह्य वस्तुनिष्ठता असणारे संशोधक	राजकीय आणि संशोधन कार्यसूचीमध्ये कायमच समतोल साधण्याची गरज

जेव्हा परिणाम मोजणे कठीण असते/उपक्रमात अंतर्भूत होणे कठीण असते

समजा, तुम्हाला एका हायस्कूलमध्ये लैंगिक शिक्षणाच्या कार्यक्रमाचे मूल्यांकन करण्यास सांगितले. ज्यामध्ये संयम वाढवणे हे स्पष्ट आणि मध्यवर्ती ध्येय आहे. कार्यक्रमाचे मूल्यांकन करण्यासाठी, तुम्हाला फक्त तरुण लोकांकडूनच (ज्यांना स्वत:ची मते प्रदर्शित करताना अवघडल्यासारखे वाटेल) संवेदनशील डेटाचे संकलन करावे लागेल असे नाही. तर तुम्हाला असा संशोधन मसुदा तयार करावा लागेल, जो पालक, बरोबरीचे सहाध्यायी आणि प्रसारमाध्यमे यांसारख्या संयामावर परिणाम करणाऱ्या इतर घटकांनाही नियंत्रित करेल. लक्षात ठेवा: आपण इथे फक्त सहसंबंध शोधत नाही आहोत. आपण प्रत्यक्षात कार्यकारणभाव प्रस्थापित करण्याचा प्रयत्न करीत आहोत. आणि तुमच्या पद्धतीने, बदलाला किंवा तफावतीला कारणीभूत आहेत अशा इतर सर्व घटकांचे नियंत्रण करणे आवश्यक आहे. कार्यक्रमाचा अपेक्षित परिणाम साधण्यासाठी फक्त बाह्य घटक नियंत्रित करणे हाच मार्ग आहे.

मूल्याधारित संशोधन सुरू करण्यापूर्वी, काय शक्य आहे आणि काय शक्य नाही याचा स्पष्टपणे विचार करणे, स्पष्टपणे उल्लेख करणे, ते हाताळणे आवश्यक आहे, असा धडा मिळतो. वास्तविक जगात, बदलांवर परिणाम करणाऱ्या सर्व बाह्य चलांवर नियंत्रण ठेवणे अशक्य नसले तरी अवघड आहे. (कोष्टक ९.३ पाहा) लक्षात ठेवा: अभ्यास पूर्ण झाल्यावर तुमच्या कार्यपद्धतीचे समीक्षण करून घेण्यापेक्षा तो सुरू करण्यापूर्वी ते समीक्षण करून घेणे चांगले!

कृतिसंशोधन

माणसाचा उद्देश कृती करणे हा आहे, विचार नाही.

थॉमस कार्लाइल

बऱ्याच संशोधन पद्धतींमध्ये, संशोधनाचे योगदान ज्ञानउत्पादनापर्यंतच मर्यादित आहे. अगदी उपयोजित/मूल्याधारित संशोधनातही जिथे संशोधन करणे हे ध्येय आहे, तिथे पुराव्यावर आधारित निर्णय घेण्यात ज्ञान हेच महत्त्वाचे ठरते, कोणताही प्रत्यक्ष बदल संशोधन प्रक्रिया पूर्ण झाल्यावरच होतो. पण तुम्हाला ज्ञान निर्मितीपेक्षा आणखी वेगळे काही करायची इच्छा असेल तर काय? पुरावा आणि शिफारसी यांच्या पलीकडे जाण्याचे तुमचे ध्येय असेल तर काय? संशोधनाच्या ध्येयांमध्ये विस्थापन करणे, बदल करणे किंवा अंमलबजावणी करणे याचा समावेश झाला तर? कृतिसंशोधनात प्रवेश करा.

शब्दार्थसूची

कृतिसंशोधन

कृतिसंशोधन आणि ज्ञान निर्मिती करण्यासाठी, चक्रिय प्रक्रियेच्या माध्यमातून एकत्रित पद्धतीने, सहभागाने आणि एकत्रित मार्गाचा वापर करून, प्रत्यक्ष जगातील समस्या हाताळणारी संशोधन धोरणे. कृति संशोधनात प्रक्रिया, परिणाम आणि उपयोजन सूक्ष्मपणे एकमेकांशी जोडल्या गेलेल्या असतात.

कर्ट लेविनने (१९४६) 'कृतिसंशोधन' ही संज्ञा शोधून काढली आणि संशोधन वस्तुनिष्ठ वैज्ञानिक पद्धतीपासून दूर गेल्याचे दाखवले ज्यात अंमलबजावणी संशोधन प्रक्रियेपेक्षा भिन्न आहे असे मानले जाई. या पारंपरिक चौकटी अंतर्गत, साधारणपणे ज्ञाननिर्मितीचा एक परिणाम म्हणून जे काही झाले, त्याची जबाबदारी घेणे, हा संशोधकाच्या कार्यसूचीचा भाग नसे.

तथापि, संशोधक आता हे ओळखायला लागले होते की: (१) संशोधनाच्या माध्यमातून झालेल्या ज्ञाननिर्मितीचा बदलासाठी वापर झाला पाहिजे आणि (२) बदलाच्या संशोधनाचा परिणाम ज्ञान असावे. संशोधन कृतीयोजनेचे आवाहन या दोन ध्येयांना जोडू शकते. मूल्यांकन आणि अध्ययन घटकांचे अंत:स्थापन खूप जास्त होते, विशेषत: संघटनात्मक वर्तणूक व शिक्षण या क्षेत्रात, जिथे सतत सुधारणा हे प्राथमिक ध्येय होते आणि आहे.

कृतिसंशोधनाने 'संशोधक' म्हणजे तज्ज्ञ आणि 'संशोधित' म्हणजे वैज्ञानिक ज्ञानाचा अक्रिय भोक्ता, या मतापासूनही फारकत घेतली. म्हणून सामाजिक विकास कार्यकर्त्यांचे ते आकर्षण ठरले. ज्यांच्या लेखी सहभागीय संशोधन पद्धतीला महत्त्व होते ज्यामुळे पद्धती, परिस्थिती आणि वातावरण (कोष्टक ९.१ पाहा) यात सुधारणा करण्यासाठी भागधारकांना सक्षम बनविणे शक्य झाले.

कृतिसंशोधनाची व्याप्ती

कृतिसंशोधनाने संघटनात्मक वर्तणूक, शिक्षण आणि समाजविकास शिस्तीच्या माध्यमातून विकसित होऊन विविध मार्गांनी प्रवास केला. त्या प्रत्येक मार्गाची स्वत:ची प्राथमिकता आणि प्रभाव आहेत. तथापि, त्या भिन्न मार्गांमध्येही वास्तविक आणि तात्काळ बदलाची एक समान इच्छा आहे. त्यात भागधारकांची प्रतिबद्धता आणि सहयोग किंवा भागधारकांनी सहकारी किंवा सहसंशोधक म्हणून घेतलेला सहभाग, अभ्यासातील आवर्तनामधील प्रदीर्घ सहभाग; कसून शोध घेतलेली, विश्वासार्ह ज्ञाननिर्मिती आणि मूर्त बदल घडवून आणणे यांचा समावेश आहे.

संभाव्य बदलांच्या स्वरूपात सुधारित व्यवसायापासून खाली चर्चिल्याप्रमाणे स्थलांतरित कार्यक्रम, धोरणे आणि प्रणाली, तसेच अधिक मूलगामी 'सांस्कृतिक' बदलांच्या माध्यमातून केलेले दुर्लक्षितांचे (बंधमुक्त संशोधना अंतर्गत) सक्षमीकरण, इथपर्यंत कशाचाही अंतर्भाव होऊ शकतो. यामधील कोणत्याही कृतिसंशोधन प्रस्तावाचे ध्येय कोणत्याही श्रेणींमध्ये आटोपशीरपणे बसले तरी, कृतिसंशोधन अभ्यासाचे एकाच वेळी अनेक ध्येयासाठी काम करणे, अपवादात्मक नाही.

व्यावसायिक सुधारणा

भागधारकांना स्वत:च्या व्यावसायिक सुधारणेसाठी सक्षम करण्याकरिता कृतिसंशोधन हा एक प्रभावी मार्ग असू शकतो. वरिष्ठ पातळीवरून आलेले आदेश किंवा बाहेरील तज्ज्ञ मंडळींकडून मिळणारे ज्ञान यापेक्षा, विविध भागधारक त्यांच्या स्वत:च्या शिक्षण आणि विकासात योगदान देऊ शकतात, हे व्यवसाय सुधारण्यासाठी निर्मिलेले कृतिसंशोधन स्पष्टपणे मान्य करते. कृतिसंशोधन भागधारकांचे व्यावसायिक स्वरूप आणि अर्थपूर्ण संशोधन करण्याची त्यांची क्षमता, ओळखते. यामुळे कृतिसंशोधन भागधारक आणि 'शैक्षणिक शिष्टजन' यांच्या दरम्यानचे विभाजन मोडून काढण्यासाठी मदत करते आणि रोजच्या व्यवसायात संशोधनाचा सहभाग होतो.

कृतिसंशोधनाद्वारे व्यवसायात (practice) सुधारणा करणे, हे शिक्षण क्षेत्रात नित्याचे आहे. शिक्षकांचे स्वत:चे कौशल्य आणि व्यवसाय (practice) विकसित होईल अशाप्रकारे काम करण्यास त्यांना प्रोत्साहन दिले जाते. अलीकडील काळात मात्र आरोग्य आणि रुग्णसेवा क्षेत्रात कृतिसंशोधन अभ्यासात वाढ झाली आहे, जिथे उच्च व्यावसायिक ओळख, स्वायत्तता आणि पंडितांबद्दल/त्यांच्या ज्ञानाविषयीचा आदर याची आकांक्षा आहे.

प्रणाली स्थलांतरित करणे

कधी कधी तुम्ही ज्या कृतीचा पाठपुरावा करू इच्छित असता, तिचा विकास तुमच्या स्वत:च्या व्यवसायाबरोबर सुरू होतो आणि संपतोही. पण इतर वेळी संघटनात्मक पातळीवर काम करण्याची तुमची इच्छा असू शकते. व्यवसायापलीकडे, तुम्हाला कार्यपद्धती किंवा कार्यक्रमात सुधारणा करण्यासाठी, संघटनात्मक वातावरणात काम करण्यात स्वारस्य असू शकते. खरंतर, व्यवसायाचा विकास करणे, हे लक्ष्य असणाऱ्या कृतिसंशोधन अभ्यासाच्या निष्कर्षांचे प्रभावी धोरण विकसित करण्यासाठी योगदान मिळवणे, हे खरंतर वरील उदाहरणातील व्यापक लक्ष्य होते.

एखाद्या संस्थेत कोणत्याही मार्गाने सुधारणा होऊच शकत नाहीत, असा विचारच मी करू शकत नाही. अकार्यक्षम प्रणाली, कुचकामी व्यवस्थापन आणि कालबाह्य धोरण यांच्यामुळे व्यावसायिक, सरकारी, गैरसरकारी संस्थामध्ये तसेच सामाजिक समूहात आणि त्यांच्याबरोबर काम करणाऱ्यांना कृतिसंशोधनाच्या संधी उपलब्ध होतात. जरी सुमारे ६० वर्षे, कृतिसंशोधन उत्तमप्रकारे काम करत आहे आणि संघटनात्मक बदलाचे व्यवस्थापन करण्यासाठी तिची मदत होऊ शकते; तरी ते सर्वसामान्यपणे व्यवस्थापनपद्धतीचा गाभा नाही. कृतिसंशोधन साहित्य नक्कीच संस्थात्मक बदलाला संबोधित करते, पण व्यवस्थापनातील बदलविषयक साहित्यात कृतिसंशोधन क्वचितच हाताळले जाते .

असे असले तरीही अध्ययन, शिक्षण, सुलभीकरण, सहभाग, वाटाघाटी आणि सहयोग अशा कृतिसंशोधनात केंद्रस्थानी असलेल्या संज्ञा बदलाच्या व्यवस्थापनातसुद्धा केंद्रस्थानी असतात. विशेषतः ज्या संघटनांनी या ज्ञानाचे महत्त्व ओळखले, तसेच प्रभावी आणि टिकाऊ बदलाच्या दिशेने काम करण्यात, गुंतवणूक आणि मालकी हक्कांची भूमिका ओळखली, त्यांच्याबाबतीत हे खरे आहे. कामाच्या जागेतील बदलाला प्रोत्साहन देणारे एक धोरण म्हणून कृतिसंशोधन, भागधारकांचे निश्चित समर्थन मिळवण्यात खूपच प्रभावी ठरू शकते. कृतिसंशोधनामुळे एका समान ध्येयाच्या दिशेने एकत्रित काम करणारे कर्मचारीदेखील मिळू शकतात; ते शाश्वत बदल करण्यासाठी एक शिस्तबद्ध आणि सुप्रस्थापित दृष्टिकोन देते; संशोधन आयोजित करण्यासाठी एक चौकट आखून देते; आणि व्यवस्थापन व्यवसायात संशोधनाची संकल्पना रुजवते. शिकाऊ संघटनेच्या विकासाच्या मार्गातील ही एक महत्त्वाची पायरी ठरू शकते.

कृतिसंशोधानाचे महत्त्वाचे घटक

कृतिसंशोधन हे पारंपरिक संशोधन धोरणांपेक्षा बरेच वेगळे असल्याने, त्यातील महत्त्वाचे घटक समजून घेणे गरजेचे आहे. विशिष्ट प्रसंगासाठी कृतिसंशोधनाची योग्यता ठरविण्यासाठी या पद्धतीतील फायदे आणि आव्हाने समजून घेणे ही अत्यावश्यक प्राथमिक पायरी आहे.

प्रत्यक्ष जगातील समस्या हाताळणे

कृतिसंशोधन वास्तविक समस्या आणि प्रत्यक्ष जीवनातील परिस्थितीवर अवलंबून आहे. साधारणपणे विशिष्ट वास्तविक प्रसंगातील व्यावहारिक अडचणी ओळखण्याने सुरुवात होते. त्यानंतर त्या समस्या समजून घेण्याचा आणि त्यावरील उपाय शोधून त्याची अंमलबजावणी करण्याचा प्रयत्न करते. कृतिसंशोधन अनेकदा कामाच्या जागा आणि ग्रामीण समाजात वापरले जाते, जिथे बदलाच्या मालकीला जास्त महत्त्व दिले जाते किंवा व्यवसाय वाढवणे, हे ध्येय असते. तसेच जेव्हा सिद्धांत आणि व्यवहार दोन्हीमध्ये परिवर्तन करण्याची तीव्र इच्छा असते, तेव्हा हे एक प्रभावी धोरण मानले जाते.

कृती आणि ज्ञान यांचा पाठपुरावा करताना

कृतिसंशोधन, 'आधी ज्ञान, नंतर बदल' अशी दोन टप्पे असणारी प्रक्रिया फेटाळते आणि ते अत्यंत एकात्मिक आहेत, असे सूचित करते. बदल घडवून आणण्याकडे फक्त ज्ञानाचे अंत्य उत्पादन म्हणून पाहिले जाऊ नये, असे कृतिसंशोधन व्यावसायिकांना वाटते. त्याऐवजी त्याला स्वतःलाच एक ज्ञान स्रोत म्हणून महत्त्व दिले गेले पाहिजे. आणि आपण इथे दंतकथांमधील ज्ञानाबद्दल बोलत नाही आहोत. कृतिसंशोधन अभ्यासातून निर्माण झालेले ज्ञान विश्वासार्ह असणे आवश्यक आहे आणि इतर कोणत्याही संशोधन कृतीयोजनेत करतो तसे त्याचे कसून संकलन आणि विश्लेषण करणे आवश्यक आहे.

शिवाय, कृती हे प्रत्येक कृतिसंशोधन प्रकल्पातील स्पष्ट आणि तात्काळ ध्येय आहे. मग ते कौशल्य विकसित करणे असो, कार्यक्रम आणि धोरणे बदलणे असो किंवा अधिक आमूलाग्र बदलाच्या दिशेने काम करणे असो, कृतिसंशोधन हे व्यवहारातील गोष्टींवर आधारित परिस्थितीमध्ये सुधारणा करण्याच्या उद्देशाने काम करते आणि ज्ञान निर्मितीनंतर बदलाचा विचार करावा लागण्याच्या समस्येचे निराकरण करते.

सहभाग कृतिसंशोधन

कृतिसंशोधनाला संशोधक, व्यावसायिक आणि स्वारस्य असलेले इतर कोणतेही भागधारक यांच्या सहभागाची आणि सहकार्याची गरज असल्याने, संशोधन हे तज्ज्ञांचे अधिकारक्षेत्र आहे, हे मत नाकारले गेले. ते संशोधक आणि संशोधित यांच्यामधली तफावत कमी करते आणि स्थानिक पातळीवरील ज्ञानाला खूप महत्त्व देते. महत्त्वाचे भागधारक प्रक्रियेचा भाग असल्याशिवाय, समृद्ध आणि तरल आकलनाची उभारणी किंवा शाश्वत बदलाची अंमलबजावणी करण्यासाठी, बाहेरील लोकांची क्षमता मर्यादित होईल, अशी यामागील भूमिका आहे. अनेक संशोधन धारणांसारखे, कृतिसंशोधन हे संशोधनाच्या विषयावर किंवा त्याच्यासाठी काम करत नाही तर 'संशोधनाच्या विषयाबरोबर' काम करते आणि म्हणून अनेकदा लोकशाही तत्त्वाचे मूर्त स्वरूप म्हणून त्याच्याकडे पाहिले जाते. संशोधन आणि कृतीचा ज्यांच्यावर प्रभाव पडणार आहे, त्यांच्याबाबतीत कोणतीही कृती केली जात नाही, हे समजून घेणे महत्त्वाचे आहे.

सहभाग आणि सहयोग विविध स्वरूपाचे आणि वेगवेगळ्या पातळीवरील असतात आणि ते पुढील गोष्टींवर आधारित असतात: कृतिसंशोधन दृष्टिकोनाचा स्वीकार; विशिष्ट परिस्थितीसंदर्भात केला जात असलेला अभ्यास आणि विविध भागधारकांची ध्येयं. ह्यामध्ये अंतर्भूत असलेल्या संशोधन प्रक्रियांच्या कोणत्याही किंवा सर्व पायऱ्या आणि आवर्तने यात वेगवेगळ्या भागधारकांचा सहभाग असतो. संशोधन प्रक्रियांना प्रोत्साहन देणाऱ्या व्यक्तींना, प्रमुख संशोधकाची भूमिका पार पाडत असतानाच, संपूर्ण प्रकल्पाच्या विविध मुद्यांच्या बाबतीत नियोजक, सूत्रधार, उत्प्रेरक, सुविधा पुरवणारे, अध्यापक, आरेखक, श्रोता, निरीक्षक, प्रक्रियक आणि बातमीदार म्हणूनही काम करावे लागते.

अध्ययनचक्र आणि कृतीचक्र

कृतिसंशोधन ही एक चक्रीय प्रक्रिया आहे, जी ज्ञानाच्या उगमासह आकारास येते. तुम्ही शिकता, तुम्ही करता, तुम्ही परावर्तित करता, अधिक चांगले कसे करायचे ते तुम्ही शिकता, तुम्ही उत्तम प्रकारे ते करता, तुम्ही त्यातून शिकता, तुम्ही आणखी उत्तम प्रकारे ते करता आणि असे चालू राहते. तुम्ही सतत सुधारणा आवर्तन मालिकेच्या माध्यमातून काम करता, परिस्थिती चांगल्या प्रकारे समजून घेण्याकडे आणि सुधारित कृतीच्या दिशेने जाता. त्यामुळे कृतिसंशोधनाकडे बदलाचा अनुभवात्मक प्रशिक्षण दृष्टिकोन म्हणून पाहिले जाऊ शकते. आधीच्या आवर्तनात विकसित झालेल्या आकलानाच्या माध्यमातून पद्धती, डेटा आणि त्याचा अन्वयार्थ सतत शुद्ध करणे हे ध्येय आहे.

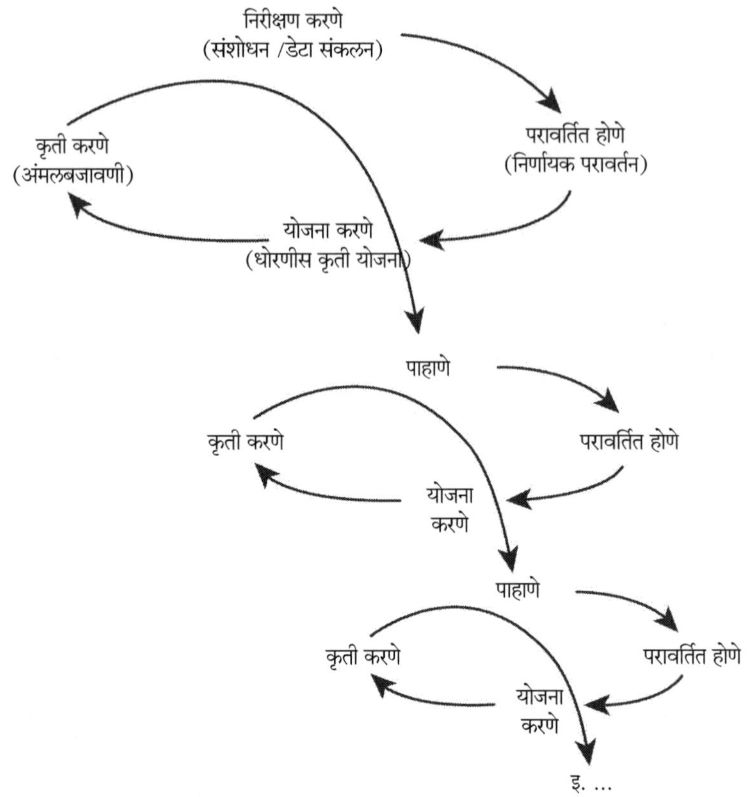

आकृती ९.२ कृतिसंशोधनातील आवर्तने

आवर्तने बऱ्याच प्रकारे परिभाषित केली जाऊ शकतात. परंतु, आकृती ९.२ मध्ये दाखवल्याप्रमाणे, सहसा त्यांच्यात निरीक्षण, प्रतिबिंब, नियोजन आणि कृती याबाबतीत फरक असतो.

आवर्तनाच्या प्रत्येक भागाच्या पायऱ्यांचे निश्चित स्वरूप उद्‌भूत आहे आणि भागधाराकांशी सहयोगात्मक रीतीने संशोधन संघस्वरूपात विकसित झालेले आहे. आवर्तनाच्या 'निरीक्षण' या भागाचे संशोधन एका विशिष्ट उदाहरणामध्ये बसण्याची शक्यता आहे आणि डेटा संकलन आणि ज्ञान निर्मिती करण्यासाठी निरनिराळ्या प्रकारचे दृष्टिकोन, कार्यपद्धती, आणि पद्धती यांची गरज भासण्याची शक्यता आहे. आवर्तनाचा हा भाग हा अनौपचारिक आणि आत्मपरीक्षणात्मक असू शकतो, किंवा पूर्वी चर्चा केल्याप्रमाणे अगदी औपचारिक आणि विधायक मूल्यांकनाद्वारे अनेक घटक सांगू शकतो. तथापि, 'नियोजन' आणि 'कृती' संबंधित उचललेली पावले, परावर्तन आणि संशोधनापलीकडे जातील अशी शक्यता आहे आणि व्यावसायिकांनी धोरणी नियोजन आणि बदलाच्या व्यवस्थापन साहित्यात सखोल चौकशी करण्याची आवश्यकता असू शकते.

रकाना ९.१

कृतिसंशोधन उदाहरण – स्थानिक कार्यसिद्धी दर सुधारणे

संशोधन सहभागींचे सक्षमीकरण कृतिसंशोधनात नेहमी सर्वाधिक महत्त्वाचे आहे आणि म्हणून परंपरेने दुर्लक्षित राहिलेल्या गटांच्या प्रतिबद्धतेसाठी ती एक अत्यंत प्रभावी कार्यपद्धती आहे. मुख्य प्रवाहातील (बलाटी आणि अन्य., २००४), *स्थानिक कार्यसिद्धी दर सुधारणे* या कृतिसंशोधन अभ्यासात, लेखकांनी, (टाफे, ऑस्ट्रेलियन टेक्निकल अ‍ॅण्ड फरदर एज्युकेशन-ऑस्ट्रेलियन तांत्रिक आणि पुढील शिक्षण) अभ्यासक्रमातील स्थानिक विद्यार्थी गळती दराची व्यावहारिक समस्या, सहभागीय आणि चक्रिय प्रक्रियेच्या माध्यमातून हाताळण्याचा प्रयत्न केला आहे. ज्ञान निर्मिती आणि भूमिकात्मक बदल यासाठी या प्रक्रियेची रचना करण्यात आली आहे. दुसऱ्या बाजूला, संशोधन प्रक्रियेत ७-१० लोकांचे चार गट तयार करणे आणि त्याचे सुलभीकरण करणे याचा समावेश होतो. या गटात, भागधारकांच्या गटांच्या कार्यक्षेत्रातून काढलेल्या विद्यार्थी, प्रशासन, समर्थन अधिकारी, व्यवस्थापक आणि समाजातील सदस्य, शिवाय सुविधा पुरवणारा आणि सांस्कृतिक सल्लागार यांचा समावेश असतो. नंतर प्रत्येक गट एका वेगळ्या समस्येवर काम करतो, त्यांच्या प्रक्रियांची नोंदणी आणि त्यांच्या कार्यक्रमांद्वारे नवीन ज्ञान निर्मिती आणि बदलावर प्रभाव पाडणे, हे दोन्ही करण्याचा प्रयत्न करतो (जसे की नवीन संघटनेची जुळणी, नवे शिक्षण उपक्रम आणि वितरणाचे नवीन प्रकार).

छायाचित्र ९.१ स्थानिक सामूहिक पदवीदान. सौजन्य: विद्यापीठ संग्रहण, ॲरिझोना विद्यापीठातील लायब्ररी.

(बलाटी आणि अन्य पुस्तकाच्या संकेतस्थळावर वाचनासाठी उपलब्ध)

कृतिसंशोधनाबरोबर येणारी आव्हाने

होय, कृतिसंशोधन सक्षम मार्गांनी ज्ञाननिर्मिती करू शकते आणि बदल घडवून आणू शकते. परंतु ज्या कोणी कधी या प्रक्रियेचे अवलंबन केले असेल, तो सांगू शकेल की, हे अजिबात सोपे नाही. कृतिसंशोधनाच्या सहभागीय, चक्रिय आणि विविध ध्येये असलेल्या स्वरूपामुळे प्रक्रियेचे दिग्चालन कठीण होऊ शकते. आणि संघ दृष्टिकोनामुळे तुमचे संपूर्ण नियंत्रण राहणार नाही, तरी एकूण व्यवस्थापनासाठी तुम्हीच जबाबदार असाल. त्यामुळे

तुम्हीच संघाच्या वेळेचे आणि खर्चाच्या अंदाजपत्रकाचे काटेकोरपणे पालन करणे आवश्यक आहे. म्हणूनच, व्यावहारिक आणि वास्तववादी असणे, हे कोणत्याही कृतिसंशोधन प्रकल्पाच्या यशात निर्णायक ठरते. थोडक्यात, प्रकल्प आटोपशीर असणे आवश्यक आहे.

एक कृती संशोधक म्हणून ज्या मुद्द्यांचा अवश्य विचार केला जावा ते मुद्दे पुढीलप्रमाणे:

- *दिशा दाखविण्याऐवजी सुविधा देणे* – संशोधनाच्या सहभागीय स्वरूपामुळे, प्रकल्पाची अंतिम दिशा पूर्णपणे तुमच्या हातात नसते. प्रकल्पाची दिशा आणि त्याच्या संभाव्य परिणामाबद्दलचा निर्णय सामूहिक असणे आवश्यक आहे.
- *व्याप्तीचे व्यवस्थापन* – कृतिसंशोधन प्रकल्प फार लवकर मोठे स्वरूप धारण करू शकतो. नवीन संशोधकांना काटेकोरपणे आयोजित केलेल्या कृतिसंशोधनाला मूल्यनिर्धारणाची गरज असते किंवा फक्त एका आवर्तनात मूल्याधारित अभ्यासाचे आयोजन, हा स्वतः च एक मोठा संशोधन प्रकल्प असू शकतो, याचे आश्चर्य वाटेल.
- *पद्धतींमधील काटेकोरपणाची खात्री करणे* – सतत सुधारणात्मक धोरण दंतकथात्मक पुराव्यावर आणि सर्वसाधारण परावर्तनांवर विसंबून राहू शकते, पण कृतिसंशोधनात उच्च पातळीच्या काटेकोरपणाची गरज असते. कदाचित कृतिसंशोधन आवर्तनातील मूलभूत संशोधनाचा प्रश्न ओळखणे आणि प्रत्येकाकडे एक स्वतंत्र संशोधन प्रश्न म्हणून पाहणे, हाच उचित सल्ला ठरू शकेल. या अभ्यासाबाबत नक्कीच काटेकोर, वास्तववादी सीमा आखण्याची गरज असली तरी त्यांचे आयोजन करण्याची गरज आहे, जेणेकरून ते चांगल्या संशोधनाचे निकष पूर्ण करतील – वैधता अधिप्रमाण्य, विश्वसनीयता, सातत्य इ. (प्रकरण ३ पाहा).
- *गति नियंत्रित करणे* – भागधारकांना एकत्र करणे, एकमत मिळवणे आणि वास्तविक कृतीपूर्ण बदल घडवणे, विशेषतः अनेक आवर्तनांत, हे संथ गतीने होऊ शकते. कृतिसंशोधनाला वेळ लागतो आणि ते रोजच्या व्यवहारात अंतःस्थापित असेल तेव्हा सर्वोत्तम काम करण्याकडे त्याचा कल असतो.
- *गति राखणे* – दीर्घकालीन प्रकल्पात अनेक चुकीच्या गोष्टी घडू शकतात. महत्त्वाचे भागधारक येतील आणि जातील, बदलास अनुकूल उपक्रमांना सुरुवात होणार नाही आणि संशोधनाच्या काटेकोर आयोजनाचे दडपण येऊ शकते. आणि हे कृतिसंशोधनाचे स्वरूप असले तरी, वास्तववादी नियोजन, अनपेक्षित गोष्टींचा स्वीकार आणि लवचिकतेची तयारी, ह्या गोष्टी गति राखण्यास मदत करू शकतात.
- *लोकांचे व्यवस्थापन* – सहभाग सुलभ करणे सोपे नाही. काही भागधारकांना अश्रुत, दुर्लक्षित किंवा कमी लेखल्यासारखे वाटू शकते, काही भागधारक उद्दाम आणि आढ्यताखोर असू शकतात, इतर काहीजण त्यांची स्वतःची कार्यसूची पुढे दामटवू शकतात. सुविधा पुरवणारा म्हणून, तुम्ही बोलणी, सुविधांचा पुरवठा आणि त्यायोगे मतभेद सोडविण्याचे कौशल्य अंगी बाणणे आवश्यक आहे.
- *नैतिकतेने कृती करणे* – ज्ञानोत्पादन आणि संशोधित या दोन्हीच्या हिताची, नैतिक जबाबदारी संशोधकावर असते. (प्रकरण ३ पाहा). कृतिसंशोधनात, कृतीपूर्ण बदलाच्या कार्यक्रमासह संशोधन गटातील भागधारकांच्या सहभागामुळे सहभागींचा उच्च पातळीवरील सहभाग मिळतो. सहभागींच्या कल्याणाचे संरक्षण अधिक महत्त्वाचे आहे.
- *विविध कौशल्यांची गरज* – कार्यक्षम संशोधक असण्याव्यतिरिक्त, कृती संशोधकाने एक परिपूर्ण संघटक, प्रभावी संज्ञापक, वाटाघाटी करण्यात कुशल, मतभेद सोडवणारा तज्ज्ञ, सुसंघटित काल व्यवस्थापक, धोरणी नियोजक, दस्तावेज जमा करण्यात दक्ष आणि वेळप्रसंगी धोके पत्करण्याची तयारी असणारा कार्यान्वयक – आणि या सर्व गोष्टींसाठी विशेष कौशल्ये विकसित करणे गरजेचे आहे.
- *मालकी हक्क* – शेवटी संशोधकाने, संशोधन परिणामांच्या मालकीविषयी वाटाघाटी करणे आवश्यक आहे, ज्यात प्रकाशनाचे अधिकार आणि लेखकांच्या समस्या यांचा समावेश असू शकतो.

(तपाससूची संकेतस्थळावर उपलब्ध 🖰)

जेव्हा कृतिसंशोधनाचा ज्ञान आणि बदलाशी संबंध येतो, तेव्हा ते तुम्हाला लाडू मिळवूनही देते आणि तो खाऊही देते. (जे प्रत्यक्षात योग्य आहे – शेवटी लाडू असून ही तुम्ही तो खाऊ शकत नसाल तर त्याचा उपयोग काय?). तुम्हाला इतरांबरोबर सक्षम मार्गाने काम करण्याची परवानगी देते. आणि जेव्हा, व्यक्ती आणि संघटना यांचे ध्येय कृतिसंशोधनाशी जुळते, तेव्हा कृतिसंशोधन बरेच आव्हानात्मक असू शकते आणि ते आव्हानात्मक ठरूही शकते.

बंधमुक्त संशोधन

तत्त्वज्ञानी लोकांनी, फक्त विविध मार्गांनी जगाचा अर्थ लावला आहे. तथापि, मुद्दा तो बदलणे हाच आहे.

कार्ल मार्क्स

कौशल्य आणि व्यवसाय सुधारण्याची इच्छा असणे किंवा कामाच्या ठिकाणी, शाळा किंवा समाजात गोष्टी ज्या पद्धतीने केल्या जातात ते बदलण्यासाठी प्रयत्न करणे, ही एक गोष्ट आहे. पण मोठ्या सामाजिक प्रणालींमधील मूलभूत परिवर्तन हाच शाश्वत बदलाचा एकमेव मार्ग आहे, असा तुमचा विश्वास असेल तर काय? एका विशिष्ट प्रणाली अंतर्गत काम करण्यापेक्षा अधिक कशाचीतरी गरज आहे आणि सामाजिक मुद्दा किंवा सामाजिक समस्या यांच्या मुळाशी प्रणालीमधीलच अन्याय किंवा असमानता आहे – दडपणारी शालेय व्यवस्था, कामाच्या ठिकाणचे अधिकारदर्शक स्वरूप, किंवा समाजाची उतरंड? किंवा त्याचा आधार असलेल्या, भांडवलशाही, पुरुषप्रधान संरचना, विकास किंवा जागतिकीकरण यांच्या मुळाशी असलेली मतप्रणाली?

निर्णायक बंधमुक्ततेसाठी झटणे म्हणजे त्याच्या मुळाशी असलेल्या मतप्रणालीचा बुरखा फाडणे आणि जे त्याचे गुलाम असतील त्यांना मुक्त करण्यासाठी प्रयत्न करणे ज्यासाठी खालील गोष्टींची गरज भासते.

शब्दार्थसूची

निर्णायकता

ज्ञानाच्या गृहीत मार्गांना आव्हान देणे. फक्त हे काय आहे, एवढेच न विचारता ते का आहे, त्याचा कोणाला फायदा होईल आणि त्याचे इतर पर्याय काय असू शकतात.

मूलगामी दृष्टिकोन

सध्याच्या पद्धती, अटी, संस्था किंवा मतप्रणाली यामधील मूलभूत किंवा निर्णायक बदलाची बाजू घेणे.

बंधमुक्त ध्येय

परिवर्तनशील बदलाच्या दिशेने काम करणे.

अशा प्रकारे निर्णायक बंधमुक्तता सध्याच्या पद्धती, अटी, संस्था किंवा मतप्रणाली, विचाराप्रमाणे मूलभूत किंवा क्रांतिकारी बदलाचे संदर्भ देते, जे प्रबळ सामाजिक संरचनेच्या निर्बंधांपासून लोकांना मुक्त करू शकते. अनेकदा अशा संरचनेत आत्मविकास आणि आत्मनिर्धाराला खीळ बसते. ज्या संशोधनाच्या ध्येयात निर्णायक बंधमुक्ततेचा समावेश आहे, असे संशोधन सामाजिक समस्या असलेल्या समाज व्यवस्थेतूनच निर्माण होते आणि त्याच सामाजिक प्रणालीतच सोडवणे शक्य नसते, अशा गृहीतकाचा आधार घेऊन पुढे वाटचाल करते. निर्णायक बंधमुक्त

संशोधन अपरिहार्यपणे सामाजिक प्रणालीमध्ये दडलेल्या गोष्टींचा सखोल तपास करते. ते राजकीय हेतूने युक्त असते आणि मूल्य-मुक्त असल्याचा दावाही करत नाही. ज्यायोगे व्यक्ती मुक्त होतील आणि कृती करण्यासाठी त्यांचे सबलीकरण केले जाईल आणि ज्यातून सुधारित घटनांच्या शक्यता निर्माण होतील, अशा प्रकारच्या सामाजिक परिवर्तनाची ते इच्छा करतात.

आता मूलगामीत्वाचा अर्थ, औद्योगिक संस्थांनी निर्माण केलेल्या दुर्बलीकरण आणि अन्यायाचा शोध घेणे; सामूहिक जागतिकीकरणामुळे झालेला आर्थिक परिणाम तपासणे; किंवा पुरुषप्रधान संरचनांमुळे महिलांचा होणारा तोटा उघडकीस आणणे, असा होऊ शकेल. परंतु, लहान प्रमाणातील संशोधन प्रकल्पात, कामाच्या ठिकाणी येणाऱ्या ताणाचा शोध, खेळाच्या मैदानावर होणारी दादागिरी किंवा तरुण मुलीमध्ये असणारी स्वाभिमानाची कमतरता शोधणे, इतकेच त्याच्या विनियोगाचे स्वरूप 'मामुली' असू शकेल. अशा अभ्यासाचा 'निर्णायक' शेवट हा पद्धती बनवणाऱ्या विचारधारेचा शोध घेण्यातून होतो ज्यामध्ये: कामाच्या ठिकाणी जाणवणारा ताण हे अपेक्षित उत्पादन बनते. अधिकार, सत्ता, नियंत्रित अशा सुस्थापित पद्धती, तसेच सार्वजनिक नजरेतून महिलेच्या शरीर प्रतिमेवर सांस्कृतिक भर दिला जातो त्यानुसार तरुण मुलीमध्ये असणारी स्वाभिमानाची कमतरता ही 'सामान्य' समजली जाते; आणि खेळाच्या मैदानावरील दादागिरी ही वाजवी समजली जाते, कारण इतर पद्धतींच्या माध्यमातून सामर्थ्याचे वैधीकरण होते. आक्रमकतेची इतर रूपे तरुणांना तात्काळ उपलब्ध आहेत (चित्रपट, व्हिडिओ गेम्स, खेळ, इत्यादी). त्यानंतर ही निर्णायकता दडपणाऱ्या आदर्शांना उघडे पाडणाऱ्या आणि नवीन पर्याय उपलब्ध करून देण्याच्या माध्यमातून बंधमुक्ततेस लागू केली जाते.

समाजशास्त्रात, निर्णायक बंधमुक्त उद्दिष्टांमुळे संस्कृतीवर्णनात आणि आकृतीसंशोधनात बदल घडले आहेत. 'सहभागीय' कृतिसंशोधनाचे कृतीतून बंधमुक्त करण्याचे एक सुव्यक्त ध्येय असते, तर 'निर्णायक' संस्कृतीदर्शन प्रबळ आणि जुलमी विचारसरणीच्या वर्तमान सामाजिक प्रणालीला अनावृत्त करून त्यात बदल घडविण्याचा प्रयत्न करते (उदाहरणासाठी रकाना ९.३ पाहा).

सहभागीय कृतिसंशोधन

सहभागीय कृतिसंशोधन (participatory action research पार्टिसिपेटरी ॲक्शन रीसर्च – पार), ज्याचा कधीकधी, बंधमुक्त कृतिसंशोधन किंवा 'दाक्षिणात्य' सहभागीय कृतिसंशोधन (विकसनशील देश जास्त करून दाक्षिण गोलार्धात येतात असा समज असल्याने) असा उल्लेख केला जातो, ते कृतिसंशोधनांतर्गत येते. बंधमुक्तता हे त्याचे ध्येय असते. पण समर्पितपणे कृतिसंशोधन करतानाही, तो सामान्य लोकांसाठी बदल करणाऱ्या ज्ञाननिर्मितीची आवर्तने आणि कृती कायम राखतो. आता कृतिसंशोधन नक्कीच बंधमुक्ततेचे ध्येय ठेवू शकते, परंतु पार हे ध्येय जास्त सुस्पष्ट करते. स्थानिक ज्ञानाचे महत्त्व जाणणाऱ्या सहभागीय मार्गांनी ते काम करते, आणि जुलमी प्रणाली आणि मतप्रणाली उघडकीस आणून त्यांच्यापासून स्वत:ला मुक्त करण्यासाठी समाजाला सक्षम करण्याचा प्रयत्न करते. पार अनेकदा पुरस्कार आणि कृतीच्या माध्यमातून समाजातील 'तळागाळातील' लोकांच्या परिवर्तनाच्या दिशेने प्रयत्नशील असते आणि त्यासाठी अनेकदा आंतरराष्ट्रीय विकास संशोधन करते, असे दिसून येते.

पारचे लक्ष्य आवर्तनीय आणि सहभागीय प्रक्रियेतून, एकात्मिक पद्धतीने कृती आणि ज्ञानाचा पाठपुरावा करणे, हे आहे. प्रभावी विचारसरणी आणि प्रणालींद्वारा प्रस्थापित केल्या गेलेल्या पद्धतींचा शोध घेणयसाठी आणि त्यांचे खरे स्वरूप उघड करण्यासाठी हे मदत करते. आणि दुर्लक्षित लोक ज्या गरीबी, अत्याचार, दडपशाही, आणि अन्यायास सामोरे जातात त्यात हस्तक्षेप करून त्यांना मुक्त करण्याच्या दिशेने प्रयत्न करते. पार कृतिसंशोधनाच्या समान मूलभूत तत्त्वांवर अवलंबून आहे, पण त्याचे कार्यस्वरूप बंधमुक्ततेस मदत

करणारे आहे:

- *व्यावहारिक समस्यांचा विचार करते* – कृतिसंशोधनाप्रमाणेच, थेट भागधारकांना उपयुक्त ठरेल अशी ज्ञान आणि कृतीची निर्मिती करण्यासाठी, पार वास्तविक समस्या हाताळते. यामध्ये अनेकदा 'तळागाळातील' घटकांच्या सक्षमीकरणाचा समावेश होतो. त्यामुळे त्यांच्या जाणिवेचा विकास होतो आणि बंधमुक्त होण्यासठी स्वतःची योजना तयार करतात आणि कृती करण्याचा प्रयत्न करतात.
- *ज्ञान निर्मिती होते* – पार फक्त प्रणाली अंतर्गत गोष्टींनाच आव्हान देण्याचा प्रयत्न करत नाही तर प्रणालीलाच आव्हान देते. ते ज्ञान निर्मितीच्या राजकीय पैलूचे अंतरंग उघड करण्याचा प्रयत्न करते. जे सहसा ज्ञानाकडे शक्ती आणि नियंत्रणाचे साधन म्हणून पाहते.
- *बदल घडवून आणते* – पार ज्ञाननिर्मितीच्या पलीकडे जाते आणि बदलाचा त्याच्या तत्कालिक ध्येयामध्ये अंतर्भाव करते, हे सर्व कृतिसंशोधन प्रक्रियेबाबत नेहमीचे आहे. पारमध्ये ही ध्येये अन्याय्य शक्तीसंबंधात बदल घडवून थेट बंधमुक्तता आणि मुक्ती मिळवण्याशी संबंधित आहेत.
- *ते सहभागीय आहे* – पार हे संशोधित माहितीसाठी किंवा त्याच्यावर काम करण्याऐवजी त्याच्या बरोबरच संशोधन कार्य करते. त्याला हे माहीत आहे की, दुर्लक्षित घटकांचे ज्ञान आणि त्यांचा अनुभव यांची किंमत आणि आदर करायला हवा आणि बऱ्याचदा दुर्लक्षित राहणाऱ्या क्षमता आणि सांस्कृतिक पद्धती यांचे भांडवल करण्याचा प्रयत्न करते. तसेच पार 'conscientization' सद्सद्विवेकबुद्धि (Freire १९७०) किंवा पिडीतांच्या प्रबोधनाच्या दिशेने काम करण्याचा प्रयत्न करते आणि त्यांच्या स्वतःच्या दृष्टिकोनातून आणि त्यांच्या स्वतःच्या आवडीनुसार ज्ञान आणि कृतीनिर्मिती करण्याची त्यांची क्षमता मजबूत करण्यासाठी काम करते. ज्ञान आणि कृतीनिर्मितीसाठी वापरल्या जाणाऱ्या पद्धती व्यापक, निवडक आणि उदयोन्मुख असतात. आणि संशोधनाच्या पारंपरिक पाश्चिमात्य मार्गांपुरते मर्यादित नसतात. गाणे, कविता, कला, नाटक आणि कथाकथन हे ज्ञान प्राप्त करणे आणि निर्माण करण्यासाठी योग्य मार्ग असू शकतात.
- *ते चक्रीय प्रक्रियेवर अवलंबून असते* – सर्व प्रकारच्या कृतिसंशोधनाचा भाग म्हणून, पार परिस्थिती चांगली समजून घेते आणि निरीक्षण, परावर्तन, नियोजन आणि कृती अशा आवर्तनांमधून सुधारित कृतीच्या दिशेने केंद्रीभूत अंमलबजावणी करते.

निर्णायक संस्कृतीवर्णन

संस्कृतीवर्णनाची व्याख्या अशी करता येईल, 'सहभागीच्या दृष्टिकोनातून जीवनाच्या मार्गाचा अर्थ समजून घेणे, वर्णन करण्यासाठी आणि उलगडून दाखवण्यासाठी सांस्कृतिक समूहाचा शोध घेणे'. निर्णायक संस्कृतीवर्णन, ज्याला मूलगामी संस्कृतीवर्णन असेही म्हटले जाते, ते 'दुर्लक्षित' सांस्कृतिक गटावर दबाव टाकणाऱ्या भेदभावपूर्ण, अन्याय्य किंवा हस्तक्षेप करणाऱ्या जुलमी लोकांचे अंतरंग उघड करण्याच्या राजकीय कार्यसूचीलाही सहभागी करून घेते. पण निर्णायक संस्कृतीवर्णन 'दुर्लक्षित' घटकांना सकारात्मक बदल करण्यासाठी मार्ग दाखवते.

वर्तमान प्रणाली प्रबळ किंवा जुलमी किंवा अन्याय्य असते आणि म्हणून त्यांचे अंतरंग उघड करण्याची गरज असते, असे एक गृहीतक आहे. निर्णायक संस्कृतीवर्णन ज्ञानाचे राजकीय स्वरूप उघडकीस आणण्याचा प्रयत्न करते आणि जगाबद्दलच्या आपल्या कल्पनांना आकार देणाऱ्या प्रबळ सत्तांचे अंतरंग उघड करण्याचा प्रयत्न करते. विश्वकल्पना, विचारधारा आणि सामर्थ्य यांच्या समीक्षात्मक तपासणीद्वारा, निर्णायक संस्कृतीवर्णन सध्याच्या परिस्थितीस एक मोठी सामाजिक-ऐतिहासिक चौकट प्राप्त करून देण्याचा प्रयत्न करते आणि इतरांना निर्णायक परावर्तनात गुंतण्यासाठी प्रोत्साहन देते. 'दुर्लक्षितां'च्या Conscientization (सद्सद्विवेकबुद्धीच्या), सक्षमीकरणाच्या, आणि मुक्तीच्या दिशेने काम करणेहे निर्णायक संस्कृतिवर्णनाचे ध्येय आहे.

पारंपरिक संस्कृतीदर्शन तंत्र हे करू शकते – बरेच जण असा युक्तिवाद करतील त्यांनी प्रबळ धारणा अन्वयार्थावर कसा प्रभाव पडतात, हे लक्षात घ्यायला हवे. परिस्थितीच्या आतून व बाहेरून दोन्हीकडून परिस्थितीचे प्रबळ आकलन आणि अर्थग्रहण करणे, हे निर्णायक संस्कृतीवर्णन करणाऱ्यांचे सुस्पष्ट ध्येय असते. ते नामनिर्देश करून सांस्कृतिक गृहीतकांपासून स्वतःला काही अंतरावर ठेवतात आणि नंतर पर्यायी कल्पनांच्या मालिकेच्या माध्यमातून काम करण्यासाठी, निर्णायक संस्कृतीवर्णन करणाऱ्या सशक्त धरणांचे अंतरंग उघड करतात. अधिक मुक्त संभाव्य पर्यायी वास्तव सादर करणे, हे त्यांचे ध्येय आहे. (रकाना ९.२ पाहा).

यावरून हे स्पष्ट होते की निर्णायक संस्कृतीवर्णनाचे उच्च राजकीय ध्येय, सशक्त प्रणालीच्या अनावारणाला बंधमुक्ततेशी जोडते – बदल घडवून आणणे हे परिभाषित उद्दिष्ट आहे. थॉमसच्या (१९९३) मते, संस्कृतीवर्णनाच्या क्षमता लक्षात घेता आपण एक कृती म्हणून त्याच्याकडे बघू शकू:

- संशोधकाच्या बोधात्मक कार्यपद्धतीत बदल करणे;
- दुर्लक्षित घटकांना 'आवाज' प्राप्त करून देणे;
- सामाजिक जागृतीसाठी इतरांशी परस्परसंवाद वाढवण्यास प्रोत्साहन देणे;
- समान उद्दिष्ट असलेल्यांचे जाळे तयार करणे;
- कायदे आणि धोरणात्मक सुधारणा करण्यास सुरुवात करणे.

रकाना ९.२

निर्णायक संस्कृतीवर्णनाच्या दिशेने प्रवास

माझ्या एका विद्यार्थिनीने, रॅगिंगला किंवा शिवीगाळीला सामोरे जायला भाग पडलेल्या विद्यापीठातील प्रथम वर्षाच्या विद्यार्थ्यांचा एक संस्कृतीवर्णनविषयक अभ्यास आयोजित केला. या अभ्यासात, शिवीगाळीला बळीं पडलेल्यांच्या दृष्टिकोनातून वास्तव समजून घेण्याचा प्रयत्न केला गेला. निरीक्षण, मुलाखत आणि दस्तऐवज विश्लेषणाच्या माध्यमातून, विद्यार्थ्याने शिवीगाळीची) घटना आणि ज्या संस्कृतीमध्ये त्याची भरभराट झाली त्या दोन्हीचे विस्तृत वर्णन आणि अन्वयार्थ द्यावा अशी अपेक्षा होती. तिने पुढे जाऊन जसा या प्रकरणाचा अभ्यास केला तसे संस्कृतीचा प्रवाह चालू राहण्यास आणि तिची भरभराट होण्यास कारणीभूत असणाऱ्या घटकांची समीक्षणात्मक तपासणी केल्याशिवाय संस्कृती आणि तिच्यात घडणारे बदल समजावून घेता येणार नाहीत, असे तिला कळून चुकले. अशाप्रकारे तिने स्वतःला विद्यापीठ परिसरातील सामाजिक-ऐतिहासिक संदर्भांचा शोध घेण्यात बुडवून घेतले आणि पुरुषप्रधान समाजरचना, समज, आक्रमकता, जोडीदारी, शांतता, सामर्थ्य, आणि नियंत्रण याबाबतच्या कल्पना शोधल्या आणि उलगडून पाहिल्या. शेवटी, तिच्या कामाचे एका प्रबल समीक्षणात्मक अभ्यासात रूपांतर झाले. त्या समीक्षणात्मक अभ्यासामुळे एक विशिष्ट सांस्कृतिक वास्तव तयार झाले होते. त्या व्यापक सामाजिक प्रणाली उघडकीस आणण्याचा प्रयत्न केला गेला.

छायाचित्र ९.२ रॅगिंगची परंपरा. *रेडियस* नियतकालिक (२००९) २३ (२): ८ *रेडियस* हे सिडनी विद्यापीठात मेडिकलच्या माजी विद्यार्थी संघटना आणि सिडनी मेडिकल स्कूल यांच्यातर्फे प्रकाशित होते.

रकाना ९.३

बंधमुक्त संशोधनाची उदाहरणे

स्टाऊट, बी. जी., फॉक्स, एम आणि फाईन, एम (२०१२) 'निर्णायक सहभागीय कृतिसंशोधनातून विशेषाधिकार देणे चुकीचे आहे असा दावा करणे', सामाजिक मुद्द्यांवरील जर्नल ६८ (१): १७८–१९३.

हा अभ्यास न्यूयॉर्क शहरातील शहरी युवकांबरोबर केलेला सहयोगी संशोधन प्रकल्प आहे. प्रकल्पामध्ये शहरी तरुणांना सामाजिक संस्थांबरोबर काम करताना आलेल्या न्याय्य आणि अन्याय्य दोन्ही प्रकारच्या अनुभवांचा शोध घेतला आहे. लेखकांनी विशेषाधिकाराच्या ऐतिहासिक आणि अज्ञात भूमिकेचे विश्लेषण केले आणि तुलनेने प्रगत असणाऱ्या तरुणांना विशेषाधिकार कशाप्रकारे पाठिंबा देतो याचेही विश्लेषण केले.खऱ्या पार शैली मध्ये, लेखकाने विशेषाधिकाराचे फक्त आकलनासाठी विश्लेषण केले नाही तर कार्यकर्त्यांसाठी एक संभाव्य व्यासपीठ म्हणूनही विश्लेषण केले.

फिट्झपॅट्रिक, के (२०११) 'खेळ थांबवा! शारीरिक शिक्षण, वंशवादीत्व (racialization) आणि प्रतिकार', संस्कृतीदर्शन, १२ (२): १७४–१९७.

या वर्षभर चाललेल्या संस्कृतीदर्शक अभ्यासाने दक्षिण ऑकलंड, न्यूझीलंड येथील दारिद्र्य, गुन्हेगारी आणि सांस्कृतिक विविधतेसाठी प्रसिध्द असलेल्या या परिसरातील एका बहु-पारंपरिक शाळेतील युवकांच्या जीवनात शारीरिक शिक्षणाचे स्थान काय याचा शोध घेतला. या बारकाईने केलेल्या अभ्यासात लेखकांनी शारीरिक शिक्षणाबाबतचे दोन्ही, सकारात्मक पैलू (संबंध विकसित करणे, खेळ आणि चिकित्सक प्रतिकार) आणि लिंग आणि वंशावर आधारित असलेल्या शरीराबद्दलच्या वैयक्तिक आणि सामाजिक मताचा राजकीय रंग, यांसारखे नकारात्मक पैलूही विचारात घेतले.

हा पूर्ण मजकूर वाचनासाठी संबंधित संकेतस्थळावर उपलब्ध आहे.

बंधमुक्त संशोधनातील मुद्दे

संशोधनाचे ध्येय आणि राजकीय उद्देश याच्या अंतर्ग्रथित स्वरूपामुळे काही पातळीवर वादविवाद चालू असतो – मुळात याचे कारण हे आहे की ते 'प्रत्यक्षार्थवादी' संशोधनाच्या एका महत्त्वाच्या नियमात बसत नाही आणि तो नियम म्हणजे वस्तुनिष्ठता. सामाजिक कृतिवाद व संशोधन आणि त्याच्याशी संबंधित व्यक्तीनिष्ठतेचे व्यवस्थापन करण्याची असमर्थता यात गोंधळ करण्याचा आरोप होणे सोपे आहे. आणि समीक्षात्मक संस्कृतीदर्शन आणि पार दोन्ही एकाच 'उत्तर-प्रत्यक्षार्थवादी ' छत्राखाली येत असले, तरी त्यांची समालोचना होतच असते आणि संशोधनाची सामाजिक कार्यक्रमाशी गल्लत करण्याचा आरोपही त्यांच्यावर होतो. ज्यांना अशा प्रकारच्या अभ्यासाचे आयोजन करायचे असेल त्यांनी कार्यपद्धतीच्या मसुद्याची रूपरेषा तयार करणे महत्त्वाचे आहे आणि संशोधनातील चिकित्सक उद्देशाचे महत्त्व मान्य करणाऱ्या कायदेशीर साहित्याचा वापर करणे गरजेचे आहे. सुदैवाने, उत्तर-प्रत्यक्षार्थवादी पद्धतीचा प्रसार आणि स्वीकृती यामुळे, हे काम सोपे होते.

तरी अजूनही व्यक्तिनिष्ठता व्यवस्थापनाची गरज आहे. एका राजकीय उद्देशांच्या दिशेने काम करणे, ही एक गोष्ट आहे, पण पूर्वग्रह ठेवून तुमच्या संशोधनाचे अर्थग्रहण आणि विश्लेषण करणे ही वेगळी. राजकीय उद्देश मान्य असू शकतो, पण अनोळखी मार्गांनी तुमच्या जाणिवेला तो रंग दिलात तर तुमच्या संशोधनाच्या विश्वासार्हतेविषयी प्रश्नचिन्ह उभे राहील.

दुसरा, कदाचित अधिक समस्यापूर्ण, स्वतःचा राजकीय उद्देश 'दुर्लक्षित' घटकांवर लादणाऱ्या समर्पित आणि प्रेरित संशोधकांना समालोचनाचा धोका आहे. ज्यांच्याविषयी संशोधन केले जात आहे अशा लोकांनी समस्या ओळखल्या नाहीत तरी त्यांना समस्या म्हणायचे का? सुटका आणि बंधमुक्तता हे ध्येय असले तरी, एखादा विषय ढवळून काढणे हा संशोधकाचा अधिकार आहे का? नेहमी 'Conscientization' सद्सद्विवेक असणे योग्य आहे का? एखाद्या विशिष्ट संस्कृतीत विशिष्ट समस्येने पिडीत असणारे लोक त्या गोष्टीकडे समस्या म्हणून पाहतही नाहीत ज्याकडे पाश्चात्य संशोधक समस्या म्हणून पाहतात. संशोध्य विषयातून 'उत्पन्न होणाऱ्या', 'नियुक्त केल्या जाणाऱ्या' किंवा 'कोणावरतरी थोपल्या जाणाऱ्या' राजकीय कार्यसूचींशी वाटाघाटी करणे ही बंधमुक्त संशोधनाची महत्त्वाची जबाबदारी आहे.

प्रकरणाचा सारांश

- जेव्हा बदलाच्या भूमिकेस समर्पित अशा कार्यपद्धतींचा विषय येतो तेव्हा, मूल्यमापनासाहित उपयोजित संशोधन बदलाची शिफारस करते; कृतिसंशोधन थेट संशोधन प्रक्रियांमध्ये बदल अंतःस्थापित करते; तर बंधमुक्त संशोधन बदलाच्या मूलभूत पातळीवरच हल्ला करते ज्यात मुक्ती आणि आत्मनिर्धार यांचा समावेश होतो.
- मूल्याधारित संशोधन हे कार्यक्रम किंवा धोरण अशा काही उपक्रमांचे मूल्य निर्धारित करण्यासाठी हाती घेतले जाते व त्यात अंमलबजावणी आणि परिणाम दोघांचाही अंतर्भाव असतो. हा एक पूर्णपणे राजकीय आणि वास्तविक जगातील प्रयत्न आहे ज्यात विविध पद्धतींची आवश्यकता असते.
- कृतिसंशोधन हे एकात्मिक ज्ञाननिर्मिती आणि बदलाची अंमलबजावणी यास समर्पित आहे. सहभागीय आणि सहयोगी दृष्टिकोनाच्या माध्यमातून, त्यांच्या स्वतःच्या प्रशिक्षण आणि विकासात सहभागी होणाऱ्या भागधारकांना सक्षम करणे, हे त्याचे ध्येय आहे.
- सबलीकरण आणि अमूलाग्र बदल, हे सहभागीय कृतिसंशोधनचे उद्देश आहेत हे स्पष्ट आहे. सामाजिक गटांना मदत करून त्यांच्या चांगल्या भविष्याकरिता योजना बनवण्यासाठी आणि कृती करण्यासाठी त्यांच्या स्वतःच्या ज्ञानाचे आकलन करून देणे, हे त्याचे ध्येय आहे. ज्यामुळे स्वतःचा विकास साधण्यात मदत होईल.

- 'दुर्लक्षित' घटकांच्या हितासाठी समीक्षात्मक संस्कृतीवर्णन प्रबळ प्रणालीला उघडे पडण्याचा प्रयत्न करते. तळागाळातल्या लोकांच्या बाजूने उंचावलेल्या आवाजामुळे बदल घडतो तसेच व्यक्तीच्या, कायद्याच्या आणि धोरणांच्या पातळीवर जे आरंभबिंदू निर्माण होतात त्यांच्यामुळेही बदल घडतो.

अवांतर वाचन

बरेच विद्यार्थी त्यांचे प्रकल्प अंतरंगातील बदल हे अंतिम ध्येय डोळयासमोर ठेवून ठरवत असले, तरी बहुतांश जण, संशोधन धोरणांचा फारसा विचार करत नाहीत. ही धोरणे बदलाकडे संशोधन प्रक्रियेच्या स्वत:च्याच ध्येयाला अधिक कारणीभूत असणारा म्हणून पाहतात. मला अशी अशा आहे की ह्या प्रकरणाने तुम्हाला ज्ञान आणि कृती यांना जोडणाऱ्या काही दृष्टिकोनांचा विचार करण्यासाठी प्रेरित केले असेल. जर तसे असेल, तर खाली दिलेल्या काही पुस्तकांची यादी बघा. ते संशोधन आणि बदल यांना जोडणाऱ्या शक्यतांचे मोठ्या प्रमाणात प्रतिनिधित्व करतात.

संख्यात्मक परंपरा

Fitzpatrick, J. L., Sanders, J. R. and Worthen, B. R. (2010) *Program Evaluation: Alternative Approaches and Practical Guidelines.* New York: Allyn & Bacon.

चांगले व्यापक मार्गदर्शक पुस्तक. ज्या पद्धतीने लेखकांनी ज्या विशिष्ट कार्यक्रमाचे ते मूल्यांकन करत आहेत त्याकरिता उत्तम कार्यपद्धती योजना शोधण्यासाठी विविध मार्गांनी ज्ञान मिळवण्यासाठी मूल्यांककांना प्रोत्साहित केले आहे ते मला आवडले.

Rossi, P. H., Freeman, H. E. and Lipsey, M. W. (2003) *Evaluation: A Systematic Approach.* Thousand Oaks, CA: Sage.

'कसे करावे' उत्तम मार्गदर्शक पुस्तक. ज्यामध्ये विविध मार्ग देले आहेत. उदाहरणांचा विस्तार आणि राजकीय संदर्भाच्या मूल्यमापनाची व्याप्ती, हे या कामाचे सामर्थ्य आहे.

Royse, D., Thyer, B. A., Padgett, D. K. and Logan, T. K. (2009) *Program Evaluation: An Introduction.* Belmont, CA: Wadsworth.

शीर्षकावरून लक्षात येते त्याचप्रमाणे ही एक विश्वसनीय व्यावहारिक प्रस्तावना आहे. मला ही स्पष्ट, सोपी आणि उपायोजित वाटली. सुरुवात करण्यासाठी चांगली जागा आहे. (वाईट जागा नाही)

Wholey, J. S., Hatry, H. P. and Newcomer, K. E. (eds) (2010) *Handbook of Practical Program Evaluation.* San Francisco: Jossey-Bass.

येथे एक छान निबंध मालिका दिली आहे. सार्वजनिक क्षेत्रात चालविल्या जाणाऱ्या मूल्यमापन कार्यक्रमांमध्ये सहभागी असणाऱ्यांसाठी त्यांनी एकत्रितपणे एक अगदी व्यापक संदर्भाचे काम जमवून आणले आहे. मला विशेष करून कमी खर्चात तरीही विश्वासार्ह मूल्यमापन आखणीबाबतचा सामान्य तारतम्य ठेवणारा दृष्टिकोन आवडला.

कृतिसंशोधन

Balatti, J., Gargano, I., Goldman, M., Wood, G., and Woodlock, J. (2004) *Improving Indigenous Completion Rates in Mainstream TAFE – An Action Research Approach.* Leabrook, South Australia: NCEAR.

वर दिलेला रकाना ९.१ पहा – संपूर्ण मजकूर सहचर संकेतस्थळावर उपलब्ध.

Coghlan, D. and Brannick, T. (2009) *Doing Action Research in Your Own Organization.* London: Sage.

कृतिसंशोधनातील गुंतागुंत समाविष्ट करण्याबरोबरच हे पुस्तक तुमच्या संघटनेमध्ये संशोधक म्हणून आणि बदल एजंट म्हणून काम करताना येणाऱ्या राजकीय आणि नैतिक आव्हानांच्याही खोलात शिरते. त्यांच्या स्वत:च्या कामाच्या ठिकाणी कृतिसंशोधन करणाऱ्या कोणासाठीही मी आग्रहाने या पुस्तकाची शिफारस करते.

Greenwood, D. and Levin, M. (2006) *Introduction to Action Research: Social Research for Social Change.* Thousand Oaks, CA: Sage.

'कसे करावे' अशा प्रकारच्या मार्गदर्शक पुस्तकांऐवजी त्याच्या क्षमता ही मूलभूत पातळीवर सामाजिक बदल होण्यासाठी लागणारी शक्ती आहे यावर भर देत हे काम तुम्हाला सिद्धांत आणि कृतिसंशोधनाचा इतिहास याविषयी सांगते.

Herr, K. G. and Anderson, G. L. (2005) *The Action Research Dissertation: A Guide for Students and Faculty.* London: Sage.

लेखक 'रोड मॅप' ही संज्ञा वापरतात आणि ती योग्य आहे असे मला वाटते. हे एक अतिशय व्यावहारिक टप्याटप्याने नेणारे 'कसे करावे' मार्गदर्शक पुस्तक आहे जे कृतिसंशोधन प्रक्रियेत तुमच्या सोबत असेल. कृती संशोधकांना अध्ययन विषयक जगात ज्या प्रतिकाराला तोंड द्यावे लागू शकते आणि त्यामधून बाहेर येण्यासाठी ते ज्या कृतियोजनांचा वापर करतात त्याविषयी लेखक जे गौरवोद्गार काढतात त्याला मी दाद देते.

McNiff, J. and Whitehead, J. (2011) *All You Need to Know About Action Research.* London: Sage.

दुसरे चांगले टप्याटप्याने नेणारे 'कसे करावे' मार्गदर्शक पुस्तक हे अगदी सुलभ आहे. लेखकाने वापरलेल्या समस्या अभ्यासामधून काही चांगले मुद्दे समोर येतात. हे पुस्तक एक चांगली सुरुवात असू शकेल.

Reason, P. and Bradbury, H. (2007) *Handbook of Action Research.* London: Sage.

हा एक अतिशय उपयुक्त निबंध संच आहे, जो खरोखरंच वादविवाद, वादंग आणि कृतिसंशोधनाची क्षमता याच्या खोलात शिरतो. तो अनेक उदाहरण देण्याजोग्या गोष्टी देतो, ज्यामध्ये कृतिसंशोधनाद्वारे सामाजिक बदल करण्यासाठी अनेक शक्यता दाखवल्या जातात.

बंधमुक्त संशोधन

Brown, S. G. and Dobrin, S. I. (eds) (2004) *Ethnography Unbound: From Theory Shock to Critical Praxis.* Albany: State University of New York Press.

हा चिकित्सक संस्कृतीवर्णनाच्या जगात स्वत:ला बुडवून घेण्याचा चांगला मार्ग आहे आणि ज्ञानाच्या क्षेत्रात हा

वादग्रस्त दृष्टिकोन विवादास्पद होईल. संशोधनाद्वारे चिकित्सक आणि मूलगामी बदल यामध्ये रस असेल तर वाचण्यासाठी उत्कृष्ट पुस्तक.

Fitzpatrick, K. (2011) 'Stop playing up!: Physical education, racialization and resistance', *Ethnography,* 12(2): 174–197.

वर दिलेला रकाना ९.३ पहा – संपूर्ण मजकूर सहचर संकेतस्थळावर उपलब्ध.

Freire, P. (1970) *Pedagogy of the Oppressed.* New York: Herder & Herder.

उपलब्ध उत्कृष्ट कलाकृती. फ्रेइरेच्या पायंडा मोडणाऱ्या (ground-breaking) कामाने जगभरातील दुर्लक्षित लोकांच्या सक्षमीकरणासाठी अनुदान दिलेले आहे. सक्षम व्यवहारांद्वारा संपूर्ण परिवर्तन करण्यात कोणाला रस असेल त्यांनी वाचणे आवश्यक आहे.

Kindon, S. (2008) Participatory Action Research Approaches and Methods: Connecting People, Participation and Place. London: Routledge.

सहायक संशोधनाची उत्कृष्ट ओळख ज्याचे सामाजिक बदल हे जलद ध्येय आहे. ह्या पुस्तकात समर्थन, सिद्धांतन (theorization), सराव आणि पार चे परिणाम याचा समावेश आहे आणि सामर्थ्ये आणि आव्हाने या दोन्हींपासून ते दूर पळत नाही.

Madison, D. S. (2011) *Critical Ethnography: Method, Ethics, and Performance.* London: Sage.

हे पुस्तक, चिकित्सक संस्कृतीवर्णनाचा आधारभूत असलेले समाजशास्त्रीय सिद्धांत आणि विद्यार्थी संशोधकांना माहीत असणे आवश्यक आहे अशा व्यावहारिक संशोधन पद्धती व तंत्र यांच्या दरम्यानची सीमारेषा ओलांडून पुढे जाण्याचे चांगले काम करते असे मला वाटते. नजर टाकण्यास योग्य.

McIntyre, A. (2007) *Participatory Action Research.* London: Sage.

इतिहास, पारचे प्रकार व मूळ तत्त्वे, तसेच सहभाग, कृती यांचे स्वरूप आणि एक पार प्रकल्प अंगीकारण्यासाठी आवश्यक पद्धती यांचा व्यावहारिक परिचय यांचे एक चांगले विहंगावलोकन. इथे दिलेल्या दोन मुख्य उदाहरणांमधून बरेच शिकायला मिळते.

Stoudt, B. G., Fox, M. and Fine, M. (2012) 'Contesting privilege with critical participatory action research', *Journal of Social Issues,* 68(1): 178–193.

वर दिलेला रकाना ९.३ पहा – संपूर्ण मजकूर सहचर संकेतस्थळावर उपलब्ध.

१०

'प्रतिसादक' शोधणे

प्रकरणाचे पूर्वावलोकन

- याचे उत्तर कोणाकडे असेल?
- नमुने: जनसंख्येचे घटक निवडणे
- महत्त्वाचे माहितीदाते: तज्ज्ञ आणि आतल्या गोटातील माणसांबरोबर काम करणे
- प्रकरणे: तपशीलाचा सखोल अभ्यास

याचे उत्तर कोणाकडे असेल?

संशोधन प्रक्रिया म्हणजे आपल्या संशोधन प्रश्नाचे उत्तर मिळवणे असेल तर कदाचित आपल्या प्रश्नाचे उत्तर कोणाकडे आहे त्याचा विचार करणे, ही एक चांगली कल्पना आहे. क्षणभर याबद्दल विचार कर. समाजशास्त्रीय संशोधनात आपण जवळपास सगळ्याच 'संख्यात्मक' प्रारूपांमध्ये विशिष्ट जनसंख्येकडून अपेक्षित उत्तरे शोधत असतो. जनसामान्य काय विचार करतात किंवा त्यांना काय वाटते, हे आपण जाणून घेऊ इच्छितो. या परिस्थितीत, उत्तरे समाजातील एका व्यापक विभागावर अवलंबून असतात. खरं तर, आपल्याला इतक्या व्यापक विभागापर्यंत पोचायचे असते की गुणात्मक डेटा संकलन व्यवहार्य ठरत नाही, म्हणून खरंतर आपण संख्यात्मक डेटा वापरून काम करतो.

तथापि, संशोधनाच्या 'गुणात्मक' संशोधन प्रारूपाबाबतीत याच्या अगदी विरुद्ध गोष्ट खरी असल्याचे दिसून येते. आपल्याला प्रभावी मजकूर आणि समृद्ध अहवाल जतन करून ठेवण्याची इच्छा असल्याने 'अनेकां' ऐवजी 'काही' जणांकडे असलेल्या उत्तरांना, आपले लक्ष्य करण्याकडे आपला कल असतो. समाजाच्या एका व्यापक विभागाकडे किंवा जनसंख्येतच उत्तरे सापडू शकतील, पण ती तज्ज्ञ आणि आतल्या गोटातील लोकांकडे देखील असू शकतात किंवा अगदी विशिष्ट वैयक्तिक अनुभवांमध्येही ती उत्तरे सापडतील. तितकीच ती शाळा किंवा कामाच्या जागा अशा व्यावहारिक उपयोगाच्या संरचनेतही सापडू शकतील.

परिस्थिती कशीही असली तरी हरकत नाही, तुमच्या संशोधन समस्येचे उत्तर कोण देऊ शकते, हे शोधून काढणे आणि ज्ञात्यांकडून माहितीचे संकलन करण्याच्या संधी कशा खुल्या करून घ्यायच्या हे जाणून घेणे, अतिशय महत्त्वाचे आहे. तथापि, प्रतिसादकांचे गट खूप वैविध्यपूर्ण असू शकतात. त्यामुळे तुम्हाला तुमच्या प्रश्नांची उत्तरे ज्ञात्यांकडून शोधण्यासाठी अनेक धोरणे अमलात आणण्याची गरज पडू शकते. उदाहरणार्थ, व्यापक सामाजिक प्रतिनिधित्व (जनसंख्येचा नमुना घेणे) मिळविणे जास्त योग्य ठरू शकते. पण ज्ञात्याबरोबर (महत्त्वाच्या माहितीदात्यांची निवड करून) काम करणे आणि विशिष्ट वैयक्तिक अनुभवांचा व वातावरणाचा (योग्य केस निश्चित

करून) सखोल अभ्यास करणे हे काही गुणात्मक पद्धतींसाठी अधिक अनुरूप असू शकते. आणि अर्थातच, मागील दोन प्रकरणात समाविष्ट केल्याप्रमाणे खूप संशोधन समस्या आणि बरेच संशोधन आकृतिबंध आहेत ज्यात एकापेक्षा अधिक धोरणांचा वापर करणे गरजेचे असते.

अर्थातच, आव्हानेही भरपूर आहेत. तुम्ही जनसंख्या, महत्त्वाचे माहितीदाते, केसेस किंवा यांच्याबरोबर संयुक्तरीतीने काम करायचे ठरवले तरी योग्य, प्रातिनिधिक, मुक्त, प्रामाणिक, जाणता, स्मरणशक्ती चांगली असणारा, न घाबरता स्वत:ला उघड करणारा, स्वत:ला समोर आणण्यासाठी कोणत्याही आवरणाची गरज नसलेला प्रतिसादक शोधणे आणि त्यांच्यापर्यंत पोहोचणे तुमच्या अपेक्षेपेक्षाही अवघड असू शकते. काही वेळेस, तुम्ही पद्धतशीर असणे आवश्यक आहे. सर्वात योग्य प्रतिनिधिक नमुना निर्माण करू शकणारी परिभाषित (defined) नमुना पद्धत योग्य आहे, असे तुम्ही ठरवू शकता. तर काहीवेळा, तुम्ही धोरणात्मक असणे आवश्यक आहे. तुम्हाला जिथे 'आत' प्रवेश आहे, हे तुम्हाला माहीत आहे अशा लोकांकडे तुम्ही जाऊ शकता आणि पूर्व-प्रस्थापित संबंधांचा वापर करू शकता. आपल्या संशोधनाचे उद्दिष्ट पूर्ण करताना इतरांबरोबर काम करताना येणाऱ्या गुंतागुंतीची सतत जाणीव असणे आवश्यक आहे. आपण नमुने, प्रतिसादक किंवा उदाहरणांवर काम करण्याचा निर्णय घेतला असेल तर तुम्हाला भरपूर मुद्दे आणि आव्हानांमधून मार्ग काढून काम करावे लागेल.

नमुनेः जनसंख्येचे घटक निवडणे

अनेकदा जनसंख्येत समाविष्ट असणाऱ्या लोकांना समजून घेणे, लोकांच्या विशिष्ट गटाला खरोखरच काय वाटते आणि ते काय विचार करतात, याचे एक प्रातिनिधिक चित्र मिळवणे, हे समाजशास्त्रीय संशोधनाचे ध्येय असते.

शब्दार्थसूची

जनसंख्या

परिभाषित वर्गातील लोक, वस्तू किंवा घटना यांचे एकूण सदस्यत्व

जनसंख्या संशोधनात सगळ्यांकडे विचारणा करता येणे हे ध्येय असते– दुसऱ्या शब्दात सांगायचे तर, जनसंख्येमधील प्रत्येक घटकाकडून डेटा गोळा करता येणे. पण, खूप लहान, परिभाषित आणि सहज उपलब्ध जनसंख्येमध्ये केलेल्या सखोल संशोधनाचा किंवा जनगणनेच्या आयोजनाचा अपवाद वगळता सगळ्यांना विचारण्याचे ध्येय ठेवणे व्यावहारिक नाही. तुमचा अभ्यास कदाचित अशी जनसंख्या विचारात घेईल ज्याच्यापर्यंत तुम्ही पूर्णपणे पोहोचू शकणार नाही; ती एकतर खूपच मोठी असेल किंवा त्यात अशा घटकांचा समावेश असेल ज्यांना तुम्ही ओळखत नाही किंवा ज्यांच्यापर्यंत तुम्ही पोहोचू शकत नाही.

तरीही जनसंख्येच्या प्रत्येक घटकापर्यंत पोचण्याची असमर्थताही आपली समजावून घेण्याची आणि प्रतिनिधित्व करण्याची इच्छा दाबून टाकू शकत नाही. उदाहरणार्थ, आपल्या रोजच्या जीवनात आपण रेस्टॉरंट्सच्या साखळीविषयी बोलतो किंवा लोकांच्या वंशाबद्दल बोलतो, पण हे आपण क्वचितच 'पूर्ण डेटा संचाच्या' आधारावर करतो. आपण प्रत्येक मॅकडोनाल्डमध्ये खाऊ शकत नाही किंवा प्रत्येक आशियाई व्यक्तीशी संवाद साधणे असंभाव्य आहे. मग आपण काय करायचे? आपण 'अनेक' जणांचे विचार, ज्ञान, दृष्टिकोन, भावना आणि विश्वास यांचे ज्ञान मिळवण्यासाठी 'काही'जणांकडून माहिती गोळा करतो.

समाजशास्त्रीय संशोधनात समानता आहेत. आपल्याला ज्यांच्याशी बोलायचे असते त्या सगळ्यांशी आपण क्वचितच बोलतो, म्हणूनच आपण नमुना घेतो, तपासणी करतो, निष्कर्ष काढतो आणि आपल्या निष्कर्षांची व्यापक व्यवहार्यता पटवण्याचा प्रयत्न करतो. तथापि, विश्वासार्ह पद्धतीने आपल्या निष्कर्षांचा वापर करू शकणे, हे खुबीने करण्याचे काम आहे.

शब्दार्थसूची

नमुना

संशोधन अभ्यासामध्ये समाविष्ट करण्यासाठी जनसंख्येतील घटकांची निवड करण्याची प्रक्रिया. अनेक नमुने प्रातिनिधीक बनण्याचा प्रयत्न करतातः म्हणजे, नमुन्याचे वर्गीकरण आणि वैशिष्ट्यांमुळे निष्कर्षांचे संबंधित जनसंख्येत परत सामान्यीकरण करणे शक्य होते.

'नमुन्या'चा उपयोग करून काम करण्याच्या संधी

तर मग तुम्ही नमुन्याचा उपयोग करून काम करायचे ठरवलेत का? नमुन्यांमुळे संशोधन प्रक्रिया आटोपशीर होते. त्याच्यामुळे, ज्यांच्यापर्यंत तुम्ही पूर्णपणे पोहोचू शकत नाही असे लोकांचे गट, संघटना आणि घटना यांचे अन्वेषण करणे शक्य होते. तुम्ही अभ्यासत असलेली जनसंख्या आकाराने खूप मोठी, मोठ्या प्रमाणावर पसरलेली, शोधण्यासाठी खूप कठीण किंवा पोहोचण्यास अवघड असली तरी नमुना तुम्हाला हाताळण्यास सोप्या अशा जनसंख्येचा शोध घेण्यासाठी एक चौकट पुरवतो.

तसेच विशिष्ट पातळीचा 'आत्मविश्वास' असलेल्या जनसंख्येचे प्रतिनिधित्व करण्यासाठी नमुन्याचा वापर केला जाऊ शकतो. काही विशिष्ट नमुना धोरणांमुळे तुम्हाला प्रत्यक्षात तुमच्या निष्कर्षांचे प्रतिनिधीत्व करत असलेल्या मोठ्या जनसंख्येच्या संख्याशास्त्रीय संभाव्यता मोजणे शक्य होते. संशोधन परवडण्याजोगे होण्यासाठी तसेच नमुने सचोटीने गोळा केले असतील तर विश्वासार्हता ठरवण्यासाठी नमुना महत्त्वाचा ठरतो.

नमुन्याची निवड

वास्तविक जगात, स्पगेटी सॉसमध्ये अधिक मीठ हवे आहे का हे पाहण्यासाठी आपण संपूर्ण भांडे पहिल्यांदा ढवळल्याशिवाय चमचाभर स्पगेटी सॉसची चव घेणार नाही. त्याचप्रमाणे एंजेलिना जोलीचा नवीन चित्रपट, फक्त तिच्या स्वतःच्या संकेतस्थळावर केलेल्या टिप्पणीच्या आधारे जाऊन बघणार नाही. सामान्यीकरण करण्यासाठी योग्य, प्रातिनिधिक आणि निःपक्षपाती नमुना असणे आवश्यक आहे, हे आपण जाणतो.

संशोधन नमुना निवडण्याच्या बाबतीतही हे खरे आहे. आतापर्यंत आकस्मिकतेपासून दूर असणारा नमुना निवडणे ही कायम धोरणात्मक आणि कधीकधी गणिती असणारी प्रक्रिया आहे. अशा नमुन्याची निवड हे ध्येय आहेः ज्यामुळे (१) पालक जनसंख्येबद्दल विधान करणे शक्य होईल, इतके व्यापक; (२) इच्छित विश्लेषण आयोजित करणे शक्य होईल इतके मोठे; आणि (३) आटोपशीर होईल इतके लहान. सामान्यीकरणत्वाचे ध्येय असलेल्या अभ्यासात मोठ्या जनसंख्येचे सर्वोत्तम 'प्रतिनिधित्व' करू शकेल असा सर्वोत्तम नमुना गोळा करण्यासाठी, शक्य असलेल्या सर्वात जास्त व्यावहारिक प्रक्रियांचा समावेश असेल. तथापि इतर वेळी, संशोधन प्रश्नाचे स्वरूप असे असेल ज्यामुळे

प्रातिनिधिकत्व पारखणे अशक्य किंवा अयोग्य ठरू शकते. या परिस्थितीत संशोधक अजूनही धोरणात्मक दृष्टीने त्यांच्या नमुन्यांची निवड करतील, पण असा मार्ग जो त्यांनी ठरवलेल्या संशोधन ध्येयासाठी सर्वोत्तम ठरेल.

ह्या ध्येयांपर्यंत पोचण्यासाठी तुम्हाला बऱ्याच मुद्द्यांचा नमुन्याच्या संख्येच्या दृष्टीने विचार करणे आवश्यक आहे: त्यात तुमची जनसंख्या ठरवणे; नमुना चौकट तयार करणे; नमुन्याचा योग्य आकार निर्धारित करणे आणि योग्य नमुना धोरण निवडणे यांचा समावेश होतो.

तुमची जनसंख्या निवडणे

कोणताही नमुना गोळा करण्याआधी मनात अतिशय स्पष्ट आणि चांगल्या प्रकारे परिभाषित केलेली जनसंख्या असणे महत्त्वाचे आहे. याचा अर्थ, तुम्ही अभ्यासाची सुरुवात करताना, ज्या 'घटकां'बद्दल बोलायचे आहे असे तुम्हाला वाटते तो घटक ठरवणे. समजा तुम्ही वैशिष्ट्ये ठरविण्यासाठीचा विशिष्ट संच वापरून, यूकेमधील १३–१८ वर्षे वयोगटातील मुलांचे प्रातिनिधिक निष्कर्ष सादर करू इच्छिता. तुमची जनसंख्या व्यक्तींनी बनलेली आहे. (समाजशास्त्रीय/उपयोजित शास्त्रातील संशोधनासाठी वापरण्यात येणारा सर्वात साधारण जनसंख्या प्रकार) जसे या केसमध्ये वयोगट (१३–१८) आणि भौगोलिक पार्श्वभूमी (यूकेमधील). व्यक्तीच्या अभ्यासासाठी तुम्ही लिंग, वैवाहिक स्थिती किंवा वंश अशी इतर वैशिष्ट्येही वापरली आहेत, हे लक्षात ठेवा.

आणि अर्थातच, जनसंख्या नेहमी व्यक्तींचीच असणे आवश्यक नाही. तुमच्या प्रश्नाच्या स्वरूपाप्रमाणे तुमच्या जनसंख्येचे 'घटक' घरं, कामाच्या जागा किंवा अगदी घटना हेही असू शकतात. उदाहरणार्थ, तुमची जनसंख्या अमेरिकेतील रुग्णालयातील आपत्कालीन खोल्या ही असू शकते. या उदाहरणात, विशिष्ट प्रकारची संघटनात्मक रचना ही जनसंख्या आहे. वैशिष्ट्ये ठरवताना भौगोलिक पार्श्वभूमी (अमेरिकेत सगळीकडे) आणि वातावरण (रुग्णालयातील आपत्कालीन खोल्या) या दोन्ही गोष्टींचा समावेश होतो. 'संघटनेची' व्याख्या करताना कर्मचारी संख्या, संघटना किती वर्षे अस्तित्वात आहे आणि ती सार्वजनिक किंवा खाजगी आहे या आणि इतर शक्यतांचा समावेश होऊ शकतो. २००९ मध्ये बार्सिलोना येथे झालेले व्यावसायिक फुटबॉल सामने ही घटना हे घटनेच्या जनसंख्येचे एक उदाहरण होऊ शकेल. येथे निर्धारक वैशिष्ट्ये उपक्रमाचा प्रकार (व्यावसायिक फुटबॉल सामने), भौगोलिक पार्श्वभूमी (बार्सिलोना) आणि कालावधी (२००९) ही आहेत.

नमुना आराखड्याची रचना

नमुना आराखडा ही ज्या जनसंख्येतून नमुना घ्यायचा असेल त्यातील प्रत्येक सदस्याचा समावेश असलेली एक यादी आहे; जी सर्व नमुना प्रक्रियांसाठी आवश्यक आहे. आता प्रत्यक्षात, नमुना आराखडा तुमचे लक्ष्य असलेल्या लोकसंख्येशी जुळेल, पण असे क्वचितच होते. तुम्ही तुमची जनसंख्या ठरवू शकलात तरी त्यातील प्रत्येक घटकापर्यंत पोचण्याची हमी देता येत नाही. खूप वेळा तुम्हाला पूर्ण 'सूची' मिळूच शकत नाही. उदाहरणार्थ, वॉशिंग्टन, डी.सी. मधील सर्व बेघर लोकांची सूची करणे अशक्य होईल. त्या प्रकारची यादी अस्तित्वातच नसते आणि अचूकपणे तयारही करता येऊ शकत नाही.

तुमचा नमुना आराखडा, तुमच्या लक्ष्य जनसंख्येच्या जास्तीत जास्त जवळ जाईल याची खात्री करून घेणे आणि तसे धोरणात्मक निर्णय घेणे आणि विसंगती असूनही तुमच्या आराखड्याची समर्पकता पटवून देण्याची तयारी असणे, महत्त्वाचे आहे.

नमुन्याचा आकार ठरवणे

शक्य असलेला सर्वोत्तम नमुना आराखडा एकदा बनविल्यानंतर त्या आराखड्यामधून किती घटक तुम्ही नमुना म्हणून घेणार आहात, हे ठरवणे आवश्यक आहे. आणि 'किती?' या प्रश्नाचे उत्तर 'ते अवलंबून आहे' असे आहे. त्याबाबत ठरावीक असे काही नियम नाही आहेत. तुम्हाला ज्या प्रकारचा डेटा संकलित करायचा आहे त्याचा आकार आणि स्वरूप यावर आणि तुम्ही ठरवलेल्या विश्लेषणाच्या ध्येयांवर नमुन्याचा आकार विशेषत्वाने अवलंबून असतो.

उदाहरणार्थ, संख्यात्मक डेटाच्या संख्याशास्त्रीय विश्लेषणासाठी किमान संख्या आवश्यक आहे. आकडेवारी आणि संभाव्यता विचारात घेऊन काम करण्याची क्षमता ही पुरेशा आणि योग्य नमुन्याच्या आकारावर अवलंबून असते. दुसरीकडे, गुणात्मक डेटाच्या सखोल स्वरूपामुळे सर्वसाधारणपणे नमुना आकार मर्यादित करावा लागतो; तुम्ही हजारोंकडून नक्कीच त्या प्रकारचा डेटा संकलित करू शकत नाही. पण सुदैवाने तुम्हाला ते करण्याची गरजही नाही. गुणात्मक डेटा विश्लेषण धोरणे सर्वसाधारणपणे मोठ्या संख्येवर अवलंबून नसतात.

नमुन्याचा योग्य आकार ठरवताना निर्माण होणाऱ्या गुंतागुंतीतून मार्ग काढण्यासाठी खालील मार्गदर्शक तत्त्वे आपल्याला मदत करू शकतील:

- *संख्यात्मक डेटा/विश्लेषणाचा उपयोग करून काम करताना* – संख्येच्या स्वरूपात व्यक्त झालेल्या डेटाचा उपयोग करून काम करताना वेळ आणि खर्च यांच्या बंधनात बसेल इतका मोठा नमुना प्राप्त करण्यासाठी प्रयत्न करणे हा आधारभूत ठोकताळा आहे. नमुना जेवढा मोठा तितका तो जास्त प्रातिनिधिक असण्याची शक्यता असते आणि त्यामुळे त्याचे सामान्यीकारण करता येण्याजोगे असते. तुम्ही करू इच्छित असलेल्या संख्याशास्त्रीय विश्लेषणाच्या पातळीवर किमान संख्या ठरते:
    - *किमान संख्याशास्त्रीय विश्लेषण.* संख्याशास्त्रीय विश्लेषण संभाव्यतेवर आधारित असल्यामुळे, सर्वात मूलभूत संख्याशास्त्रीय विश्लेषणासाठी किमान सुमारे ३० प्रतिसादक आवश्यक असतात. यापेक्षा कमी असल्यास, विशेषतः जर निष्कर्ष मोठ्या प्रमाणात वितरित असतील तर संख्याशास्त्रीय महत्त्व दर्शवणे कठीण जाऊ शकते. नमुने लहान असले की प्रातिनिधीकत्व पटवून द्यावे लागते, हे लक्षात ठेवा.
    - *अंतःस्थित संख्याशास्त्रीय विश्लेषण.* अधिक सुविकसित विश्लेषण करताना कोणत्याही 'उपविभागाचा' वापर करताना, प्रत्येक वर्गात अंदाजे २५ उदाहरणे असणे आवश्यक आहे. उदारणार्थ, तुमच्याकडे विशिष्ट समाजतील ५०० सदस्यांचा नमुना आहे, पण त्यात केवळ २६३ महिला आहेत. या पैकी ६२ माता या १८ वर्षाखालील मुले असलेल्या आणि फक्त २० माता ५ वर्षाखालील मुले असलेल्या आहेत. ५ वर्षाखालील मुले असलेल्या मातांचे संख्याशास्त्रीय विश्लेषण करणे अवघड होईल. त्याचप्रमाणे, तुम्हाला बहुचल विश्लेषणाचे (अनेक चलांच्या आपापसांतील संबंधांचे एकाचवेळी विश्लेषण) महत्त्व दाखवायचे असेल तर, तुम्ही शोध घेऊ इच्छित असलेल्या प्रत्येक चलासाठी किमान १० उदाहरणे तरी आवश्यक आहेत.
    - *प्रगत संख्याशास्त्रीय विश्लेषण.* तुम्हाला परिभाषित पातळीचा आत्मविश्वास असलेल्या ज्ञात जनसंख्येचे प्रतिनिधित्व करायचे असेल तर खालील सूत्र वापरून तुम्ही आवश्यक आकार प्रत्यक्ष ठरवू शकताः

$$n = [(K \times S)/E]^2$$

इथे K म्हणजे आत्मविश्वासाची अपेक्षित पातळी, S म्हणजे नमुना प्रमाणित प्रचलन आणि E म्हणजे सुस्पष्टतेची आवश्यक पातळी. मी व्यक्तिशः, मला अगदीच गरज पडत नाही तोपर्यंत सूत्रे वापरण्यास प्राधान्य देत नाही म्हणून मी 'नमुना आकार गणक' वापरणे अधिक पसंत करते जिथे मला फक्त जनसंख्या आकार; विश्वास अवकाश (confidence interval) (मध्याच्या खाली आणि वरचे अंतर स्वीकारणे ± 5%); आणि आत्मविश्वासाची पातळी (तुमचे निष्कर्ष योगायोगापेक्षा साधारणपणे ९५%

कोष्टक १०.१ आवश्यक नमुना आकार

जनसंख्या	९५% ± ५% CI	९९% ± ५% CI	९९% ± १% CI
३०	२८	२९	अपुरा
१००	८०	८७	९९
५००	२१७	२८६	४८५
१,०००	२७८	४००	९४३
५,०००	३५७	५८८	३,८४५
१०,०००	३७०	६२४	६,२४७
५०,०००	३८१	६५७	१२,४८६
१००,०००	३८३	६६१	१४,२६७
१,०००,०००	३८४	६६५	१६,३६९

किंवा ९९% अधिक आहेत, याची तुम्हाला किती प्रमाणत खात्री हवी आहे) या गोष्टी माहीत असणे आवश्यक आहे (प्रकरण १३ पाहा). कोष्टक १०.१ हे www.surveysystem.com/sscalc.htm या संकेतस्थळावरील गणकापासून तयार केलेले आहे. आणि तुम्हाला आत्मविश्वासाच्या पातळीसाठी सामान्यतःवापरण्यात येणाऱ्या आवश्यक नमुन्याची थोडी कल्पना देते. लक्षात ठेवा की जनसंख्या जसजशी वाढत जाते त्याप्रमाणात, नमुना आकारामध्ये होणाऱ्या बदलांमध्ये नाट्यपूर्ण रीतीने वाढ होत नाही. तथापि, उच्च आत्मविश्वास गाठण्याच्या पातळीमध्ये लक्षणीय वाढ होण्यासाठीच नमुन्याचा आकार मोठा असणे आवश्यक आहे.

- *गुणात्मक डेटाचा उपयोग करून काम करणे* – अनेक संशोधक जे जनसंख्या समजावून घेण्यासाठी गुणात्मक डेटाचे संकलन करतात ते प्रातिनिधीकत्वाचा विचार करत नाहीत. बऱ्याचदा समृद्ध आकलन हेच त्यांचे ध्येय असते जे डेटाचा आकार मोठा असण्यापेक्षा लहान असल्यास शक्य आहे. अशा प्रकारचा अभ्यास हा, कोणत्याही नमुन्याची (अगदी एकच उदाहरण) व्यापक संदर्भातील 'तुलनात्मकता' पटवून देण्याच्या संशोधकाच्या क्षमतेवर अवलंबून असतो. ज्यांना लक्ष्य जनसंख्येचे प्रतिनिधित्व करणाऱ्या नमुन्यामधून अशा प्रकारचा गुणात्मक डेटा संकलित करायचा असेल त्यांच्यासाठी पुरेशा मोठ्या आकाराच्या नमुन्यामधून हे सखोल संकलन करणे हे आव्हान आहे. इथे तुम्ही दोन धोरणांचा वापर करू शकता. पहिले धोरण म्हणजे प्रातिनिधिकत्वाची खात्री करून घेण्यासाठी निवडलेले निकष वापरून मर्यादित नमुन्याची 'हाताने निवड' करणे. उदाहरणार्थ, स्पष्टपणे परिभाषित केलेल्या जनसंख्याच्या संक्षिप्त वर्णनावर (profile) आधारित असा तुमचा नमुना निवडणे, जसे तुम्ही अभ्यासत असलेल्या लोकसंख्येतील व्यक्तीचे सरासरी वय, उत्पन्न आणि शिक्षण. संख्येवर विसंबून राहण्याऐवजी, तुमच्या नमुन्यात लोकसंख्येतील सर्व विविध घटक विचारात घेतले आहेत असा तार्किक युक्तिवाद तुम्ही करणे आवश्यक आहे. दुसरे धोरण म्हणजे, किमान संख्याशास्त्रीय विश्लेषण करण्यासाठी पुरेसा असा मोठा नमुना निवडणे. ह्यामुळे तुमच्या जनसंख्येचे अधिक अचूक सामान्यीकरण करण्यासाठी, तुमच्या काही निष्कर्षांचा संख्यात्मकतेने (quantitatively) सारांश काढण्याचा पर्याय तुमच्यासमोर असेल.
- *संख्यात्मक आणि गुणात्मक दोन्ही डेटा वापरून काम करताना* – तुम्ही दोन्ही डेटा प्रकारांचा वापर करून काम करत असल्यास गुणात्मक डेटा संकलनाच्या स्वरूपामुळे नमुन्याचा आकार मर्यादित ठेवावा लागतो हे तुम्हाला कळेल. तथापि, कोणत्याही नियोजित संख्याशास्त्रीय विश्लेषणासाठी केसेसची किमान संख्या आवश्यक असते. तुम्ही करू इच्छित असलेल्या कोणत्याही संख्याशास्त्रीय विश्लेषणासाठी आवश्यक असलेला किमान आकार निश्चित करा आणि नंतर नमुन्यामधून गुणात्मक डेटाचे संकलन आणि विश्लेषण

याच्या व्यवहारिकतेचा विचार करा, असा उत्तम सल्ला मी देईन. तुमच्याकडे अमर्याद वेळ आणि पैसा नसेल तर समृद्ध, सखोल गुणात्मक डेटा संकलन आणि आकडेवारीच्या विश्लेषणाची पातळी यांच्यात नेहमीच काही व्यवहार चालू असतो.

वरील सर्व सल्ला हा 'करण्यायोग्यते'च्या निकषावर तपासून पाहणे आवश्यक आहे हे लक्षात ठेवा. मोठ्या नमुन्याचा अर्थ, 'त्रुटी' होण्याची शक्यता कमी, पण याचा अर्थ जास्त पैसा आणि जास्त वेळ हा देखील आहे. पण याचा अर्थ तुम्ही नमुन्याचा आकार कमी करू शकता आणि 'सामान्यीकरणत्व' विसरून जाऊ शकता, असा मात्र नाही. उलट, आपल्या संशोधनाची विश्वासार्हता ही, कार्यपद्धतीच्या सर्व विचारांमध्ये) सर्वश्रेष्ठ असणे आवश्यक आहे. मात्र, यासाठी व्यावहारिकता ठामपणे मनात ठेवून विश्वासार्ह संशोधनाची रचना करणे गरजेचे आहे, हे करण्यायोग्यता अधोरेखित करते.

नमुना धोरणाचा वापर करणे

एकदा आपण आपली जनसंख्या निश्चित केली, नमुना चौकट आखून घेतली आणि नमुन्याचा योग्य आकार ठरवला की आपण डेटा संकलन सुरू केले पाहिजे. यासाठी दोन प्रमुख मार्ग आहेत. पहिला म्हणजे, नमुन्याच्या यादृच्छिक/निवडीच्या धोरणाचा वापर. दुसरा मार्ग म्हणजे, विशिष्टपद्धतीने नमुन्याची हेतुपूर्वक निवड करण्याचे योग्य धोरण वापरणे. सर्वोत्तम पद्धत ही, तुमच्या प्रश्नाचे स्वरूप, तुमच्या लोकसंख्येची जडणघडण, तुम्ही संकलित करू इच्छित असलेल्या डेटाचा प्रकार आणि तुम्ही मनाशी ठरवलेली विश्लेषणाची पद्धत अशा विविध घटकांवर अवलंबून असेल.

यादृच्छिक नमुना पद्धती ह्या यादृच्छिक पद्धतीने केलेल्या निवडीवर अवलंबून असतात किंवा लोकसंख्येतील प्रत्येक घटकला नमुन्यात अंतर्भूत होण्याची समान संधी उपलब्ध करून देणारी प्रक्रिया, उदाहरणार्थ, हॅटमधून नावे काढण्याचा वापर किंवा संगणकावरील यादृच्छिक क्रमांकाचा वापर. तुमच्याकडे पुरेशी नमुना चौकट आणि पुरेशा मोठ्या आकाराचा नमुना असेल तर यादृच्छिक निवडीमुळे तुम्हाला पुढील गोष्टी करता येतात: संशोधकाच्या पूर्वग्रहावर नियंत्रण; जनसंख्येचे प्रतिनिधित्व आणि निष्कर्षांचे त्या जनसंख्येसंदर्भात सामान्यीकरण करणे या गोष्टी तुम्ही करू शकाल. इथे निल्सन रेटिंगचे उदाहरण घेऊ, त्यात दूरदर्शनच्या दर्शकांच्या कमी टक्केवारीच्या सवयींचे निरीक्षण केले. पण पुढे जाऊन संपूर्ण जनसंख्येसंदर्भात त्याचे परत सामान्यीकरण केले. म्हणून समाजशास्त्रीय संशोधनात यादृच्छिक नमुने सुवर्ण मानक म्हणून पाहिले जाते.

तांत्रिक हेतू विचारात घेतल्यास, यादृच्छिक नमुन्यांचे तर्कशास्त्र हे केन्द्रीय मर्यादा प्रमेयावर आधारित आहे. परिमित मध्य आणि परिमित प्रचलन असलेल्या प्रसामान्य वितरणासाठी (distribution) घेतलेल्या निरीक्षणांच्या यादृच्छिक नमुन्यामध्ये नियमित वर्गीकरणामागून येणारा मध्य असेल. यामुळे संशोधकाला अनुमानिक आकडेवारीच्या स्वरूपात सुविकसित विश्लेषण आयोजित करणे शक्य होते (प्रकरण १३ पाहा). तथापि, यादृच्छिक नमुना पद्धत, (१) जन्संख्येतील सर्व घटक ज्ञात आणि उपलब्ध असावेत आणि (२) लोकसंख्येतील सर्व घटकांना, नमुन्यात अंतर्भूत होण्याची समान संधी असावी, या गोष्टींची मागणी करते.

असे नसेल तर दोन प्रकारच्या त्रुटी होऊ शकतात:

१. *व्याप्तीतील त्रुटी* – जेव्हा तुमची नमुना चौकट अपुरी असेल आणि तुमच्या लक्ष्य लोकसंख्येचे प्रतिनिधित्व पुरेशा प्रमाणात करत नाही, तेव्हा ही त्रुटी दिसून येते. उदाहरणार्थ, हॅटमधील प्रत्येक नावाकडे हॅटमधून काढले जाण्याची समान संधी आहे, तुमचे नाव त्यात अंतर्भूत असायला हवे पण ते नाव हॅटमध्ये नसेल तर

व्याप्तीतील तुटी निर्माण होते. ही एके काळी, कुटुंबांच्या दूरध्वनी सर्वेक्षणात नेहमी येणारी समस्या होती. अगदी थोड्या काळापूर्वी अनेक गरीब घरांमध्ये दूरध्वनी नव्हता आणि अर्थातच अजूनही अशा कुटुंबांची उदाहरणे बघायला मिळतात. पण आजकाल ज्या कुटुंबाना हे परवडणे शक्य आहे असे अनेक लोकही त्यांचे लँडलाईन मोबाईलसाठी परत देत आहेत – त्यामुळे व्याप्ती ही एक मोठी समस्या बनली आहे. ई-मेल ॲड्रेसवर अवलंबून असलेल्या सर्वेक्षणांविषयीही अशीच समान समस्या उद्‌भवते. जनसंख्येतील प्रत्येक व्यक्तीचा ई-मेल असणे परिभाषित केले गेले जाईपर्यंत व्याप्तीची कमतरता जाणवण्याची शक्यता आहे. त्यामुळे तुमची नमुना चौकट परिपूर्ण आहे का आणि ज्या क्षेत्राचा जनसंख्येमध्ये समावेश नाहॉ त्यांचा विचार कसा केला जाईल हे लक्षात घेणे महत्त्वाचे आहे.

२. *प्रतिसाद न देण्याकडे कल* – जेव्हा नमुन्यामध्ये सहभागी होण्यासाठी नकार देणारे लोक, त्यात सहभागी होण्याचे मान्य करणाऱ्या लोकांपेक्षा मूलतः वेगळे असतात तेव्हा. स्वीकार करणाऱ्या आणि नकार देणाऱ्यांची वैशिष्ट्ये मुळात समान असतील तर प्रतिसाद न मिळणे हे समस्यापूर्ण नाही. पण असे घडेलच असे सांगता येत नाही. उदाहरणार्थ, ग्राहक समाधान सर्वेक्षणात सहभागी होण्यासाठी जो सहमत असेल त्याचा त्यात काहीतरी मतलब किंवा स्वार्थ असू शकेल. किंवा ज्यांना देऊ केलेल्या गोष्टीची गरज किंवा त्यात रस असेल अशा लोकांना त्यांना आकर्षक वाटेल असे प्रलोभन दाखवावे असे तुम्हाला वाटेल. दोन्ही उदाहरणांमध्ये, तुमचा अंतिम (eventuating) नमुना हा तुमच्या जनसंख्येचे प्रतिनिधित्व करणार नाही आणि विस्तृत जनसंख्येचे प्रतिनिधित्व करण्याची खात्री देणारे धोरण बनविण्याची गरज भासेल.

वास्तव जगाविषयीच्या संशोधनात खरी (किंवा साधी) यादृच्छिक नमुना पद्धती प्रत्यक्षात निर्माण करणे खूप कठीण आहे. पण, कोष्टक १०.२ मध्ये दाखविल्याप्रमाणे अशी बरीच नमुना धोरणे आहेत जी साध्या यादृच्छिक नमुना पद्धतींचा अंदाज बांधण्याचा प्रयत्न करतात.

कोष्टक १०.२ यादृच्छिक नमुना पद्धती

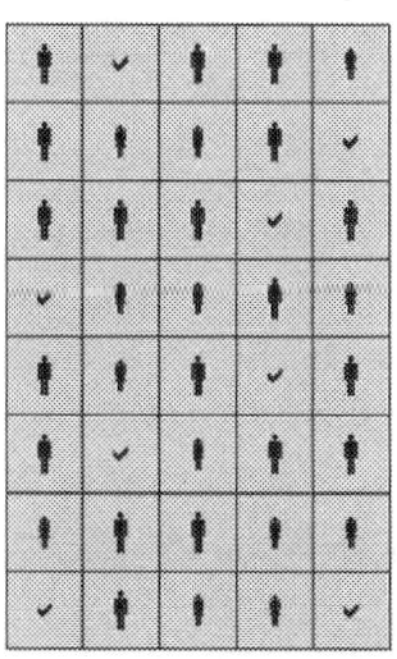

साधी यादृच्छिक नमुना पद्धती

- जनसंख्येतील सर्व घटकांची ओळख, त्याची घटक सूची बनविणे आणि यादृच्छिकपणे त्या यादीतून निवड करणे या गोष्टींचा यात समावेश होतो
- सर्व घटकांना समावेशाची समान संधी आहे
- 'न्याय्य' मानली जाते आणि सामान्यीकरण करणे शक्य होते
- क्वचितच प्रत्यक्षात वापरली जाते कारण ओळख, सूची आणि यादृच्छिकपणे घटकांची निवड ही प्रक्रिया अव्यवहार्य आहे
- परिणामी तुम्ही अभ्यास करू इच्छित असलेल्या विशिष्ट उपगटातील पुरेसे घटक नमुने समाविष्ट करून घेऊ शकत नाहीत

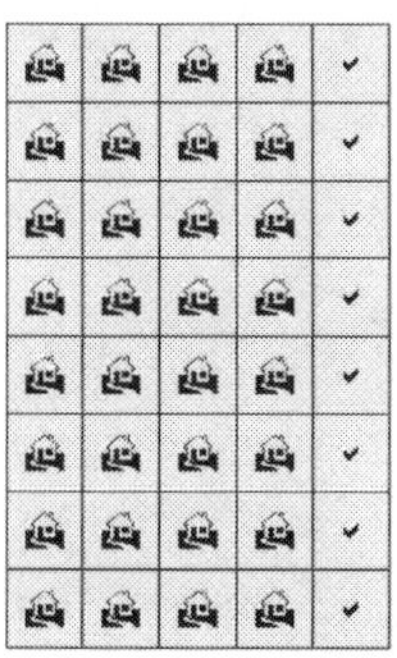

क्रमबद्ध नमुना पद्धती

- परिभाषित जनसंख्येतील अनेक उदाहरणे निवडणे. उदाहरणार्थ, प्रत्येक १० व्या घरी जाणे किंवा यादीतील २० वी व्यक्ती निवडणे
- यादृच्छिक निवडीसाठी आखलेल्या पद्धतीपेक्षा सोपी पद्धत
- जोपर्यंत घटक एका विशिष्ट क्रमाने बद्ध नसतात तोपर्यंत ही पद्धती यादृच्छिक नमुन्याच्या पुष्कळच जवळचा अंदाज देते. उदाहरणार्थ, ड्युप्लेक्स (दोनमजली) संरचना असलेल्या आसमंतात प्रत्येक १० वे घर, हे नेहमी फक्त कोपऱ्यातील स्वतंत्र घर निघाले, तर यादृच्छिक अंदाज करता येणार नाही

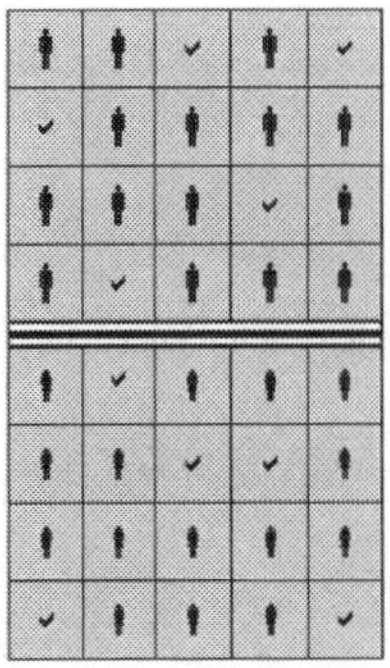

स्तरित नमुना पद्धती

- तुमच्या लोकसंख्येचे विविध उपगटात विभाजन करणे आणि प्रत्येक उपगटातील एक यादृच्छिक नमुना घेणे याचा यात समावेश होतो
- तुमच्या नमुन्यात जनसंख्या महत्त्वाच्या उपगटांचे प्रतिनिधित्व करत असेल याची काळजी घेणे उदा. पुरुष आणि महिला
- उपगटाचे प्रतिनिधित्व संतुलित किंवा असंतुलितही असू शकेल. उदाहरणार्थ, ८०% महिला आणि २०% पुरुष असलेल्या जनसंख्येमधून तुम्हाला १०० परिचारिकांचा नमुना घ्यायचा असेल तर संतुलित स्तरित नमुना हा ८० महिला आणि २० पुरुष यांनी बनलेला असेल. असंतुलित स्तरित नमुन्यामध्ये, तुम्ही भिन्न प्रमाणाचा वापर कराल उदाहरणार्थ, ५० पुरुष आणि ५० महिला
- स्तरित नमुना पद्धती, क्रमबद्ध तसेच यादृच्छिक नमुना पद्धतीबरोबर संयुक्तपणे वापरली जाऊ शकते

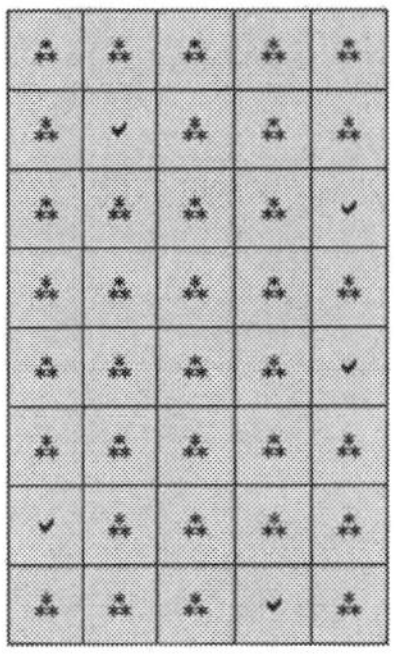

समूह नमुना निवड

- जनसंख्येच्या संपूर्ण समूहाअंतर्गत केलेले सर्वेक्षण
- शाळा, दवाखाने, विभाग, इत्यादीचा समूहात समावेश होऊ शकतो
- समूहाचे नमुने घेणे, जेणेकरून समूहामधील व्यक्तींचे तुम्ही सर्वेक्षण करू शकता/ मुलाखत घेऊ शकता उच्च माध्यमिक शालेय विद्यार्थ्यांना शोधण्याचा सर्वोत्तम मार्ग म्हणजे शाळाच आहे; रुग्णालयात दाखल असलेल्या रुग्णांना शोधण्याचा सर्वोत्तम मार्ग रुग्णालयेच होत, असा विचार इथे केला जातो
- हे बरेचदा अनेक टप्प्यात आयोजित करण्यात येते. उदाहरणार्थ, तुमची जनसंख्या ही चीनमधील रुग्णालयात दाखल असलेले रुग्ण असतील, तर तुम्ही यादृच्छिक नमुना पद्धती वापरून चीनमधील सर्व प्रांत निवडाल. नंतर या प्रांतांमध्ये असलेली अनेक रुग्णालये निवडण्यासाठी एक नमुना धोरण वापराल, त्यानंतर आधी निवडलेल्या रुग्णालयामधून अंतिम रुग्ण निवडण्यासाठी आणखी एक नमुना धोरण वापराल
- पूर्ण लोकसंख्येच्या याद्या आवश्यक नाहीत आणि मूल्यांकन केलेल्या नमुन्यांचा भौगोलिकदृष्ट्या अंतर्भाव केला जाऊ शकतो

विशिष्ट नमुने विशिष्ट नमुने म्हणजे – यादृच्छिक पद्धतीने नमुन्यांची निवड केलेली नसणे. आता काही संख्यात्मक संशोधक असे आहेत जे विशिष्ट नमुन्यांना कनिष्ठ दर्जा देतात कारण विशिष्ट नमुन्यांचे सांख्यिकीदृष्टीने प्रातिनिधिकत्वासाठी मूल्यमापन केले जाऊ शकत नाही. अशा संशोधकांसाठी 'विशिष्ट नमुने' हे धोरणांच्या माध्यमातून संकलित केलेले असतात व त्याचा दुसरा किंवा अंतिम म्हणून विचार केला जाईल.

तथापि, या प्रकारच्या नमुन्यांसाठी यापुढे 'दिलगिरी' व्यक्त करण्याची गरज नाही, हा विचार आता मान्य होऊ लागला आहे. विशिष्ट नमुने वापरणारे संशोधक अशा अभ्यासात सहभागी होऊ शकतात जो अभ्यास प्रातिनिधिकत्वाच्या किंवा सामान्यीकरणाच्या दिशेने काम करीत नाही. 'गुणात्मक' संशोधनात नेहमी वापरल्या जाणाऱ्या अशा परिभाषित कारणांसाठी ते त्यांच्या नमुन्याची निवड करू शकतात. उदाहरणार्थ, विचलित, अत्यंत टोकाचे, अद्वितीय, अपरिचित, गैरसमज झालेले, विपर्यस्त, दुर्लक्षित किंवा अश्रुत अशा घटकांचा समावेश ते करू शकतात. म्हणूनच, विशिष्ट नमुन्यांना कधी कधी 'प्रयोजानात्मक' किंवा 'सैद्धांतिक' नमुने असेही म्हटले जाते.

विशिष्ट नमुने जनसंख्येचे खात्रीलायकपणे प्रतिनिधित्व करू शकतात अशी मान्यता आता वाढू लागली आहे जर: (१) प्रातिनिधिकत्वाचे ध्येय लक्षात घेऊन निवड केली आणि (२) नमुने जनसंख्येच्या वैशिष्ट्यांशी जुळतील अशी धोरणे वापरली तर. परिभाषित करणे आणि त्यांच्यापर्यंत पोहोचणे कठीण असलेल्या जनसंख्येबरोबर (उदा, ज्यांनी बेघर महिला किंवा क्रीडा स्टिरॉइड्स वापरली आहेत असे लोक) काम करताना विशिष्ट धोरण हा सर्वोत्तम पर्याय असू शकतो. तथापि, संभाव्य नमुने पूर्वग्रहदूषित नसतील याची खात्री करून घेण्याचे जास्तीचे ओझे पेलावे

लागेल. विशेषतः, प्रातिनिधिकत्वाच्या शोध घेणाऱ्या संशोधकांना, अहेतुक पूर्वग्रह आणि त्रुटीयुक्त अनुमान याची जाणीव असणे आवश्यक आहे.

- *अहेतुक पूर्वग्रह* – आधीच संशयास्पद असलेल्या कृतीला पुष्टी मिळू शकेल अशा प्रकारे नकळतपणे वागण्याकडे तुमचा कल असतो. तुम्ही नमुन्याची हाताने निवड करता, तेव्हा हे बऱ्यापैकी सोपे होऊ शकते. उदाहरणार्थ, तुमच्या कामाच्या ठिकाणी सुरू केलेल्या उपक्रमाचे मूल्यमापन करण्यास साह्यभूत ठरेल असा लक्ष्य गट तुम्ही तयार करू शकता. तुम्ही जोपर्यंत दुसऱ्या पद्धतीने हे करण्याचा जाणीवपूर्वक निर्णय घेत नाही तोपर्यंत गोष्टी आपल्या बाजूने वळवणे खूप सोपे आहे. किंवा लैंगिकबाबतीत सक्रिय युवकांच्या अभ्यासात, पालकांमधील संघर्ष हा लैंगिक स्वैराचाराशी संबंधित आहे, हा तुमचा विश्वास अधिक मजबूत करणारे अनुभव आलेल्या युवकांकडे तुमचा अधिक ओढा असू शकतो. ज्यांचा इतिहास तुमच्या पूर्वकल्पित समजशी मिळताजुळता आहे, अशा युवकांचा तुम्ही नकळतपणे शोध घ्याल. दोन्हीही घटनांमध्ये कोणतेही सामान्यीकरण विश्वासार्ह होणार नाही.
- *त्रुटीयुक्त गृहीतके* – हे चुकीच्या अनुमानांवर आधरित नमुन्याच्या निवडीसंदर्भातील आहे. समजा तुम्हाला डेट्रॉईटमध्ये राहणाऱ्या ज्यू महिलांचा अभ्यास करायचा आहे आणि तुम्ही डेट्रॉईटच्या ज्यू लोकांच्या प्रार्थनास्थळी जाऊन स्वयंसेवक शोधायचे ठरविले. इथे समस्या ही आहे की सर्व ज्यू महिला प्रार्थनास्थळी जातात, असे तुम्ही गृहीत धरले आहे. तुम्ही तुमच्या नमुन्यातील 'घटकांच्या' वैशिष्ट्याबाबतही, त्रुटीयुक्त गृहीतके बनवू शकता. उदाहरणार्थ, तुम्हाला किशोरवयीन मुलांमधील 'तीव्र चिंता व अस्वस्थता' याचा अभ्यास करायचा आहे आणि तुम्ही अगदी टोकाच्या तीव्र चिंता व अस्वस्थता असलेल्या उदाहरणांची निवड केलीत. तुमची गृहीतके त्रुटीयुक्त असतील आणि तुम्हाला तीव्र वाटत असलेल्या गोष्टी प्रत्यक्षात मात्र बऱ्यापैकी सामान्य असतील तर आपण केलेले सामान्यीकरण वैध ठरणार नाही.

असे पूर्वग्रह नियंत्रित करण्यासाठी, गृहीतकांचे आणि अपेक्षांचे विचारमंथन करणे योग्य ठरेल. कारण ते तुमची संशोधन समस्या आणि तुमचा नमुना दोन्हीशी संबंधित असतात. ह्यामुळे योग्य नमुना धोरण विकासाच्या दिशेने काम करण्याकरिता तुम्ही सज्ज व्हाल.

कोष्टक १०.३ मध्ये विशिष्ट नमुना धोरणाच्या विस्तारकक्षेवर विशेष लक्ष दिले आहे. ज्याप्रमाणे ही धोरणे प्रातिनिधिक नमुने तयार करण्यासाठी वापरली जाऊ शकतात, त्याचप्रमाणे ही धोरणे प्रातिनिधिकत्वावर अवलंबून नसलेल्या अभ्यासातही वापरली जाऊ शकतात; उदाहरणार्थ, उदाहरणे आणि महत्त्वाचे माहितीदाते याचा वापर करून ज्ञान निर्माण करणे, हे ध्येय असताना.

कोष्टक १०.३ विशिष्ट नमुने

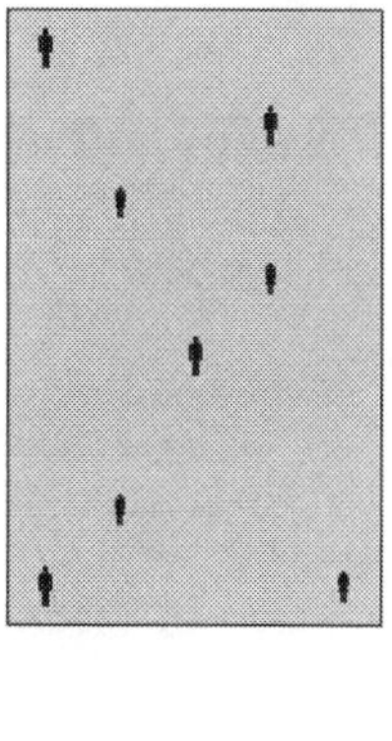

वेचीव नमुना पद्धती

- मनात एक विशिष्ट उद्देश ठेवून नमुन्याची निवड करणे
- वैशिष्ट्य, विस्तृत तफावत, 'कौशल्य' असे विशिष्ट निकष पूर्ण करणारी उदाहरणे निवडण्याच्या संशोधकाच्या क्षमतेवर प्रातिनिधीकत्व अवलंबून असेल तेव्हा
- इतर पर्यायांमध्ये समीक्षात्मक, अत्यंत टोकाची, विचलित किंवा राजकीयदृष्ट्या महत्त्वाच्या उदाहरणांच्या निवडीचा समावेश होतो. प्रातिनिधिक नसली तरी अशा निवडीमुळे संशोधकला मूलतः मनोरंजक उदाहरणांचा अभ्यास करता येतो किंवा परिस्थिती किंवा धारणेच्या मर्यादा किंवा सीमांचा शोध घेऊन शिक्षण वाढविता येते

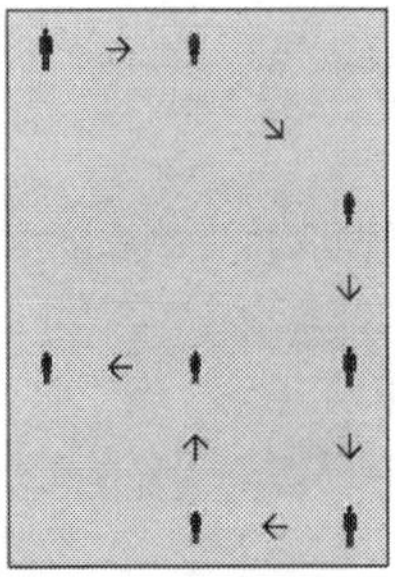

स्नो-बॉल नमुना पद्धती

- संदर्भांच्या माध्यमातून नमुन्याची बांधणी
- एकदा सुरुवातीचा प्रतिसादक ठरवला की तुम्ही त्याला किंवा तिला अभ्यासाचे निकष पूर्ण करणारे इतर प्रतिसादक ठरवायला सांगता. अशा प्रत्येक व्यक्तीला नंतर पुढील शिफारसी द्यायला सांगितले जाते.
- ज्या जनसंख्या सहज ओळखता येत नाहीत किंवा ज्यांच्यापर्यंत पोचणे अवघड असते, अशा जनसंख्यांचा वापर करताना या पद्धतीचा उपयोग होतो. उदाहरणार्थ, बेघर व्यक्तींची जनसंख्या ओळखणे कठीण असू शकते. पण संदर्भ वापरून नमुना बऱ्यापैकी लवकर तयार करता येऊ शकतो.
- स्नोबॉलिंग प्रातिनिधिकत्वाची हमी देत नाही. येथे साहित्यामधून जनसंख्येचे रेखाचित्र विकसित करणे, आणि तुमच्या नमुन्याशी रेखाचित्राची तुलना करून प्रातिनिधिकत्वाचे मुल्यांकन करणे हा एक पर्याय आहे.

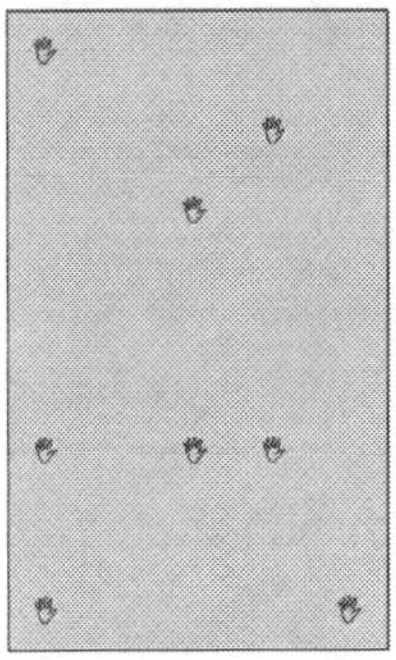

स्वयंसेवक नमुना पद्धती

- स्वयंसेवक गोळा करून नमुना निवड करण्यासाठी त्यांचा उपयोग करून घेणे. उदाहरणार्थ, वृत्तपत्रात जाहिरात देणे किंवा शाळा किंवा लोकसमूह गट अशा स्थानिक संस्थांमध्ये जाणे
- सोयीस्कर असली तरी ती प्रातिनिधिक होण्याची शक्यता नसते. स्वयंसेवक म्हणून जे काम करणाऱ्यांची वैशिष्ट्ये स्वयंसेवक म्हणून काम न करणाऱ्यांपेक्षा बरीच भिन्न असण्याची शक्यता आहे
- स्वयंसेवक आणि उर्वरित जनसंख्या यांच्यातील फरक कमी करण्यासाठी वापरल्या जाणाऱ्या धोरणांवर प्रातिनिधिकत्वाची कारणमीमांसा अवलंबून असेल

'सोयीस्कर' नमुना पद्धतीवर एक टीप

तुम्ही वाचन करत असताना 'सोयीस्कर' नमुना पद्धती असा ज्याचा उल्लेख केला जातो त्याबद्दल तुम्ही वाचले असेल: म्हणजे संशोधकाला सोयीस्कर असलेल्या पद्धतीने नमुना निवडणे. खरं तर, विशिष्ट नमुना पद्धतीचा कधी कधी अशा प्रकारे उल्लेख केला जातो. पण हे लक्षात ठेवा की, 'सोयीस्कर' नमुना पद्धतीला विश्वासार्ह संशोधनात स्थान नाही आहे.
नमुना धोरणामध्ये फक्त सोयीपेक्षा, अधिक काहीतरी असणे आवश्यक आहे.
नमुना निवडीच्या वेळी मर्यादित वेळ आणि साधनसंपत्ती या घटकांकडे तुम्ही सोय म्हणून पाहू शकता. पण सोय हा नमुना धोरणाचा मुख्य निकष किंवा वर्णनकर्ता असू नये. प्रकार कोणताही असो, सर्व नमुना धोरणांनी संशोधन विश्वासार्हतेच्या अंतिम ध्येयाच्या दिशेने काम करणे आवश्यक आहे

महत्त्वाचे माहितीदाते: तज्ज्ञ आणि आतल्या गोटातील लोकांबरोबर काम करणे

समाजशास्त्रीय संशोधनात नमुन्यांकडे, विशेषतः प्रातिनिधिक नमुन्यांकडे, ओढा असतो यात काही शंका नाही. आपण सामान्यीकारणाची कारणमीमांसा करू शकत असल्याने आपल्याला असे वाटते की आपण विश्वासार्ह डेटा संकलित करण्यासाठी त्याचाच वापर करणे आवश्यक आहे. पण विश्वासार्ह डेटा संकलनासाठी शक्य तितकी सर्वोत्कृष्ट साधने निश्चित करणे, हे कसून केलेल्या संशोधनाचे ध्येय आहे. आणि कदाचित नमुन्यांऐवजी महत्त्वाच्या माहितीदात्यांबरोबर काम करणे, असा याचा अर्थ असू शकतो, जे तुमच्या समस्येवर अवलंबून आहे.

महत्त्वाच्या माहितीदात्यांबरोबर काम करताना तुम्ही बोलत असलेल्या व्यक्तींचे खाजगी अनुभव, समजुती आणि ज्ञानाधार यांच्या पलीकडे जाणारी आतल्या गोटातील काही माहिती किंवा सखोल ज्ञान गोळा करण्याचा प्रयत्न करणे, असा याचा अर्थ आहे. ध्येय हे काय शोधण्यासाठी आहे. 'इतर' काय विचार करतात याबाबत ह्या व्यक्तीचा विश्वास काय आहे किंवा 'इतर' कसे वागतात, किंवा एखाद्या व्यक्तीचे विशिष्ट परिस्थितीच्या वास्तवाबाबत काय

मत असू शकते. महत्त्वाच्या माहितीदात्यांबरोबर काम करणे म्हणजे विशेष ज्ञान असलेल्या आणि सद्यपरिस्थिती काय आहे ते माहीत असलेल्या व्यक्तींकडे तुमच्या संशोधन समस्यांची उत्तरे आहेत असा तुमचा विश्वास असणे .

पण, खरोखर काय चालले आहे ते कोणाला माहीत असते? माझ्या कामाच्या ठिकाणाचे उदाहरण घ्या. तुम्ही माझ्या लहानशा शैक्षणिक जगताचा तपास करत असाल तर मला स्वतःला काही विचारण्याचा त्रास मी करून घेणार नाही, मला काहीच माहीत नाही आहे. खरं तर, मी या सगळ्याच्या बाहेर राहण्याचा पूर्ण प्रयत्न करीन. तुम्ही प्रत्यक्षात माझ्या कॉलेजशी किंवा डीनशी बोलावे अशी मी शिफारस करेन. पण शेवटी ते तुम्हाला कॉलेजचे धोरण आहे, असे सांगू शकतात; इथे तुम्ही ज्या पातळीवर काम करता, तिथे तुम्हाला कधी कधी वक्तृत्वकलेची मदत घेणे भाग पडते. थांबा, माझ्याकडे एक कल्पना आहे: प्रशासनातील जॉयसीशी बोला. ती स्वतःच एक संस्था आहे आणि काय घडत आहे हे जर कोणाला माहीत असेल तर ती हीच आहे. तिच्याकडे अधिकृत 'सत्ता' नसली तरी तिच्याकडे ज्ञान आहे, जे अर्थातच स्वतःच शक्तीचे एक रूप आहे.

तुम्ही ज्या संस्था, संघटना किंवा लोकसमूहाचा शोध घेऊ इच्छिता तेथे जवळजवळ प्रत्येक गटात अशा प्रकारची परिस्थिती असते. 'ज्ञान' असणारे लोक असतात. कधी अधिकृत सत्तेच्या स्वरूपात तर कधी कुठल्या कमी अधिकृत माध्यमातून, काही लोकांकडे खरोखरच नक्की काय चालले आहे, ते माहीत करून घेण्याची हातोटी असते. त्यामुळे 'तज्ज्ञ' किंवा 'आतल्या गोटातील' व्यक्तींनी, तुमच्या संशोधन समस्येचे योग्य उत्तर देणे अपवादात्मक नसते.

शब्दार्थसूची

महत्त्वाचे माहितीदाते

ज्या व्यक्तींच्या भूमिका किंवा अनुभवामुळे त्यांना संबंधित माहिती किंवा ज्ञान मिळते ते संशोधकांना देण्यासाठी ते तयार असतात.

महत्त्वाच्या माहितीदात्यांबरोबर काम करण्याच्या संधी

आतील माहिती (ट्रॅक) किंवा तज्ज्ञ सहजासहजी उपलब्ध असतात, असे नसते. खरं म्हणजे, बाहेर अडकलेले असताना जे जग समजून घेण्याचा प्रयत्न तुम्ही करत होतात, त्या जगात प्रवेश करण्यासाठी महत्त्वाचे माहितीदाते कारणीभूत ठरू शकतात. महत्त्वाच्या माहितीदात्यांकडून मिळणारी अंतर्दृष्टी ही फक्त डेटा संकलनालासाठीच कारणीभूत ठरेल असे नाही तर तुम्ही त्या डेटावर कशी प्रक्रिया करता आणि तुम्ही तुमच्या स्वतःच्या तसेच इतरांच्या अनुभवांचा योग्य अर्थ कसा लावता यामध्येही त्यांचा सहभाग असेल.

याचा अर्थ तुमचा सर्व डेटा महत्त्वाच्या माहितीदात्यांकडूनच यायला हवा असा नाही. माहितीदाते हे तुमच्या माहितीच्या आकलन बांधणीमधील फक्त एक स्रोत ठरू शकतात. आणि ते हे अनेक मार्गांनी करू शकतात. महत्त्वाचे माहितीदाते हे करू शकतात:

- *चौकशीच्या प्राथमिक टप्प्यासाठी कारणीभूत असणे* – स्वतःचे संदर्भीय ज्ञान तयार करण्यासाठी संशोधक महत्त्वाच्या माहितीदात्यांची मदत घेऊ शकतात. ते संबंधित मुलाखतीतील प्रश्न निर्माण करण्यासाठी किंवा सर्वेक्षणसाधनाची निर्मिती किंवा पुनरावलोकन करण्यासठी मदत म्हणून देखील त्यांचा वापर करू शकतात.
- *संकलित/निर्मित डेटाच्या अचूकतेचे त्रिकोणीकरण किंवा पुष्टी करण्यासाठी वापर केला जाऊ शकतो* – महत्त्वाच्या माहितीदात्यांच्या घेतलेल्या मुलाखती इतर डेटाच्या अधिकृततेवर शिक्कामोर्तब करण्यासाठी

वापरल्या जाऊ शकतात. यात सर्वेक्षण, निरीक्षण, किंवा दस्तऐवज पुनरावलोकन याद्वारे संकलित केलेल्या डेटाचा समावेश होतो. डेटाच्या विश्वासार्हतेवर शिक्कामोर्तब करण्यासाठी विहंगावलोकन करण्याकरिता किंवा गैरसमज, चुकीचा अर्थ किंवा न ओळखता आलेला पूर्वग्रह यांचा संशोधक कशा प्रकारे अर्थ लावतो ह्याचा शोध घेण्यासाठी महत्त्वाच्या माहितीदात्यांची कमी औपचारिक पद्धतीने मदत घेतली जाऊ शकते.

- *प्राथमिक डेटा निर्मितीसाठी वापरला जाऊ शकतो* – महत्त्वाच्या माहितीदात्यांच्या सखोल मुलाखती हा एकप्रकारे त्यांच्या स्वतःच्या गुणात्मक डेटाचा प्राथमिक स्रोत असू शकते.

माहितीदात्याची निवड

महत्त्वाच्या माहितीदात्यांबरोबर काम करण्यापूर्वी तुम्हाला सहा भिन्न आव्हानांना तोंड द्यावे लागेल. प्रथम तुम्ही ज्याच्या शोध घेत आहात अशा माहितीदात्याची ओळख पटवणे. महत्त्वाचे माहितीदाते आघाडीचे तज्ज्ञ असण्याची आवश्यकता नाही, हे जाणून घेणे महत्त्वाचे आहे. अशी अनेक वैशिष्ट्ये आहेत ज्यामुळे ती व्यक्ती तुमच्या संशोधन प्रक्रियेसाठी उपयुक्त ठरेल. तुमचा संशोधन प्रश्न आणि संदर्भ काय आहे त्यावर खालील पैकी कोणत्याही किंवा सर्व गोष्टी तुम्हाला कोणत्या ना कोणत्या प्रकारे मदत करू शकतील:

- *तज्ज्ञ* – स्वतःच्या क्षेत्रात उच्चस्थानी असलेल्या या व्यक्तींचा आदर केला जातो.
- *आतल्या गोटातील व्यक्ती* – संघटना, संस्कृती किंवा समुदायाच्या आतमध्ये वावरणाऱ्या आणि त्या वातावरणाचे वास्तव सांगण्यास तयार असलेल्या व्यक्ती.
- *उच्च अनुभवी* – कदाचित यांना तज्ज्ञ म्हणता येत नाही परंतु आपण शोधत असलेल्या गोष्टीसंबंधित अनुभवाची समृद्धी असणारी एखादी व्यक्ती.
- *नेता* – हा औपचारिक किंवा अनौपचारिक पातळीवर असू शकतो.
- *चाणाक्ष* – संस्था किंवा समाजातील अशा व्यक्ती ज्यांना कोणाचे कोणाशी आणि काय संबंध आहेत याचे चांगलेच ज्ञान असते.
- *कुटाळ* – चाणाक्ष व्यक्तीप्रमाणेच, निरीक्षणे (कधीकधी अफवा) सांगून आनंद मिळवणाऱ्या व्यक्ती; येथे तुम्हाला दिली गेलेली माहिती अचूक आहे, याची खात्री करून घ्यावी लागेल.
- *दुय्यम अनुभव असणाऱ्या व्यक्ती* – उदारणार्थ, तरुणांमधील आत्महत्येच्या समस्येचा शोध घेत असाल तर युवकांव्यतिरिक्त तुम्ही संबंधित अंतर्दृष्टी देणारे काही सल्लागार, शिक्षक, किंवा पालक यांचाही विचार कराल.
- *खबरी* – पोलीसी प्रकारची विशिष्ट माहिती देऊ इच्छिणारे 'माहितीदाते' बनण्याची इच्छा असणारे; तुम्हाला यांच्या उघड आणि प्रच्छन्न दोन्ही प्रकारच्या उद्देशांपासून सावध असणे आवश्यक आहे!
- *माजी* – ह्यामध्ये मतदानाचा हक्क काढून घेतलेले, एकटे पडलेले, एखादया व्यसनातून बाहेर पडलेले, धर्मांतरित, कमी केलेला कर्मचारी वर्ग, नोकरीवरून काढून टाकलेले, किंवा निवृत्त अशा लोकांचा समावेश होतो.

दुसरे आव्हान म्हणजे संबंधित प्रकाराची वैशिष्ट्ये असणाऱ्या व्यक्ती ओळखणे. यासाठी तुम्ही आजूबाजूला विचारणा करणे किंवा स्नो-बॉल तंत्राचा उपयोग करून बघणे योग्य ठरेल. या तंत्रामध्ये संदर्भ प्रक्रियेद्वारे (कोष्टक १०.३ पाहा) माहितीदात्यांची सूची बनवली जाते. माहितगारांपैकी एक जण पुढे येऊन तुम्हाला इतरांपर्यंत घेऊन जाईल.

तिसरे आव्हान म्हणजे ओळख पटलेल्या व्यक्तींच्या स्थितीवर शिक्कामोर्तब करणे. त्यांच्याकडे खरंच तितके नैपुण्य, अनुभव किंवा आतल्या गोटातील माहिती आहे का जेणेकरून ते ती माहिती अभ्यासासाठी आपल्यापर्यंत विश्वासार्ह रीतीने पोचवतील? इथे असा सल्ला देणे उपयुक्त ठरेल की अंतर्गत सुसंगतता दर्शविणाऱ्या सहभाग असल्याच्या प्रदीर्घ

नोंदी, थेट वैयक्तिक अनुभव आणि संभाव्य माहितीदात्यांकडून घेतलेल्या तपशीलवार टिप्पण्या यासारख्या गोष्टींचा शोध घेऊन त्यानंतरच शिक्कामोर्तब करावे. तुम्ही सामान्यीकरणापेक्षा जास्त काहीतरी शोधत आहात.

चौथे आव्हान, हे तुमच्या माहितीदत्यांकडून खुली आणि प्रामाणिक माहिती गोळा करण्याच्या तुमच्या क्षमतेसंदर्भात आहे. महत्त्वाचे माहितीदाते उपलब्ध असणे आणि माहिती देण्यासाठी तयार असणे आवश्यक आहे. त्यांच्याकडे तुम्हाला हवे असलेले ज्ञान आहे, पण ते देण्यासाठी ते तयार नाहीत, तर त्यांचा आपल्या अभ्यासाच्या दृष्टीने काहीच उपयोग होणार नाही. विश्वास संपादन करणे (प्रकरण ३ पाहा) आवश्यक आहे.

माहितीदात्याची व्यक्तिनिष्ठता शोधणे आणि ओळखणे हे पाचवे आव्हान आहे. सर्व प्रतिसादकांच्या विश्वाविषयीच्या विशिष्ट कल्पना असतात आणि काही जणांचा एखादा प्रत्यक्ष उद्देश कार्यरत असू शकतो. काहींना त्यांचे म्हणणे ऐकून घ्यायला हवे असते, काही जणांचा यात काही मतलब किंवा स्वार्थ लपलेला असतो, काहींना स्वतःच्या मताला किंमत मिळावी असे वाटत असते, काहींना असे वाटते की त्यांना खूप माहिती आहे – जी प्रत्यक्षात नसते. आणि काहींना असे वाटते की ते ज्याप्रमाणे एखाद्या विशिष्ट अनुभवास प्रतिसाद देतात तसाच प्रतिसाद जग देते किंवा जगाने तो तसा द्यायला हवा. (हे अगदी कुटुंबाच्या मेळाव्यासारखे आहे!). तुमच्या माहितीदात्यांनी तुम्हाला फक्त खुलेपणाने माहिती सांगावी एवढ्यासाठीच नाही तर त्यांनी दिलेल्या माहितीचा योग्य वापर कशाप्रकारे करावा हे कळण्यासाठीही तुम्हाला तुमच्या महत्त्वाच्या माहितीदात्यांशी एक मजबूत संबंध विकसित करणे आणि प्रस्थापित करणे आवश्यक आहे.

अंतिम आव्हान हे नीतिमत्तेशी संबंधित आहे. आपण वरील माहितीदात्यांच्या प्रकारांची यादी पाहिलीत आणि त्यांच्या प्रेरणांचा विचार केलात तर महत्त्वाच्या माहितीदात्यांची निवड करताना नीतिमत्ता आणि सचोटी यांचा संबंध असणे आवश्यक आहे, हे उघडच आहे. तुमच्या आणि त्यांच्या – पूर्वग्रह व्यवस्थापनाचे आव्हान पेलण्याव्यतिरिक्त संशोधक म्हणून तुम्ही तुमच्या सामर्थ्याचा विचार करणे आवश्यक आहे. माहितीदात्यांना अतिशय संवेदनशील पदांवर स्थापित केले जाऊ शकते किंवा ते स्वतःच तिथे आरुढ होतात, हे लक्षात ठेवणे आवश्यक आहे. त्यांच्या गरजांचा नेहमी आदर करणे ही तुमची जबाबदारी आहे.

कोष्टक १०.४ महत्त्वाच्या माहितीदात्यांची निवड करताना आणि त्यांच्याबरोबर काम करताना ज्या नैतिक समस्या तुम्हाला हाताळाव्या लागतील त्या या तक्त्यात अधोरेखित केल्या आहेत.

कोष्टक १०.४ महत्त्वाचे माहितीदाते: संधी आणि नैतिक कुचंबणा

संधी	नैतिक कुचंबणा
माहितीचा प्रवाह वाढविण्यासाठी विश्वासावर आधारित संबंध प्रस्थापित करणे	• माहितीदात्यांची खूपच भावनात्मक गुंतवणूक होते • एकतर्फी मैत्री विकसित करणे • तुम्ही जी आश्वासने पाळू शकत नाही किंवा जी पाळण्याची इच्छा नाही, अशी आश्वासने देणे
अधिकृत मार्ग आणि शिष्टाचार टाळण्याची क्षमता विकसित करणे	• माहितीदात्यांना अनैतिक अवस्थेस पोहोचवणे • तुम्ही शोध घेत असलेल्या संघटनेशी अनैतकि पद्धतीने वागणे
गोपनीय माहिती संकलित करण्यासाठी सक्षम असणे	• तुमच्या माहितीदात्याकडून बेकायदेशीर/अनैतिक वर्तन करण्याची अपेक्षा करणे, किंवा त्याला तसे विचारणे किंवा तशा वर्तनाचा स्वीकार करणे • तुम्ही शोध घेत असलेल्या संघटनेबाबत अनैतिक आणि शक्यतो बेकायदेशीर कृती करणे
एखाद्या विषयातील भावनिक पैलूंत शिरण्यासाठी खरोखर सक्षम असणे	• तुमच्या माहितीदात्याला मोठी भावनिक गुंतवणूक करावयास सांगणे • तुमचा माहितीदाता म्हणून इतरांच्या खाजगी आणि वैयक्तिक तपशीलाचा संबंध लावणे • तुमच्या माहितीदात्याला त्याच्या अप्रिय आठवणी सांगायला लावणे

उदाहरणे: तपशीलात शिरणे

जेव्हा प्रतिसादकांचा प्रश्न येतो, तेव्हा खरोखर किती संख्या पुरेशी असते: १००, २००, १५००? ठीक आहे, आपण नमुने/प्रतिसादकांचा विचार करतो तेव्हा आपण अशा संख्यांचा विचार करतो. अगदी 'गुणात्मक' संशोधनातही आपण १०, २०, ३० मुलाखतींचा विचार करतो. पण एक किंवा दोन याबद्दल काय? एक किंवा दोन कधी पुरेसे असू शकतील का? तो कधी याहून अधिक कमी असू शकेल का? मी विद्यार्थी असताना एका प्राध्यापकांनी एकदा मला सांगितले की जर मला १५०० लोकांचे सर्वेक्षण करून पीएच. डी. करायची असेल तर मी १५०० ते ३००० पाने डेटा मिळवावा अशी त्यांची माझ्याकडून अपेक्षा आहे. त्यानंतर त्यांनी मला विचारले की एका केस स्टडीमधून ते किती डेटाची अपेक्षा करतील असे मला वाटले. मला याची खरंच कल्पना नव्हती. आणि मी २००–३०० पाने, असे अंदाजे सांगितले. ते मला म्हणाले, 'नाही, सर्वेक्षणाप्रमाणेच १,५००–३,००० पाने.'

दुसऱ्या शब्दांत सांगायचे तर, यातून काही पळवाट नाही हे ते मला सांगत होते. केस स्टडी ही सखोलतेबद्दल आहे; तुम्ही खोदून काढणे आणि आणखी खोलात जाणे आवश्यक आहे. तुम्हाला तपशीलात खोलवर जाऊन संदर्भाची खोदून खोदून माहिती घ्यावी लागेल आणि मग खरोखरच व्यक्ती, घटना, समाज किंवा तुम्ही शोध घेत असलेली संघटना यांचा समृद्ध अनुभव तुमच्या हाताशी लागेल. सर्वसामान्यपणे ज्यात शिरकाव करणे शक्य आहे त्याचा शोध घेणे हे ध्येय आहे. उदाहरणार्थ, मोठ्या स्वरूपातील सर्वेक्षण संशोधन.

तुमच्या संशोधन समस्येचे उत्तर शोधण्यासाठी तुम्हाला अशा प्रकारचा सखोल शोध घेणे आवश्यक आहे असे वाटत असेल तर कायदेशीर, वैध आणि फायदेशीर उत्तरे कदाचित एखाद्या विशिष्ट 'उदाहरणात' किंवा 'उदाहरण अभ्यासा'मध्येच मिळतील. (उदाहरण अभ्यासाच्या आणखी वेगळ्या दृष्टिकोनासाठी, रकाना १०.१ पाहा).

शब्दार्थसूची

उदाहरण

ओळखण्यायोग्य सीमा आखून जागा किंवा विशिष्ट प्रसंग किंवा अस्तित्व याची व्याख्या करणे.

उदाहरण अभ्यास

आपल्या सामाजिक रचनेतील, विशिष्ट परिस्थितीतील किंवा उदाहरणातील घटकांचा, सर्वसमावेशक वर्णन व विश्लेषणाद्वारे अभ्यास करण्यासाठी वापरण्यात येणारी पद्धती. व्यक्ती, वातावरण, गट, भाग, किंवा घटना यांचा सखोल अभ्यास. उदाहरण अभ्यास संशोधन हे एका आणि अनेक उदाहरण अभ्यासांशी संबंधित असू शकते.

रकाना १०.१

समस्या अभ्यासाचे वर्गीकरण कसे कराल

आठव्या प्रकरणात उल्लेख केल्याप्रमाणे उदाहरणाचा शोध (केस स्टडी) हा त्याच्या स्वतःच्या अधिकारात गुणात्मक कार्यपद्धती म्हणून मानला जाऊ शकतो. उदाहरण अभ्यासाचे काही वेळा अशा पद्धतीने वर्गीकरण केले जाते कारण गुणात्मक परंपरा मानणाऱ्या संशोधानाप्रति सखोल दृष्टिकोन हा त्यांचा उद्देश असतो. पण जनसंख्या किंवा महत्त्वाच्या माहितीदात्यांप्रमाणेच उदाहरणे ही देखील अभ्यासाचे उद्दिष्ट असतात. उदाहरणे अधिक गुंतागुंतीची असू शकतात आणि पद्धत ध्वनित करतात. पण माझ्यासाठी,

उदाहरण अजूनही चौकशीची एक जागा आहे. म्हणून या प्रकरणात मी उदाहरणांचा विचार करण्याचा निर्णय घेतला आहे.

आपण इतर पद्धतीची पुस्तके वाचत असाल आणि उदाहरण अभ्यास कधी कधी गुणात्मक पद्धती म्हणून प्रस्तुत केला जातो, असे आपल्याला दिसून आले तर अनुमानात फार अंतर नाही असे मला वाटते. फक्त ते कोठे आणि कसे सादर करावे याबाबत मतभेद असण्याची अधिक शक्यता आहे. उदाहरणातील संशोधनात्मक चिंतनाचे ध्येय त्याला काय नाव दिले जाते यावर अवलंबून नसते तर ते शक्यतो एकच असते. संशोधक म्हणून आपण सखोल, संवेदनशील, योग्य, अभ्यासपूर्ण अभ्यासाच्या शोधात असतो. जो अभ्यास विश्वासार्ह निष्कर्ष आणि ज्ञानाच्या पायामध्ये भर घालण्याच्या क्षमतेस कारणीभूत ठरतो.

समाजशास्त्रीय संशोधन प्रकल्पात उदाहरणाचा वापर हा आपल्याला वाटतो त्यापेक्षा नित्याचा आहे. संशोधक अनेकदा प्रस्तुतता आणि व्यावहारिकता वाढवण्यासाठी संबंधित कार्यपद्धतीचा आराखडा, विशिष्ट संदर्भापुरताच मर्यादित ठेवतात. व्यावहारिकदृष्ट्या, अनेकदा उदाहरणे एकाच जागी आढळतात, त्यामुळे प्रवास कमीत कमी करावा लागतो, प्रवेश मिळण्याची शक्यता वाढते आणि खर्च कमी होतो. परंतु दीर्घकाळाच्या सहभागातून समग्र आकलन विकसित करण्यास उदाहरण मदत करते. तसेच स्पष्टपणे परिभाषित आणि सुसंबद्ध संदर्भाच्या माध्यमातून संबंध आणि विश्वास यांचा विकास करणे शक्य होते.

तथापि, प्रदीर्घ प्रतिबद्धता आणि स्वत:ला त्यात बुडवून घेणे याची 'किंमत' चुकवावी लागू शकते. प्रथम, प्रवेशाच्या आवश्यक पातळीविषयी वाटाघाटी करणे कठीण होऊ शकते. दुसरी गोष्ट म्हणजे, उदाहरण अभ्यास हा एक किंवा जास्त समस्यांमधून आल्यामुळे मागण्या जास्त असू शकतात. तिसरा, संशोधकाचा संशोध्य विषयावर आणि संशोध्याचा संशोधकावर परिणाम होऊ शकतो. शेवटी आणि पूर्णपणे मग्न होऊन काम केल्यामुळे त्यात गुंतलेल्या सर्व पक्षांनाही भावनिक किंमत चुकवावी लागते.

आता तुम्ही उदाहरण अभ्यास हाताळायचे ठरविले तर तुम्ही प्रातिनिधिक किंवा सामान्यीकरण करून करता येण्याजोग्या कोणत्याही अभ्यासाला दिवसातील कुठलाही वेळ न देणाऱ्या व्यक्तीला भेटू शकता. पण तुम्ही तुमचे लक्ष्य स्पष्टपणे निश्चित केलेत आणि तुमच्या अभ्यासमुळे तुम्ही विशिष्ट ज्ञानशाखेला कसे योगदान द्याल हे दाखवू शकलात तर तुम्ही विश्वासार्हता आणि लायकी सिद्ध करू शकाल अशी शक्यता जास्त असते. उदाहरणांमध्ये:

- *एक आंतरिक मूल्य असते* – उदाहरणे ही अत्यंत संबद्ध, राजकीयदृष्ट्या 'गरमागरम', अद्वितीय, मनोरंजक किंवा अगदी ज्यांच्याविषयी गैरसमज झाला आहे अशीही असू शकतात. उदाहरणार्थ प्रसारमाध्यमांकडून ज्याचे बारकाईने निरीक्षण केले जात आहे असा एखादा पंथ.
- *सिद्धांताचा दंभस्फोट करण्यासाठी वापरणे* – एखाद्या उदाहरणातून आपण सामान्यत: जे स्वीकारलेले आहे ते खरं तर चुकीचे आहे असे कळू शकते; उदाहरणार्थ, तुरुंगात हिंसेसंबंधित असलेल्या सामाजिक कल्पनांना छेद देण्यासाठी कैद्यांच्या दृष्टिकोनातून धारणा समजून घेण्याचा प्रयत्न करणे व त्यासाठी कसून शोध घेणे.
- *नवीन चल प्रकाशात आणणे* – शोध उदाहरण अभ्यास अनेकदा नवीन समज समोर आणू शकतात. उदाहरणार्थ, एका विशिष्ट रुग्णालयातील तातडीची सेवा देणाऱ्या कक्षाचा कसून शोध घेतल्यास लिखित साहित्यातून अद्याप न मांडले गेलेले कर्मचाऱ्यांवरील नवीन ताण समोर येऊ शकतात.
- *सिद्धांतासाठी आश्वासक पुरावा देणे* – उदाहरण अभ्यास इतर डेटा संकलन पद्धतींचे त्रिकोणीकरण करण्यासाठी किंवा सिद्धांताला समर्थन देण्यासाठी वापरला जाऊ शकतो; उदाहरणार्थ, एखाद्या विशिष्ट संघटनेचा एकविसाव्या शतकातील शिक्षण संस्थेचे वास्तविक उदाहरण म्हणून, शोध घेतला जाऊ शकतो.

- *एक सिद्धांताचा आधार तयार करण्यासाठी एकत्रितपणे वापरले जाऊ शकतात* – अनुमानजन्य मार्गाने नवीन समज निर्माण करण्यासाठी अनेक उदाहरणे वापरली जाऊ शकतात; उदाहरणार्थ, घटस्फोटामुळे येणाऱ्या ताणामधून बाहेर पडण्याची क्षमता वाढविण्यासाठी सबलीकरण एक सामान्य विषयसूत्र म्हणून वापरणे, ही नवीन अंतर्दृष्टी असू शकते.

समस्या अभ्यासामुळे संशोधकाला संख्यात्मक – गुणात्मक विभाजनाचे उल्लंघन करणेही शक्य होते. उदाहरणार्थ, संस्थेच्या समस्या अभ्यासात, डेटा संकलनासाठीच्या धोरणांमध्ये सर्वेक्षण संशोधन आणि सखोल मुलाखत या दोन्हीचा सहज समावेश होऊ शकतो. आणि त्याच्यावर भर देणे योग्य ठरेल. उदाहरण अभ्यास एकापेक्षा जास्त पद्धतींच्या वापरास अनुमती देतो, ज्या पद्धती संशोधन समस्येचे स्वरूप आणि तुम्ही काम करत असलेली उदाहरणे ह्यावर अवलंबून असतात. (प्रकरण ११ व १२ पाहा) बऱ्याच डेटा संकलन पद्धती वापरण्यासाठी ही एक आश्चर्यकारक जागा आहे.

उदाहरणांची निवड

जर उदाहरणांच्या खोलत शिरल्यामुळे तुमच्या संशोधन समस्येवर प्रकाश टाकला जाऊ शकेल असे तुम्हाला वाटत असेल तर तुम्ही तुमचे लक्ष उदाहरणांच्या निवड प्रक्रियेकडे वळवणे आवश्यक आहे. इथे दोन भिन्न प्रक्रियांचा सहभाग आहे. आपले उदाहरण परिभाषित करणे ही पहिली प्रक्रिया किंवा तुम्ही शोध घेऊ इच्छित असलेल्या वर्गातील 'घटकांना' अर्थ लाभेल आणि त्याच्या वैशिष्ट्यांचे चित्रण होऊ शकेल, अशा प्रकारे सीमेच्या कक्षा ठरवणे. दुसरी प्रक्रिया म्हणजे, तुमच्या व्याख्येत बसणाऱ्या आणि तुमच्या उदाहरणांच्या सीमेच्या कक्षेत बसणाऱ्या वैयक्तिक उदाहरणाची किंवा उदाहरण मालिकेची निवड करणे.

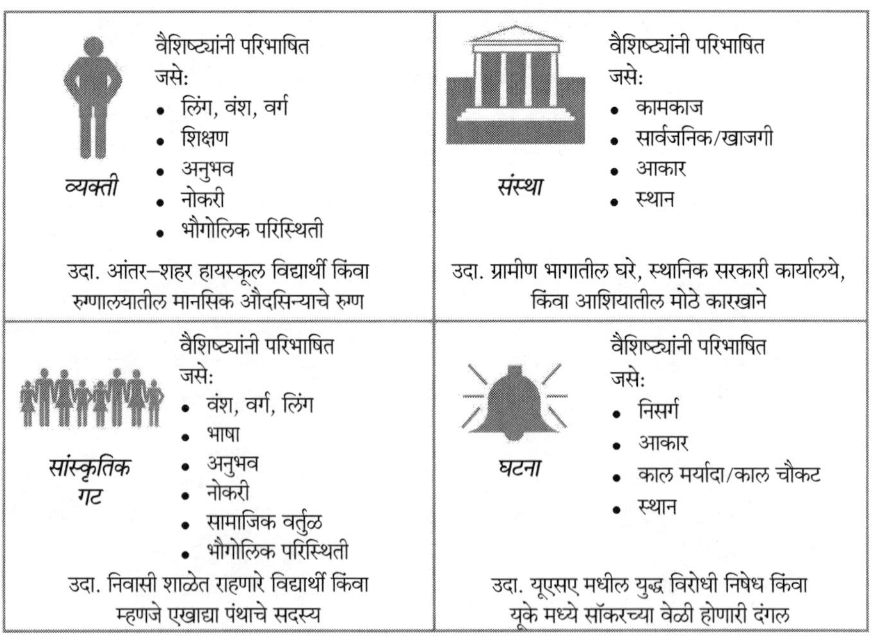

आकृती १०.१   उदाहरण परिभाषित करणे

उदाहरणे परिभाषित करण्यासाठी स्पष्ट आणि विशिष्ट वैशिष्ट्ये ठरवणे आवश्यक आहे. या उदाहरणांमध्ये व्यक्ती, संस्था, कार्यक्रम, सांस्कृतिक गट इ. चा समावेश असेल का हे ठरवणे. तुम्ही लोक, ठिकाणे किंवा गोष्टी यांच्याकडे उदाहरण म्हणून बघणार आहात का? एकदा हे ठरवले की अधिक नेमके निकष लावता येऊ शकतील. उदाहरणार्थ, तुमची उदाहरणे म्हणजे व्यक्ती असतील तर तुम्ही वर्णन मर्यादित करण्यासाठी नोकरीतील परीस्थिती, लिंग, किंवा वंश अशा प्रकारच्या वैशिष्ट्यांकडे वळाल.

संस्था हे तुमचे उदाहरण असेल तर तुम्ही कामकाज (कारखाना, रुग्णालय, शाळा, इ), स्थान, किंवा आकार याकडे जास्त लक्ष द्याल. सांस्कृतिक गट हे (सामाजिक परंपरा आणि श्रद्धेचे आणि आचरणाचे समान नमुने यांनी एकत्र बांधलेले गट) भौगोलिक परिस्थिती, सामाजिक जाळे किंवा सामयिक कष्ट यासारख्या गोष्टींच्या माध्यमातून पुढे परिभाषित केले जाऊ शकतात. शेवटी घटनांची वैशिष्ट्ये स्पष्ट करण्यामध्ये म्हणजेच घटनेचे स्वरूप तसेच कालावधी, भौगोलिक परिस्थिती आणि आकार यासारख्या गोष्टींचा समावेश होतो.

आकृती १०.१ मध्ये दाखवल्याप्रमाणे, शक्यता खूपच जास्त आहेत. फक्त आपल्या सीमा स्पष्ट आहेत का? आणि त्या सीमांतर्गत आपल्या उदाहरणांचा शोध घेण्याचे महत्त्व तुम्ही पटवून देऊ शकता का? हा एकच निकष आहे.

एकदा का तुमच्या उदाहरणांचा दर्जा स्पष्ट झाला, तुमच्या सीमा स्पष्ट झाल्या आणि तुम्ही काटेकोरपणे कशाची सखोल चौकशी करण्याचा प्रयत्न करीत आहात हे तुम्हाला कळले की उपलब्ध शक्यतांमधून योग्य उदाहरण (किंवा उदाहरणे) निवडणे आवश्यक आहे. आता तुमचे ध्येय काय आहे यावर तुम्ही फक्त एका उदाहरणाची सखोल चौकशी करणार आहात का तुम्हाला तुलना करायची आहे आणि दोन किंवा अधिक उदाहरणांमधील विभिन्नता बघायची आहे हे अवलंबून आहे. व्यापक सामान्यीकरण करण्यासाठी तुम्ही अनेक उदाहरणांचे विश्लेषण करू शकता.

शोध घेण्याच्या उदाहरणांची योग्य संख्या ठरवल्यानंतर कोणत्याही विशिष्ट उदाहरणाची किंवा उदाहरणांची निवड सर्वसाधारणपणे धोरणात्मक प्रक्रियेने केली जाते. ह्यात संशोधक अनेकदा विशिष्ट उद्दिष्ट मनात ठेवून वेचीव उदाहरणे वापरतो. या निवडीवर खालील घटकांचा प्रभाव दिसेल:

- *व्यवहारवाद* – व्यावहारिक असणे चुकीचे नाही आहे. व्यवहारवादात एखाद्या विशिष्ट उदाहरणाच्या अभ्यासाठी नेमणूक होणे/अभ्यास पुरस्कृत केला जाणे, अशी बांधिलकी येऊ शकते. योग्य वेळी, योग्य ठिकाणी चालू असलेल्या घटना आणि काम याचा लाभ घेण्यासाठी मिळणाऱ्या संधीचा यामध्ये समावेश होऊ शकतो. उदा. पूर येऊन गेल्यानंतर त्यातून बाहेर पडणाऱ्या समुदायाचा अभ्यास किंवा अलीकडील क्रीडा-संबंधित दंगलीचा शोध घेणे. जिथे प्रवेश मिळवणे साधारणपणे कठीण असू शकते अशा ठिकाणी प्रवेश मिळवण्यासठी लाभ घेण्यासाठीची प्रवेशपात्रता मिळवणे हे देखील व्यवहारचतुर व्यक्ती करू शकते. उदा तुमच्या स्वतःच्या कामाच्या जागेच्या ठिकाणाशी लागेबांधे असणाऱ्या उदाहरणाचा शोध घेणे, किंवा ज्या व्यक्तीशी तुमचे भरवशाचे आणि परस्परांविषयी आदराचे संबंध आहेत अशा व्यक्तीचा समावेश असलेल्या उदाहरणाची सखोल चौकशी करणे.
- *प्रयोजनात्मकता* – संशोधक त्यांना विशिष्ट तर्क करता येतील अशी उदाहरणे निवडतील. उदाहरणार्थ, प्रातिनिधिकत्वाची कारणमीमांसा करणे हा उद्देश असेल तर तुम्ही 'प्रातिनिधिक' मानल्या जाणाऱ्या उदाहरणाची निवड करू शकाल. 'अत्यंत टोकाचे' किंवा 'प्रारूपबाह्य (atypical)' प्रसंग सिद्धांताचा दंभस्फोट करण्यासाठी वापरले जातील तर नियमापासून होणारे प्रचलन अधोरेखित करणे, नवीन समज तयार करणे आणि सिद्धांत निर्मिती करणे यासाठी उदाहरणातील व्यापक प्रचलनांचा वापर केला जाऊ शकतो. या प्रकरणाच्या सुरुवातीला दिल्या गेलेल्या विशिष्ट नमुना पद्धती प्रयोजनपूर्वक उदाहरण निवडण्यासाठी पद्धती पुरवतात.

- *अंगभूत अभिरुची* – संशोधक काही विशिष्ट उदाहरणे त्याची स्वतःची आवड म्हणूनही निवडू शकतो. ती उदाहरणे संबंधित, अद्वितीय, अपरिचित, ज्यांच्याबाबत गैरसमज झाला आहे अशी, विपर्यस्त, दुर्लक्षित, पूर्वी कधीही न ऐकलेली, राजकीय दृष्ट्या गरमागरम, किंवा वर्तमान प्रसारमाध्यमांचे लक्ष्य असलेली असू शकतील. या परिस्थितीत, विशिष्ट उदाहरणाची अंगभूत किंमत आणि मूल्य पटवून देणे हे आव्हान आहे.

सर्व उदाहरणांची निवड करताना प्रवेश ही पूर्वावश्यकता आहे हे लक्षात ठेवले पाहिजे. ज्या संशोधकांना उदाहरणांची सखोल चौकशी करण्याची इच्छा आहे, त्यांनी आवश्यक लोकांपर्यंत आणि डेटापर्यंत पोहोचणे अत्यंत आवश्यक आहे. लोकांबरोबर काम करताना समृद्ध डेटा निर्मिती करण्याची आपली क्षमता ही उच्च पातळीवरील विश्वास आणि संबंध प्रस्थापित करण्यावर अवलंबून असेल. संघटनात्मक वातावरणात, तुम्हाला संबंधित कागदपत्रे आणि दस्तऐवज यांच्यापर्यंत पोहोचण्यासाठी किंवा उदाहरणाशी संबंधित व्यक्ती, छाप पडणाऱ्या व्यक्तींची मालिका यांच्यापर्यंत व्यापक प्रवेशाची परवानगी दिली जाणे आवश्यक आहे. खरं तर, कधीकधी संघटनात्मक उदाहरण अभ्यासात तुम्हाला उदाहरणामध्येच प्रतिसादक शोधावा लागतो. त्यामुळे तुम्ही पूर्वीच्या प्रकरणात चर्चा केल्याप्रमाणे माहितीदाते व नमुने दोन्हींचा शोध घेताना दिसाल. परिस्थिती काहीही असो, उदाहरण अभ्यासात अपेक्षित असलेले समग्र आकलन आणि समृद्ध तपशील मिळवण्यासाठी तुम्हाला 'आत' काय चालू आहे, तिथपर्यंत प्रवेश मिळणे आवश्यक आहे.

प्रकरणाचा सारांश

- तुमच्या प्रश्नांची उत्तरे कोणाकडे आहेत – जनसंख्येकडे की महत्त्वाच्या माहितीदात्यांकडे की उदाहरणांमध्ये की या सगळ्यांकडे संयुक्तपणे, हे जाणून घेणे आणि तुम्ही त्यांच्याकडून माहिती गोळा करण्याच्या संधी कशा निर्माण करता, ही विश्वासार्ह डेटा संकलनासाठी आवश्यक असणारी मूलभूत गोष्ट आहे.
- प्रतिसादकांच्या प्रकारामधील योग्य, खुल्या, प्रामाणिक, तज्ज्ञ, चांगली स्मरणशक्ती असलेल्या, निडर आणि विशिष्ट कोणाच्या प्रभावाखाली काम न करणाऱ्या अशा प्रतिसादकांचा शोध घेऊन त्यांच्यापर्यंत पोहोचण्याच्या आव्हानास सामोरे जावे लागेल.
- नमुन्यामुळे आपण 'काही' जणांकडून डेटा संकलन करून 'अनेक' जणांचे विचार, ज्ञान, दृष्टिकोन, भावना आणि श्रद्धा समजून घेऊ शकतो. यादृच्छिक नमुना पद्धतीचे उद्दिष्ट प्रातिनिधिक नमुना निर्माण करणे आहे, तर विशिष्ट नमुना सर्वेक्षणात वेचीव, स्नो-बॉल तंत्र किंवा स्वयंसेवक यांच्या माध्यमातून डेटा संकलन करणे शक्य होते.
- संशोधन प्रकल्पात महत्त्वाचे माहितीदाते हे माहितीचे बहुमोल स्रोत असू शकतात. तपासाच्या प्राथमिक टप्प्यात, डेटाचे त्रिकोणीकरण आणि खात्री करून घेण्यासाठी, किंवा त्याच्या स्वतःच्या अधिकारात डेटाचा प्राथमिक स्रोत म्हणून वापर केला जाऊ शकतो. माहितीदाते म्हणून तज्ज्ञ, अनुभवी, नेते, चाणाक्ष, कुटाळ, दुय्यम अनुभव असणारे, आतल्या गोटातील व्यक्ती, खबरी आणि 'माजी व्यक्ती' यांचा समावेश होऊ शकेल.
- एकाच परिस्थितीचे किंवा उदाहरणाचे सर्वसमावेशक चित्रण आणि विश्लेषण याद्वारे सामाजिक घटकांचा अभ्यास करणे म्हणजेच उदाहरण अभ्यास. उदाहरणे अपरिहार्यरीत्या प्रातिनिधिक नसली तरी, सिद्धांताचा दंभस्फोट करणे, सिद्धांत निर्मिती करणे आणि विद्यमान सिद्धांताला समर्थन देणे या क्षमता वापरून ती नवीन ज्ञानात भर घालू शकतात.

अवांतर वाचन

शोध घेण्यासाठी, नमुने आणि केसेस दोन्हीमध्ये काम करताना तुम्हाला मदत करू शकेल असे भरपूर साहित्य असले, तरी थेट महत्त्वाच्या माहितीदात्यांना हाताळणारे साहित्य प्रत्यक्ष मिळणे जास्त कठीण आहे. तथापि, दोन्ही 'अयादृछिक' आणि नमुना व केसची निवड यासंबंधित वाचन करून तुम्ही अंदाज बंधू शकता.

नमुने आणि नमूना घेणे

Daniel, J. (2011) *Sampling Essentials: Practical Guidelines for Making Sampling Choices.* London: Sage.

एक चांगले अतांत्रिक मार्गदर्शक पुस्तक जे तुम्हाला सूत्रे किंवा आकडेवारीच्या खोलात न शिरता, योग्य नमुना निवड करण्यासाठी मदत करेल. विद्यार्थ्यांसाठी एक चांगली सुरुवात.

Dorofeev, S. and Grant, P. (2006) *Statistics for Real-Life Sample Surveys: Non-Simple-Random Samples and Weighted Data.* Cambridge: Cambridge University Press.

प्रत्यक्ष जगातील उपायोजित संशोधनाच्या अनियंत्रित स्वरूपामुळे यादृछिक नमुने मिळवणे खूप कठीण जाते. हे पुस्तक अयदृछिक नमुन्यांमुळे येणाऱ्या आव्हानांचा शोध घेते आणि त्यातून कसा मार्ग काढायचा याचा व्यावहारिक उपाय सांगते.

Levy, P. S. and Lemeshow, S. (2008) *Sampling of Populations: Methods and Applications,* 4th edn. Hoboken, NJ: John Wiley & Sons.

व्यावहारिक, वापरण्यास खूप सुलभ आणि खूप तांत्रिक भाषा नसलेले असे मार्गदर्शक पुस्तक आहे. माझ्या मते, नमुना धोरणांमागचे तर्कशास्त्र तुम्हाला समजावून सांगण्याचे चांगले काम हे पुस्तक करते.

Thompson, S. K. (2012) *Sampling.* Hoboken, NJ: John Wiley & Sons.

नमुना डेटा वापरणे, उलगडून दाखवणे आणि त्याचा वापर करणे यासाठी उत्तम संदर्भ पुस्तक. ते नमुन्याच्या मूलभूत आकलनापासून ते अधिक जटिल अंदाज पद्धतींपर्यंत जाते. सराव अभ्यास आणि उदाहरणे यामुळे हे काम सुलभ वाटते.

Tortu, S., Goldsamt, L. A. and Hamid, R. (eds) (2001) *A Practical Guide to Research and Services with Hidden Populations.* Boston: Allyn & Bacon.

मानसिक आरोग्यावर लक्ष केंद्रित केले असले तरी, जनसंख्येतील कठीण ठिकाणी पोचण्यासंदर्भातील संशोधनाबाबतच्या अंतर्दृष्टीसाठी मला हे पुस्तक आवडले. ओळखायला आणि शोधून काढायला कठीण अशा समूहाचा अभ्यास तुम्हाला करायचा असेल, जसे बेघर लोक किंवा जन्मोत्तर उदासीनतेमधून जाण्याऱ्या माता,तर हे पुस्तक जरूर वाचावे.

केसेस/अभ्यास समस्या

येथे जे काही वाचनासाठी देऊ केले आहे, त्या सर्व पुस्तकात केस निवडीविषयीचे विभाग आहेत. शिवाय ते योग्य पद्धतीबाबत मार्गदर्शन करतात. स्वत:ला मर्यादा घालण्याची गरज नाही. तुम्ही तुमचा दृष्टिकोन विकसित केलात आणि मुलाखती, सर्वेक्षण, निरीक्षण आणि कागदपत्रांचा शोध घेणे यामधील कोणती पद्धत वापरणार आहात ते ठरवलेत तर खालील प्रकरणे आणि तिथे शिफारस केलेली पुस्तके यांचे वाचन जरूर करा.

Gerring, J. (2006) *Case Study Research: Principles and Practices.* Cambridge: Cambridge University Press.

केसच्या निवडीबाबत चांगला विभाग. मला ऋणनिर्देश आणि समस्या अभ्यासात वापरले जाऊ शकतील अशा प्रयोग, संस्कृतीवर्णन, निरीक्षण, मुलाखती, सर्वेक्षण, यांसारख्या विविध दृष्टिकोनांची व्याप्ती हे ही आवडले.

Hancock, D. R. and Algozzine, R. (2011) *Doing Case Study Research: A Practical Guide for Beginning Researchers.* New York: Teachers College Press.

साहित्यिक पुनरावलोकन, अभ्यासाची आखणी, मुलाखती घेणे, निरीक्षण करणे, विश्लेषण, आणि लेखन करण्यासाठी तार्किकता विकसित करून हे पुस्तक टप्याटप्याने तुम्हाला केस स्टडी आयोजित करण्यापर्यंत नेईल. कोणाला संशोधन धोरणावर काम सुरू करायचे असेल तर ही एक चांगली सुरुवात म्हणता येईल.

Stake, R. E. (1995) *The Art of Case Study Research.* Thousand Oaks, CA: Sage.

एक अभिजात ग्रंथ बनण्याच्या मार्गावर आहे. ह्या पुस्तकात समस्या अभ्यासाचा शोध घेताना बऱ्याच गुणात्मक पद्धती बाहेर येतात. समस्या अभ्यासातील महत्त्वाच्या पाठांची आखणी आणि आयोजन याचा शोध घेण्यासाठी प्रत्यक्ष केसच्या वापराचा अत्यंत चांगला उपयोग होतो. नक्कीच वाचावे असे पुस्तक.

Swanborn, P. (2010) *Case Study Research: What, Why and How?* Thousand Oaks, CA: Sage.

ज्या पद्धतीने ते समस्या अभ्यास संशोधनाची विविध मानके एकत्र आणते आणि चर्चा करते, त्यातच ह्या कामाचे सामर्थ्य आहे. हे तुम्हाला माहितीपूर्ण निर्णय घेण्यासाठी आणि तुमचे संशोधन योग्य पद्धतीने मांडण्यासाठी मदत करेल.

Yin, R. K. (2008) *Case Study Research: Design and Methods.* Thousand Oaks, CA: Sage.

हे पुस्तक खूप व्यापक असल्याने मला आवडते. विविध विद्याशाखांमधून घेतलेले ५० समस्या अभ्यास इथे दिले आहेत. संख्यात्मक, गुणात्मक व मिश्र पद्धतीची चांगली व्याप्ती दिलेली आहे. ह्या कामामध्ये तुम्ही तल्लीन झालात तर नक्कीच तुम्हाला समस्या अभ्यास संशोधन कसे आहे ते कळेल.

११

प्राथमिक डेटा: सर्वेक्षण, मुलाखती आणि निरीक्षण

प्रकरणाचे पूर्वावलोकन

- प्राथमिक डेटा संकलनातील आव्हान
- सर्वेक्षण
- मुलाखत घेणे
- निरीक्षण

प्राथमिक डेटा संकलनातील आव्हान

प्राथमिक डेटा म्हणजे संशोधकाने स्पष्टपणे संशोधनाच्या उद्देशाने संकलित केलेला डेटा – त्या डेटाला संशोधन प्रक्रियेखेरीज स्वतंत्र असे अस्तित्व नसते. प्राथमिक डेटा म्हणजे चालू डेटा. तो पूर्णपणे संशोधकाच्या मालकीचा असतो आणि सर्वात महत्त्वाचे म्हणजे संशोधक शोध घेत असलेली विशिष्ट समस्या हे त्याचे लक्ष्य असते.

सर्वेक्षण आणि मुलाखती हे प्राथमिक माहिती गोळा करण्याचे अगदी नेहमी वापरले जाणारे मार्ग आहेत. या पद्धती एक संशोधक म्हणून तुमच्यावर जबाबदारी टाकतात. तुम्हाला फक्त तुम्ही काय करू इच्छिता, कधी करू इच्छिता हेच विचारता येते असे नाही, तर ते कसे करू इच्छिता हे देखील तुम्ही विचारू शकता – शब्दरचना, क्रम, संकेत, तपास हे तुम्ही निवडू शकता. निरीक्षण अभ्यास समान असतात ज्यात तुम्ही डेटा संकलनाच्या शिष्टाचाराची चौकट तयार करता – कशाचे निरीक्षण करायचे, कधी करायचे, डेटा म्हणून कशाची नोंद करायची, हे तुम्ही ठरवता. या तीनही पद्धतींमध्ये तुमची संशोधन समस्या, गृहीतक, लक्ष्य आणि उद्देश यांच्या दिशेने डेटा संकलन करण्यासाठी नेमकेपणाने दिग्दर्शन केले जाते आणि ह्यात एक वास्तविक आवाहन असते. संकलित डेटा हा अनावश्यक नसतो. खरं तर, तो तुमच्या संशोधन प्रकल्पाच्या मागणीनुसार बनविलेला असतो.

पण प्राथमिक डेटा संकलनाशी संबंधित काही आव्हानेही आहेत. एक म्हणजे, काम भरपूर असते. सर्वेक्षण असो, मुलाखती किंवा निरीक्षण अभ्यास असो, तुमच्या स्वत:च्या संशोधन मसुद्याची आखणी करणे सोपे नाही. सर्वेक्षण साधनांचा उचित वापर करणे अगदीच कठीण आहे. मुलाखतींच्या मालिकांचे काम पूर्ण करणे आणि त्यांचे

विचारपूर्वक विश्लेषण ही एकूण कसरत निराशाजनक असू शकते आणि निरीक्षण अभ्यास हा गुंतागुंतीचा आणि पुष्कळ प्रमाणात अव्यवस्थित डेटा निर्माण करणारा असतो.

प्राथमिक माहिती संकलन वेळखाऊ, अनेकदा महागडे असते आणि नेहमी ते योजल्याप्रमाणे होतेच असे नाही. तुम्ही ठरवलेल्या कालावधीमध्ये पुरेसे सर्वेक्षण प्रतिसादक मिळणे, मुलाखती घेण्यासाठी शहराच्या किंवा राज्याच्या विविध भागांमध्ये फिरणे आणि कधी कधी निरीक्षणासाठी आवश्यक असणारी प्रदीर्घ गुंतवणूक – या सर्व गोष्टी संशोधन आराखडा बनवण्याच्या निर्णय प्रक्रियेचा घटक असणे आवश्यक आहे.

तथापि, तुम्ही जर या अडचणींवर मात करू शकलात तर ती फार चांगली गोष्ट असू शकते. तुम्ही तुमच्या स्वत:च्या संशोधनाच्या उद्देशाने स्पष्टपणे डेटा निर्मिती केली आहे आणि यामुळे तुम्हाला नक्कीच एक अंतर्दृष्टी मिळेल जी आधीच अस्तित्वात असलेला डेटा वापरल्याने कधीच मिळत नाही.

मग या पद्धतींचा सर्वात जास्त उपयोग करून घेण्यासाठी तुम्हाला कशाची माहिती असणे आवश्यक आहे?

सर्वेक्षण

तुम्ही सर्वजण बहुतेक पाहणी आणि सर्वेक्षणाशी खूप परिचित आहात. मला हे मान्य करणे अजिबात आवडत नाही की मी रगर्स विद्यापीठात पदवीचा अभ्यास करत असताना प्रत्यक्षात एका मार्केट रिसर्च कंपनीसाठी काम केले. होय, मी त्या अत्यंत त्रासदायक लोकांपैकी एक होते, जे रात्रीच्या जेवणाच्या वेळी मध्येच तुम्हाला बोलावून विचारतात की, 'काही लहान प्रश्नांची उत्तरे देण्यासाठी, आपला फक्त दोन क्षण वेळ घेऊ का?' फ्रेंच लेखक डी सरतोने (Certeau २००२) म्हटल्याप्रमाणे, 'सर्वेक्षणं सर्वत्र आहेत'. बाजारपेठ संशोधन, राजकीय मतदान, ग्राहक सेवा अभिप्राय, मूल्यमापन, जनमत चाचणी, समाजशास्त्रीय संशोधन – जनता काय विचार करत आहे, हे माहीत करून घ्यायचे असले की आपण सर्वेक्षण करतो.

शब्दार्थसूची

सर्वेक्षण

प्रश्नावलीच्या माध्यमातून विविध व्यक्तींना त्यांची वैशिष्ट्ये, अंगभूत गुण, ते कसे जगतात किंवा त्यांची मते यासंबंधी समान प्रश्न विचारून डेटा संकलन करण्याची प्रक्रिया.

पर्याय आणि शक्यता

सर्व सर्वेक्षणे समान आहेत असे तुम्हाला वाटेल, पण ते तसे नसते. खरं तर, तुमच्यासाठी आणि तुमच्या संशोधन उद्देशासाठी कोणता दृष्टिकोन सर्वात योग्य ठरेल हे ठरविण्यासाठी तुम्हाला अनेक महत्त्वाच्या मुद्द्यांचा विचार करणे आवश्यक आहे. कोष्टक १.१ मध्ये दाखवल्याप्रमाणे, तुम्ही ज्या सर्वेक्षण दृष्टिकोनाचा अवलंब करू इच्छिता तो पुढील गोष्टींवर अवलंबून असेल: सर्वेक्षणात विविध प्रतिसादकांचा नमुना घ्यायचा की जनसंख्येतील प्रत्येक व्यक्ती हे लक्ष्य ठेवायचे; वर्णन करायचे का समजावून सांगायचे; तो क्षण टिपणे, वेळा बदलणे की लोक बदलणे; समोरासमोर की पोस्टाने, ई-मेल वरून किंवा फोन करून संपर्क साधणे.

कोष्टक ११.१ सर्वेक्षण मुद्दे आणि प्रकार

तुम्ही नमुना घेणार आहात का तुमच्या जनसंख्येतील प्रत्येक व्यक्तीला प्रश्न विचारण्याची तुमची योजना आहे?	
जनगणना: एक असे सर्वेक्षण जे नमुन्यावर विसंबून राहत नाही. दुसऱ्या शब्दांत सांगायचे तर, एक असे सर्वेक्षण ज्यामध्ये परिभाषित जनसंख्येतील प्रत्येक व्यक्तीचा अंतर्भाव असतो	अमेरिकन जनगणना हे एक चांगले उदाहरण आहे. लहान प्रमाणातील जनगणनेचे एका विशिष्ट शाळेतील सर्व विद्यार्थी हे उदाहरण असू शकते.
प्रातिनिधिक सर्वेक्षण: या सर्वेक्षणात प्रतिसादकांचा नमुना किंवा प्रातिनिधिकत्त्वाचा वापर केला जातो. तुमच्या लक्ष्य जनसंख्येचे प्रतिनिधित्व करणे आणि परत त्या जनसंख्येच्या बाबतीत निष्कर्षांचे सामान्यीकरण करणे हे ध्येय आहे.	बरीच सर्वेक्षणे या वर्गात मोडतात. उदा. फक्त दहापैकी एक घर हे ज्याचे लक्ष्य आहे पण संपूर्ण समाजाचे प्रतिनिधित्व करण्याचे ध्येय असलेले समुदाय सर्वेक्षण.
आपले सर्वेक्षण फक्त वर्णन करणार आहे की स्पष्टीकरण करण्याचा प्रयत्न करणार आहे?	
वर्णनात्मक सर्वेक्षण: ओझरते चित्र मिळवणे किंवा जनसांख्यिकीय माहिती मिळवून तुमच्या प्रतिसादाकांचे वर्णन करणे हे ध्येय आहे. उदा. वय, सामाजिक-आर्थिक स्थिती आणि लिंग; वैयक्तिक माहिती/आचरण जसे मतदानाचे प्रकार किंवा बेकायदेशीर औषधांचा वापर; आणि दृष्टिकोनासंबंधित माहिती, उदा. बहुराष्ट्रीय कंपन्या, गर्भपात किंवा आरोग्यविषयक खर्च याविषयीचा दृष्टिकोन	राजकीय मतदान हे एक उत्कृष्ट उदाहरण आहे, जे मतदार आणि मतदारांच्या हेतूचे वर्णन करण्याचा प्रयत्न करते.
स्पष्टीकरणात्मक सर्वेक्षण: वर्णन किंवा अगदी सहसंबंध याच्या पलीकडे जाऊन मिश्र आकलन तयार करणे हे ध्येय आहे. गोष्टी आहेत तशा का आहेत, हे शोधून काढणे हा उद्देश आहे; दुसऱ्या शब्दांत सांगायचे तर, कार्यकारणभाव निश्चित करणे.	एका ऑस्ट्रेलियन वृत्तपत्राने अलीकडेच एक सर्वेक्षण केले. त्यामध्ये इराकमधील संघर्षाविषयीच्या दृष्टिकोनाचे वर्णन करणारा, तसेच ते दृष्टिकोन कशामुळे आकाराला आले आणि तयार झाले हे स्थापित करणारा डेटा संकलित केला. उदाहरणार्थ, वैयक्तिक अनुभव, कौटुंबिक दृष्टिकोन आणि राजकीय कल.
आपण काही कालावधीमध्ये सर्वेक्षण करणार आहात का? आणि जर तसे असेल तर, आपण वेळांमध्ये किंवा लोकांमध्ये बदल करून पाहणार आहात का?	
कल सर्वेक्षण: कल सर्वेक्षणात एकाच प्रातिनिधिक गटाला (प्रतिसादाकांचे समान गट) दोन किंवा अधिक वेळा प्रश्न विचारले जातात. येथे व्यक्तीची वर्गवारी वेळोवेळी बदलते का हे पाहणे ध्येय आहे.	येथे एक उदाहरण देत आहे. २० वर्षांच्या कालावधीत (१९८९, १९९९, २००९) तीन टप्प्यांत आयोजित केलेले सर्वेक्षण. या सर्वेक्षणात नवविवाहितांना लग्नाविषयी त्यांचा काय दृष्टिकोन आहे हे विचारण्यात आले. आत्ताच्या नवविवाहितांचा दृष्टिकोन, हा १९८०–१९९० या कालावधीतील नवविवाहितांच्या दृष्टिकोनासारखाच आहे का? याबाबत अनुमान काढणे हे ध्येय आहे.
समिती अभ्यास: समिती अभ्यासात प्रतिसादकांच्या त्याच नमुन्यांना (त्यासारख्या नाही) तेच प्रश्न दोन किंवा अधिक वेळा विचारले जातात. नमुना मागणी यांचा समावेश आहे. येथे व्यक्ती वेळोवेळी बदलतात का हे पाहणे हे ध्येय आहे.	वरील उदाहरण वापरले असता, तुम्ही १९८९ मध्ये नवविवाहितांचे सर्वेक्षण केलेले असेल, तर तुम्ही त्याच व्यक्तींचे १९९९ मध्ये (त्यांच्या लग्नानंतर १० वर्षांनी) आणि वाढत्या वयाबरोबर होणाऱ्या दृष्टिकोनात्मक बदलांचे मूल्यांकन करण्यासाठी परत २००९ मध्ये सर्वेक्षण कराल.
तुम्ही तुमच्या सर्वेक्षणाची व्यवस्था कशा पद्धतीने पाहणार आहात?	
समोरासमोर केलेले सर्वेक्षण *साधक:* प्रतिसादाचा चांगला दर, जवळीक आणि विश्वास प्रस्थापित केला जाऊ शकतो, प्रतिसादकाला प्रेरित करू शकते, त्याच्याकडे स्पष्टीकरण मागू शकता, त्याला एखादी गोष्ट करण्यास सुचवू शकता, एखादी गोष्ट पडताळून पाहू शकता आणि त्याचा गैर-मौखिक संकेत वाचू शकता. *बाधक:* दीर्घकालीन व महाग असू शकते, भौगोलिक सीमेमुळे मर्यादित, गुप्तता किंवा गोपनीयतेची हमी देत नाही, आणि सर्वेक्षक प्रशिक्षण आवश्यक असते.	येथे मॉल किंवा सुपरमार्केट मधील सर्वेक्षणाचे एक उदाहरण घेऊ जेथे क्लिपबोर्ड घेऊन प्रश्नांची मालिका विचारण्याच्या तयारीत असलेले कोणीतरी तुम्हाला थांबवते.

(पुढे चालू...)

कोष्टक ११.१ (पुढे चालू...)

दूरध्वनी सर्वेक्षण *साधक:* तुलनेने स्वस्त, व्यापक भौगोलिक व्याप्ती, गुप्तता व गोपनीयतेची हमी आणि त्याच्याकडे स्पष्टीकरण मागणे शक्य, त्याला एखादी गोष्ट करायला लावू शकता, त्याचा बारकाईने शोध घेऊ शकता *बाधक:* प्रतिसादाचा दर कमी असू शकतो, तुम्ही लोकांशी चुकीच्या वेळी संपर्क साधाल, प्रतिसादक कंटाळला तर तो फोन ठेवून देऊ शकतो, आणि फक्त ज्यांच्याकडे दूरध्वनी आहे अशा लोकांपुरतेच मर्यादित सर्वेक्षण.	बाजारपेठेच्या संशोधनात दूरध्वनी हे साधन म्हणून वापरण्याकडे कल – पण अधिकाधिक व्यक्ती यामुळे त्रस्त होत असल्याने, समाजशास्त्रीय संशोधकांसाठी दूरध्वनीवर व्यक्तीचा सहभाग मिळवणे कठीण होते.
स्व-प्रशासित मेल/ई-मेल/ऑनलाइन सर्वेक्षण *साधक:* गोपनीयता/गुप्ततेची हमी, व्यापक भौगोलिक व्याप्ती, प्रतिसादकाला त्याच्या वेळेनुसार उत्तरे देण्याची संधी मिळते. *बाधक:* प्रतिसाद दर खूपच कमी असू शकतो, स्पष्टीकरणास परवानगी नाही, आणि स्नेल मेल आवृत्ती महाग पडू शकते.	यामध्ये स्नेल मेल, ई-मेल, आणि ऑनलाइन सर्वेक्षण यांचा समावेश होऊ शकतो. ई-मेलमुळे तुम्ही छपाई आणि टपालाचे हजारो रुपये वाचवू शकता. पण तुम्ही फक्त ऑनलाइन जनसंख्येअंतर्गतच सर्वेक्षण करू शकता. याव्यतिरिक्त, स्पॅम मेलच्या वाढत्या संख्येचा अर्थ असा होतो की जोपर्यंत तुमचा प्रतिसादक तुम्हाला ओळखत नाही तोपर्यंत कदाचित तुमचे सर्वेक्षण बघितलेच जाणार नाही.

मुद्दे आणि गुंतागुंत

विश्वासार्ह डेटा संकलनाची वेळ येते तेव्हा, प्रश्नांची सोपी उत्तरे नसतात. नेहमी संधी आणि आव्हाने यांच्यादरम्यान व्यापार चालू असतो आणि सर्वेक्षणाच्या बाबतीत हे नक्कीच खरे आहे. सर्वेक्षण ज्ञाननिर्मितीत चांगले योगदान देऊ शकत असले तरी सर्वेक्षण तुलनेने सोपे, साधे आणि स्वस्त असते या त्याच्या ख्यातीस ते पात्र नाही – विशेषत: जर तुम्हाला योग्य पद्धतीने सर्वेक्षण करण्याची इच्छा असेल तर ती एक काटेरी आणि वैताग आणणारी प्रक्रिया असते.

जमेची बाजू बघायची झाल्यास, सर्वेक्षण खालील गोष्टी करू शकते:

- मोठ्या संख्येने प्रतिसादकांपर्यंत पोचणे;
- आणखी मोठ्या जनसंख्येचे प्रतिनिधित्व;
- तुलना करण्यास परवानगी;
- प्रमाणीकृत, मोजण्याजोग्य, अनुभवजन्य डेटाची निर्मिती;
- मुक्त प्रश्नांच्या माध्यमातून गुणात्मक डेटा निर्मिती;
- गोपनीयता आणि गुप्तता बाळगणे.

नकारात्मक बाजू म्हणजे, विश्वासार्ह आणि सामान्यीकृत डेटा निर्माण करण्याची क्षमता असलेल्या सर्वेक्षणाची बांधणी आणि व्यवस्थापन खरोखरच कठीण आहे. तुमच्या बहुतेक लक्षात आले असेल की, ज्यांची वाईट पद्धतीने संरचना करण्यात आली आहे अशी भरपूर सर्वेक्षणे आहेत. आणि ती ज्या कागदावर छापली गेली आहेत त्यासाठी ती पात्रही नाहीत. तरीही त्यांनी निर्माण केलेला डेटा खरा आहे असे मानले जाते आणि सर्व प्रकारच्या निर्णयप्रक्रियांमध्ये त्या डेटाचा वापर केला जातो. सर्वेक्षणाशी संबंधित आव्हानांमध्ये खालील गोष्टींचा समावेश असतो:

- तुम्हाला आवश्यक असलेला सांख्यिकी डेटा मिळवणे;
- सखोल डेटा संकलन करणे;
- प्रतिसादासाठी प्रातिनिधिक नमुना मिळवणे;

- प्रतिसादासाठी कोणालाही मिळवणे;
- संख्याशास्त्रीय विश्लेषणात प्राविण्याची गरज असणे;
- तुम्ही जे प्रश्न विचारण्याचा विचार केला आहे फक्त त्या प्रश्नांचीच उत्तरे मिळवणे;
- अधिक डेटा आवश्यक असल्यास आपल्या प्रतिसादकांकडे परत जाणे.

सर्वेक्षण प्रक्रिया

एका चांगल्या सर्वेक्षणाचे आयोजन करणे ही अशी प्रक्रिया आहे ज्यात अनेक पायऱ्यांचा समावेश होतो. सर्वेक्षणासाठी तुम्ही पुढील गोष्टी करणे आवश्यक आहे: तुमच्या सर्वेक्षणाची योजना आखणे; तुमचे सर्वेक्षणाचे साधन विकसित करणे; तुमच्या पद्धतीने मार्गदर्शन करणे; आवश्यक सुधारणा करणे; व्यवस्था पाहणे आणि तुमच्या डेटाचे व्यवस्थापन/विश्लेषण करणे. रकाना ११.१–११.४ या गोष्टीचे विभाजन करून सर्वेक्षणात अंतर्भूत असलेल्या पायऱ्यांचे बाह्यस्वरूप पुरवतो. या रकान्यांचा तुम्हाला मार्गदर्शक आणि तपाससूची म्हणूनही उपयोग होईल.

नियोजन

तुमच्या नियोजनप्रक्रियेत तुम्ही ज्या विचारांचा समावेश कराल त्या विचारांवरच तुमच्या सर्वेक्षणाचे यश निःसंशय अवलंबून असेल. चांगले सर्वेक्षण आपोआप होत नाही. त्याचे नियोजन केले जाते. तुमची लक्ष्य जनसंख्या आणि तुमचा नमूना दृष्टिकोन, लोकसंख्येचे प्रतिनिधित्व कशाप्रकारे करेल, हे माहीत असणे यापासून ते – प्रवेश आणि नैतिकता याबाबतचे प्रश्न, पूर्वग्रह आणि कौशल्य या दोन्ही बाबतीत तुम्ही कोण आहात ते विचारात घेणे, आणि अर्थातच आपण शोधत असलेल्या डेटाबद्दल आणि अनपेक्षित गोष्टींसाठी तुम्ही कसे तयार राहाल, याबाबत स्पष्टता असणे – हा महत्त्वाचा विचार तुम्ही सर्वेक्षणाचे काम सुरू करण्यापूर्वी करणे आवश्यक आहे. रकाना ११.१ तुम्हाला सर्वेक्षणातील नियोजनाच्या आवश्यक पायऱ्या सांगतो.

– रकाना ११.१ –

चांगल्या सर्वेक्षणाचे नियोजन – 'कोण', 'कुठे', 'केव्हा', 'कसे' आणि 'काय' आहे याचा विचार करणे

नियोजन करताना विचारात घेण्याचे मुख्य मुद्दे:

१. *जनसंख्या आणि नमुना/प्रतिसादक/सहभागी* – तुम्ही ज्यांच्याशी बोलायचे ठरवले आहे (जनसंख्या), आणि ज्यांच्याकडून डेटा संकलन करणार आहात (नमुना) (प्रकरण १० पाहा).
२. *प्रवेश* – तुम्ही तुमच्या नमुन्यापर्यंत कसे पोहोचाल? यामध्ये प्रवेशावर मर्यादा आणू शकेल अशी कोणतीही भाषा किंवा सांस्कृतिक अडथळ्यांच्या विचार करणे.
३. *आपले पूर्वग्रह* – मार्गात येणाऱ्या व्यक्तिनिष्ठता ओळखणे आणि त्यांच्यावर नियंत्रण ठेवणे, ज्यामुळे तुम्ही ज्यांचा वापर करत आहात त्या सर्वेक्षण साधनांच्या विश्वासार्हतेची सर्वोत्तम पद्धतीने खात्री पटते.
४. *आपली कौशल्ये* – तुमचे सर्वेक्षण करण्यासाठी आवश्यक कौशल्ये/संसाधने तुम्ही कशी विकसित कराल? उदाहरणार्थ, सांख्यिकीमधील प्रावीण्य.

(पुढे चालू...)

(पुढे चालू...)

५. *नीतिशास्त्र/आचारसंहितेची मान्यता* – तुमच्या प्रकल्पातील कोणत्याही अंगभूत नैतिक कोंडीचा विचार करणे आणि त्यावर योग्य आचारसंहितेनुसार उपाय मिळवणे.
६. *डेटा* – प्रश्नावलीच्या माध्यमातून ज्याचे उत्तर मिळू शकते अशा तुमच्या संशोधन समस्येच्या दृष्टिकोनातून विचार करणे. तसेच तुम्ही संकलित केलेल्या डेटाचा आकार व स्वरूप हे विश्लेषणाच्या पद्धतीशी सुसंगत आहे का, याचा विचार करणे.
७. *तपशील* – वितरण, स्मरणपत्रे, प्रतिसाद दर, आणि डेटा व्यवस्थापन.
८. *आकस्मिकपणे घडणाऱ्या घटना* – अनपेक्षित, पूर्वनियोजित नसलेले आणि दुर्दैवी. जर प्रतिसादाचा दर कमी असेल तर एखादी अतिरिक्त योजना तयार असणे, असा याचा अर्थ होतो.

आपली प्रश्नावली विकसित करणे

एक विलक्षण आव्हान – पण सोपे नक्कीच नाही. स्वतःच्या संशोधन समस्येशी निगडित काही प्रश्न एकत्रित करावे, जनसांख्यिकीवर एक उपविभाग करावा, की झाले, असा विचार करण्याकडे अननुभवी लोकांचा कल असतो. पण हे तितके सोपे नाही. वाटेत डझनभर सापळे आहेत आणि त्यामध्ये दडलेले धोके आहेत! प्रश्नावलीची खरोखर व्यवस्थित बांधणी करायची असेल तर कोणत्याही अस्तित्वात असलेल्या प्रश्नावलीचा उपयोग करून घेता येईल का आणि जर ते शक्य नसेल तर तुम्ही तुमच्या संकल्पना चलांमध्ये कशा रूपांतरित कराल, तुमच्या प्रश्नांचा आराखडा कसा बनवाल, कोणत्या प्रतिसाद श्रेणी तुम्हाला हवा असलेला डेटा सर्वोत्तम पद्धतीने टिपतील, हा विचार करणे आवश्यक आहे. आणि योग्य संख्याशास्त्रीय विश्लेषण, समीक्षा, पुनर्लेखन, मांडणी आणि स्पष्ट सूचना देणे याबाबत विचार करणेही शक्य होईल. रकाना ११.२ मध्ये सर्वेक्षणाबाबतच्या या अत्यावश्यक पायऱ्या दिलेल्या आहेत. तर *सर्वेक्षण साधनां* वरील पुढील विभागात सर्वेक्षण बांधणीबाबत जास्त तपशील दिलेला आहे.

रकाना ११.२

आपली प्रश्नावली विकसित करणे

खालील विभागात या मुद्द्याचा अधिक विस्तृतपणे विचार केला गेला आहे, पण थोडक्यात सांगायचे तर यात खालील गोष्टींचा समावेश करण्याची गरज आहे:

१. *संकल्पना कार्यान्वित करणे* – अमूर्त संकल्पनेपासून तुमच्या सर्वेक्षणाच्या माध्यमातून मोजले जाऊ शकतील असे चल निर्माण करणे, याचा समावेश होतो. उदाहरणार्थ, गरिबीवरील अचूक उपाय किंवा पर्यावरणीय नागरिकत्व जे तुम्ही तुमच्या सर्वेक्षणातून शोधाल.
२. *अस्तित्वात असणाऱ्या शक्यतांचा शोध* – तुम्हाला नव्याने शोधण्याची गरज नाही. आधीच अस्तित्वात असलेल्या सर्वेक्षण साधनांमध्ये जर तुमच्या चलांचा विचार केला गेला असेल तर तुम्ही त्यांचा वापर करू शकता का, त्यांच्याशी जुळवून घेऊ शकता का किंवा त्यांच्यात काही बदल करू शकता का हे पाहणे. ते तुमच्यासाठी अनुकूल बनवून घेऊ शकता.
३. *प्रश्न तयार करणे* – शक्य तितक्या स्पष्टपणे नवीन प्रश्न तयार करा.
४. *प्रतिसादाच्या श्रेणी ठरवा* – प्रत्यक्ष प्रतिसादावर प्रतिसादाच्या प्रकारांचा काय परिणाम होतो आणि त्यांच्यातून विविध डेटा कसे प्रकार उदयास येतात हे लक्षात घेणे. अशा डेटा प्रकारांना कशाप्रकारे अगदी वेगळी संख्याशास्त्रीय वागणूक देणे अपेक्षित असते, ते पाहणे.

५. *पुनरावलोकन* – प्रत्येक प्रश्न आणि प्रतिसादाची निवड काळजीपूर्वकपणे वाचा आणि तुमचे प्रश्न संदिग्ध, उत्तराचे संकेत देणारा, अप्रिय उत्तर देण्यास भाग पाडणारा, अपमानास्पद, खात्रीशीर नसणाऱ्या गृहीतकांवर आधारित, द्व्यर्थी, दिखाऊ वाटू शकतात का याचा विचार करा.
६. *प्रश्नांचे पुनर्लेखन* – योग्य मूल्यांकन व्हावे यासाठी, सहाध्यायी/निरीक्षक यांना ते प्रश्न विचारत राहा. प्रत्येक प्रश्न शक्य तितका योग्य होण्यासाठी आवश्यक असल्यास, ह्या पद्धतीचा अनेक वेळा पुन्हा पुन्हा वापर करा.
७. *प्रश्नांचा क्रम* – तुमच्या सर्वेक्षणामध्ये प्रश्नांचा क्रम तर्कशुद्ध आणि प्रतिसादकाला सोपा जाईल असा ठेवा.
८. *सूचना लिहा* – शक्य तितक्या स्पष्ट आणि निःसंदिग्ध सूचनांचा समावेश करा.
९. *मांडणी* – स्पष्ट, तर्कशुद्ध, व्यावसायिक आणि अभिरुचीसंपन्न मांडणी आणि रचना करा.
१०. *एक कव्हरिंग लेटर/प्रस्तावना लिहा* – ह्यामध्ये सामान्यतः तुम्ही कोण आहात, तुमच्या प्रकल्पाचे ध्येय आणि उद्देश, गोपनीयता/गुप्ततेचे आश्वासन आणि सहभागींना परिणाम उपलब्ध होतील की नाही याबाबतची माहिती, या गोष्टींचा समावेश होतो.

मार्गदर्शन आणि फेरबदल करणे

'होय! ही प्रश्नावली चांगली झाली आहे – आता हिचा वापर करण्याची वेळ आली आहे', जर तुम्ही असा विचार करत असाल तर तिथेच जरा थांबा. इतकी घाई करू नका. मला खात्री आहे की तुम्ही नेहमी आढळणाऱ्या काही सर्वेक्षण सापळ्यांमध्ये आणि त्यामध्ये दडलेल्या धोक्यांमध्ये अडकला आहात. हे शोधण्याचा सर्वोत्तम मार्ग कोणता? तर मार्गदर्शी अभ्यास. तुम्ही याद्वारे विचार करणे आवश्यक आहे आणि तुम्हाला ज्याची गरज आहे ते अभिप्राय तुम्हाला मिळतील. फक्त प्रतिसादकांच्या 'अनुभवा'तूनच नाही तर, आपण संकलित केलेल्या डेटाची गुणवत्ता आणि संख्याशास्त्रीय विश्लेषण करण्यासाठी तो किती तयार आहे, या दृष्टीनेही हे आवश्यक आहे. इथे एखाद दुसरी बदलाची फेरी झाली की तुमची प्रश्नावली जवळजवळ तयार झाली असे समजा. रकाना ११.३ मध्ये तुम्हाला तुमच्या सर्वेक्षणाबाबत मार्गदर्शन आणि फेरबदल अशा पायऱ्या दिसतील .

रकाना ११.३

मार्गदर्शन आणि फेरबदल करणे

चांगले नियोजन आणि विकास आवश्यक आहे – पण ते पुरेसे नाही. एखादी गोष्ट योग्य पद्धतीने होणार आहे की नाही हे माहीत करून घेण्याचा एकमेव मार्ग म्हणजे, ती गोष्ट करून पाहणे.

१. *करून पाहणे* – ज्या प्रतिसादकांची तुमच्या 'नमुन्या'शी मिळतीजुळती पार्श्वभूमी आहे, त्यांना घेऊन प्रक्रिया करून पाहणे.
२. *चिंतन करणे* – मार्गदर्शी प्रक्रियेचे चिंतन करणे आणि तुम्हाला येणाऱ्या कोणत्याही अडचणींची नोंद ठेवा. तसेच तुमच्या डेटाचे पुनरावलोकन करा आणि आपल्या पूर्ण झालेल्या सर्वेक्षणाचा योग्य अर्थ लावण्यात कोणत्याही अडचणी आल्या तर त्यांचीही नोंद ठेवा.
३. *अभिप्राय मिळवणे* – मार्गदर्शी गटाकडून कव्हरिंग लेटरची, एकूण मांडणीची आणि आखणीची परिणामकारकता, सूचनांची उपयुक्तता, प्रश्नांची शब्दरचना आणि प्रश्नावली पूर्ण करण्यासाठी लागलेला वेळ या संबंधात अभिप्राय मिळवणे.

(पुढे चालू...)

(पुढे चालू...)

४. *तुमच्या सांख्यिकी पॅकेजची चाचणी* – चल तयार करण्याचा प्रयत्न करणे, प्रायोगिक तत्त्वावरील प्रतिसादांची निर्मिती करणे आणि नंतर तुम्हाला मुख्य डेटाचे आदान (input) करताना काही अडचण येऊ शकेल का हे पाहण्यासाठी, ती माहिती स्टॅटिस्टिकल प्रोग्राममध्ये भरणे.

५. *फेरबदल करणे* – हे तुमच्या चिंतनावर, तुमच्या मार्गदर्शी गटाच्या अभिप्रायावर तसेच निर्माण झालेल्या डेटाच्या गुणवत्तेवर आधारित आहे.

६. *परत सुरुवात?* – फार मोठ्या प्रमाणावर फेरबदल करण्याची गरज असेल तर तुमचे नियोजन, विकास आणि मार्गदर्शी प्रक्रिया पुन्हा करणे आवश्यक आहे. म्हणजे आचारसंहितेचा पुनर्विचार.

सर्वेक्षण प्रशासन आणि विश्लेषण

वाहवा! सरते शेवटी झाले! आता तुम्ही तुमच्या प्रश्नावलीचे व्यवस्थापन, डेटा संकलन आणि त्या सर्वांचा योग्य अर्थ लावणे ह्या गोष्टी करू शकता. आणि फेस-टू-फेस, स्नेल-मेल, ई-मेल, किंवा ऑनलाइन कसेही असो, तुमचे सर्वेक्षण तुमच्या प्रतिसादकांच्या गटापर्यंत पोहोचवण्याची वेळ आली आहे. पण लक्षात ठेवा की हा अर्धाच भाग झाला – आणि तोही सोपा अर्धा भाग. तुमच्या प्रतिसादकाने तुम्हाला प्रश्नावली परत पाठवणे हा आहे पुढचा अर्धा भाग. आणि त्यानंतर अर्थातच, अर्थपूर्णता, संख्याशास्त्रीय विश्लेषण आणि या सगळ्या आकडेवारीचा योग्य अर्थ लावणे. आपल्या डेटाचे प्रभावीपणे व्यवस्थापन व विचारपूर्वक विश्लेषण झाले नाही तर तुम्ही घेतलेले कष्ट वाया जातील. रकाना ११.४ मध्ये सर्वेक्षण प्रशासन आणि विश्लेषण पद्धतीमधील पायऱ्या दिलेल्या आहेत.

रकाना ११.४

सर्वेक्षण प्रशासन आणि विश्लेषण

बरेच संशोधक शक्य तितक्या लवकर या टप्प्यापर्यंत पोहोचू इच्छितात आणि काहीजण वरील काही पायऱ्या गाळून टाकतात. पण हा अडचणीत सापडण्याचा एक खात्रीशीर मार्ग आहे.

१. *प्रशासन* – तुमच्या प्रश्नावलीचे वाटप करण्याची वेळ आली आहे. ती परत करण्यासंबंधीच्या सूचना (उदा. पत्ता आणि परतीची तारीख) आणि स्नेल-मेल वापरत असल्यास शक्यतो स्टँप लावून स्वतःचा पत्ता असलेल्या लिफाफ्याचा समावेश केल्याचे निश्चित करा .

२. *स्मरणपत्रे* – प्रतिसादाचा दर कमी असल्यास, स्मरणपत्रे पाठवा.

३. *प्रतिसादाचा दर कमी असल्यास लागू करावयाची योजना* – तुमच्या अंतिम मुदतीपर्यंत पुरेसा डेटा संकलित झाला नाही, तर ही योजना कार्यान्वित करा.

४. *शक्य तितक्या लवकर आपला डेटा गोळा करणे/पडताळून पाहणे* – जेव्हा डेटाबरोबर काम करायचे आहे तेव्हा अव्यवस्थेइतके वाईट काही नाही. पद्धतशीर बना आणि शिस्तबद्ध व्हा, जर गरज असेल तर डेटाबेसचा वापर करा आणि फायदेशीर पद्धतीने डेटा प्रविष्ट करा.

५. *विश्लेषण* – तुमचा डेटा कशाचे उत्पादन करतो, हे पाहण्याची वेळ आली आहे. सर्वेक्षणातील बहुतेक सर्व डेटाचे सांख्यिकीय पद्धतीने विश्लेषण केले जाईल (प्रकरण १३ पाहा), पण तुम्ही कोणत्याही मुक्त प्रश्नासाठी (प्रकरण १४ पाहा) विषयनिष्ठ (thematic) विश्लेषण करणे आवश्यक आहे.

तपाससूची सहचरी संकेतस्थळावर उपलब्ध.

सर्वेक्षण साधन

विद्यार्थी नेहमी चांगल्या सर्वेक्षण साधनांची रचना करताना येणाऱ्या अडचणींना कमी लेखतात. सर्वोत्तम सल्ला म्हणजे तुकड्या तुकड्यात काम करा, पथदर्शी अभ्यास करा आणि भरपूर अभिप्राय मिळवा. पहिल्याच वेळी प्रश्नावली अचूक होणे जवळजवळ अशक्य आहे. खाली चर्चिल्याप्रमाणे प्रश्नावली विकसित करताना तुम्ही खालील गोष्टी करणे आवश्यक आहे: (१) तुमच्या संकल्पना कार्यान्वित करा; (२) आपल्या प्रश्नांची मांडणी करा; (३) प्रतिसादाच्या श्रेणी ठरवा; (४) पार्श्वभूमीची माहिती आणि स्पष्ट सूचना पुरवा; (५) संस्था आणि कालावधी याबाबत निर्णय घ्या; आणि शेवटचे म्हणजे (६) अभिरुचीसंपन्न मांडणी आणि आराखडा तयार करा. या सर्व गोष्टी, या प्रायोगिकतेच्या आणि पुनर्विकासाच्या वेगवेगळ्या टप्प्यांवर संयुक्तपणे पूर्ण करणे आवश्यक आहे.

संकल्पना कार्यान्वित करणे

संकल्पना कार्यान्वित करणे म्हणजे अमूर्त संकल्पनांचे मोजण्यायोग्य चलामध्ये रूपांतर करणे. तुम्ही जुन्या पद्धतीचे पालकत्व हे किशोरवयीन बंडाचे एक कारण होते का, याविषयीचे सर्वेक्षण करत आहात अशी कल्पना करा. तुमच्या अमूर्त संकल्पना 'जुन्या पद्धतीचे पालकत्व' आणि 'किशोरवयीन बंड' ह्या असतील. या संकल्पना कार्यान्वित करणे याचा अर्थ फक्त त्यांच्या व्याख्या करणे नाही तर निर्देशकांचा विकास करणे होय. म्हणजे तुमचे सर्वेक्षण प्रतिसादकही ह्याच जुन्या पद्धतीच्या पालकत्वाची फळे आहेत का आणि मग त्यांना काही प्रमाणात बंडखोर मानायचे का आणि मानले तर ते किती प्रमाणात बंडखोर आहेत असे मानायचे?

हे एक असे क्षेत्र आहे जिथे अनेक प्रकल्प कमी पडतात. विद्यार्थी संकल्पना अंगीकारू इच्छितात, पण ते साहित्याचा आणि वैध आणि विश्वसनीय (दोन्ही असल्याचे सिद्ध झालेल्या) उपायांचा शोध घेण्यासाठी पुरेसे प्रयत्न करत नाहीत. आत्मसन्मान, राग, तीव्र चिंता व अस्वस्थता आणि गरिबी अशा संकल्पनांचा अगणित संशोधक अभ्यास करत असतात, ज्यांनी ह्या संकल्पना, विश्वासार्हतेने टिपणारी विविध प्रमाणे, बाबी आणि निर्देशक विकसित केले आहेत. ह्या परिस्थितीत तुम्ही निश्चितपणे पुनर्शोध घेऊ इच्छित नाही. लक्षात ठेवा: ज्ञानात भर घालणे हे तुमचे ध्येय आहे आणि इतर संशोधकांनी काय केले आहे त्याचा वापर करणेहा ह्या प्रक्रियेचा महत्त्वाचा भाग आहे.

मात्र, विविध संकल्पनांचे वैध आणि विश्वसनीय निर्देशक, साहित्यात नेहमी आढळत नाहीत. उदाहरणार्थ, माझ्या एका विद्यार्थिनीने, ऑस्ट्रेलियन प्रौढांमधील पर्यावरणीय नागरिकत्वाची पातळी निश्चित करण्याचे ठरवले. तथापि, पर्यावरण नागरिकत्वाचे प्रमाणित, वैध आणि विश्वसनीय निर्देशक अद्याप रुढ व्हायचे आहेत. आता ती जर हे टिपू शकली तर फक्त ती ऑस्ट्रेलियामध्ये पर्यावरण नागरिकत्वाची पातळी किती असते ते समजावून घेऊन साहित्यात योगदान करेल असे नाही तर निर्देशकांची श्रेणी देऊ शकेल, ज्याचा उपयोग ही संकल्पना मोजण्यासाठी करता येईल.

रकाना ११.५ मध्ये लिकर्ट, गुट्टमन आणि थरस्टोन मापनीकरण, संकल्पना कार्यान्वित करण्यासाठी तीन सामान्य पद्धती थोडक्यात दिलेल्या आहेत.

रकाना ११.५

संकल्पना कार्यान्वित करणे – तंत्रांचे मापनीकरण

संकल्पना कार्यान्वित करण्याच्या सर्वात प्रचलित मार्गांपैकी एक मार्ग म्हणजे प्रमाण निर्माण करणे, ज्यामुळे तुम्हाला ज्यांच्यात अभिरुची आहे अशा काही चलांसाठी, प्रतिसादकाला सलगतेच्या बाजूला ठेवणे शक्य होते. समजा तुम्हाला हायस्कूलमधील विद्यार्थ्यांचा सहाध्यायी समलिंगींबाबतचा दृष्टिकोन समजून घ्यायचा आहे – किमान अनुकूल ते सर्वात जास्त अनुकूल या मोजमापनात, ते कोणत्या बाजूला आहेत हे सूचित होण्यासाठी त्यांचे निर्धारण करणे हे तुमचे ध्येय आहे. त्यासाठी लिकर्ट, गुट्टमन आणि थरस्टोन मापनीकरण हे तीन पर्याय आहेत.

प्रत्येक प्रकारच्या प्रमाणात, आपल्याला स्वारस्य असलेल्या संकल्पनांच्या विकासाला, त्या संकल्पना परावर्तित होतील अशा गोष्टींचा मोठा संच (जवळजवळ १०० पर्यंत) निर्माण करून सुरुवात होते. त्यासाठी ज्ञान गटाबरोबर कल्पनामंथन करणे ही चांगली कल्पना आहे. तुम्हाला हे हायस्कूल विद्यार्थ्यांचा सहाध्यायी समलिंगींबाबतचा दृष्टिकोन समजून घेण्यासाठी करायचे असेल, तर खालील गोष्टींचा यादीमध्ये समावेश होईलः

१. समलैंगिकता अनैतिक आहे, असा माझा विश्वास आहे.
२. समलिंगी मित्र असणे ही माझ्यासाठी सामान्य गोष्ट आहे.
३. माझ्या वर्गात समलिंगी विद्यार्थी असणे ही माझ्यासाठी साधारण गोष्ट आहे.
४. समलिंगी विद्यार्थ्यांनी आपली ओळख लपवावी असे मला वाटते.
५. समलिंगी विद्यार्थ्यांबरोबर लॉकर रूममध्ये असणे मला आवडणार नाही.
६. आणि अशा अनेक गोष्टी... (१०० पर्यंत गोष्टी).

या तीनही प्रमाणात, पुढील पायरी म्हणजे प्रत्येक विधान संकल्पनेसाठी किती समर्पक आहे, याबाबत तज्ज्ञ लोकांकडून मत घेणे. आता तज्ज्ञ व्यक्ती वैयक्तिकरीत्या प्रत्येक विधानाशी सहमत आहेत का यात तुम्हाला स्वारस्य नाही आहे, हे लक्षात घेणे महत्त्वाचे आहे – फक्त हे समर्पक आहे, असे त्यांना वाटते का, हे तुम्हाला समजावून घ्यायचे आहे.

प्रत्येक प्रमाणाचे समर्पकतेबाबत तज्ज्ञांचे मत गोळा करण्याचे स्वतःचे असे मार्ग आहेत जे खालील प्रमाणे तीन वेगळ्या मापानांकडे वाटचाल करतात.

लिकर्टः समर्पकता ठरविण्यासाठी तज्ज्ञ पाच बिंदू असलेल्या स्केलचा वापर करतात जसे की १ = संकल्पनेबाबत खूपच प्रतिकूल, २ = संकल्पनेबाबत काहीशी प्रतिकूल, ३ = अनिर्णित, ४ = संकल्पनेबाबत काहीशी अनुकूल, ५ = संकल्पनेबाबत खूपच अनुकूल. संशोधक नंतर सर्व जोड्यांदरम्यानच्या परस्परसंबंधाची मोजणी करण्यासाठी सांख्यिकी संगणक प्रणालीचा वापर करतात आणि (उच्च पातळीचे परस्परसंबंध हे दर्शवतात की, तज्ज्ञ या विशिष्ट गोष्टींशी जास्त सहमत आहेत.) इतर सर्व गोष्टींच्या पलीकडे, एकूण गुणप्रमाणाशी सर्वाधिक परस्परसंबंध असलेल्या गोष्टी कायम ठेवतात. यात १०–१५ विश्वसनीय गोष्टी शोधून काढणे हे ध्येय आहे.

सहभागीला निवड केलेल्या १०–१५ वस्तूंमधील प्रत्येक वस्तूची ४ ते ९ बिंदू असलेल्या स्केलवर योग्यता ठरवायला सांगणे याचा प्रमाणांच्या व्यवस्थापनात समावेश होतो. उदाहरणार्थ, ५-बिंदू प्रमाणामध्ये, १ = तीव्र असहमती, २ = न जुळणे, ३ = अनिर्णित, ४ = सहमत, ५ = तीव्र सहमती. विषम संख्या प्रमाणात तटस्थ मध्यबिंदू दिला जातो, तर सम संख्या प्रमाणात तटस्थ मध्यबिंदू वगळतात आणि प्रतिसादकाला बाजू घेणे सक्तीचे होते. एकूण निर्धारण प्राप्त करण्यासाठी, वैयक्तिक गोष्टींच्या गुणांची बेरीज केली जाते.

गुट्टमनः तज्ज्ञ संकल्पनेला अनुकूल असलेल्या विधानांना संशोधक होकार देतात. आणि संकल्पनेला प्रतिकूल असेल तर नकार. नंतर प्रतिसादकांची सर्व गोष्टींवरील उत्तरे दाखवणाऱ्या कोष्टकाची रचना करतात आणि ह्याची सारणीमध्ये क्रमवारी लावतात. त्यामुळे मताशी अधिक सहमत असणारे प्रतिसादक शीर्षस्थानी सूचीबद्ध आहेत आणि कमी सहमत असणारे तळाशी आहेत. क्रमबद्ध गोष्टींचा संच निर्माण होणे, हे ध्येय आहे. म्हणजे प्रतिसादक सूचीमधील एखाद्या विशिष्ट प्रश्नाशी सहमत असेल तर तो आधीच्या सर्व प्रश्नांशी देखील सहमत असेल. प्रतिसादकाचे गुण ३ असतील, तर त्याचा अर्थ असा आहे की तो किंवा ती पहिल्या तीन विधानांशी सहमत आहे. प्रतिसादकाचे गुण ७ असतील तर याचा अर्थ असा किंवा ती पहिल्या सात विधानांशी सहमत असणे आवश्यक आहे. उत्तम प्रकारे अशा आकृतीबंधाशी जुळणारा गोष्टींचा संच (मापालेखाद्वारे (स्केलोग्राम) विश्लेषण केले आहे) शोधणे हे उद्दिष्ट आहे.

सहभागी प्रत्येक विधानाशी सहमत आहेत किंवा नाहीत असे विचारणे याचा प्रमाणांच्या व्यवस्थापनात समावेश होतो. प्रत्येक गोष्टीला त्याच्याशी संबंधित असे प्रमाण मूल्य आहे (मापालेखाद्वारे (स्केलोग्राम) विश्लेषण करून मिळवलेले) आणि एकंदर निर्धारण मिळवण्यासाठी तुम्हाला फक्त प्रतिसादकांनी तपासलेल्या प्रत्येक गोष्टीच्या प्रमाणमूल्याची बेरीज करायची आहे.

थरस्टोनः तज्ज्ञ, प्रत्येक गोष्टीचे मूल्यमापन १ – ११ मध्ये करतात. ज्यामध्ये १ म्हणजे संकल्पनेच्या दृष्टीने अत्यंत प्रतिकूल आणि ११ म्हणजे संकल्पनेच्या दृष्टीने अत्यंत अनुकूल आहे. नंतर संशोधक प्रत्येक वस्तूची मध्यक आणि चतुर्थक कक्षा (interquartile ranges) मोजतो, अशी विधाने निवडतो जी मध्यकाच्या परिक्षेत्रात समान अंतराने आहेत आणि त्यांची अंतरे लहान आहेत (हे तज्ज्ञांदरम्यान सर्वात जास्त सहमती दाखवते). लोक सलगतेमध्ये योग्य प्रकारे कुठे बसतात हे मोजण्यासाठी मापदंड निर्माण करणे हे ध्येय आहे. उच्च मध्यक असलेल्या वस्तूंनी, संकल्पनेच्या दिशेने अधिक अनुकूल वृत्ती दाखवायला हवी.

सहभागी प्रत्येक विधानाशी सहमत आहेत किंवा नाहीत असे विचारणे याचा प्रमाणांच्या व्यवस्थापनात समावेश होतो. एकंदर निर्धारण मिळवण्यासाठी तुम्हाला प्रतिसादकांची सहमती असलेल्या सर्व गोष्टींच्या मध्यकांची सरासरी काढावी लागेल.

तुम्हाला तुमच्या स्वतःची प्रमाणे विकसित करण्यात मदत करू शकणारी अनेक संसाधने असली तरी, या प्रकरणाच्या शेवटी उद्धृत केलेले मॅक्लेवर आणि कार्मिन्स (१९८१) यांनी केलेले उत्कृष्ट काम ही एक चांगली सुरुवात असू शकेल.

प्रश्नाची मांडणी

एकच प्रश्न विचारण्याचे एकापेक्षा अधिक मार्ग नक्कीच असतात. खरंतर, अशा शक्यता जवळजवळ अंतहीन आहेत. येथे अशी कुचंबणा होते की, सूक्ष्म (किंवा सूक्ष्म नसलेला) फरकामुळे तुमच्या डेटावर परिणाम होऊ शकतो. रकाना ११.६ मध्ये प्रश्नाशी संबंधित शब्दरचनेच्या सर्वात मूलभूत 'नियमाचे' सार दिले आहे. तुमच्या प्रतिसादाकाला उत्तरांचे संकेत देणे, त्याचा अपमान करणे किंवा त्याला गोंधळात टाकणे असे (वर्तणुकीतील) लपलेले धोके टाळण्यासाठी मदत करणे हा उद्देश आहे.

रकाना ११.६

असे प्रश्न टाळावेत

चांगले प्रश्न हे असंदिग्ध, आक्षेपार्ह नसलेले, आणि निःपक्षपाती असायला हवेत – जे करण्यापेक्षा नुसते म्हणायला अधिक सोपे आहे. प्रश्नांची रचना करताना खालील सापळ्यांमध्ये अडकणे सोपे आहे:

कमकुवत शब्दरचना

- *क्लिष्ट संज्ञा आणि भाषा* – मोठ्या शब्दांना घाबरणारे (मोठ्या शब्दांची भीती) पुष्कळ लोक आहेत. जर अशा शब्दांची आवश्यकता नसेल तर ते वापरू नका. बहुअक्षरी भाषाशास्त्रीय परिभाषेमुळे गर्भितार्थ संदिग्ध होऊ शकतो आणि मोठे शब्द गोंधळात टाकणारे ठरू शकतात.
- *संदिग्ध प्रश्न* – संदर्भ चौकटी अत्यंत भिन्न असू शकतात. त्यामुळे संदिग्ध प्रश्न लिहिणे सोपे आहे. उदाहरणार्थ, 'आपले कुटुंब किती मोठे आहे?' आणि 'आपण ड्रग्ज वापरता का?' हे प्रश्न बघा. कुटुंबे विभक्त किंवा विस्तारित असू शकतात; वेगळ्या झालेल्या पालकांच्या मुलांच्या बाबतीत दोन घरांचा समावेश असू शकतो. तसेच, 'ड्रग्ज' एक संदिग्ध संज्ञा आहे. काही प्रतिसादक फक्त बेकायदेशीर औषधे असा विचार करतील, तर इतर लोक डॉक्टरांनी सांगितलेली औषधे असाही विचार करू शकतात. आणि यामध्ये अर्थातच, दारू किंवा सिगारेटदेखील विचारात घेतले होते का, हे जाणून घेणे अशक्य आहे.
- *दुहेरी नकारात्मक* – अनेक लोकांप्रमाणे, दुहेरी नकारात्मकता हा प्रकार मला अवघड वाटतो. पुढील सहमती/असहमती दर्शवणारे विधान घ्या: 'तू तुझ्या कामात समाधानी नाहीस'. तुम्ही समाधानी आहात हे सांगण्यासाठी तुम्हाला 'असहमत' हा पर्याय निवडावा लागेल. हे किती गोंधळात टाकणारे आहे.
- *दुपदरी प्रश्न* – जेव्हा तुम्ही एकापेक्षा अधिक समस्यांसाठी फक्त एक प्रतिसाद विचारता तेव्हा. उदाहरणार्थ, 'अध्यक्ष हे एक प्रामाणिक आणि प्रभावी नेता आहेत असे आपल्याला वाटते का?' होय, प्रभावी आहेत, – पण प्रामाणिक नक्कीच नाहीत, असा विचार प्रतिसादक करू शकेल.

पक्षपाती, उत्तराचे संकेत देणारा, लादलेला

- *सत्याचा भाव असलेली विधाने* – ह्या विधानांशी सहमत होणे सोपे असते. याचे साधे कारण म्हणजे त्यामध्ये सत्याचा भाव असतो. इथे देण्यासारखी काही चांगली उदाहरणे म्हणजे सहमती/असहमती दर्शविणारी विधाने. 'तुम्ही हल्ली लोकांवर खरोखर विसंबून राहू शकत नाही' आणि 'काळ कठीण असू शकतो, पण सामान्यतः तुमच्या आजूबाजूला असे लोक असतात ज्यांच्यावर तुम्ही विसंबून राहू शकता'. या दोन्हीही काहीशा परस्परविरुद्ध विधानांशी 'सहमत' असण्याची टक्केवारी उच्च असण्याची शक्यता आहे, कारण ती विधाने उचित वाटतील.
- *विधानांबद्दल असहमती दर्शविणे अवघड वाटणे* – ही अशी विधाने आहेत ज्याच्याबाबत प्रतिसादक 'हे खरे आहे, पण...' असा विचार करू शकतात. मात्र त्यांना ते तपशीलवार सांगण्याची संधी मिळत नाही आणि त्यांना सहमती/असहमती दर्शविण्यासाठी भाग पाडले जाते. उदाहरणार्थ, 'मातांनी आठवडाभर घरी असणे हे तरुण मुलांसाठी चांगले आहे.'
- *उत्तराचे संकेत देणारे प्रश्न* – राजकीय उद्देशांसाठी, अनवधानाने किंवा हेतुपुरस्सर, प्रतिसादकाला विशिष्ट उत्तरांचे संकेत दिले जाऊ शकतात. या सहमती/असहमती दर्शवणाऱ्या विधानांची शब्दयोजना प्रतिसादावर कशी परिणाम करते ते बघा: 'जैव विविधतेचे संरक्षण, हे सरकारचे प्राधान्य असायला हवे'; याऐवजी, 'निराधार, धोक्यात आलेल्या प्रजातींचे अमानुष कत्तलीपासून

संरक्षण करण्याबाबत सरकारने काहीतरी गंभीरपणे करावे'. 'मातांना न जन्मलेल्या बाळाला मारण्याचा अधिकार आहे' याऐवजी, 'महिलांना स्वतःच्या शरीराविषयी निर्णय घेता आले पाहिजेत'.

प्रतिसादकासाठी समस्यापूर्ण

- *स्मृतीवर अवलंबून असलेले प्रश्न* – हे प्रश्न स्मृतीवर अवलंबून असतात. उदाहरणार्थ, 'तुम्ही आत्तापर्यंत किती नात्यांमध्ये गुंतला होता?' महत्त्व किंवा कालावधी अशा कोणत्याही सीमारेषा नसलेल्या ह्या प्रश्नांचे 'चुकीच्या' पद्धतीने उत्तरे देणे सोपे असू शकते.
- *आक्षेपार्ह प्रश्न* – प्रतिसादकाने प्रश्न किंवा प्रश्नांच्या मालिकेवर आक्षेप घेतला, तर तो फक्त तेवढा एकच प्रश्न वगळेल असे नाही, तर तो संपूर्ण सर्वेक्षणच नाकारू शकतो. आक्षेपार्ह प्रश्न हे 'तुमच्या नवऱ्याने तुम्हाला सोडून जावे म्हणून तुम्ही काय केले?' इथपासून 'आपण किती पैसे कमवता?' इथपर्यंत काहीही असू शकतात.
- *ज्ञान गृहीत धरून विचारलेले प्रश्न* – तुम्हाला माहीत असलेल्या किंवा तुम्ही ज्या गोष्टींशी परिचित आहात त्याच गोष्टी प्रतिसादाकाला पण माहीत आहेत, असे गृहीत धरू नका. उदाहरणार्थ, सहमती/असहमती दर्शवणारे विधान 'मार्क्सवादी सिद्धांताला एकविसाव्या शतकातील राजकारणात स्थान नाही'. इथे, ही काय बाष्कळ शैक्षणिक बडबड आहे? असा प्रतिसाद आल्यास – आणि प्रश्नावलीला कचऱ्याची टोपली दाखवली गेल्यास आश्चर्य वाटायला नको.
- *असमर्थनीय गृहीतके असलेले प्रश्न* – अमान्य गृहीतकांवरील प्रश्नांना उत्तरे देताना प्रतिसादकांचा तोटा होण्याची शक्यता आहे. उदाहरणार्थ, 'रुग्णालयामधील तुमच्या वास्तव्यातील सर्वात आनंददायक भाग कोणता होता?' हा प्रश्न, रुग्णालयात दाखल झाल्याने त्यांना आनंद झाला आहे असे गृहीत धरतो.
- *सामाजिकदृष्ट्या योग्य प्रतिसादांची अपेक्षा करणारे प्रश्न* – समोरासमोर सर्वेक्षण करताना ही समस्या येण्याची शक्यता अधिक आहे. उदाहरणार्थ, प्रतिसादकाला, 'सशस्त्र सेनेमध्ये काम करणाऱ्या स्त्रियांना सहकारी पुरुषांच्या बरोबरीने समान अधिकार आणि जबाबदाऱ्या दिलेल्या आहेत असं तुम्हाला वाटतं का?' या विधानाबाबत असहमती दर्शवायला, विशेषतः मुलाखतकार स्त्री असेल तर, अस्वस्थ वाटू शकेल.

ही मार्गदर्शी तत्त्वे पाळून काम करणे, ही सुरुवात आहे, पण हे पुरेसे ठरणार नाही. एकदा तुम्ही तुमचा प्रश्नांचा आराखडा तयार केलात की त्यानंतर एखाद्या अनुभवी संशोधकाला तो नजरेखालून घालायला सांगा. तुमच्याकडून सुटलेल्या गोष्टी त्यांच्या लक्षात येण्याची शक्यता आहे. तुम्ही तुमचे प्रश्न तुमच्या समवयस्क गटावरही आजमावू शकता. तुमच्याकडून उत्तरांचे संकेत मिळणे, अपमान करणे किंवा गोंधळात टाकणे असे काही झाले असल्यास, ते तुम्हाला तसे निश्चितपणे दाखवून देतील. शेवटी, तुम्ही मिळालेल्या अभिप्रायांवर आधारित सुधारणा केल्यानंतर त्याचा तुम्ही एकदा प्रायोगिक अभ्यासात वापर करून बघणे आवश्यक आहे. इथे कल्पना अशी आहे की, तुमच्या नमुन्याशी वैशिष्ट्ये जुळत असलेल्या व्यक्तींच्या लहान गटांमध्ये तुमचे सर्वेक्षण वितरित करणे आणि नंतर त्यांच्या त्या अनुभवाविषयी त्यांची मुलाखत घेणे. लक्षात ठेवाः शेवटी, तुम्हाला किंवा तुमच्या पर्यवेक्षकाला किंवा समवयस्क गटाला काय वाटते याला काही किंमत नाही. तर तुमच्या अंतिम प्रतिसादकाचा अभिप्राय हाच खरोखर महत्त्वाचा आहे.

प्रतिसादाची श्रेणी

तुमचे प्रश्न शक्य तितके अचूक आणि साधेसोपे बनवणे एवढेच पुरेसे नाही, तर चांगले सर्वेक्षण आणि चांगला सर्वेक्षण डेटा, हे तुम्ही वापरत असलेल्या प्रतिसाद श्रेणीवरही तितकेच अवलंबून असतात. आणि इथे बऱ्याच गोष्टी विचारात घेणे गरजेचे आहे. प्रथम, प्रतिसाद श्रेणीचा तुम्ही संकलित केलेल्या डेटावर प्रभाव असेल. उदाहरणार्थ, ज्या प्रश्नांची होय/नाही अशी उत्तरे अपेक्षित आहेत अशा वादग्रस्त प्रश्नांसाठी तुम्ही 'मला खात्री नाही' असा आणखी एक पर्याय दिलात तर, त्याचा तुमच्या निष्कर्षांवर परिणाम होईल.

दुसरी गोष्ट म्हणजे, विविध प्रकारच्या प्रतिसाद श्रेणी विविध प्रमाणातील डेटाची निर्मिती करतात. आणि विविध प्रमाणातील डेटावर विविध प्रकारचे संख्याशास्त्रीय उपचार करणे आवश्यक असते. खरं तर, अत्यल्प, क्रमवाचक, अंतराल आणि गुणोत्तर डेटा (प्रकरण १३ मध्ये चर्चा केल्याप्रमाणे) यामधील फरक समजून घेतल्यास निश्चितपणे सर्वेक्षण पद्धतीची उभारणी, विशेषतः प्रतिसाद श्रेणी ठरवणे, सुलभ होईल. पण तुमच्याकडे वापरून बघण्यासाठी प्रत्यक्षात काही डेटा असेपर्यंत डेटा प्रकार आणि सर्वेक्षणाची उभारणी यातील संबंध कदाचित अगदी अमूर्त वाटेल.

यामुळे तुमचे पहिले सर्वेक्षण आयोजित करणे, हे खरोखर एक आव्हान आहे. म्हणूनच, आपल्याला परत एका चांगल्या पथदर्शी अभ्यासाची गरज भासते. पथदर्शी अभ्यासामुळे फक्त तुमच्या प्रतिसादकांच्या दृष्टिकोनातून तुमचे प्रश्न आणि प्रतिसाद श्रेणीचे मूल्यांकन करणे शक्य होते असे नाही, तर तुम्ही लहान डेटा संच निर्माण करून, डेटाबेसमध्ये तो टाकून पुढे जाऊन त्याचे सांख्यिकीय विश्लेषण करू शकाल प्रतिसाद श्रेणीच्या निश्चितीसह तुमचा डेटा संकलन मसुदा तुमच्या विश्लेषणावर कशाप्रकारे परिणाम करेल, हे पाहण्यासाठीचा हा एक सर्वोत्तम मार्ग आहे.

रकाना ११.७

प्रतिसाद श्रेणी

सर्वेक्षण प्रश्नांचे प्रतिसाद एकतर मुक्त किंवा बंदिस्त असू शकतात.

मुक्त प्रतिसाद

प्रतिसादकांना त्यांच्या स्वतःच्या शब्दात उत्तरे द्यायला सांगितले जाते. जरी उत्तरासाठी ठेवलेल्या मर्यादित जागेमुळे साधारणपणे प्रतिसादही मर्यादित ठेवावा लागला तरी ते कोणतीही माहिती पुरवू शकतात किंवा त्यांना द्यावेसे वाटेल असे कोणतेही मत ते व्यक्त करू शकतात. पुरवलेला डेटा समृद्ध आणि स्पष्ट असावा पण त्याचे संकेतीकरण आणि विश्लेषण करणे कठीण असू शकते.

बंदिस्त प्रतिसाद

प्रतिसादकाला पूर्वनिर्धारित प्रतिसाद श्रेणीमधून निवड करण्यास सांगितले जाते. इथे डेटाचे संकेतीकरण करणे आणि सांख्यिकीय विश्लेषण करणे साधारणपणे सोपे आहे. बंदिस्त प्रतिसाद श्रेणीचे अनेक प्रकार आहेत, त्यांच्या प्रत्येकाच्या संबंधित समस्या असतात.

- होय/नाही किंवा सहमत/असहमतः

आपण दारू पिता का?	होय/नाही
'मद्यपान तुमच्या आरोग्यासाठी वाईट आहे'	सहमत/असहमत

  जरी 'द्विपदीय' डेटा वापरून काम करणे सोपे असले (किंवा फक्त दोन संभाव्य प्रतिसाद शक्य असलेला डेटा) तरी प्रतिसादकाला फक्त दोन पर्याय देणे योग्य होईल का, हे लक्षात घेणे आवश्यक

आहे. उदाहरणार्थ, पहिल्या प्रश्नाबाबत प्रतिसादक असा विचार करेल की, 'खरं तर नाही (मी फक्त बाहेर गेल्यावर पितो)', किंवा दुसऱ्या प्रश्नाबाबत, 'खरंतर हे किती प्रमाणात पितो यावर अवलंबून आहे?' असा विचार तो करेल. 'माहीत नाही' किंवा 'मत नाही' हे पर्याय देणे हे संभाव्य धोरण आहे पण यामुळे खूप मोठ्या प्रमाणावर निर्णय घेतले जाणार नाहीत असे घडण्याचीही शक्यता आहे.

- रिकाम्या जागा भराः

  तुमचे वजन किती आहे? __________

  यासारखे सोप्या प्रश्नांमुळेसुद्धा (आपल्या प्रतिसादकांना उत्तर माहीत आहे आणि ते तुम्हांला सांगू इच्छितात हे गृहीत धरल्याने) अव्यास्थित डेटा तयार होऊ शकतो. प्रतिसादक ९० किलो, १९८ पौंड, किंवा १४ स्टोन लिहितील का? अर्थात तुम्ही एका पद्धतीमध्ये ही उत्तरे रूपांतरित करू शकता, पण त्यांनी फक्त ९० असे लिहिले तर हे शक्य होणार नाही.

- सूचीतून निवडः

  तुम्हाला जास्त वेळा काय प्यायला आवडेल?

  बिअर वाईन स्पिरीट्स मिश्र पेय कॉकटेल

  इथे कोणत्याही प्रकारची बरोबरी होणार नाही असे गृहीत धरण्यात आले आहे; त्यामुळे एकापेक्षा जास्त पर्याय निवडले गेले तर तुम्ही काय करणार आहात, हा विचार करणे आवश्यक आहे. सर्व पर्यायांचा समावेश केला गेलेला आहे ह्याची तुम्ही खात्री करून घ्यायला हवी (पर्याय परिपूर्ण आहेत) आणि ते एकमेकांच्या कक्षेत येत नाहीत (परस्पर विशेष आहेत) याची खात्री करणेही आवश्यक आहे. 'इतर' किंवा 'इतरः ________' असे पर्याय देणे हे संभाव्य धोरण आहे.

- पर्यायांची क्रमवारी ठरवणेः

  पुढील पेयांचा प्राधान्यक्रम ठरवाः

  बिअर वाईन स्पिरीट्स मिश्र पेय कॉकटेल

  हे प्रश्न प्रतिसादकासाठी खूप कठीण असतात, विशेषतः सूची प्रदीर्घ असेल तेव्हा. उत्तर देण्याचा प्रयत्न करताना प्रतिसादक निराश झाले तर ते प्रश्न रिक्त सोडून देतील, अर्धवट सोडतील किंवा काहीही लिहून टाकतील अशी शक्यता असते.

- अंतराल प्रतिसाद प्रमाणः

  'मद्यपानाची धमाल युवकांमध्ये नित्याची आहे'

१	२	३	४	५
तीव्र असहमती	असहमती	अनिश्चित	सहमती	तीव्र सहमती

अंतराल प्रतिसाद प्रमाण – याचा अनेकदा लिकर्ट प्रमाण म्हणून उल्लेख केला जातो – विविध प्रकारचे प्रतिसाद दिले जातात. साधारणपणे 'तीव्र असहमती' ते 'तीव्र सहमती'पर्यंत. अशा प्रकारच्या प्रमाणात, पुढील गोष्टींचा विचार करणे आवश्यक आहेः तुम्ही किती मुद्दे वापरणार आहात, समअंकी प्रतिसाद वापरून तुम्ही प्रतिसदकांना बाजू घ्यायला भाग पडणार आहात का; आणि तुमचा प्रतिसादक 'घोड्यावर स्वर होऊन' एका विशिष्ट क्रमांकाची निवड सतत करण्याची शक्यता आहे असं तुम्हाला वाटतं.

माहिती आणि सूचना

तुमच्या अभ्यासाला विश्वासार्हता प्राप्त करवून देणाऱ्या आणि प्रतिसादक उपक्रमाचा भाग आहेत अशी त्यांना जाणीव करून देणाऱ्या पार्श्वभूमीच्या माहितीशिवाय तुमचे सर्वेक्षणाचे साधन परिपूर्ण होऊ शकत नाही. तुमच्या पार्श्वभूमीच्या माहितीमध्ये प्रायोजक संघटना/विद्यापीठ, सर्वेक्षणाचे उद्देश; गुप्तता/गोपनीयतेचे आश्वासन; अपेक्षित माहिती परत मिळण्यासाठी मुदत आणि पत्ता; आणि त्यांनी वेळ काढला आणि मदत केली त्याबद्दल 'आभार', या गोष्टींचा समावेश करणे ही चांगली कल्पना आहे. ही माहिती सर्वेक्षणाच्या सुरुवातीला किंवा एक कव्हरिंग लेटर म्हणून समाविष्ट केली जाऊ शकते.

सूचनाही तेवढ्याच महत्त्वपूर्ण आहेत. तुम्हाला स्वत:ला अगदी स्पष्ट वाटणाऱ्या गोष्टी, तुमच्या प्रतिसादकासाठी तशा नसू शकतील. सूचनांनी प्रत्येक सर्वेक्षण विभागाचा परिचय करून देणे आवश्यक आहे. प्रत्येक प्रश्न प्रकाराबाबत स्पष्ट आणि विशिष्ट सूचना द्या, उदाहरणे द्या आणि प्रत्यक्ष सर्वेक्षणाच्या प्रश्नाचा फरक कळणे शक्य होईल अशी सोपी भाषा ठेवा. खरं तर वेगळ्या फाँटचा वापर – शैली, आकार, ठळकपणा, तिरके करणे, अधोरेखित करणे इ. चा वापर करावा असे मी सुचवेन. शक्य तितक्या स्पष्ट आणि उपयुक्त सूचना तयार करण्यासाठी, एखाद-दोन मसुदे लागू शकतील. इतर संशोधक, समवयस्क आणि तुमचा मार्गदर्शी गट यांच्याकडून सल्ला आणि अभिप्राय नक्की मिळवा.

अधिष्ठान आणि लांबी

एकदा का तुम्ही तुमच्या सर्वेक्षणातील सर्व विविध घटकांबाबत समाधानी झाल्यानंतर तुम्हाला ज्याची लांबी खूप जास्तही नाही आणि खूप कमीही नाही अशा स्वरूपात ते सर्वेक्षण एकत्रित करणे आवश्यक आहे. जर लांबी खूप कमी असेल तर तुम्हाला हवा असलेला सर्व डेटा त्यात समाविष्ट होणार नाही आणि लांबी खूप जास्त झाली तर तुमचे सर्वेक्षण फेकून दिले जाऊ शकते, अपूर्ण भरून परत येऊ शकते किंवा त्यात अव्यवस्थितपणे माहिती दिली जाऊ शकते. आपल्या प्रश्नांची उत्तर देण्यासाठी काही मिनिटे खर्च करायला लोकांची हरकत नसते, पण त्यांच्याकडून जास्त वेळाची अपेक्षा केली तर ते आपल्याला मदत करण्याचे कष्ट घेणार नाहीत. योग्य लांबी हा आणखी एक असा पैलू आहे ज्याचे तुम्ही तुमच्या प्रायोगिक मालिकेत मूल्यांकन करू शकता. प्रतिसादकांना चाचणी सर्वेक्षणाच्या वेळी एकंदर लांबी आणि सर्वेक्षणासाठी लागलेला वेळ याबाबत त्यांचे काय मत आहे ते नक्की विचारा.

तार्किक नियोजनाशी संबंधित काही विचारपंथ आहेत. तुमच्या प्रतिसादकाला चालना देण्यासाठी काहीजण लोकसंख्याशास्त्रापासून सुरुवात करा असे सुचवतात. इतर काहीजण, तुम्ही तुमच्या तात्कालिक प्रश्नांपासून सुरुवात करावी आणि लोकसंख्याशास्त्राच्या माहितीसंबंधित प्रश्नाने शेवट करावा असे सुचवतात. तुमच्या सर्वेक्षणासाठी काय योग्य आहे ते बरेचसे तुमचे प्रश्न आणि तुमचे प्रतिसादक या दोन्हीच्या स्वरूपावर अवलंबून आहे. खरं तर, तुम्हाला मांडणी कशी करावी याची खात्री नसेल तर तुम्हाला तुमच्या प्रश्नावलीच्या दोन भिन्न आवृत्त्या तयार कराव्या असे वाटू शकते.

तथापि, धमकीवजा, अवघडून टाकणारे, अपमानास्पद वाटणारे, कठीण प्रश्न सर्वेक्षणाच्या सुरुवातीस विचारू नये हा तर्कसंगत सल्ला आहे. सर्वेक्षण सुरू करताना तुमच्या प्रतिसादकामध्ये सहजता आणणे खरोखर महत्त्वाचे आहे. आणि संवेदनशील प्रश्न शेवटी विचारा.

मांडणी आणि आराखडा

तुम्हाला वाटेल की, सर्व उत्कट बौद्धिक काम तुमची संकल्पना कार्यान्वित करण्यामध्ये केले गेले आहे. योग्य, विचारपूर्वक केलेल्या प्रतिसाद श्रेणी विचारात घेऊन केलेले स्पष्ट आणि असंदिग्ध प्रश्न लेखन, स्पष्ट सूचना आणि संवेदनशील, तार्किक आणि आटोपशीर आकारात योजनाबद्ध करणे; हे 'चांगले' सर्वेक्षण होण्यासाठी पुरेसे आहे. अगदी खूप नाही, पण सौंदर्यही महत्त्वाचे आहे!

तुमचे सर्वेक्षण अव्यावसायिक असेल तर (खराब छायाप्रती, अंधुक छपाई, अव्यवस्थित आणि अनाकर्षक मांडणी, इत्यादी) दोन गोष्टी घडू शकतात. पहिली गोष्ट म्हणजे, सर्वेक्षणाची मांडणी अनाकर्षक असेल, व्यावसायिक नसेल आणि आराखडा अभिरुचीपूर्ण नसेल तर प्रतिसादक सर्वेक्षण पूर्ण करतील ही शक्यता कमी आहे. दुसरी गोष्ट म्हणजे, गिचमिड, कोंबल्यासारखे किंवा अव्यवस्थित असेल तर सर्वेक्षणामध्ये चुका होण्याची शक्यता खूपच वाढते. त्यामुळे या गोष्टींसाठी कष्ट घेणे योग्यच आहे.

ऑनलाइन सर्वेक्षण आणि प्रश्नावली

ऑनलाइन सर्वेक्षणाचे प्रमाण वाढत आहे यात काहीच शंका नाही. आणि त्याची लोकप्रियता समजून घेणे सोपे आहे. ऑनलाइन सर्वेक्षण प्रश्नांची मांडणी कशी करणे शक्य आहे याबाबत खूपच लवचिकता देऊ करते – चेक बॉक्स आणि पुल -डाऊन आणि पॉप-अप मेनू यासारख्या गोष्टी अंतर्भूत करणे सोपे आहे. त्यांचा प्रशासकीय खर्च कमी आहे – कोणतेही मुद्रण किंवा टपालाचा खर्च लागत नाही. आणि डेटा आपोआप डेटाबेस मध्ये भरला जातो – हाताने डाटा भरण्याची आवश्यकता नाही. एकंदर विचार केल्यास हे फायदे प्रचंड आहेत.

पण तुमच्या लक्ष्य प्रतिसाद गटाकडे, ऑनलाइन सर्वेक्षणाला प्रतिसाद देण्याची क्षमता आहे की नाही हा विचार करणे अगदी अत्यावश्यक आहे. उदाहरणार्थ, तुमच्या जनसंख्येकडे इंटरनेट आहे का? तुमची सर्व जनसंख्या ऑनलाइन आहे का? नाही तर कोण निसटलेले आहेत? तुम्ही त्यांना समाविष्ट करण्याचा प्रयत्न करणार आहात का? आणि समाविष्ट करणार असाल तर ते कसे करणार आहात? आणि अगदी जरी तुम्ही तुमच्या ऑनलाइन नमुन्यामध्ये खरोखर तुम्ही मनात ठरवलेली जनसंख्या घेऊ शकलात म्हणून तुम्ही आनंदी असलात तरी, तुमची प्रश्नावली भरून देण्याचे कष्ट ते घेतील का हा विचार तुम्ही केला आहे का? प्रतिसाद दर अगदीच कमी असू शकतो आणि स्पॅम मेलच्या प्रसारामुळे हा कल बदलण्याची शक्यता नाही.

हे लक्षात ठेवणे महत्त्वाचे आहे की तुमच्या जनसंख्येचे सर्व घटक ऑनलाइन असतील आणि तुम्ही तुमच्या नमुन्यापर्यंत पोचून त्यांना प्रतिसाद देण्यायाठी तयार करू शकत असाल तरच ऑनलाइन सर्वेक्षण योग्य ठरेल. प्रतिनिधी नमुना आणि पुरेसा प्रतिसाद दर नसले, तर तुम्हाला अप्राप्तता कलाला तोंड द्यावे लागेल जिथे तुमच्या सर्वेक्षणात सहभागी झालेल्या व्यक्ती ह्या सहभागी नसणाऱ्या व्यक्तींपेक्षा भिन्न गुणवत्ता असलेल्या असतील. त्यामुळे काढलेल्या निष्कर्षांचे सामान्यीकरण करता येणार नाही.

तथापि, तुमचा संशोधन प्रश्न ऑनलाइन केला जाऊ शकतो अशी तुमची खात्री असेल तर आणि तुम्ही पुरेशा आणि प्रातिनिधिक प्रतिसादामुळे येणाऱ्या आव्हानांबाबत काम केले असले तर काही विलक्षण सर्वेक्षण विकास आणि प्रशासन साधने ऑनलाइन स्वरूपात उपलब्ध आहेत. सर्व साधनांची मर्यादित मोफत आवृत्ती उपलब्ध आहे – पण जास्त सुविकसित घटक हे पैसे भरून वेबसाईट वापरू इच्छिणाऱ्या लोकांसाठी राखीव आहेत. काही उपलब्ध पर्याय: सर्व्हेमंकी (www surveymonkey.com); वुफू (www.wufoo.com); सर्व्हेगिझमो (www.surveygizmo.com); झूमेरंग (www.zoomerang.com); क्वालट्रिक्स (www.qualtrics.com); पोलडॅडी (www.polldaddy.com); क्वेश्चनप्रो (www.questionpro.com); आणि लाइमसर्व्हे

(www.limesurvey.org). तरीही हे लक्षात ठेवा प्रोग्राम्स येतात आणि जातात, त्यामुळे नवीनतम आणि महत्तम काय आहे ते इंटरनेटवर शोधत राहणे आवश्यक आहे. एका चांगल्या प्रोग्राममध्ये खालील गोष्टी समाविष्ट असणे महत्त्वाचे आहे:

- *सर्वेक्षणाचे बाह्यरूप आणि पोत कुशलतेने हाताळा* – उच्च लवचिकता आणि अनुकूलतेकडे लक्ष द्या;
- *तर्कसुसंगत पद्धतीने प्रश्न गाळा* – याचा अर्थ ज्यांनी नवव्या प्रश्नाला 'नाही' असे उत्तर दिले आहे त्यांना मधले प्रश्न वगळून तेराव्या प्रश्नावर जाता येणे;
- *पाईप* – सर्वेक्षणाच्या एका भागातील उत्तरे दुसऱ्या भागात वापरणे – जर तुमचा प्रतिसादक म्हणाला की तो, जेफरसन उच्च विद्यालयात शिकला आहे तर ते नाव पुढे येणाऱ्या संबंधित प्रश्नांमध्ये येईल जसे, 'जेफरसन हायस्कूलमध्ये तुम्ही घालवलेला वेळ किती आनंददायी होता?';
- *यादृच्छिक* – निवडलेल्या विभागांमध्ये प्रश्नांचा क्रम आपोआप यादृच्छिक करू शकाल;
- *अस्तित्वात असलेल्या वेबसाइटशी एकीकरण करणे* – तुमच्या सर्वेक्षणाचे त्या वेबसाईटच्या स्वतःच्या पृष्ठावर किंवा अस्तित्वात असलेल्या वेबसाइटशी एकीकरण करणे शक्य आहे.
- *डेटा विश्लेषण* – बरेच जण सोपी सारांश वर्णनात्मक आकडेवारी देतात, पण इतर काहीजण क्लिष्ट अनुमानिक आकडेवारी देतात.

मुलाखत घेणे

> मला ऐकायला आवडते. मी काळजीपूर्वक ऐकून बरेच काही शिकलो आहे. बरेच लोक कधीच ऐकून घेत नाहीत.
>
> *अर्नेस्ट हेमिंग्वे*

मुलाखत घेणे: 'विचारण्याची कला' किंवा 'ऐकण्याची कला'? विचारणे आणि ऐकणे दोन्ही या गोष्टी मुलाखतीच्या प्रक्रियेत महत्त्वाच्या आहेत, यात काहीच शंका नाही आहे, पण आपले प्रश्न आणि प्रश्न विचारण्याची पद्धत योग्य असावी यासाठी त्यावर जास्त प्रमाणात वेळ खर्च करण्याकडे आपला कल असतो. जेव्हा ऐकण्याची वेळ येते तेव्हा आपण त्याचा नुसता उल्लेख करतो. तसेच, हेमिंग्वेच्या म्हणण्यानुसार, 'बरेच लोक ऐकून घेतच नाहीत' आणि दुर्दैवाने, असे बरेच संशोधक आहेत जे ऐकण्याऐवजी बोलण्यावर भर देतात. लक्षात ठेवा: दुसऱ्याच्या उत्तर देण्याच्या क्षमतेचे सुलभीकरण करण्याइतपत बोलणे, हे तुमचे काम आहे. तुम्ही आपल्या मुलाखतदाराच्या आवाजाच्या शोधात आहातआणि तो बाहेर आणणे आवश्यक आहे.

शब्दार्थसूची

मुलाखत
डेटा संकलन करण्याची पद्धत ज्यात संशोधक बऱ्याच प्रश्नांच्या, विषयांच्या किंवा विषयवस्तूच्या मुक्त उत्तरांच्या शोधात असतात.

पर्याय आणि शक्यता

तुम्ही जेव्हा 'मुलाखतीचा' विचार करता तेव्हा तुमच्या मनात काय येते? कदाचित तुम्हाला नोकरीच्या मुलाखतीची आठवण होईल – असा औपचरिक प्रसंग जेव्हा मुलाखतदाराला नीट तयार व्हावे लागते, ठामपणे हस्तांदोलन करावे लागते, स्वत:ला औपचारिकपणे सादर करावे लागते. हे सर्व करत असताना त्याला पूर्णवेळ खूप अस्वस्थ वाटत असते. त्याउलट मुलाखतकार एका मोठ्या डेस्क मागे बसलेला असतो, सर्व सूत्रे त्याच्या हातात असतात आणि तो सर्व शक्तिनिशी त्याचे वजन वापरतो. संशोधन जगात जाताना नवीन संशोधक हीच प्रतिमा नकळतपणे बरोबर घेऊन जातो, यात आश्चर्य वाटण्यासारखे काही नाही.संशोधन मुलाखती अशाच घेतल्या जातात, असा विचार करण्याकडे त्यांचा कल असतो. पण त्यांनी तसा विचार करण्याची गरज नाही. संशोधन मुलाखती औपचारिक असू शकतात – पण रकाना ११.२ मध्ये दिल्याप्रमाणे, प्रत्यक्षात आपल्या संशोधन उद्देशासाठी योग्य ठरतील असे काही चांगले पर्याय आहेत.

मुद्दे आणि गुंतागुंत

लोकांशी प्रत्यक्षात जाऊन खरोखर बोलणे, ते खरंच काय विचार करतात हे विचारणे, प्रत्यक्षात त्यांना त्याबद्दल काय वाटते हे शोधून काढणे यासारखे चांगले दुसरे काय असेल? मुलाखती या सगळ्याची परवानगी देतात, परंतु कोणत्याही अन्य डेटा संकलन पद्धतीप्रमाणे, ही संधी आव्हानांच्या मालिकेने समतोल केली आहे. मुलाखत घेताना हे सर्व घडू शकते पण डेटा संकलनाच्या अन्य कोणत्याही पद्धतीप्रमाणे ह्या संधीमध्येही आव्हानांची साखळी सामोरी येतेच. मुलाखत:

- तुम्हाला जवळीक साधणे आणि विश्वास संपादन करणे शक्य होते;
- समृद्ध, सखोल गुणात्मक डेटा मिळतो;
- गैर-मौखिक तसेच मौखिक डेटा मिळणे शक्य होते;
- तुम्हाला वेगळ्या विचारपद्धतीचा शोध घेण्याची मुभा देण्याएवढे पुरेसे लवचीक असतात;
- मोजता येण्याजोगा प्रमाणित डेटा निर्माण करण्यासाठी पुरेशी संरचित आहे.

आता यामधील 'साधक' घटक हे अनेक मुलाखतीमधील मानवी घटकांचे परिणाम आहेत – पण त्याचप्रमाणे 'बाधक' घटकही आहेत. तुम्ही तुमच्या प्रतिसादकाच्या जितके जवळ जाल आणि तितके ते तुमच्या जवळ येतील आणि त्यामुळे प्रक्रियेचे व्यवस्थापन करताना तुम्हाला तेवढ्याच आव्हानांना सामोरे जावे लागेल. अशी आव्हाने खालीलप्रमाणे आहेत:

- नैतिक पद्धतीने मुलाखतदारापर्यंत पोचणे (कोष्टक ११.३ पाहा);
- प्रतिसादकाचे नाव गुप्त ठेवण्याचा अभाव
- तुमच्या प्रतिसादकाला उत्तरांचे संकेत देण्याचा मोह टाळणे;
- प्रवेश खुला राहण्यासाठी चांगला ठसा उमटवणे (रकाना ११.८ पाहा).

कोष्टक ११.२ मुलाखतीतील मुद्दे आणि प्रकार

तुम्ही तुमची मुलाखत औपचारिक रीतीने आयोजित करणार आहात का अधिक अनौपचारिक पद्धतीने?	
औपचारिकः मुलाखतकार मुलाखतदारापासून दूर राहण्याचा प्रयत्न करतो आणि वस्तुनिष्ठ भूमिका कायम राखतो. हे अनेकदा औपचारिक वातावरणात केले जाते.	नोकरीसाठीच्या आदर्श मुलाखतीशी याची तुलना होऊ शकते. यामध्ये मुलाखत घेणाऱ्यांना परिस्थितीवर उच्च पातळीचे नियंत्रण ठेवता येत असले तरी, त्यामुळे मुलाखतदाराची सोय आणि माहितीमधील प्रवाहीपणा मर्यादित होण्याची शक्यता असते.
अनौपचारिकः जवळीक स्थापन करण्यासाठी, विश्वास संपादन करण्यासाठी आणि संवाद सुरू करण्यासाठी, औपचारिक मुलाखतीतील भूमिका किंवा नियम याकडे दुर्लक्ष केले जाते. मुलाखतकार आणि मुलाखातदार यांच्या मधील दरी कमी करण्यासाठी मुलाखतीची शैली अनौपचारिक आणि आरामदायी ठेवली जाते.	वातावरण कार्यालयापुरते मर्यादित राहत नाही आणि बारमध्ये बिअर पीत पीत किंवा स्थानिक बालवाड्यांमध्ये एखाद्या कॉफीच्या कपाबरोबर पण संभाषण होऊ शकते. तुम्ही तुमच्या मुलाखतदाराशी आरामात गप्पा मारण्यासाठी शक्य ते सर्व करणे,ही कल्पना आहे. अनौपचारिक मुलाखती अनेकदा असंरचित असतात. पण संशोधकाची शैली सोय आणि ध्येय यानुसार हे बदलते.
तुमच्या मुलाखती अत्यंत संरचित असतील का अधिक मुक्त असतील?	
संरचितः पूर्वप्रस्थापित प्रश्नांचा पूर्वनिर्धारित क्रमाने प्रमाणभूत शैलीने वापर करणे. सूचना आणि तपासणीदेखील पूर्वनियोजित असतात आणि विशिष्ट परिस्थितीत वापरले जातात. मुलाखतदार अनेकदा योग्य मार्गावर राहण्यासाठी औपचारिक शैलीचा अवलंब करतात.	जेथे प्रमाणित डेटा हे ध्येय आहे, त्या मुलाखतीसाठी ही गोष्ट सर्वोत्तम ठरते. अननुभवी मुलाखतदारांना साधारणपणे ही उच्च पातळीवरील संरचना सर्वात प्रशस्त वाटते.
अर्ध-संरचितः लवचीक रचनेचा वापर. मुलाखतदार प्रश्नांच्या परिभाषित योजनेने सुरुवात करू शकतात. परंतु संभाषणाचा नैसर्गिक प्रवाह अखंडित राहण्यासाठी ते त्यात बदलही करतील. मुलाखतदार त्यांना ज्यात स्वारस्य आहे अशा गोष्टींचा पाठपुरावा करण्यासाठी योजनेपेक्षा वेगळे वागू शकतात.	तुम्हाला अपेक्षित असलेला सर्व डेटा मिळवता येतोच, पण काही मनोरंजक आणि अनपेक्षित डेटाही उत्पन्न होऊ शकतो, हा यामधील आणखी एक फायदा आहे. या मुलाखत शैलीला थोड्या सरावाची गरज भासते.
असंरचितः पूर्वनियोजित प्रश्न नसताना विशिष्ट विषय, कल्पना आणि समस्या यांच्याशी संबंधित माहिती, दृष्टिकोन, मते आणि श्रद्धा काढून घेण्याचा प्रयत्न करणे. समृद्ध आणि माहितीपूर्ण संभाषण करणे हे ध्येय आहे. अनेकदा अनौपचारिक रचनेबरोबर संयुक्तपणे वापरले जाते.	बऱ्याच मुलाखतदारांना ही पद्धत आवडते कारण मुलाखतकार अधिकार गाजवत नाही, त्यामुळे त्यांना चर्चा करणे आणि त्यांच्या कल्पना मांडणे खरोखर शक्य होते. येथे मुलाखतकारच्या दृष्टीने असलेली आव्हाने म्हणजे संभाषणाला दिशा देणे टाळणे आणि आवश्यक डेटा मिळवण्यासाठी लक्ष पुरेसे केंद्रित ठेवणे.
तुम्ही एका वेळी एकाच व्यक्तीची मुलाखत घेणार आहात का समूह हाताळण्याचा प्रयत्न करणार आहात?	
एकाचीच मुलाखतः मुलाखतकार आणि मुलाखातदार/ मुलाखत देणारी व्यक्ती यांच्या दरम्यानचा संवाद. यामध्ये प्रक्रियेवर संशोधकाचे नियंत्रण राहते आणि मुलाखातदार/ मुलाखत देणाऱ्या व्यक्तीला, त्याचे किंवा तिचे विचार व्यक्त करण्याची मुभा मिळते. तसेच इथे अनुवादक किंवा टिपण घेणाऱ्या अतिरिक्त व्यक्तीचा समावेश होऊ शकतो.	एकावेळी एकाचीच मुलाखत घेणे हे सामान्यतः समोरासमोर होते, पण भौगोलिक व्याप्ती वाढवण्यासाठी किंवा भेटण्यास अवघड प्रतिसादकांना समाविष्ट करून घेण्यासाठी टेलिफोनद्वारेही घेतली जाऊ शकते. तथापि, टेलिफोनवरील मुलाखतींमध्ये गैर-मौखिक संकेत मिळू शकत नसल्याने, ते एक आव्हान ठरू शकते.
अनेकः एकापेक्षा अधिक व्यक्तींची एकाच वेळी मुलाखत घेणे. हे औपचारिक रीतीने आयोजित केले जाऊ शकते. त्या प्रत्येक व्यक्तीचे स्वतंत्र विचार टिपण्याचा प्रयत्न केला जाऊ शकतो किंवा ही अधिक मुक्त प्रक्रिया असू शकते ज्यामध्ये प्रतिसादकांना एकमेकांशी संवाद साधणे आणि एकमेकांच्या अभिप्रायांवर प्रभाव पाडणे शक्य होते.	समूह मुलाखत फक्त वेळ आणि पैसा वाचवत नाही, तर लोक खरोखर चर्चा देखील करू शकतात (डेटावर याचा प्रभाव पडू शकतो – त्याचा विचार /व्यवस्थापन करणे आवश्यक आहे). तथापि, समूह मुलाखतींमध्ये काही सदस्य अश्रुत किंवा दुर्लक्षित राहू शकतात. समूह मुलाखती अनुसरणे कठीण होते, त्यामुळे बरेच मुलाखतदार फीत-मुद्रण (tape-recording) करून कच्चा डेटा संरक्षित करतात.

लक्ष्य समूहः सुमारे ४–१२ लोकांबरोबर समूह मुलाखतीचा प्रकार. अगदी कठोर प्रश्न / उत्तर प्रक्रियेपेक्षा याचे स्वरूप चर्चात्मक असते. मुलाखतदार सहाय्यक किंवा नियंत्रक म्हणून काम करतो आणि खेळीमेळीच्या वातावरणात संवाद हे अपेक्षित ध्येय आहे. थेट प्रश्नांनी उत्पन्न होऊ शकणार नाही असा अभिप्राय खोलात शिरून काढणे हे समृद्ध चर्चेचा वापर करण्याचे ध्येय आहे. उच्च कार्यक्षमता आणि कमी खर्च हे अतिरिक्त बक्षीस आहे.

कोष्टक ११.३ प्रवेशाची अनुमति आणि नैतिकता

सामर्थ्याचा वापर	सामर्थ्याचा गैरवापर
✓ अधिकृत प्रणाली आणि शिष्टाचाराचा वापर	× अधिकृत प्रणाली आणि शिष्टाचार टाळणे आणि बगल देणे
✓ संपर्क प्रस्थापित करणे	× योग्य व्यक्तीचे डोके खाणे किंवा डोक्यावर बसणे
✓ द्वारपाल आणि आतल्या गोटातील माणसांचा वापर	× द्वारपाल आणि गोटातील माणसांना अनैतिकतेने वर्तन करण्यास किंवा व्यवस्थापनाकडे पाठ फिरवण्यास सांगणे
✓ जवळीक प्रस्थापित करणे	× स्वतः खुशामतखोर बनेपर्यंत लाळघोटेपणा करणे
✓ दरवाजे उघडे ठेवणे	× उपद्रवी बनणे
✓ काहीतरी परत देणे	× तुम्ही पूर्ण करू शकणार नाही किंवा करू इच्छित नाही अशी आश्वासने देणे

रकाना ११.८

चांगल्या मुलाखतीचे सुलभीकरण

गृहपाठ करा

- *आपल्या संशोधनाविषयी बोलण्यासाठी तयार रहा* – तुमच्या प्रकल्पाचे औचित्य, ध्येय व उद्दिष्टे आणि तुमच्या प्रकल्पाच्या पद्धती स्पष्टपणे मांडण्याची तुमची क्षमता, ही योग्य दरवाजे उघडले जाण्यास निश्चित कारणीभूत ठरू शकते.
- *तुमच्या प्रकल्पाचा आराखडा थोडक्यात तयार करा* – विशिष्ट व्यक्ती किंवा संघटनांना त्यावर विचार करण्यासाठी किंवा 'द्वारपालाकडे (gatekeeper)' देण्यासाठी दस्तऐवज हवा असू शकतो.
- *ओळख पत्र* – 'तुम्ही कोण आहात आणि कुठले आहात' यासारख्या प्रश्नांची व्यावसायिक पद्धतीने उत्तरे देणारे, तुमच्या पर्यवेक्षकाकडून घेतलेले ओळखपत्र.
- *योग्य शिष्टाचाराविषयी माहिती घ्या* – कधी कधी प्रवेशासाठी मदत करण्यास सर्वात इच्छुक असलेल्या संपर्कातील व्यक्तीकडे, प्रवेश अधिकृत करण्यासाठीचा अधिकारही नसतो. योग्य शिष्टाचाराविषयी आधीच शोध घेतल्यास अवघड परिस्थिती टाळण्यास मदत होईल.

व्यावसायिक बना

- *आदर करा* – सामोरे जाण्याची योग्य वेळ निवडा, तत्पर राहा, योग्य पेहेराव करा आणि प्रारंभिक विनंती करताना नम्र रहा.
- *अनपेक्षित घडामोडींसाठी योजना तयार करा* – संशोधन प्रक्रिया फार क्वचितच सुरळीतपणे चालते, विशेषतः जेव्हा तुमचा व्यक्तीशी संबंध येतो, तेव्हा अडचणींसाठी तयार रहा.
- *दरवाजे उघडे ठेवा* – अनेक संशोधक असे शपथेवर सांगतात की, त्यांना ज्याची गरज आहे असा सर्व डेटा त्यांनी संकलित केला आहे, पण नंतर त्यांना परत जाऊन आणखी काही प्रश्न विचारावेसे वाटतात.

(पुढे चालू...)

(पुढे चालू...)

त्यांनाही काहीतरी देऊ करा

- *बेपत्ता होऊ नका* – आपल्या संपर्कातील लोकांनाही गोष्टींची प्रगती कशी होत आहे, हे कळू दे आणि आभार व्यक्त करणारा संदेश पाठवा.
- *निकाल उपलब्ध करवून द्या* – आपण ज्या अभ्यासात सहभागी होतो त्या अभ्यासाबाबत कुतूहल वाटणे अतिशय नैसर्गिक आहे; तुमच्या संशोधनात मदत केलेल्या व्यक्तींना त्या अभ्यासाच्या परिणामांची किंमत असणारच.
- *तुमच्या मुलाखतदाराला छाप पाडावीशी वाटेल किंवा गोपनीयता राखण्यासाठी ते उत्सुक असतील व त्यांना ते आवडावेत असेही वाटेल* तरीही प्रामाणिक आणि मुक्त प्रतिसाद मिळवण्याचा प्रयत्न करा.
- *सर्व मते बाजूला ठेवा* – प्रतिसादकाला तुम्ही त्यांचे परीक्षण करत आहात त्यांची तुम्हाला लाज वाटते असे वाटत असेल तर किंवा ते दुखावले गेले तर विश्वासार्ह डेटा गोळा करणे कठीण आहे.
- मुलाखतकार आणि मुलाखतदार यांचा वंश, लिंग, जातीयता, वर्ग आणि वय ह्या गोष्टी मुलाखत प्रक्रियेवर कशाप्रकारे प्रभाव पाडू शकतील याचा *अंदाज घ्या.*
- *संवादातील चुकीचे संकेत* – रकाना ११.९ मध्ये दर्शविल्याप्रमाणे, प्रश्नांकडून उत्तरांकडे जाणारा हा प्रवास अजिबातच सरळ नाही. यामध्ये गैरसमज आणि चुकीचा अर्थबोध हे सर्व खूप नेहमीचे आहे.

तपाससूची सहचरी संकेतस्थळावर उपलब्ध.

–रकाना ११.९–

ही फक्त प्रश्न आणि उत्तरे आहेत, नाही का?

	अ पासून क पर्यंत	वाटेत हरवणे...
मुलाखतकार	*अ प्रश्न तयार करतो*	अ ते बः तुमचे विचार आणि शब्द नेहमी जुळत नाही.
	ब प्रश्न विचारतो	ब ते कः प्रतिसादक चक्क चुकीचे ऐकू शकतात. उच्चार, भाषेतील अडचणीआणि दुभाषा यांमुळे हे सर्रास घडू शकते.
	क प्रश्न ऐकतो	क ते डः मुलाखतकाराइतकी समज प्रतिसादकाला नेहमी असेलच असे नाही
... प्रतिसादक	*ड प्रश्नाचा अन्वयार्थ लावतो*	ड ते इः प्रतिसादक हेतूपुरस्सर गाळू शकतात/लपवू शकतात/खोटे सांगू शकतात किंवा चक्क विसरू शकतात
	इ प्रतिसादांचा अर्थ समजावून घेतो	इ ते फः पुन्हा एकदा आपले विचार नेहमी शब्दांतून व्यक्त होतातच असे नाही.
	फ उत्तर तयार करतो	फ ते गः मुलाखतकाराकडे देखील चुकीचे ऐकण्याची क्षमता असते. tape करत असल्यास, ऑडिओचा दर्जा पर्याप्त आहे ना हे तपासून घ्या.
	ग प्रतिसाद ऐकतो	ग ते हः संस्कृती जितकी अधिक 'परदेशी', तितका अर्थ भिन्न लावण्याची क्षमता अधिक

	अ पासून क पर्यंत		वाटेत हरवणे...
मुलाखतकार		*ह अन्वयार्थ लावतो*	ह ते ई: टिपणे घेणे सोपे नाही. तुमच्याकडून महत्त्वाच्या माहितीची नोंद घेणे राहून जाऊ शकते. तुम्ही प्रतिलेखनाच्या प्रक्रियेतही डेटा गमावू शकता.
		*ई टिपणे घेणे*	ई ते ज: मुलाखतकाराने परीक्षण करणे/ अन्वयार्थ काढणे आवश्यक आहे.
		*ज संयोगीकरण/ विश्लेषण*	
		*क अहवाल सादर*	ज ते क: मुलाखतकार त्याला झालेले आकलन, सत्य म्हणून अहवालात सादर करतो!

मुलाखतीची प्रक्रिया

सर्वेक्षणाप्रमाणेच, 'चांगली' मुलाखत आयोजित करणे, ही एक प्रक्रिया आहे ज्यामध्ये तुम्हाला वाटते त्यापेक्षा खूप जास्त पायऱ्यांची गरज भासते. मुलाखतीमध्ये पुढील गोष्टींचा समावेश होतो: आकस्मिक येणाऱ्या अडचणींसाठी योजना; मुलाखतीचे वेळापत्रक आणि डेटा नोंदणी प्रणाली तयार करणे. चाचणी घेणे आणि त्यानुसार प्रक्रियेमध्ये योग्य त्या सुधारणा करणे; मुलाखती घेणे; आणि शेवटी, डेटा विश्लेषण करणे. रकाना ११.१०–११.१३ मध्ये काही महत्त्वाच्या पायऱ्या दिल्या आहेत आणि त्या मार्गदर्शक व पडताळणीसूची म्हणूनही वापरल्या जाऊ शकतात.

नियोजन

तर मग मुलाखत घेण्यासाठी नक्की किती नियोजनाची आवश्यकता आहे? हे जर इतकं सोपं असतं तर तुम्ही सरळ जाऊन प्रश्न विचारायला लागला नसतात का? तसेच मुलाखत प्रक्रियेच्या तपशीलाबाबत स्पष्ट असण्यासाठी तुम्ही हे लक्षात ठेवणे आवश्यक आहे की ह्या प्रक्रियेत दोन महत्त्वाचे खेळाडू आहेत. पहिला म्हणजे तुमचा मुलाखतदार. तुम्ही कोणाची मुलाखत घेणार आहात हा निर्णय विचारपूर्वक घेणे आवश्यक आहे. तुम्ही स्वतःच दुसरा महत्त्वाचा खेळाडू आहात. या भूमिकेचा सजगतेने विचार करणे आवश्यक आहे. तुम्ही हे ओळखणे आवश्यक आहे की तुम्हाला मुलाखतकार म्हणून अधिकार आहे आणि तुमच्याकडून तुमच्या मुलाखतदाराच्या प्रतिसादावर प्रभाव पाडला जाऊ शकतो. तुम्ही हा प्रभाव नाहीसा करण्यासाठी योजना केली नसल्यास तुमच्या परिणामांचा प्रामाणिकपणा धोक्यात येऊ शकतो. रकाना ११.१० मध्ये यशस्वी मुलाखतीचे नियोजन करण्यासाठी आवश्यक असलेल्या पायऱ्या दिल्या आहेत.

रकाना ११.१०

नियोजन – 'कोण', 'कुठे', 'केव्हा', 'कसे' आणि 'काय' याचा विचार.

तुम्ही नियोजन प्रक्रियेत योजनेची किती आगाऊ आखणी करता यावर तुमच्या मुलाखतीचे यश अवलंबून आहे.

१. जनसंख्या आणि नमुना/प्रतिसादक/सहभागी – तुम्ही ज्यांच्याशी बोलायचे ठरवले आहे (जनसंख्या), आणि ज्यांच्याकडून डेटा संकलन करणार आहात (नमुना) (प्रकरण १० पाहा).

(पुढे चालू...)

(पुढे चालू...)

२. *प्रवेश मिळवणे* – प्रवेश ही मुलाखतीमधील पहिली पायरी आहे. कोष्टक ११.३ मध्ये प्रवेशासंबंधित काही उपयुक्त सूचना दिलेल्या आहेत.

३. *तुमची भूमिका* – तुम्ही स्वतःला कसे सादर कराल? तुम्ही औपचरिकता आणि जवळीक यामध्ये समतोल कसा साधाल? तुमची मुलाखतीची शैली किंवा संशोधनाचे ध्येय अधिकारवाणीस साजेसे आहे की औपचारिकतेस? तुम्ही आवाजाचा पोत कोणता वापराल? तुम्ही विनोद कराल का? तसेच शारीरिक हालचालींचाही विचार करा. (तुमचा प्रतिसादकही तुमचा संकेत वाचत असताना) अमौखिक संकेतांकडे लक्ष देईल हे विचार करण्याजोगे आहे. तुम्ही दोघेही नजरेला नजर देऊन बोलत आहत का? का खाली पाहात आहात, आजूबाजूला पाहात आहात, आपली नखे कुरतडणे असे काही करत आहात? तुम्ही आक्रमक होत आहात का आरामात आहात?

४. *तुमचे पूर्वग्रह* – तुम्ही ज्या सर्वेक्षण साधनाचा वापर करणार आहात त्याची विश्वासार्हता जपली जाईल अशा प्रकारे व्यक्तिनिष्ठता ओळखून त्यावर नियंत्रण ठेवणे

५. *नीतिमत्ता/आचारसंहिता मान्यता* – तुमच्या प्रकल्पामध्ये मुळातच असणाऱ्या कोणत्याही नैतिक पेचप्रसंगाचा विचार करणे आणि योग्य आचारसंहिता मान्यता मिळवणे.

६. *डेटा* – तुम्हाला तुमच्या प्रतिसादकाकडून नक्की काय मिळवायचे आहे (उदा, स्मृती, वर्णन, भावना, विचार, मते).

७. *तपशील* – भेटी, वेळ (प्रवासाची वेळ, मुलाखतीची वेळ, प्रतीक्षेची वेळ), स्थान, नोंदणी पद्धती, इ.

८. *संभाव्य सांस्कृतिक/भाषिक अडथळे* – आणि कोणत्याही संभाव्य भाषिक आणि सांस्कृतिक समस्येची स्वतः माहिती करून घेणे आणि त्याबाबतीत आवश्यक नियोजन करणे. आवश्यक असल्यास एक चांगला अनुवादक शोधा आणि त्याची चाचणी घ्या (रकाना ११.१४ पाहा).

९. *आकस्मिक आपत्ती* – अनपेक्षित, अनियोजित आणि दुर्दैवी. याचा अर्थ महत्त्वाच्या मुलाखतींमध्ये काही अडचण आल्यास आकस्मिक योजना विकसित करणे.

तुमच्या मुलाखतीचे वेळापत्रक/नोंदणी व्यवस्था विकसित करणे

तुम्ही सर्व प्राथमिक तपशीलाचे नियोजन केले आहे, तर आता मुलाखत प्रक्रियेमधील काय आणि कसे याचा सखोल अभ्यास करण्याची वेळ आली आहे. तुम्ही काय विचाराल? तुम्ही ते कसे विचाराल? तुम्ही कोणत्या क्रमाने विचाराल? प्रतिसादांमध्ये सखोलता आणि विस्तार येईल हे कसे बघाल? दिल्या गेलेल्या माहितीची नोंदणी कशी कराल? तुम्ही विश्वासार्हतेवर कसा अंकुश ठेवाल? या सर्व गोष्टींचा तुम्ही तुमच्या मुलाखतदाराकडून कशाप्रकारे गुणवत्तापूर्ण प्रतिसाद मिळवू शकता ह्यावर प्रभाव पडेल. रकाना ११.११ मध्ये मुलाखत वेळापत्रकाचा विकास कसा करावा याबाबत विचार केलेला आहे.

– रकाना ११.११ –

मुलाखतीचे वेळापत्रक/नोंदणी व्यवस्था विकसित करणे

तुम्ही कोणत्याही शैलीने मुलाखत घेण्याचे ठरवलेत तरी तुमच्याकडे पुढे जाण्यासाठी योजना तयार असणे आवश्यक आहे.

१. *मसुदा प्रश्न किंवा विषयवस्तु* – संरचित मुलाखतीसाठी आपल्या प्रश्नांचे मसुदा लेखन वारंवार करावे लागेल. रचनेवर कमी भर असणारी आणि अधिक संभाषणात्मक अशी मुलाखत असेल

तर तुम्हाला विषयवस्तुचा विचार करावा लागेल आणि संभाव्य संभाषणासाठी तुम्ही काही सीमारेषा आखणार आहात का ते ठरवावे लागेल.

२. *पुनरावलोकन* – प्रत्येक प्रश्न काळजीपूर्वकपणे वाचा आणि तुमचे प्रश्न तुमच्या मुलाखतदारासाठी गोंधळात टाकणारे, एखाद्या बाजूकडे नेणारे, आक्षेपार्ह किंवा समस्यापूर्ण आहेत का याचा विचार करा (रकाना ११.६ पाहा).
३. *प्रश्न पुन्हा लिहा* – काही समवयस्क/निरिक्षक यांना मूल्यांकनासाठी प्रश्नावली द्या. आवश्यक असेल तर प्रत्येक प्रश्न शक्य तितका योग्य होण्यासाठी अनेक वेळा ह्या पद्धतीचे अवलंबन करा.
४. *प्रश्नांचा अनुक्रम* – तुमच्या मुलाखतीमधील प्रश्न तर्कशुद्ध आणि प्रतिसादक तुमच्या मुलाखतीमध्ये सजहजपणे रुळेल असा विचार करून त्या क्रमाने ठेवा.
५. *अतिरिक्त माहिती तयार करणे* – विचार करा आणि तुम्हाला मुलाखतीसाठी योग्य वाटणाऱ्या कोणत्याही सूचना, संकेत किंवा तपासण्या विकसित करा.
६. *नोंदणी पद्धती ठरवा* – जर टिपणे घेणार असाल तर ह्या प्रक्रियेला मदत होऊ शकेल असा एक आराखड्याचा विस्तार करा अथवा तो विकसित करा. ऑडिओ किंवा व्हिडिओ रेकॉर्डिंग करणार असाल तर उपकरण उपलब्ध असेल याची खात्री करून घ्या आणि उपकरणाचा परिचय करून घ्या.
७. *कोणत्याही टिपणे घेणाऱ्याला/अनुवादकाला प्रशिक्षण द्या* – तुम्ही टिपणे घेणारी व्यक्ती किंवा अनुवादक वापरत असाल तर तुम्हाला एक संघ म्हणून काम करायला आवडेल. ज्यामध्ये चुका आणि शिका या तत्त्वाचा समावेश (रकाना ११.१४ पाहा) होतो.

पथदर्शन आणि बदल

मी पथदर्शी सर्वेक्षणाबाबत ऐकले होते, पण पथदर्शी मुलाखतीबद्दल नाही. त्याची खरंच गरज आहे का?

एका शब्दात सांगायचं तर, होय. लक्षात ठेवा मुलाखतकर म्हणून तुमचे मुलाखतदारावर प्रचंड नियंत्रण असते आणि मुलाखत कोणत्या दिशेने जाणार यावर, मुलाखतीचा अनुभव आणि कल याच्यावर तुमचा प्रभाव असतो. त्यामुळे स्वत:ला तपासत राहणे आवश्यक आहे. सर्वेक्षणाप्रमाणेच, तुम्ही या प्रक्रियेतून जाणे आणि मुलाखतदाराच्या, तसेच तुमच्या स्वत:च्या या प्रक्रियांबाबतच्या 'प्रतिमा' काय आहेत ते जाणून घेणे आवश्यक आहे. तरच तुम्ही तुमच्या डेटाचा संभाव्य खरेपणा जास्तीत जास्त राहील, अशा प्रकारे तुमच्या प्रक्रियांमध्ये सुधारणा करण्याच्या परीस्थितीत असाल. रकाना ११.१२ मध्ये गोष्टीही पथदर्शन आणि बदल याबाबतच्या पायऱ्या दिल्या आहेत.

– रकाना ११.१२ –

पथदर्शन आणि बदल

चांगले नियोजन आणि विकास आवश्यक आहेत – पण पुरेसे नाहीत. मुलाखत हे असे कौशल्य आहे ज्यासाठी सराव आवश्यक आहे आणि तुमच्या प्रक्रिया करून बघणे हे बहुमोल असू शकते. त्यानंतर संकलित डेटा आणि प्रक्रिया सोयीस्कर आहेत असे वाटेपर्यंत तुम्ही पुनरावलोकन आणि शुद्धीकरण करू शकता.

१. *प्रक्रिया करून बघणे* – प्रतीकात्मक मुलाखत देऊन आत्मविश्वास वाढवू शकता आणि संभाव्य समस्या अधोरेखित करू शकता.
२. *परावर्तन करणे* – तुम्हाला कोणत्याही अडचणी आल्या तर त्या टिपून ठेवा. उदा. उपलाब्धता, लागणारा वेळ, प्रश्नांची स्पष्टता, रचना, प्रास्ताविक माहिती, सूचना, स्मरण-सूचन, कार्यगतीयोजन,

(पुढे चालू...)

(पुढे चालू...)

प्रश्न, सोयीस्कर क्षेत्र निश्चित करणे, नोंदणी/टिपण करणे, भूमिका, वस्तुनिष्ठता, संवादात्मक प्रवाह, संदिग्धपणा आणि सांस्कृतिक समस्या.

३. *अभिप्राय मिळवा* – वरील मुद्द्यांवर आणि चर्चा कराव्याशा वाटणाऱ्या दुसऱ्या कोणत्याही गोष्टींवर मुलाखतदाराकडून अभिप्राय मिळवा.

४. *पुनरावलोकनाची टिपणे/डेटाचे प्रतिलेखन* – तुम्हाला टिपणांचा अर्थ लागत आहे आणि ध्वनिमुद्रण (हे ध्येय असल्यास) करणे शक्य आहे याची खात्री करून घ्या. श्रम आणि वेळ-केंद्रीत ध्वनिमुद्रणाचा कल कुठे आहे हे पाहून तुम्हाला आश्चर्य वाटेल.

५. *फेरबदल करा* – तुमची स्वतःची परवर्तने, तुमच्या मुलाखतदाराचा अभिप्राय, तसेच निर्मित डेटाची गुणवत्ता यावर आधारित असेल.

६. *परत सुरुवात?* – बदल करण्याची गरज खूपच असेल तर तुम्ही तुमचे नियोजन, विकास, आणि मार्गदर्शी प्रक्रिया पुन्हा बघणे आवश्यक आहे. इथे आचारसंहिता समितीकडे परत जाणे याचा समावेश होऊ शकतो

तुमच्या मुलाखतीचे आयोजन आणि विश्लेषण

सुरुवातीच्या सर्व गोष्टी पार पडलेल्या आहेत. प्रक्रिया विकसित करण्यात आल्या आहेत, त्याची चाचणी घेण्यात आलेली आहे आणि फेरबदल केलेले आहेत. आता बाहेर पडून काही लोकांशी बोलण्याची वेळ आली आहे. पण थांबा, तरीही विषयाच्या अंतरंगात शिरण्याआधी तुम्हाला अजून काही बाबींचा विचार करायचा आहे. तुम्हाला अद्याप वातावरणनिर्मिती करायची आहे, तुमचा उद्देश आणि आचारसंहिता तपासायच्या आहेत, जवळीक निर्माण करणे, मुख्य विषयामध्ये सहजता आणणे, संपूर्ण प्रक्रियेचे व्यवस्थापन – प्रक्रियेमधल्या तुमच्या प्रभावासकट आणि शेवटी गोष्टी आवरत्या घेणे. मग अर्थातच विश्लेषण – अपेक्षित आणि अनपेक्षित अशा दोन्ही विषयांबाबत मंथन करण्यासाठी एक किंवा अधिक मुलाखतींच्या माध्यमातून काम करणे हे खरे आव्हान आहे रकाना ११.१३ मध्ये मुलाखतींचे आयोजन आणि विश्लेषणासंदर्भातील पायऱ्या दिल्या आहेत.

रकाना ११.१३

तुमच्या मुलाखतीचे आयोजन आणि विश्लेषण

शेवटी, तुम्हाला कोणाशीतरी बोलायला मिळते! पुढील विभागात अधिक विस्तृतपणे विचार करण्यात आला असला तरी मुलाखत आयोजित करताना पुढील गोष्टींचा समावेश करण्याची गरज आहे:

१. *आरंभी लागणाऱ्या सर्व गोष्टींची काळजी घ्या* – भेटीची वेळ आधी घेऊन ठेवा (लोक महिनोन् महिने तुमच्याशी संपर्क तोडू शकतात) आणि मुलाखतीच्या ठिकाणी लवकर पोहोचा जेणेकरून काही उपकरणे चालू करणे आणि तपासणे यासाठी वेळ मिळेल.

२. *तुमच्या मुलाखतदाराला शक्य तितके आरामदायक वाटेल असे बघा* – जवळीक निर्माण करा, तुमच्या अभ्यासाची ओळख करून द्या आणि 'आचारसंहिते' विषयी चर्चा करा.

३. *मुख्य प्रश्न/विषय यामधील सहजता* – तुम्ही वादग्रस्त भागात सरळ उडी घेतलीत तर दुखावले जाणे सोपे आहे, त्यामुळे जरा दमाने गोष्टी करा.

४. *समतोल ठेवा* – प्रक्रियेचे व्यवस्थापन करा आणि तुमच्या मुलाखतीच्या उद्दिष्टाला साजेशा मार्गावर राहणे आणि मनोरंजक नवीन विषयांचा शोध घेणे या दोन्ही गोष्टी करा.

५. *मुलाखतीचा हळूहळू समारोप करा* – कृतज्ञता नक्की व्यक्त करा आणि भविष्यात संवादासाठी दारे उघडी राहतील असा प्रयत्न करा.

६. *शक्य तितक्या लवकर आपला डेटा सुसंघटित करा/ताडून पाहा* – तुमच्या डेटावर काम करण्याची वेळ येते तेव्हा अर्धवट विसरलेले संभाषण किंवा वाचता न येण्यासारखी टिपणे याच्याइतके वाईट काहीही नाही. पद्धतशीर आणि नियमित बना.

७. *विषयनिष्ठ विश्लेषण* – तुमचा डेटा काय उत्पादन देतो ते पाहण्याची वेळ आली आहे. मुलाखतीचा सर्व डेटाचे विषयनिष्ठ पद्धतीने विश्लेषण केले जाते (प्रकरण १४ पाहा). पण तुम्ही ३० किंवा जास्त मुलाखती घेतल्या असतील तर तुम्हाला संख्याशास्त्रीय विश्लेषणाचा वापर करावा लागेल (प्रकरण १३ पाहा)

तपाससूची सहचर संकेतस्थळावर उपलब्ध.

–रकाना ११.१४–

भाषांतरात हरवणे

तुम्हाला अनुवादकाची आवश्यकता असेल तर तुमच्या विश्वासार्ह डेटा संकलनाच्या क्षमतेला प्रभावित करू शकतील अशा भरपूर समस्या असतात. आपण खालील गोष्टींचा विचार करणे आवश्यक आहे:

- तुमचा अनुवादक कितीही अनुभवी असला तरी द्विभाषिक असला तरी त्याच्या आवश्यक कौशल्यांची हमी देता येत नाही, त्यामुळे चाचणी घ्या आणि/किंवा संदर्भ मिळवा.
- तुमचा अनुवादक तुम्ही आणि मुलाखतदार यांच्यासाठी तात्काळ भाषांतर करणार आहे की मुलाखतदाराच्या मूळ भाषेत मुलाखत घेऊन, नंतर इंग्रजीमध्ये त्याचे भाषांतर करणार आहे?
- तुम्हाला शब्दशः भाषांतर हवे आहे का तुमच्या अनुवादकाने अर्थ समजून घेऊन, विवेक आणि मत याचा वापर करून भाषांतर करावे असे तुम्हाला वाटते?
- तुम्ही अनुवादकाच्या माध्यमातून, जवळीक निर्माण करणे, वेळ पाळणे, अन्य विषयांचा शोध घेणे, प्रतिसादकाचे लक्ष केंद्रित ठेवणे, अशा एकूण सर्व प्रक्रियेचे व्यवस्थापन करू शकता का? (कसे?)

आणि येथे काहीच बरोबर किंवा चुकीचे असे नाही आहे. तुमच्या विशिष्ट संशोधन प्रश्नाचा संदर्भ ठरवेल की काम करण्याची उत्तम पद्धत कोणती. आणि कोणत्या मार्गाने जायचे हे ठरविण्यापूर्वी तुम्ही काही प्रक्रियांची चाचणी करणे आवश्यक आहे.

छायाचित्र ११.१ भाषांतरात हरवणे

मुलाखत घेणे

'भीतीदायक': पहिली मुलाखत घेताना काय वाटते याचे वर्णन करण्यासाठी याहून चांगला शब्द आहे असे मला वाटत नाही. तुम्ही कितीही तयार आहात असे तुम्हाला वाटत असले तरी तुम्हाला सुरुवातीला अस्वस्थ वाटण्याची शक्यता आहे आणि शेवटी तुम्ही गोष्टी वेगळ्या पद्धतीने केल्या असत्या तर काय झाले असते असे तुम्हाला वाटेल.

तुम्ही तयारीला प्रारंभ करता तेव्हा कदाचित तुम्ही काय विचारु आणि कसे बोलू याबाबत विचार करण्यात खूप वेळ खर्च कराल आणि हे महत्त्वाचेही आहे. पण त्याहून जास्त महत्त्वाचे आपले श्रवण कौशल्य आहे. कदाचित मुलाखत घेतानाचा मुख्य नियम बोलण्यापेक्षा ऐकणे अधिक हा आहे.

मुख्य काम मुलाखतदारासाठी उत्तर देणे सुलभ करणे हे आहे. हे आत्मविश्वासाने करण्यासाठी तुम्हाला पुढील गोष्टी आवश्यक आहेत: आरंभी लागणाऱ्या सर्व भागाची काळजी घेणे; मुलाखत देताना प्रतिसादकामध्ये सहजता येईल असे बघणे; उत्तरे सुलभतेने देता येतील असे प्रश्न विचारणे; प्रभावीपणे प्रक्रियेचे व्यवस्थापन करा आणि योग्य वेळी मुलाखतीचा हळूहळू समारोप करा – हे सर्व करताना तुमच्या भूमिकेशी प्रामाणिक राहा.

आरंभी लागणाऱ्या सर्व भागाची काळजी घ्या

तुम्ही तुमचा पहिला प्रश्न विचारण्याच्या स्थितीत येण्याआधी यापैकी बऱ्याच गोष्टी आधी एकत्र येणे आवश्यक आहे. चांगला प्रश्न विचारण्याअगोदर पुढील गोष्टी आवश्यक आहेत:

- *भेटीचे नियोजन लवकर करणे* – प्रवास, मुलाखत आणि प्रतीक्षा यासाठी पुरेसा वेळ ठेवा;
- *वेळेवर पोहचा* – तुम्ही कोणाला तरी तिष्ठत ठेवलेत तर जवळीक निर्माण करणे हे आव्हान होऊन बसेल. आणि जर तुम्ही भेटीची वेळ पूर्णपणे चुकवलीत तर कदाचित तुम्हाला दुसरी संधी मिळणार नाही;
- *कोणतेही रेकॉर्डिंग उपकरण योग्य पद्धतीने लावणे आणि तपासणे* – तुम्ही आधीच हे करू शकता किंवा कार्यक्षमतेने केलेत तर मुलाखतीच्या जागी पोहोचल्यावर आधी ते काम करू शकता;
- *जवळीक निर्माण करणे* – यात परिचय करून घेणे, हस्तांदोलन, औपचारिक संवाद, आणि कौतुक व्यक्त करणे याचा समावेश होईल;
- *तुमच्या अभ्यासाची ओळख करून देणे* – यामध्ये तुम्ही कोण आहात याचे पुनरावलोकन, तुमच्या अभ्यासाचा उद्देश, सहभाग का महत्त्वाचा आहे आणि मुलाखत अंदाजे किती वेळ चालेल या गोष्टींचा यात समावेश होतो;
- *आचारसंहिता समजावून सांगणे* – गोपनीयतेचे आश्वासन, कोणत्याही विशिष्ट प्रश्नांना उत्तरे नाकारण्याचा अधिकार व विनंती केली असता मुलाखत समाप्त करण्याचा अधिकार यांचा समावेश होतो.

तुमच्या प्रतिसादकाला मुलाखतीत सहजपणे सहभागी करून घ्या

सर्वेक्षणाप्रमाणेच मुख्य प्रश्न/विषय यात शिरकाव करण्यासाठी सहजता महत्त्वाची आहे. तुम्ही 'संवेदनशील' किंवा धमकीवजा प्रश्नाने सुरुवात केलीत तर उर्वरित मुलाखत चढावर लढाईला तोंड फुटल्याप्रमाणे अवघड होईल. खरंतर, मुलाखतदाराला बेसावध असताना पकडणे सोपे असू शकते, त्यामुळे तुम्ही अशी परिस्थिती आल्यास ती कशाप्रकारे हाताळाल ह्याचा विचार करणे योग्य ठरेल.

उत्तरे द्यायला सुलभ असे प्रश्न विचारा आणि त्याची उत्तरे टिपण्यास सज्ज रहा

तुम्ही जर होय/नाही अशी उत्तरे अपेक्षित असणारे प्रश्न विचारलेत तर तुम्ही होय/नाही अशीच उत्तरे मिळण्याची अपेक्षा करावी. संभाषणाला सुरुवात होईल असे प्रश्न विचारण्याचा आणि समृद्ध प्रतिसाद मिळवण्याचा प्रयत्न करा. प्रश्नांमुळे शक्यता निर्माण व्हायला हवी, पर्याय समोर यायला हवेत, खोलात जायला हवे आणि प्रतिकार कमी व्हायला हवा.

उत्तरे टिपण्याचे काम अनेक प्रकारे केले जाऊ शकते आणि तुम्हाला तुमच्यासाठी आणि तुमच्या संशोधन प्रक्रियेसाठी काय सर्वोत्तम आहे हे ठरवण्यासाठी मुद्रण पद्धतीची चाचणी करणे आवश्यक आहे. बहुतेक ठिकाणी तुम्ही मुलाखत घेणे आणि प्रतिसाद संकलन या दोन्हीसाठी जबाबदार असाल. तथापि, काही परिस्थितीत टिपण घेणाऱ्या व्यक्तीचा वापर तुम्ही करू शकता. त्यामुळे तुम्ही फक्त ऐकण्यावर लक्ष केंद्रित करणे आणि तुमच्या मुलाखतीला योग्य दिशेने नेण्यासाठी अधिक पूर्णपणे गुंतून प्रयत्न करू शकता. पण तसेच साधनाच्या परिणामाचा विचार करून तुम्ही तिसऱ्या पक्षाचा प्रतिसादकावर आणि मुलाखत प्रक्रियेवर काही परिणाम होण्याची शक्यता आहे की नाही हे काळजीपूर्वकपणे लक्षात घेणे आवश्यक आहे.

- *टीपा काढणे* – हे अत्यंत संरचित ते खुले आणि अर्थाविवराणात्मक असू शकते. अत्यंत संरचित टिपण काढताना अनेकदा फॉर्मचा वापर केला जातो, जो मुलाखतदार बोलत असताना भरला जाऊ शकतो. ह्यामध्ये अगदी (पुरेशा मुलाखती घेतल्या गेल्या तर संख्याशास्त्रीय विश्लेषण करू शकतो) नेहमीच्या प्रतिसादांची सूची समाविष्ट होऊ शकते. पट्टपंक्तीच्या-स्पेक्ट्रमच्या दुसऱ्या बाजूला असंरचित टिपण येते. ते संकल्पना नकाशाचे स्वरूप घेऊ शकते किंवा मुलाखती दरम्यान किंवा अगदी मुलाखतीनंतर, लिहून घेतलेल्या अर्थाविवराणात्मक कल्पनांची टाचणे तयार केली जाऊ शकतात. लक्षात ठेवा की तुम्ही मुलाखतीदरम्यान नोंदी करणार असाल तर तुम्ही बोलणे, ऐकणे आणि नोंद करणे हे एकाच वेळी करण्याचा तुम्हाला सराव आहे याची खात्री करून घ्या. – आणि तुमचे स्वतःचे लिखाण तुम्हाला वाचता येत आहे याची खात्री करा. प्रत्यक्षात नोंदी करणे हे विश्लेषणाचे प्राथमिक स्वरूप आहे हेही लक्षात घ्यायला हवे. (काय नोंद करायची हा निर्णय तुम्ही घेत आहात). ऑडिओ किंवा व्हिडिओ फीतमुद्रणाचा वापर करून नोंदी करण्याचा विचारही तुम्ही करू शकता.
- *मुलाखतीनंतर डेटा साठवणे* – ही माझ्या आवडीची पद्धत आहे आणि मुलाखतीनंतर लगेच डिजिटल रेकॉर्डरमध्ये आपले विचार आणि मते साठवणे याचा यात समावेश होतो. ही नोंदींसाठी एक उत्तम पूरक गोष्ट आहे आणि अगदी मुलाखत रेकॉर्ड केल्यानंतरही उपयोगी असू शकते हे लक्षात ठेवा. मुलाखती बाबतची तुमची मते हा स्वतःच एक मौल्यवान डेटा स्रोत असू शकतो. आणि तुम्हाला तुमचे विचार लक्षात राहतील असा विचार तुम्ही केलात, काही मुलाखतींनंतर ते विसरले जाण्याची शक्यता असते.
- *ध्वनिमुद्रण* – मुलाखतीनंतर पुनरावलोकन करण्यासाठी कच्चा डेटा जतन करणे यामुळे शक्य होते. त्यामुळे तुम्हाला हाती असलेल्या प्रश्न/उत्तर प्रक्रियेकडे लक्ष केंद्रित करणे शक्य होते. ध्वनिमुद्रणाचे तोटे: मुलाखतदार अस्वस्थ होऊ शकतो; गैर-मौखिक संकेत टिपण्यातील असमर्थता; प्रक्रियेची स्खलनशीलता (रकाना ११.१५ पाहा); आणि डेटाची नक्कल करण्यासाठी लागणारा प्रचंड वेळ आणि होणारा खर्च (अर्ध्या तासाची मुलाखत ३० ध्वनिमुद्रित पाने निर्माण करू शकते).
- *चित्रमुद्रण* – दृश्य संकेतांचे मुद्रण यात करता येते हा याचा अतिरिक्त फायदा आहे पण ते अधिक अनाहूत असते, यात अधिक तांत्रिक अडचणी येऊ शकतात आणि विश्लेषण करणे कठीण होईल असा डेटा निर्माण होऊ शकतो.

रकाना ११.१५

मुद्रण करतानाची द्विधा मनःस्थिती

अशा काही गोष्टी ज्या तुम्ही स्वतः बोललेल्या तुम्हालाच आवडत नाही...

तुमच्या मुलाखतदारालाः

- 'अरे, थांब – जरा थांब. मुद्रण चालू आहे असे मला वाटत नाही. सगळंच, किती ते आपण पाहू... साधारण गेली ४३ मिनिटे, पुनर्मुद्रित करायला तुझी हरकत आहे का?'

स्वतःलाः

- 'काय मूर्खपणा चाललाय – मला फक्त त्या लॉनमोअरचाच आवाज ऐकू येत आहे.'
- 'मला माहीत आहे की मी जास्तीच्या बॅटरी घेण्यासाठी दुकानात थांबायला पाहिजे होते का.'
- 'अरे देवा... मी गेल्या आठवड्यात घेतलेल्या मुलाखतीच्या जागीच ही मुलाखत मुद्रित केली वाटते.'

जेव्हा तुम्हाला तुमच्या मुलाखतदाराचा 'सावधपणा' जाणवेल तेव्हा

तुम्हाला आणखी एक गोष्ट सांगाविशी वाटू शकते

- 'मी हे बंद केले आणि फक्त नोट्स घेतल्या तर तुला जास्त बरे वाटेल का?'

प्रक्रियेचे व्यवस्थापन

मुलाखतीचे आयोजन हे फारच क्लिष्ट व्यवस्थापकीय काम आहे, कारण प्रत्यक्षात तुम्ही तीन गोष्टी एकाच वेळी करत असता. पहिली गोष्ट म्हणजे प्रश्न विचारणे, प्रवृत्त करणे आणि आपण शक्य तितका समृद्ध डेटा संकलित करायला मदत होईल अशा प्रकारे तपासणी करणे, दुसरी म्हणजे तुमचा मुलाखतदार काय म्हणत आहे ते सक्रियपणे ऐकणे आणि अर्थ समजून घेणे. तिसरी म्हणजे एकूण किती वेळ निघून गेला आहे, किती वेळ शिल्लक आहे, अद्याप तुम्हाला काय काय घेणे आवश्यक आहे आणि आपण हे पुढे कसे नेऊ शकाल हे कळण्यासाठी एकूण प्रक्रियेचे व्यवस्थापन करणे आवश्यक आहे.

मुलाखत पुढे ढकलणे, यात चौकशी (तुम्हाला अधिक सखोल जाण्यासाठी मदत होईल अशा टिप्पण्या आणि प्रश्न जसे की 'आणखी सांग', 'खरोखर', किंवा 'का') आणि स्मरणसूचनांचा वापर (मुलाखतदाराला काही कल्पना देणे ज्यामुळे प्रतिसाद दिला जाईल) याचा समावेश असतो. कधी कधी चौकशी म्हणजे फक्त एक जिज्ञासू नजर किंवा काही क्षण शांतता असू शकते. तुम्ही योग्य मार्गावर राहणे आणि मनोरंजक विषयांचा शोध यांच्यादरम्यानचा समतोल राखण्यासाठी विचार करणे आवश्यक आहे. तुम्ही संरचित मुलाखत घेणार असाल आणि वेळ मर्यादित असेल तर तुमच्या मुलाखतदाराला योग्य मार्गावर ठेवणे आणि चांगल्या वेगाने पुढे जाणे याची खात्री करून घेणे तुम्हाला आवडेल जर तुमची मुलाखत फारशी संरचित केलेली नसेल तर तुम्हाला स्वतः ला मनोरंजक विषय विकसित होत असताना त्यांचा शोध घेणे आवडेल. येथे वेळेकडे लक्ष ठेवणे ही युक्ती आहे आणि मग संपूर्ण मुलाखत समाप्त करताना तुमच्या हातात तुम्ही ठरवलेला सर्व डेटा संकलित केला आहे ना याची खात्री करा.

मुलाखतीचा हळूहळू समारोप करा

यामध्ये मुलाखतीचा 'समारोप' करतानाचे प्रश्न विचारणे आणि त्यांना आणखी काही योगदान किंवा स्पष्टीकरण द्यायचे आहे का ते विचारणे या गोष्टींचा समावेश होतो. मुलाखतीनंतर त्यांचे योगदान आणि त्यांचा वेळ याबद्दल तुमच्या मुलाखतदाराचे आभार मानून आणि तुम्हाला पुढील प्रश्न विचारण्यासाठी किंवा कोणत्याही मुद्द्याचे स्पष्टीकरण आवश्यक असेल तर त्यांना पुन्हा संपर्क करणे शक्य आहे का असे विचारून तुम्ही मुलाखत संपवता. परत काहीतरी देऊ करणे (उदा. तुमच्या पूर्ण अहवालाची एक प्रत) ही चांगली पद्धत आहे.

तुमच्या भूमिकेशी प्रामाणिक रहा

तुमच्या मुलाखतीत तुम्ही ओढले जाणे सोपे आहे – शेवटी, तुम्हाला कदाचित त्या विषयात खूप रस असणार आहे आणि तुम्हाला स्वत:ला माहीत असलेल्या मतांनी तो भरलेला असेल. पण या गोष्टींवर नियंत्रण ठेवणे आवश्यक आहे. लक्षात ठेवा: इतर काहीही करण्याच्या आधी आणि तुम्ही कोणत्याही शैलीमध्ये मुलाखत घेत असलात तरी तुम्ही संशोधक आहात आणि विश्वासार्ह डेटा हे तुमचे उद्दिष्ट आहे. जरी तुमची ध्येये अत्यंत बदलाभिमुख आणि मुक्त (प्रकरण ९ पाहा), असतील तरी तुमच्यामधील बदलाच्या आकांक्षेमुळे अर्थविवरणात्मक कामाबाबत प्रश्नचिन्ह उभे राहता कामा नये.

ऑनलाइन मुलाखती आणि लक्ष्य गट

सतत वाढणाऱ्या पट्टरुंदी – बँडविड्थमुळे नक्कीच मुलाखती आणि लक्ष्य गट ऑनलाइन आयोजित करण्याची शक्यता वाढली. आणि ही एक विलक्षण गोष्ट आहे. ऑनलाइन मुलाखतीमुळे तुम्हाला तुमच्या भौगोलिक सीमा विस्तारता येतात – परदेशी असणाऱ्या व्यक्तीची मुलाखत घेणे ही काही आता समस्या उरलेली नाही. खरंतर, एकाच लक्ष्य गटात जगभरातील सहभागी असू शकतात. परंपरेमुळे समोरासमोर मुलाखत घेणे कठीण असणाऱ्या व्यक्तींपर्यंतही पोचता येते. उदाहरणार्थ, मादक पदार्थाचा वितरक किंवा धोकादायक ठिकाणी राहणाऱ्या व्यक्ती आणि अर्थातच खूप प्रवास खर्च वाचू शकतो.

तथापि, यामध्ये होणाऱ्या वस्तुविनिमायाचा विचार करायला हवा. उदाहरणार्थ, इन्स्टंट मेसेजिंग किंवा वेबकॅम वापरून ऑनलाइन मुलाखत घेणार असाल तर तुम्ही प्रत्यक्षात संगणक मध्यवर्ती संबंधात गुंतलेले आहात. ज्याचा तुम्ही विचार करणे आवश्यक आहे:

- सहभागी व्यक्तीकडे आवश्यक तंत्रज्ञान उपलब्ध आहे याची खात्री करून घ्या – संगणक, वेबकॅम, गतिमान इंटरनेट, स्काईप सारखी प्रणाली इ.;
- सहभागी व्यक्तीकडे योग्यरीत्या काम करण्यासाठी (येथे वृद्धांचा विचार करा) सर्व तांत्रिक क्षमता/प्रेरणा आहे याची खात्री करून घ्या;
- इन्स्टंट मेसेजिंग वापरणार असाल तर सहभागी चांगल्या प्रकारे टाइप करू शकतो किंवा लिहू शकतो याची खात्री करून घ्या;
- जवळीक निर्माण करा आणि विश्वास संपादन करा;
- आवश्यक असल्यास त्यांच्याकडून दीर्घकालीन बांधिलकी मिळवा;
- व्यत्यय नियंत्रित करा.

लक्षात ठेवा: सहजता हा कोणत्याही चांगल्या मुलाखतीचा किंवा लक्ष्य गटाचा एक महत्त्वाचा घटक आहे. प्रतिसादकाला सहजता जाणवणे आवश्यक आहे. त्याक्षणी मेसेजिंग,स्काईप किंवा वेब-आधारित परिषद –अशा वेब संवादाच्या डार्क आर्ट्स (काळ्या जादूचा) ज्यांना व्यवस्थित वापरता येतात त्यांच्यासाठी हे नैसर्गिक आहे आणि त्यामुळे मुलाखत चालू असताना तुमच्यावर तांत्रिक दबाव येणार नाही. पण वेब-आधारित संवाद ज्यांच्यासाठी नवीन आहे किंवा जे यामध्ये अकुशल आहेत त्यांच्यासाठी हे तणावपूर्ण असू शकते आणि संपूर्ण मुलाखत प्रक्रियेवर त्याचा दुष्परिणाम होऊ शकतो.

पण याचा पाठपुरावा करणे योग्यच आहे. इंटरनेटची गती वाढली की वेबकॅमेऱ्याचा (webcam) वापरदेखील वाढतो आणि संवाद/परिषद तंत्रज्ञान अधिक जोमाने विकसित होते. म्हणून, ऑनलाइन मुलाखत घेणेही खूप प्रमाणात वाढू लागेल. त्यामुळे संशोधनाच्या शक्यताही प्रचंड प्रमाणात वाढतील. यात कशा प्रकारचे प्रश्न संशोधक विचारू शकेल आणि उत्तर देऊ शकेल याचाही समावेश होतो.

निरीक्षण

आदर किंवा वेतन मिळाले नाही तरी तो संथपणे निरीक्षणाचे कार्य करत रहातो... तो जगाचा डोळा आहे.

राल्फ वाल्डो इमर्सन

आपण कधी कधी संभाव्य प्राथमिक डेटा संकलन पद्धत म्हणून निरीक्षणाकडे दुर्लक्ष करतो; समाजशास्त्रीय संशोधन बाजारपेठेचा कल सर्वेक्षण आणि मुलाखत याकडे असतो. पण निरीक्षणात्मक अभ्यास आयोजित करण्याचा विचार का करावा यासाठी मी तीन चांगली कारणे देऊ शकेन. पहिले कारण म्हणजे अशा काही गोष्टी असतात जेव्हा तुम्ही ते 'स्वत: पाहणे' आवश्यक असते – समजावून सांगणे आणि प्रत्याक्षात पाहणे यात फरक असतो). दुसरी गोष्ट म्हणजे, लोक काय म्हणतात आणि प्रत्यक्षात ते काय करतात यामधील भेद खूप मोठा आणि विस्तृत असू शकतो. तिसरे कारण म्हणजे, निरीक्षणाच्या माध्यमातून संकलित केलेला डेटा साधारणपणे वास्तविक जगात घडणारा असतो, संरचित संशोधन जगात नाही. तुम्ही पत्यक्ष त्या जगात असता – प्रत्यक्ष कृतीच्या जगात.

निरीक्षणामुळे तुम्हाला – पाहता येते, ऐकता येते, वास घेता येतो, जाणता येते आणि अगदी तुमचे वातावरण चाखताही येते. यामुळे तुम्हाला वास्तवाची जाणीव होणे आणि सामाजिक संवादातील गुंतागुंतीमधून मार्ग काढून काम करणे शक्य होते. इमर्सनच्या शब्दांत, तुम्ही 'जगाचा डोळा' बनता.

शब्दार्थसूची

निरीक्षण

डेटा संकलनाची ही एक पद्धतशीर पद्धती आहे, जी त्याच्या किंवा तिच्या ज्ञानेंद्रियांच्या माध्यमातून डेटा गोळा करण्याच्या संशोधकाच्या क्षमतेवर अवलंबून असते.

पर्याय आणि शक्यता

निरीक्षणासाठी उपलब्ध असलेले पर्याय विश्वास बसणार नाही इतके व्यापक असतात, आणि त्याच्या अभ्यासाचा आवाका अत्यंत भिन्न आणि संरचित पासून ते अत्यंत गुंतागुंतीच्या आणि अव्यवस्थित अशा अभ्यासापर्यंत आहे.

उदाहरणार्थ, संरचित विषय म्हणजे, तुम्ही क्लिपबोर्ड धरून आणि एकमार्गी आरशाच्या मागे उभे राहून संवाद मालिका पाहणाऱ्या मानसशास्त्रज्ञाबद्दल बोलत असाल. आणि असंरचित विषय म्हणजे, गेल्या १५ वर्षांपासून पापुआ न्यू गिनीयामधील दुर्गम गावात वास्तव्य असलेल्या आणि निरीक्षणाच्या दृष्टिकोनातून या गावासंबंधित वास्तविक गोष्टी समजून घेण्यासाठी समर्पित आहे असा एक मानववंशशास्त्रज्ञ असू शकतो.

वरवर पाहता, या दोन प्रकारच्या निरीक्षणांमध्ये काही समानता आहेत असे भासेल. खरंतर, या दोन टोकाच्या पद्धतींना, विविध धारणांवर आणि विद्याशाखेवर आधारित डेटा संकलनाच्या दोन भिन्न पद्धती मानले जाते. पण जेव्हा आवश्यकता असते, तेव्हा तुम्हाला असे दिसून येईल की, या दोन टोकाच्या पद्धती सलगतेवर चपखल बसतात. कोष्टक १२.१ मध्ये तुम्ही तुमच्या स्वत:च्या निरीक्षण प्रक्रिया सर्वोत्तम पद्धतीने कशा उलगडाव्या हे निर्धारित करण्यासंदर्भातील महत्त्वाचे मुद्दे दिलेले आहेत.

कोष्टक ११.४ मध्ये दिलेले निरीक्षणाचे प्रकार कितीही मार्गांनी जोडले जाऊ शकतात, तर छायाचित्र ११.१ चार प्रमुख निरीक्षण सूत्रे विविध पातळीवरील स्पष्ट आणि गुप्त धोरणांचे एकत्रिकरण करतात.

मुद्दे आणि गुंतागुंत

निरीक्षण अभ्यास आयोजित करणे सोपे-सरळ असते, असा विचार करणे सोपे आहे – तुम्ही फक्त 'निरीक्षण' करणे गरजेचे आहे आणि प्राप्त परिस्थितीत किंवा संदर्भात काय होत आहे याकडे लक्ष ठेवणे आवश्यक आहे. पण निरीक्षणाकडे एक पद्धतशीर डेटा संकलन म्हणून पाहणे महत्त्वाचे आहे. रोजच्यारोज काहीतरी करवून घेणे आणि त्याचे कठोर (rigorous) संशोधन साधनामध्ये रूपांतरित करणे हे आव्हान ठरू शकते. पण ते कसून केले तर, निरीक्षणामुळे पुढील गोष्टी शक्य होतात:

- लोक फक्त काय म्हणतात हे पाहू नका तर लोक प्रत्यक्षात काय करतात याचा शोध घ्या;
- अनेकदा, स्वत:च प्रत्यक्ष त्या क्षेत्रात जाऊन काम करा;
- समृद्ध, सखोल गुणात्मक डेटा आणि प्रमाणित, मोजता येण्यासारखा डेटा संकलित करा;
- मौखिक तसेच गैर-मौखिक डेटा संकलित करा.

तथापि, निरीक्षण अभ्यासात तुम्हाला पुन:पुन्हा विचार करण्याची आणि तुमची मूळ प्रवृत्ती – तुमचा इतिहास, आवडी, अनुभव, आणि अपेक्षा – (ह्या गोष्टी) निरीक्षणांवर कसा प्रभाव पाडू शकतात याची चर्चा करण्याची आवश्यकता असते. आकृती ११.२ मध्ये दर्शविल्याप्रमाणे, जग अस्तित्वात असते पण आपण सर्व गोष्टी टिपू शकत नाही – आपले आकलन आपण आपल्या पंचेंद्रियांद्वारा काय ग्रहण करू शकतो त्यापुरते मर्यादित असते. ज्ञानेंद्रियांद्वारा घेतलेल्या गोष्टी नंतर हळूहळू माहीत करून घेतल्या जातात आणि मेंदूद्वारे त्यावर प्रक्रिया केली जाते. त्यानंतर अत्यंत संरचित, परिभाषित आणि खरंतर खूप मर्यादित अशा चौकटीतून ज्याला विचार करण्याची आणि समजून घेण्याची सवय लागलेली असते अशा मेंदूकडून त्या माहितीवर प्रक्रिया केली जाते. शेवटी, आपल्याला झालेल्या आकलनाचे आपल्या अधिकृत निरीक्षणांमध्ये रुपांतर होते.

प्रामाणिकपणे विश्वासार्ह डेटा निर्मिती करण्यासाठी संशोधकाच्या विचारप्रक्रियेवर खूप जबाबदारी टाकली जाते आणि निरीक्षणात्मक अभ्यास पद्धतशीरपणे नियोजित करण्याची आणि शक्य असल्यास, इतर पद्धतींच्या माध्यमातून खात्री करून घेण्याची गरज ठळकपणे दाखवतो.

ज्याचा तुम्ही विचार करणे आवश्यक आहे ती दुसरी गोष्ट म्हणजे, तुम्ही तुमच्या अभ्यासात सहभागी होणाऱ्या लोकांशी असणाऱ्या तुमच्या संबंधांचे व्यवस्थापन कसे कराल. उदाहरणार्थ, त्यांना जेव्हा माहीत असते की त्यांचे निरीक्षण केले जात आहे, तेव्हा लोक नेहमीसारखे वागत नाहीत. ज्यांचे निरीक्षण केले जात आहे

कोष्टक ११.४ निरीक्षणाचे मुद्दे आणि प्रकार

निरीक्षक म्हणून तुम्ही वेगळे किंवा तल्लीन होण्याचे प्रयत्न कराल का? दुसऱ्या शब्दांत, तुम्ही अभ्यास करत असलेल्या वातावरणाचा तुम्ही एक भाग बनाल का?	
सहभागी न होणे: संशोधक, ज्या प्रणाली किंवा समुदायाचे निरीक्षण करत आहे, त्याचा अविभाज्य भाग बनत नाहीत, किंवा बनण्याचे लक्ष्य ठेवत नाहीत. निरीक्षक प्रत्यक्ष तिथे उपस्थित असतो, पण डोळ्यात न भरण्याचा प्रयत्न करतो. सहभागी न होता केलेले निरीक्षण निश्चित कालावधीत होऊ शकते आणि बहुतेक वेळा अत्यंत संरचित असते.	येथे समाविष्ट होणारी उदाहरणे म्हणजे ते एकेरी आरशाच्या माध्यमातून संवाद पाहणे, खोलीच्या कोपऱ्यात बसून बैठकीचे निरीक्षण करणे, किंवा धोकादायक चौक पादचारी कसे पार करतात, ते पाहणे
सहभागी होणे: संशोधक ते निरीक्षण करत असलेले समूह, समाज किंवा सांस्कृतिक गट याचा एक भाग असतात किंवा होतात. निरीक्षणागताच्या दृष्टिकोनातून धारणा आणि घटना अनुभवून वातावरणाचे संरक्षण करणे आणि सांस्कृतिक तदनुभूती मिळवणे हे ध्येय आहे. सहभागी निरीक्षण अनेकदा कमी संरचित, अनेकदा संस्कृतीवर्णनविषयक, प्रक्रियेशी संरेखित असते.	निरीक्षक बाहेरील असतात जे आतील व्यक्ती होण्याचा (संशोधक एखाद्या पंथात सामील होतो) प्रयत्न करतात किंवा ते आतील व्यक्तीच असतात जे त्यांच्या स्वतःच्या संस्कृतीचा (मनुष्यबळ, समाज, किंवा चर्चचा सदस्य) अभ्यास करायचे ठरवतात. दोन्ही बाबतीत, सहभागी निरीक्षणासाठी मोठ्या भावनिक आणि वेळेच्या बांधिलकीचा समावेश होतो.
टीप: सहभागी होणे आणि सहभागी न होणे या भूमिका कायम वेगळ्या असतातच असे नाही आणि अनेकदा त्या अतिव्याप्त (overlap)असतात, ज्यामुळे संशोधकाला अडचणी येऊ शकतात. उदाहरणार्थ, सहभागी न झालेला निरीक्षक सहभाग घ्यायला सुरुवात करतो, ते त्यांच्या संशोधनाच्या वातावरणावर प्रभाव टाकू शकतात आणि ते बिघडवू शकतात. दुसरीकडे, निरीक्षण अजूनही 'सहभागी' चे ध्येय आहे, आणि सहभागी वातावरणात जितका अधिक तल्लीन होईल, तितकी त्याला संशोधकाची भूमिका वठवणे अवघड जाऊ शकते.	
गुप्त पद्धतीने तुमचे निरीक्षण आयोजित करणार आहात, की तुम्ही ते उघडपणे करणार आहात?	
स्पष्ट: संशोधक त्यांच्या अभ्यासाच्या स्वरूपाचे; निरक्षण हे त्यांच्या संशोधनात काय भूमिका बजावेल याचे आणि निरीक्षण प्रक्रियेमधून काय शोधण्याची अपेक्षा आहे हे पूर्णपणे उघड करतात. पूर्ण प्रकटीकरण हे अनेकदा आचारसंहितेसाठी गरजेचे असते.	आपले निरीक्षण केले जात आहे हे माहीत असताना नैसर्गिकपणेवर्तन करणे कठीण आहे – तुमचा 'अभ्यास' केला जात आहे हे कळल्यावर तर ते आणखीनच कठीण आहे. त्यामुळे विश्वास संपादन करणे आणि स्पष्ट/उघड प्रक्रिया सहभागीला सोयीस्कर वाटते याबाबत खात्री करून घेणे आवश्यक असते.
गुप्त: ते ज्यांचे निरीक्षण करत आहेत त्यांना, स्वतःच्या अभ्यासाच्या स्वरूपाचे पूर्ण प्रकटीकरण संशोधक देत नाहीत; ते कदाचित असा अभ्यास ते करत आहेत असे सांगणार देखील नाहीत. माहितीपूर्ण संमती हे नैतिक तत्त्वाचे केंद्र असल्याने अशा गुप्त अभ्याससाठी आचारसंहिता मान्यता मिळविणे कठीण होऊ शकते.	जिथे सहभागी गुप्त राहू शकत नाही अशा ठिकाणी अनैसर्गिकतेच्या मुद्यावर मात करण्यासाठी गुप्त अभ्यास संशोधकाला 'गुप्तचरा'प्रमाणे सहभागीचे खरे आचरण बघण्याची परवानगी देते. पण हे अनैतिक असू शकते.
तुम्ही अत्यंत संरचित निरीक्षण तंत्र वापराल की असंरचित?	
संरचित: अत्यंत पद्धतशीर पद्धतीने माहिती गोळा करण्यासाठी लोक, घटना, पद्धती, समस्या, आचरण, कृती, परिस्थिती आणि धारणा यासंबंधित पूर्वनिश्चित निकष संशोधक वापरतात. **अर्ध-संरचित:** निरीक्षक ही पद्धत वापरतात, पण ती पूर्वनिश्चित निकषांपुरती मर्यादित नसते. **असंरचित:** निरीक्षक पूर्वनिश्चित निकष न वापरता निरीक्षण करण्याचा प्रयत्न करतात आणि डेटाच्या नोंदी करतात.	तपाससूची किंवा निरीक्षणाचे वेळापत्रक आगाऊ तयार केले जाते, आणि संशोधक वैयक्तिक संवाद कमी करण्यासाठी, तटस्थ,वस्तुनिष्ठ आणि वेगळे राहण्याचा प्रयत्न करतात. निरीक्षण वेळापत्रक किंवा तपाससूची निरीक्षण आयोजित करण्यासाठी वापरले जातात. पण निरीक्षक अनियोजित आणि अनपेक्षित गोष्टींचीदेखील नोंद करण्याचा प्रयत्न करू शकतात. निरीक्षक सर्व निरिक्षणाच्या नोंदी करू शकतात आणि नंतर उद्‌गत नमुने शोधणे किंवा ते प्रारंभिक निरीक्षणाची प्रस्तुतता ठरवू शकतात आणि त्यानंतरच्या कोणत्याही निरिक्षणावर लक्ष केंद्रित करण्याचा प्रयत्न करू शकतात.

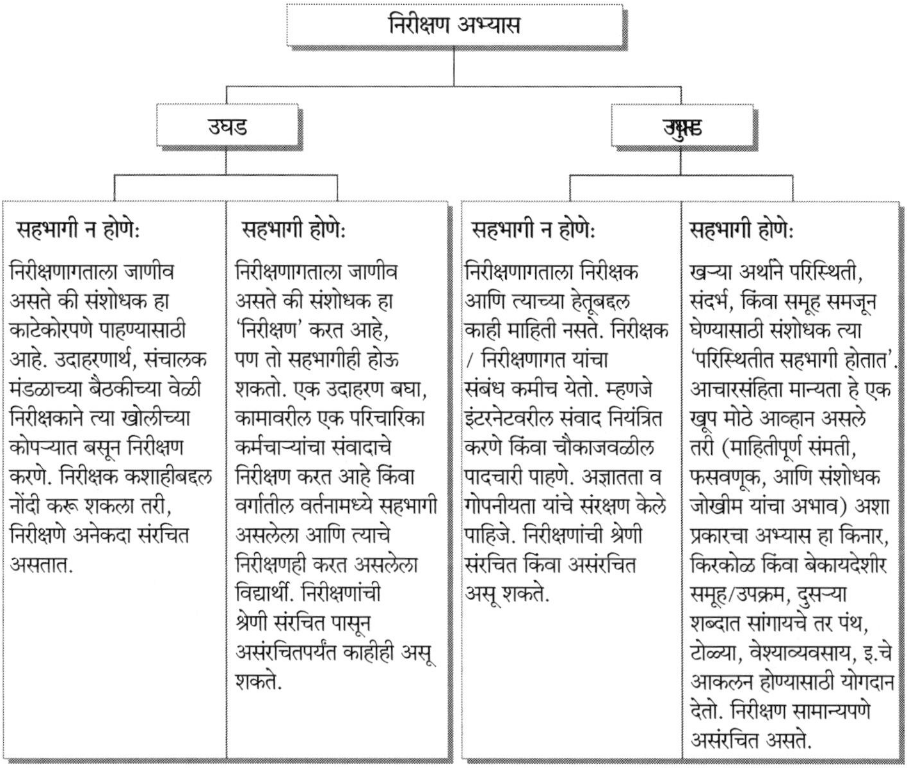

आकृती ११.१ निरीक्षण अभ्यासातील चार महत्त्वाची सूत्रे

त्यांच्याकडून तुम्ही नैसर्गिक वर्तनाची अपेक्षा करू शकता का याचा विचार करणे आवश्यक आहे. पण गुप्तता राखण्यात अनेक पेचप्रसंग उद्‌भवू शकतात आणि तुमचा गुप्त अभ्यास अचानक उघड झाला तर सर्व गोष्टी नीट करण्यासाठी तुमच्याकडे योजना असणे आवश्यक आहे. आणि सहभागी होणार नाही असे ठरवले असतानाही तुम्ही स्वतःवर ताबा ठेवू शकला नाहीत आणि सहभागी होण्यास सुरुवात केलीत तर? किंवा तुम्ही अभ्यास करत असलेल्या संस्कृतीमध्ये तुम्ही इतके बुडून गेलात की तुमच्या संशोधनातील भूमिकेविषयीच नव्याने विचार करू लागलात? ही आव्हाने खूप मोठी असू शकतात आणि तुम्हाला कदाचित तुमच्या कार्यपद्धतीच्या आराखड्याचा फेरविचार करावा लागू शकेल.

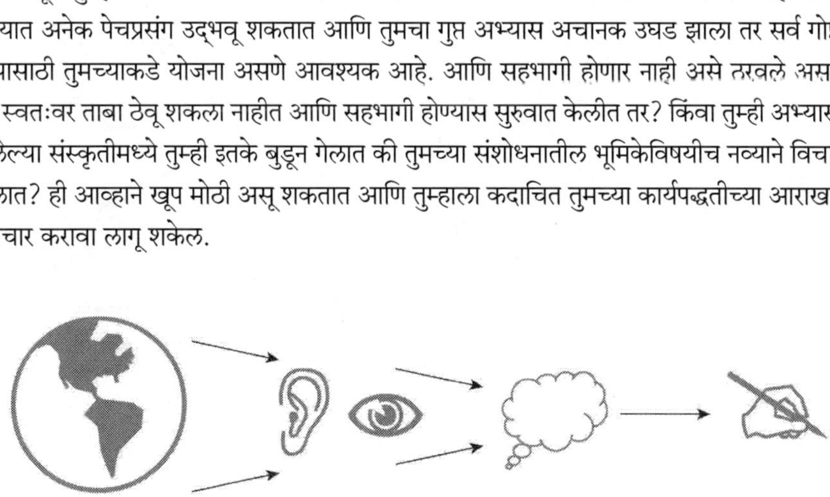

आकृती ११.२ निरीक्षणांची गाळणी

अर्थात इथे विरोधाभास हा आहे की, अधिक संशोधितामध्ये तुम्ही जितके गुंफले जाल, तितका समृद्ध आणि अधिक अर्थपूर्ण डेटा तुम्ही निर्माण करू शकत. पण या गुंफले जाण्यामुळे, मार्ग काढण्याची प्रक्रिया कठीण होऊ शकते. अशा मुद्द्यांवर विचार करून मात करणे, काळजीपूर्वक योजना आखणे आणि योग्य ठिकाणी बदल करणे या गोष्टी महत्त्वाच्या ठरू शकतात.

रकाना ११.१६ मध्ये, स्वतःचा प्रभाव आणि स्थितीमधील सजगता विचारात न घेतल्यामुळे, संशोधकाला ज्या समस्यांना सामोरे जायला लागू शकते त्याबाबतचे उदाहरण दिले आहे.

रकाना ११.१६

शेकडो मैलांवरून ते येतील का? टिमोथीची कथा

मानववंशशास्त्र वर्गात पाहिलेला एक माहितीपट मला आठवत आहे. संशोधकांनी दक्षिण अमेरिकेतील एका लहान लोकसमूहाच्या निरीक्षणात्मक अभ्यासाविषयी तो माहितीपट होता.. तिथे ते एका वृद्ध स्त्रीचे 'रविवारी केले जाणारे विधी' करत असताना चित्रीकरण करत होते, जिचे त्यांनी स्थानिक 'गुरु' म्हणून वर्णन केले. ही पहिलीच वेळ होती जेव्हा संशोधक अशा कार्यक्रमाला आले होते आणि लोक फक्त त्या स्त्रीला पाहण्यासाठी किती लांबून येत होते त्याबद्दल त्यांनी विचारणा केली. मी हा चित्रपट पाहिला आणि विचार केला, 'हे लोक तुला पाहण्यासाठी येथे येत असतील तर काय? तुला तर माहीतच आहे... कॅमेरे, दिवे, आणि मोठ्ठा आवाज करणारे गोरे लोक'. माझी शंका आणखीच वाढली जेव्हा कॅमेराने काही हसणाऱ्या मुलांना टिपले जेव्हा ती मुले हळूच मायक्रोफोनला हात लावण्याचा प्रयत्न करत होती. ते जे निरीक्षण होते त्याचा संभाव्य परिणाम काय झाला ह्याचा उल्लेख संशोधकांनी कधीच केला नाही, आणि त्यांनी ज्या सर्व गुणविशेषांचे निरीक्षण केले त्याचा संदर्भ स्थानिक गोष्टींशी लावून मोकळे झाले.

छायाचित्र ११.२ मोठे आणि अस्पष्ट

निरीक्षण प्रक्रिया

आपण जरी दैनंदिन पातळीवर प्रासंगिक निरीक्षणे केली, तरी समाजशास्त्रीय पद्धत म्हणून निरीक्षण करण्यासाठी निश्चितपणे नियोजन आवश्यक आहे. तुम्हाला सर्व मुद्दे आणि आकस्मिक घडामोडींचे नियोजन करणे; परिस्थिती

आणि निरीक्षणाच्या सर्व पैलूंच्या नोंदी करणे; प्रक्रियेचे पुनरावलोकन आणि योग्य फेरबदल करणे; आणि, शेवटी, डेटाचे विश्लेषण करणे आवश्यक आहे. रकाना ११.१७–११.१९ मध्ये निरीक्षणामध्ये कोणत्या पायऱ्या समाविष्ट होतात हे दर्शविले आहेपायऱ्या. सर्वेक्षण आणि मुलाखती प्रमाणेच तुम्हाला हे रकाने मार्गदर्शन आणि तपाससूची दोन्ही बाबतीत गोष्टी उपयुक्त वाटतील.

नियोजन

निरीक्षणात्मक अभ्यासात नियोजनाला इतके महत्त्व का दिले जाते हे तुम्हाला माहीत आहे का? याचे कारण हे आहे की, आपल्यामधील बहुतांश लोकांच्या मनात सामान्य निरीक्षण आणि संशोधन पद्धत म्हणून केलेले निरीक्षण, यामधील फरक योग्य प्रकारे परिभाषित झालेला नाही. आपण रोज विविध गोष्टी, लोक आणि ठिकाणे यांचे निरीक्षण करतो – पण विश्वासार्ह, वैध, खरी माहिती संकलित करण्यासाठीच्या दृष्टिकोनाला अपेक्षित असलेल्या कठोरपणे हे होत नाही. ह्या समस्येचा खरोखर विविध माध्यमातून विचार करण्याची गरज आहे त्यामध्ये येणारे काही मुद्दे पुढीलप्रमाणे करण्यासाठी: निरीक्षण प्रकार (उघड किंवा गुप्त, सहभागी होणे किंवा सहभागी न होणे); कोण आणि तुम्ही कशाचे निरीक्षण करणार आहात आणि त्याचा कालावधी काय असेल; तुम्ही डेटा कसा टिपणार आहात; तुमची भूमिका काय असेल; इतरांचे निरीक्षण आणि सहभाग याबाबतच्या गलथान नैतिक बाबींना तुम्ही कशी दिशा द्याल; आणि तुम्ही अनपेक्षित गोष्टींना कसे सामोरे जाल. रकाना ११.१७ मध्ये यशस्वी निरीक्षणात्मक अभ्यासाचे नियोजन करण्यासाठी आवश्यक पायऱ्या दिल्या आहेत.

– रकाना ११.१७–

नियोजन – 'कोण', 'कोठे', 'तेव्हा', 'कसे' आणि 'काय' याचा विचार

तुमच्या निरीक्षण अभ्यासाचे यश हे तुम्ही नियोजन प्रक्रियेमध्ये जो विचार करालत्यावर अवलंबून असेल.

१. *निरीक्षण अभ्यासाच्या प्रकाराचा विचार करा* – उघड किंवा गुप्त, सहभागी असलेले किंवा सहभागी नसलेले, संरचित किंवा असंरचित, आणि किती कालावधीसाठी निरीक्षण अभ्यास याबाबत तुमचे ध्येय आणि संदर्भ स्वतः मदत करतात का?

२. *जनसंख्या आणि नमुना/प्रतिसादक/सहभागी* – तुम्ही कोणाशी बोलायचे (जनसंख्या) व कोणाकडून डेटा संकलन करायचे (नमुना) ठरवले आहे (प्रकरण १० पाहा)?

३. *प्रवेश* – तुम्हाला ज्यांचे निरीक्षण करण्याची इच्छा आहे अशा गट/परिस्थिती/उपक्रम यांमधील प्रवेश/स्वीकृतीचा वास्तववादी दृष्टिकोनातून विचार करणे. म्हणजेच प्रक्रियेवर कोणत्या संभाव्य भाषा किंवा सांस्कृतिक समस्या परिणाम होण्याची शक्यता आहे का? तुम्ही 'द्वारपालांना' ओलांडून पुढे जाऊ शकता का? तुमचे स्वागत होईल का? तुम्हाला विश्वास निर्माण करणे शक्य होईल?

४. *तुमचे पूर्वग्रह* – सर्वोत्तम विश्वासार्हतेची खात्री देता येईल अशा पद्धतीने व्यक्तिनिष्ठता ओळखणे आणि त्या नियंत्रितकरणे. डोक्यात असलेल्या चांगल्या पूर्वकल्पित कल्पना/अपेक्षा तसेच पर्याय याबाबत विचारमंथन करणे ही चांगली कल्पना आहे.

५. *तुमचे कौशल्य* – निरीक्षण पार पाडण्यासाठी आवश्यक कौशल्य/संसाधने तुम्ही कशी विकसित कराल?

(पुढे चालू...)

(पुढे चालू...)

६. *स्वतःचे सादरीकरण* – तुमची भूमिका आणि त्यातील तुमचा सहभाग
७. *विश्वासार्हता* – विश्वासार्हतेची खात्री करण्यासाठी (प्रकरण ८, रकाना ८.२ पाहा) सुनिश्चित धोरणांचा विचार करा.
८. *साधने* – निरीक्षणाचे वेळापत्रक/तपाससूची तयार करा, किंवा असंरचित असेल, तर शोध घेण्यासाठी कोणत्याही संबंधित विषयाचा विचार करा.
९. *तपशील* – किती कालावधी लागण्याची शक्यता आहे? तुम्ही एकदा, अनेकदा निरीक्षण करणार आहात का तुमच्या अभ्यासात दीर्घकाळापर्यंत प्रतिबद्धतेचा समावेश असेल? तुम्ही तुमच्या डेटाची नोंद कशी करणार आहात?
१०. *आचारसंहिता मान्यता* – सहभागी अभ्यासासाठी, तुम्हाला हे लक्षात घेणे आवश्यक आहे की निरीक्षणात बुडवून घेतल्यामुळे निरीक्षणागताला किंवा निरीक्षकाला काही शारीरिक, मानसिक किंवा भावनिक किंमत मोजावी लागेल का? उदाहरणार्थ, निरीक्षक स्वतः धोकादायक परिस्थितीत सापडू शकतात; त्यांना अनैतिक/अवैध उपक्रमांमध्ये सहभागी होताना त्यांना दबाव आल्यासारखे वाटू शकते; किंवा ते वातावरण किंवा अहवालातील निष्कर्ष यातून बाहेर पडणे आवश्यक असेल तर त्यांना अस्वस्थ वाटू शकते. गुप्त अभ्यासासंबंधित विषयांमध्येपटवून देणे आणि जिथे (आधी माहिती देऊन घेतलेली) संमती नसेल तिथे अभ्यासासाठी मान्यता मिळवणे यांचा समावेश होतो. काही आचारसंहिता समित्या कोणत्याही परिस्थितीत ह्याबाबत असंतुष्ट असतात, तर काही इतर समित्या निरीक्षक आणि निरीक्षणागताच्या शारीरिक, मानसिक व भावनिक स्वास्थ्यासंबंधित ठोस आश्वासन दिले जात असेल आणि गोपनीयतेचे संरक्षण आणि सामाजिक फायद्यांचा विचार केला गेला असेल तर संशोधक निरीक्षण अभ्यासाला परवानगी देण्याचा विचार करतील.
११. *आकस्मिक घडामोडी* – अनपेक्षित, अनियोजित आणि दुर्दैवी. जर आपली मूळ योजना यशस्वी झाली नाही तर पुढे जाण्यासाठी पर्यायी योजना तयार हवी असा याचा अर्थ.

निरीक्षण, नोंद आणि प्राथमिक विश्लेषण

एकदा सर्व प्राथमिक गोष्टी व्यवस्थित झाल्या, की तुम्ही प्रत्यक्षात बाहेर जाऊन निरीक्षण सुरू करू शकता. निरीक्षण अभ्यासाचे अनेक प्रकार आहेत. काही निरीक्षण अभ्यास गुप्त असतात, आणि काही उघड असतात, काही सहभागी करून घेणारे असतात आणि काही अलिप्त असतात (आकृती ११.१). तुम्ही वापरत असलेल्या शिष्टाचारांमुळे तुमच्या अभ्यासाचे तुम्ही समोर ठेवलेले ध्येय पूर्ण होणे आवश्यक आहे, असा याचा अर्थ. याचाच दुसरा अर्थ असा होईल की, तुम्ही फक्त उद्देशावर लक्ष ठेवणे पुरेसे नाही तर तुम्ही स्वतःवरही लक्ष ठेवायला हवे. त्यामुळे तुम्ही काय निरीक्षण करता त्याचे टिपण घ्याच,पण तुम्ही काय अनुभवले तेही टिपून ठेवा. तुमचे डेटा संकलन सुरू करताना, तुमच्या निरीक्षण प्रक्रियेबाबत तुम्ही चिंतन/मनन करणे आवश्यक आहे; खरं तर हा तुमच्या विश्लेषणाचा भाग आहे. रकाना ११.१८ मध्ये निरीक्षण आणि निरीक्षणाच्या नोंदी करण्यासाठी आवश्यक पायऱ्या दिल्या आहेत.

रकाना ११.१८

निरीक्षण, नोंद आणि प्राथमिक विश्लेषण

निरीक्षण आणि नोंद यामधील कठोरता आणि परावर्तन ही निरीक्षणात्मक अभ्यासातील यशस्वी डेटा विश्लेषणाची गुरुकिल्ली आहे. यासाठी आवश्यक गोष्टी पुढे दिल्या आहेतः

१. *निरीक्षणाच्या परिस्थितीत हळुवारपणे शिरकाव करा* – जर निरीक्षण संरचित आणि उघड असेल तर, मुलाखतीला सुरुवात करताना ज्या गोष्टी तपासणे आवश्यक होते त्या इथेही कराव्या लागतील जसे की कोणतेही उपकरण जोडणे आणि तपासणे. अभ्यासाचा परिचय करून देणे, आणि जवळीक निर्माण करणे आवश्यक आहे. जर तुमच्या अभ्यासासाठी विशिष्ट संस्कृतीमध्ये गुंगून जाऊन काम करणे अपेक्षित असेल, तर सुरुवातीच्या टप्प्यात लांबून निरीक्षण करणे, ऐकणे, विश्वास संपादन करण्यासाठी प्रयत्न करणे आणि नंतर जवळीक निर्माण करणे आवश्यक आहे.

२. *पंचेंद्रियांद्वारे बरेच काही ग्रहण करण्यासाठी तयार राहा* – डेटा गोळा करण्यासाठी तुमची सर्व पंचेंद्रिये वापरा, आणि शक्यतो तुमच्या अंतःप्रेरणांचा वापर करा.

३. *वेळेची गुंतवणूक करा* – तुम्ही प्रक्रियेचे निर्देशन करत नसल्याने, तुमचा बराचसा वेळ निरीक्षणासाठी गुंतवण्याची तुमची तयारी असणे आवश्यक आहे.

४. *परिपूर्णतेकडे लक्ष द्या* – आपल्या निरीक्षणातून अजून काही नवीन ज्ञान उत्पन्न होत नाही ना, प्रक्रिया समाप्त करण्याआधी याची खात्री करण्याचा प्रयत्न करा.

५. *शक्य तितक्या लवकर तुमच्या निरीक्षणाची नोंद करा* – निरीक्षणाची नोंद वेळेवर करणे आवश्यक आहे. वेळापत्रक वापरत असल्यास, निरीक्षण करताना काही दिसले की त्याची नोंद झाली पाहिजे. तुम्ही तुमच्या संशोधनात अधिक गुंतलेले असाल तर तुम्ही परिस्थितीतून बाहेर पडल्यावर डेटा शीट किंवा जर्नलमध्ये त्याविषयीचे निरीक्षण नोंदवू शकता. तुमच्या नोंदींमध्ये छायाचित्रे आणि चित्र/ध्वनिमुद्रणाचादेखील समावेश असू शकतो.

६. *विश्लेषण* – निरीक्षणामध्ये संकलित केलेला डेटा संख्यात्मक असू शकतो (तपाससूचीचा वापर; प्रकरण १३ पाहा) किंवा जास्त गुणात्मक असू शकतो (जर्नलींगचा वापर; प्रकरण १४ पाहा). लक्षात ठेवाः विश्लेषणाने अभ्यासपूर्ण पद्धतीने तुमच्या संशोधन प्रश्नाच्या दिशेने कार्य केले पाहिजे.

आढावा, सुधारणा आणि पुढील विश्लेषण

निरीक्षणात्मक अभ्यासात, विशेषतः दीर्घकालीन प्रतिबद्धतेची आवश्यकता असलेल्या अभ्यासात, आढावा आणि सुधारणा शिष्टाचार हे विश्वासार्हतेच्या केंद्रस्थानी असतात. निरीक्षणात्मक अभ्यासामध्ये कोणतीही गोष्ट काय आणि कशी नोंदवून घ्यायची याचे निर्णय हे त्यांच्या स्वतःच्या अखत्यारीतील विश्लेषणाचे एक स्वरूप आहे. आपण चिंतनशील व्यवसायी नसाल आणि पुढे जाताना सुधारणा करत नसाल, तर तुमचा डेटा पूर्वग्रहदूषित असू शकतो आणि तुमचे विश्लेषण व्यक्तीनिष्ठतेने युक्त असू शकते. खरं तर, व्यक्तीनिष्ठतेवर नियंत्रण म्हणून, तुमचे निरीक्षण अनेकदा तुमची अंतःप्रेरणा आणि इतरांच्या ज्ञान आणि अंतःप्रेरणेशी तपासून पाहणे आवश्यक आहे. रकाना ११.१९ मध्ये तुमच्या निरीक्षण शिष्टाचारमध्ये चिंतनात्मक पद्धतीने सुधारणा करण्याच्या पद्धती दिलेल्या आहेत.

रकाना ११.१९

आढावा, सुधारणा आणि पुढील विश्लेषण

चिंतनात्मक पद्धतीने आपल्या निरीक्षणात्मक अभ्यासात सुधारणा करण्याची क्षमता असणे आवश्यक आहे. त्यासाठी पुढील गोष्टींची गरज आहे:

१. *प्रक्रियेचे पुनरावलोकन* – आलेल्या कोणत्याही अडचणी लिहून ठेवा, उदाहरणार्थ प्रवेश, लागलेला वेळ, प्रतिबद्धता, सांस्कृतिक 'अज्ञान', सोयीस्कर क्षेत्र, नोंद/टीपा काढणे, भूमिका, वस्तुनिष्ठता.
२. *तुमच्या निरीक्षणाच्या नोंदींचे पुनरावलोकन* – नोंदींचा अर्थ लावताना आलेल्या कोणत्याही अडचणी लिहून ठेवा.
३. *पुष्टी करा* – आतल्या गोटातील माणसाकडून तपासून घ्या; दुसऱ्या निरीक्षकाला टिपणांची तुलना करायला सांगा; किंवा तुमच्या निरीक्षणात्मक डेटाचे इतर डेटा प्रकारांशी त्रिकोणीकरण करा.
४. *फेरबदल करा* – प्रक्रियेच्या तुमच्या स्वतःच्या पुनरावलोकनावर आधारित; तुम्ही वापरलेली कोणतीही बळकटी देणारी धोरणे; आणि निर्माण झालेल्या डेटाची गुणवत्ता.
५. *पुनरावलोकन आणि सुधारणा करत राहा* – निरीक्षणासाठी सराव आवश्यक; प्रक्रिया आणि संकलित डेटा याबाबत तुम्हाला सहजता वाटेपर्यंत सुधारणा करत राहा.
६. *महत्त्वाच्या समस्या काय आहेत?* – जर काही महत्त्वाचे मुद्दे असतील तर, तुम्ही तुमच्या पर्यवेक्षकाशी त्याविषयी खुलेपणाने चर्चा करणे आणि त्यामध्ये अपेक्षित सुधारणा करणे आवश्यक आहे.
७. *पुढील विश्लेषण* – डेटा संख्यात्मक (प्रकरण १३ पाहा) किंवा गुणात्मक (प्रकरण १४ पाहा) कसाही असला तरी, तुमच्या निरीक्षण, तुमचे सिद्धांत, तुमचे संशोधन प्रश्न, तुमचे लक्ष्य आणि उद्देश आणि तुम्ही अंगिकारलेले व्यक्तीनिष्ठतेवरील नियंत्रण यांच्या मार्गानेच चालत राहा.

तपाससूची सहचर संकेतस्थळावर उपलब्ध.

मिळवणे, परावर्तित करणे, मुद्रित करणे आणि प्रमाणीकरण करणे

वर ठळकपणे सांगितल्याप्रमाणे, सर्व निरीक्षण अभ्यासाचे सामान्य वैशिष्ट्य म्हणजे, लोक काय करतो असें म्हणतात या ऐवजी ते प्रत्यक्षात काय करतात याची लेखी नोंद करण्याचा प्रयत्न करणे; निरीक्षणात्मक अभ्यास प्रत्यक्ष वर्तनावर अवलंबून असतो. निरीक्षणागताकडून विशिष्ट प्रतिसाद मिळवण्याकरिता वापरता येण्यासारखी साधने नाहीत. तसे 'प्रश्न' ही नाहीत. निरीक्षणागत फक्त काय ते करत असतो, आणि निरीक्षक ते लक्षात घेतात, त्याची नोंद करतात आणि त्याचा अर्थ समजून घेतात. ह्यामध्ये प्रामाणिकपणा हा फायदा आहे, तर संशोधकांसाठी निरीक्षणे मिळवणे, परावर्तित करणे, मुद्रित करणे आणि त्यांच्या निरीक्षणाचे प्रमाणीकरण करणे, या प्रक्रियेत काम करणे क्लिष्ट असू शकते ही गैरसोय आहे.

मिळवणे

तुमचे निरीक्षण सुरू करण्यासाठी वेळ आली की, तुम्ही जो अचूक शिष्टाचार वापराल, तो तुम्ही कोणत्या प्रकारचा निरीक्षण अभ्यास आयोजित करण्याची योजना करत आहात यावर अवलंबून असेल.तथापि, बऱ्याच निरीक्षण

प्रक्रियांमध्ये, सुरुवातीला जवळीक निर्माण करण्याचा आणि विश्वास संपादन करण्याचा प्रयत्न केला जातो. निरीक्षणागताने जास्तीत जास्त सहज प्रतिसाद दिला पाहिजे – इतका की तुम्ही जणूकाही तिथे उपस्थित नाहीच असे समजून प्रतिसाद द्यावा, अशी यामागची कल्पना आहे.

तुमच्या आजूबाजूला ज्या गोष्टी चालू आहेत त्या तुमचे डोळे, कान आणि मन उघडे ठेवून बघणे ही पुढील पायरी आहे. तुम्ही काय ऐकता, तुम्हाला काय दिसते? तुम्हाला काय जाणवते? आपला समाज दृश्यमान आहेम्हणून तुम्ही तुमच्या पंचेंद्रियांद्वारा सर्व काही ग्रहण करत आहात याची खात्री करून घेणे महत्त्वाचे आहे. आणि याला वेळ लागू शकतो. तुम्ही प्रक्रिया निर्देशित करत नाही आहात, तुम्हाला आवश्यक असलेला डेटा मिळवण्यासाठी लक्षणीय गुंतवणूक करण्याची तुमची तयारी असणे आवश्यक आहे. खरंतर, जोपर्यंत तुमच्या आराखड्यासाठी तुम्ही एक सुनिश्चित वेळ खर्च करत नाही, तोपर्यंत प्रक्रिया समाप्त करण्याआधी परिपूर्णता येणार नाही (तुमची निरीक्षणे यापुढे नवीन ज्ञान उत्पन्न करणार नाहीत).

आपण सागळे एकाच पद्धतीने जगातील गोष्टी समजून घेत नाही किंवा आपल्याला त्या तशाच प्रकारे जाणवत नाहीत हे लक्षात ठेवा. काहीजण व्यापक चित्र पाहतात तर काही स्वतंत्र घटकांवर लक्ष केंद्रित करतात. काहींना जग पाहायला आवडते तर काहींना ते ऐकायला आवडते. इतर काहीजणांना ते फिरून, गोष्टी करून आणि स्पर्श करून कळते. जेव्हा निरीक्षण करण्याची वेळ येते, तेव्हा एकाच परिस्थितीत दोन निरीक्षक खूपच वेगळ्या प्रकारे गोष्टी समजून घेतील अशी शक्यता असते. ह्या गोष्टींसाठी नियंत्रण करण्याचा प्रयत्न करणे महत्त्वाचे आहे. जर तुमचे निरीक्षण संरचित असेल, तर विविध प्रकारच्या पंचेंद्रियांद्वारे डेटा संकलित करण्यासाठी निरीक्षणाचे वेळापत्रक केल्यास तुम्ही संभाव्य डेटा गमावणार नाही याची खात्री करून घेऊ शकता. कमी संरचित अभ्यासात, आपल्या डेटा संग्रह प्रक्रियेवर बारकाईने चिंतन करणे आणि कोणताही आवश्यक फेरबदल करणे याबाबतची तुमची क्षमता ही महत्त्वाची आहे.

चिंतन करणे

नेहमी एक 'पथदर्शक' म्हणून आयोजित केला जात नाही तरी, पुनरावलोकन, चिंतन आणि तुमच्या निरीक्षण पद्धतीमध्ये सुधारणा करणे, याची गरज आजूनही आहे. अशा सुधारणा सामान्यपणे निरीक्षणाच्या सुरुवातीला तुम्हाला येणाऱ्या अडचणींवर आधारलेल्या असतात. उदारणार्थ प्रवेश, वेळ, सांस्कृतिक 'अज्ञान', सोयीस्कर क्षेत्र, मुद्रण/टिपण घेणे, भूमिका, आणि वस्तुनिष्ठता. तुमच्या निरीक्षण नोंदींचे पुनरावलोकन करते आणि ते योग्य, तर्कशुद्ध, समृद्ध आणि पूर्ण आहे का याचे मूल्यांकन करण्याची हमी देते.

तसेच 'पूर्वग्रहांचाही' शोध घ्या. संशोधकासाठी हे अतिशय अवघड आहे, विशेषतः ज्यांनी स्वतःला संशोधनाच्या वातावरणात पूर्णपणे बुडवून घेतले आहे अशासांठी वस्तुनिष्ठ राहणे खूपच कठीण आहे. आपल्या विश्व कल्पना आपल्यात अंतःस्थापित असतात. आपण गुणधर्मांचे आणि आपल्या सामाजिकीकरणाचे पूर्वग्रह आणि कल दोन्ही बरोबर घेऊन चालत असतो. आपण जग कसे समजून घेतो आणि त्याचा अर्थ कसा समजावून घेतो आणि आपण कसे त्याचे निरीक्षण करू शकतो याचा ते एक भाग आहेत. आणि प्रकरण ४ मध्ये चर्चा केल्याप्रमाणे, आपण आपल्या व्यक्तिनिष्ठता ओळखल्या नाहीत आणि त्यातून मार्ग काढण्याचा प्रयत्न केला नाही तर, आपल्या संशोधनावर आपल्या स्वतःचे पूर्वग्रह आणि अनुमानाचा शिक्का असेल. निरीक्षण ह्या दिशेने जाऊ शकते: निरीक्षणागताऐवजी, निरीक्षकाच्या दृष्टिकोनाच्या माध्यमातून उलगडून दाखवणे; वंश, वर्ग, संस्कृती किंवा लिंग याबाबत संवेदनशून्यता; दुर्लक्षितांचा आवाज ऐकून घेण्यात अडचण येणे; जे पाहिले आहे त्याचे दोन विरोधी गटात विभाजन करण्याकडे कल; आणि भाषेच्या सामर्थ्याचा आदर न करणे.

लक्षात ठेवा: तुम्ही ज्या गोष्टी पाहू इच्छिता, त्याच गोष्टी दिसणे आणि ज्या गोष्टी ऐकू इच्छिता, त्याच गोष्टी ऐकू येणे हे खूप सोपे आहे. हे म्हणजे, तुम्ही नवीन गाडी घेता आणि अचानक तेच मॉडेल तुम्हाला सगळीकडे दिसायला लागते, त्याच्यासारखे आहे. गाड्या आधीपासून होत्याच – फक्त याआधी तुमचे लक्ष गेले नाही. आणि मी विद्यार्थ्यांना जो अभिप्राय देते तो जास्त करून सकारात्मक असतो, पण (विधायक!) टीकेमधीलही प्रत्येक शब्द त्यांच्या मेंदूमध्ये १० पट मोठा होऊन घर करून रहातो, हे मला माहीत आहे. बाहेरील क्षेत्रात जाण्याआधी, जाणीवपूर्वक तुमच्या स्वतः च्या अपेक्षांचे विचारमंथन करणे योग्य ठरेल. इतर पर्यायांचे विचारमंथन केल्यास, तुम्ही तुम्हाला आधीच जो संशय आलेला आहे त्याला दुजोरा दिला जाईल अशा पद्धतीने बघण्याची आणि तुमचे निरीक्षण आणि चिंतनावर त्याचा परिणाम होण्याची शक्यता कमी आहे.

नोंदी करणे

निरीक्षणांच्या नोंदी करण्यासाठी प्रत्यक्षात दोन खूप वेगळी धोरणे आहेत. पहिल्या धोरणात छायाचित्रण, ध्वनिमुद्रण आणि चित्रमुद्रण या माध्यमाद्वारे कच्चा डेटा टिपणे याचा समावेश आहे. याप्रकारात निरीक्षणे कच्च्या स्वरूपात 'जतन' केली जाऊ शकतात जेणेकरून नंतरच्या तारखेला त्याचे पुनरावलोकन करता येते आणि ती वापरली जाऊ शकतात. तथापि, या पद्धतींसाठी 'उपकरणांच्या' वापराची गरज पडते आणि अनाहूत मानल्या जाऊ शकतात. दुसरे धोरण म्हणजे टिपणे घेणे किंवा रोजकीर्द लिहिणे या पद्धती वर्णनात्मक आणि औपचारिक जागा ज्यात कलाकार, गोष्टी आणि घटना यापासून ते जास्त अर्थविवरणात्मक अहवाल ज्यात ध्येय, भावना आणि मूलभूत 'कथा' यांचा समावेश होतो, असे काहीही टिपू शकतात. ह्याचे स्वरूप देखील बदलते असते आणि सांकेतिक वेळापत्रक आणि गुणात्मक चित्रे यापासून ते संकल्पना नकाशे, आणि कल्पनेची नोंद असे काहीही असू शकते.

नोंदी करण्यासाठी तुम्ही ज्या पद्धतीचा (किंवा पद्धतींचा) अवलंब करणार आहात ती तुमच्या निरीक्षणात्मक प्रक्रियेतील सहभाग, मुक्तपणा आणि रचना स्तर याप्रमाणे बदलत जाईल. स्पष्ट अभ्यासासाठी निरीक्षण वेळापत्रकाचा वापर, (जे तुम्ही निरीक्षणे जशी घेतली जातील त्याप्रमाणे त्यात भरता), तसेच छायाचित्रण, ध्वनिमुद्रण आणि चित्रमुद्रण या माध्यमाचा वापर योग्य ठरू शकतो. ज्या निरीक्षणांमध्ये तुम्ही पूर्णपणे मग्न होऊन काम करणे अपेक्षित असते आणि जी कदाचित गुप्त असतात अशा निरीक्षणांच्या बाबतीत तुम्ही जेव्हा तुमच्या निरीक्षणाच्या स्थळापासून लांब येता आणि तुम्हाला थोडा एकांत मिळतो तेव्हा कदाचित तुम्हाला निरीक्षणाचे मुद्दे काढावे लागतील, रोजकीर्द ठेवावी लागेल, आकृत्या काढाव्या लागतील किंवा तुमच्या निरीक्षणांचे कदाचित तुम्हाला नकाशे काढावे लागतील. कदाचित परिस्थितीमुळे तुम्हाला वरील पद्धतींपैकी काही पद्धती एकत्रित कराव्या लागतील. तुम्ही कोणत्याही पद्धतीचा अवलंब केलात तरी, शक्य तितक्या पद्धतशीर रीतीने तुमच्या डेटाची नोंद करणे महत्त्वाचे आहे. शेवटी, तुम्हाला भविष्यात या डेटाचेच विश्लेषण करावे लागणार आहे.

प्रमाणीकरण करणे

तुम्ही तुमचे पूर्वग्रह नियंत्रित करून चिंतन करून विश्वासार्ह डेटा निर्माण करू शकता का ह्याचे मूल्यांकन करणे कठीण असू शकते. खरंतर, डेटा संकलनाच्या सखोलतेची खात्री करून घेण्यासाठी आणि चिंतनाची प्रामाणिकता निश्चित करण्यासाठी अनेक प्रकारच्या पद्धती आहेत. ही सखोलता व्यापक प्रतिनिधित्व, प्रदीर्घ प्रतिबद्धता, चिकाटी, योजनांचे स्फटीकीकरण (क्रिस्टलायझेशन), परिपूर्णता, समवयस्क/पर्यवेक्षक यांच्या कडून तुमच्या प्रक्रियांचे पुनरावलोकन करवून घेणे आणि पद्धतीचे पूर्ण स्पष्टिकरण याद्वारे मिळवता येऊ शकेल. खात्री करण्याच्या पद्धतींमध्ये माहितीदाता/सदस्यांची तपासणी करणे आणि त्रिकोणीकरण करणे यांचा समावेश होतो. (रकाना ८.२ पाहा).

प्रकरणाचा सारांश

- प्राथमिक डेटा हा चालू, संपूर्णपणे संशोधकाच्या मालकीचा असतो, आणि संशोधकाच्या गरजांनुसार गोळा केलेला असतो. पण त्याचे संकलन हे मोठ्या कौशल्याचे, वेळखाऊ आणि महाग काम असू शकते.
- तुम्ही अस्तित्वात असलेल्या डेटा संचाचा वापर करू शकत असलात तरी, तुमच्या स्वत:च्या अभ्यासाचा आराखडा आणि आयोजन केल्याने टिपलेल्या डेटा मध्ये असलेल्या अंतर्दृष्टीच्या पलीकडे असलेली समृद्ध अंतर्दृष्टी तुम्हाला मिळेल.
- सर्वेक्षणामध्ये प्रतिसादकाकडून त्यांची वैशिष्ट्ये,अंगभूत गुण,ते कसे राहतात, मते, इ माहिती प्रश्नावलीच्या माध्यमातून गोळा करणे. सर्वेक्षणात बऱ्याच प्रतिसादकांपर्यंत पोहोचू शकण्याची क्षमता असते. प्रमाणित, मोजता येण्याजोगा, अनुभवाधिष्ठित डेटा (तसेच काही गुणात्मक डेटा) निर्माण करणे, आणि गोपनीयता/नाव गुप्त राखणे याचा यात सहभाग होतो.
- मुलाखतीतीमध्ये कितीही प्रश्न, विषय क्षेत्र, किंवा विषयसूत्र व त्यांची संशोधक शोधत असलेली मुक्त स्वरूपातील उत्तरे, यांचा समावेश होतो. याचा वापर करून प्रमाणित, मोजता येण्याजोगा डेटा निर्माण होऊ शकतो, परंतु मुलाखतीचा वापर अनेकदा अधिक सखोल गुणात्मक डेटा टिपण्यासाठी वापरण्यात येते.
- निरीक्षण हे त्यांच्या पंचेंद्रीयांच्या माध्यमातून डेटा संकलन करण्याच्या संशोधकाच्या 'क्षमतेवर' अवलंबून असते आणि त्यामुळे वर्तनाशी संबंधित प्रतिसादाऐवजी प्रत्यक्ष वर्तनाची लिखित स्वरूपात नोंद करणे शक्य होते.

अवांतर वाचन

सर्वेक्षण

Dillman, D. A. (2006) *Mail and Internet Surveys: The Tailored Design Method.* Hoboken, NJ: John Wiley & Sons.

सर्वेक्षणांचा आराखडा बनवणे आणि व्यवस्थापन यासाठी एक चांगला मार्गदर्शक. स्नेल-मेल आणि इ-मेल दोन्हीच्या संदर्भात प्रतिसाद दर वाढविण्यासाठी छान उपयुक्त सूचना.

Fink, A. (2008) *How to Conduct Surveys: A Step-by-Step Guide.* Thousand Oaks, CA: Sage.

हे पुस्तक तुम्हाला सर्वेक्षणांचे मूल्यमापन करणे (प्रकाशित सर्वेक्षण कामाचा दर्जाबाबत नेहमी आश्वासन दिले जात नाही हे गृहीत धरून आवश्यक असे काहीतरी) आणि तुमची स्वत:ची विश्वासार्ह सर्वेक्षण साधने विकसित करणे या दोन्हीसाठी मदत करेल. चांगले, स्पष्ट, उपलब्ध पुस्तक.

Fowler, F. J., Jr (2008) *Survey Research Methods.* London: Sage.

येथील सखोलता मला आवडली. हे काम तुम्हाला, सर्वेक्षणाची रचना आणि व्यवस्थापन याचा विश्वासार्हतेवर कसा परिणाम होतो याचा विचार करण्यासाठी मदत करेल. याशिवाय ह्यामध्ये इंटरनेट सर्वेक्षण दृष्टिकोन आणि मोबाईल फोनचा सर्वेक्षण संशोधनावर होणारा परिणाम याबाबत चांगला वृतांत दिलेला आहे.

Groves, R. M., Fowler, F. J., Jr, Couper, M. J., Lepkowski, J. M., Singer, E. and Tourangeau, R. (2009) *Survey Methodology.* Hoboken, NJ: John Wiley & Sons.

हे एक सखोल आणि व्यापक काम आहे जे सहा लेखकांच्या अंतर्दृष्टीवर आधारित आहे. सर्वेक्षणामधील नीतिमूल्ये,

प्रश्नांचे विकसन आणि प्रतिसाद दर व प्रतिसाद कल यासारखे विषय उपयुक्त होतील. प्रकरणांच्या शेवटी सरावासाठी दिलेले अभ्यास सुद्धा मला आवडले.

Saris, W. E. and Gallhofer, I. N. (2007) *Design, Evaluation, and Analysis of Questionnaires for Survey Research.* New York: Wiley-Interscience.

हे काम प्रश्नावलीच्या आखणीबाबतच्या मूलभूत तत्त्वांमध्ये प्रवेश करते – जे स्वतःच एक विज्ञान आहे. हे सर्वेक्षण साधनाची वैधता आणि विश्वसनीयता याच्याकडे लक्ष देते आणि चांगल्या आखणीसाठी निकष देते. सर्वेक्षण संशोधन साधनांप्रति एक अतिशय शास्त्रीय दृष्टिकोन.

Witte, J. C. (2009) 'Introduction to the Special Issue on Web Surveys', *Sociological Methods & Research,* 37: 283–290.

ह्या जर्नलमधील लेखातून तुम्हाला बऱ्याच क्षमता आणि वाद निर्माण करणाऱ्या आणि वेब-आधारित सर्वेक्षणात व्यवस्थापन कराव्या लागणाऱ्या मुद्द्यांची ओळख होईल. तुमच्यासाठी विशिष्ट मुद्यांवरील लेख काढून, तुम्हाला शोधण्यासाठी देते. संपूर्ण मजकूर सहचर संकेतस्थळावर उपलब्ध.

मुलाखत घेणे

Bogner, A., Littig, B. and Menz, W. (eds) (2009) *Interviewing Experts*. Basingstoke: Palgrave Macmillan.

मला असे वाटते की हा एक उत्तम शोध आहे. उपयोजित संशोधनामध्ये, महत्त्वाच्या माहितीदात्यांच्या मुलाखती ह्या बऱ्यापैकी प्रमाणित असतात, पण तज्ज्ञांचा सल्ला मिळणे कठीण असते. हे पुस्तक तो सल्ला देते. तुम्ही या मार्गावरून जात असाल तर, पुस्तकावरून एक नजर टाकायला हरकत नाही.

Gubrium, J. F., Holstein, J. A., Marvasti, A. B. and McKinney, K. D. (eds) (2012) *The SAGE Handbook of Interview Research: The Complexity of the Craft.* London: Sage.

अतिशय व्यापक. एक-मार्गी डेटा संकलन तंत्रापेक्षा मुलाखतीची मिळणारी पोचपावती मला अधिक आवडते. मनमोकळा संवाद आणि संशोधन प्रक्रियेवर असलेला त्याचा प्रभाव म्हणून मुलाखतीची चांगली ओळख आहे.

Kvale, S. and Brinkman, S. (2008) *InterViews: Learning the Craft of Qualitative Research Interviewing.* London: Sage.

हे पुस्तक मुलाखतीकडे गुणात्मक धारणांमधील वर्णनात्मक,अवांतर, संबंधित, भाषाशास्त्रीय आणि संवादात्मक सराव या दृष्टिकोनातून पाहते. एका गुणात्मक कार्यपद्धती अंतर्गत मुलाखत घ्यायची असेल, तर जवळ बाळगण्यास हे चांगले पुस्तक आहे.

Lee, R. M. (2011) '"The most important technique …": Carl Rogers, Hawthorne, and the rise and fall of nondirective interviewing in sociology', *Journal of the History of the Behavioral Sciences,* 47(2): 123–146.

१९३० मध्ये लोकप्रियता मिळवल्या पासून कोणाचेही निर्देश नसताना घेतलेल्या मुलाखतीचे मार्गक्रमण कसे झाले त्याचा शोध या लेखामध्ये घेतलेला आहे (अप्रत्यक्ष, अधिकारवाद नसलेली आणि मुक्त संबंधांवर वर आधारित असलेली मुलाखत). संपूर्ण मजकूर सहचर संकेतस्थळावर उपलब्ध.

Roulston, K. (2010) *Reflective Interviewing: A Guide to Theory and Practice.* Thousand Oaks, CA: Sage.

मला असे वाटते की हे वाचण्यास चांगले पुस्तक आहे जे तुम्हाला मुलाखतीच्या डेटाची रचना, संकलन, विश्लेषण, आणि सादरीकरण ह्याची माहिती देईल. शेवटी अनुभवी संशोधकाकडून मिळालेला सल्ला खूप उत्सुकतापूर्ण आणि उपयुक्त आहे.

Rubin, H. J. and Rubin, I. S. (2011) *Qualitative Interviewing: The Art of Hearing Data.* Thousand Oaks, CA: Sage.

मुलाखत प्रक्रियेचे चांगले वर्णन, ज्यात डेटा संकलन तंत्र म्हणून मुलाखतीचे महत्त्व आणि संधी यांचा समावेश होतो. लेखकाचा अनुभव आपल्यापर्यंत पोचतो.

निरीक्षण

DeWalt, K. M. and DeWalt, B. R. (2010) *Participant Observation: A Guide for Fieldwork.* Lanham, MD: AltaMira Press.

तुम्ही कोणत्याही प्रकारच्या सहभागी निरीक्षणामध्ये स्वत:ला गुंतवून घेणार असाल, तर तुम्ही खरोखर साहित्याचा शोध घ्यावा लागेल आणि संशोधन ह्या दृष्टिकोनासंबंधित संधी आणि जबाबदाऱ्या याचा नक्की अर्थ समजावून घेणे आवश्यक ठरेल. हा शोध सुरू करण्यासाठी हे एक उत्कृष्ट ठिकाण आहे.

Gillham, B. (2008) *Observation Techniques: Structured to Unstructured.* London: Continuum International.

मला वाटतं हा एक चांगला सर्वसमावेशक निरीक्षण अभ्यास आहे ज्यामध्ये सर्व पर्यायांचा विचार केलेला आहे.

Hume, L. and Mulcock, J. (eds) (2004) *Anthropologists in the Field: Cases in Participant Observation.* Irvington, NY: Columbia University Press.

सहभागीच्या निरीक्षणाचा अर्थ समजावून घेताना चुकीचे संकेत मिळण्याची शक्यता आहे, या लेखकाच्या मताशी मी सहमत आहे. ह्या पुस्तकात संवादाचा अभाव, मैत्री आणि पाठिंबा कसा विकसित करता येईल, नैराश्य आणि वस्तुनिष्ठतेचा धोका ह्या मुद्द्यांचा विस्तृत प्रमाणात शोध घेण्याचे काम केले आहे.

Lofland, J., Snow, D. A., Anderson, L. and Lofland, L. H. (2005) *Analyzing Social Settings: A Guide to Qualitative Observation and Analysis.* Belmont, CA: Wadsworth.

मूलतः हे १९७१ मध्ये प्रकाशित झाले, सामाजिक वातावरणाचे निरीक्षण करण्यासाठी एक चांगली संदर्भ पुस्तिका आहे. उदाहरणे आणि विनियोग याची चांगली मालिका.

Rosenbaum, P. R. (2010) *Observational Studies.* New York: Springer.

या पुस्तकाचा निरीक्षण अभ्यासाप्रति अधिक संख्यात्मक/संख्याशास्त्रीय दृष्टिकोन आहे. प्रत्यक्ष जगातील उदाहरणांच्या वापरामुळे निरीक्षणाच्या या टोकाची बाजू समजण्यास मदत होते.

१२

दुय्यम डेटा: दस्तऐवज, डेटा संच आणि ऑनलाइन डेटा

प्रकरणाचे पूर्वावलोकन

- दुय्यम डेटा वापरून काम करण्याचे आव्हान
- 'मजकूर' आणि दस्तऐवज
- उपलब्ध अभ्यास आणि डेटा संच
- ऑनलाइन डेटा

दुय्यम डेटा वापरून काम करण्याचे आव्हान

दुय्यम डेटा प्रासंगिक असतो. संशोधक जेव्हा प्रश्न विचारणे, सूचना देणे व शोध घेणे हे सर्व करत नसतात तेव्हाही हा डेटा अस्तित्वात असतोच. हा डेटा दस्तऐवज, डेटा बेस आणि इंटरनेटवर आढळतो – ह्यापैकी कोणताच डेटा संशोधकाने त्याच्या किंवा तिच्या संशोधन प्रकल्पासाठी स्पष्ट हेतूने तयार केलेला नसतो. हा अस्तित्वात असलेला डेटा आहे ज्याचे संशोधक संकलन आणि विश्लेषण करतात.

येथे एक निश्चित आव्हान आहे. दुय्यम डेटा निःसंशयपणे तुमचा वेळ आणि संसाधने वाचवतो , पण हे जितके महत्त्वाचे आहे, तितकेच दुय्यम डेटा संकलन, संशोधित आणि संशोधन यांच्यामधील परस्परसंबंध मात्र कमी करतो,हेही महत्त्वाचे आहे. संशोधकांचा वास्तव परिस्थिती, घटना किंवा ज्या लोकांचा शोध घेतला जात आहे त्यांच्यावर प्रभाव असतो. ते संशोधक मुलाखती, सर्वेक्षण, आणि निरीक्षण अभ्यास आयोजित करतात, संशोधक आणि संशोधन यांचा सामाजिक परिस्थितीवर परिणाम होतो. पण अप्रत्यक्ष डेटा वापरताना, अन्योन्यक्रियेत संशोधकाला सामील करून घेतले जात नाही, त्यामुळे डेटाच्या वापरात गोंधळ होण्याची शक्यताच संपून जाते.

तथापि, दुय्यम डेटा वापरून काम करण्यात काही आव्हाने आहेत. हा डेटा साधारणपणे पर्यायी कारणासाठी संकलित केला गेलेला असतो. तो कदाचित प्राथमिक डेटा एवढा समर्पक नसेल; तो प्राथमिक डेटाएवढा अलीकडचा ही नसेल; त्याचा कल ओळखणे कठीण असू शकते; आणि तुम्हाला मागील कोणत्याही संकलन पद्धतीमधील कार्यपद्धती विषयक उणिवा माहीत नसण्याची शक्यता असते. त्यामुळे त्यात देवाणघेवाणीची शक्यता असते. पण ती देवाणघेवाण लक्ष देण्याजोगी असू शकते – विशेषतः अशा जगात जिथे सर्व प्रकारचा अस्तित्वात असलेला डेटा आपल्या पोहोचण्याच्या टप्प्यात असतो. त्यामुळे तपशीलाकडे लक्षपूर्वक लक्ष देणारे संशोधक ती संधी घ्यायला सज्ज होतात.

'मजकूर' आणि दस्तऐवज

आपण कुठे होतो आणि आपण काय केले, याचा पुरावा अगदी पूर्णपणे सर्वत्र उपलब्ध आहे. आपण हजारो प्रकारांनी त्याची नोंद करतो, आपण त्यावर संशोधन करतो, त्याचा अहवाल बनवतो, तो लिहून काढतो, त्याचे चलचित्रण करतो, त्याची रोजीनिशीत नोंद करतो, त्याचा ब्लॉग करतो, त्यावरून कायदे तयार करतो, त्यावरून धोरण विकसित करतो, आपल्या बोटांचे ठसे त्यावर सोडतो, त्याचे चित्र काढतो, त्याचे छायाचित्र काढतो, त्या विषयावर कविता करतो, गाण्यामध्ये ते बद्ध करतो, पोस्टकार्ड पाठवतो, पत्र लिहितो, ई-मेल आणि संदेश पाठवतो, फेसबुकवर त्याबद्दल सांगतो इ. सामाजिक उपक्रमांच्या खाणाखुणा आपल्याला अक्षरशः वेढून टाकतात – आणि या खाणाखुणांचा (ज्या लेखी शब्दांच्या/दस्तावेजच्या पलीकडे जातात) सामाजशास्त्रज्ञ 'मजकूर' असा उल्लेख करतात.

आपण या खाणाखुणांकडे किंवा 'मजकूरा'कडे डेटा म्हणून पाहिले, तर आपल्या लक्षात येईल आपले जग डेटाने किती समृद्ध आहे. त्यामुळे किमान आधीच काय अस्तित्वात आहे याचा विचार न करता आणखी उत्पादन करताना, पुनर्विचार करणे योग्य ठरेल. तुम्ही काय शोधत आहात; ते सापडण्यासाठी काय पर्याय आहेत; तुम्ही त्याच्यावर विश्वास ठेवू शकता की नाही आणि तुम्ही त्याचा उपयोग करून काय करू शकता हे माहीत करून घेणे, हे एक आव्हान आहे.

आता हे थोडे विचित्र वाटू शकते, पण हे जेव्हा पुस्तकातील विश्लेषण असते तेव्हा 'डेटा' म्हणून तुम्ही कशाचा विचार करता हे स्पष्ट आणि संक्षिप्त शब्दात मांडणे ह्या गोष्टीकडे तुम्ही प्रत्यक्षात दुर्लक्ष करू शकता. तुम्ही जेव्हा सर्वेक्षण आयोजित करता तेव्हा आखणीची प्रक्रिया आणि प्रश्नावलीचा विकास करताना डेटाच्या गरजा काय आहेत ते तुम्हाला बारकाईने पाहावे लागते. मुलाखतीच्या बाबतही हीच गोष्ट खरी आहे. प्रश्नाचा विकास म्हणजे प्रत्यक्षात तुमचा प्रतिसादक काय देऊ शकेल असे तुम्हाला वाटते ते स्पष्ट करणे. पण मजकूराचे विश्लेषण करताना आपण दस्तऐवज, लेखी नोंदी, डेटा संच आणि स्पष्टपणे आपल्या उद्देशासाठी न बनवलेली उत्पादने याचा उपयोग करत असतो. त्यामुळे ते स्पष्ट शब्दात सांगण्याची पायरी वगळणे आणि डेटा संकलनाबाबत काहीसा निष्काळजी दृष्टिकोन बाळगणे सोपे आहे.

मात्र, मजकूराचे विश्लेषण इतर डेटा संकलन पद्धतींप्रमाणे विचार करण्याची मागणी करते. तुम्ही तुमच्या संशोधन प्रश्नाचे आणि गृहीतकांचे मूल्यांकन करणे आवश्यक आहे आणि 'मला कोणत्या प्रकारचा डेटा हवा आहे आणि माझ्या ज्ञानामध्ये त्यामुळे किती भर पडेल?' असे स्वतःला विचारण्याची गरज आहे. तुम्ही काय शोधत आहात, हे तुम्हाला माहीत असणे आवश्यक आहे – आणि सर्व बाजूने पूर्ण विचार करून तुम्ही तसाच काटेकोरपणा प्रश्नावली, मुलाखत वेळापत्रक, किंवा निरीक्षण तपास सूची विकसित करताना पाळला पाहिजे.

पर्याय आणि शक्यता

एकदा तुम्ही काय शोधत आहात हे तुम्हाला कळले की तुम्ही ते कुठे शोधू शकाल आणि तुम्ही त्याचा कसा वापर करू शकाल, हे तुम्हाला कळणे आवश्यक आहे. कोष्टक १२.१ मध्ये दाखवल्याप्रमाणे, 'मजकूर' जवळजवळ कोणत्याही मानवी/मानवनिर्मित सामाजिक वस्तूशी संबंधित असू शकतो आणि त्यामध्ये संस्था, व्यक्ती किंवा कदाचित कुटुंब यांच्याकडून घेतलेली डेटाच्या प्रकारांची एक प्रचंड मालिका यांचा समावेश होऊ शकतो. तुमचा मजकूर दूरदर्शन, चित्रपट, शाळा किंवा संग्रहालय किंवा उद्यान येथेदेखील सापडू शकतो. हे सार्वजनिक कार्यक्षेत्र असू शकते किंवा खाजगीही असू शकते. इतर संशोधक, स्थानिक सरकार, राष्ट्रीय सरकार, किंवा आंतरराष्ट्रीय संस्था यांच्याकडेही तो असू शकतो. आणि त्या डेटाचा वापर करून घेण्यासाठी त्यासंबंधी लेखन करणे, ग्रंथालयामध्ये जाणे, वैयक्तिक आवाहन किंवा प्रत्यक्ष क्षेत्रात जाऊन काम करणे याचा समावेश होऊ शकतो.

ही विविधता गृहीत धरून तयार राहणे हीच यशाची गुरुकिल्ली आहे. तुमचा डेटा स्रोत कुठे आहे; त्याचे रखवालदार कोण आहेत हे तुम्हाला अगोदरच चांगले माहीत असणे आवश्यक आहे; त्यांच्याशी तुम्ही उत्तम रीतीने कसा संपर्क साधू शकाल; तुम्हाला नमुना धोरणाचा वापर करणे आवश्यक आहे किंवा नाही; आणि संवेदनशील किंवा खाजगी डेटा संकलनासाठी आचारसंहितेची मंजूरी आवश्यक असेल की नाही.

कोष्टक १२.१ स्थूल 'मजकूर'

तुम्ही कोणत्या प्रकारच्या मजकूराचा शोध घेणार आहात?

अधिकृत डेटा आणि नोंदी – तुम्हाला प्रवेश मिळवण्यासाठी प्रयत्न करावे लागले तरी हा शोध घेणे योग्य ठरेलः

- युनायटेड नेशन्स, वर्ल्ड बँक किंवा जागतिक आरोग्य संघटना अशा संस्थांकडे असलेला *आंतरराष्ट्रीय* स्तरावरील डेटा
- अनेक सांघिक किंवा राष्ट्रीय सरकारे आणि सरकारी खाती यांच्याकडे असलेला राष्ट्रीय डेटा. उदाहरणार्थ राष्ट्रीय जनगणना
- राज्याचे पर्यावरण अहवाल, समुदाय सर्वेक्षण, पाणी गुणवत्ता डेटा आणि जमीन नोंदणी माहिती असा *स्थानिक सरकारी* डेटा
- *गैर-सरकारी संस्थांनी* प्रायोजित किंवा स्वतः आयोजित केलेल्या संशोधन अभ्यासाचा डेटा
- *विद्यापीठात* मुबलक प्रमाणात डेटा असतो आणि आत्तापर्यंत अभ्यासिलेल्या प्रत्येक संशोधन समस्येचा त्यात समावेश होतो
- जन्म, विवाह आणि मृत्यू असा *संग्रहित नोंदींचा* डेटा
- स्थानिक नियम, राज्य आणि सांघिक नियम आणि कायदे यांचा समावेश होतो
- खाजगी व सरकारी दोन्ही क्षेत्रातील धोरणांचे दस्तऐवज

संस्थात्मक पत्रव्यवहार, दस्तऐवज आणि नोंदी – अधिकृत पत्रव्यवहारात सामील, परंतु त्यापुरतेच मर्यादित नाहीः

- वेबसाइट
- वर्तमानपत्रातील प्रसिद्धी
- कॅटलॉग, पत्रके आणि पत्रिका
- बैठकीची कार्यसूची आणि कार्यवृत्त
- अंतर-कार्यालयीन आणि कार्यालयांतर्गत मेमो
- सुरक्षा नोंदी
- विक्रीची आकडेवारी
- मानव संसाधनासंबंधित नोंदी
- ग्राहकांसंबंधित नोंदी (ग्राहक संस्थेच्या प्रकारावर अवलंबून विद्यार्थी, रुग्ण, मतदार इ. काहीही असू शकतात)

वैयक्तिक पत्रव्यवहार, दस्तऐवज आणि नोंदी – वैयक्तिक आणि अनेकदा खाजगी संभाषण यांचा समावेश, परंतु त्यापुरतेच मर्यादित नाहीः

- पत्रे आणि ई-मेल
- रोजनिशी, डायरी आणि स्मरणिका
- सोशल नेटवर्किंग साइट
- ब्लॉग्ज
- मोबाइल फोनवरील संदेश
- आरेखन आणि रेखाचित्रे
- कविता आणि कथा
- छायाचित्रे आणि चलचित्रण
- वैद्यकीय नोंदी
- शैक्षणिक नोंदी
- घरगुती नोंदी, उदाहरणार्थ, चेक फाडल्यावर चेकबुकात राहिलेला भाग, बिले, विमाविषयक दस्तऐवज

प्रसारमाध्यमे/तत्कालिक मनोरंजन – येथे असलेल्या डेटाची बरेचदा प्रश्न, सामग्री किंवा चित्र यासंदर्भात तपासणी केली जाते. उदा. वैयक्तिक जाहिरातींचा आशय, पुरुष किती वेळा रडताना दाखवले जातात किंवा गेल्या दोन वर्षात किती वेळा लैंगिक हल्ला ही राष्ट्रीय बातमी झाली. खालील गोष्टींमधून डेटा मिळू शकतोः

- वेबसाइट
- वृत्तपत्र किंवा मासिकातील स्तंभ/लेख/जाहिराती
- यू ट्यूब वरील माहिती
- बातम्या आणि चालू घडामोडींवरील कार्यक्रम
- टीव्हीवरील नाटके, रोजच्या आयुष्यातील प्रसंगावर आधारित विनोदी नाटक किंवा मालिका आणि वास्तवातील कार्यक्रम
- जाहिराती
- संगीत चलचित्रण
- चरित्रे आणि आत्मचरित्रे

कला – संस्कृती आणि वेळ दोन्हीच्या पलीकडे जाऊन तुलना करण्याकरिता त्यांना परिपूर्ण बनवण्यासाठी जगभरातील प्रत्येक कोपऱ्यात युगानुयुगे माणसाचे चैतन्य आणि स्थिती ही कलेमध्ये टिपलेली आणि नोंद केलेली आहे असे दिसते. त्यात सामाजिक दृष्टिकोन दिसून येतातः

- चित्रे, रेखाचित्रे आणि रेखाटने
- छायाचित्र
- संगीत
- नाटक आणि चित्रपट

मानवनिर्मित सामाजिक गोष्टी – यामध्ये सामाजिक (मनुष्य)प्राण्याच्या कोणत्याही उत्पादनाचा समावेश होतो. सामाजिक उत्पादने किंवा सामाजिक खाणाखुणा यासंबंधातील उदाहरणे ही खूपच स्थूल आहेत आणि यासारख्या गोष्टी समाविष्ट करू शकतातः

- कचरा
- भित्तीलेख/ग्राफिटी -भित्तीचित्रे
- मुलांचे खेळ
- विधी आणि कर्मकांड
- विनोद
- टी-शर्टवरील घोषवाक्य
- साधने
- हस्तकला
- चलचित्र (यूट्युबमुळे येथे एक प्रचंड आणि उपलब्ध डेटाबेस तयार झालेला आहे)

मुद्दे आणि गुंतागुंत

पूर्व-उत्पादित मजकूराचा शोध घेण्याचे काही वास्तविक फायदे आहेत. उपलब्ध मजकूरामुळे तुम्हाला काही गोष्टी शक्य आहेत:

- लोकांनी प्रत्यक्षात वास्तविक जगात काय निर्मिती केलेली आहे याचा शोध घेणे;
- आधीच उपलब्ध असलेल्या प्रचंड प्रमाणातील डेटाचा फायदा करून घ्या;
- समृद्ध, सखोल गुणात्मक डेटा आणि मोजता येण्याजोगा प्रमाणित डेटा, तसेच मौखिक आणि गैर-मौखिक डेटा संकलित करा;
- संशोधन विषय हाताळण्यासाठी असलेली प्रत्यक्ष प्रवेशाची गरज कमी करून टाका, ज्यामुळे खर्च कमी होऊ शकतो, तसेच संशोधक आणि संशोधन विषय या दोन्हीवरील ताण कमी होऊ शकतो;
- यासंबंधित बाबतीतील काळजी दूर करा: विश्वास संपादन करणे; लोकांना नैसर्गिकरीत्या वागायला लावणे; भूमिका वठविणे; आणि जात, लिंग, वंश, वर्ग, संशोधित आणि संशोधक यांचे वय अशा गोष्टींमुळे डेटा संकलनात होऊ शकणाऱ्या गोंधळाचा शोध घेणे;
- तटस्थ राहा आणि बदल करण्यासाठी बळाचा वापर करू नका;
- 'खऱ्या' संशोधनात मुलाखती आणि सर्वेक्षण आवश्यकच असते या अपेक्षेवर मात.

ती एक खूप मोठी यादी आहे. ज्यायोगे तुम्हाला परंपरेने अल्प प्रमाणात वापर झालेल्या डेटाचा शोध घेण्याची जिज्ञासा निर्माण होईल, पण पूर्व-उत्पादित मजकूराबाबत काही आव्हाने आहेत. पूर्व-उत्पादित मजकूरामुळे तुम्ही खालील गोष्टी करणे आवश्यक होते:

- ज्या डेटाची निर्मिती खासकरून तुमच्या संशोधन प्रश्नाचे उत्तर देण्यास झालेली नाही असा डेटा वापरून काम करणे;
- तुमच्या अन्वायार्थावर आणि आकलनावर तुमच्या स्वतःच्या पूर्वग्रहांचा प्रभाव पडत नाही ना याची खात्री करा;
- संदर्भबाह्य नोंदी घेणे टाळा;
- ज्यांना पूर्वकल्पना दिलेली नाही अशा संशोधित व्यक्तीच्या गरजांचे रक्षण करा, उदाहरणार्थ गुप्तता, निनावीपणा आणि गोपनीयतेचे संरक्षण;
- मजकूराचे मूळ/कार्यक्रम याबाबत प्रश्न विचारा – काही स्रोत व्यक्तिनिष्ठ स्वरूपाचे असतात (उदा. प्रसारमाध्यमांचे प्रक्षेपण, वैयक्तिक संवाद किंवा स्पष्ट राजकीय कार्य निर्वाहित करणारे 'पक्षाचे घोषवाक्य" साहित्य) आणि पूर्वग्रहविरहित ज्ञानाचे अगदी स्पष्ट ध्येय असलेला अधिकृत मजकूरही व्यक्तिनिष्ठतेमुळे डागाळला जाऊ शकतो, हे लक्षात ठेवा.

खरंतर, तुम्ही अस्तित्वात असलेला डेटा वापरून काम करणार असल्यामुळे, विश्वासार्हतेचे मूल्यांकन करणे गरजेचे आहे. तुम्ही काम करत असलेला, आधीच अस्तित्वात असलेला डेटा निःपक्षपाती, पूर्ण आणि अचूक आहे का, हे स्वतःला विचारा. तुम्हाला हव्या असलेल्या सर्व गोष्टी तो पुरवतो का? मनात काही विशिष्ट हेतू ठेवून तर तुमच्या डेटाची निर्मिती होत नाही आहे ना, हे ओळखणे गरजेचे आहे (उदा. राजकीय मोहिमेचा लवाजमा, जाहिरात साहित्य, किंवा अगदी काही विशिष्ट उद्देशाने केलेली सर्वेक्षणे). मुद्रित शब्द सत्य आहेत असे मानण्याचा, तसेच मानवनिर्मित गोष्टींना निर्णायक पुरावा मानण्याचा मोह होऊ शकतो. पण सर्व डेटाकडे चिकित्सक नजरेने पाहणे गरजेचे आहे.

तुम्ही व्यक्तिनिष्ठतांचे व्यवस्थापन किती चांगल्याप्रकारे करता त्यावर विश्वासार्हता अवलंबून आहे. तुम्ही तुमचा डेटा कसा 'वाचता' आणि तुमच्या डेटाचा अर्थ कोणत्या स्वरूपात समोर आणता, हे तुम्ही स्वतः खरे कसे संशोधक आहात यावर अवलंबून असेल. तुमचे पूर्वग्रह आणि आकलन तुमच्या अन्वयार्थावर परिणाम करणार नाहीत आणि तुमच्या डेटाचा मूळ संदर्भ गृहीत धरून त्याचा अर्थ लावला जाईल, याची खात्री करणे आवश्यक आहे. विश्वासार्हता सुनिश्चित करण्याची धोरणे ही निरीक्षण प्रमाणीकृत करण्यासाठी वापरण्यात येणाऱ्या धोरणांसारखीच आहेत आणि त्यामध्ये पुढील गोष्टींचा समावेश होतो: सुरचित आणि पुनरावलोकित पद्धती; डेटा अनेक स्रोतांचा शोध घेणारे व्यापक प्रतिनिधित्व; पूर्ण 'कथा' एकत्र येऊ देण्यासाठी योजना स्पष्ट करणे आणि ती परिपूर्ण करणे; इतर डेटा स्रोतांबरोबर, सहजपणे डोळ्यात न भरणाऱ्या डेटाचे त्रिकोणीकरण करणे; आणि शक्य असल्यास आतल्या गोटातील माणूस किंवा इतर संशोधक यांच्याबरोबर टिपणांची तपासणी आणि तुलना करणे (प्रकरण ८ पाहा, रकाना ८.२).

मजकूर/कागदपत्रांची विश्लेषण प्रक्रिया

मजकूराच्या विश्लेषणात दस्तऐवजांचे उत्पादन करावे लागत नसल्याने डेटा संकलनात वापरल्या जाणाऱ्या इतर पद्धतींपेक्षा मजकूराच्या विश्लेषणातील पायऱ्या काहीशा भिन्न आहेत मजकूराचे विश्लेषण अंमलात आणण्यासाठी पुढील गोष्टी आवश्यक आहेत: आकस्मिक घडामोडींसाठी योजना तयार ठेवणे; तुमचा 'मजकूर' गोळा करा, त्याच्या विश्वासार्हतेचे पुनरावलोकन करा आणि त्यांच्या सहेतुक आणि निर्हेतुक पुराव्यांची चौकशी करा आणि

शेवटी तुमच्या प्रक्रियेचे चिंतन व परिष्करण करा आणि डेटाचे विश्लेषण करा. रकाना १२.१–१२.३ मजकूराच्या विश्लेषण प्रक्रियेतील पायऱ्या/तपाससूची दिली आहे.

नियोजन

कागदपत्रांचा शोध घेत असतानासुद्धा मानवी प्रतिसादकाप्रमाणेच तुम्ही जनसंख्या, नमुना आणि प्रवेश याचा विचार करणे आवश्यक आहे, हे तुम्हाला माहीत आहे का? दुसऱ्या शब्दात सांगायचे झाल्यास, संभाव्य कामाचा भाग म्हणून कागदपत्रांच्या कोणत्या श्रेणीचा तुम्ही विचार करणार आहात, कोणती तुम्ही प्रत्यक्षात पाहणार आहात आणि त्यांचा वापर करण्यासाठी तुम्ही काय योजना आखली आहे, हे तुम्हाला ठरवावे लागेल. आणि मानवी सहभागींचा समावेश असलेल्या दुसऱ्या कुठल्याही पद्धतीप्रमाणेच तुम्हाला तुमचे पूर्वग्रह; कौशल्य; तुम्ही नक्की काय शोधत आहात; तुम्ही स्वत: डेटा संकलन केले नाही तरीही विश्वासार्हतेची खात्री कशी बाळगाल आणि तुम्ही अनपेक्षित घडामोडींसाठी काय योजना केलेली आहे; या गोष्टींचा विचार करणे आवश्यक आहे. रकाना १२.१ मध्ये नियोजन मजकूराच्या/कागदपत्रांच्या विश्लेषणामध्ये आवश्यक असलेल्या पायऱ्या दिलेल्या आहेत.

रकाना १२.१

नियोजन – 'कोण', 'कोठे', 'तेव्हा', 'कसे' आणि 'काय' याचा विचार करणे

तुमच्या विश्लेषणाचे यश हे तुम्ही प्रक्रियेचे नियोजन करताना काय विचार केलेला आहे, यावर अवलंबून आहे.

१. *जनसंख्या आणि नमुना/प्रतिसादक/सहभागी* – मजकुराच्या विश्लेषणामध्ये जो 'मजकूर' शोधायचा आहे त्याची यादी तयार करणे आणि ते कोणाच्या बाजूने बोलतील हे समजून घेणे, याचा समावेश होतो. आपण अन्वेषण करू इच्छित असलेल्या मजकूराची व्याप्ती खूप जास्त असेल तर योग्य नमुना धोरण (प्रकरण १० पाहा) विकसित करणे आवश्यक आहे.

२. *प्रवेश* – तुम्ही मजकूर कसे शोधून काढणार आणि त्यांच्यापर्यंत कसे पोहोचणार. तुमच्या मजकूराकडून तुम्हाला हवी असलेली संपूर्ण माहिती मिळवण्यासाठी कोणत्याही भाषिक किंवा सांस्कृतिक अडथळ्यांचा विचार करणे आवश्यक आहे.

३. *तुमचे पूर्वग्रह* – तुम्ही तुमच्या व्यक्तिनिष्ठता ओळखणे आणि त्यावर नियंत्रण ठेवणे, ह्या गोष्टी खात्रीपूर्वक करू शकलात तर तुमच्या 'मजकूराचे' अन्वेषण तुम्हाला मुक्त मनाने करता येईल.

४. *तुमची कौशल्ये* – तुमचे विश्लेषण अंमलात आणण्यासाठी आवश्यक असलेली कौशल्ये/संसाधने तुम्ही कशी विकसित कराल.

५. *विश्वासार्हता* – विश्वासार्हतेची खात्री करून घेण्यासाठी सुनिश्चित धोणांचा विचार (रकाना ८.२ पाहा).

६. *डेटा* – तुमच्या मजकुरात तुम्ही नक्की काय बघत आहात किंवा कशाचा शोध घेण्याचा प्रयत्न करत आहात, हे जाणून घेणे.

७. *नीतीशास्त्र/आचारसंहिता मान्यता* – तुमच्या प्रकल्पामध्ये मुळात कोणताही नैतिक दुविधा आहे का याचा विचार करणे. आणि गोपनीय, गुप्त, संवेदनशील अथवा खाजगी असे वर्गीकरण केलेल्या मजकूराचे अन्वेषण करण्यासाठी योग्य आचारसंहितेची मान्यता मिळवणे.

८. *आकस्मिक घडामोडी* – अनपेक्षित, अनियोजित आणि दुर्दैवी. याचा अर्थ आपली मूळ योजना यशस्वी झाली नाही तर पुढे जाण्यासाठी पर्यायी योजना तयार हवी, असा आहे.

'मजकूर' एकत्र करणे, आढावा घेणे आणि चौकशी करणे

तुम्ही कागदपत्रांना कसे बोलायला लावाल? डेटाच्या या स्वरूपातून तुम्ही माहिती बाहेर कशी काढाल? जे दस्तऐवज शोध घेण्यासाठी योग्य आहेत असे तुम्ही ठरवले आहे, तुम्ही प्रथम ते दस्तऐवज एकत्रित करणे गरजेचे आहे. दुसरी गोष्ट म्हणजे, तुम्ही अत्यंत सुनियोजित असणे आवश्यक आहे – विविध प्रकारच्या मजकूरामध्ये मोठ्या प्रमाणावर माहिती अंत:स्थापित असू शकते. तिथपासून, हा सर्व शोध घेण्याचाच भाग आहे: दस्तऐवज कार्यसूची, कागदपत्रांच्या पार्श्वभूमीबाबतच्या कथा आणि अर्थात कागदपत्रांमध्ये असलेली कथा. रकाना १२.२ मध्ये दस्तऐवजाची कसून चौकशी करण्यासंबंधी पायऱ्या दिल्या आहेत.

रकाना १२.२

'मजकूर' एकत्र करणे, आढावा घेणे आणि चौकशी करणे

आवश्यक मजकुराची चौकशी प्रक्रिया सुरू करण्यासाठी तुम्हाला खालील गोष्टी लागतील:

१. *संबंधित 'मजकूर' एकत्र करणे* – कोष्टक १२.१ मध्ये दिलेल्या रूपरेषेप्रमाणे बहुतेक मजकूराचे संकलन केले जाऊ शकते, परंतु काहींसाठी प्रत्यक्ष त्या क्षेत्रात जावे लागू शकते; उदाहरणार्थ, तुम्हाला भित्तीलेख, संग्रहालयातील प्रदर्शित वस्तू, किंवा विशिष्ट ठिकाणचा कचरा या गोष्टी पहाव्या लागू शकतील.

२. *व्यवस्थापन करा* – संकलित मजकूराचा विकास आणि व्यवस्थापन करण्यासाठी तुम्ही व्यवस्थापन योजना राबवू इच्छित असाल.

३. *प्रत* – टीपा काढण्यासाठी मूळ मजकूराच्या प्रति काढा.

४. *खरेपणा तपासा* – 'मजकूरा'चा खरेपणा आणि विश्वासार्हता याचे मूल्यांकन करा.

५. *मजकूराचा उद्देश शोधून काढा* – मजकूराचे पुनरावलोकन करून मूळच्या पूर्वग्रहांचा विचार करा.

६. *पार्श्वभूमीबाबत माहिती काढा* – ज्या मजकूराचा तुम्ही शोध घेत आहात, त्यासाठी लेखक/निर्माता, प्रेक्षक, उद्देश आणि शैली योग्य आहे का याबाबतच्या पार्श्वभूमीची माहिती मिळवा.

७. *'मजकूरा'बद्दल प्रश्न विचारा* – तो कोणी निर्माण केला? कशासाठी त्याची निर्मिती केली होती? उत्पादन करतानाची परिस्थिती काय होती? केव्हा, कुठे आणि का निर्मिती झाली? तो डेटा कोणत्या प्रकारचा आहे? मुळात पार्श्वभूमी संबंधात उपलब्ध असलेली कोणतीही माहिती जिचा तुम्ही शोध घेऊ इच्छिता (कधी कधी याला गुप्त आशय किंवा अहेतुक पुरावा म्हणतात).

८. *आशयाचा शोध घ्या* – मजकूराच्या प्रकाराप्रमाणे हे बदलेल आणि पुढील विभागात चर्चा केल्याप्रमाणे गुणात्मक व संख्यात्मक प्रक्रियांचा यात समावेश होऊ शकेल. मजकुरातून काय मिळवायची तुमची योजना आहे याची अगोदर योजना करणे ही यशाची गुरुकिल्ली आहे.

चिंतन, परिष्करण आणि विश्लेषण

असक्षम संशोधक बनण्याआधी, तुम्ही जेव्हा जेव्हा एका नवीन मार्गाने डेटा संकलन करण्याचे आव्हान घेता तेव्हा, एक अननुभवी संशोधक म्हणून प्रारंभ करता आणि प्रवास करत शिकत जाण्याची आवश्यकता असते.

आणि तुम्ही पद्धतींबद्दल सर्व वाचलेत तरी, प्रत्यक्ष काम करेपर्यंत ते तुमच्या डोक्यात शिरण्याची शक्यता कमीच आहे. माझ्यासाठी, याचाच अर्थ चिंतन. कोणत्याही पद्धतीतील चांगल्या दस्तऐवज विश्लेषणासाठी पुढेपुढे जाताना चिंतन, परिष्करण आणि सुधारणा करणे आवश्यक असते. तुम्ही लवचीक असणे आवश्यक आहे. तुम्ही शोध घेत असलेला दस्तऐवज तुमचे संशोधन व्यक्त करण्याच्या उद्देशाने लिहिला गेलेला नसल्याने, तुम्ही काय शोधत आहात ते शोधण्यासाठी आणि कदाचित अगदी अशी संबंधित माहिती जी तुमच्याही नकळत तुम्ही शोधत होतात त्या माहितीचाही शोध घेण्यासाठी प्रत्येकावर तुमची बारीक नजर असणे आवश्यक आहे. एकदा का तुम्ही हे कौशल्य विकसित केलेत की, विश्लेषण हा एक समृद्ध प्रयत्न असेल. रकाना १२.३ मध्ये चिंतन, परिष्करण आणि विश्लेषणाच्या पायऱ्या दिलेल्या आहेत.

रकाना १२.३

चिंतन, परिष्करण आणि विश्लेषण

१. *जाता जाता शिका आणि सुधारणा करा* – कागदपत्रांच्या विश्लेषणाकडे परस्परपरिणामकारक आणि सतत चालणारी प्रक्रिया म्हणून पाहा.
२. *प्रक्रियेचे पुनरावलोकन* – मजकूराचे संकलन, स्रोतांचे पुनरावलोकन आणि आशय शोधणे यासंबंधित येणाऱ्या कोणत्याही अडचणींचे चिंतन करा.
३. *तुमच्या टीपणांचे पुनरावलोकन करा* – तुमच्या नोंदीचा अर्थ लावताना येणाऱ्या कोणत्याही अडचणींचे चिंतन करा.
४. *सुधारणा करा* – प्रक्रियेबाबतच्या तुमच्या स्वतःच्या पुनरावलोकनावर आणि उत्पादित डेटाच्या गुणवत्तेवर आधारित.
५. *पुनरावलोकन आणि परिष्करण करत राहा* – जोपर्यंत प्रक्रिया आणि गोळा केलेला डेटा सुकर वाटत नाही तोपर्यंत परिष्करण चालू ठेवा.
६. *प्रमुख समस्या आहेत?* – काही प्रमुख समस्या असतील तर तुम्ही उघडपणे त्यांची पर्यवेक्षकाबरोबर चर्चा करणे आणि सुधारणांचा विचार करणे आवश्यक आहे.
७. *विश्लेषण* – मजकूराच्या विश्लेषणामध्ये संकलित केलेला डेटा संख्यात्मक असू शकतो (ताळा जमवणे आणि अधिक सखोल संख्याशास्त्रीय विश्लेषणाच्या विविध रीतींच्या माध्यमातून; प्रकरण १३ पाहा) किंवा जास्त गुणात्मक असू शकतो (खोलवर चिंतनशील प्रक्रियांच्या माध्यमातून; प्रकरण १४ पाहा). लक्षात ठेवाः विश्लेषणाने तुमचा संशोधन प्रश्न अभ्यासपूर्ण रीतीने सोडविण्याच्या दिशेने काम करायला हवे.

तपाससूची सहचर संकेतस्थळावर उपलब्ध.

दस्तऐवज, इतिहास आणि मानवनिर्मित गोष्टींच्या खोलात शिरणे

'मजकूरात' इतक्या विस्तृत माहितीच्या मालिकेचा अंतर्भाव होत असल्याने त्याच्या विश्लेषणाच्या अनेक परिभाषित पद्धती आहेत. प्रत्येक पद्धत, वरील रकाना १२.१ मध्ये वर्णन केलेल्या पायऱ्या अनुसरत असली तरी दस्तऐवज विश्लेषण, ऐतिहासिक विश्लेषण, मानवनिर्मित गोष्टींचे विश्लेषण आणि दुय्यम डेटाचे विश्लेषण करताना खालील सर्व त्यांच्या स्वतःच्या युक्त्या वापरतात.

शब्दार्थसूची

दस्तऐवजांचे विश्लेषण

संशोधन डेटाचा एक प्राथमिक स्त्रोत म्हणून लिखित मजकूराच्या विविध प्रकारांचा संग्रह, समीक्षा, चौकशी आणि विश्लेषण.

एक संशोधक ज्या मजकूराचे विश्लेषण करतो तो मजकूर म्हणजे दस्तऐवज (इंटरनेटवरील आणि छापील प्रतीही) असण्याची शक्यता असते त्यामुळे मजकूराच्या विश्लेषणाबाबतचा वर दिलेला सल्ला पूर्णपणे प्रस्तुत आहे. तथापि, यामध्ये दोन असे मुद्दे आहेत ज्यांचा अजून सखोल शोध घेणे योग्य ठरेल. पहिला म्हणजे, पूर्वग्रहाचा मुद्दा. दस्तऐवज विश्लेषणामध्ये आधी अस्तित्वात असलेले दस्तऐवज हे डेटाचे प्राथमिक स्त्रोत समजले जातात. पण तो आधी अस्तित्वात असलेला मजकूर असल्याने तुम्हाला विचारपूर्वक व्यक्तिनिष्ठतेच्या मुद्द्याचा विचार करणे आवश्यक आहे. तुम्ही निर्माण केलेल्या डेटाची विश्वासार्हता ही अंशत: लेखकाचा पूर्वग्रह/उद्देश ओळखण्यावर अवलंबून आहे. मुद्रित शब्द हे सत्य म्हणून वापरण्याचा मोह होऊ शकतो. पण जर तुम्ही तसे केलेत तर, कोणाचे सत्य आहे हे विचारणे आवश्यक आहे. पूर्वग्रहाचा दुसरा स्त्रोत संशोधक म्हणून तुमच्यामध्येच असतो. कोणत्याही पद्धतीप्रमाणे (आणि प्रकरण ४ मध्ये चर्चा केल्याप्रमाणे), तुम्ही एक संशोधक म्हणून खरे कसे आहात याचा प्रभाव तुम्ही दस्तऐवज वाचून त्याचा काय अर्थ लावता या गोष्टीवर राहतो.

दुसरा मुद्दा, डेटा मिळवण्यासाठी कागदपत्राचा अर्क काढण्याशी संबंधित आहे. एकदा तुम्ही कागदपत्रं शोधून काढली, ताब्यात घेतली आणि त्यांच्या विश्वासार्हतेचे मूल्यांकन केले की तुम्ही डेटाचा अर्क काढण्यास तयार होता. आता पहिली पायरी म्हणजे स्वत:ला दस्तऐवजाबद्दल प्रश्न विचारायचे आहेत. यामध्ये लेखक व गटांशी संबंधित प्रश्न, उत्पादनाची परिस्थिती, दस्तऐवजाचा प्रकार, ते ठरावीक उदाहरण आहे की अपवादात्मक उदाहरण आहे, शैली, एकंदर सूर, कार्यक्रम, राजकीय उद्देश आहे का ह्यामध्ये तथ्य आहेत की मते अथवा दोन्हीही – प्रामुख्याने दस्तऐवजाशी संबंधित पार्श्वभूमीची कोणतीही माहिती. ह्याला कधी कधी सुप्त आशय किंवा 'अहेतुक' पुरावा असे म्हणतात. या प्रश्नांची उत्तरे दस्तऐवजातच (दस्तऐवजाचा प्रकार, एकंदर सूर आणि शैली) असू शकतात किंवा त्यांचा पुढील तपास (दस्तऐवजाचा लेखक किंवा वर्गाबद्दल माहिती) करणे आवश्यक असते.

पुढील पायरीमध्ये 'बौद्धिक' पुराव्याचा किंवा दस्तऐवजामधील आशयाचा शोध घेणे या गोष्टीचा समावेश होतो. हे करण्याच्या काही पद्धती आहेत. पहिली पद्धत म्हणजे 'मुलाखत तंत्राचा' वापर, तर दुसऱ्या पद्धतीत घटनांचे टिपण, औपचारिक संरचित निरीक्षणासारखी पद्धत यांचा समावेश होतो:

- *मुलाखत* – तुमच्या दस्तऐवजांची 'मुलाखत घेताना' तुम्ही एकाअर्थी प्रत्येक दस्तऐवज हा जणू काही तुमच्या प्रश्नासंबंधी माहिती देऊ शकणारा एक प्रतिसादकच आहे, अशी वागणूक त्यांना देता. तुम्ही विचारलेले प्रश्न हे तुमच्या चौकशीचे स्वरूप आणि दस्तऐवजाचा प्रकार, यावर अवलंबून असतील. मुलाखत घेताना तुम्हाला त्यातून काय माहीत करून घ्यायचे आहे आणि तुमचा दस्तऐवज तुम्हाला तुमच्या प्रश्नांची उत्तरे देऊ शकतो का, हे ठरवावे लागेल. नंतर प्रत्येक प्रश्न 'विचारणे' आणि ज्या दस्तऐवजातील परिच्छेदात त्याचे उत्तर सापडेल तो ठळक करणे आवश्यक आहे. तुम्हाला मिळालेल्या प्रतिसादांचे नीट नियोजन करण्याकरिता रंगाच्या मदतीने अपेक्षित मुद्दे ठळक करण्याच्या पद्धतीचा वापर केला जाऊ शकतो किंवा

तुम्ही दस्तऐवजाची क्रमवारी लावण्याकरिता NVivo किंवा NUD*IST अशा गुणात्मक डेटा व्यवस्थापन प्रोग्राम्सची मदत घेऊ शकता.

- *घटनांचे टिपण घेणे* – ही अशी प्रक्रिया आहे जी दस्तऐवजामध्ये वापरण्यात आलेले विशिष्ट शब्द, वाक्यप्रयोग आणि संकल्पना यांची मोजणी करते. औपचारिक संरचित निरीक्षणांनुसार संशोधक कोणत्या 'गोष्टीचा शोध घेतला पाहिजे' ते ठरवतो आणि प्रमाण, वारंवारिता आणि अनेकदा घटनेचा संदर्भ याची नोंद करतो. ह्यालाच 'आशय विश्लेषण' असेही म्हणता येईल. आणि १४ व्या प्रकरणात याची अधिक सखोल माहिती दिली आहे.

समजा, तुम्हाला सांघिक कायद्यामधील संदर्भ बिंदू म्हणून हवामान बदलातील वाढ शोधून काढायची आहे. तेव्हा तुम्ही प्रथम कायद्यासंबंधातील कोणते दस्तऐवज तुम्ही शोधू इच्छिता ते निश्चित कराल आणि त्यांच्यापर्यंत तुम्ही पोहचू शकाल ना याची खात्री करून घ्याल. दखलपात्र घटनांच्या नोंदींमध्ये 'हवामानातील बदल' ह्या आणि अशाच तुम्हाला संबंधित वाटणाऱ्या इतर वाक्यप्रयोगांचा समावेश असेल. दस्तऐवजांच्या 'मुलाखती घेणे' परिस्थितीजन्य असते आणि त्यात दस्तऐवजासंबंधी प्रश्न 'विचारणे' आणि उत्तरांचा शोध घेणे या गोष्टींचा समावेश होतो. म्हणजे तुमच्याकडे ही संज्ञा कशी आणि का वापरली जाते याचा चांगला संदर्भ असेल.

छायाचित्र १२.१ दस्तऐवजाचे विश्लेषण

ऐतिहासिक विश्लेषण

शब्दार्थसूची

ऐतिहासिक विश्लेषण

वास्तव सिद्ध करण्यासाठी आणि भूतकाळातील घटनांचे निष्कर्ष काढण्यासाठी विविध स्वरूपातील डेटाचा संग्रह, पुनरावलोकन, चौकशी आणि विश्लेषण करणे.

ऐतिहासिक विश्लेषण हा मजकूर विश्लेषणाचा एक विशिष्ट प्रकार आहे ज्यामध्ये कोणत्याही आणि सर्व प्रकारच्या 'मजकूराचा' समावेश होऊ शकतो. रकाना १२.१–१२.३ मध्ये अशा पायऱ्या दिलेल्या आहेत. तथापि, मुख्य फरक हा आहे की ऐतिहासिक विश्लेषणाला भूतकाळातील वास्तव सिद्ध करणे आणि निष्कर्ष काढण्याचे निश्चित उद्दिष्ट आहे. हे लक्ष्य सोपे वाटू शकते, पण प्रत्यक्षात हे एक काटेरी लक्ष्य आहे ज्यामध्ये पुढील गोष्टींचा समावेश होतो:

- *प्रत्यक्षात काय झाले याची शहानिशा करणे* – कधी कधी दंतकथा किंवा आख्यायिका वास्तवावर आधारित नसतात किंवा त्या म्हणजे किमान वास्तविक गोष्टींची पूर्ण मालिका नसते.
- *ते का घडले याची शहानिशा करणे* – ऐतिहासिक विश्लेषण 'काय' च्यापलीकडे जाते आणि बहुविध वास्तव, परिस्थिती, संदर्भ आणि अटी याबद्दल विचारणा करते. हा परिस्थितीजन्य गुंतागुंत समजून घेण्याचा एक प्रयत्न आहे.
- *परिणाम समजून घेणे* – इतिहासकारांचा असा विश्वास आहे की भूतकाळ ही भविष्यकाळ समजून घेण्याची गुरुकिल्ली आहे. म्हणूनच ऐतिहासिक विश्लेषण हे भूतकाळाच्या विश्लेषणाचा वर्तमान परिस्थितीशी आणि भविष्यातील शक्य असणाऱ्या गोष्टींशी दुवा जोडण्याचा प्रयत्न करते.

ही उद्दिष्टे साध्य करण्यासाठी संशोधक विविध स्रोतांकडे वळतात जे प्राथमिक स्रोत (घटनांचे साक्षीदार असलेल्यांची साक्ष, सामाजिक जमाखर्चाच्या नोंदी ज्यांच्याद्वारे भूतकाळातील शिल्लक राहिलेल्या नोंदींचे संदर्भ मिळतात) किंवा दुय्यम स्रोत (तुम्ही शोध घेत असलेल्या ऐतिहासिक कालावधीत उत्पन्न न झालेल्या नोंदींचा शोध, म्हणजे अन्य कोणाच्या तरी नोंदींचा शोध/भूतकाळाचे विश्लेषण) असतात.

इथे काही आव्हाने आहेत: (१) वापरलेल्या स्रोतांच्या खरेपणाची आणि विश्वासार्हतेची खात्री करून घेणे; (२) एखादा विषय पूर्ण आहे असे समजण्याइतपत पुरेसा डेटा संकलित करणे; आणि (३) पूर्णपणे वेगळ्या प्रकारच्या आणि परस्परविरोधी पुराव्यामध्ये प्रवाह आणि आकृतिबंधांचा शोध घेणे.

सांस्कृतिक मानवनिर्मित वस्तूंचे विश्लेषण

शब्दार्थसूची

सांस्कृतिक मानवनिर्मित वस्तूंचे विश्लेषण

वस्तू, निर्माते आणि वापरकर्ते यांच्या संस्कृतीबद्दलची माहिती पडताळून बघण्यासाठी विविध मानवनिर्मित वस्तूंचा संग्रह, पुनरावलोकन, चौकशी आणि विश्लेषण.

आपण जगाशी संवाद साधतो तेव्हा आपण आपला ठसा उमटवतो. आपण कुठे होतो आणि आपण काय केले, याचा पुरावा सर्वत्र आहे. आणि कोणताही गुन्हाच्या देखाव्याचा तपासनीस तुम्हाला सांगेल की या पुराव्यांच्या माध्यमातून आपण स्वतःबद्दल काहीतरी उघड करतो.

लेखी शब्दांच्या पलीकडे आपल्या परस्परसंबंधाच्या पुराव्यामध्ये आपल्यामुळे होणारी झीज, तसेच आपण मागे सोडलेल्या गोष्टी यांचा समावेश होतो. समाजशास्त्रीय संशोधन जगतात त्यांना धूप आणि वृद्धीचे उपाय म्हणतात:

- *धूप* – झीज शोधते. गुन्ह्याच्या देखाव्यामध्ये याचा अर्थ पायाचे ठसे किंवा गाडी बाजूला घसरल्याच्या खुणा या गोष्टी बघणे असा होऊ शकतो. समाजशास्त्रीय जगतात, आपण लोक रेल्वेमध्ये सर्वाधिक कोठे बसायला

प्राधान्य देत होते हे ठरवण्यासाठी कुठली आसने जास्त झिजली आहेत हे बघू. किंवा प्रतीक्षा कक्षातील मासिकांच्या स्थितीचे परीक्षण करून रुग्णांच्या वाचनाचा प्राधान्यक्रम ठरवू.

- *वृद्धी* – लोक मागे काय सोडून जातात हे शोधते. उदाहरणार्थ, आपण गुन्हाच्या देखाव्याच्या ठिकाणी परत गेलो तर आपल्याला डीएनए किंवा खूण म्हणून एखादी काडेपेटी दिसू शकते. सामाजशास्त्राच्या संशोधन जगतात, रुग्णालयातील कर्मचारी कचऱ्याची विल्हेवाट लावण्याच्या धोरणाशी जुळवून घेत आहेत का हे बघण्यासाठी आपण कचरा पेट्या बघू शकतो. किंवा स्वैराचाराच्या दृष्टिकोनाचा अभ्यास करण्यासाठी शौचालयाच्या दारावरील भित्तीलेखांचे परीक्षण करू शकतो.

अशा प्रकारचा शोध हा अनेकदा प्रकल्प विद्यार्थ्यांकडून उपेक्षित राहतो, पण ठरावीक प्रकारच्या संशोधनात तो प्रचंड अंतदृष्टी देऊ शकतो. उदाहरणार्थ, ऐतिहासिक संशोधनावर, निवास, शस्त्रे आणि कला अशा मानवनिर्मित गोष्टींचा शोध घेऊन प्रकाश टाकला जाऊ शकतो – खरं तर, शोध लावला जात असलेल्या कालावधीतील अगदी कोणतीही गोष्ट सामाजिक स्थितीवर प्रकाश टाकू शकते. दोन किंवा अधिक संस्कृतींमधील तुलना अभ्यासात या प्रकारच्या शोधाद्वारा सुधारणा केली जाऊ शकते. उदाहरणार्थ, विविध संस्कृतींमधील मुलांचे खेळ किंवा विवाह समारंभांची तुलना, अत्यंत उद्बोधक असू शकते.

खरं तर तुम्ही असा युक्तिवाद करू शकता की कोणतीही संस्कृती समजून घेताना त्याचा प्रत्यक्ष पुरावा किंवा त्याच्या 'आखीव मार्गाचा' शोध घेऊन त्यात सुधारणा केली जाऊ शकते. येथे एक समकालीन उदाहरण म्हणजे 'कार्बन फूटप्रिंट्स' किंवा वैयक्तिक, घरगुती किंवा व्यवसायिक कार्बन निर्मितीचा (आणि अशा प्रकारे त्याचे जागतिक तापमानवाढीला मिळणारे योगदान) अंदाज हे आहे. वृद्धी हा उपाय प्रत्यक्षात उल्लेखनीय आणि दैनंदिन परिपाठाचा एक भाग झाला.

–रकाना १२.४–

दस्तऐवज आणि मजकूर विश्लेषणाची उदाहरणे

हलाबी, एस. स्मिथ, डब्ल्यू., कॉलिन्स, जे. बेकर, डी आणि बेडफोर्ड, जे. (२०१२) 'घानामधील एच.आय.व्ही/एड्स प्रशिक्षणात होणाऱ्या हस्तक्षेपाचे दस्तऐवज विश्लेषण', १० जुलै २०१२ रोजी ऑनलाइन प्रकाशित झालेले *आरोग्य शिक्षण नियतकलिक.*

ह्या दस्तऐवज विश्लेषणात स्नो-बॉल नमुना प्रक्रियेचा वापर करून २४ अभ्यासक्रम – सात शाळा आधारित, १५ प्रौढ आधारित, आणि दोन प्रतिबंध कार्यक्रमाचे विविधलक्षी अभ्यासक्रम – याबाबत माहिती संकलित करून त्या माहितीची अचूकता तपासणे, याचा समावेश होता. प्रत्येक अभ्यासक्रमाचे दोन समीक्षकांकडून स्वतंत्रपणे सांकेतिकीकरण केले गेले ज्यांनी अभ्यासक्रमातील समस्यापूर्ण विशिष्ट ओळी, विभाग किंवा प्रतिमा यांची नोंद केली. वस्तुस्थिती संबंधीच्या वास्तविक त्रुटींचा समावेश असलेले निष्कर्ष; वगळलेली माहिती; अतिसुलभीकरण केले गेलेले वास्तव; शारीरिक संबंध टाळण्याविषयीची भीतीवर आधारित जाहिरात; कंडोमबद्दलची गोंधळात टाकणारी माहिती; संक्रमणाची महिलांची समस्या म्हणून केलेली मांडणी; आणि वैयक्तिक धोक्याची चुकीच्या पद्धतीने केलेली मांडणी.

सोफाल्वी, ए (२०११) 'मूकपटाच्या युगातील आरोग्य शिक्षण चित्रपट: एक ऐतिहासिक विश्लेषण', आरोग्य शिक्षणाचे *आंतरराष्ट्रीय इलेक्ट्रॉनिक नियतकालिक,* १४: १३५–१४१.

या ऐतिहासिक/मजकूर विश्लेषणात मूकपट युगामध्ये निर्माण झालेल्या ११ आरोग्य शिक्षण चित्रपटांचा तसेच या चित्रपटांवरील प्रकाशित समीक्षणांचा शोध घेण्यात आला. या कालखंडातील चित्रपट क्षयरोग,

(पुढे चालू...)

(पुढे चालू...)

जंत (हुकवर्म्स), स्तनपान, वाहतूक सुरक्षा, दातांची काळजी आणि मुलांचे आरोग्य अशा विषयांवर आधारित आहेत. लेखकांनी त्यांच्या सामाजिक व ऐतिहासिक संदर्भात चित्रपट बसवले आहेत आणि ते असा युक्तिवाद करतात की अशी कामे आरोग्य शिक्षण तज्ज्ञांसाठी ऐतिहासिक संसाधने आहेत.

वेल्स, ई आणि बूवर, बी (१९७६), '१९७० मधील भित्तीलेख', सामाजिक मानसशास्त्र नियतकालिक, ९९ (१): ११५–१२३.

ह्या अभिजात मानवनिर्मित वस्तूंच्या विश्लेषणामध्ये विविध सामाजिक आर्थिक आणि वांशिक जनसंख्यांचे प्रतिनिधित्व करणासाठी निवडलेल्या चार उच्च माध्यमिक शाळांमधील पुरुष व स्त्रियांच्या प्रसाधनगृहामधील भित्तीलेखांचा शोध घेतला. हे भित्तीलेख तीन स्वतंत्र परीक्षकांनी १६ श्रेणींमध्ये क्रमवार लावले.

संशोधकांना असे दिसून आले की ८८% भित्तीलेख महिलांद्वारे लिहिले गेले होते. त्यातील आशय प्रामुख्याने भावनाप्रधान असल्याचे आढळले. उच्च सामाजिक-आर्थिक पार्श्वभूमी असलेल्या विद्यार्थ्यांनी सामाजिक-आर्थिक पार्श्वभूमी असलेल्या विद्यार्थ्यांपेक्षा तुलनेने कमी, कमी भावनाप्रधान आणि अधिक कामुक साहित्य लिहिलेले होते. लेखक असे सुचवतात की, महिला लैंगिकता आणि अभिव्यक्ति स्वातंत्र्यावर भर दिल्याचा हा परिणाम असू शकतो.

पूर्ण मजकूर वाचनासाठी सहचर संकेतस्थळावर उपलब्ध आहे.

अस्तित्वात असलेला अभ्यास आणि डेटा संच

ओळख पाहू? कोणीतरी आधीच हे विचारले असण्याची, त्याविषयी संशोधन केले असण्याची, आणि त्याविषयक डेटा संकलित केला असण्याची खूप शक्यता आहे. नुकतेच मी असे वाचले की प्रत्येक वर्षी ३ मिलियन नवीन नियतकालिक लेखांचे उत्पादन होते. ते प्रचंड प्रमाणातील डेटाचे प्रतिनिधित्व करतात – डेटाचा काटेकोरपणे शोध घेणे शक्य आहे आणि तो घेतला पाहिजे. पण त्याचे दर्शनी मूल्य बघू नका. जेव्हा तुम्ही दुय्यम डेटासंच वापरून काम करत असता तेव्हा शोध सुरू करण्यापूर्वी तुम्हाला त्याचे मूल्यांकन करणे आवश्यक आहे.

अस्तित्वात असलेला अभ्यास आणि डेटा वापरून काम करण्याची काही धोरणे आहेत. ह्या विभागात पुढील गोष्टींचा समावेश होतो: *दुय्यम डेटा विश्लेषणामध्ये* संशोधक अस्तित्वात असलेला डेटा वापरून पूर्वी पुरेशा प्रमाणात लक्ष न दिल्या गेलेल्या किंवा पद्धतशीर आढावा न घेतल्या गेलेल्या प्रश्नांची (दुसऱ्या शब्दात , जुन्या डेटापासून निर्माण झालेले नवीन प्रश्न) उत्तरे देण्याचा प्रयत्न करताना दिसतात; अधिक स्पष्ट परिणाम निर्धारित करण्यासाठी अभ्यासश्रेणींचे मूल्यांकन आणि संश्लेषण करणाऱ्या संशोधकांकडे लक्ष देणारी पद्धतशीर समीक्षणे आणि संश्लेषण आणि आकडेवारी निश्चित करण्यासाठी संशोधक डेटा संच आणि चालू विश्लेषण याचे मिश्रण करतात हे पाहणारे विश्लेषण.

छायाचित्र १२.२ अस्तित्वात असलेला डेटा

दुय्यम डेटा विश्लेषण

शब्दार्थसूची

दुय्यम डेटा विश्लेषण

संग्रह, पुनरावलोकन, कसून चौकशी आणि पूर्वी पुरेशा प्रमाणात लक्ष न दिल्या गेलेल्या किंवा पद्धतशीर आढावा न घेतल्या गेलेल्या प्रश्नांची उत्तरे देण्यासाठी अस्तित्वात असलेल्या डेटा संचाचे विश्लेषण.

माहिती संकलन हा संशोधन प्रक्रियेचा इतका अविभाज्य भाग बनलेला आहे की काही वेळा आपण हे विसरूनच जातो की आपण शोधत असलेला डेटा आधीच गोळा केलेला असू शकतो – जनगणना, मोठ्या प्रमाणावरील सर्वेक्षण आणि संस्थात्मक नोंदी या सर्वांमध्ये संशोधन प्रश्नाची उत्तरे असण्याची शक्यता असू शकते. या माहिती संचाचा फायदा उठवणे योग्य आहे. दुय्यम डेटा वापरल्यास तुम्ही डेटा संकलन प्रक्रिया आणि त्यामुळे येणारा सर्व ताण, खर्च आणि त्यासाठी लागणारा वेळ या सर्व गोष्टी टाळू शकता. तुम्हाला एरवी ज्यांच्यापर्यंत पोचणे अवघड आहे, अशा नमुन्यांपर्यंत किंवा स्वत: निर्माण करण्याच्या दृष्टीने खूपच मोठ्या प्रमाणातील अशा नमुन्यांपर्यंत पोचता येते. पण लक्षात ठेवा की, दुय्यम डेटा हा फक्त त्याच्या संकलन प्रक्रियेइतकाच चांगला आहे – आणि तुम्ही त्याच्यावर कोणत्याही प्रकारचे नियंत्रण ठेवू शकत नाही.

आता दुय्यम डेटा विश्लेषणामधील सगळ्यात महत्त्वपूर्ण पायरी म्हणजे तुम्ही नक्की कशाचा शोध घेत आहात, हे जाणून घेणे – म्हणजे स्पष्टपणे व्यक्त झालेला संशोधन प्रश्न आणि त्या प्रश्नाचे उत्तर कोणत्या प्रकारचा डेटा देऊ शकेल, हे समजावून घेणे. जेव्हा दुय्यम विश्लेषणाचा प्रश्न येतो तेव्हा तुम्हाला वाटते त्यापेक्षा हे प्रत्यक्षात अधिक कठीण असू शकते. तुम्हाला एखादा अस्तित्वात असलेला डेटा संच वापरून काम करायचे असेल तेव्हा तुम्ही जनसंख्या, नमुने, प्रश्न प्रतिसाद श्रेणी वगैरे याबाबतचे निर्णय घेण्यासहित आखणीची प्रक्रिया वगळता.

डेटा जसजसा तयार होत जातो तसतसा तुम्हाला डेटाचा शोधदेखील घ्यावा लागत नाही आणि या दोन्ही प्रक्रिया संकल्पनात्मक कामाची प्रचंड संधी उपलब्ध करून देतात. दुय्यम विश्लेषणामध्ये, जरी आराखडा आणि प्राथमिक डेटा इतरांनी केलेला असला तरी तुम्हाला जाणीवपूर्वक अशा समस्यांचा विचार करण्याची गरज आहे. तरच तुम्ही तुमच्या संशोधन प्रश्नाच्या संदर्भात अस्तित्वात असलेल्या डेटा संचाचे मूल्यांकन करण्याच्या स्थितीत असाल.

दृष्टिकोन

दुय्यम विश्लेषणाच्या मुलभूत पायऱ्या खालीलप्रमाणे आहेत:

१. *तुमचा संशोधन प्रश्न ठरवा* – वर सांगितल्याप्रमाणे, तुम्ही नक्की कशाचा शोध घेत आहात, हे माहीत करून घेणे.
२. *डेटाचा शोध घेणे* – आजूबाजूला काय उपलब्ध आहे आणि त्याच्यापर्यंत तुम्ही पोहोचू शकाल ते जाणून घेणे. शक्यतो ग्रंथपालांच्या मदतीने इंटरनेटवरील पटकन केलेला शोध, बरेच पर्याय उपलब्ध करून देईल.
३. *डेटाच्या समर्पकतेचे मूल्यमापन* – डेटाचा मूळ उद्देश, डेटा कधी संकलित केलेला आहे, जनसंख्या, नमूना धोरण, नमुन्याची वैशिष्ट्ये, डेटा संकलनाचे शिष्टाचार, संकल्पना कार्यान्वित करणे, विचारले जाणारे प्रश्न, आणि डेटाचे स्वरूप/आकार, यासारख्या गोष्टी लक्षात घेणे.
४. *डेटाच्या विश्वासार्हतेचे मूल्यांकन* – मूळ संशोधकाच्या विश्वासार्हतेची खात्री करून घेणे, आलेल्या समस्यांचे विचारपूर्वक पद्धतशीरपणे पूर्ण स्पष्टीकरण शोधणे, अन्य स्रोतांपासून मिळालेल्या डेटाशी हा डेटा कसा सुसंगत आहे हे ठरवणे, कोणत्याही विश्वासार्ह प्रकाशित संशोधनमध्ये डेटा वापरला गेला आहे का ह्याचा शोध घेणे.
५. *विश्लेषण* – प्रकरण १३ मध्ये चर्चा केल्याप्रमाणे, ह्यामध्ये सहसा बऱ्याच संख्याशास्त्रीय प्रक्रियांचा समावेश असेल.

तपाससूची सहचर संकेतस्थळावर उपलब्ध.

येथे पुढीलप्रमाणे उदाहरण देता येईल. पहिली पायरी, तुमचा संशोधनप्रश्न निश्चित करणे: 'कॅनडामध्ये धार्मिक संलग्नता गेल्या ३० वर्षांत कशी बदलली आहे?' दुसरी पायरी: ही माहिती जनगणनेसहित कोणत्या डेटा संचात असू शकते ते ठरवा. तिसरी पायरी: प्रश्न कसा विचारला गेला आहे ते पाहून त्याच्या समर्पकतेचा शोध घ्या; तो ज्या पद्धतीने विचारला आहे त्यामध्ये कोणताही पूर्वग्रह किंवा समज आहे का आणि तुम्ही शोध घेत असलेल्या ३० वर्षांच्या कालावधीत प्रश्न त्याच प्रकारे विचारण्यात आला आहे का, याचा शोध घ्या. चौथी पायरी: विश्वासार्हतेचे मूल्यांकन: जनगणनेच्या बाबतीत पद्धतींचे दस्तऐवजीकरण केले पाहिजे. पाचवी पायरी: संलग्नतेमधील प्रवाह शोधून विश्लेषण करणे आणि यामुळे भौगोलिक प्रदेश, वय, सामाजिक-आर्थिक दर्जा, लिंग, शिक्षण ही जनसांख्यीकीय वैशिष्ट्ये कशी बदलू शकतात, ह्याचे विश्लेषण करणे.

पद्धतशीर परीक्षण

शब्दार्थसूची

पद्धतशीर परीक्षण

शोध घेणे, निष्कर्षांचे आणि विश्वासार्ह अध्ययनाचे परिणामांचे बारकाईने मूल्य ठरवणे आणि संश्लेषण करणे यासाठी पुन्हा उत्पन्न करता येण्याजोग्या पारदर्शक पद्धतींवर आधारीत विशिष्ट विषयावरील प्राथमिक अभ्यासाचा आढावा.

तर मग एक पद्धतशीर पुनरावलोकन हे फक्त साहित्याचे पुनरावलोकन असते का? एका शब्दात सांगायचे तर, नाही. साहित्याचे पुनरावलोकन हे ज्ञानाच्या अंगाचे चिकित्सक पुनरावलोकन आहे, ज्यामध्ये निष्कर्ष आणि सैद्धांतिक व कार्यपद्धतीय योगदानाचा समावेश होतो. हे साहित्याच्या अंगाचे विहंगावलोकन आहे. पद्धतशीर पुनरावलोकन या सगळ्याच्या पलीकडे जाते आणि 'सत्य' शोधण्यासाठी, वैयक्तिक अभ्यासाची वैधता निर्धारित करण्याचा आणि त्यांच्या परिणामांचे संश्लेषण करण्याचा प्रयत्न करते. विशिष्ट क्षेत्रातील पुराव्यांवरील इत्थंभूत तरीही संक्षिप्त दृष्टिकोन पुरवणे हे येथील ध्येय आहे.

पद्धतशीर पुनरावलोकन हे वैद्यकीय क्षेत्रामध्ये नित्य वापराचे आहे. विशेषतः यादृच्छिकीकृत नियंत्रित वैद्यकीय चाचण्या. पण विशिष्ट क्षेत्रात जिथे वैधतेच्या आणि सत्यतेच्या कठोर मूल्यांकनामुळे आकलनात आणि निर्णयप्रक्रियेत मदत होते तिथे कुठेही ते महत्त्वपूर्ण आहे. खरं तर, पद्धतशीर पुनरावलोकन हे वाढत्या प्रमाणात धोरण आणि व्यावसायिक निर्णयांची माहिती देण्यासाठी वापरले जाते. आणि पद्धतशीर पुनरावलोकन संख्यात्मक अभ्यासाठी उपयुक्त आहेत, तसेच ते गुणात्मक नमुन्यांतर्गत येणाऱ्या अभ्यासासही लागू होऊ शकते. पद्धतशीर पुनरावलोकनामुळे खालील गोष्टी मिळतात:

- पारदर्शी, तपासता येण्याजोगे आणि नक्कल करता येण्याजोगे दृष्टिकोन;
- कमीतकमी पूर्वग्रह आणि त्रुटी;
- वैधतेचे आणि विश्वसनीयतेचे उच्च निष्कर्ष;
- संशोधकांना, व्यावसायिकांना आणि धोरणे बनविणाऱ्यांना त्वरीत प्रसारित करता येईल असे संशोधन क्षेत्राचे व्यापक चित्र;
- नवीन अभ्यासाच्या परिणामांच्या निष्कर्षांचा अर्थ लावण्यासाठीचे संदर्भ.

दृष्टिकोन

पद्धतशीर पुनरावलोकनाच्या मूलभूत पायऱ्या खालीलप्रमाणे आहेत:

१. *संशोधन प्रश्नाची आखणी करणे* – कोणत्याही संशोधन प्रक्रियेप्रमाणेच स्पष्ट, निःसंदिग्ध संशोधन प्रश्न तुम्हाला अभ्यासाची दिशा ठरविण्यासाठी मदत करतो. उदाहरणार्थ, 'ऑस्ट्रेलियन युवकांमधील धूम्रपानाचा दर कमी करण्यासाठी कोणत्या प्रकारची आरोग्य जाहिरात मोहीम सर्वात प्रभावी आहे?' किंवा 'शाळा नेतृत्वामुळे शैक्षणिक दर्जात फरक पडतो का?'
२. *सुस्पष्ट, नक्कल करता येण्याजोग्या पद्धतीचा विकास आणि वापर* – पद्धतशीर पुनरावलोकनाची गुरुकिल्ली ही आहे की पूर्वग्रह कमी केला जातो आणि पद्धती पारदर्शक आणि नक्कल करता येण्याजोग्या असतात.
३. *समावेश करणे/वगळणे यासाठीचे स्पष्ट निकष विकसित करणे आणि वापरणे* – बाहेरील विश्वात साहित्याची विस्तीर्ण मालिकाच पसरलेली आहे. समावेशासाठी स्पष्ट निकष निश्चित करणे आवश्यक आहे.
४. *सुस्पष्ट शोध धोरणाचा विकास आणि वापर* – तिसऱ्या मुद्यामध्ये नमूद केलेले पात्रतेचे निकष पूर्ण होऊ शकतील अशा अभ्यासाचा शोध घेणे महत्त्वाचे आहे. हा शोध व्यापक असणे आवश्यक आहे आणि यातून अनेक डेटाबेस तयार करता यावेत.
५. *अभ्यासात समाविष्ट केलेल्या शोधांच्या वैधतेचे चिकित्सक मूल्यांकन* – यामध्ये सहभागींची भरती, माहिती संकलन पद्धती आणि विश्लेषणाचे प्रकार यांचा समावेश असलेल्या चिकित्सक मूल्यांकन मार्गदर्शकांचा आणि गुणवत्ता तपससूचीचा सहभाग असण्याची शक्यता आहे. हे मूल्यांकन नेहमी विषयाचे क्षेत्र आणि सामान्यतः वापरल्या जाणाऱ्या पद्धती या दोन्ही गोष्टी ज्यांना माहीत आहेत असे दोन किंवा त्याहून अधिक समीक्षक करतात.

६. *अभ्यासाच्या पलीकडे जाऊन निष्कर्षांचे विश्लेषण* – यामध्ये कार्यपद्धतीय निकष वापरून मिळालेल्या परिणामांचे विश्लेषण, तुलना आणि संश्लेषण करणे याचा समावेश होतो. हे अनेकदा गुणात्मक अभ्यासाच्या बाबतीत घडते. संख्यात्मक अभ्यास साधारणपणे अभ्यासातील फरकांचा शोध घेण्यासाठी आणि त्यांचे परिणाम एकत्रित करण्यासाठी (खालील विश्लेषण पाहा) आणि सांख्यिकीय पद्धती वापरण्याचा प्रयत्न करतो. भेद आढळल्यास, भेदाचा स्त्रोत तपासला जातो.

७. *परिणामांचे संश्लेषण आणि अर्थ लावणे* – पुनरावलोकनाच्या मर्यादा आणि त्यामध्ये अंतर्भूत असलेला अभ्यास या दोन्हीवर प्रकाश टाकू शकेल अशा पद्धतीने संश्लेषित परिणामांचा अर्थ लावणे आवश्यक आहे. एक उदाहरण द्यायचे झाल्यास, फक्त इंग्रजीमध्ये नोंद झालेल्या कोणत्याही अभ्यासाचा समावेश हे असू शकते. अशा पातळीवरील पारदर्शकता स्तर वाचकांना पुनरावलोकनाची विश्वासार्हता आणि निष्कर्ष प्रयोजकता याचे मूल्यांकन करण्याची परवानगी देते.

तपाससूची सहचर संकेतस्थळावर उपलब्ध.

सर्व कार्यपद्धतीय संरक्षक योग्य जागी असताना पद्धतशीर पुनरावलोकनाला पुरेसे संरक्षण असणे आवश्यक आहे. पण तथाकथित नक्कल करता येण्याजोग्या पद्धतीमध्ये गुणवत्तेच्या वेगवेगळ्या पातळ्या आणि अगदी भिन्न परिणाम दिसून आले आहेत. वास्तविक जगातील संशोधनाची सत्यता म्हणजे गुणवत्ता म्हणजे काय याविषयी विविध मते असणे आणि विविध संशोधन परंपरांचे परिणाम, तसेच मर्यादित संसाधने व विविध पातळ्यांवरील संशोधन कौशल्य आणि अनुभव यांना कसे सामोरे जायचे. पद्धतशीर समीक्षण फक्त संशोधकाच्या शिष्टाचाराचे अनुसरण करण्याच्या क्षमते इतकेच चांगले आहे, हे लक्षात ठेवणे योग्य ठरेल.

रकाना १२.५ मध्ये पद्धतशीर पुनरावलोकनाच्या प्रगतीसाठी समर्पित तीन केंद्रांचा आढावा घेतलेला आहे.

रकाना १२.५

प्रगत पद्धतशीर पुनरावलोकनास समर्पित केंद्र

कॉक्रेन कोलॅबरेशन (www.cochrane.org)

कॉक्रेन कोलॅबरेशन हे १०० पेक्षा जास्त देशांमधील, २८,००० पेक्षा अधिक समर्पित लोकांचे आंतरराष्ट्रीय जाळे आहे आहे. आरोग्य प्रदाते, धोरणे ठरवणारे, रुग्ण, त्यांचे वकिल आणि मदतनीस यांना मदत करण्यासाठी आम्ही एकत्र काम करतो. आरोग्याबाबत योग्य माहिती करून घेऊन निर्णय घेण्यासाठी तयार करणे, सुधारणा करणे, आणि कॉक्रेन पुनरावलोकनांपर्यंत पोचण्यासाठी जाहिरात करणे – कॉक्रेन माहितीकोषाच्या पद्धतशीर समीक्षणातून आतापर्यंत ५००० पेक्षा जास्त ऑनलाइन प्रकाशित. आरोग्य क्षेत्रावर लक्ष केंद्रित करताना, कॉक्रेन कोलॅबरेशन साइटवर पद्धतशीर-पुनरावलोकनाचे प्रशिक्षण दुवे, एक व्यापक ग्रंथालय आणि विस्तीर्ण पुनरावलोकन संसाधने, यादृच्छिकीकृत नियंत्रित चाचणीच्या नोंदींसह जगातील सर्वात मोठा संग्रह आपल्याला पाहता येईल.

इपीपीय सेंटर (eppi.ioe.ac.uk)

द एव्हिडन्स फॉर पॉलिसी ॲण्ड प्रॅक्टिस इन्फर्मेशन ॲण्ड को-ऑर्डिनेटिंग सेंटर (EPPI–सेंटर) याबाबतचे प्रमाण हे, लंडन विद्यापीठामधील शिक्षण संस्थेतील सामाजिक विज्ञान संशोधन विभागाचा भाग आहे. १९९३ पासून, आम्ही पद्धतशीर पुनरावलोकन पार पाडणे आणि सामाजिक विज्ञान व सार्वजनिक धोरणाची आढावा पद्धती विकसित करणे याबाबत आघाडीवर आहोत. धोरण बनविण्यासाठी, व्यवसायासाठी किंवा वैयक्तिक निर्णय घेण्यासाठी ज्यांना गरज असेल त्यांना विश्वसनीय संशोधन निष्कर्ष लोकांना उपलब्ध करून देण्यासाठी आम्ही समर्पित आहोत.

इपीपीय – सेंटरची साइट पद्धतशीर पुनरावलोकन प्रशिक्षण, साधने, पद्धती व डेटाबेस याविषयीच्या दुव्यांची (links) मालिकाच पुरवते. त्यावर १६५ पेक्षा जास्त सार्वजनिक आरोग्य समीक्षण आणि सहभागात्मक संशोधन समीक्षण याची लायब्ररी आहे.

कॅम्पबेल कोलॅबरेशन (www.campbellcollaboration.org)

> कॅम्पबेल कोलॅबरेशन हे एक आंतरराष्ट्रीय संशोधन नेटवर्क आहे जे सामाजिक हस्तक्षेपाच्या होणाऱ्या परिणामाच्या पद्धतशीर समीक्षणाची निर्मिती करते. कॅम्पबेल कोलॅबरेशन... लोकांना तयार करून, शिक्षण क्षेत्रातील तसेच गुन्हेगारी आणि न्याय आणि सामाजिक कल्याण यामधील समीक्षणाची देखरेख आणि प्रसार करून माहितीपूर्ण निर्णय घेण्यास मदत करते.

कॅम्पबेल कोलॅबरेशन साइटवर २२० हून जास्त परीक्षण लायब्ररी उपलब्ध आहे. तसेच पद्धतशीर पुनरावलोकन दस्तऐवज, मार्गदर्शक तत्त्वे, पुनरावलोकन साचे, उपयुक्त दुवे आणि व्हिडिओ ट्युटोरियल्स असलेली स्रोत केंद्र आहेत.

मेटाॲनालिसिस

शब्दार्थसूची

मेटाॲनालिसिस

समान गृहीतके समानप्रकारे हाताळणारे दोन किंवा अधिक प्राथमिक अभ्यासांचे संख्याशास्त्रीय विश्लेषण आणि परिणामांचे संश्लेषण – जे पद्धतशीर परीक्षणांमध्ये नेहमीचे असते.

मग पद्धतशीर पुनरावलोकन आणि मेटाॲनालिसिस यामध्ये नक्की फरक काय आहे?

पद्धतशीर पुनरावलोकन –वर नमूद केल्याप्रमाणे–शोध घेते, चिकित्सक मूल्यमापन करते आणि पुन्हा नक्कल करता येण्याजोग्या पारदर्शक पद्धती वापरून निष्कर्ष आणि विश्वासार्ह अभ्यासाच्या परिणामांचे संश्लेषण करते. मेटाॲनालिसिस ही फक्त पारदर्शक पुन्हा नक्कल करता येण्याजोग्या पद्धतींमधील एक आहे. खरंतर, ते पद्धतशीर पुनरावलोकन पद्धतीचे सुवर्ण मानक आहे. कारण ते असे ध्वनित करते की पुनरावलोकनाअंतर्गत असलेले अभ्यास संख्यात्मक (विशेषतः वैद्यकीय संशोधनामध्ये, गुणात्मक अभ्यासापेक्षा अधिक वस्तुनिष्ठ म्हणून पाहिले जाते) अत्यंत तुलनात्मक आणि सांख्यिकीय आहेत ज्यामुळे पूर्वग्रह कमी होतो. मेटाॲनालिसिस कठोर पद्धतशीर पुनरावलोकनाच्या अंतर्गत केले गेले तर अनुभवजन्य डेटाचे निःपक्षपाती संश्लेषण देतो. एकाच प्रकारच्या अभ्यासाने एकाच प्रकारची अनुमाने आणि अटी यांच्या संचाद्वारे साध्य होतील अशा गोष्टींपेक्षा अधिक मजबूत सांख्यिकीय विश्लेषण हे ध्येय आहे.

एकाच प्रकारच्या अभ्यासाच्या तुलनेत मेटाॲनालिसिस खालील गोष्टी पुरवते:

- अधिक संख्याशास्त्रीय शक्ती;
- परिणामांवर अधिक आत्मविश्वास;
- प्रचरणाचे स्पष्टीकरण देणे शक्य;
- सर्वसाधारण जनसंख्येकरिता हे निष्कर्ष उपयोगात आणण्यासाठी लागणारी मोठी क्षमता.

मेटाॲनालिसिसच्या नकारात्मक बाजू खालीलप्रमाणे असू शकतात:

- महाग असेल, कारण 'एकत्रित करण्याजोगा' अभ्यास शोधणे वेळखाऊ आव्हान असू शकते;
- प्रगत संख्याशास्त्रीय तंत्र आवश्यक;
- प्रकाशनाच्या पूर्वग्रहाने डागाळलेला (विशिष्ट उद्देशात बसणाऱ्या निष्कर्षांचा अभ्यास प्रकाशित केला होण्याची अधिक शक्यता असते).

दृष्टिकोन

मेटाॲनालिसिस हा पद्धतशीर पुनरावलोकनाचा एक उपसंच असल्याने (पण एक गरज नाही), मुलभूत पायऱ्या समान आहेत. म्हणूनच, यावर फक्त ६ मुद्दे घेण्यात आले आहेत. इतर अधिक मुद्द्यांसाठी वरील पद्धतशीर पुनरावलोकने पाहा:

१. *संशोधन प्रश्नाची आखणी करणे*
२. *सुस्पष्ट, नक्कल करता येण्याजोग्या पद्धतीचा विकास आणि वापर (ही पायरी मुळात परा विश्लेषण करायचे हे ठरल्यावर केली गेली)*
३. *समावेश करणे/वगळणे यासाठीचे स्पष्ट निकष विकसित करणे*
४. *सुस्पष्ट शोध धोरणाचा विकास आणि वापर*
५. *अभ्यासात समाविष्ट असलेल्या निष्कर्षांच्या वैधतेचे चिकित्सक मूल्यांकन*
६. *अभ्यासाच्या पलीकडे जाऊन निष्कर्षांचे विश्लेषण* – सांख्यिकीय विश्लेषणामध्ये अशा निर्णयांचा समावेश होईल:

   अ. ज्यांचे परीक्षण करायचे आहे असे अवलंबित आणि स्वतंत्र चल
   ब. नमुना आकारानुसार अभ्यास कसा ठरवला जाईल
   क. संवेदनशील विश्लेषण (एकूण डेटाला विविध दृष्टिकोन दिल्यावर, अभ्यासाचे परिणाम समान रहातील ते प्रमाण,) कसे आयोजित करावे?

७. *संश्लेषण आणि परिणामांचा अर्थ लावणे*

तपाससूची सहचर संकेतस्थळावर उपलब्ध.

रकाना १२.६ मध्ये ज्या संश्लेषणासाठी कार्यपद्धतीय दृष्टिकोन म्हणून मेटाॲनालिसिसचा वापर केला त्या पद्धतशीर पुरावलोकनाचा थोडक्यात सारांश देते.

रकाना १२.६

मेटाॲनालिसिस उदाहरणे

'मेटाॲनालिसिस' ही संज्ञा पुष्कळ वेळा लेखाच्या शीर्षकामध्ये समाविष्ट केली जात असल्याने परा – विश्लेषणासाठी डेटाबेसचा शोध घेणे सोपे आहे. इथे विषय आणि दृष्टिकोनामधील विविधता दाखवणाऱ्या तीन अभ्यासांचा सारांश अतिशय थोडक्यात दिलेला आहे.

जेन्स, डब्ल्यू एच (२००१) 'शहरी भागातील प्राथमिक शाळेतील विद्यार्थ्यांच्या शैक्षणिक कामगिरीशी पालकांच्या सहभागाच्या असलेल्या संबंधाचे परा – विश्लेषण', *कॅन्सरवरील ब्रिटिश जर्नल* ८५ (११): १७००–१७०५

या विश्लेषणांमध्ये विद्यार्थ्यांच्या शैक्षणिक कामगिरीशी पालकांच्या सहभागाच्या असलेल्या संबंधाचा शोध घेणाऱ्या ४१ अभ्यासांचे संश्लेषण केले. संख्याशास्त्रीय विश्लेषणात एकूण पालकांचा सहभाग आणि उपवर्ग सहभाग याचे परिणाम निर्धारित करण्याचा प्रयत्न केला आहे . विश्लेषणामध्ये पालकांचा सहभाग आणि शैक्षणिक यश यांच्या दरम्यान महत्त्वपूर्ण संबंध दिसून आले. श्वेतवर्णीय व अल्पसंख्याक दोन्ही मुलांसाठी आणि पुरुष व महिलांबाबतीत हे संबंध खरे आहेत असे दिसून आले.

दोकोलियाकॉस, एच. आणि अलीउलुबाशोघ्लू, एम (२००८) 'लोकशाही आणि आर्थिक वृद्धीः एक परा -विश्लेषण' *राज्यशास्त्रीय अमेरिकन जर्नल,* ५२ (१): ६१–८३. मेटाअॅनालिसिस

ह्या मेटाअॅनालिसिसमध्ये लोकशाही आणि वाढ यावर आधारित ८४ अभ्यासांचे परा-परागमन पद्धतीने संश्लेषण केले. विश्लेषणामध्ये असे आढळून आले की लोकशाहीचा आर्थिक वाढीवर थेट परिणाम होत नाही. तरी लोकशाहीचा उच्च मानवी भांडवल, चलनवाढ कमी होणे, महागाई, राजकीय अस्थिरता कमी होणे आणि उच्च पातळीवरील आर्थिक स्वातंत्र्य या माध्यमातून आर्थिक वाढीवर महत्त्वपूर्ण आणि सकारात्मक अप्रत्यक्ष प्रभाव पडतो. मोठी सरकारे आणि कमी मुक्त आंतरराष्ट्रीय व्यापार या गोष्टी देखील लोकशाहीशी संबंधित असल्याचे आढळून आले.

फर्ग्युसन, एस. एस. (२००८) 'धूम्रपानातून बाहेर पडण्यापूर्वीची निकोटीन पॅच थेरपीः एक मेटाअॅनालिसिस', व्यसन, १०३ (४): ५५७–५६३

या मेटाअॅनालिसिसमध्ये, निकोटीन पॅच उपचार सुरू करण्यासाठी वाढीव गुण मूल्यमापन म्हणून, अगोदर ४ उपचार सुरू केले. हे सर्व वर्तमान पथ्यांच्या तुलनेत सोडण्याच्या ठराविक दिवशी पॅच उपचार सुरू करण्यासाठी हे आवश्यक होते. अगोदर केलेल्या पॅच उपचारांमध्ये दुप्पट शक्यता दिसून आली. मेकॅमिलॅमाइन बरोबर केलेल्या उपचारांनीही या प्रभावात सुधारणा दिसली नाही.

पूर्ण मजकूर वाचनासाठी सहाचर संकेतस्थळावर उपलब्ध आहे.

ऑनलाइन डेटा

वेबवर उपलब्ध असलेला डेटा प्रचंड, विशाल, अवाढव्य, अत्यंत महत्त्वाचा, अफाट, तब्बल, भव्य, अतिप्रचंड आहे आणि कदाचित आभासी जगाचे स्वरूप कसे आहे ह्याचे वर्णन करण्यासाठी मोठ्यात मोठा शब्दही तोकडा पडेल. हे धोकादायक आहे. आपण सर्व ऐतिहासिक कागदांवर आधारित डेटाच्या डिजिटल स्वरुपाबद्दल बोलत आहोत. पण ते फक्त कागद नाहीत. संगीत, चित्रपट, मानवनिर्मित वस्तू, कला – अक्षरशः आपला सर्वच इतिहास इंटरनेटवर टाकण्यासाठी ताब्यात घेतला आहे. मग समकालीन डेटा आहे. ज्याला पारंपरिक स्पर्श होता ते आता आभासी आहे. प्रत्येक संस्था, सरकारी संस्था, बिगर सरकारी संस्था आणि संशोधक देखील निर्माण करत असलेला कागदाचा जवळजवळ प्रत्येक कपटा ऑनलाइन स्वरूपातही (आणि कधी कधी फक्त ऑनलाइन स्वरूपात) अस्तित्वात आहे. एकत्रितपणे, हे सर्व मिळून एक प्रचंड लायब्ररी निर्माण होते जिथे आपल्याला शोध घ्यावा लागतो.

पण ऑनलाइन डेटा, ही फसवी जागा आहे असे म्हणावे लागेल. कारण इंटरनेटवरील स्वतःच्या अस्तित्वातून वापरकर्त्यांने निर्माण केलेला आशय पाहा. याक्षणी, या मध्ये फेसबुक, ट्विटर, ब्लॉग, पिंटरेस्ट, यूट्यूब, ऑनलाइन मंच, आणि माझे लेखन आणि तुमच्या वाचनादरम्यान विकसित होणाऱ्या गोष्टी या सर्व गोष्टींचा समावेश होतो. अत्यंत जलद चाललेल्या वाटेवर 'मोठ्या सामाजिक डेटा'ला सामोरे जाण्यासाठी आवश्यक नवीन संशोधन तंत्र आणि संधी यांची गरज ही संशोधकासाठी विचित्र अशी नवीन आव्हाने ठरू शकतील.

ऑनलाइन डेटाकडे बघण्याचा एक वेगळा मार्गही आहे – ऑनलाइन पद्धतीने संकलित केलेला पारंपरिक संशोधन डेटा. मी ऑनलाइन सर्वेक्षण, ऑनलाइन मुलाखती आणि ऑनलाइन लक्ष्य गट यांच्यामार्फत संकलित केलेल्या डेटाबद्दल मी येथे बोलत आहे. फक्त समोरासमोर, फोन किंवा स्नेल-मेल द्वारे, काहीच गोष्टी ऑनलाइन पद्धतीने असे सर्वेक्षण करावे लागे. एक वेबकॅम आणि एखादी (कॉन्फरन्सिंग) संगणकप्रणाली घेतलीत तर मुलाखती आणि लक्ष्य गट पारंपरिक संशोधनाने घातलेल्या सर्व प्रकारच्या भौगोलिक सीमांच्या मर्यादा ओलांडून तुमच्या समोर एकदम उभ्या राहतील. तथापि, ऑनलाइन डेटा हे स्वरूप महत्त्वाचे असले तरी तो दुय्यम डेटा नाही आहे. तो प्राथमिक डेटा आहे. हा डेटा स्पष्टपणे संशोधक उद्देशासाठी संकलित केलेला डेटा आहे, म्हणूनच मी मागील प्रकरणात सर्वेक्षण आणि मुलाखती अंतर्गत त्याचा समावेश केलेला आहे.

छायाचित्र १२.३ ऑनलाइन डेटा

एक 'ग्रंथालय' म्हणून इंटरनेट

हे किती असामान्य, किती विलक्षण आहे, किती विस्मयकारक आहे हे कदाचित तुम्हाला कळणारही नाही. तुमचे वय जर तीसच्या आत असेल तर तुम्हाला हे कधी माहीतच नव्हते आणि जर तुमचे वय तीसच्या पुढे असेल तर तुम्ही कदाचित हे विसरला असाल की तुम्हाला ज्याची माहिती हवी आहे अशा गोष्टी तुम्हाला उपलब्ध होण्याआधीचा काळ तुम्ही कदाचित विसरला असाल. इंटरनेटच्या आधी तुम्हाला गाण्याचे बोल हवे असतील आणि कॅसेट किंवा सीडीचे वेष्टन तुमच्याकडे नसेल तर तुम्हाला तुमच्या मित्राकडे विचारणा करावी लागे. इंटरनेटपूर्व काळात, आपण लायब्ररी असे संबोधले जाणाऱ्या प्रत्यक्ष इमारतीला भेट देत असू आणि खऱ्या कागदापासून बनलेली पुस्तके शोधण्यासाठी, ड्यूई दशमान पद्धती वापरून बनवलेल्या पंक्ती आणि निर्देशांक कार्ड मध्ये ओळी बघून शोध घेत असू. इंटरनेटपूर्व काळात, बातम्या आपल्याला दुचाकीवरून येऊन एखादा मुलगा देऊन जात असेजो वृत्तपत्राची गुंडाळी करून ती फेकत असे. इन्टरनेटपूर्वी, फंक आणि वॅग्नाल्स यांच्याकडे उत्तरे होती.

आणि आज? तर आज वरील सर्व आणि कदाचित जवळजवळ प्रत्येक इतर प्रश्न ज्याचा तुम्ही विचार केला आहे, त्याचे उत्तर, 'तुम्ही ते गुगल का नाही करत?' असेच मिळेल आणि आपण गुगल करत असतो – दिवसभरात जवळजवळ अब्जावधी वेळा.

हे तुमचे वास्तव आहे आणि तुम्हाला ते चांगलेच माहीत आहे.

मग मी काय देऊ शकते? तर, दोन गोष्टी. प्रथम, रकाना १२.७ मध्ये दर्शविल्याप्रमाणे, थोडीशी सुधारणा. शोध घेत असताना, काही युक्त्या खरोखरच तुम्हाला माहीत नसतील ज्या तुम्ही वापरल्यात तर तुम्ही काय शोधत आहात त्यासाठी तुम्हाला मदत होऊ शकते आणि तुमचा शोध मर्यादित करू शकते.

–रकाना १२.७–

तुमचा ऑनलाईन शोध अधिक अचूकतेने करा

इंटरनेटवर अनेक शोध पर्याय आहेत जे तुम्हाला मार्ग काढण्यासाठी अधिक प्रभावीपणे मदत करू शकतील. उदाहरणार्थ, गुगलचा वापर करून आपण हे करू शकता:

- दोघांपैकी एकाचा शोध घ्यायचा असल्यास 'किंवा' ही संज्ञा वापरा
- तुमच्या परिणामांमध्ये तुम्हाला नको असलेल्या गोष्टींसाठी उणे '–' हे चिन्ह वापरा
- नेमका वाक्प्रचार अचूक शोधण्यासाठी शब्दांभोवती अवतरण चिन्ह " " द्या
- कोणत्याही अज्ञात संज्ञांसाठी ताराचिन्ह * वापरा
- 'साइट'च्या नावाने तुमच्या शोधाला प्रारंभ करा: तुमच्या शोध-विशिष्ट साइट किंवा प्रकारांवर आपोआप मर्यादा येईल. (.ऑर्ग,.एज्यु)
- 'फाईल'चा प्रकार नमूद करा: तुमचा शोध मर्यादित करण्यासाठी आणि फक्त त्या प्रकारच्या फाईलला त्याचे तीन ३ अक्षरी संक्षिप्त रूप जोडा. ज्या प्रकारच्या फाइल आहेत, उदा. PDF किंवा PPT
- प्रकाराशी 'संबंधित': त्यासारख्या वेबसाईट शोधण्यासाठी वेब अॅड्रेस पाहणे
- 'व्याख्या करा': असे त्या शब्दासमोर टाकल्यावर तुम्हाला त्याची व्याख्या मिळेल (व्याख्येची संपूर्ण सूची प्राप्त करण्यासाठी 'मोअर इन्फो' क्लिक केल्याची खात्री करा)
- गुगलचे गॉगल्स अॅप वापरा आणि ज्याविषयी शोध घ्यायचा आहे तो मजकूर टाइप करण्याऐवजी त्याचे छायाचित्र काढा
- स्थानिक संदर्भ मिळविण्यासाठी शेवटी झिपकोड/पिनकोड टाका
- समानार्थी संज्ञा शोधण्यासाठी तुमच्या शोध संज्ञेसमोर – चिन्ह टाका.

दुसरा, विवेक ठेवण्याची गरज असल्याची आठवण करून देण्यासाठी आहे. इंटरनेट चांगले (विश्वासार्ह, खरी, वैध, विश्वसनीय माहिती), वाईट (चुकीची, खोटी, नकली माहिती) आणि कुरूप (दिशाभूल करणारी, भ्रामक, खोटी, नकली, बनावट माहिती) गोष्टींनी भरलेले आहे. आणि यातून चिकित्सक दृष्टीने मार्ग काढण्यास सक्षम असणे आवश्यक आहे. ज्या धोरणांचा अवलंब करणे आवश्यक आहे ती खालील धोरणे आहेत:

- *डेटाचे त्रिकोणीकरण* – एकाच स्रोतावर अवलंबून राहू नका; अनेक स्रोतांमधील पुरावे तपासून पाहा.
- *समवयस्कांचे/तज्ज्ञांचे पुनरावलोकन* – या माहितीच्या स्रोताबद्दल इतरांचे काय म्हणणे आहे?
- *पार्श्वभूमी तपासणे* – माहिती देणारी व्यक्ती, साइट, संस्था यांची विश्वासार्हता कितपत आहे?
- *त्यांच्या माहितीसाठी ते देत असलेल्या संदर्भांचे अन्वेषण करणे* – त्यांच्या माहितीला कसला आधार आहे का किंवा मूळ असेल तर त्यांच्या पद्धतीला रूपरेषा आहे का?

वापरकर्त्यांनी उत्पन्न केलेल्या आशयाचा स्रोत म्हणून इंटरनेटचा वापर

डोमोच्या म्हणण्यानुसार, व्यवसायिक बुद्धिमत्ता हा विशेष उद्देश असलेली संगणक सॉफ्टवेअर कंपनी, प्रत्येक *मिनिटाला* आपण:

- २०४ दशलक्ष ई-मेल संदेश पाठवतो
- २१७ नवीन मोबाइल वेब वापरकर्ते जोडतो
- गुगलला २ दशलक्ष प्रश्न पाठवतो
- यू-ट्यूबवर नवीन ४८ तासांचे चलचित्रण (व्हिडीओ) अपलोड करतो
- फेसबुकवर ६८४,००० बिट्स इतका आशय जोडतो
- १००,००० पेक्षा अधिक ट्वीट पाठवतो
- एखाद्या विशिष्ट ब्रँडला ३४,००० फेसबुक 'लाईक' देतो
- टम्बलरवर २७,००० नवीन पोस्ट प्रकाशित करतो
- इन्स्टाग्रामवर ३,६०० नवीन फोटो शेअर करतो
- फ्लिकरवर ३,१२५ नवीन फोटोंची भर घालतो
- वर्डप्रेसवर ३५० नवीन ब्लॉग पोस्ट प्रकाशित करतो

मी हे पुन्हा म्हणेन. एका मिनिटात. आणि हे आकडे २०१२ मधील आहेत. पण ३ ते ५ वर्षाच्या काळात हे सर्व आकडे एक अपूर्णांक होऊन जातील. आणि अर्थातच डेटा निर्मितीसाठी नवीन मंच तयार होतील जे मला समजणारही नाहीत. मी तज्ज्ञांशी या बाबतीत सहमत आहे की हा 'बिग डेटा' आहे. पण तुमचे जीवन जगण्याची धारणाही आहे किंवा तुमच्या कमीत कमी जीवनाचा भाग आहे, ऑनलाइन – ऑनलाइन समुदाय, ऑनलाइन डेटिंग, ऑनलाइन शिक्षण, ऑनलाइन गेमिंग/युद्ध.

संशोधक म्हणून, आपण केवळ हे नवीन जग यशस्वीपणे हाताळायचेच नाही तर या नव्या जगाचा फायदाही करून घ्यायचा नाही का? मोठ्या सामाजिक डेटाचा लाभ घेण्याच्या दृष्टीने आपण अभ्यासाची आखणी कशी करायची? जेथे प्रत्येक अभिनेता मध्यस्थी, नियंत्रण किंवा रखवालदाराशिवाय डेटा उत्पादन करत आहे, तेथे जगाने आपल्यासमोर ठेवलेल्या आव्हानांमधून कसा मार्ग काढायचा? आणि केवळ आभासी जागात अस्तित्वात असलेले समुदाय समजून घ्यायला आपण कशी सुरुवात करायची? आपण ज्याला स्पर्श करू शकत नाही अशा कशामध्ये तरी स्वतःला मग्न कसे करून घ्यायचे? आपण तंत्रज्ञानाबरोबर आणि त्याच्या आपण संवाद कसा साधतो आणि परस्परसंबंध कसे प्रस्थापित करतो यावर असलेल्या प्रभावाबरोबर कसे पुढे जायचे?

माझ्याकडे सर्व उत्तरे असती तर किती बरे झाले असते – पण उत्तरे पुढे जात रहातात आणि पुस्तक प्रकाशनाच्या वेगापेक्षा नक्कीच जास्त वेगाने वाटचाल करत असतात. मी आत्ता जास्तीत जास्त काय करू शकते, तर फक्त संधी व त्यासंबंधित आव्हाने यांच्याकडे विशेष लक्ष देणे. आणि आकलन तयार करण्याचा प्रयत्न करण्यासाठी आपण अवलंब करत असलेल्या आणि जुळवून घेत असलेल्या पद्धती स्थूल रूपाने सांगणे

शब्दार्थसूची

बिग डेटा

माहिती/डेटा संच इतके मोठे आणि गुंतागुंतीचे आहेत की पारंपरिक डाटाबेसचा वापर करून किंवा डेटा प्रक्रियेचे उपयोजन करून त्याचे विश्लेषण केले जाऊ शकत नाही.

सामाजिक डेटा

व्यक्तींनी तयार केलेला स्वेच्छेने आणि जाणतेपणी दिलेला डेटा. यासंबंधीच्या उदाहरणांमध्ये ट्विटर, फेसबुक व यूट्यूबवर टाकलेले अनुक्रमे ट्वीट, पोस्ट आणि व्हिडिओ यांचा समावेश होतो. या माध्यमाचा अभूतपूर्व वापर करणे म्हणजे तितका जास्त सामाजिक डेटा निर्माण करणे, हादेखील बिग डेटा आहे.

सामाजिक डेटाबाबत एक चांगली गोष्ट ही आहे की तो खूपच भव्य आणि वर्तमान आहे. वर्तमानाचे चित्र लगेच पुरवण्याची, तसेच भविष्याचीही चुणूक दाखविण्याची क्षमता त्याच्यात आहे. वास्तविक पाहता, प्रवास योजना समजून घेणे, तापाचा (कोणत्याही आजाराचा) उद्रेक, राजकीय मत, सामाजिक संकटांना मिळणारा प्रतिसाद, खरं तर इंटरनेट समुदाय सध्या चर्चा करत असलेलं काहीही, यासारख्या उपयोजना ह्या खूपच मोठ्या नमुन्यांचा उपयोग करून घेण्याच्या क्षमतेचे प्रतिनिधित्व करतात. आणि ह्या उपाययोजनांमुळे प्राथमिक डेटा संकलनावर अवलंबून असलेल्या अभ्यासाच्या अंमलबजावणीसाठी लागणारा संभाव्य वेळ आणि होणारा संभाव्य खर्च टळतात.

बिग सामाजिक डेटा म्हणजे वैविध्य, आकारमान आणि गती. वापरकर्त्यांचा आशय आणि जास्त प्रमाणातील नेटवर्क सहजपणे वापरण्याची संधी यामध्ये आहे. विषय आणि डेटा अक्षरशः अमर्याद आहेत आणि त्यात कार्यक्रमाची कालमर्यादा तयार करण्याची चांगली क्षमता आहे.

तथापि, आपल्यासमोर काही ठळक आव्हाने असतात. पण डेटाच्या प्रमाणामुळे आपण फसतो आणि आपल्याकडे प्रतिनिधी नमुना नाही, हे विसरून जातो. आणि आपण फक्त एका कशीबशी व्याख्या केलेल्या जनसंख्येच्या प्रतिनिधित्वाविषयी बोलत नाही आहोत; आपण जागतिक जनसंख्येचा विपर्यास करण्याच्या क्षमतेबद्दल देखील बोलत आहोत. उदाहरणार्थ, सामाजिक डेटाचा प्रभाव असलेले आंतरराष्ट्रीय धोरणात्मक निर्णय तो माहितीपूर्ण निर्णय येतो तेव्हा करणे, तर मग माहिती असलेले निर्णय घेताना मर्यादित संगणक आणि इंटरनेट प्रवेश असलेल्या विकसनशील देशांची स्थिती मजबूत रहाणार नाही.

गोपनीयता ही आणखी एक प्रमुख समस्या आहे. फक्त ब्लॉग केल्यामुळे किंवा फेसबुकवर टाकल्यामुळे एखादी गोष्ट सार्वजनिक होते का? सार्वजनिक आणि खाजगी क्षेत्रांच्या प्रत्यक्ष सीमारेषा धूसर आहेत. याशिवाय, इंटरनेट डेटाचा शोध लागणे, याचा अर्थ असा की संशोधकाचे नाव गुप्त रहाण्याची खात्री नाही. दुसऱ्या बाजूला, विश्वासार्हतेची हमी देण्यासाठी, संशोधन विषयाची ओळख पडताळून बघण्याची गरज पडली तर तेही तितकेच कठीण होऊ शकते.

निव्वळ आकारमान आणि बदलाचा दरदेखील संशोधकासाठी प्रचंड आव्हाने उभी करू शकतात. पारंपरिक समाजशास्त्रीय पद्धतींची, इंटरनेटकडून आत्ता जे पुरवले जात आहे आणि भविष्यात पुरवले जाईल त्यासाठी नक्कीच आखणी केलेली नाही आहे. निधी, आखणी आणि आयोजन, लेखन आणि संशोधन अभ्यासाचे प्रकाशन या आपल्या प्रक्रिया निर्विवादपणे संथ आहेत. आत्ता संकलित केलेला डेटा पुढील ३ ते ४ वर्षे अभ्यासात प्रकाशित केला जाणार नाही – आणि तेवढ्याच वेळात इंटरनेट आपल्या कल्पनेपलीकडे बदलले असेल.

वापरकर्त्यांनी निर्माण केलेल्या सामाजिक डेटामध्ये अंगभूतच काहीतरी कमतरता असते. आपण कदाचित ट्विटर फॉलोअर्स फेसबुक लाईक्स आणि युट्यूब हिट्सचा माग काढण्याचा विचार करू, पण या सर्व गोष्टी विकत घेतल्या जाऊ शकतात. बनावट वाहतूक एक वास्तव आहे. असा डेटा खोटा ठरवण्यासाठी आर्थिक प्रोत्साहन असेल तर ते घडेल. आपण गूगलचा यात काय फायदा आहे हेही बघायला हवे, ज्यांचा उद्देश जाहिरात करणे आणि पैसे कमवणे आहे. होय, आपण काय करत आहोत याचा माग ते काढत असतील अशी शक्यता तर आहेच, पण त्यांच्या माग काढण्याने आणि लक्षित जाहिरातींच्या वापराच्या माध्यमातून आपण काय करतो यावर ते प्रभावही पाडतात. गूगलचे निहित हितसंबंध आहेत, ज्याचा डेटावर प्रभाव पडतो.

त्यामुळे ही सर्व आव्हाने असतानाही कोणते संशोधन दृष्टिकोन आपल्याला गुंतागुंतीच्या या कमी विश्वसनीय डेटाच्या जंजाळातून मार्ग काढण्यासाठी मदत करू शकतात? आणि कोणती धोरणे आपण परिणामांच्या विश्वासार्हतेची खात्री करण्यासाठी वापरू शकतो?

काही धोरणे वापरली जात आहेत, आणि सतत विकसितही होत आहेत. तथापि, यातील मनोरंजक भाग हा आहे की येथील कार्यपद्धतींच्या विकासाचे कारण शैक्षणिक नाही. बाजारपेठेतील संशोधक आणि जाहिरात कंपन्या यासाठी पुढे आल्या आहेत कारण डेटा खोदून शोधून काढण्यातील नफा त्यांनी ओळखला आहे. उदाहरणार्थ, डेटासिफ्ट.कॉम आणि जीनिप.कॉम यासारख्या कंपन्यांनी योग्यप्रकारे गाळणी केलेला डेटा प्रवाह निर्माण केला आहे, जेणेकरून ग्राहकाला सामाजिक मिडियामधून त्यांच्या प्रश्नांची वास्तविक उत्तरे मिळू शकतील. आणि ते निश्चितपणे रिटेल क्षेत्रातील विशेषतः, ब्रँडची माहिती देत असतानाच, राजकीय मत, अचानक येणाऱ्या आरोग्य समस्या आणि मातब्बर लोक ह्या गोष्टींचा माग काढण्याचा व्यवसायही करतात. यामधून आरोग्य, सामाजिक आणि राजकीय या पारंपरिक शैक्षणिक क्षेत्रातील परस्परव्यापी दिसून येते. शैक्षणिक क्षेत्रापेक्षा, खाजगी कंपन्या वेब उत्खनन करण्यासाठी आवश्यक असलेली साधने विकसित करत आहेत.

ठीक आहे, आता वेब उत्खनन यावर जरा चर्चा करू.

शब्दार्थसूची

वेब उत्खनन

कृत्रिम बुद्धिमत्ता, मशीनद्वारा शिक्षण, आकडेवारी आणि डेटाबेस प्रणाली यांचा उपयोग करणाऱ्या पद्धतींचा समावेश करून वेब-आधारित मोठ्या डेटा संचातील नमुन्यांचा शोध घेण्याची प्रक्रिया.

जेव्हा वेबचा संबंध येतो तेव्हा तुम्ही प्रत्यक्षात तीन वेगळ्या गोष्टींसाठी उत्खनन करू शकता: वेबचा वापर जे वापरकर्त्यांचा इतिहास पाहतात आणि किती लोक इंटरनेट बघत होते ते तुम्हाला सांगतात; वेबवरील आशय, जो वेबच्या पानांमधून संबंधित आशयाचा डेटा शोधून काढून तो एकत्रित करतो; आणि वेब संरचना जी हायपरलिंकचा शोध घेऊन वेबसाइटच्या जोडणी संरचनेचे विश्लेषण करते. संरचनात्मक विविधता आणि सतत विस्तारणारा स्रोत यामुळे चालू शोध साधने वापरून प्रभावीपणे उत्खनन करणे अधिकाधिक कठीण होत आहे. यामुळे बुद्धिमान वेब एजंटचा शोध सुरू झाला आहे – मुळात, स्वायत्ततेने वेब-आधारित माहिती शोधून काढणे व ती नीट लावणे हे करू शकणारी अत्याधुनिक कृत्रिम बुद्धिमत्ता प्रणाली.

लक्ष्य विपणनाला आणि अभिजात नसणाऱ्या तरी उपयोजित/सामाजशास्त्रीय संशोधनाला मदत करू शकेल अशी माहिती हे याचे फायदे आहेत. मी ह्या गोष्टीचा इथे उल्लेख केला कारण हा संशोधनाच्या या क्षेत्रात एक प्रेरक ठरू शकेल ज्याचा अधिक पारंपरिक संशोधन शाखांना लाभ होईल. उदाहरणार्थ, सरकारी संस्था गुन्हेगारी

स्वरूपाच्या हालचाली ओळखण्यासाठी आणि दहशतवादाच्या धमक्यांचे वर्गीकरण करण्यासाठी हे तंत्रज्ञान वापरतात. सार्वजनिक क्षेत्रात, वेब उत्खनन सार्वजनिक संवेदना आणि गरजा ओळखण्यास मदत करू शकते. आरोग्यसेवेत, त्यांच्यामुळे उद्रेक (साथ) तसेच आरोग्यविषयक भीती बाहेर पडू शकते.

तथापि, एक संशोधनाचे धोरण म्हणून डेटाच्या गुणवत्तेबाबत आणि पारदर्शकतेने हाताळल्या जायला हव्यात अशा गोष्टींच्या प्रतिनिधीकत्वाबाबत तसेच नैतिकतेशी संबंधित कार्यपद्धतीय चिंतेचे मुद्दे दिसून येतात. उदाहरणार्थ, उत्खननाचा उपयोग म्हणजे गोपनीयतेवर आक्रमण. वेबवर अशी भरपूर ठिकाणे आहेत जिथे आपण जातो, आणि कदाचित इतरांना त्याबद्दल कळू नये असे आपल्याला वाटते आणि निर्वैयक्तीकीकरणाची (deindividualization) प्रक्रिया निर्दोष नाही. शैक्षणिक संशोधन या ठिकाणी कधी नव्हे ते खूपच नित्याचे झाले आहे. त्यामुळे आचारसंहिता समित्यांनी त्यांची धोरणे विकसित करणे आणि त्यांचे पुनर्विकसन करणे आवश्यक आहे.

रकाना १२.८ मध्ये शैक्षणिक संशोधन करत असताना हाताळाव्या लागणाऱ्या आव्हानांची उदाहरणे दिलेली आहेत.

रकाना १२.८

बिग/सामाजिक डेटा वापरून अभ्यास

या क्षेत्रातील शैक्षणिक संशोधन त्याच्या बाल्यावस्थेमध्ये आहे. ब्लूमबर्ग बातम्यांमध्ये अलीकडे असे नोंदवले आहे की 'आत्महत्याविषयक संशोधनासाठी फेसबूकने साइट डेटा उघडला'. एका लेखात, एलिझाबेथ लोपॅट्टो यांनी त्यांच्या अहवालात म्हटले आहे की, आत्महत्या प्रतिबंध गट सेव्ह.ऑर्ग मधील संशोधकांना फेसबुक स्वतःच्या आयुष्याला आत्महत्येपर्यंत नेणाऱ्या व्यक्तींच्या पोस्टपर्यंत पोहोचण्याचा मार्ग खुला करून देत आहे. संशोधक आशय, टोन मध्ये झालेले बदल, कोणत्या प्रकारची भाषा वापरली, दोन पोस्ट मधील कालावधी काय होता इ. चा आत्महत्येपूर्व सूचनांसंबंधित माहिती गोळा करण्यासाठी शोध घेऊ शकतील.

आत्महत्येच्या चेतावणीची चिन्हे ओळखण्याचे ध्येय अत्यंत कौतुकास्पद असले, तरी इथे गोपनीयता हा एक खूप मोठा मुद्दा आहे. फेसबुकच्या या सामाजिक नेटवर्कवर पोस्ट केलेली माहिती शोधणाऱ्या, नवीन साधनाविषयी मोठ्या भावाविषयी वाटते त्याप्रकारची भीती पसरली आहे.

जरासे कमी वादग्रस्त उदाहरण विकिपीडियाच्या वापरकर्त्यांकडून निर्माण केल्या गेलेल्या आशयाचा अभ्यासाचे आहे:

लीटारू, के. एच. (२०१२) 'मानवता, कला, आणि समाजशास्त्र यांच्याप्रति असलेला बिग डेटा दृष्टिकोनः सुपरकम्प्यूटिंगच्या माध्यमातून जगाबाबतचा विकिपीडियाचा दृष्टिकोन', *संशोधन कल* ३०/सप्टेंबर.

या अभ्यासामध्ये, विकिपीडियाकडील जगाच्या इतिहासातील आशयाचा अवकाशासंबंधित, क्षणिक व भावनिक डेटाच्या उत्खननाच्या माध्यमातून शोध घेतला गेला आणि त्याची कल्पना केली गेली बिग डेटा आशय उत्खनन पद्धती वापरून, इ.स.वी. १००० आणि २०१२ दरम्यानच्या ८० दशलक्ष ठिकाणे आणि ४२ दशलक्ष तारखा शोधल्या गेल्या. मेटा-डेटा आधारित डेटा उत्खनन आणि संपूर्ण मजकूर विश्लेषणाची क्षमता यांच्या मर्यादा आणि अशा मर्यादेवर मात करण्यासाठी अवकाशीय व कालबाधित विश्लेषणाचा वापर याबद्दल चर्चा करण्यात आली आहे. संगणकीय पद्धती, डेटा संपादन कार्यपद्धत, डेटाची साठवण, परा-डेटाची बांधणी आणि मजकूराचे ज्ञानात रूपांतर यांच्यासह मानवता, कला आणि सामाजशास्त्र यांचाही समावेश असलेल्या, बिग डेटाच्या विश्लेषणातील आव्हाने आणि संधी यांचा देखील शोध लेखकाने घेतला आहे.

पूर्ण मजकूर वाचनासाठी सहचर संकेतस्थळावर उपलब्ध आहे.

ऑनलाइन समुदायांचा शोध

तर मग ऑनलाईन समुदाय नक्की कसे स्थापन होतात आणि आपण त्याचे अन्वेषण कसे करू शकतो?

तुम्हाला माहीत असलेला, एक नियमित जुना समुदाय म्हणजे त्या काळातील भौगोलिकदृष्ट्या बांधलेला एक समूह होता – एक शेजार, एक गाव, किंवा स्थानिक चर्चमधील मंडळींचा गट. सामाजिक वातावरणात समूहातील लोक एकत्र येत आणि समोरासमोर संवाद साधला जाई. समुदाय व्यक्तींना काही सामायिक संदर्भ, आधार, थोड्याशा गप्पाटप्पा, मैत्री तसेच नियम, न्याय आणि सामाजिक मंजुरी अशा गोष्टी पुरवत असे.

ऑनलाइन समुदाय यासारखेच सामाजिक 'फायदे ' देऊ शकतात, पण ते भौगोलिकदृष्ट्या बांधील नसतात. भौतिक सामाजिक परिसरातील टाऊन स्क्वेअर, स्थानिक बागा किंवा चर्चची मैदाने ह्यांची जागा चॅटरूम्स, समाचारगट , ई- मेल, परिपत्रक फलक, मंच आणि कधी कधी, जसे गेमिंगच्या बाबतीत, आभासी जग यांनी घेतली आहे. याचाच अर्थ असा की ऑनलाइन समुदायातील व्यक्ती अगदी कुठेही असू शकते आणि सान्निध्य हा यापुढे सामयिक घटक असणार नाही. ऑनलाइन समुदाय हा कोणत्याही प्रकारच्या सामयिक आवडीनुसार तयार होऊ शकतो. त्यामुळे ते फेसबुक असो, डेटिंग साइट असो, शिक्षणाचे वातावरण किंवा गेमिंग जग, आता मानवी परस्पर संबंधांच्या नवीन आभासी साइट आहेत ज्या आपल्या सामाजिक जगाताचा वाढता भाग बनल्या आहेत. आणि ऑनलाइन संवादातील सतत सुधारणाऱ्या नवकल्पनांबरोबर, ऑनलाईन समुदाय वाढत जाण्याची आणि नवे परिमाण लागू होण्याची शक्यता आहे.

ही घटना आपण सर्वोत्तम पद्धतीने कशी अभ्यासू शकाल? गोष्ट जेव्हा समुदायांची असते तेव्हा पहिली पद्धती जिचा विचार कोणताही समाजशास्त्राचा संशोधक, विशेषतः एक मानववंशशास्त्रज्ञ, करेल ती म्हणजे संस्कृतीवर्णन होय. आता प्रकरण ८ मध्ये सांगितल्याप्रमाणे, संस्कृतीवर्णनात सांस्कृतिक समूहास समजून घेणे, उघड करणे, वर्णन करणे आणि त्याच्या सहभागीच्या दृष्टिकोनातून जीवनाच्या मार्गाचा अर्थ सांगणे याकरता सांस्कृतिक समूहाचे संशोधन करणे यांचा समावेश होतो. त्यात आपण शोध घेत असलेल्या सहभागी गटाचे निरीक्षण, प्रदीर्घ प्रतिबद्धता आणि पूर्णपणे मग्न होणे या गोष्टींचा समावेश होतो. ऑनलाइन जगतासाठीही ह्याच दृष्टिकोनाचा तसाच वापर करावा ही नाही हा प्रश्न आहे.

या अवलंब करण्याच्या आणि जूळवून घेण्याच्या प्रक्रियेचा जे पुरस्कार करतात ते याचा अनेकदा ऑनलाइन संस्कृतीवर्णन म्हणून उल्लेख करतात. पण असेही लोक आहेत ज्यांचा असा विश्वास असतो, की ऑनलाइन समुदायाचे स्वरूप खऱ्या समुदायापेक्षा स्वाभाविकपणे भिन्न असते. आणि संस्कृतीवर्णनाच्या पारंपरिक पद्धती ह्या ऑनलाइन जगतात उपयुक्त ठरत नाहीत. ऑनलाईन समुदायासाठी 'नेट्नोग्राफी' ही संज्ञा पर्याय म्हणून वापरण्यात आली. ऑनलाईन समुदायाचे अपूर्व स्वरूप आणि त्यांच्या अभ्यासासाठी प्रमाणित दृष्टिकोनाची गरज याची तिला जाण आहे.

शब्दार्थसूची

ऑनलाइन संस्कृतीवर्णन

अभिजात मानववंशशास्त्रीय गृहितकांवर आधारित समुदायातील सदस्यांच्या दृष्टिकोनातून ऑनलाइन समुदाय समजून घेण्याचा प्रयत्न करते. साधारणपणे वैयक्तिक संशोधकांचे कार्यपद्धतीय दृष्टिकोन विकसित होतात ज्यामध्ये वेबसाइटचे निरीक्षण आणि सहभाग, ब्लॉग, चर्चा फलक, आणि सामाजिक नेटवर्किंग मध्ये सहभाग यांचा समावेश असतो.

नेट्नोग्राफी

समुदायातील सदस्यांच्या दृष्टिकोनातून, संगणकावर आधारित – ऑनलाइन समुदायाचे अपूर्व स्वरूप समजून घेण्याचा प्रयत्न करते. आणि हे वेबसाइटचे निरीक्षण आणि ब्लॉग, चर्चा फलक, आणि सामाजिक नेटवर्किंगमध्ये सहभाग यासाठी सहभागींना मान्य असलेल्या नवीन प्रमाणित पद्धतीच्या माध्यमातून केले जाते.

व्यवहारात, ऑनलाइन संस्कृतीवर्णन आणि नेटनोग्राफी यांच्यात खूप साम्य आढळू शकते. तथापि, या नवीन स्वरूपाच्या 'समुदाया'साठी एक नवीन दृष्टिकोनातून व्याख्या करणे योग्य ठरेल असा युक्तिवाद नेटनोग्राफीचे पुरस्कर्ते करतात. हे आवश्यक आहे (आणि ऑनलाइन संस्कृतीवर्णनकांना हे मान्य होईल) असेही ते म्हणतात कारण ऑनलाइन समित्यांचे स्वरूप खालीलप्रमाणे असते:

- प्रत्यक्ष अस्तित्वात नसलेले वातावरण ज्यामध्ये सामाजिक संकेत अनुपस्थित असू शकतात;
- ते खासगी आणि सार्वजनिक या दोन्हीच्या मध्ये कुठेतरी असते;
- समुदायात सामील होणे सोपे, प्रवेश मिळवणे कमी समस्याप्रधान;
- सामाजिक परस्पर संबंध टिपले जातात आणि संग्रहित केले जातात असे ठिकाण ज्यामधून एक अभूतपूर्व माहितीचा साठा (डेटा बेस) तयार होतो.

आता परिभाषा काहीही असली तरी, ऑनलाइन संस्कृतीवर्णन आणि नेट्नोग्राफी विषयक अभ्यास करण्याचे मार्ग उपलब्ध आहेत. त्यात साधारणपणे खालील गोष्टींचा समावेश असतो:

१. *आचारसंहितेच्या माध्यमातून काम करणे* – तुम्ही तुमच्या निरीक्षणाविषयी पूर्ण माहिती सांगितल्याशिवाय सहभागी निरीक्षणासाठी नैतिक मान्यता मिळण्याची शक्यता तशी कमीच आहे. आणि हा एक अडथळा ठरू शकतो – तुमच्या उद्देशाची सर्व सदस्यांकडून कदाचित योग्य किंमत केली जाणार नाही, असे होऊ शकते. पण ज्ञात संमती नेमके कशाला म्हणतात हे अजून स्पष्ट झालेले नाही, तुम्ही नक्की संमती कोणाकडून घ्यायची आणि तुम्ही कोण आहात याची त्यांना किती वेळा आठवण करून देणे आवश्यक आहे, या गोष्टी संदिग्धच आहेत. या आचारसंहिता समित्यांसाठी ही जागा नवीन आणि वादग्रस्त आहे.
२. *आपण ज्या ऑनलाइन समुदायांचे अन्वेषण करू इच्छितो त्यांच्यापर्यंत पोहोचणे आणि स्वीकृती मिळविणे* – हे करताना हे समुदाय कसे काम करतात समजून घेणे आणि समुदायामधील मंच, ब्लॉग, बुलेटिन फलक, चॅट, त्वरित मेसेजिंग, खेळ जगत, आणि इतर कोणत्याही गोष्टी ज्या समुदायाला एकत्रित ठेवतात अशा दोन्ही गोष्टींमध्ये सहभागी होणे.
३. *डेटा संकलन करणे* – यामध्ये मंच, ब्लॉग, बुलेटिन फलक, चॅट, इन्स्टंट संदेश इ. चा वापर करताना जे काही डाउनलोड केलेले आहे ते आणि संशोधकाकडून (एक अपूर्व संस्कृतीवर्णन विषयक दृष्टिकोन) त्याच्या रोजनिशीमध्ये जे परावर्तित झाले आहे ते, अशा दोन्ही गोष्टी येतात. प्रदीर्घ प्रतिबद्धतेवर आधारित समृद्ध आकलन हे ध्येय आहे.
४. *डेटाचे विश्लेषण* – हे केवळ आशयासाठी डेटाचे उत्खनन करण्यापेक्षा अधिक आहे. प्रदीर्घ प्रतिबद्धता आणि स्वतः त्या विषयात पूर्णपणे बुडून जाणे ह्यातून येणारे सांस्कृतिक संदर्भ संस्कृतीवर्णनविषयक पद्धतींसाठी आवश्यक असतात. जिथे दृश्य आणि सामाजिक सूचके अनेकदा मर्यादित असतात अशा ऑनलाइन बाबींच्या संदर्भात हे विशेष महत्त्वाचे आहे.

–रकाना १२.९–

ऑनलाइन समुदायांवरील संस्कृतीवर्णन विषयक संशोधन

ब्लेविन्स, के.आर. आणि होल्ट , टी.जे. (२००९) 'जोन्सच्या आभासी उपसंस्कृतीचे परीक्षण करणे' *जर्नल ऑफ कंटेंपररी एथ्नोग्राफी*, ३८ (५): ६१९–६४८.

ह्या अभ्यासात सार्वजनिक वेबवर पुरुषांनी चालवलेल्या आणि महिला वेश्याकडे जाणाऱ्या पुरुष ग्राहकांसाठी असलेल्या मंचांमधून ६८९९ पोस्टच्या नमुन्यांचे संकलन आणि विश्लेषण याद्वारा जोन्सच्या उपसंस्कृतीची तपासणी केली. संस्कृतीवर्णन विषयक तंत्र, सहभागीच्या निरीक्षणाला असलेल्या महत्त्वावर जोर देते, तर या अभ्यासाच्या स्वरूपामुळे संशोधकांना कडक फक्त-निरीक्षण शिष्टाचार पाळणे आवश्यक होते. संशोधकांनी खुल्या मंचांचा शोध घेतला आणि सहभागीशी संवाद साधला नाही. मंचावरील पोस्टच्या सिद्धांतांच्या विश्लेषणातून सखोल समजाची जाणीव निर्माण झाली.

नेल्सन, एम.आर. आणि ओटनेस, सी.सी. (२००५) 'एक्सप्लोरिंग क्रॉसकल्चरल ॲम्बीवॅलन्सः अ नेट्नोग्राफी ऑफ इंटलेक्चुअल वेडिंग मेसेज बोर्ड्स', *जर्नल ऑफ बिजनेस रीसर्च*, ५८ (१): ८९–९५.

हा अभ्यास आंतर-सांस्कृतिक द्विधाभावाचा आणि आंतर-सांस्कृतिक विवाहाच्या योजनेचा नियोजित वधूवर कसा प्रभाव पडतो याचा शोध घेतो. त्यात सहभागी होणाऱ्या पहिल्या लेखकाने नियोजित वधूंमध्ये आपापसात होणाऱ्या ऑनलाइन संभाषणांचे निरीक्षण करण्यासाठी नेट्नोग्राफीचा मार्ग वापरला. १६ देशांतील नियोजित वधूंच्या सुमारे ४०० पोस्टिंगचे विश्लेषण केले गेले. लेखकांनी नंतर आंतर-सांस्कृतिक द्विधाभाव आणि त्यांना यशस्वीपणे हाताळण्याची धोरणे यासंबंधीविषयवस्तु निर्माण करण्यासाठी, ग्राऊंडेड सिद्धांताची सतत तुलनात्मक पद्धत वापरली.

पूर्ण मजकूर वाचनासाठी सहचर संकेतस्थळावर उपलब्ध आहे.

प्रकरणाचा सारांश

- दुय्यम डेटा हा दस्तऐवज, डाटाबेस आणि इंटरनेट इय ठिकाणी आढळणारा डेटा आहे, – ज्यातले काहीच संशोधकाने संशोधनाच्या उद्देशाने तयार केलेले नाही.
- दुय्यम डेटा वापरून काम करताना तुम्ही वेळ आणि संसाधने वाचवू शकता. तसेच संशोधकाचे पूर्वग्रह/प्रभाव दूर ठेवू शकता. पण दुय्यम डेटा दुसऱ्याच कारणासाठी गोळा केलेला असल्याकारणाने त्यामध्ये समर्पकतेचा, वर्तमानकालीन संदर्भांचा अभाव असू शकतो, आणि तो कार्यपद्धतीतील दोषांनी युक्त असू शकतो.
- सामाजिक क्रियांच्या खाणाखुणा अक्षरशः आपल्याला वेढून असतात. अहवाल, कायदे, धोरणे, डायरी व रोजकीर्द, लेख, व्हिडिओ, ब्लॉग, फोटो, कविता, गाणी, पत्रे आणि फेसबुक पोस्ट ह्या सर्व गोष्टी दस्तऐवज किंवा व्यापक 'मजकूर' आहेत ज्यांचा संशोधन प्रक्रियेद्वारा शोध घेतला जाऊ शकतो.
- तुमच्या संशोधन प्रश्नाचा आधीच शोध घेतला गेला असण्याची खूप शक्यता आहे. दुय्यम डेटा विश्लेषण, पद्धतशीर समीक्षण, आणि परा-विश्लेषणाच्या सहाय्याने, तुम्ही अस्तित्वातील डेटा आणि अभ्यास दोन्हीचा लाभ घेऊ शकता.
- सध्या अभूतपूर्व प्रमाणात डेटा ऑनलाइन स्वरूपात अस्तित्वात आहे. तो शोध घेण्यासाठी, इंटरनेटचा एखाद्या सजीव लायब्ररी प्रमाणे वापर करण्याची शक्यता खुली करतो. इंटरनेटच्या वापरकर्त्यांने आणि आभासी समुदायांनी निर्माण केलेल्या आशयासाठीही इंटरनेट हे एक ठिकाण आहे. येथे असलेली संशोधन क्षमता खुली करण्यासाठी, सतत नाविन्यपूर्ण कार्यपद्धती विकसित करण्याची गरज आहे.

अवांतर वाचन

दुय्यम डेटा वापरून काम करणे हे एक मोठेच आव्हान आहे. डेटा प्रकारातील विविधता ही केवळ पद्धतींमधील विविधतेशी मिळती जुळती असते. खाली दिलेल्या गोष्टींमधून तुमच्यासाठी हे जगत खुले होईल, पण ऑनलाइन डेटाशी संबंधित पद्धती सतत विकसित होत असतात हे लक्षात ठेवा. वर्तमान स्थिती काय आहे हे पाहण्यासाठी एक ऑनलाइन नजर टाकायला हरकत नाही.

मजकूर आणि दस्तऐवज

Danto, E. A. (2008) *Historical Research.* Oxford: Oxford University Press.

ह्या कामाला समाजकार्य आणि समाजकल्याणाची झाक असली तरी हे काम मजकूर आणि डेटाच्या इतर स्वरूपांचा शोध घेण्यासाठी व्यावहारिक आणि पद्धतशीर दृष्टिकोन पुरवते ज्यायोगे आपल्याला ज्यात रस आहे अशा ऐतिहासिक काळावर प्रकाश टाकला जाऊ शकतो.

Halabi, S., Smith, W., Collins, J., Baker, D. and Bedford, J. (2012) 'A document analysis of HIV/AIDS education interventions in Ghana', *Health Education Journal,* published online 10 July 2012.

वर दिलेला रकाना १२.४ पहा – संपूर्ण मजकूर सहचर संकेतस्थळावर उपलब्ध.

Prior, L. (ed.) (2011) *Using Documents and Records in Social Research.* London: Sage.

लेखिका सामाजिक संशोधनातील दस्तऐवजाचे मूल्य कसे पटवून देते ते मला आवडले. गुन्हा व गुन्हेगार याविषयींचे शास्त्र, आरोग्य, शिक्षण, संस्थात्मक संशोधन, विज्ञान आणि तंत्रज्ञान यामधील उदाहरणे वापरून, ती दस्तऐवज आपल्या सामाजिक आकलनामध्ये कशी मूल्यवान ठरू शकतात ते ठळकपणे सांगते.

Rapley, T. (2008) *Doing Conversation, Discourse and Document Analysis.* London: Sage.

मला वाटतं संभाषणांचे आणि दस्तऐवजांचे संकलन व विश्लेषण करण्याचे आश्वासन आणि ते करताना येणारी आव्हाने आणि यांचा एक चांगला परिचय आहे. स्पष्ट आणि समजून घेण्यास सोपे.

Sofalvi, A. (2011) 'Health education films of the silent era: A historical analysis', *International Electronic Journal of Health Education*, 14: 135–141.

वर दिलेला रकाना १२.४ पहा – संपूर्ण मजकूर सहचर संकेतस्थळावर उपलब्ध.

Wales, E. and Brewer, B. (1976) 'Graffiti in the 1970s', *Journal of Social Psychology*, 99(1): 115–123.

वर दिलेला रकाना १२.४ पहा – संपूर्ण मजकूर सहचर संकेतस्थळावर उपलब्ध.

Webb, E. J., Campbell, D. T., Schwartz, R. D. and Sechrest, L. (1998) *Unobtrusive Measures: Nonreactive Research in the Social Sciences.* Dallas: Houghton Mifflin.

हे एक उत्कृष्ट पुस्तक आहे आणि मानवी क्रियांचा माग काढणाऱ्या आणि हे पारंपरिक संशोधन डेटाला अधिक पूरक कसे ठरू शकेल ते बघणाऱ्या संशोधनाने खरोखर आमचे डोळे उघडले. उत्कृष्ट स्पष्टीकरणे तर्क निर्विवाद बनवायला मदत करतात.

अस्तित्वात असलेला अभ्यास आणि डेटा संच

Cooper, H. M. (2009) *Research Synthesis and Meta-analysis: A Step-by-Step Approach.* Thousand Oaks, CA: Sage.

सामाजिक, वर्तणुकविषयक आणि वैद्यकीय शास्त्र यांच्यामधील पद्धतशीर पुनरावलोकने आणि परा-विश्लेषणे यांना चांगला सल्ला दिलेला आहे. अनुसरण करण्यासाठी स्पष्ट सात–पायऱ्यांची प्रक्रिया आणि बरीच पायाभूत (grounded) उदाहरणे.

Doucouliagos, H. and Ali Ulubaşoğlu, M. (2008) 'Democracy and economic growth: A meta-analysis', *American Journal of Political Science,* 52(1): 61–83.

वर दिलेला रकाना १२.६ पहा – संपूर्ण मजकूर सहचर संकेतस्थळावर उपलब्ध.

Gough, D., Oliver, S. and Thomas, J. (eds) (2012) *An Introduction to Systematic Reviews.* London: Sage.

मला हे पुस्तक आवडते. ते लहान आणि सुलभ आहे आणि परा-संस्कृतीवर्णनासारख्या गुणात्मक पद्धती आणि विश्लेषणांसारख्या संख्याशास्त्रीय पद्धतींचा समावेश होतो. पुस्तक वापरणाऱ्यांसाठी एक चांगला अनुकूल परिचय.

Higgins, J. P. T. and Green, S. (2008) *Cochrane Handbook for Systematic Reviews of Interventions.* New York: Wiley-Interscience.

कॉक्रेन कोलॅबरेशन (रकाना १२.५ पाहा) हे पद्धतशीर पुनरावलोकनाच्या आयोजनामध्ये, विशेषतः आरोग्य क्षेत्रात एक जागतिक नेते आहेत. हे हँडबुक कॉक्रेन पुनरावलोकनासाठी आवश्यक असे कार्यपद्धतीय शिष्टाचारांची रूपरेषा आखते पण सर्व प्रकारच्या पद्धतशीर पुनरावलोकनांना सहजपणे लागू होऊ शकते.

Jeynes, W. H. (2001) 'A meta-analysis of the relation of parental involvement to urban elementary school student academic achievement', *British Journal of Cancer*, 85(11): 1700–1705.

वर दिलेला रकाना १२.६ पहा – संपूर्ण मजकूर सहचर संकेतस्थळावर उपलब्ध.

Myatt, G. J. (2006) *Making Sense of Data: A Practical Guide to Exploratory Data Analysis and Data Mining.* New York: Wiley-Interscience.

अस्तित्वात असलेले डेटा संच वापरून काम करण्यासाठी एक व्यावहारिक दृष्टिकोन. महत्त्वाच्या मुद्यांची चांगली, तर्कशुद्ध व्याप्ती आणि अस्तित्वात असलेला डेटा प्राप्त करण्यासाठी आवश्यक असलेल्या गोष्टींची उत्कृष्ट व्याप्ती जी टप्याटप्याने बदलत जाते.

Vartanian, T. (2010) *Secondary Data Analysis.* Oxford: Oxford University Press.

विद्यार्थ्यांना दुय्यम डेटा संच का? आणि त्यांच्या प्रकल्पासाठी ते योग्य आहेत का अशाप्रकारे ज्या पद्धतीने सुरू होते ते मला आवडते. डाउनलोड, मर्ज आणि दुय्यम डेटा विश्लेषण कसे करावे याबाबत चांगली व्याप्ती.

ऑनलाईन डेटा

Blevins, K. R. and Holt, T. J. (2009) 'Examining the virtual subculture of johns', *Journal of Contemporary Ethnography*, 38(5): 619–648.

वर दिलेला रकाना १२.७ पहा – संपूर्ण मजकूर सहचर संकेतस्थळावर उपलब्ध.

Markham, A. N. and Baym, N. K. (eds) (2008) *Internet Inquiry: Conversations about Method.* Thousand Oaks, CA: Sage.

गुणात्मक ऑनलाइन डेटा वापरून काम करताना येणारी आव्हाने आणि संधी यांचा उत्कृष्ट परिचय. योगदान दिलेल्या सर्व लोकांनी या ठिकाणी काम केलेले आहे हे मला आवडले. मतांची चांगली श्रेणी.

Russell, M. A. (2011) *Mining the Social Web: Analyzing Data from Facebook, Twitter, LinkedIn, and Other Social Media Sites.* Sebastopol, CA: O'Reilly Media.

मी सतत म्हणते की, या जगात जे नवीनतम चालू आहे ते कळण्यासाठी तुम्ही इंटरनेटकडे वळणे आवश्यक आहे कारण ह्या २०११ मधील पुस्तकाने माझे आकलन वाढवण्यासाठी मला खूप मदत केली. तुम्हाला सामाजिक वेबचे नैसर्गिक चित्रण करण्यासाठी तुम्हाला याची मदत होईल आणि तुम्हाला त्याच्या आशयाचे विश्लेषण करण्यासाठी काही धोरण देईल. तुम्ही नवीनतम आवृत्तीचा शोध घेत आहात याची खात्री करून घ्या.

Hine, C. M. (ed.) (2012) *Virtual Research Methods.* Thousand Oaks, CA: Sage.

ह्या चार खंडांच्या संदर्भसंग्रहात स्पष्टपणे आता अस्तित्वात आहे तसा ऑनलाइन संशोधनाचा समावेश आहे आणि दूरवर दिसणाऱ्या (पुढे प्रत्यक्षात येऊ शकतील अशा) नवकल्पनांचा विचार केला गेला आहे. हे सैद्धांतिक व व्यावहारिक दोन्ही विषयांचा समावेश करते. अमेरिकेत $९९५.००/£ ६०० या किंमतीला तुम्ही संच खरेदी केला नाही तरी कदाचित तो तुमच्या ग्रंथालयात नक्कीच पाहा.

Kozinets, R. V. (2009) *Netnography: Doing Ethnographic Research.* London: Sage.

ऑनलाइन संस्कृतीवर्णन अंगीकारण्याची इच्छा असेल अशा कोणीही या पुस्तकाचे वाचन करावे. आभासी समुदायांसाठी संस्कृतीवर्णनाची नवीन व्याख्या करण्याकरता हा अधिक कसून केलेला एक प्रयत्न आहे आणि या ठिकाणाचा नैतिकतेने शोध घेण्यासाठी स्पष्ट शिष्टाचार तयार करतात.

Lopatto, E. (2013) 'Facebook opens up site data to suicide research'. Bloomberg News, 27 January.

वर दिलेला रकाना १२.८ पहा – संपूर्ण मजकूर सहचर संकेतस्थळावर 🖱 उपलब्ध.

Leetaru, K. H. (2012) 'A Big Data approach to the humanities, arts, and social sciences: Wikipedia's view of the world through supercomputing', *Research Trends*, 30/ September.

वर दिलेला रकाना १२.८ पहा – संपूर्ण मजकूर सहचर संकेतस्थळावर 🖱 उपलब्ध.

Nelsen, M. R. and Otnes, C. C. (2005) 'Exploring cross-cultural ambivalence: A netnography of intercultural wedding message boards', *Journal of Business Research*, 58(1): 89–95.

वर दिलेला रकाना १२.७ पहा – संपूर्ण मजकूर सहचर संकेतस्थळावर 🖱 उपलब्ध.

१३

संख्यात्मक डेटाचे विश्लेषण करणे

—प्रकरणाचे पूर्वावलोकन—

- कच्च्या डेटाकडून ठळक निष्कर्षांकडे
- डेटाचे व्यवस्थापन आणि चल परिभाषित करणे
- वर्णनात्मक संख्याशास्त्र
- निदानात्मक संख्याशास्त्र
- संख्यात्मक माहिती सादर करणे

कच्च्या डेटाकडून ठळक निष्कर्षांकडे

आपल्याला माहीत असलेले सर्व अर्थ हे अर्थ लावण्याच्या पद्धतीवर अवलंबून असतात.

जॉर्ज इलियट

तुमच्या संशोधन प्रकल्पातील मुख्य अडचण डेटा संकलन ही आहे, अशा विचाराच्या जाळ्यात सापडणे सहज शक्य आहे. आणि मागील प्रकरणात दिल्याप्रमाणे, विश्वासार्ह डेटा गोळा करणे नक्कीच एक आव्हान आहे – तितकेच त्याचा अर्थ लावणेही. चौकशी आणि अर्थविवरणाच्या पद्धतशीर प्रक्रियेतून गेल्याशिवाय, तुम्ही संकलित केलेला भीतीदायक ढिगारा तुम्हाला काहीच सांगू शकणार नाही. खरंतर, इंग्रजी कादंबरीकार जॉर्ज इलियट म्हणतात तसे 'अर्थविवरण' ही अर्थाची गुरुकिल्ली आहे.

एकूण प्रकल्पाचे भान ठेवणे

तुमच्या संपूर्ण विश्लेषणावर ताबा ठेवणे, हे संख्यात्मक डेटाचे अर्थविवरण करण्यामधील सर्वात महत्त्वाच्या आव्हानांपैकी एक आहे, असे मला वाटते. अल्विन टॉफलरचे म्हणणे प्रसिद्ध आहे, 'तुम्ही मिळेल तितका सर्व डेटा वापरू शकता, परंतु तरीही तुम्हाला त्याच्यावर अविश्वासच दाखवायला लागतो आणि तुमची स्वत:ची बुद्धिमत्ता आणि मत याचा उपयोग करावा लागतो'. तुमच्या डेटाचा सगळा ताबा संगणकाकडे देण्याचा मोह होऊ शकतो. तसेच तुमच्या डेटाचे व्यवस्थापन व विश्लेषण करण्यासाठी मदत करू शकतील अशा अधिक शक्तिशाली आणि वापर करणाऱ्यांसाठी सोप्या अशा स्टॅटिस्टिक्सच्या प्रणाली उपलब्ध आहेत, यात शंकाच नाही. पण प्रक्रियेचे

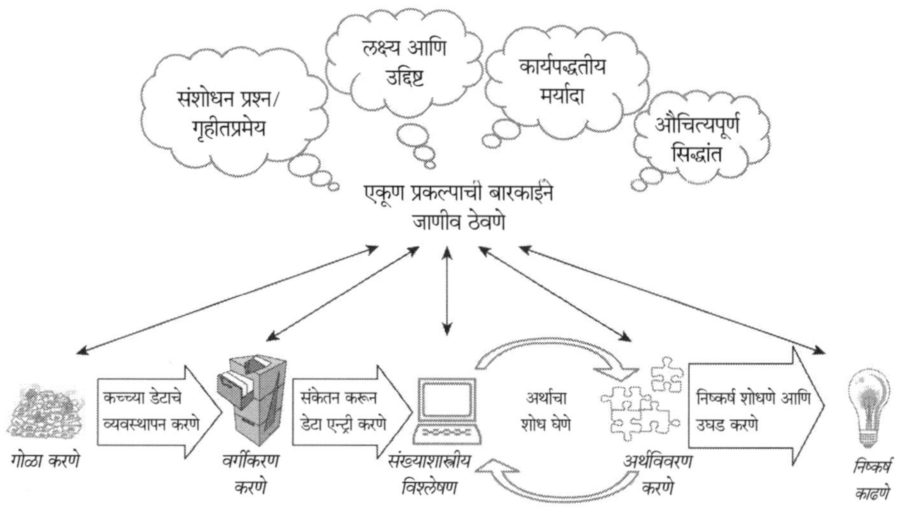

आकृती १३.१ चिंतनशील विश्लेषण प्रक्रिया

व्यवस्थापन करण्यासाठी जी अंतर्दृष्टी, कुशाग्र बुद्धी आणि व्यवहारचातुर्य लागते त्याला पर्याय नाही, हे लक्षात ठेवणे महत्त्वाचे आहे. संगणक प्रणाली विश्लेषण सुलभ करू शकते आणि 'नेमून दिलेली कामे' करू शकते. पण डेटा 'सवयीचा' होण्यासाठी, तो डेटा आणि अस्तित्वात असणारे सिद्धांत यांमध्ये सतत प्रवास करण्यासाठी आणि महत्त्वाच्या निष्कर्षांकडे – अपेक्षित आणि अनपेक्षित अशा दोन्ही, अटकळींचे अनुसरण करण्यासाठी संशोधकाने योजनाबद्ध रीतीने, कल्पकतेने आणि अंत:प्रेरणेने काम करणे आवश्यक आहे. संख्यांच्या झुंडीत हरवून जाणे आणि काय साध्य करण्यासाठी प्रयत्न करीत आहेत, ह्याची जाणीव गमावणे संशोधकाला परवडण्यासारखे नाही. त्यांच्या एकूण प्रकल्पाची बारकाईने जाणीव ठेवणे अत्यावश्यक आहे.

आकृती १३.१ मध्ये फक्त संगणकामध्ये संख्यांची नोंद करण्यापेक्षा खूप जास्त व्यापक आणि गुंतागुंतीच्या प्रक्रियेचे विश्लेषण रेखाटले आहे. सजगपणे केलेल्या विश्लेषणात डेटाच्या शक्य तितक्या निकट राहण्याचा समावेश होतो – प्रारंभिक संकलनापासून अगदी अंतिम निष्कर्ष काढण्यापर्यंत. ही एक अशी प्रक्रिया आहे, ज्यामध्ये तुमच्याकडून पुढील गोष्टी अपेक्षित आहेत: तुमच्या कच्च्या डेटाचे पद्धतशीरपणे संकेतन आणि व्यवस्थापन; संगणकात डेटा भरणे; संख्याशास्त्रीय विश्लेषण करणे; अर्थविवरण करणे; निष्कर्ष शोधणे आणि प्रकट करणे आणि शेवटी संबंधित अनुमाने काढणे, सातत्याने एकूण प्रकल्पाची बारकाईने जाणीव ठेवत असताना तुम्ही तुमचा डेटा आणि तुमचा संशोधन प्रश्न, लक्ष्य आणि उद्दिष्ट, सैद्धांतिक आधार आणि कार्यपद्धतीय मर्यादा यादरम्यान प्रवास करत असता.

तुम्हाला तुमच्या एकूण प्रकल्पाच्या निष्कर्षांच्या परिणामांचे आकलन होणे अवघड जात असेल तर अगदी सर्वात अत्याधुनिक विश्लेषणही निरर्थक आहे, हे लक्षात ठेवणे महत्त्वाचे आहे. हे करण्यासाठी तुम्ही तुमचा डेटा आणि सर्वसमावेशक चौकटीदरम्यान फिरणारे तुमचे विश्लेषण चिकित्सकपणे, सजगतेने, आणि पुनरावर्तीय प्रकाराने आयोजित करणे आवश्यक आहे. संगणक प्रणालीकडे तुमचा विचार सोपवण्यापेक्षा, तुम्ही चिकाटीने डेटाची केलेली चौकशी आणि डेटामधून निघणारे निष्कर्ष विश्लेषण प्रक्रियेमध्ये दिसून यायला हवेत. व्यग्र राहा. 'निष्कर्षांची' आश्चर्यकारक मालिका निर्माण करणे तसे फारसे अवघड नाही. पण ते सर्व काय आहे, हे कळणे अवघड आहे. रकाना १३.१ मध्ये प्रश्नांची मालिका दिलेली आहे. जे प्रश्न तुम्ही डेटाच्या चौकशीच्या आधी आणि दरम्यान विचारावेत. तुमचे लक्ष व्यापक दृष्टिकोनाकडे ठेवायला मदत करण्यासाठी हे प्रश्न तयार करण्यात आलेले आहेत.

रकाना १३.१

संपूर्ण दृष्टिकोन लक्षात घेण्यासाठीचे प्रश्न

तुमच्या स्वतःच्या अपेक्षांशी संबंधित प्रश्न

- मी काय मिळवण्याची अपेक्षा करतो, उदा. माझे गृहीतप्रमेय फलद्रूप होईल का?
- मी काय न शोधण्याची अपेक्षा करतो आणि त्यासाठी मी कसा शोध घेऊ शकतो?
- माझ्या निष्कर्षांचे पर्यायी मार्गाने अर्थविवेचन करता येईल का? त्याचे परिणाम काय आहेत?

संशोधन प्रश्नाशी संबंधित प्रश्न, ध्येये व उद्दिष्टे

- माझ्या संशोधन प्रश्नाचा उत्तम रीतीने विचार करण्यासाठी मी माझा डेटा कसा हाताळावा?
- माझे निष्कर्ष माझ्या संशोधन प्रश्नाशी, लक्ष्य आणि उद्दिष्टांशी कसे संबंधित आहेत?

सिद्धांताशी संबंधित प्रश्न

- माझे निष्कर्ष माझ्या सिद्धांतांवर शिक्कामोर्तब करत आहेत का? कसे? का? का नाही?
- माझा सिद्धांत माझे निष्कर्ष स्पष्ट करण्यासाठी मदत करतील का? कोणत्या मार्गांनी?
- माझे अनपेक्षित निष्कर्ष पर्यायी सिद्धांतांशी जोडले जाऊ शकतील का?

पद्धतीसंबंधित प्रश्न

- माझ्या डेटा संकलन आणि विश्लेषण पद्धतींचा माझ्या परिणामांवर परिणाम झाला आहे का? असेल तर कशा प्रकारे?
- माझ्या कार्यपद्धतीय उणिवा माझ्या निष्कर्षांवर कसे परिणाम करू शकतात?

तपाससूची सहचर संकेतस्थळावर उपलब्ध.

संख्याशास्त्रीय विश्लेषण करणे

संख्याशास्त्र 'करणे' म्हणजे सूत्रांबरोबर काम करणे असे म्हणत, त्याला फार काळ लोटलेला नाही. परंतु प्रत्येक संशोधन प्रकल्प करण्याचा प्रयत्न करणाऱ्या प्रत्येकाने सूत्रे आत्मसात करायची गरज आहे, यावर मी विश्वास ठेवू शकत नाही. आणि एक पुस्तक परत पाहू – एकविसाव्या शतकात संख्याशास्त्राचा अर्थ मध्यमान(मीन), बहुलक (मोड), मध्यगा (मिडीअन) आणि प्रमाण विचलन (स्टँडर्ड डेव्हिएशन) याची गणना करण्याच्या आणि पुस्तकाच्या मागील पानावर पी-मूल्ये पाहण्याच्या तुमच्या क्षमतेपेक्षा, संख्याशास्त्रीय सॉफ्टवेअर वापरण्याची क्षमता असा अधिक आहे.

ह्या प्रणालींसाठी संख्याशास्त्राच्या मूलभूत भाषा आणि तर्कशास्त्राची समज लागते, हे मी मान्य करते. पण सूत्रांवर लक्ष एकाग्र करणे म्हणजे दुचाकी कशी तयार करायची हे शिकवल्यावर ती चालवायला शिकण्याचा प्रयत्न करण्यासारखे आहे. रचना करू शकल्यामुळे तुम्हाला विनियोगाचे तर्कशास्त्र समजण्यास मदत होऊ शकते हे नक्की (आणि तुम्हाला ते ज्ञान मिळवण्यासाठी मदत करू शकतील अशी अनेक उत्कृष्ट संसाधने आहेत). परंतु तुमचे प्राथमिक ध्येय तुलनेने सोपे संख्याशास्त्रीय विश्लेषण हाती घेणे हे असेल जसे प्रकल्प हाताळणाऱ्या विद्यार्थ्यांना असते, तर तुमच्या गरजांमध्ये पुढील गोष्टी समजावून घेण्याचा समावेश असेल: (१) आपल्या डेटाचे व्यवस्थापन

कसे करावे; (२) चलांचे स्वरूप (३) वर्णनात्मक आणि अनुमानित सांख्यिकी या दोन्हीच्या भूमिका आणि कार्य; (४) संख्याशास्त्रीय चाचण्यांचा योग्य वापर; आणि (५) प्रभावी डेटा सादरीकरण.

हे प्रकरण तुम्हाला वरील बाबतीत मदत करण्याचा सर्वतोपरी प्रयत्न करेलच, तरीही तुम्ही वाचलेल्या गोष्टींना पूरक म्हणून थोड्या सरावाची साथ असू दे (हे जरी फक्त संख्याशास्त्रीय प्रणालीमध्ये दिलेल्या बनवलेल्या मॉक डेटा सेटशी खेळणे असले तरी) डेटामध्ये न शिरता अगदी कमी विद्यार्थ्यांच्या डोक्यात आकडेवारी शिरू शकते – त्यामुळेच संबंधित संख्याशास्त्रीय प्रणालीमध्ये प्रत्यक्ष काम करण्यावरच यश अवलंबून असते. अशा प्रकारच्या ज्ञानामध्ये 'करत राहणे', ही गोष्ट लागू करणे आवश्यक आहे.

मदतीसाठी विचारणा करणे हा आणखी एक सल्ला आहे. जेव्हा तुम्ही संख्याशास्त्राच्या रहस्यांच्या खोलात शिरता, विशेषतः अनुमानित संख्याशास्त्र आणि बहुचलविश्लेषण, तेव्हा अगदी अनुभवी संशोधकालाही पुढे जाण्याचा सर्वोत्तम मार्ग जाणून घेणे अवघड होते. जर तुमचे विश्लेषण परिष्करणाच्या या पातळीपर्यंत पोहोचण्याची शक्यता असेल तर एखाद्या संख्याशास्त्रीय तज्ज्ञाची मदत घेणे योग्य ठरेल. खरंतर अनेक विद्यापीठांमध्ये डॉक्टरेट करणाऱ्या उमेदवारांना उच्च पातळीचे संख्याशास्त्र वापरायला फक्त परवानगीच असते असे नाही तर कधी कधी तज्ज्ञाकडून त्यांच्या डेटाचे विश्लेषण करून घेण्यासाठी प्रोत्साहनही दिले जाते. पण जरी तुम्ही हे दुसऱ्या कोणाकडून तरी करून घेणार असाल (ज्यासाठी सहसा निधीची आवश्यकता असते) तरीही तुम्हाला मूलतत्त्वे माहीत असणे आवश्यक आहेच, ते तुम्ही टाळू शकत नाही. तरीही तुम्हाला तुमच्या स्वतःचे प्राथमिक विश्लेषण करावे लागेल, आऊटसोर्स केलेल्या उच्च पातळीच्या विश्लेषणाला दिशा द्यावी लागेल, परिणाम समजावून घ्यावे लागतील आणि उलगडून दाखवावे लागतील आणि चिकित्सक प्रश्न विचारण्याइतपत माहितगार असावे लागेल.

डेटाचे व्यवस्थापन आणि चल परिभाषित करणे

तुम्ही संकलित केलेला कच्चा संख्यात्मक डेटा आणि संख्याशास्त्रीय विश्लेषण करण्याचे ठरवण्याची तुमची क्षमता यादरम्यान दोन महत्त्वाच्या पायऱ्या येतात. ज्या प्रभावीपणे आणि कार्यक्षमतेने तुमच्या डेटाचे व्यवस्थापन करतात, ज्यामुळे तुम्ही एक पूर्ण डेटाबेस तयार करू शकता आणि कार्यकारणभावाचे तत्त्व आणि मोजमापन मापके या दोन्ही संबंधात चल म्हणून तुमचा डेटा परिभाषित करणे.

डेटाचे व्यवस्थापन

डेटा पटकन गोळा केला जाऊ शकतो आणि तुम्ही किती प्रमाणात डेटा गोळा करू शकलात, याचे तुम्हाला आश्चर्य वाटू शकते. डेटा व्यवस्थापनासाठी एक कठोर आणि पद्धतशीर दृष्टिकोन वापरणे हे आव्हान आहे. तो दृष्टिकोन तुम्हाला डेटा संच तयार किंवा निर्माण करण्याची परवानगी देईल, ज्यामुळे संपूर्ण विश्लेषण प्रक्रियेसाठी त्याचे व्यवस्थापन आणि उपयोग केला जाऊ शकेल. रकाना १३.२ मध्ये तुमच्या डेटाचे प्रभावीपणे व्यवस्थापन करण्यासाठी मला आवश्यक वाटणाऱ्या पाच पायऱ्या दिल्या आहेत.

रकाना १३.२

डेटाचे व्यवस्थापन

पायरी १: योग्य संगणक प्रणालीची माहिती करून घेणे

यामध्ये प्रणाली वापरण्याची संधी मिळणे आणि आवश्यक प्रशिक्षण आयोजित करणे, यांचा समावेश आहे. बऱ्याच विद्यापीठांकडे परवाने असतात ज्यामुळे विद्यार्थ्यांना काही सॉफ्टवेअर्सचा वापर करण्याची अनुमती मिळते आणि बऱ्याच विद्यापीठांमध्ये त्यांच्याशी संबंधित लहान अभ्यासक्रम उपलब्ध आहेत. कार्यक्रमात साधारणपणे पूर्ण सर्वसमावेशक ट्यूटोरिअल्स असतातच जे बनवलेल्या डेटा सेटनी परिपूर्ण असतात. तुम्ही ज्या प्रणाली वापरण्याची शक्यता असते त्या प्रणालींमध्ये खालील गोष्टींचा समावेश होतो:

- आयबीएम एसपीएसएस संख्याशास्त्र – परिष्कृत आणि वापर करण्यास सोपे (www.spss.com);
- एसएएस – अनेकदा संस्थात्मक दर्जाचे, पण वापर करण्यास काही वापर करणाऱ्यांच्या दृष्टीने एसपीएसएस इतके सोपे नाही (www.sas.com);
- मिनीटॅब – अधिक प्राथमिक, विद्यार्थी आणि लहान डेटा संचांसाठी चांगले (www.minitab.com);
- एक्सेल – संख्याशास्त्राला समर्पित प्रणाली नसली तरी प्राथमिक पातळीवरच्या गोष्टी हाताळू शकते आणि बहुतेक संगणकांवर(मायक्रोसॉफ्ट ऑफिस उत्पादन) तात्काळ उपलब्ध असते;
- आर – संख्याशास्त्रीय संगणन आणि ग्राफिक्सकरिता मुक्त सॉफ्टवेअर वातावरण (www.r-project.org)

पायरी २: आपल्या डेटाची नोंद ठेवा

संपूर्ण संशोधन प्रक्रियेत विविध पातळ्यांवर कितीही स्रोतांमधून डेटा येऊ शकतो, त्यामुळे तुम्ही संकलित केलेल्या डेटाची नोंद ठेवणे योग्य ठरेल. मूळ डेटा माफक कालावधीसाठी ठेवला गेला पाहिजे, हे लक्षात ठेवा; संशोधकाला परिणामांचे मूळ स्रोत परत तपासून बघता येणे आवश्यक आहे.

पायरी ३: संभाव्य समस्येसाठी तुमचा डेटा तपासा

ह्यामध्ये डेटा स्पष्ट आणि पूर्ण आहे का हे पाहण्यासाठी प्राथमिक तपासणीचा समावेश होतो. हे जर हे लवकर केले गेले तर तुम्ही चाचणीमध्ये न जाणवलेल्या संभाव्य समस्या उघड करू शकता आणि तुमच्या डेटा संकलनाच्या शिष्टाचारात सुधारणा करू शकता.

पायरी ४: डेटा एंट्री करा

डेटा एंट्रीमध्ये प्रत्यक्षात २ पायऱ्या असतात. पहिली म्हणजे तुमच्या चलांची व्याख्या करणे. आकृती १३.२ मध्ये दाखवलेली एसपीएसएस व्हेरिअबल (चल) व्ह्यू विंडो पाहा, ज्यामध्ये चलाची नावे, मापन प्रकार, नावे, मूल्ये इ. माहिती भरणे आवश्यक आहे.

तुमचा डेटा पद्धतशीरपणे डेटाबेसमध्ये प्रविष्ट करणे ही दुसरी पायरी आहे. तुमचा डेटा जसा येईल तसा किंवा पूर्णपणे संकलित केल्यानंतर प्रविष्ट केला जाऊ शकतो. फक्त चाचणी करायची असल्यास मात्र तसे होत नाही. डेटा एंट्री पूर्ण होईपर्यंत, पूर्ण विश्लेषण होत नाही. आकृती १३.३मध्ये एसपीएसएस डेटा एंट्री स्क्रीन दाखवलेली आहे.

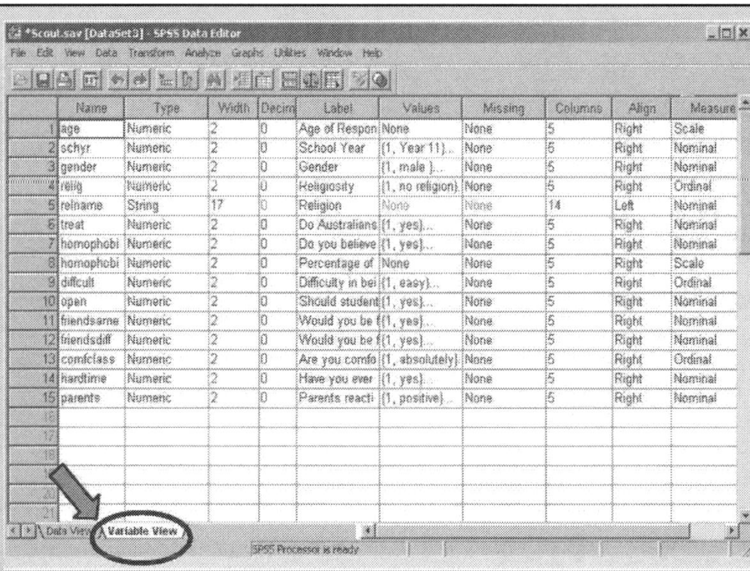

आकृती १३.२ एसपीएसएस व्हेरिअबल (चल) व्ह्यू

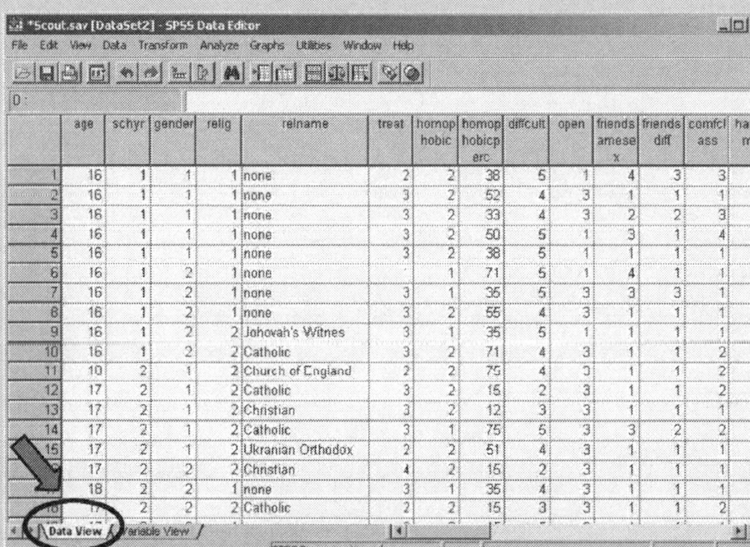

आकृती १३.३ एसपीएसएस डेटा व्ह्यू

पायरी ५: डेटा क्लीन(साफ) करा

कोणत्याही नोंदींच्या काही त्रुटी सापडतात का आणि डेटा संच योग्य दिसत आहेत ना याची खात्री करण्यासाठी डेटा एकत्रित करण्याचा यामध्ये समावेश होतो. संख्यात्मक डेटा प्रविष्ट करताना चुका होणे सोपे आहे – विशेषतः जर तुम्ही वेगाने पुढे सरकत असाल तर. डेटा शक्य तितका अचूक आहे हे निश्चित करण्यासाठी तुम्ही डेटा पूर्णपणे बघणे आवश्यक आहे.

तपाससूची सहचर संकेतस्थळावर उपलब्ध.

चल समजून घेणे – कार्यकारणभाव

चलांमधील फरक दाखविण्याचा महत्त्वाचा मार्ग म्हणजे कार्यकारणभाव. ह्याचा अर्थ तुमचे अवलंबित आणि स्वतंत्र चल स्पष्टपणे ओळखणे आणि वेगळे करू शकणे:

- *अवलंबित चल* – तुम्ही ज्या गोष्टींचा अभ्यास करण्याचा किंवा ज्या मोजण्याचा प्रयत्न करत आहात त्या गोष्टी. उदाहरणार्थ, तीव्र डोकेदुखीसाठी कोणते घटक कारणीभूत आहेत, मजबूत उत्पन्न प्रवाह किंवा माध्यमिक शाळेतील यशाची पातळी काय आहे, हे माहीत करून घेण्यात तुम्हाला स्वारस्य असू शकते - डोकेदुखी, उत्पन्न, आणि यश हे सर्व अवलंबित चल असतील.
- *स्वतंत्र चल* – तुम्ही ज्या गोष्टी समजून घेण्याचा प्रयत्न करत आहात त्या गोष्टींवर परिणाम करणाऱ्या गोष्टी. उदाहरणार्थ, वाचनामुळे डोकेदुखी होऊ शकते; हा निष्कर्ष निश्चित करण्यामध्ये लिंगाची काही भूमिका असू शकते; पालकांच्या प्रभावाचा यशाच्या पातळीवर परिणाम होऊ शकतो. इथे वाचन, लिंग आणि पालकांचा प्रभाव हे स्वतंत्र चल आहेत.

अवलंबित आणि स्वतंत्र चलांदरम्यान असलेला सैद्धांतिक फरक समजून घ्यायला खूप कठीण नसला, तरी सहजगत्या प्रत्येक प्रकारचा चल ओळखू शकणे हे सरावानंतर साध्य होते. हे करण्याचा एक मार्ग म्हणजे फक्त काय कशावर अवलंबून आहे असे विचारणे: यश पालकांच्या प्रभावावर अवलंबून असते; उत्पन्न लिंगावर अवलंबून असते. म्हणून मी माझ्या विद्यार्थ्यांना सांगू इच्छिते की जोपर्यंत तुम्ही लिंग-बदलाची शस्त्रक्रिया करण्यासाठी बचत करत नाही आहात तोपर्यंत लिंग उत्पन्नावर अवलंबून असते म्हणण्यात अर्थ नाही!

चल समजून घेणे – मोजमापाची मापके

मोजमापाची मापके म्हणजे विशिष्ट चलामधील जे फरक तुम्ही मिळवण्याचा प्रयत्न करत आहात त्यांचे स्वरूप. एकूण चार मूलभूत मोजमापाची मापके आहेत जी अनुक्रमे अधिक अचूक होतात: नाममात्र, क्रमवाचक, मध्यंतरीय आणि गुणोत्तर (कोष्टक १३.१ पाहा). प्रत्येकाची अचूकता ही त्यांच्यावर केल्या जाऊ शकणाऱ्या संख्याशास्त्रीय चाचण्यांशी थेट संबंधित आहे. मोजमापन मापके जितकी अधिक नेमकी, तितके तुम्ही करू शकणाऱ्या अत्याधुनिक संख्याशास्त्रीय विश्लेषणाचे प्रमाण अधिक.

कोष्टक १३.१ मोजमापाची मापके

	नाममात्र	क्रमवाचक	मध्यंतरीय	गुणोत्तर
गटवारी	✓	✓	✓	✓
क्रमवारी		✓	✓	✓
समदूर एकक			✓	✓
केवल शून्य				✓

- *नाममात्र* – क्रमांक निर्हेतुकपणे श्रेणीचे प्रतिनिधित्व करण्यासाठी नियुक्त केलेले असतात आणि त्यांना चिन्हांकन योजना असतात ज्याला कोणतेही सांख्यिकीय महत्त्व नसते (आणि म्हणून गणिती आकडेमोड करण्यासाठी वापरले जाऊ शकत नाहीत). उदाहरणार्थ, लिंगाबाबतीत तुम्हाला स्त्रीसाठी एक क्रमांक वापरावा लागेल – १, आणि पुरुषासाठी – २. या प्रकरणात पुढे दिलेल्या एका उदाहरणात 'पदवी नंतरची

योजना' हा चल हादेखील नाममात्र आहे. त्यामध्ये अन्य सांख्यिकीय मूल्ये स्वैरपणे नियुक्त केली आहेत, जसे १ = व्यावसायिक/तांत्रिक प्रशिक्षण, २ = विद्यापीठ, ३ = कर्मचारी संख्या, ४ = परदेश प्रवास, ५ = निर्णय घेतलेला नाही, आणि ६ = इतर. नाममात्र मापनामध्ये नियम परस्परव्याप्त असू नयेत (ते परस्पर विशेष असले पाहिजेत) आणि एकत्र सर्व शक्यता (एकत्रितपणे बारकाईने विचार केलेला) त्यात घेतल्या गेल्या पाहिजेत. नामवाचक डेटाचे मुख्य कार्य म्हणजे जनसंख्या वितरण समजून घेण्यासाठी संशोधकांना प्रतिसाद पडताळून बघण्याची परवानगी देणे.

- *क्रमवाचक* – ही मापके प्रकारांच्या क्रमांकाची क्रमवारी काही अर्थपूर्ण प्रकारे करते; चिन्हांकनाला क्रमवारी आहे. मात्र, फरकाचे प्रमाण सूचित केलेले नाही. उदाहरण घ्यायचे झाल्यास, सामाजिक-आर्थिक दर्जा (खालचा, मध्यम, किंवा उच्च वर्ग). खालचा वर्ग इतर दोन वर्गांपेक्षा कमी दर्जा दर्शवितो पण फरकाची श्रेणी परिभाषित केलेली नाही. इतर काही उदाहरणे, हवाई प्रवास (इकॉनॉमी, व्यवसायिक, प्रथम श्रेणी), आणि प्रतिसादकांना काही वस्तूंच्या क्रमांकाच्या क्रमवारीची निवड करण्यासाठी पर्यायांची निवड करण्यास सांगितले (विकसित देश तोंड देत असलेली सर्वात मोठी पर्यावरण आव्हाने). लिकर्ट प्रकाराची मापके, ज्यामध्ये प्रतिसादकांना बिंदू मापाकांवर एका प्रतिसादाची निवड करण्यास सांगितले (जसे की 'मला कामावर जाताना आनंद वाटतो' १ = खूप जास्त प्रमाणात असहमत, २ = असहमत, ३ = तटस्थ, ४ = सहमत, ५ = खूप जास्त प्रमाणात सहमत). ही मापने क्रमवाचक असतात कारण आकारामधील तंतोतंत फरक निर्धारित करणे शक्य नाही. तथापि, अनेक संशोधक लिकर्ट मापकाला मध्यंतरीय समजतात. ज्यामुळे ते अधिक अचूक संख्याशास्त्रीय चाचण्या करू शकतात. बऱ्याच लहान प्रमाणातील अभ्यासामध्ये ह्याच्याकडे सर्वसाधारणपणे समस्यापूर्ण म्हणून पाहिले जात नाही.
- *मध्यंतरीय* – डेटाच्या क्रमवारीव्यतिरिक्त या मापनामध्ये फरक मोजण्यासाठी सामाईक एककाचा वापर केला जातो. तथापि, या मापनामध्ये, केवळ शून्य (absolute zero) नाही आहे. इथे एक उदाहरण म्हणजे तारीखः वर्ष २००९ हे १९६५ या वर्षानंतर ४४ वर्षांनी येते, परंतु मध्यंतरीय पहिल्या जाहिरातीत सुरू होऊ शकला नाही. मापनावरील गुण समदूर मानले जाऊ शकतात की नाही याबाबत काही वादविवाद असले तरी बुद्ध्यंकातदेखील अंतराची मापने मानली जातात.
- *गुणोत्तर* – गुणोत्तर मापनावरील प्रत्येक बिंदू फक्त समदूर आहे इतकेच नाही तर एक निरपवाद शून्य देखील आहे. गुणोत्तर डेटाच्या उदाहरणांमध्ये वय, उंची, अंतर आणि उत्पन्न यांचा समावेश होतो. गुणोत्तर डेटा ही रिअल संख्या असल्याने सर्व प्राथमिक गणितीय क्रिया केल्या जाऊ शकतात.

वर्णनात्मक संख्याशास्त्र

वर्णनात्मक संख्याशास्त्र नावाप्रमाणे डेटा संचांच्या मूलभूत वैशिष्ट्यांचे वर्णन करण्यासाठी वापरले जाते आणि चलाचे सार सांगण्यासाठी आधारभूत आहे. आटोपशीर व सुबोध स्वरूपात संख्यात्मक वर्णन सादर करणे, हे ध्येय आहे. विशेषतः, वर्णनात्मक संख्याशास्त्र केन्द्रीय प्रवृत्ती, अपस्करण आणि वितरणाचा आकार यासाठी उपाययोजना उपलब्ध करून देते. अशा उपाययोजना डेटाच्या प्रकारानुसार (नाममात्र, क्रमवाचक, मध्यंतरीय, गुणोत्तर) बदलतात आणि संख्याशास्त्र प्रणालीमधील प्रमाणित गणनक्रिया आहेत.

केन्द्रीय प्रवृत्तीचे मापन

तुम्ही तुमच्या डेटाबद्दल विचारू शकाल असा सर्वात मूलभूत प्रश्न हा केन्द्रीय प्रवृत्तीबाबत आहे. उदाहरणार्थ, चाचणीचे सरासरी गुण काय होते? बहुतेक लोक गर्भपाताच्या मुद्याच्या विरोधात उभे राहतात का? किंवा आरोग्य

निगा व्यवस्थेची मुख्य समस्या कोणती आहे, असा विचार बहुतेक लोक करतात का? संख्याशास्त्रात केन्द्रीय प्रवृत्तीचे मापन करण्याकरिता तीन मार्ग आहेत: मध्यमान, बहुलक आणि मध्यगा - आणि वरील उदाहरण प्रश्न अनुक्रमे या तीन मापनासंबंधित आहेत (उदाहरणार्थ टेबल १३.२ पाहा). केन्द्रीय प्रवृत्तीचे मापन स्वतः करणे शक्य असले तरी सर्व संख्याशास्त्रीय प्रणालीमध्ये ह्या आकड्यांची गणना आपोआप होते.

कोष्टक १३.२ 'सहभागीच्या वयाकरिता' केन्द्रीय प्रवृत्ती*

स्थानिक युवक गटातील सहभागींच्या वयासंबंधित डेटा	
कच्चा डेटा	१२, १२, १०, ९, १२, १५, ११, १२, ११, ११, १५,१६, १७, १२, १३, १३, १४, ११, १०, ९, ९, ८, १३, १४, १२, १४, १५, १३, १३, १०, ९, १३, १४, १३, ९
एन (उदाहरणांची संख्या)	३५
मध्यमान (सरासरी)	१२.११
मध्यगा (मध्यबिंदू)	१२
बहुलक (सर्व साधारण मूल्य)	१३

*एसपीएसएस मधून निर्माण झालेली आकडेवारी.

- *मध्यमान* – गणिती सरासरी. मध्यमान काढण्यासाठी तुम्ही प्रत्येक उदाहरणांच्या मूल्याची बेरीज करता आणि नंतर उदाहरणांच्या संख्येने आलेल्या उत्तराला भागता. मध्यमान एक गणिती आकडेमोड असल्याने ते मध्यंतर आणि गुणोत्तर डेटाची केन्द्रीय प्रवृत्ती मोजण्यासाठी वापरले जाते आणि नामवाचक किंवा क्रमवाचक डेटासाठी वापरले जाऊ शकत नाही, जिथे संख्या 'चिन्ह' म्हणून वापरल्या जातात. उदाहरणार्थ, ख्रिस्ती, बौद्ध, आणि मुस्लिम यांच्यासाठी नियुक्त केलेल्या १, २, आणि ३ ह्या क्रमांकाची सरासरी घेण्यात काहीच अर्थ नाही.
- *मध्यगा* – मध्यबिंदूची श्रेणी. मध्यगा काढण्यासाठी फक्त चढत्या (किंवा उतरत्या) क्रमाने किमती लावून घ्या आणि मधली किंमत काढा. ही उपाययोजना साधारणपणे क्रमवाचक डेटासाठी वापरली जाते आणि टोकाच्या किमतींचा परिणाम नाहीसा करण्यासाठी याचा फायदा होतो (उदा. ३ दशलक्ष डॉलरचा जास्त पगार हा मध्यगा उत्पन्न पातळी वर ढकलतो – पण तो मध्यबिंदूला प्रभावित करत नाही). अर्थात, ही मर्यादादेखील ठरू शकते ज्यामुळे अतीव किंमत अभ्यासाच्या दृष्टीने महत्त्वाच्या होऊ शकतात.
- *बहुलक* – चलासाठी नोंद केलेली सर्वात सामान्य किंमत किंवा किमती. नाममात्र डेटा सुनिश्चित असल्याने गणितीय दृष्ट्या फेरफार केले जाऊ शकत नाहीत. तो केन्द्रीय प्रवृत्तीची उपाययोजना म्हणून त्याच्या बहुलकावर अवलंबून असतो.

अपस्करणाचे मोजमापन

केन्द्रीय प्रवृत्तीच्या उपाययोजना ह्या डेटा वर्णनाचा आणि सुगमतेचा प्रमाणित आणि अत्यंत उपयुक्त प्रकार असल्याने तो प्रतिसाद परिवर्तनशीलतेवरील माहितीला पूरक असणे आवश्यक आहे. समजा, तुमच्याकडे १००, १००, ९५ आणि १०५असे बुद्ध्यंक असलेला विद्यार्थ्यांचा एक गट आहे आणि ६०, १४०, ६५ आणि १३५ असे बुद्ध्यंक असलेला विद्यार्थ्यांचा दुसरा गट आहे. मग ह्या उदाहरणात दोन्ही गटांची केन्द्रीय प्रवृत्ती, मध्यमान, सुमारे १०० असेल. तथापि, अपस्करणामुळे तुम्ही अभ्यासक्रमाची आखणी करण्याची आवश्यकता आहे आणि प्रत्येक गटाबरोबर वेगळ्या प्रकाराने शिकत व्यस्त राहणे आवश्यक आहे. अपस्करण समजून घेण्याचे अनेक मार्ग आहेत

कोष्टक १३.३ 'सहभागीच्या वयाकरिता' अपस्करण*

स्थानिक युवक गटातील सहभागींच्या वयासंबंधित डेटा	
कच्चा डेटा	१२, १२, १०, ९, १२, १५, ११, १२, ११, ११, १५, १६, १७, १२, १३, १३, १४, ११, १०, ९, ९, ८, १३, १४, १२, १४, १५, १३, १३, १०, ९, १३, १४, १३, ९
एन (उदाहरणांची संख्या)	३५
श्रेणी (डेटाचा विस्तार)	८ ते १७ = ९
अंतर-चतुर्थक श्रेणी (पंचविसाव्या आणि पंचाहत्तराव्या पर्सेंटाईलच्या मधील विस्तार)	१० ते १४ = ४
प्रचलन (मध्यमानाभोवतीचा विस्तार)	४.९३
प्रमाणित विचलन (प्रचलनाचे वर्गमूळ)	२.२२

*एसपीएसएसच्या माध्यमातून निर्माण झालेली आकडेवारी.

जे विविध चल प्रकारांसाठी योग्य आहेत. केन्द्रिय प्रवृत्तीच्या बाबतीत, संख्याशास्त्रीय प्रणाली आपोआप (कोष्टक १३.३) हे आकडे निर्माण करू शकतात.

- *श्रेणी* – हा अपस्करणाची गणना करण्याचा सर्वात सोपा मार्ग आहे. आणि सर्वोच्च उणे सर्वात कमी किंमत असे घ्यायचे आहे. उदाहरणार्थ, आपले प्रतिसादक ८ ते १७ वयोगटात असतील तर, श्रेणी ९ वर्षे असेल. ही उपाययोजना गणना करण्यास सोपी असली तरी ती फक्त टोकाच्या किंमतींवर अवलंबून असते आणि दरम्यानच्या किंमती दुर्लक्षित राहतात.
- *चतुर्थक* – तुमच्या श्रेणीचे चार समान भागात किंवा 'चतुर्थकां'मध्ये विभाजन करणे या गोष्टीचा ह्यामध्ये समावेश होतो आणि क्रमवाचक डेटाच्या अपस्करणासाठी किंवा ज्या डेटाची केन्द्रीय प्रवृत्ती मध्यगेद्वारे मोजण्यात येते त्यासाठी सामान्यतः वापरली जाणारी उपाययोजना आहे. यामुळे संशोधकांना विविध चतुर्थकांची तुलना करणे किंवा अपस्करणाची उपाययोजना म्हणून आतील ५०% सादर करणे शक्य होते. याला आंतर-चतुर्थकाची श्रेणी म्हणून ओळखले जाते.
- *प्रचलन* – ही उपाययोजना मध्यमानाभोवतीच्या विस्ताराची गणना करण्यासाठी सर्व मूल्यांचा वापर करते आणि प्रत्यक्षात 'मध्यमानापासूनच्या किंमतींच्या वर्गांच्या फरकाची सरासरी' आहे. ह्याचे गणन मध्यंतरीय आणि गुणोत्तर डेटामधून करणे आवश्यक असते आणि अपस्करणाचा एक चांगला संकेत देते. मात्र, संशोधकांसाठी प्रचलनाच्या वर्गमूळाचा वापर करणे आणि सादर करणे खूपच अधिक सामान्य आहे, जे प्रमाणविचलन म्हणून ओळखले जाते.
- *प्रमाण विचलन (एस.डी.)* – हे प्रचलनाचे वर्गमूळ आहे आणि मध्यंतर आणि गुणोत्तर डेटासाठी सामान्यतः वापरल्या जाणाऱ्या अनेक संख्याशास्त्रीय चाचण्यांचा आधार आहे. खाली दिल्याप्रमाणे, त्याचे सामर्थ्य डेटामुळे उठून दिसते आणि ते सामान्य आलेखाअंतर्गत (कर्व्ह) येते.

डेटाचा आकार मोजणे

डेटा संच पूर्णपणे समजून घेण्यासाठी केन्द्रिय प्रवृत्ती आणि अपस्करण ह्यांचा डेटाचा आकार किंवा डेटा कसा वितरीत केला गेला हे विचारात घेऊन विचार करणे आवश्यक आहे. आकृती १३.४ मध्ये दाखवल्याप्रमाणे सामान्य कर्टोसिस हा 'घंटेच्या आकाराचा' असतो; डेटाचे वितरण प्रमाणबद्ध असते. त्याचे मध्यमान, मध्यगा आणि बहुलक

सर्व सर्वोच्च बिंदू मध्ये मिळतात. जर डेटाचे वितरण प्रमाणबद्ध नसेल तर ती डेटामधील विषमता मानली जाते. इथे डेटामधील विषमतेमुळे मध्यमान, मध्यगा आणि बहुलक वेगवेगळ्या बिंदूंवर येतात.

'सामान्य'शी तुलना करता, वितरण किती टोकदार किंवा सपाट आहे हे हा कर्टोसिस दर्शवते. नकारात्मक कर्टोसिस सपाट वितरण दाखवते, तर सकारात्मक कर्टोसिस टोकदार वितरण निर्देशीत करते.

वितरणाचा आकार समजून घेण्याचे महत्त्व संख्याशास्त्रीय अनुमानांमध्ये आहे. आकृती १३.५ मध्ये दाखवल्याप्रमाणे, सामान्य वितरण हे प्रमाण विचलनाच्या महत्त्वासंबंधित नियमांच्या विशिष्ट संचावर अवलंबून असते:

- ६८.३% उदाहरणे मध्यमानाच्या एका प्रमाण विचलनाच्या अंतर्गत येतील;
- ९५,४% उदाहरणे मध्यमानाच्या दोन प्रमाण विचलनांच्या अंतर्गत येतील;
- ९९,७% उदाहरणे मध्यमानाच्या तीन प्रमाण विचलनांच्या अंतर्गत येतील.

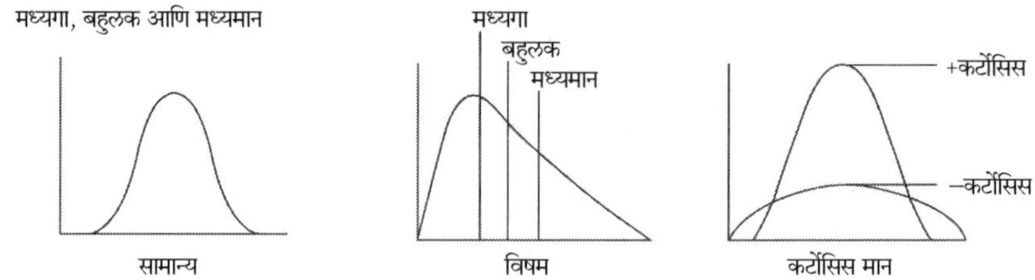

आकृती १३.४ डेटाचा आकार

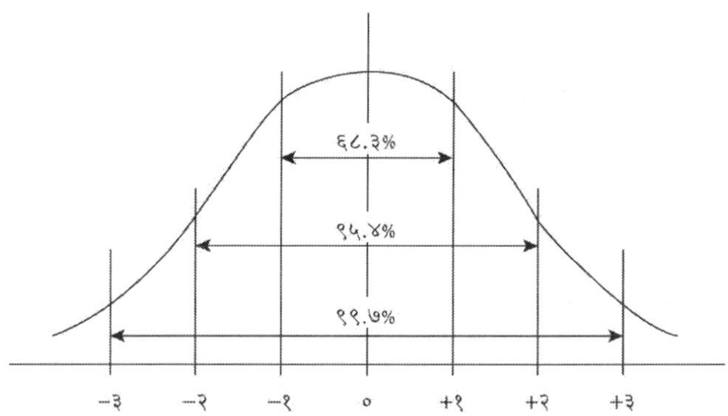

आकृती १३.५ प्रसामान्य वक्राच्या अंतर्गत येणारे क्षेत्र

त्यामुळे आपल्याकडे 'सहभागीच्या वयासंबंधित' नमुना डेटाचा प्रसामान्य वक्राच्या असेल तर (मध्यमान = १२.११, एसडी = २.२२; तक्ते १३.२ आणि १३.३ पाहा), ६८.३% सहभागी ९.८९ ते १४.३३ या वयोगटात येतील (१२.११ – २.२२ आणि १२.११ + २.२२). कोष्टक १३.४ मध्ये आपल्या नमुना डेटा संचाचा प्रत्यक्ष आलेख, विषमता आणि कर्टोसिस दाखवले आहे.

प्रसामान्य वक्राचे हे नियम खूप शक्तिशाली संख्याशास्त्रीय चाचण्या वापरण्याची परवानगी देतात आणि सामान्यतः मध्यांतर आणि गुणोत्तर डेटाबरोबर (कधी कधी ह्याला प्रचलित चाचण्या म्हणतात) वापरले जातात. प्रसामान्य वक्राची (नाममात्र आणि क्रमवाचक डेटा) गृहीतके न अनुसरणाऱ्या डेटासाठी, संशोधकांना अनुमाने काढण्याकरिता अ-प्रचलित संख्याशास्त्रीय चाचण्यांचा वापर करणे आवश्यक आहे.

कोष्टक १३.४ 'सहभागीच्या वयाकरिता' डेटाचा आकार*

स्थानिक युवक गटातील सहभागींच्या वयासंबंधित डेटा	
कच्चा डेटा	१२, १२, १०, ९, १२, १५, ११, १२, ११, ११, १५,१६, १७, १२, १३, १३, १४, ११, १०, ९, ९, ८, १३, १४, १२, १४, १५, १३, १३, १०, ९, १३, १४, १३, ९
एन (उदाहरणांची संख्या)	३५
हिस्टोग्राम (वितरण)	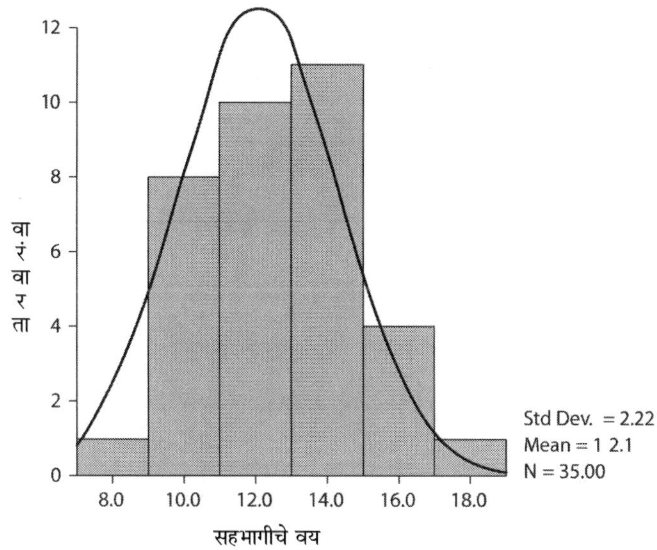
विषमता (प्रमाणबद्धतेने)	०.०७०
उंचावटा मान (सपाटी)	–०.५६२

*एसपीएसएसच्या माध्यमातून निर्माण झालेली आकडेवारी आणि हिस्टोग्राम

निदानात्मक संख्याशास्त्र

वर्णनात्मक संख्याशास्त्राचे ध्येय तुमच्या नमुन्याच्या वैशिष्ट्यांचे वर्णन करणे आणि सारांश काढणे हे आहे. तर निदानात्मक संख्याशास्त्राचे ध्येय भोवतालच्या डेटा/नमुन्याच्या पलीकडे जाणारे निष्कर्ष काढणे हे आहे. उदाहरणार्थ, निदानात्मक संख्याशास्त्र हे विविध चलांच्या संबंधांसंदर्भातील विविध गृहीतप्रमेयांची चाचणी करण्यासाठी वापरले जाऊ शकते किंवा कदाचित अधिक महत्त्वाचे म्हणजे नमुना डेटामधून जनसंख्येच्या वैशिष्ट्यांचा अंदाज घेण्याची परवानगी देते. दुसऱ्या शब्दांत सांगायचे तर निदानात्मक संख्याशास्त्र तुम्हाला विस्तार करण्याची परवानगी देते.

निदानात्मक संख्याशास्त्राच्या दृष्टीने योग्य असतील असे प्रश्न

तर मग निदानात्मक संख्याशास्त्र तुम्हाला नक्की काय सांगते? रकाना १३.३ मध्ये दर्शविल्याप्रमाणे, निदानात्मक संख्याशास्त्र अनेक पातळ्यांवर आपल्या डेटाची तपासणी करण्यासाठी आपल्याला मदत करू शकते.

रकाना १३.३

निदानात्मक संख्याशास्त्र वापरून संख्यात्मक डेटाची तपासणी करण्यासाठी प्रश्न

माझ्या अभ्यासातील सहभागींची विशाल जनसंख्येशी कशी तुलना करता येईल?

अशा प्रकारचे प्रश्न नमुन्याची जनसंख्येशी तुलना करतात. समजा तुम्ही विशिष्ट विद्यापीठातील अभ्यासक्रमाचा अभ्यास करत असलेल्या विद्यार्थ्यांच्या अभ्यासाचे आयोजन केले आहे. तुमच्या नमुन्यातील पुरुषांची किंवा महिलांची टक्केवारी किंवा त्यांचे सरासरी वय किंवा त्यांच्या आवडी देशभरातील विद्यापीठांमधील विद्यार्थ्यांच्याशी सांख्यिकीय दृष्ट्या समान आहेत का असे (प्रश्न) तुम्ही विचारू शकता. अशा प्रश्नांची उत्तरे मिळवण्यासाठी तुमच्याकडे तितक्या मोठ्या श्रेणीची विद्यार्थ्यांच्या जनसंख्या डेटाची उपलब्धता असणे आवश्यक आहे.

प्रतिसादकांच्या दोन किंवा अधिक गटांमध्ये वेगळेपणा आहे का?

दोन किंवा अधिक गटांची तुलना करण्यासाठी वापरण्यात येणारे प्रश्न अगदी नेहमीचे असतात. आणि 'विषया दरम्यानचे' असा त्यांचा उल्लेख केला जातो. विद्यार्थ्यांच्या विषयालाच धरून राहिले तर, पुरुष आणि महिला विद्यार्थ्यांना समान विषयात स्वारस्य असण्याची शक्यता आहे का; किंवा भिन्नवंशीय पार्श्वभूमी असलेले विद्यार्थी विविध शिक्षणक्रम निवडतील अशी शक्यता आहे का; किंवा भिन्न विद्यापीठ परिसरात शिकणाऱ्या विद्यार्थ्यांच्या श्रेणीची सरासरी भिन्न आहे का, असे प्रश्न तुम्ही विचारू शकता.

माझे प्रतिसादक काळानुसार बदलले आहेत का?

अशा प्रकारच्या प्रश्नांमध्ये आधी आणि नंतरच्या डेटाचा समावेश असतो. एकतर प्रतिसादकांचा समान गट किंवा समान वैशिष्ट्ये जुळलेल्या प्रतिसादकांचा गट यात असतो. 'विषया दरम्यानचे' असा त्यांचा अनेकदा उल्लेख केला जातो. 'अंतिम वर्षांच्या विद्यार्थ्यां'च्या अभ्यासाच्या सवयी विद्यापीठातील पहिल्या वर्षानंतर बदलल्या का?

दोन किंवा अधिक चलांदरम्यान नातेसंबंध आहे का?

अशा प्रकारचे प्रश्न नातेसंबंध आणि सहसंबंध किंवा कार्यकारणभावाचे तत्त्व शोधू घेऊ शकतात. नातेसंबंधासंदर्भातील प्रश्नांची उदाहरणे पुढीलप्रमाणे 'अभ्यास करण्यात वेळ घालवणे आणि विद्यापीठात मिळणारे समाधान याचा आपसात काही संबंध आहे का?' आणि विद्यार्थ्यांचे लिंग व त्यांनी निवडलेले अभ्यासेतर उपक्रम यांचा काही परस्परसंबंध आहे का? कार्यकारणभावाच्या तत्त्वाचा शोध घेणारे प्रश्न अवलंबित आणि स्वतंत्र चल यामध्ये फरक करतात. उदाहरणार्थ, 'समाधान हे अभ्यासाच्या वेळावर अवलंबून आहे का?' आणि 'निवडलेल्या शिक्षणक्रमावर ताण अवलंबून आहे का?' कार्यकारणभावाच्या तत्त्वाचे नातेसंबंध हे देखील अवलंबित चलामधील फरक स्पष्ट करण्यासाठी एकापेक्षा अधिक स्वतंत्र चलांकडे लक्ष देऊ शकतात (बहुचल विश्लेषण). उदाहरणार्थ, 'विद्यापीठातील शिक्षणक्रमाबाबतचे समाधान हे अभ्यासाच्या सवयी, वय, आणि जीवनातील आकांक्षा यांच्या एकत्र येण्यावर अवलंबून आहे का?'

संख्याशास्त्रीय महत्त्व

चर्चा केल्याप्रमाणे, निदानात्मक संख्याशास्त्राचे ध्येय हे नमुन्यापलीकडे सामान्यीकरण करणे हे आहे. पण डेटा अद्याप नमुन्यापर्यंतच मर्यादित असल्याने कोणत्याही सामान्यीकरणात संभाव्य नसेल हे १००% खात्रीने सांगणे अशक्य आहे. निदानात्मक तथापि तुम्हाला दिसून येणारा फरक ही एक अनपेक्षित घटना किंवा संधी नसून तो फरक संख्याशास्त्राच्या दृष्टीनेही महत्त्वाचा आहे ही शक्यता पडताळून पाहण्याची परवानगी निदानात्मक संख्याशास्त्र देते.

संख्याशास्त्रीय महत्त्व सर्वसाधारणपणे 'पी-मूल्या'शी संबंधित असते, जे तुमचे निष्कर्ष योगायोगापेक्षा अधिक आहेत ह्या वास्तवातील शक्यतेपर्यंत पोहोचते. पारंपरिक पी-मूल्ये ०.०५,०.०१, आणि ०.००१ आहेत, जी तुम्हांला सांगतात की तुमचे निष्कर्ष योगायोगाने आले असण्याची संभाव्यता अनुक्रमे ५/१००, १/१०० पर्यन्त, किंवा १/१००० आहे. मुळात, जितके पी-मूल्य कमी, तितका संशोधकाला आकडे खरे आहेत याबद्दलचा विश्वास अधिक. संशोधक सहसा ०.०५ पेक्षा जास्त पी- मूल्य असलेले निष्कर्ष स्वीकारत नाहीत. कारण तुमचे निष्कर्ष हा योगायोग किंवा नमुन्यामधील त्रुटीमुळे असण्याची संभाव्यता खूप जास्त आहे, हे लक्षात ठेवा.

योग्य संख्याशास्त्रीय चाचणी समजून घेणे आणि तिची निवड करणे

रकाना १३.३ मध्ये नमूद केलेल्या तुमच्या प्रश्नांचे उत्तर देण्यासाठी मदत करू शकेल अशी नक्की चाचणी कोणती, याबाबत गोंधळ उडू शकेल इतक्या प्रमाणात संख्याशास्त्रीय चाचण्या आज उपलब्ध आहेत. आणि बऱ्याच संख्याशास्त्रीय चाचण्यांचे आधारभूत मूलभूत तर्कशास्त्र समजून घेणे महत्त्वाचे आहे (कोष्टक १३.५ पाहा). एसपीएसएस आणि एसएएस यासारख्या प्रणाली त्यांच्या गणिती क्रियांमागची तांत्रिकता न समजून घेताही वापरल्या जाऊ शकतात. पण तरीही तुमच्या विशिष्ट उपयोजनेसाठी कोणती चाचणी योग्य आहे, हे जाणून घेणे ही समस्या राहतेच. सुदैवाने, आता इंटरनेटवर उपलब्ध असलेल्या अनेक चाचणी निवड सूचक प्रणाली मधून (येथे बिल त्रोचिम चाचणी निवड www.socialresearchmethods.net/kb/ index.htm पाहा) आणि मॉडस्टॅट आणि एसपीएसएस अशा प्रणालींच्या माध्यमातून तुम्ही निवड करू शकता.

पण अगदी अशा निवड सूचक प्रणालीचे (मी कोष्टक १३.५ मध्ये दिलेल्या तक्त्यासहित) साहाय्य घेतलेत तरी तुम्हाला तुमच्या चलांचे (स्वतंत्र/अवलंबित), मोजमापनाची मापने (नाममात्र, क्रमवाचक, मध्यांतर, गुणोत्तर), वितरणाचा आकार (सामान्य किंवा विषम), तुम्ही विचारू इच्छित असलेल्या प्रश्नाचे प्रकार व तुम्ही जे निष्कर्ष काढण्याचा प्रयत्न करत आहात त्या निष्कर्षांचे प्रकार यांचे स्वरूप माहीत असणे आवश्यक आहे.

रकाना १३.४ मध्ये, एककचल (एक चल) फरक, द्विचल (दोन चल) आणि बहुचल (तीन किंवा अधिक चल) विश्लेषण यामधील फरक स्पष्ट केलेला आहे. तर कोष्टक १३.५ मध्ये अशी विश्लेषणे हाती घेण्यासाठी लागणाऱ्या सामान्य चाचण्या दिलेल्या आहेत. कोष्टक १३.५ मधील प्रथम स्तंभाच्या खाली एककचल डेटा वाचला जाऊ शकेल (या स्तंभात, डेटा प्रकार, त्याच्या केन्द्रीय प्रवृत्तीच्या उपाययोजना, अपस्करण, आणि जनसंख्येशी ह्या प्रकारची तुलना करण्यासाठी लागणाऱ्या योग्य चाचण्या याचे उदाहरण दिले आहे). तसेच दोन किंवा अधिक चलांच्या संबंधाचे अन्वेषणाकडे ग्रिड म्हणूनही बघितले जाऊ शकते. एकदा का तुम्हाला कोणत्या चाचण्या आयोजित करायच्या आहेत हे कळले की संख्याशास्त्रीय संगणकप्रणाली विश्लेषण करेल आणि संख्याशास्त्रीय महत्त्वाचे मूल्यांकन करू शकेल.

रकाना १३.४

एककचल, द्विचल आणि बहुचल विश्लेषण

एककचल

एककचल विश्लेषणाचे ध्येय एका वेळी एकाच चलाच्या परीक्षणाच्या माध्यमातून डेटाचे स्पष्ट चित्र प्रदान करणे, हे आहे. वर्णनात्मक अभ्यासाची ती कोनशिला आहे आणि वर्णनात्मक संख्याशास्त्रात चर्चा केल्याप्रमाणे केन्द्रीय प्रवृत्तीच्या उपाययोजना, अपस्करण आणि वितरण यांचा त्यात समावेश होतो.

(पुढे चालू...)

(पुढे चालू...)

एककचल विश्लेषण सहसंबंध, कार्यकारणभाव किंवा आवृत्ती याकडे लक्ष देत नसले तरी तो सर्व पातळ्यांवरील आणि सर्व प्रकारच्या संख्याशास्त्रीय विश्लेषणाचा एक अत्यावश्यक प्राथमिक टप्पा आहे.

द्विचल

द्विचल विश्लेषणाचे ध्येय दोन चलांमधील संबंधांचे मूल्यांकन करणे हे आहे; उदाहरणार्थ, शिक्षणाचा स्तर आणि दूरदर्शन पाहण्याच्या सवयी किंवा लिंग आणि उत्पन्न यांच्यादरम्यान काही संबंध आहे का. कोष्टक १३.५ मध्ये दिल्याप्रमाणे अशा संबंधांचे अन्वेषण करण्यासाठी वापरल्या जाणाऱ्या चाचण्यांची श्रेणी खूपच व्यापक आहे आणि ती चलाच्या प्रकारानुसार बदलते. बऱ्याच नेहमीच्या चाचण्या तक्त्याच्या स्वरूपात दिल्या आहेत (काय स्वेअर, दोन नाममात्र चलनांसाठी वापरली जाणारी), अनोवा – प्रचलनाचे विश्लेषण (एका नाममात्र आणि एका गुणोत्तर चलासाठी वापरली जाणारी), आणि परस्परसंबंध (दोन गुणोत्तर चलांसाठी वापरली जाणारी).

बहुचल

बहुचल विश्लेषणाचे ध्येय तीन किंवा अधिक चलांमधील संबंधांचे अन्वेषण करणे, हे आहे. ह्यामध्ये संशोधकांना तांत्रिक विषयाची माहिती करून घेणे शक्य होते, ज्यामुळे कार्यकारणभावाच्या तत्त्वाचे, तसेच चाचणी सिद्धांतांचे अन्वेषण करण्याची व आवृत्तीची उभारणी आणि चाचणी करण्याची संधी मिळते. बहुचल विश्लेषण संशोधक फक्त अवलंबित चल दोन किंवा अधिक स्वतंत्र चलांवर अवलंबून आहे का याचे अन्वेषण करत नाही (म्हणजे उत्पन्न हे लिंग आणि शैक्षणिक कौशल्य दोन्हीवर अवलंबून आहे), तर अवलंबित चलांचा संबंधही मानते (म्हणजे लिंग आणि शैक्षणिक कौशल्य यांच्या दरम्यानच्या संबंधांचा स्वीकार करते). बहुचल विश्लेषणामध्ये वापरल्या जाणाऱ्या काही पद्धती म्हणजे घटक विश्लेषण, विस्तार, संरचना केलेली समीकरणाची आवृत्ती, मनोवा (प्रचलनाचे बहुचल विश्लेषण), गुणज प्रतिगमन, तात्त्विक सहसंबंध आणि मार्ग विश्लेषण या आहेत. विश्लेषणाच्या या पातळीवर अनेकदा संख्याशास्त्र विशेषज्ञांना बोलावले जाते, हे इथे आवर्जून सांगणे आवश्यक आहे.

संख्यात्मक डेटा सादर करणे

संख्यात्मक डेटा सादर करण्याची वेळ येते तेव्हा तुमच्या अभ्यासातील प्रत्येक चलासाठी आलेख, तक्ते आणि कोष्टके समाविष्ट करण्याचा मोह होऊ शकतो. पण हा मोह आवरणे आणि तुमच्या कामासाठी काय महत्त्वाचे आहे, हे सक्रियपणे ठरवणे सर्वात महत्त्वाचे आहे. तुमच्या निष्कर्षांनी तुमची उद्दिष्टे, ध्येय आणि संशोधन प्रश्न यांचे प्रतिनिधित्व करणे आवश्यक आहे.

तुमचा डेटा कशा पद्धतीने सादर करणे आवश्यक आहे हा मुद्दा येतो तेव्हा एक सुवर्ण नियम आहे असे मला वाटते: तुमचे सादरीकरण हे वाचकासाठी कष्टाचे काम ठरू नये. संख्याशास्त्राचा प्रश्न येतो येतो तेव्हा बहुतांश लोकांचे डोळे फिरतात त्यामुळे तुमच्या डेटामध्ये कोणतीही अशी गोष्ट नसावी ज्याचा उलगडा करणे कठीण असू शकेल. हे समजून घेण्यासाठी तुम्ही संख्याशास्त्रज्ञ असण्याची आवश्यकता नाही. अर्थ समजेल अशा पद्धतीने तुम्ही तुमचा डेटा आलेख स्वरुपात आणि तोंडी सादर करू शकणे, हे आव्हान आहे. तुम्ही सादर केलेल्या कोणत्याही आलेख आणि कोष्टकांमुळे वाचकाचे काम सोपे झाले पाहिजे. त्यामुळे पर्याप्त माहिती समाविष्ट करणे आवश्यक असले तरी अनावश्यक माहिती देऊन ओझे वाढवणे अपेक्षित नाही. रकाना १ ३.५ मध्ये आलेखीय सादरीकरणाची मूलतत्त्वे दिलेली आहेत तर रकाना १ ३.६ मध्ये कोष्टकाच्या स्वरूपात संख्यात्मक डेटाचे सादरीकरण येथे दिसते.

कोष्टक १३.५ संख्याशास्त्रीय चाचण्यांची निवड करणे

एककचल	द्वि/बहु चल		
	नाममात्र	क्रमवाचक	मध्यंतर / गुणोत्तर सर्वसामान्य गृहीतक-सामान्य नसेल तर क्रमवाचक चाचण्यांचा वापर)
नाममात्र			
२-बिंदू मापनपट्टी, उदा. लिंगः १ = स्त्री २ = पुरुष	दोन किंवा अधिक गटांची तुलना कराः **काय-स्वेअर्ड**	दोन गटांची तुलना कराः **मॅन-व्हिटनी** तीन किंवा अधिक गटः **क्रूस्कल-वालिस**	दोन किंवा अधिक गटांची तुलना कराः **अनोवा व पाठोपाठ टी-चाचणी**
३ -बिंदू मापनपट्टी, उदा धर्मः १ = कॅथलिक, २ = प्रोटेस्टंट , ३ = ज्यू केन्द्रीय प्रवृत्तीः **मध्यगा** अपस्करणः **वारंवारता**	एकाचवेळी त्याच समूहाअंतर्गत तुलना कराः २ बिंदूः **मॅक नेमार चाचणी** ३+ बिंदूः **कोचरानचा क्यू**	दोन वेळा त्याच समूहाअंतर्गत तुलना कराः २ बिंदूः **विलकॉक्सन साईन्ड रँक टेस्ट** ३+ बिंदूः **कोचरानचा क्यू** तीन किंवा अधिक वेळा (2+ बिंदू): **फ्रेडमॅनची चाचणी**	एकाचवेळी त्याच समूहाअंतर्गत तुलना करा (२+ बिंदू): **अनोवा व पाठोपाठ टी-चाचणी**
जनसंख्येची नमुन्याशी तुलना कराः **काय-स्वेअर्ड**	इतर घटकांशी संबंधः होय/नाहीः **काय-स्वेअर्ड** संबंध सामर्थ्यः २ बिंदूः **फाय** ३+ बिंदूः **लॅम्डा**	इतर घटकांशी संबंधः होय/नाहीः **काय-स्वेअर** **संबंध** सामर्थ्यः २+ बिंदूः **लॅम्डा**	इतर घटकांशी संबंधः होय/नाहीः **पीटरसन उत्पादन क्षण परस्पर संबंध** संबंध सामर्थ्यः **एफ टेस्ट** दोन किंवा अधिक स्वतंत्र आणि १ अवलंबूबित चालांसाठीः **मनोवा** २+ अवलंबून चल आणि ३+ गटः **गुणित परागमन, किंवा पथ विश्लेषण**
क्रमवाचक			
दूरदर्शन पाहणे, प्राधान्यक्रमः १ = सीटकॉम्स, २ = नाटके, ३ = चित्रपट, ४ = बातम्या, ५ = रिॲलिटी शोज किंवा लिकर्ट स्केलः १ = पूर्णपणे असहमत २ = असहमत ३ = तटस्थ, इ. केन्द्रीय प्रवृत्तीः **मध्यगा** अपस्करणः **आंतर-चतुर्थक श्रेणी**		लहान नमुना, < १०: **केंडल्स ताऊ** मोठा नमुनाः **स्पिअरमन्स ऱ्हो**	**गुणित क्रमिक सहसंबंधाचा जास्पेन्स गुणांक** मध्यांतर/गुणोत्तर चलासह अवलंबित म्हणूनः **अनोवा** प्रचलनाचे विश्लेषण
नमुन्याची जनसंख्येशी तुलना कराः **कोल्मोगोरोव–स्मिर्नोव**		अवलंबित एक चलासहः **सोमर्स डी**	

(पुढे चालू...)

कोष्टक १३.५ (पुढे चालू...)

एककचल	द्वि/बहु चल
मध्यंतर/गुणोत्तर	
मध्यंतर, उदा. बुद्ध्यंक गुण गुणोत्तर, उदा. रिअल नंबर्स, वय, उंची, वजन केन्द्रीय प्रवृत्ती: **मध्यमान** अपस्करण: **प्रमाण विचलन** नमुन्याची लोकसंख्येशी तुलना करा: *टी-टेस्ट*	इतर चलांशी संबंध – अवलंबित/स्वतंत्र असा फरक नाही: **पीअर्सन प्रॉडक्ट मोमेंट कोरिलेशन** **पीअरसन्स एकरेषीय सहसंबंध**: एका स्वतंत्र आणि एका अवलंबित चलासह दोन किंवा अधिक स्वतंत्र आणि १ अवलंबित चल: **गुणज प्रतिगमन** **तात्त्विक सहसंबंध**: दोन किंवा अधिक स्वतंत्र आणि दोन किंवा अधिक अवलंबून चल

रकाना १३.५

आलेखांची रेलचेल

आलेखाचे सामर्थ्य

म्हणतात ना, एक चित्र हजार शब्दांच्या तोडीचं असतं. त्यामुळे एक चांगला आलेख तुमचे निष्कर्ष पोहोचवण्यासाठी एक प्रभावी माध्यम ठरू शकते.

नमुना डेटा

संख्यात्मक विश्लेषणातील सर्वसामान्यपणे बऱ्याचदा वापरले जाणारे आलेख तुम्हाला दाखवण्यासाठी, मी हायस्कूल पदवीधर होणाऱ्या ६० विद्यार्थ्यांच्या (३० पुरुष आणि ३० महिलांची) सर्वेक्षण डेटाचे सैद्धांतिक उदाहरण वापरून एसपीएसएसमध्ये चार चलांचा काल्पनिक डेटा संच बनवला:

लिंग १ = स्त्री २ = पुरुष	ग्रेड पॉइंट ॲव्हरेज (संभाव्य ४ पैकी)	पदवी नंतरच्या योजना १ = व्यावसायिक/तांत्रिक प्रशिक्षण २ = विद्यापीठ ३= कर्मचारी संख्या ४ = प्रवास ५ = ठरवलेले नाही ६ = इतर	विद्यापीठाचे महत्त्व १ = बिनमहत्त्वाचे ते ७ = आवश्यक
१	३.१०	२	७
२	२.६०	३	२
१	१.३०	३	२
२	३.६०	५	६
२	१.५०	१	१

'पदवी नंतरच्या योजनांचे' अन्वेषण करणे

'पदवीनंतरच्या योजना' हा नाममात्र चल आहे, त्यामुळे बार आणि पाय आलेख योग्य ठरतील. लाईन आलेख मात्र उपयोगी पडणार नाहीत कारण कालानुरूप होणाऱ्या बदलांसाठी ते चांगले उपयोगी असतात – जे आपण आत्ता करत नाही आहोत.

बार आलेख

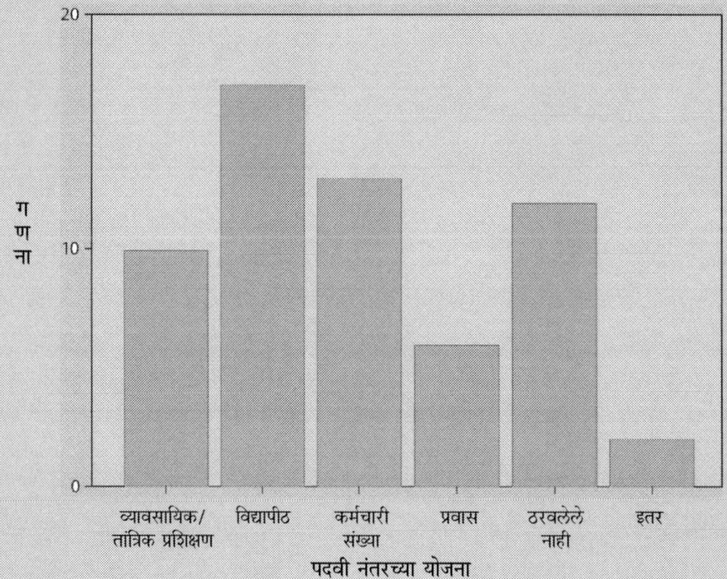

पाय आलेख

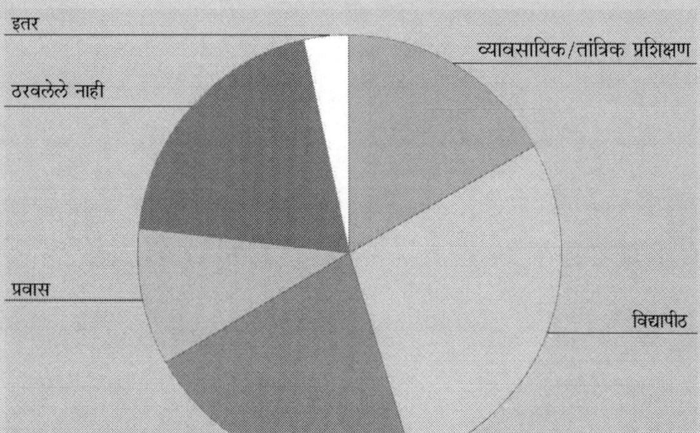

(पुढे चालू...)

(पुढे चालू...)

लाईन आलेख

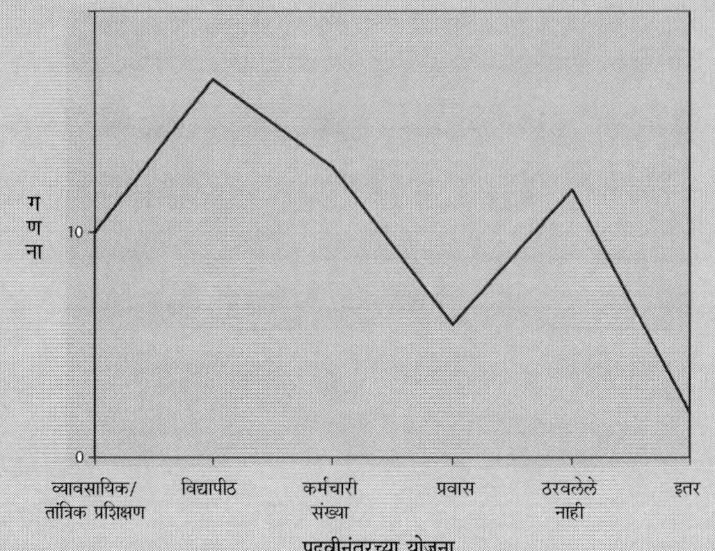

ह्याप्रकारचे आलेख हे विद्यार्थ्यांनी त्यांच्या हायस्कूल करिअरमधील ग्रेड बिंदू सरासरी (GPA) मध्ये दाखवलेल्या बदलांच्या (GPA एका अक्षावर आणि अभ्यासाचे वर्ष दुसऱ्या अक्षावर) डेटासाठी चांगले उपयुक्त आहेत.

समूह बार आलेख

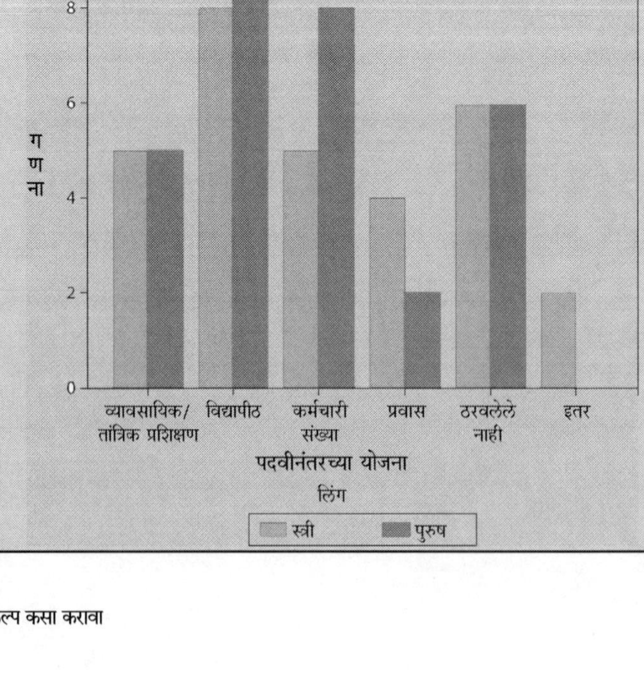

समूह बार आलेखामध्ये तुम्हाला नाममात्र चलांच्या दोन किंवा अधिक गटांच्या वितरणाची तुलना करता येते. या उदाहरणात, 'पदवी नंतरच्या योजना' ह्याची लिंगाशी तुलना केली आहे.

जीपीएचे अन्वेषण

हिस्टोग्राम मध्यांतर आणि गुणोत्तर डेटाचे वितरण दर्शविण्यासाठी उचित आहे. येथे आपण जीपीएचे (गुणोत्तर चल) वितरण हे मध्यमान, प्रमाण विचलन आणि आखलेली सामान्य वक्ररेषा यांनी झालेले बघू शकता.

प्रसामान्य वक्र रेषा असलेला हिस्टोग्राम

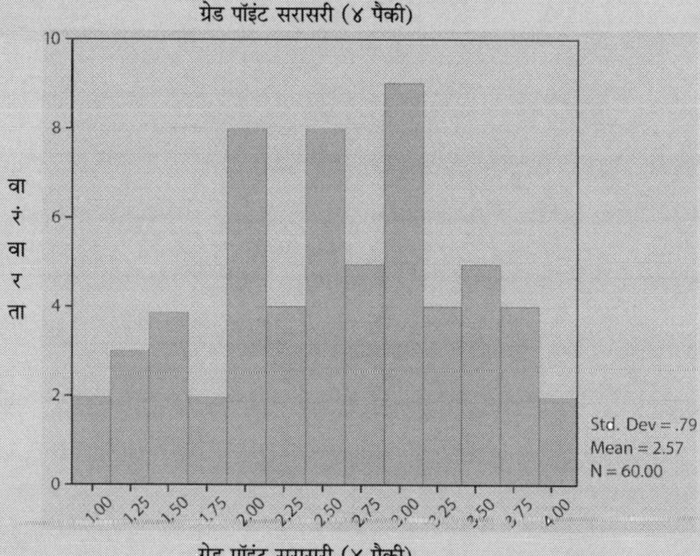

जीपीए आणि 'विद्यापीठाचे महत्त्व' याच्या संबंधांचे अन्वेषण

या उदाहरणामध्ये, समूह आलेखाचा गुणोत्तर चल (जीपीए) विरुद्ध क्रमवाचक चल (विद्यापीठाचे महत्त्व) याचा आलेख काढलेला आहे. हा आलेख जीपीए आणि स्व-संवेदित विद्यापीठ महत्त्व यांदरम्यानचे सकारात्मक परस्परसंबंध दाखवतो: म्हणजे संबंध परिपूर्ण नाही आहे, कारण जीपीए वर जातो त्यामुळे स्व-संवेदित महत्त्वदेखील वर जाते. संघटनाची अचूक पातळी शोधण्यासाठी तुम्ही पीटरसन्स को-रीलेशन वापरू शकता, ज्यामध्ये ०.७७३ सहसंबंध, ०.०१ पातळीवर महत्त्व दाखवते (नमुना ही योगायोगाची घटना नाही आहे, ह्याची तुम्हाला ९९% खात्री आहे).

(पुढे चालू...)

(*पुढे चालू...*)

स्कॅटर आलेख

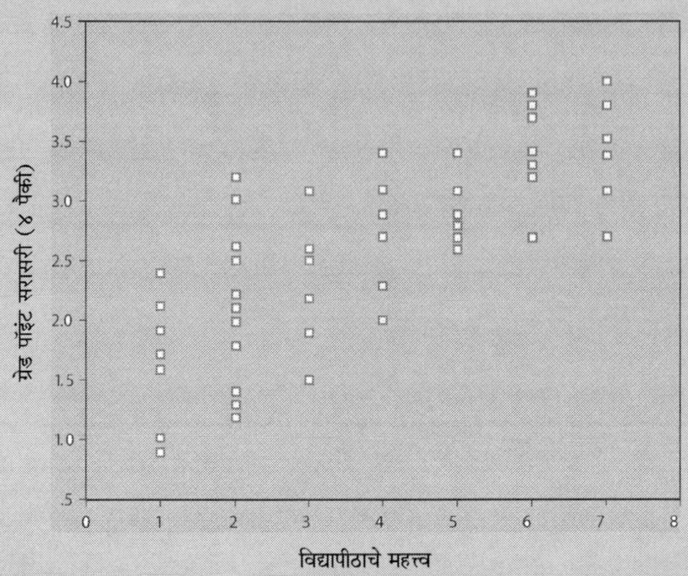

आलेखांची निर्मिती

तुम्ही या प्रकारच्या आलेखाच्या निर्मितीसाठी काय करू कराल? यासाठी दोन मार्ग आहेत आणि दोन्हीसाठी संगणकासमोर बसून राहावे लागते. ओळखीतील कोणीतरी काय करायचे हे तुम्हाला दाखवेल आणि नंतर तुम्ही त्याचा सराव करणे हा पहिला मार्ग. दुसरा मार्ग असा की स्वत:च सून एखादी संख्याशास्त्र प्रणाली वापरून बघणे. बऱ्याच प्रणालीमध्ये ऑनलाइन पाठ दिलेले आहेत जे तुम्हाला प्रक्रियेचे अथपासून इतिपर्यंत मार्गदर्शन करू शकतात. वाचन तुम्हाला याची ओळख करून देऊ शकत असले तरी एखादी गोष्ट प्रत्यक्ष करणे हा ती गोष्ट जाणून घेण्याचा सर्वात चांगला मार्ग आहे, असा माझा विश्वास आहे.

रकाना १३.६

कोष्टकांची निर्मिती

साधेपणाने जटिलता सादर करणे

कोष्टके सहसा आलेखांपेक्षा अधिक जटिल असतात कारण ती अनेक चलांच्या (बहुचल विश्लेषण) संबंधांचा सारांश काढण्याचा प्रयत्न करतात. आणि ह्या सारांशात अनेक संख्याशास्त्रीय क्रियांचा समावेश असल्याने संख्याशास्त्रीय प्रणाली क्वचितच कोष्टके वापरास तयार अशा स्वरूपात बाहेर काढतात. तुम्ही आपोआप कोष्टके निर्माण करणारी प्रणाली वापरू शकता (तुम्ही हे इंटरनेटवर शोधू शकता – एक उदाहरण म्हणजे www.bagism.com/tablemaker ह्यामध्ये कोष्टके निर्माण करणारी प्रणाली आहे),

आणि ह्याची नक्कीच मदत होईल परंतु तरीही तुम्हाला काही गोष्टी हाताने कराव्या लागतील अशी शक्यता आहे. पुरेशा आणि भारंभार माहितीदरम्यानची पुसट सीमारेषा ओळखणे, हे खरे आव्हान आहे.

ठोकताळे

कोष्टके अशी असू नयेतः (१) तुमच्या वाचकांसाठी डोकेदुखी ठरणारी; (२) त्यांचे डोळे दिपवून टाकणारी; किंवा (३) त्यांना आणखी गोंधळात टाकणारी. तुमची कोष्टके एकटी असता कामा नयेत (तुम्ही वाचकांना त्यांची ओळख करून देणे आवश्यक आहे) विशेषज्ञ नसलेल्या व्यक्ती ज्यामध्ये सहभागी होऊ शकतील आणि ज्यातून काही जाणून घेऊ शकतील असे ते कोष्टक असावे. तुमची कोष्टके पुढीलप्रमाणे असल्यास सर्वात प्रभावी ठरतीलः स्पष्ट आणि पुरेशी माहिती प्रदान करू शकणारी; खूप ज्ञान नसणारी आणि शक्य तितकी सोपी.

काही उदाहरणे

काही दिवसांपूर्वी धर्म सोडून देण्याच्या प्रक्रियेवर मी केलेल्या अभ्यासतील तीन उदाहरणे खाली दिली आहेत. कोष्टक १ मध्ये मी फक्त धार्मिक असंलग्नता या निकषावर आधारित तीन भिन्न प्रक्रियांचे वर्गीकरण आणि या श्रेणीमध्ये बसणाऱ्या माझ्या नमुन्याची टक्केवारी (एन = ८०). रूपरेषा दिली आहे. ही माहिती स्वतःच स्पष्टीकरणात्मक असली आणि कोष्टकाच्या स्वरूपात सादर केली नाही तरी चालेल अशी असली, तरी कोष्टकामुळे वाचकांना मी करत असलेला भेद पटकन समजण्यास उपयोग होईल.

कोष्टक १ असंलग्नतेच्या प्रवासाचे आणि वितरणाचे वर्गीकरण

असंलग्नतेच्या प्रवासाचा प्रकार	वर्गीकरणाचे निकष
संतप्त बंडखोर ३०%	सूरः कष्ट; राग; चिडचीड, घृणा, जीवनाबद्दल नाही पण कदाचित देव किंवा धर्माबद्दल प्रतिक्रिया किंवा बंडाचा प्रवास
अतृप्त शंकेखोर २९%	रिक्त, विषण्णतेचा विकार जडलेला
	औदारि्यपूर्ण पांडित्य, गोंधळून जाणे व विरक्ती ज्यात धर्म शून्यता बिंदू पर्यंत विकोपाला गेलेला असल्याची शंका आणि त्यातील फोलपणा
उघडपणे घेतलेला शोध ४१%	गोंधळून गेलेले पांडित्य, प्रतिगामी आधारावर, किंवा तात्काळ अनुभव आणि संदर्भ चौकटीपलीकडे आध्यात्मिक संचार रुंदावण्याची इच्छा

कोष्टक २ थोडे अधिक गुंतागुंतीचे आहे. कारण ते या तिन्ही प्रकारच्या, लिंग आणि धर्म दोन्हीच्या, असंलग्नता प्रवासाच्या वारंवारता वितरणाकडे लक्ष देते (अंतर कोष्टकीकरण). काय-स्वेअर संख्याशास्त्राद्वारे असे देखील दाखवते की धर्म महत्त्वाचा आहे, म्हणजेच वितरण समान नाही. म्हणजे काय हे तुमच्या वाचकांना माहीत असेल असे तुम्ही गृहीत धरू शकत नाही, त्यामुळे तुमचे कोष्टक त्यांना समजावून सांगणे, हे तुमच्या हातात आहे. ह्या प्रकारचे एक उदाहरण खाली दिले आहे (तिरपा मजकूर).

या कोष्टकामध्ये दाखवल्याप्रमाणे, तीन असंलग्न प्रवासाच्या प्रत्येक माध्यमातून गेले तरी त्यामध्ये स्त्री आणि पुरुष हे दोन्ही असण्याची शक्यता आहे. तथापि, धर्माचा परिणाम, थोडासा अधिक मनोरंजक

(पुढे चालू...)

(पुढे चालू...)

कोष्टक २ जनसांख्यिकीय चलाचे प्रवासाच्या प्रकारानुसार वारंवारता वितरण

	बंड	शंका	शोध	महत्त्व
लिंग				
स्त्री	५०.०	४५.८	४६.९	
पुरुष	५०.०	५४.२	५३.१	
	१००.०	१००.०	१००.०	
धर्म				
प्रोटेस्टंट	२९.२	५०.०	४६.९	*
कॅथलिक	७०.८	५०.०	५३.१	
	१००.०	१००.०	100.0	

* p < ०.०५5 महत्त्वाची काय स्क्वेअर्ड चाचणी.
सर्व अंक टक्केवारीच्या स्वरूपात दाखवलेले आहेत.

आहे. कॅथलिक आणि दोन्हीमध्ये समान प्रमाणात लोकांचा अतृप्त शंका आणि उघड शोध या माध्यमातून प्रवास करण्याकडे कल दिसतो. तथापि, ज्यांचा प्रवास अधिक बंडखोर स्वरूपाचा आहे, ते काहीसे कॅथलिक वारसा असलेले असण्याची अधिक शक्यता आहे.

कोष्टक ३ मधील गुंतागुंत अजूनच अधिक आहे कारण मी तिन्ही असंलग्नतेच्या प्रवासाच्या काही वैशिष्ट्यांची तुलना करण्याचा प्रयत्न केला आहे. दुसऱ्या शब्दांत सांगायचे तर प्रकारांदरम्यान पुढील गोष्टींसंबंधात संख्याशास्त्राच्या दृष्टीने महत्त्वाचा भेद आहे का हे मी दर्शवू इच्छित आहे: पहिल्यांदा त्यांना त्यांच्या श्रद्धेविषयी शंका आली तेव्हा व्यक्तींचे वय काय होते; प्रक्रियेने किती काळ घेतला; मुलाखतीच्या वेळीही अजून प्रक्रिया सुरू होती का आणि प्रक्रिया किती तीव्र होती. कोष्टकाची क्लिष्टता म्हणजे मला निश्चितपणे वाचकांना ते समजावून सांगावे लागणार.

कोष्टक ३ प्रवासाच्या प्रकारांच्या पार्श्वरेखा चलांचे मध्यमान गुण आणि महत्त्व *

	बंड	शंका	शोध	Reb–Dbt	Reb–Expl	Dbt–Expl
प्रथम शंका आली ते वय	२०.८८	१९.५८	१६.९४		*	
प्रक्रियेची लांबी	४.४२	१०.८३	५.६२	*		*
चालू प्रक्रिया	०.०८	०.३५	०.१५	*		*
तीव्रता	०.७०	०.४२	०.३२	*	*	

* एक-मार्ग अनोवा p < ०.०५.

ह्या कोष्टकातील आकडे प्रत्येक प्रकारच्या प्रवासाच्या असंलग्नेच्या विविध आणि सुस्पष्ट नमुन्यांकडे निर्देश करतात. बंडखोर मार्गावर असलेल्या व्यक्ती सर्वसाधारणपणे श्रध्देपासून दूर एक प्रखर आणि तुलनेने कमी प्रवास पूर्ण करतात. तथापि, ज्यांचा प्रवास अतृप्त शंकेपासून सुरू होतो त्यांच्यासाठी प्रक्रिया खूप प्रदीर्घ असते. सरासरी जवळजवळ ११ वर्षे, एक तृतीयांश लोकांच्या बाबतीत मुलाखतीच्या वेळी अजूनही धर्मापासून दूर जाण्याची प्रक्रिया चालू असते. तथापि या अतृप्त गटाचा प्रवास बंडखोर गटाइतका प्रखर नाही आहे. दुसरीकडे, ज्यांच्या श्रद्धेबाहेर जाण्याच्या प्रवासाला खुल्या शोधाद्वारे सुरुवात होते त्यांची असंलग्न्तेची प्रक्रिया तुलनेने लहान आणि अनेकदा निश्चित असते जी आयुष्यात लवकर सुरू होते. असंलग्न्तेच्या प्रक्रियेकडे साधारणपणे तीव्र म्हणून पाहिले जात नाही.

अंतिम शब्द

चांगली कोष्टके तयार करण्यासाठी वेळ लागतो आणि उच्च स्तरावरील शब्दप्रक्रिया करणे तुम्हाला अवघड जात असेल तर कोष्टके तयार करणे ही कमालीची डोकेदुखी वाटू शकते. पण चांगल्या प्रकारे आखणी केलेली आणि उत्तम प्रकारे स्पष्ट केलेली कोष्टके जर तुम्ही व्यवस्थापित करू शकलात तर ते एक फार महत्त्वाचे आणि प्रभावी संवादाचे साधन असू शकते.

प्रकरणाचा सारांश

- डेटाचा अन्वयार्थ लावणे, हा कोणत्याही संशोधन अभ्यासामधील मोठा अडथळा आहे. प्रभावी डेटा विश्लेषणामध्ये पुढील गोष्टींचा समावेश होतोः तुमच्या मुख्य उद्दिष्टावर सतत लक्ष ठेवणे; तुमच्या डेटाचे व्यवस्थापन करणे; विश्लेषणाच्या प्रत्यक्ष प्रक्रियेत गुंतणे आणि प्रभावीपणे तुमचा डेटा सादर करणे.
- डेटा व्यवस्थापनामध्ये पुढील गोष्टींचा समावेश होतोः योग्य संगणकप्रणालीशी स्वतःची ओळख करून घेणे; तुमचा डेटा पद्धतशीरपणे भरणे आणि त्याची छाननी करणे; प्रणालीमध्ये डेटा प्रविष्ट करणे आणि तुमच्या डेटाची 'साफ सफाई' करणे. चलाच्या कार्यकारणभावाचे तत्त्व (अवलंबित किंवा स्वतंत्र) आणि त्याच्या मोजमापन मापनांमधील फरक समजणे (नाममात्र, क्रमवाचक, मध्यांतर, आणि गुणोत्तर) असादेखील याचा अर्थ आहे.
- वर्णनात्मक संख्याशास्त्र हे डेटा संचाच्या मूलभूत वैशिष्ट्यांचा सारांश काढण्यासाठी केन्द्रीय प्रवृत्ती (मध्यमान, बहुलक आणि मध्यगा), अपस्करण (श्रेणी, चतुर्थक, प्रचलन आणि प्रमाण विचलन), आणि वितरणाच्या (विषम आणि उंचावटा मान) या उपाययोजनांद्वारे वापरले जाते.
- निदानात्मक संख्याशास्त्र संशोधकांना लगेच उपलब्ध असलेल्या डेटाच्या पलीकडे जाऊन निष्कर्ष काढण्याच्या त्यांच्या क्षमतेचे मूल्यांकन करण्याची परवानगी देते. उदाहरणार्थ, नमुना लोकसंख्येचे प्रतिनिधित्व करत असल्यास; दोन किंवा अधिक गटांमध्ये फरक असल्यास, काळानुसार बदल होत गेल्यास किंवा दोन किंवा अधिक चलांदरम्यान संबंध असल्यास.
- संख्यात्मक माहिती सादर करताना अनेकदा आलेख आणि कोष्टके यांचा समावेश करावा लागतो. ते (१) निवडकपणे निर्माण करणे जेणेकरून संबंधित तर्क केले जातील आणि (२) माहितीपूर्ण तरीही साधे जेणेकरून ते वाचकाच्या आकलनाला मदत करतील, असे असणे आवश्यक आहे.

अवांतर वाचन

सामान्य समाजशास्त्रीय संख्याशास्त्र

Hardy, M. A. and Bryman, A. (eds) (2009) *Handbook of Data Analysis*. London: Sage.

मूलभूत वर्णनात्मक तंत्रांपासून ते जटिल उदाहरणांपर्यंत संख्याशास्त्रीय पर्यायांची अफाट श्रेणी सामावून घेणारे सर्वसमावेशक संपादित खंड. एक चांगली संदर्भ पुस्तिका.

Jackson, S. L. (2011) *Research Methods and Statistics: A Critical Thinking Approach*. Belmont, CA: Wadsworth.

संशोधन पद्धती आणि संख्याशास्त्र यामधील तर्कशास्त्र एकत्रित करण्याचे काम हे पुस्तक करते, ते मला आवडले. अभ्यासाला फक्त गणिती पद्धती लावण्याऐवजी, संख्याशास्त्रीय विश्लेषण हे अर्थ समजावून घेण्यासाठीचा एक अविभाज्य भाग आहे असा विचार करण्यासाठी हे पुस्तक तुम्हाला मदत करेल.

Rumsey, D. (2011) *Statistics for Dummies.* Hoboken, NJ: John Wiley & Sons.

'स्टॅटिस्टिक्स फॉर डमीज' हे योग्य मार्गदर्शक पुस्तक आहे का? मला त्यांचे कौतुक वाटते. स्पष्ट, वापर करणाऱ्यांच्या दृष्टीने सोयीचे आणि खूप उदाहरणे असलेले असे करण्याकडे त्यांचा कल आहे – आणि शिक्षणक्षेत्रातील लोकांनी ते लिहिले आहे. डेबोरा रमसे हे अमेरिकन संख्याशास्त्रीय असोसिएशन ह्या ठिकाणी फेलो आणि ओहायो स्टेट युनिव्हर्सिटी येथे प्रोफेसर आहेत. तुम्हाला संख्याशास्त्राशी ओळख करून घ्यायची इच्छा असेल, तर त्याची सुरुवात करण्यासाठी हे वाईट नाही.

प्रणाली विशिष्ट

Argyrous, G. (2011) *Statistics for Research: With a Guide to SPSS.* London: Sage.

मी विद्यार्थी होते तेव्हापेक्षा संख्याशास्त्र शिकणे हे आता फार वेगळे झाले आहे. हाताने करण्याची आकडेमोड नाही. आज ती सर्व जिचा वापर करण्यात येणार आहे त्या संख्याशास्त्र प्रणालीची संख्याशास्त्रीय तर्कशास्त्राशी सांगड घालण्याबाबत आहे. ते काम हे पुस्तक सहजपणे आणि स्पष्टपणे करते. तुम्ही संख्याशास्त्रात नवीन असाल आणि एसपीएसएस प्रणाली तुम्हाला वापरणे आवश्यक असेल तर ह्या पुस्तकाचा वापर करणे हा तिथे पोहोचण्याचा मार्ग आहे.

Field, A. and Miles, J. (2010) *Discovering Statistics Using SAS.* London: Sage.

तुम्हाला एसएएसचा वापर करणे गरजेचे असेल आणि तुमच्याकडे संख्याशास्त्राचे पूर्वापेक्षित ज्ञान आहे असे तुम्हाला वाटत नसेल तर फक्त एसएएस प्रणालीचे ज्ञान घ्या, हा एक उत्कृष्ट शोध आहे. सखोल विश्लेषण मूलभूत तत्त्वापासून, एसएएस प्रणालीपर्यंत लेखक सर्व आधारभूत गोष्टी शिकत जातो.

Field, A., Miles, J. and Field, Z. (2012) *Discovering Statistics Using R.* London: Sage.

आर ही मोफत संख्याशास्त्रीय संगणकप्रणाली आहे – त्यामुळे त्याचा वापर करण्यासाठीचे मार्गदर्शनपर पुस्तक सुलभ असणार आहे. हे एक व्यापक पुस्तक आहे आणि यामध्ये कामाच्या उदाहरणांचा वापर केला आहे. विश्वास ठेवा अगर न ठेवा, हे जवळजवळ हजार पानी असणारे मार्गदर्शक पुस्तक वापर करणाऱ्यांचा विचार करून बनवलेले आहे.

Salkind, N. J. (2012) *Statistics for People Who (Think They) Hate Statistics: Excel 2010 Edition.* London: Sage.

मी संख्याशास्त्रासाठी एक्सेल वापरण्याची चाहती आहे असे म्हणू शकत नाही. मी सहसा एसपीएसएस सारख्या प्रणालींची शिफारस करते. पण एक्सेल बऱ्याच विद्यार्थ्यांच्या संगणकावर आधीच आहे आणि संख्याशास्त्राचा पॅक मोफत आहे, तसेच त्याचे स्प्रेडशीट सवयीचे असण्याची शक्यता आहे. त्यामुळे येथे हे वाचण्याची शिफारस करण्याला अर्थ प्राप्त होतो. हे वापरायला सोपे असल्याने एक योग्य पर्याय ठरू शकतो.

Wagner, W. E. (2012) *Using IBM® SPSS® Statistics for Research Methods and Social Science Statistics.* Thousand Oaks, CA: Sage.

यामध्ये एसपीएसएस पाठ देलेले आहेत, पण फक्त ते पुरेसे नाहीत. तुम्हाला हरवल्यासारखे वाटत असेल, तर किंवा तसे वाटणे टाळू इच्छित असाल तर हा एक चांगला पर्याय आहे. तो तुम्हाला मूलभूत गोष्टींकडून अधिक सुविकसित एसपीएसएस विश्लेषणाकडे घेऊन जाईल.

१४

गुणात्मक डेटाचे विश्लेषण करणे

–प्रकरणाचे पूर्वावलोकन–

- गुणात्मक डेटाचे आश्वासन
- क्यूडीएचे तर्कशास्त्र
- क्यूडीएचे च्या पद्धती
- विशिष्ट क्यूडीएचे धोरणे
- गुणात्मक डेटाचे सादरीकरण

गुणात्मक डेटाचे आश्वासन

मोजल्या जाऊ शकणाऱ्या प्रत्येक गोष्टीची गणना होऊ शकत नाही आणि सर्व गणना करण्यासारख्या गोष्टी मोजल्या जाऊ शकत नाहीत.

अल्बर्ट आईन्स्टाईन

तुम्ही आइनस्टाइनचा एक जुन्या वळणाचा 'शास्त्रज्ञ' म्हणून विचार कराल. पण मला असं कळलं आहे की, तो जुन्या वळणाचा आहे याचा अर्थ फक्त असा शास्त्रज्ञ जो कमालीचा विनोदी, अभ्यासू, राजनैतिक, सर्जनशील आणि खुल्या मनाचा आहे. जे रूढ समजाच्या विरुद्ध असतं ते विज्ञानाच्या अभूतपूर्व प्रगतीसाठी नक्की आवश्यक असतं असं मला वाटतं. त्यामुळे जेव्हा आइनस्टाइन स्वत: संख्यात्मकतेच्या मर्यादा ओळखतो तेव्हा खरंचच गुणात्मक डेटा वापरून काम करण्यास सबळ पुष्टी मिळते.

संख्यात्मक डेटा आणि संख्याशास्त्राचा वापर हे डेटा कमी करणे आणि तो संक्षिप्त करणे यासाठी स्पष्टपणे परिभाषित केलेले आणि प्रभावी मार्ग आहेत. पण अंकाच्या अर्थात होणाऱ्या रूपांतरावर संख्याशास्त्र अवलंबून असते. आणि अर्थ जेव्हा क्लिष्ट आणि गुंतागुंतीचे असतात (जे नेहमी घडू शकते)तेव्हा रूपांतर अतिशय कठीण होऊ शकते. प्रक्रियेतील 'समृद्धता' हरवून जाऊ शकते.

ह्या चिंतेमुळे गुणात्मक डेटा विश्लेषणाच्या (क्यूडीए – क्वालिटी डेटा ॲनालिसिस) अन्वेषण पद्धतींच्या विकासामध्ये बेसुमार वाढ झाली आहे. ज्याचे ध्येय संख्यात्मकतेच्या मदतीशिवाय मुलाखती, गट चर्चा, निरीक्षण, नियतकालिके आणि संग्रहीत दस्तऐवज अशा स्रोतांपासून संकलित केलेल्या क्लिष्ट डेटाचे अन्वेषण आणि अर्थविवरण करून नवीन आकलन निर्माण करणे, हे आहे.

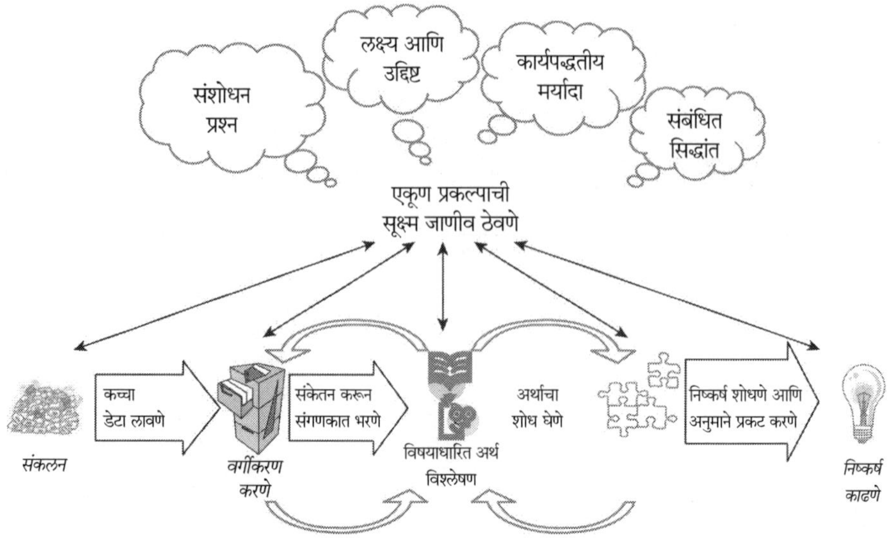

आकृती १४.१ चिंतनशील विश्लेषण प्रक्रिया

पण या पद्धतीशी संबंधित साहित्य खूप जाडजूड आहे आणि योग्य आणि प्रभावी धोरण शोधण्यासाठी त्यातून मार्ग काढणे हे खरोखर एक आव्हान असू शकते. अनेक विद्यार्थी शेवटी पुढील गोष्टी करतात: (१) विशाल श्रेणी आणि संबंधित साहित्यावर काम करण्याचा प्रयत्न करण्यात प्रचंड वेळ खर्च करतात; (२) घाईगडबडीने एखादी पद्धत निवडणे जी त्यांच्या प्रकल्पासाठी योग्य असू शकते किंवा नाही; (३) कोणतेही चांगले परिभाषित कार्यपद्धतीय शिष्टाचार न पाळता त्यांचे विश्लेषण आयोजित करणे किंवा (४) हे सर्व पर्याय एकत्र करणे.

त्यामुळे शब्द आणि प्रतिमा यांमध्ये मूळ शक्ती आहे, हे आपल्याला माहीत असले तरी समृद्धतेचे सर्वोत्तम रक्षण करणाऱ्या आणि तरीही अर्थाला निश्चित आणि स्पष्ट आकार देणाऱ्या गुणात्मक डेटाचे व्यवस्थापन आणि विश्लेषण करण्यासाठी पर्याय वापरून काम करणे, हे आव्हान आहे. मला असे वाटते की हे करण्यासाठी तर्कशास्त्र आणि बऱ्याच क्यूडीए धोरणपद्धतींचा आधार असलेल्या धोरणांचा परिचय करून घेणे हा सर्वोत्तम मार्ग ठरेल. एकदा ही पायाभरणी झाली की अधिक विशिष्ट तज्ज्ञ धोरणे वापरणे खूपच सोपे होते.

व्यापक चित्र डोळ्यांसमोर ठेवणे

पद्धती साहित्यात, संख्यात्मक आणि गुणात्मक विश्लेषण अशा दोन विरुद्ध गटात विभाजन करण्याकडे आपला कल असतो. पण ते जेव्हा प्रत्यक्ष समोर येते तेव्हा त्यांचे मूलभूत तर्कशास्त्र खूप समान असते. आकृती १४.१ मध्ये दाखवल्याप्रमाणे, चिंतनशील गुणात्मक विश्लेषण प्रक्रियेसाठी संशोधकाने पुढील गोष्टी करणे आवश्यक आहे: (१) त्यांच्या कच्च्या डेटाचे संघटन; (२) संकेतन करून प्रविष्ट करणे (३) विषयाधारित विश्लेषणातून अर्थाचा शोध घेणे; (४) अर्थविवरण करणे; आणि (५) अनुमान काढणे – हे सर्व करताना व्यापक चित्र डोळयासमोर ठेवणे, जसे संशोधन प्रश्न, लक्ष्य आणि उद्दिष्टे, कार्यपद्धतीय मर्यादा आणि संबंधित सिद्धांत स्पष्टपणे लक्षात घेणे. हे संख्यात्मक विश्लेषणाच्या धर्तीवर असले तरी, फरकाचे मुख्य मुद्दे विषयाधारित विश्लेषणाचा वापर (संख्याशास्त्रीयऐवजी) आणि प्रविष्ट करणे व चिन्हांकित करणे, डेटा विश्लेषण व अर्थविवरण यांच्यादरम्यान एक जवळचा, अधिक जोडला जाणारा संबंध असणे. तीन वेगळ्या, क्रमबद्ध पायऱ्यांऐवजी, गुणात्मक विश्लेषण

अधिक संघटनात्मक प्रक्रिया असते ज्यामध्ये या सर्व तीन पायऱ्या एकमेकांवर परिणाम करणाऱ्या आणि परस्परांना व्यापणारी आवर्तने असतात, अशी मागणी करते.

संख्यात्मक विश्लेषणामध्ये, तपशीलात हरवणे आणि लक्ष विचलित होणे सोपे आहे. त्यामुळेच तुम्ही स्वत:ला प्रश्न विचारत राहणे अत्यंत महत्त्वाचे आहे. ज्यामुळे तुम्ही एक व्यापक दृष्टिकोन ठेवू शकता. याचा अर्थ मागील प्रकरणात रकाना १३.१ मध्ये पूर्ण स्पष्टपणे मांडल्याप्रमाणे स्वत: ला पुढीलप्रमाणे संबंधित प्रश्न विचारणे:

१. *तुमच्या स्वत:च्या अपेक्षा* – तुम्ही काय शोधण्याची अपेक्षा करता आणि काय न शोधण्याची अपेक्षा करता ह्या दोन्ही गोष्टी;
२. *संशोधन प्रश्न, लक्ष्य आणि उद्दिष्टे* – तुम्ही तुमचा डेटा वापरून कसे काम कराल, जेणेकरून तुम्हाला तुमच्या प्रकल्पाचे नमूद केलेले ध्येय साध्य करण्यास मदत होईल;
३. *सिद्धांत* – तुमचा डेटा तुमच्या सिद्धांतांना कशी पुष्टी देतो, सिद्धांत तुमचा डेटा स्पष्ट करण्यास कशी मदत करू शकतील आणि तुमचा डेटा पर्यायी सिद्धांतांच्या दिशेकडे निर्देश करत आहे का; आणि
४. *पद्धती* – वापरलेल्या पद्धती परिणामांवर कशाप्रकारे प्रभाव टाकू शकतात.

कच्च्या डेटाकडून महत्त्वपूर्ण निष्कर्षांपर्यंत

गुणात्मक विश्लेषणाच्या जगतात, कच्चा डेटा अत्यंत अव्यवस्थित असू शकतो. डिजिटल ध्वनीमुद्रणाच्या एका झुंडीला, मुलाखत प्रतिलेखनाच्या ढिगाऱ्याला, एखाद्या संशोधननियतकालिकाला (अत्यंत सुसंघटीत ते अत्यंत वाईट प्रकारे संघटीत या सर्व प्रकारच्या), खरडलेली टिपणे, ठळक केलेले दस्तऐवज, छायाचित्रे, व्हिडिओ रेकॉर्डिंग, संशोधनाशी संबंधित आखलेल्या विशिष्ट योजना- खरं तर ह्या मालिकेला अंतच नाही, या सगळ्याला तुम्हाला सामोरे जावे लागेल. आणि विशेषतः जर तुम्ही गुणात्मक विश्लेषणात नवीन असाल तर अव्यवस्थित डेटाचा ढिगारा अत्यंत भीतीदायक वाटू शकतो, यात काही शंका नाही.

रकाना १४.१ मध्ये ठळक करून दाखवल्याप्रमाणे पद्धतशीर राहणे हाच उत्कृष्ट सल्ला ठरेल. तुम्ही तुमचे विश्लेषण कितीही सजग आणि पुनरावर्तीय करण्याचा प्रयत्न केला तरी, तुम्ही तुमच्या डेटाचे व्यवस्थापन शिस्तीने पद्धतशीरपणे हाताळणे आवश्यक आहे.

रकाना १४.१

गुणात्मक डेटाचे व्यवस्थापन

गुणात्मक डेटाचे व्यवस्थापन आवश्यक असले तरी कोणत्या ना कोणत्या पातळीच्या विश्लेषणाशिवाय गुणात्मक डेटाचे 'व्यवस्थापन' करणे जवळजवळ अशक्य आहे, याची नोंद घेणे आवश्यक आहे. तुमच्या डेटाची व्यवस्थापन प्रक्रिया (उदा. आपण गट कसे कराल त्याबाबतचा निर्णय) हातळताना डेटाबरोबर काम करणे आणि विश्लेषणावर परिणाम होईल असे निर्णय घेणे, या गोष्टी करावे लागतील. आणि म्हणून त्याला विश्लेषणाचा एक भाग म्हणून मान्यता दिली पाहिजे.

पायरी १: योग्य संगणक प्रणालीची ओळख करून घेणे

पुढील विभागात चर्चा केल्याप्रमाणे, विद्यार्थ्यांनी सर्व प्रकल्पांसाठी क्यूडीए विशेषज्ञ संगणक प्रणाली वापरण्याच्या गरजेबद्दल काही वादविवाद आहे. पण उपलब्ध साधनांशी परिचय करून घेणे नक्कीच योग्य ठरेल. अन्वेषण करण्यायोग्य संगणकप्रणाली खालीलप्रमाणे:

(पुढे चालू...)

(पुढे चालू...)

- एनविव्हो, मॅक्सक्यूडीए, एथ्नोग्राफ – अनुक्रमणिका बनवण्यासाठी, शोध घेण्यासाठी आणि मजकूराला सिद्धांताच्या चौकटीत बसवणे यांसाठी वापरली जाणारी;
- ॲटलास.टी – प्रतिमा तसेच शब्दांसाठी वापरली जाऊ शकते;
- कनकॉर्डन्स, हॅम्लेट, डिक्शन – आशय विश्लेषणासाठी लोकप्रिय;
- क्लॅन – संभाषणाच्या विश्लेषणसाठी लोकप्रिय.

(वरील सर्व माहिती www.textanalysis.info वर उपलब्ध आहे.)

संख्यात्मक संगणक प्रणालीप्रमाणेच, बऱ्याच विद्यापीठांकडे परवाने असतात, ज्यामुळे विद्यार्थ्यांना काही गुणात्मक प्रणाली वापरण्याची परवानगी मिळते. विद्यापीठांमधून यांच्याशी संबंधित लहान अभ्यासक्रम आयोजित केले जातात.

पायरी २: आपला डेटा संगणकात भरणे

एकाच वेळी किंवा त्याच स्वरूपात गुणात्मकता येणे हे दुर्मिळ आहे. आणि शेवटी प्रश्नावलींचा पसारा अव्यवस्थित ढीगापेक्षाही अव्यवस्थित स्वरूपात साठत जाऊ शकतो. त्यामुळे गोळा केल्याकेल्या लगेचच आपल्या गुणात्मक डेटी नोंद ठेवणे शहाणपणाचे आहे. प्रतिसादक/स्रोत, माहिती संकलन प्रक्रिया, संकलन तारखा, आणि सामान्यतः वापरलेली कोणतीही लघुलिपी हे टिपून ठेवणे योग्य ठरेल.

पायरी ३: तुमच्या डेटा स्रोतांची घडी बसवणे

यामध्ये विश्लेषणाशी संबंधित नसलेल्या स्रोतांसारखे गट बनवणे, आवश्यक त्या प्रती बनवणे आणि टिपणे, निरिक्षणे इ.ची प्रारंभिक वेचणी करणे यांचा समावेश आहे. तसेच संघटन करणे, ही क्रिया तुम्हाला तुमचा डेटा तपासण्याची परवानगी देते. हे जर लवकर केले तर, चाचणीमध्ये न कळलेल्या संभाव्य समस्या तुम्ही मांडू शकता आणि सुरू असलेल्या कोणत्याही डेटा संकलन शिष्टाचारामध्ये सुधारणा करू शकता.

पायरी ४: वाचा आणि सर्वसमावेशक टिपणे घ्या

गुणात्मक डेटाचा अनुभव घेणे अत्यंत महत्त्वाचे आहे. ह्याचा अर्थ जसा डेटा येत जाईल तसा तो वाचणे आणि विविध टिपणे घेणे. जेणेकरून डेटा क्रमवारी लावणे आणि वर्गीकरण करण्याच्या सर्वोत्तम मार्गाचा निर्णय घेण्यास मदत होईल. ह्या डेटाचे व्यवस्थापन आणि डेटा विश्लेषण अत्यंत अस्पष्ट होतात कारण उजेडात येणाऱ्या नव्या विषयासंबंधित कोणत्याही टिपा हेच विश्लेषण असते.

पायरी ५: विश्लेषण/ध्वनिमुद्रणासाठी डेटा तयार करणे

तुम्ही खास क्यूडीए प्रणाली वापरत असाल तर प्रणालीमध्ये प्रविष्ट करण्यासाठी तुम्हाला तुमच्या डेटाची नक्कल/तपासणी करणे आवश्यक आहे जेणेकरून तो तयार असेल. तुम्ही स्वतः गुणात्मक डेटाचे विश्लेषण करायचे ठरवले असले तरीही तुम्हाला या पायरीमधून जावेच लागेल. म्हणजे तुम्ही तुमच्या मुलाखती, छायाचित्रे छापू शकाल. तुम्ही तुमच्या डेटामध्ये प्रत्यक्षात शिरकाव करणे आवश्यक आहे.

पायरी ६: डेटा प्रविष्ट करा/विश्लेषण साधने तयार करा

तुम्ही विशेषज्ञ क्यूडीए संगणकप्रणाली वापरणार असाल तर तुम्हाला प्रणालीमध्ये इलेक्ट्रॉनिक डेटा प्रविष्ट करणे आवश्यक आहे. तुम्ही स्वतः तुमचा डेटा हाताळणार असाल तर तुम्ही 'प्रविष्ट' करण्याची गरज नाही. पण इंडेक्स कार्ड, व्हाईटबोर्ड, स्टिकी नोट्स आणि महत्त्वाचे मजकूर परिच्छेद चिन्हांकित

करण्यासाठी वापरले जाणारे फ्लोरोसेन्ट मार्कर अशा गुणात्मक विश्लेषण साधनांनी तुम्ही स्वतःला सज्ज करणे गरजेचे आहे. दोन्ही परिस्थितींमध्ये विश्लेषण सुरूच असते आणि अनेकदा सर्व डेटा गोळा करण्यापूर्वी/प्रविष्ट करण्यापूर्वीच त्याची सुरुवात होते.

तपाससूची सहचर संकेतस्थळावर उपलब्ध.

क्यूडीए संगणकप्रणाली

क्यूडीए जेव्हा 'हाताने' करण्यात येत असे त्याला फार काळ लोटला नसेल. त्यामध्ये तपशीलवार कागद लावणे, काटछाट, स्टिकी नोट्स, मार्कर्स, इ.चा समावेश होता. पण गुणात्मकतेसाठी आता मोठ्या प्रमाणात संगणकप्रणाली (रकाना १४.१ मध्ये दर्शवल्याप्रमाणे) उपलब्ध आहे आणि 'मानवी हाताळणी' यापुढे आवश्यक नाही. क्यूडीए प्रणाली ही संचयित करणे, संकेतन करणे, सूची करणे, नकाशा करणे, वर्गीकरण करणे, टिपणे घेणे, शोध घेणे, ताळा, गोजणे, अन्वेषण, आलेख, इ.सर्व करू शकते. गुळात, ती पुढील गोष्टी करू शकते. (१) तुम्ही हाताने करत असलेल्या सर्व गोष्टी प्रणाली करतात पण कितीतरी अधिक कार्यक्षमतेने आणि (२) अशा गोष्टीही ज्या मोठ्या प्रमाणातील डेटा संच हाताने हाताळत असताना तुम्ही करू शकणार नाही. अशा प्रकारच्या संगणकप्रणालीच्या वापरात प्रवीण होणे याचा अर्थ वेळेची बचत (आणि पैशाचीही) असा असू शकतो. तुम्ही मोठा डेटा संच वापरून काम करत असाल तर तुम्हाला तो वेळ इतर कशासाठी तरी वापरायला मिळण्याची शक्यता आहे.

क्यूडीए प्रणाली जरी इतकी कार्यक्षम आणि प्रभावी असली तरीही गुणात्मक डेटा वापरून काम करणाऱ्या संशोधकांकडून ती फारशी सातत्याने वापरली का जात नाही? याची तीन उत्तरे आहेत. पहिले म्हणजे, ते स्वतः काय करतात हेच माहीत नसणे आणि संशोधकांना प्रणालीविषयी माहितीच नसणे आणि. दुसरी गोष्ट म्हणजे, शिक्षणामध्ये

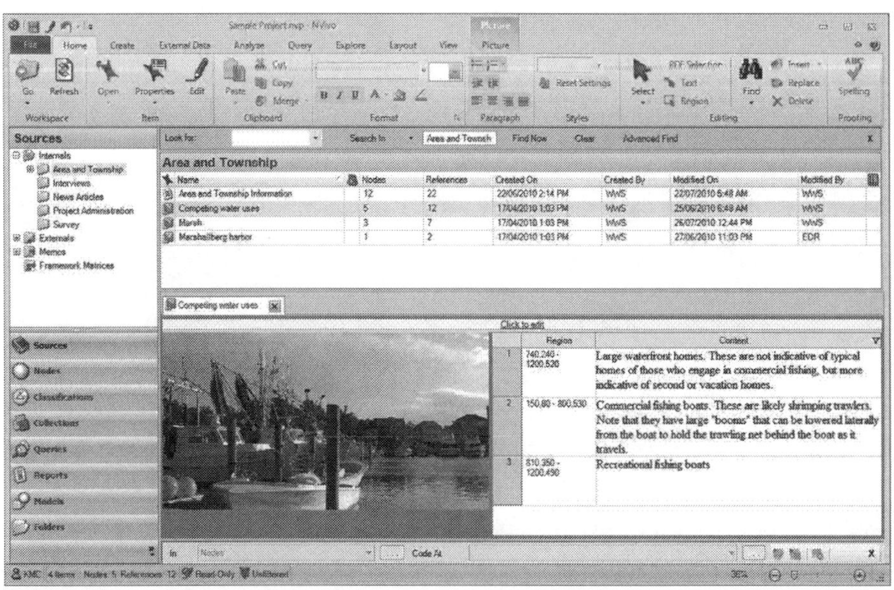

आकृती १४.२ एनविव्हो स्क्रीन शॉट

गुंतवणूक करण्याकडे फार मोठे किंवा कठीण म्हणून पाहिले जाते. तिसरे म्हणजे, संशोधकांना असे जाणवते किंवा ते असा निर्णय घेतात की खरोखर त्यांच्या गुणात्मक डेटाबाबत ते जास्त काही करू इच्छित नाहीत; त्यांनी ते फक्त त्यांच्या अधिक संख्यात्मक अभ्यासाला एक आधारभूत गोष्ट म्हणून राखून ठेवलेले असते.

माझा सल्ला? तुम्हाला इथे साधकबाधक विचार करणे आवश्यक आहे. तुम्ही लहान डेटा संच वापरून काम करणार असाल आणि तुम्हाला भविष्यात आणखी क्यूडीए वापरण्याची गरज पडणार नसेल तर तुम्ही ह्या मार्गाने जाऊन उपयोग नसल्याने तसा विचार करू शकत नाही – मानवी हातळणीचा वापर केला जाऊ शकतो. पण जर तुम्ही (१) काटेकोर गुणात्मक विश्लेषणाच्या सखोल पातळीच्या शोधात असाल, (२) मोठ्या प्रमाणात डेटा संचाचे व्यवस्थापन करायचे असेल किंवा (३) भविष्यात गुणात्मक डेटा वापरून काम करण्याची गरज भासेल असे वाटत असेल, तर शिक्षणाच्या वाटेवर हा संघर्ष करणे महत्त्वपूर्ण ठरेल. तुमची संशोधन प्रक्रिया अधिक काटेकोर होण्याची शक्यता तर आहेच, पण लांबच्या पल्ल्याचा विचार करता तुम्ही कदाचित बराच वेळ वाचवाल.

क्यूडीए संगणकप्रणालीचा वापर करण्यास प्रारंभ करण्यासाठी तुमच्या ध्येयासाठी आणि डेटासाठी सर्वात योग्य प्रणाली कोणती असू शकते हे शोधण्यासाठी मी तुमचे पर्यवेक्षक/व्याख्यात्यांशी बोलण्याची शिफारस करीन. मी संबंधित संगणकप्रणालीच्या वेबसाइटवर देखील (१४.१ रकाना पाहा) एक नजर टाकेन तेथे भरपूर माहिती असते आणि काही साइट्सवर चाचणी प्रणालीही दिलेली असते. शेवटी, मी तुम्हाला योग्य प्रशिक्षण अभ्यासक्रम निवडण्याची शिफारस करते. एनविव्हो (आकृती १४.२ पाहा) हा अतिशय लोकप्रिय अभ्यासक्रम आहे आणि त्याचे लहान अभ्यासक्रम शोधणे खूप सोपे आहे.

क्यूडीएचे तर्कशास्त्र

तुम्ही गुणात्मक किंवा संख्यात्मक डेटा वापरून काम करत असलात तरी कोणत्याही स्वरूपातील विश्लेषणाचे मुख्य उद्दिष्ट कच्च्या डेटाकडून अर्थपूर्ण आकलनाकडे जाणे हे असते. संख्यात्मक पद्धतींमध्ये हे संकेतन केलेल्या डेटाच्या संख्याशास्त्रीय चाचण्यांच्या माध्यमातून केले जाते, ज्या चाचण्या निष्कर्षांच्या महत्त्वाचे मूल्यांकन करतात. डेटाचे संकेतन हे कोणत्याही विश्लेषणांसाठी आणि अर्थविवरणासाठी प्राथमिक आहे. गुणात्मक विश्लेषणामध्ये आकलन हे कच्च्या डेटामधील विषय शोधून काढणे व प्रकट करण्यासारख्या अधिक गहन आणि सर्जनशील प्रक्रिया करून आणि तुमच्या संशोधन प्रश्नासंबंधात त्या विषयाच्या गर्भितार्थाचे अर्थविवरण करून तयार केलेले आहे.

सर्जनशीलता आणि उद्दिष्ट यांचे संतुलन

चांगल्या गुणात्मक विश्लेषणासाठी काही प्रमाणात खुलेपणा, उच्च पातळीचे कुतूहल आणि प्रवाहीपणाचा स्वीकार करण्याची तयारी लागते यात शंका नाही. तुम्ही विश्लेषणातून तुमचा मार्ग काढण्याचा विचार करावा आणि तुमचा डेटा वापरून काम करावे ज्यामुळे महत्त्वाचा अर्थ उत्पन्न होईल, अशी गुणात्मक विश्लेषणाची मागणी असते. आणि असा अर्थ कोणी तुमच्यासमोर चांदीच्या ताटात आयता वाढून आणून ठेवणार नाही. इसाक असिमोव्ह एकदा म्हणाले होते, 'शास्त्रामध्ये ऐकू येणारे सर्वात रोमांचक वाक्य म्हणजे नवीन शोध संकेत मिळण्याची शक्यता असलेला, 'युरेका!' (मला ते सापडले!) नसून 'हे मजेदार आहे...' हा आहे'.

तथापि, त्याच वेळी, आपण अव्यवहार्य आणि अतिआदर्शवादी तत्त्वज्ञानविषयी शोधाबद्दल बोलत नाही आहोत, हे लक्षात घ्या. आपण शास्त्राबद्दल बोलत आहोत, सर्व शिष्टाचार आणि त्यायोगे येणाऱ्या काटेकोरपणाबद्दल बोलत

आहोत. रकाना १४.२ मध्ये दाखवल्याप्रमाणे, संशोधकांनी प्रत्यक्ष सक्रियपणे सर्जनशीलता आणि आकस्मिक काटेकोरपणा यांच्यादरम्यान मेळ घालण्याची गरज आहे. सर्जनशीलतेचे व्यवस्थापन करणे आवश्यक आहे. तुम्हाला विश्वासार्हतेची किंमत मोजून सर्जनशीलता कधीच नको असते.

रकाना १४.२

सर्जनशीलता आणि काटेकोरपणाचे संतुलन

पठडीबाहेरचा विचार करा... तरीही लक्ष्यावर थेट केंद्रित राहा.

अस्सल, नाविन्यपूर्ण आणि कल्पक राहा... तरीही तुम्हाला कुठे जायचे आहे, हे माहीत असू द्या.

आपली अंतःप्रेरणा वापरा... पण त्या अंतःप्रेरणेमागचा तर्क समजावून सांगण्यास तयार राहा.

प्रवाही आणि लवचीक... तरीही सहेतुक आणि पद्धतशीर राहा.

प्रेरक, अभिनव आणि कल्पक... तरीही वास्तववादी आणि व्यावहारिक राहा.

अनुमानिक आणि निगमनात्मक युक्तिवादादरम्यान मार्गक्रमण

प्रतिलेखन, चित्रे, टिपणे, नियतकालिके, व्हिडिओ आणि दस्तऐवज अशा कच्च्या डेटापासून अर्थपूर्ण आकलनापर्यंत मार्गक्रमण करणे ही एक प्रक्रिया आहे जी संबंधित विषयांच्या निर्मितीवर/शोधावर अवलंबून असते; आणि हे विषय एकतर शोधले जाऊ शकतात (अनुमानिक युक्तिवादातून) किंवा प्रकट केले जाऊ शकतात (निगमनात्मक युक्तिवादातून). यामधून मला काय म्हणायचे आहे?

तुम्ही अगदी सुरुवातीपासून तुमच्या डेटाचा शोध निगमनाने घेण्याचे ठरवू शकता. दुसऱ्या शब्दांत सांगायचे तर, डोक्यात कोणताही पूर्वनिर्धारित केंद्रविषय किंवा सिद्धांत न ठेवता तुमच्या डेटाचे अन्वेषण करण्याची तुमची इच्छा आहे. विषयांचा शोध घेताना आणि एक परिमाण म्हणून सिद्धांत घडवताना डेटा मधूनच उदयास येऊ देणे, हे तुमचे ध्येय असू शकते. ह्याचा अनेकदा प्रवृत्ती सिद्धांताची निर्मिती किंवा 'संशोधन प्रक्रियेद्वारे पद्धतशीरपणे गोळा केलेल्या आणि विश्लेषण केलेल्या डेटामधून आलेला सिद्धांत' (कॉर्बीन आणि स्ट्रॉस, २००७: १२) असा उल्लेख केला जातो.

मूलभूत सिद्धांत निर्माण करण्यासाठी, संशोधक डेटा संकलन आणि 'सतत तुलनात्मक' विश्लेषणाच्या तसेच काटेकोर आणि पुनरावर्तीय प्रक्रियेत व्यस्त असतात. त्यामध्ये सिद्धांताची निर्मिती होईपर्यंत कच्चा डेटा अधिकाधिक वरच्या पातळीला कल्पनेच्या पातळीवर आणला जातो असे आढळते. सिद्धांतनिर्मितीच्या ह्या पद्धतीमध्ये (ज्यामध्ये उत्पादनाचे आणि सिद्धांताचे नाव समान आहे – प्रवृत्ती सिद्धांत) फार चांगल्या पद्धतीने परिभाषित केलेल्या आणि स्पष्टपणे व्यक्त झालेल्या डेटा विश्लेषण तंत्रांचा अंतर्भाव केलेला आहे (प्रकरणाच्या शेवटी वाचनासाठी दिलेली पुस्तके पाहा). आणि प्रवृत्ती सिद्धांतांच्या तंत्रांच्या इतक्या काटेकोरपणे केलेल्या स्पष्ट मांडणीमुळे ते अनेक क्यूडीए धोरणांचे मध्यवर्ती तंत्र झाले आहे.

तथापि, जे विद्यार्थी फक्त प्रवृत्ती मूलभूत सिद्धांताच्या साहित्यामध्ये रमतील ते क्यूडीए हा नेहमी अनुमानिक असतो या खोट्या समजाला बळी पडतील. पण ही गोष्ट अशीच असणे गरजेचे नाही. फक्त विषयाचा शोध क्यूडीएचा पर्याय नाही. उदाहरणार्थ, तुमच्या डोक्यात पूर्वनिर्धारित विषय किंवा सिद्धांत असू शकतील (अनुभवपूर्व – priori) – ते साहित्याप्रति प्रतिबद्धता; तुमचे आधीचे अनुभव; तुमच्या संशोधन प्रश्नाचे स्वरूप किंवा तुमचा डेटा गोळा

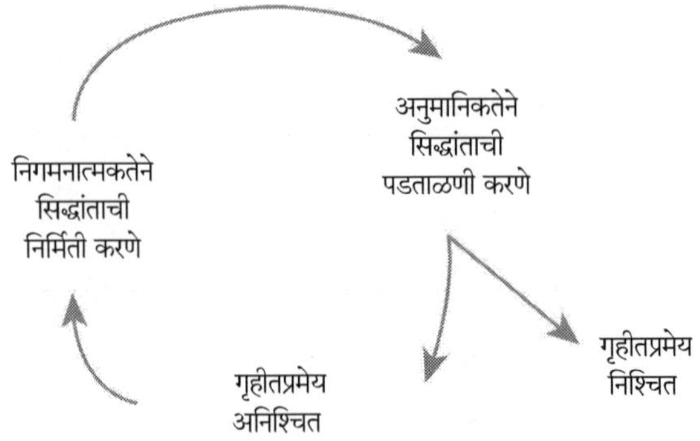

आकृती १४.३ अनुमानिक आणि निगमन युक्तिवादाची आवर्तने

करताना असलेली तुमची अंतर्दृष्टी यातून आलेले असू शकतील. इथे, तुम्ही अनुमानिकतेने डेटा प्रकट करण्याचा प्रयत्न करीत आहात. तुम्ही 'सिद्धांताचे' समर्थन करण्यासाठी पूर्वनिर्धारित श्रेण्यांचा शोध घेण्याकरता डेटा खोलवर बघत आहात. कच्च्या डेटापासून सिद्धांत उदयास येण्याऐवजी, उलट सिद्धांतनिर्मिती पुरोगामी पडताळणीवर अवलंबून असते.

आकृती १४.३ मध्ये दाखवल्याप्रमाणे, आणखी एक संभाव्य शक्यता ही आहे की तुम्ही अनुमानिक आणि अनुमानजन्य युक्तिवादाच्या आवर्तनांमध्ये अडकाल. उदाहरणार्थ, अनुमानिक, अगदी सुरुवातीपासूनच्या प्रक्रियांमधून सिद्धांत उदयास येऊ शकेल अशा प्रकारे तुम्ही तुमचा अभ्यास आखू शकता. पण ते सिद्धांत जसजसे उदयास येऊ लागतील तसे तुम्ही अनुमानिक निश्चिती/मान्यता प्रक्रियेच्या दिशेने पुढे जाण्याची शक्यता आहे. असे झाल्यास, सिद्धांतनिर्मिती सध्या सुरू असलेल्या पडताळणीवर अवलंबून असते. दुसरीकडे, त्या चाचणी गृहीतप्रमेयाची अनुमानिक पडताळणीद्वारे बघितलेली विश्वासार्हता ही त्यांच्या डेटामधून उत्पन्न होणाऱ्या अनपेक्षित गोष्टींचा स्वीकार करण्याच्या त्यांच्या इच्छेवर अवलंबून असू शकते. संशोधकांनी निगमनात्मकतेने पर्यायी स्पष्टीकरण निर्माण करण्यास सक्षम असणे आवश्यक आहे.

क्यूडीएच्या पद्धती (गुणात्मक डेटा विश्लेषण)

क्यूडीएच्या बाबतीतली, सर्वात महत्त्वाची गोष्ट म्हणजे ज्यामधून तुमचा कच्च्या डेटा मिळतो ते दस्तऐवज, प्रतिलेखन, प्रतिमा आणि ग्रंथ यामध्ये चालू असणाऱ्या खूप (प्रमाणातील) प्रतिबद्धतेची तातडीची गरज आहे. ह्यात भरपूर वाचनचा समावेश होतो आणि अगदी डेटा संकलनाच्या मुद्द्यापासून वाचनाला प्रारंभ करावा लागतो आणि डेटा व्यवस्थापन, डेटा विश्लेषण आणि अनुमान काढणे या प्रक्रियांपर्यंत ते चालू ठेवणे आवश्यक असते. खाली अधिक स्पष्टपणे मांडल्याप्रमाणे आणि आणखी पुढे रकाना १४.३ मध्ये दाखवल्याप्रमाणे विश्लेषणामध्ये पुढील गोष्टींचा समावेश होतो: (१) पूर्वग्रह ओळखणे आणि एकूण परिणामांची नोंद करणे; (२) संक्षिप्त,(मला माहीत आहे हा एक वाईट शब्द आहे, पण, अव्यवस्थित कच्च्या डेटापासून समृद्ध आकलनापर्यंत मार्गक्रमण करण्यासाठी एक अत्यावश्यक पाऊल), आयोजन आणि संकेतन; (३) नमुने आणि परस्परसंबंधांचा शोध; (४) चित्रण आणि केंद्रविषयांची बांधणी; (५) सिद्धांतांची बांधणी व पडताळणी; आणि (६) निष्कर्ष काढणे.

इथे दोन महत्त्वाच्या गोष्टी लक्षात घ्या. पहिली म्हणजे कच्च्या डेटापासून समृद्ध सैद्धांतिक आकलनाकडे मार्गक्रमण करणे हे ध्येय असले, तरी ही प्रक्रिया एकरेषीय नाही. गुणात्मक डेटासाठी पुनरावर्तीय विश्लेषणांच्या

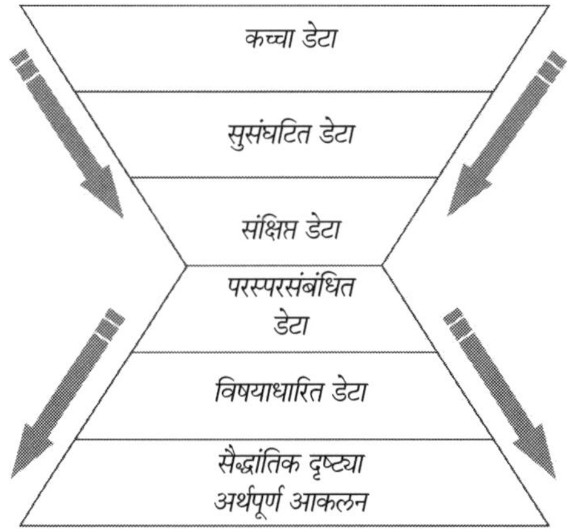

आकृती १४.४ गुणात्मक डेटा वापरून काम करताना: वेध घेणे आणि गोषवारा काढणे

आवर्तनांची गरज असते. काहीही मनोरंजक शोधायचे असेल तर तुम्हाला परत आधीच्या पायरीवर जावे लागते आणि पुनर्वाचन, पुनरावलोकन आणि पुनर्प्रतिबद्धता यांचा त्यात समावेश असतो. संक्षिप्तीकरणाची कल्पना ही लक्षात घेण्याजोगी दुसरी गोष्ट आहे हे लक्षात घ्या. प्रक्रियेचा भाग 'कमी' होणार आहे असे मी विद्यार्थ्यांना सांगितल्यावर, ते थोडे काळजीत पडतात. ते विचार करतात की हे समृद्धी जतन करण्याच्या क्यूडीएच्या ध्येयाच्या विरोधात आहे.

समृद्धी महत्त्वाची आहेच, पण गुणात्मक विश्लेषणात फक्त समृद्धी जपण्यापेक्षा अधिक कशाचा तरी समावेश होतो. चांगल्या गुणात्मक विश्लेषणात तुम्ही प्रत्यक्षात ते तयार करणे आवश्यक आहे. अशा प्रकारे विचार करा: कच्चा डेटा समृद्ध असू शकतो पण तो अव्यवस्थित आणि प्रकाशित करण्यास अयोग्यही असतो. उदाहरणार्थ, नियतकालिकात प्रकाशित करणार असाल तर तुम्हाला जवळजवळ १००० किंवा अधिक इतक्या कच्च्या डेटापासून १० पानी लेखाकडे जाण्याची गरज पडेल आणि ह्यामध्ये अपरिहार्यपणे डेटा संक्षिप्त करण्याची प्रक्रिया करावी लागेल जेणेकरून तो आटोपशीर आणि सुबोध होईल. परंतु तुम्हाला डेटा अर्थपूर्णदेखील करण्याची इच्छा असेल. त्यामुळे संक्षिप्त करण्याच्या प्रक्रियेनंतर तुम्हाला अंतर्गत परस्परसंबंध शोधावे लागतील, केंद्रविषय विकसित करावे लागतील आणि सिद्धांत तयार करावे लागतील. आकृती १४.४ मध्ये दाखवल्याप्रमाणे अर्थपूर्ण आकलनाच्या बिंदूपर्यंत जाणे म्हणजे तुमच्या डेटाचा गोषवारा काढणे. जेणेकरून ते सिद्धांतांच्या निकट सान्निध्यात असण्याची पूर्ण आणि प्रभावी कथा सांगेल.

पूर्वग्रह ओळखणे आणि परिणामांची नोंद ठेवणे

विश्लेषणापासून डेटा संकलन प्रक्रिया पूर्णपणे वेगळी करणे कठीण आहे, त्यामुळे (लोकांच्या कथा ऐकण्यात गुंतलेले असताना तुमच्याकडे सर्व विचार प्रक्रिया थांबविण्याची क्षमता नसते), तुम्ही जसजसे पुढे जाल तसे विश्लेषण करण्याकडे तुमचा कल असतो. पण हे धोकादायक असू शकते कारण – संशोधकांच्या ओळखीच्या आणि अनोळखी, जागृत आणि सुप्त मन असे दोन्ही पूर्वग्रह, पूर्वग्रहदूषितता, जगाविषयीच्या कल्पना आणि धारणा यांच्याशी अर्थविवरण एकत्रितपणे जोडले गेलेले असते.

या पूर्वग्रहांमुळे, शक्य तितकी तुमची अनुमाने आणि पूर्वकल्पित समज यांची यादी करणे, हा तुमचे विश्लेषण सुरू करण्याचा एक चांगला मार्ग आहे. शिवाय विश्लेषणप्रक्रियेद्वारे व्यवस्थापित करण्याची आवश्यकता असलेल्या

तुमच्या पूर्वग्रहांची जाणिवेतून ओळख पुढे आणण्यामुळे, तुम्हाला शोध घेण्यासाठी संभाव्य श्रेणी मिळवण्यास देखील मदत होईल.

संपूर्ण वाचन प्रक्रियेदरम्यान नोंदवलेल्या 'सामान्य परिणामांच्या' टिपणांसहित, गोळा केलेल्या सर्व डेटाचे काळजीपूर्वक वाचन ही दुसरी पायरी आहे. एकूणच डेटाचा अनुभव मिळविणे आणि डेटाच्या पूर्णपणे वेगळ्या प्रकारच्या स्रोतांकडे एक व्यापक कथा म्हणून लक्ष देण्याच्या प्रक्रियेला सुरुवात करणे, हे इथले उद्दिष्ट आहे. तसेच विविध विषयांप्रमाणेच यामध्ये जाणिवा आणि भावना ओळखण्याचा समावेश होतो. उदाहरणार्थ, तुम्ही घटस्फोटांच्या अनुभवांचा शोध घेत असाल तर राग, निराशा, आणि सल हे सर्व मालमत्तेची विभागणी किंवा ताबा व्यवस्थेइतकेच महत्त्वाचे असेल.

डेटा संक्षिप्त करणे आणि केंद्रविषयांमध्ये वर्गवारी करणे

विश्लेषणाच्या पुढील टप्प्यात सर्व डेटा स्रोतांची अगदी ओळ न् ओळ तपासण्याचे काम हाती घेतले जाते. ह्यामध्ये आकलनाच्या श्रेणी तयार करण्यासाठी कच्च्या डेटाचा पद्धतशीर वेध घेण्याचा समावेश होतो. तुमचा डेटा संक्षिप्त करणे आणि विविध विषयांमध्ये त्याची वर्गवारी करणे, ही कल्पना आहे. आपण स्वतः हाताने विश्लेषण करत असाल तर प्रतिलेखनाच्या अनेक प्रती करणे हा एक चांगला दृष्टिकोन ठरेल, ज्यावर तुम्ही मुद्दे ठळक करू शकता, कापू शकता व त्याचे संबंधित गठ्ठे रचू शकता आणि तुमचे विश्लेषण जसे पुढे जाईल तसे ते हाताळू शकता. तुम्ही जर क्यूडीए संगणकप्रणाली वापरत असाल तर तुमच्या प्रणालीमध्ये तुम्ही इलेक्ट्रॉनिक पद्धतीने तुलना प्रक्रिया हाती घेऊ शकता.

वर चर्चा केल्याप्रमाणे, हे मानसिक शांतता बिघडवणारे असू शकते. अचानक तुमचा समृद्ध डेटा वेगवेगळा केला जातो आणि त्याच्या राशी रचल्या जातात. पण हा तुमच्या विश्लेषणातील फक्त एक टप्पा आहे, याची स्वतःला आठवण करून द्या – आणि तुमची अंतर्दृष्टी जशी वाढेल तसे ह्या टप्प्याला तुम्ही पुन्हा भेट देऊ शकता.

आता तुम्ही या ओळ न् ओळीच्या संशोधनातून श्रेणी आणि विषय शोधत आहात. परंतु हा अनेक प्रकारे ध्वनित केला जाऊ शकतो: ते म्हणजे वापरल्या जाणाऱ्या शब्दांच्या माध्यमातून; चर्चिल्या जाणाऱ्या संकल्पनांमधून; औपचारिकपणे वापरलेल्या भाषिक साधनांमधून; आणि संशोधकांनी नोंदवलेल्या अमौखिक संकेतांमधून:

- *शब्दांचे अन्वेषण* – शब्दांचा शोध पुनरावृत्तीच्या माध्यमातून लावला जाऊ शकतो, किंवा त्यांच्या संदर्भाचे आणि वापराचे संशोधन केले जाऊ शकते (कधी कधी त्याला संदर्भातील कळीचे शब्द म्हणतात). विशिष्ट शब्दांचे विशिष्ट सांस्कृतिक ध्वनितार्थ देखील महत्त्वाचे आहेत. पॅट्टोन (२००१) हे ह्याला 'स्थानिक श्रेणी' असे संबोधतात तर कॉर्बीन आणि स्ट्रॉस (२००७) त्याला 'इन विव्हो' संकेतन असे संबोधतात. शब्द वापरून काम करताना, संशोधक अनेकदा पद्धतशीरपणे मजकूराचा शोध घेतात. एका विशिष्ट शब्दाशी (किंवा वाक्यांशाशी) संबंधित सर्व उदाहरणे शोधण्यासाठी संदर्भ/अर्थ याची टिपणे बनवतात. (कोष्टक १४.१ मधील आशयाचे विश्लेषण पाहा) जसे डिक्शन किंवा कनकॉर्डन्ससारख्या अनेक संगणक प्रणाली जलद आणि कार्यक्षमतेने विशिष्ट शब्द ओळखून आणि जुळणी करून बघू शकतात आणि संख्यात्मक पद्धतीने असे निष्कर्ष सादरही करू शकतात.
- *संकल्पनांचे अन्वेषण* – संकल्पनांचे अन्वेषण करण्यासाठी, संशोधक सर्वसाधारणपणे प्रतिलेखनाची ओळ न् ओळ किंवा परिच्छेद-दर-परिच्छेद वाचन करण्यामध्ये गढून जातात, मूलभूत सिद्धांत ज्याचा पुरस्कार करतात त्या 'सततच्या तुलनेत' व्यग्र होतात. दुसऱ्या शब्दात सांगायचे म्हणजे, पूर्वी विश्लेषण केलेल्या प्रत्येक मजकूरामध्ये संकल्पना आणि अर्थ याचा शोध घेतला जातो आणि समानता व विषमता दोन्ही

बाहेर काढण्याकरिता नंतरच्या प्रत्येक मजकुराची त्याच्याशी तुलना केली जाते. आपण अन्वेषण करत असलेले संकल्पना साहित्य, तुमचा संशोधन प्रश्न, अंतःप्रेरणा, किंवा पूर्वी घेतलेले अनुभव यामधून उदयास येऊ शकतात. संकल्पना 'प्रमाणित' समाजशास्त्र विभागातून देखील (उदा. सत्ता, वंश, वर्ग, लिंग) साध्य केल्या जाऊ शकतात. हे शोधून काढण्यासाठी तुम्ही तुमचा मजकूर वाचून काढता आणि अनुमानिकतेने विषय प्रकट करता. कोणतेही पूर्वप्रस्थापित समज न करून घेता (मूलभूत सिद्धांताच्या रिवाजाप्रमाणे) तुमच्या डेटामधून निगमनात्मकतेने संकल्पना शोधणे हा दुसरा पर्याय आहे. पूर्वनियोजित श्रेणीच्या संदर्भात, संशोधकांनी त्यांच्या अपेक्षांमध्ये त्यांचा डेटा 'बसवणे', आणि पर्यायी स्पष्टीकरण बघू न शकणे यापासून दक्ष असणे आवश्यक आहे. तथापि, निव्वळ निगमनात्मक पद्धतीही पूर्वग्रहाच्या अधीन असतात, ज्यामुळे अस्वीकृत व्यक्तिनिष्ठता डेटामधून निघणाऱ्या विषयांना प्रभावित करू शकतात. वर चर्चा केल्याप्रमाणे, अर्थपूर्ण आकलनाच्या दिशेने काम करताना अनेकदा अनुमानिक आणि निगमनात्मक दोन्ही प्रक्रियांचा समावेश असतो.

- *भाषिक साधनांचे अन्वेषण* – समृद्धी, आभास आणि संवेदनशील आकलन प्रदान करण्याच्या शब्दांच्या क्षमतेमुळे रूपक अलंकार, सादृश्य, आणि सुविचारांचासुद्धा नेहमी शोध घेतला जातो. ही साधने अनेकदा विचार संघटित करतात तसेच वक्ता आणि प्रेक्षक यांच्यादरम्यान संबंध विकसित करून आकलन सुलभ करतात. एकदा का तुम्ही अशा भाषिक साधनांचा शोध सुरू केलात की बोली आणि लेखी दोन्ही भाषेत शब्द विपुल आहेत असे तुम्हाला आढळेल. गुणात्मक डेटा विश्लेषक अनेकदा विशिष्ट संकल्पनांच्या भिन्न अर्थांचे वर्गीकरण करण्यासाठी समृद्ध रूपकात्मक वर्णनाचा वापर करतात.
- *अमौखिक सूचनांचे अन्वेषण* – कच्च्या डेचाकडून समृद्ध अर्थापर्यंतच्या प्रवासातील अडचण म्हणजे या प्रक्रियेदरम्यान जे हरवते ती होय. आणि गुणात्मक डेटा संकलन आणि विश्लेषणाची प्रवृत्ती अर्थातच सूर आणि शब्दांमागच्या भावना, शब्दांना साथ देणारी देहबोली किंवा न बोलले गेलेले शब्द यांवर भर देण्याऐवजी शब्दांवर लक्ष एकाग्र करण्याची असते. पण हे अमौखिक विश्व विषयाधारित शोधाचे केंन्द्र होऊ शकते. जर तुमचा कच्चा डेटा, टीपा किंवा प्रतिलेखन यांमध्ये अमौखिक संकेत असतील तर अर्थ आणि केंद्रविषयाला ते महत्त्वपूर्ण अर्थ प्राप्त करून देऊ शकतातः सूर कसा आहे, आवाज, पातळी आणि बोलण्याचा वेग, दिलखुलास आणि अस्वस्थ हास्य, चेहऱ्यावरील हावभावांचे विविध प्रकार आणि देहबोली, तसेच या सर्वांमधील कोणत्याही एका किंवा सर्वच गोष्टींमधील बदल हे अर्थपूर्ण आकलनामध्ये महत्त्वाचे ठरू शकतात.

नमुने आणि परस्पर संबंधांचा शोध घेणे

एकदा का तुम्ही तुमच्या मजकूराचा संबंधित विषयांसाठी शोध घेतलात की अर्थपूर्ण आकलनाच्या शोधाचे विविध विषयांच्या आणि विषयांमधील संबंधांच्या शोधाकडे मार्गक्रमण होते. उदाहरणार्थ, ठरावीक शब्द व संकल्पना यांचा वापर हा दुसऱ्या शब्दांच्या किंवा संकल्पनेच्या वापराशी संबंधित आहे का, हे तुम्ही बघू शकता. किंवा ठरावीक शब्द/संकल्पना या विशिष्ट श्रेणीच्या अमौखिक संकेतांशी किंवा भावनात्मक स्थितिशी संबंधित आहेत का याचा शोध घेणे. तुम्ही विशिष्ट रूपकांचा वापर आणि अमौखिक संकेत यामध्ये संबंध आहे का हे ही पाहू शकता. आणि अर्थातच, विशिष्ट वैशिष्ट्ये असणाऱ्या व्यक्तीमध्ये या विविध आयामांमध्ये कसे बदलसुद्धा होतात, हेही तुम्हाला कदाचित शोधावेसे वाटेल.

परस्परसंबंध भिन्नभिन्न आणि गुंतागुंतीचे दोन्ही असतात. आणि अटी आणि परिणाम किंवा वैयक्तिक अनुभव जागतिक विषयाशी कसे अधिक संबंधित असू शकतात याकडे ते निर्देश करतात, असे गृहीत धरले जाते.

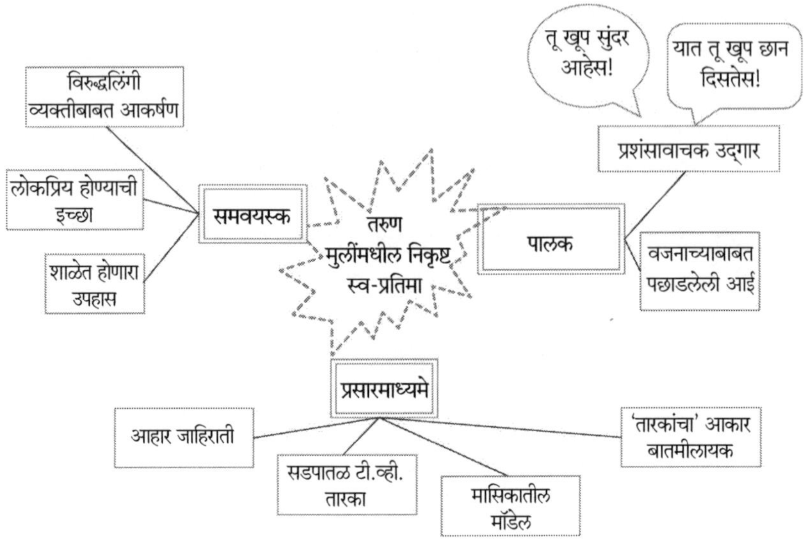

आकृती १४.५ तुमच्या विषयाचे चित्रण

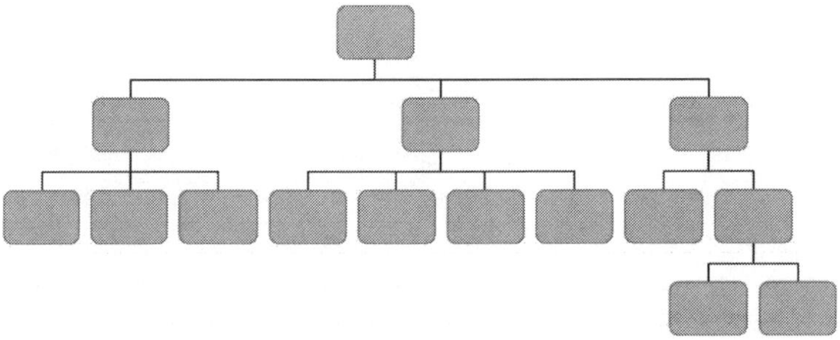

आकृती १४.६ क्यूडीएची 'झाडासारखी रचना'

विषयाचे चित्रण आणि बांधणी

नमुन्यांची आणि परस्परसंबंधांची तुमची श्रेणी जसजशी वाढते तसतसे तुमच्या डेटाचे 'चित्रण' करणे योग्य ठरते. तांत्रिकदृष्ट्या, जेव्हा अनुभवपूर्व विषयांशी संबंधित डेटा अनुमानिकतेने प्रकट केला जाईल, तेव्हा चित्रण पूर्वनिश्चित असेल. तथापि, निगमनात्मकतेने मूलभूत सिद्धांत दृष्टिकोन वापरून जेव्हा विषय जेव्हा नव्याने शोधला जातो, तेव्हा तुम्ही तुमच्या डेटाच्या माध्यमातून काम करताना चित्रण केले जाईल. तथापि, व्यवहारात हा फरक इतका स्पष्ट होणे संभवत नाही, आणि तुम्ही कदाचित शक्य असेल तितके सर्वात समृद्ध चित्रण विकसित करण्यासाठी दोन्ही धोरणांवर अवलंबून राहाल.

आकृती १४.५ मध्ये, अनुमानानिक आणि निगमनात्मक दोन्ही प्रक्रियांद्वारे केलेले तरुण मुलींमधील निकृष्ट स्व-प्रतिमेचा शोध घेणारे चित्रण केलेले आहे. म्हणजे, काही प्रारंभिक कल्पनांची नोंद केली गेली, पण डेटा जसा उद्भवला तशा इतर संकल्पना वाढवल्या आणि जोडल्या गेल्या. अशा प्रकारचे चित्रण हे सहज 'ट्री डायग्राममध्ये – झाडासारखी रचना' रूपांतरित केले जाऊ शकते जे बऱ्याच क्यूडीए संगणक प्रणालींमध्ये विश्लेषणाचा आधार ठरते, हे आवर्जून दखल घेण्यासारखे आहे (आकृती १४.६ पाहा).

या टप्प्यावर, परत भूतपूर्व संशोधन अभ्यास व व्यापक सैद्धांतिक लेखन दोन्ही साहित्याकडे वळणे आणि उदयास येणाऱ्या आकलनाच्या श्रेणी बघता ते तुमच्या डेटाला कशी माहिती पुरवतात हे पाहणे ही एक चांगली कल्पना आहे. मजकूर आणि अस्तित्वात असलेल्या साहित्यातील एकाच वेळी असलेल्या प्रतिबद्धतेमुळे तुम्ही जास्त सखोल आकलन तयार करू शकता. तुम्ही फक्त तुमच्या डेटाच्या आशयाचे अन्वेषण करू शकता इतकेच नाही तर तो आशय कसा आणि का सिद्धांताशी संबंधित आहे, याचाही शोध घेऊ शकता.

त्यानंतर या गोष्टीमुळे संक्षिप्त स्वरूपात साध्या श्रेणींमध्ये गठ्ठ्यांमध्ये वर्गीकरण केलेल्या डेटामधून जरा जास्त अर्थपूर्ण केंद्रविषयांमध्ये तुमच्या डेटाचे रूपांतर होते. विषयांना संवादामध्ये आणि संबंधित संशोधन व सैद्धांतिकाभिमुख साहित्याच्या बरोबर विषयाच्या जवळ (विषयांमधील तणावासह) ठेवणे यामुळे चित्रण ही एक कसरत बनते. अशाप्रकारे निगमनात्मक प्रक्रिया अधिक परिष्कृत पातळीवर विकसित झाली आहे.

सिद्धांत विकसित करणे

विषयासंबंधीच्या प्रतिचित्रणाने तुमचे विश्लेषण कळस गाठू शकते, संकल्पनांना कल्पनारूप देणे आणि संक्षिप्त वर्गीकरण यासाठी लागणारा सहभाग बराच प्रगत होऊ शकतो आणि प्रतिकृतीच्या निर्मितीपासून सिद्धांतनिर्मितीपर्यंत जाऊ शकतो. दुसऱ्या शब्दात सांगायचे तर समृद्ध प्रतिचित्रण नवीन कल्पना धुडकावून लावेल अशी शक्यता आहे – जसे 'इथे काय चालू आहे हे तुम्हाला माहीत आहे?' असा क्षण. परंतु जेव्हा तुमच्या असे लक्षात येते की, तुम्ही फक्त साहित्याकडून (काही गोष्टी) घेत नाही आहात तर परत योगदान द्यायलाही तयार आहात, तेव्हा ते खूप उत्कंठापूर्ण असते.

निष्कर्ष काढणे

निष्कर्ष काढणे म्हणजे सर्व अभ्यासातील महत्त्वपूर्ण/महत्त्वाचे निष्कर्ष एकत्रित करण्याची आणि ते का व कसे महत्त्वपूर्ण/महत्त्वाचे आहेत, हे लक्षात घेण्याची संधी आहे. तुमचा डेटा काय दाखवतो याचा स्पष्टपणे सारांश काढणे आणि त्याचा तुमच्या प्रकल्पाचा प्रमुख प्रश्न, ध्येये आणि उद्दिष्टे यांच्याशी संबंध जोडणे याबद्दल आहे. तुमच्या निष्कर्षांचा चालू साहित्य आणि आपल्या अभ्यासाच्या कार्यपद्धतीय मर्यादा या दोन्ही संदर्भात विचार केला जाणे आवश्यक आहे, आणि त्याने तुमच्या व्यापक चर्चेच्या दिशेने स्पष्टपणे निर्देश करणे आवश्यक आहे. लक्षात ठेवा: स्पष्टता महत्त्वाची आहे पण संदिग्धता आणि गुंतागुंतविरहित जगाचे चित्र उभे करण्यासाठी तुमच्या निष्कर्ष त्यात जबरदस्तीने बसवू नका.

सारांशाव्यतिरिक्त, तुम्ही तुमचे निष्कर्ष, अंतर्दृष्टी आणि कल्पनादेखील एका मूळ चौकटीच्या किंवा आवृत्तीच्या स्वरूपात समाविष्ट करण्याचा विचार करू शकता. अशा साधनांमुळे तुमच्या अहवालाला फक्त स्पष्टताच येते असे नाही तर साहित्यामध्ये स्वतःचे असे योगदान करणारे संशोधक म्हणून तुमची विश्वासार्हता प्रस्थापित करण्यासही अशा साधनांची मदत होते.

रकाना १४.४ मध्ये क्यूडीए वापरून केलेल्या अभ्यासाची आणि विषयासंबंधीच्या विश्लेषणाची उदाहरणे दिलेली आहेत.

रकाना १४.३

प्रभावी क्यूडीएद्वारे तुमचा मार्ग तयार करणे

वर वर्णन केलेल्या पायऱ्या व्यवहारात कशा उलगडतात याबद्दल थोडक्यात उदाहरण घेणे, ही एक चांगली कल्पना आहे असा विचार मी केला. तर संगीत चित्रफीती पाहू या. या अभ्यासासाठी अशी कल्पना करा की तुम्ही गेल्या तीन वर्षांमधील संगीत चित्रफीतींचा शोध घेण्याचा अभ्यास सुरू करणार आहात आणि तुम्ही त्या काळातील अव्वल ३० चित्रफीतींचे ध्वनीमुद्रण करू शकलात. याचे विश्लेषण खालीलप्रमाणे असेल.

पायरी १: पूर्वग्रह ओळखणे/एकूण परिणामांची नोंद घेणे

ते आपल्या सर्वांकडेच असतात. उदाहरणार्थ, तुम्हाला कदाचित असे वाटेल की संगीत चित्रफीतींमध्ये महिलांना एखाद्या वस्तूप्रमाणे सादर केले जाते, ते उथळ/वरवरचे गाणे असते आणि ग्रामीण संगीत चित्रफीती सर्वात जास्त खुळचट असतात. हे नीटपणे करणे अत्यंत महत्त्वाचे आहे. तुम्ही पूर्वनिश्चित समज ओळखले आणि त्यांना सक्रियपणे निष्क्रिय केलेत तर तुम्हाला जे अपेक्षित आहे ते नक्की सापडेल!

पुढील पायरी म्हणजे सर्व ३० चित्रफीती पाहणे आणि एकूणच परिणाम, कदाचित आशय, गाणे, नर्तक, चळवळ, भावना, शैली यासंबंधित टिपणे घेणे (या श्रेण्या आपल्या स्वतःच्या आवडी, विचार किंवा साहित्य यामधून साध्य करू शकतात) हे आहे.

पायरी २: केन्द्रविषयांमध्ये संक्षिप्त करणे आणि संकेतन करणे

यामध्ये प्रत्येक व्हिडिओ पाहणे आणि पहिल्या पायरीत तुम्ही नोंद केलेल्या/निर्माण केलेल्या श्रेणीशी संबंधित आवर्जून दखल घेण्यासारखे सर्व काही त्याचबरोबर निगमनात्मकतेने तुम्ही प्रकट केलेल्या इतर कोणत्याही श्रेणी यांचा समावेश होतो. उदाहरणार्थ, जेव्हा व्हिडिओ १ मधील शब्दांचा प्रश्न येतो तेव्हा तुम्हाला फसवणूक, प्रेमभंग आणि विश्वास हे विषय सापडतील. अशाप्रकारे, तुम्ही श्रेणी आणि उपश्रेणी दोन्ही तयार करू शकता ज्या तुम्ही प्रत्येक व्हिडिओ वापरून तुमचे काम करत असताना विस्तारण्याची शक्यता आहे.

पायरी ३: नमुने आणि परस्पर संबंधांचा शोध

तुमच्या ३० व्हिडिओमधील विषय परस्पर व्याप्त असण्याची शक्यता आहे – म्हणून ही पायरी तुम्हाला साम्य आणि फरकांचा शोध घेण्यास सांगते. उदाहरणार्थ, ज्यात बँड दाखवलेला आहे तो व्हिडिओ हा महिला कलाकार असलेल्या व्हिडिओपेक्षा सर्वात सुस्पष्ट आशय असलेला आहे, असे तुम्हाला दिसून येईल किंवा ग्रामीण व्हिडिओमध्ये नर्तक सर्वात जास्त दिसून येतील.

पायरी ४: केन्द्रविषयाचे प्रतिचित्रण आणि बांधणी

एका लहान विभागाचे प्राथमिक चित्रण खालीलप्रमाणे असू शकते. इथे तुम्हीः (१) सर्व मुख्य विषयाचे (शैली, लिंग, इ) चित्रण सुरू ठेवू शकता; (२) आणखी योग्य उपश्रेणी तयार करू शकता (उदा. स्वातंत्र्य या उपश्रेणीत तुम्ही पुरुष/महिलांचा समावेश करू शकता असे) आणि (३) विविध परस्परसंबंधांचे प्रतिचित्रण. हे कार्य करत असताना साहित्याचा वापर करण्यास विसरू नका.

तुम्ही सुरुवातीपासूनच तुमच्या अभ्यासाच्या सीमा स्पष्ट केल्या नाहीत, तर संगीत व्हिडिओच्या सर्व गुणात्मक पैलूंचे विश्लेषण करणे, हे एक प्रचंड काम आहे असे तुमच्या लक्षात येईल. जे कदाचित आटोपशीर होणार नाही – त्यामुळे तुम्ही एक किंवा दोन विशिष्ट मनोरंजक भागासाठी ते मर्यादित करण्याचे ठरवू शकता, उदाहरणार्थ, लिंग. लक्षात ठेवाः मोठ्या प्रमाणावर वाईट काम करण्यापेक्षा लहान प्रमाणात खरोखर काटेकोर काम करणे बरेच चांगले आहे.

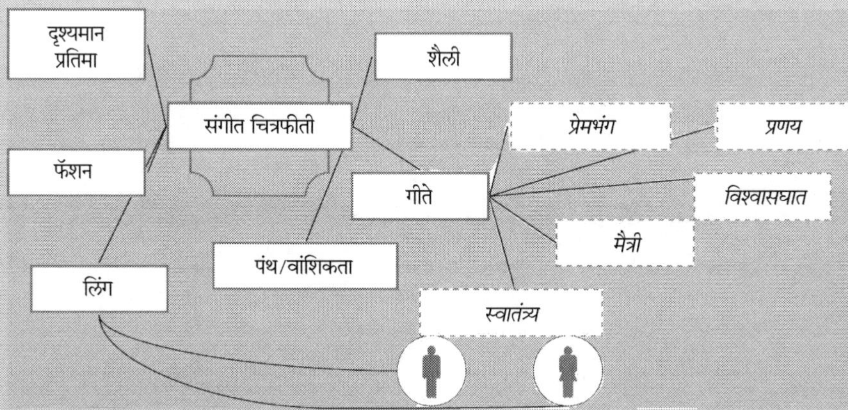

पायरी ५: सिद्धांताची बांधणी व पडताळणी

तुम्ही तुमचे व्हिडिओ १०३ व्या वेळी पाहाल आणि तुमचे चित्रण ७२ व्या वेळी सहजपणे हाताळाल तेव्हा अशी आशा आहे की 'इथे काय चालू आहे हे तुम्हाला माहीत आहे' असे तुम्हाला प्रथमच लक्षात येईल. कोणास ठाऊक? तुम्ही संगीत उद्योगात खळबळ माजवणारा एखादा सिद्धांत निर्माण करू शकता.

पायरी ६: निष्कर्ष काढणे

तुम्ही वापरू शकाल त्यापेक्षा कितीतरी अधिक प्रक्रियांमधून शोध घेणे तुम्हाला शक्य आहे. त्यामुळे तुम्ही सर्वात महत्त्वपूर्ण / महत्त्वाचे काय आहे हे ठरवणे आणि तुमच्या प्रकल्पाच्या प्रमुख प्रश्नांशी, ध्येयांशी आणि उद्दिष्टांशी लक्षवेधक आणि विश्वासार्ह मार्गाने ते परत जोडणे आवश्यक आहे.

आकृती १४.७ संगीत व्हिडिओ शब्दचित्रण

रकाना १४.४

क्यूडीए आणि विषयासंबंधीचे विश्लेषण वापरून केलेला अभ्यास

बॉरेल, जे. (२००८) 'जुगाराविषयीच्या समस्यांच्या एजन्सीची संकल्पना ओळखणारे विषयासंबंधीचे विश्लेषणः निवडक उद्योग आणि संशोधन कागदपत्रे यांच्यातील संभाषणांचा प्राथमिक शोध', *जुगाराबाबतच्या मुद्द्यांवरील नियतकालिक*, २२: १९५–२१८.

ह्या अभ्यासामध्ये वार्षिक अहवाल आणि संशोधन मंडळाच्या कागदपत्रांचा विषयाप्रमाणे शोध घेतला गेला, जुगार आणि समस्या जुगार दोन्ही संबंधात एजन्सीला दर्शविण्यात आले, अशा उदाहरणांची नोंद केली. मूलभूत कल्पना, गृहितकं, संकल्पना करणे आणि आदर्श यांचे परीक्षण करण्यासाठी अर्थासंबंधीच्या आशयाच्या पलीकडे विषयासंबंधीचे विश्लेषण गेले.

बिशॉफ, जी. एच., वारनार बी.एल., बराजस, एम.एस. आणि धालीवाल (२०११) 'पुरुष ते महिला असे लिंगसंक्रमण केलेल्या पतीबरोबर राहण्याचे पत्नीचे अनुभव या विषयासंबंधीचे विश्लेषण', *मिशिगन कौटुंबिक परीक्षण*, १५(१): १६–३३.

या गुणात्मक अभ्यासामध्ये पुरुष ते महिला असे लिंगसंक्रमण केलेल्यांच्या पत्नींच्या १४ प्रकरणांचे विश्लेषण केले आहे. पुरुष ते महिला असे लिंगसंक्रमण केलेल्या पतीबरोबर राहण्याच्या पत्नीचे अनुभव जाणून घेणे आणि महत्त्वाचे विषय संघटित करणे यासाठी विषयासंबंधीच्या विश्लेषणाचा वापर केला गेला. तीन मुख्य क्षेत्रांमध्ये विषयाची वर्गवारी झाली: वैयक्तिक, जोडप्यांचे संबंध, आणि कुटुंब आणि सामाजिक संबंध.

पेहल्के, टी. ए., II, हेनॉन, सी.बी., रॅडीना, एम. ई. आणि कुवालांका, के. ए. (२००९) 'वडिलांना अजूनही सर्वात जास्त योग्य काय आहे ते कळते का? दररोजच्या जीवनात उद्भवू शकणाऱ्या घटनांवर आधारित दूरदर्शनवरील एका लोकप्रिय विनोदी कार्यक्रमाचे निगमनात्मक विषयासंबंधीचे विश्लेषण' *फादरिंग*, ७(२): ११४–१३९.

या अभ्यासात सहा प्रमुख नेटवर्क मधील १२ कार्यक्रम ध्वनीमुद्रित केले आणि त्याच्या वडिलंच्या सहभागा संबंधित विषयांचे विश्लेषण केले गेले. निगमनात्मक विषयासंबंधीचे विश्लेषण तीन विषयांच्या निर्धारणाला कारणीभूत ठरले: वडिलांचे मुलांशी संवाद साधण्याचे विविध मार्ग (गुणवत्तापूर्ण वेळ घालवणे, भावनिक वागणूक आणि जीवनाचे धडे शिकवणे); विविध वांशिक/वंशीय गटातील आणि सामाजिक-आर्थिक दर्जाच्या वडिलांची प्रतिमा कशी आहे आणि वडिलांच्या संदर्भातील नकारात्मक संदेश (मूर्ख किंवा अप्रगल्भ वर्तन आणि कुटुंबातील सदस्यांविषयीचे विनोद).

विशिष्ट क्यूडीए धोरणे

या क्षणापर्यंत मी क्यूडीएला मूलभूत तर्कशास्त्र आणि पद्धती असलेला एकसंध दृष्टिकोन म्हणून हाताळले, आणि मी वेगळ्या अंतरशास्त्रीय आणि गणनिष्ठ पद्धती अस्तित्वात आहेत त्याबद्दल चर्चा केलेली नाही. पण ह्या विभागाच्या सुरुवातीला नमूद केल्याप्रमाणे गेल्या काही दशकांमध्ये अनेक भिन्न पद्धती विकसित केल्या गेल्या आहेत. त्या पद्धतींची प्रत्येकाची स्वत:ची विशिष्ट ध्येयं, सिद्धांत आणि पद्धती आहेत – आणि प्रत्येकाची तुमच्या स्वत:च्या संशोधनासाठी असणारी व्यवहार्यता विविध पातळ्यांवरची असेल. मी खरोखर तुम्हाला आवडणाऱ्या पद्धतींमध्ये सखोल जाण्याची शिफारस करत असले तरी, तुम्ही फक्त एका दृष्टिकोनाचा अवलंब करण्याची गरज नाही, हे लक्षात ठेवणे योग्य ठरेल. तुमचा डेटा आणि तुमचा स्वत:चा संशोधनाचा विषय यादरम्यान सर्वोत्तम आवर्तन करेल असा एक दृष्टिकोन विकसित करण्यासाठी विविध धोरणांमधून अंतर्दृष्टी मिळवणे शक्य आहे.

कोष्टक १४.१ विशेषज्ञ क्यूडीए धोरणांची तुलना

आशयाचे विश्लेषण	
'भाषणातील अर्थाचे अर्थविवरण करणे'	• भाषिक 'सांख्यिकीकरणाचा' समावेश करू शकतो जिथे तपासलेले शब्द आणि मजकूर हा विश्लेषणाचा भाग आहेत. • सांकेतीकरणातून विषयासंबंधीच्या विश्लेषणाचा संदर्भ देऊ शकता. • घटना महत्त्वाचे कल सूचित करेल असे गृहीत धरले आहे अशा ठिकाणी लक्षात घेणे. उदाहरणार्थ, एखाद्या विशिष्ट विषयाच्या बातमी होण्याच्या क्षमतेचे विश्लेषण करणे किंवा एखाद्या विशिष्ट संकल्पनेच्या शोधासाठी वापरलेले त्या व्यक्तीच्या सुप्त मनाचे संदर्भ बघणे
संभाषणाचे विश्लेषण	
'सामाजिक-ऐतिहासिक संदर्भातून भाषेचे अर्थविवरण करणे'	• फक्त काय म्हटले आहे यावर लक्ष केंद्रित करण्यापेक्षा, भाषा जशी घडत गेली आणि सामर्थ्य आणि ज्ञान यांनी बद्ध सामाजिक-ऐतिहासिक संदर्भ अंतर्भूत करत गेली, याचा संभाषण विश्लेषण शोध घेते. • विश्लेषणामध्ये अपरिहार्यपणे 'चिकित्सक' डेटाचा समावेश होतो; दुसऱ्या शब्दांत सांगायचे तर तो प्रबळ विचारधारेला आव्हान देतो. • 'मजकूरा'मागे खरी राजकीय सत्ता आहे असे गृहीत धरले जाते आणि सामाजिक जाणिवेवर ज्याचा प्रभाव आहे, त्याचा अभ्यास करणे.
कथा विश्लेषण	
'व्यक्तीच्या "कथांचे" अर्थविवरण करणे'	• जेथे माहिती संकलन आणि अर्थविवरण हे अनेकदा पुनरावर्ती असते ज्यामध्ये कथा विकसित करण्यावर लक्ष केंद्रित केले जाते. • रूपकात्मकतेकडे महत्त्वाचे म्हणून पाहिले जाते. • वैयक्तिक कथा बाहेर आणणे उपयुक्त आहे, असा विश्वास वाटतो त्याचा अभ्यास करणे. सहसा लहान नमुन्याचा समावेश होतो आणि अनेकदा मानसघटनाशास्त्रीय संशोधनमध्ये याचा वापर करतात.
संभाषण विश्लेषण	
'संभाषण संरचना आणि बांधणी समजून घेणे'	• मेहनतीने नक्कल केलेल्या संभाषणांचा भाषणाच्या रचनात्मक संघटनासाठी शोध घेतला जातो. • वक्ते आणि कथन करताना येणारे वळण यांना संभाषण समजून घेण्यात विशेष महत्त्व आहे. • अनेकदा मानसघटनाशास्त्रीय अभ्यासामध्ये घेतला जातो जो व्यक्ती संवादामधून काय अर्थ निर्माण करते ते पाहतो.
भाषिक चिन्हशास्त्र	
'चिन्हे आणि प्रतीकांमागे असलेल्या अर्थाचे अर्थविवरण करणे'	• बोधात्मक अधिकारक्षेत्राच्या निर्धारणाचा समावेश – किंवा अर्थ तयार करण्यासाठी शिक्षण कौशल्य आणि मानसिक प्रक्रियांचा वापर. • उलगडून सांगण्याच्या प्रयत्नातून विशिष्ट अर्थाची पुनर्रचना करते. • भाषाशास्त्र आणि मानवविज्ञान यामध्ये वापर – भाषिक चिन्हशास्त्र वापरणारे सामाजिक संशोधक अनेकदा चिन्हे कशी तयार केली जातात आणि सामाजिक भानावर परिणाम करण्यासाठी कशी वापरली जातात ते समजून घेण्याचा प्रयत्न करतात.
अर्थमीमांसा	
'संवादात्मक पद्धतीने मजकूरचे अर्थविवरण करणे'	• 'अर्थमीमांसा आवर्त' वापरून आणि मजकूराच्या आत व बाहेर मार्गक्रमण करण्याचा किंवा दृष्टिकोन बदलून समृद्ध आकलनावर आवर्तन करण्याचा ह्यात समावेश होतो. • पर्यायी दृष्टिकोनांवर लक्ष केंद्रित करणे – संपूर्ण व जागतिक, पारंपरिक चिकित्सक, इ. • अनेकदा ऐतिहासिक दस्तऐवज, कादंबरी, गीतांचे बोल, कलाकृती आणि नाटक याचा समावेश असलेल्या साहित्याच्या अभ्यासासाठी वापरले जाते. अर्थ ही लेखक आणि प्रेक्षक यांच्यातील संबंधांची निर्मिती आहे, असे गृहीत धरले असेल तेव्हा हाती घेतले जाते.
मूलभूत सिद्धांत	
'थेट डेटामधून सिद्धांत निर्मिती करणे'	• अत्यंत निगमनात्मक (वैश्लेषिक प्रवर्तन) • पूर्वी विश्लेषण केलेल्या स्त्रोतासंबंधात प्रत्येक डेटा स्त्रोताचे अन्वेषण करण्यासाठी 'सतत तुलनात्मक पद्धतीचा' वापर • सर्व पूर्वकल्पित समज बाजूला सारणे महत्त्वाचे आहे आणि फक्त डेटाच जे सांगायचे ते सांगेल, असा विश्वास असलेले संशोधकच हे हाती घेतात.

कोष्टक १४.१ *(पुढे चालू...)*

दृश्यमान विश्लेषण	
'स्थिर आणि हलणाऱ्या प्रतिमांचे अर्थविवरण करणे'	• वरील सर्व धोरणांच्या तर्कशास्त्राचा समावेश होऊ शकतो, शब्दापेक्षा प्रतिमांचे विश्लेषण हा फरकाचा मुद्दा असतो. • विशिष्ट प्रतिमा, क्लिप्स, कलाकृती, इत्यादींविषयीची लोकांची मते आणि प्रतिक्रिया गोळा करणे यांचादेखील समावेश करू शकता. छायाचित्रे वापरली जातात तेव्हा त्याला एलिसिटेशन असे म्हणतात. • संपूर्ण सामाजिक आकलनासाठी प्रतिमांना महत्त्व असल्याचा युक्तिवाद करणारे संशोधक हे हाती घेतात – वाढत्या प्रमाणात फेसबुक, यूट्यूब, टीव्ही आणि डीव्हीडी असलेल्या आपल्या जगात.

कोष्टक १४.१ मध्ये क्यूडीए तुम्हाला कोणत्याही शाखेचे तज्ज्ञ बनविण्यासाठी पुरेसे सर्वसमावेशक होणे या दृष्टीने तयार केलेले नाही, परंतु ते सामान्यतः वापरल्या जाणाऱ्या धोरणांचा तुलनात्मक सारांश पुरविते. तुम्ही पुढे प्रकरणाच्या शेवटी दिलेल्या पुस्तकांचा खोलवर अभ्यास करून ह्या धोरणांचे अन्वेषण करू शकता.

गुणात्मक डेटा सादर करणे

बऱ्याच पुस्तकांमध्ये गुणात्मक डेटाच्या सादरीकरणाचा पुरेसा अंतर्भाव केला जात नाही, पण त्यांनी तो करायला हवा. विद्यार्थ्यांना अनेकदा हे काम करणे अवघड जाते आणि ते सर्वात परिचित आहेत अशा प्रकारावर किंवा त्यांच्या पद्धतींच्या पुस्तकांमध्ये (जी अनेकदा संख्यात्मकरित्या पूर्वग्रहित असतात) आढळणाऱ्या पद्धतींवर शेवटी परत घसरतात. गुणात्मक प्रकल्पावर काम करणाऱ्या विद्यार्थ्यांकडे केवळ तीन उदाहरणे, पाच दस्तऐवज किंवा आठ मुलाखती असतील तर यासाठी, ते शेवटी काही आभासी-संख्यात्मक विश्लेषण आणि पाय आलेख, बार आलेख आणि टक्केवारी यांचा समावेश असलेले सादरीकरण यांचा वापर करू शकतात. उदाहरणार्थ, ते असे म्हणू शकतात ५०% अनुभव ... आणि २५% विचार ... जेव्हा प्रत्यक्षात ते केवळ एकूण चार लोकांबद्दल बोलत आहेत.

गुणात्मक डेटाचे सामर्थ्य फक्त यातच नाही. तर गुणात्मक डेटाचे सामर्थ्य प्रत्यक्ष शब्द आणि प्रतिमा यांमध्ये आहे – त्यामुळे मी ते वापरण्याचा सल्ला देईन. समृद्ध शब्दांचा वापर करणे हे ध्येय असेल तर अयोग्य सांख्यिकीकरण टाळा आणि भाषा जोपासा. भाषा हा शब्द आणि प्रतिमा यांचे जतन करण्याचा आणि जोपासण्याचा सर्वोत्तम मार्ग कथाकथन आहे. तुम्हाला इथे स्पष्ट संदेश, चर्चा किंवा कथानक यांची गरज आहे आणि अशाप्रकारे निवडकपणे शब्दांचा आणि प्रतिमांचा वापर केला तर त्या कथेला वजन येते. तुम्ही सादर करणार असलेला गुणात्मक डेटा निदर्शक आणि आपल्या वाचकांचे लक्ष वेधेल असा पुरेसा प्रभावी असला पाहिजे.

हे स्पष्ट करण्यासाठी उदाहरण हा कदाचित सर्वोत्तम मार्ग आहे. माझ्या स्वतःच्या धार्मिक असंलग्नतेच्या अभ्यासाकडे परत वळू या. आता या अभ्यासासाठी मी प्रत्यक्षात ८० 'धर्मत्यागी' (ज्यांनी धार्मिक विश्वासाचा त्याग केला होता) व्यक्तींच्या सखोल मुलाखती आयोजित केल्या. म्हणून मी प्रभावीपणे संख्येच्या आणि तक्त्याच्या स्वरूपात (रकाना १३.६ पाहा) माझा डेटा सादर करू शकले. हे सांख्यिकीकरण निश्चितपणे एक छान सारांश देत असले तरी तो शब्द आणि धर्मत्यागींचे शब्द आणि त्यांच्या स्वतःच्या कथा सर्वात जास्त लक्षवेधक आहेत.

रकाना १४.५

गुणात्मक डेटाच्या सादरीकरणाचे एक उदाहरण

ह्या उदाहरणात अशा व्यक्तींकडे लक्ष दिले गेले आहे ज्यांच्या धार्मिक असंलग्नतेच्या प्रक्रिया संतप्त बंडखोर किंवा खुला शोध याने नाही, तर 'अतृप्त शंकेखोर' याप्रकाराने उत्तम प्रकारे प्रस्तुत केल्या आहेत. माझ्या संशोधनामध्ये अशा व्यक्तीचे 'आत्मकेंद्री धर्मत्यागी' असे वर्णन केले होते, संशोधनात आढळलेल्या तीन प्रकारांपैकी एक धर्मत्यागी (धर्मत्यागी म्हणजे धार्मिक श्रद्धेचा त्याग केलेल्या व्यक्ती).

आत्मकेंद्री धर्मत्यागी

सर्वसामान्य मार्ग

आत्मकेंद्री धर्मत्यागीसाठी स्वतःच्या किंवा जगाच्या परिस्थितीशी धर्माचा मेळ घालणे कठीण असते. असंलग्नतेच्या प्रक्रिया आत्मपरीक्षणाने, नकारात्मक आत्मचिंतनाने आणि पोकळीने कोरल्या जातात ज्यामध्ये देवाबद्दलचे, धर्माबद्दलचे आणि प्रसंगी स्वतः बद्दलचे आकर्षण कमी होते. धर्मत्याग ही एक प्रखर बौद्धिक कसरत आहे ज्यामध्ये गोंधळ आणि अलिप्तता दिसून येते. खालील गोष्टी आत्मकेंद्री असंलग्नतेचे सार टिपतात:

> माझा कठीण काळ खरंच सुरू झाला होता; मी आठ वर्षाची होते असे मला वाटते. माझ्या पालकांचे बरेच मोठे मांडण चालू होते आणि... देव मला मदत करू इच्छित नव्हता. काही वेळा माझे जीवन सोपे नव्हते... मी उदास होते, मी खूपच निराशाजनक परिस्थितीतून गेले होते आणि अशाच परिस्थितीत एक युवा म्हणून मी खरोखर देवाबाबत शंका घेतली. तुमचा स्वतःवर विश्वास नसेल तेव्हा कशावरही विश्वास बसणे कठीण असते आणि मला देवाकडे जायचे होते पण तो आपल्यापर्यंत पोहोचत नाही. मला अनेकदा वाटलं की, देव माझ्यासाठी नाही... त्यामुळे मला वाटायचं की तो अस्तित्वात तरी आहे का; मी पूर्ण वेळ हाच विचार करायची. तो तेथे आहे का? त्याला फक्त माझी काळजी नाही का? (मुलाखत क्रमांक १३)

या आत्मकेंद्री उताऱ्यात बरेच सांगितलेले आहे. त्यामध्ये स्पष्टपणे देव आणि धर्म दोन्हीबद्दल आकर्षण नसल्याचे सांगितले आहे. 'देव मदत करू इच्छित नाही' आणि 'तो आपल्यापर्यंत पोहोचू शकत नाही' यासारख्या प्रश्नांमधून कौटुंबिक धर्माबद्दल अनाकर्षण आणि देवाच्या वैयक्तिक संबंधांसाठीच्या नकारामुळे स्वतःमधील वेदनादायक दृष्टिकोन दोन्ही दिसते. स्वतःवर लक्ष केंद्रित केलेले आहे आणि धर्मासंबंधित शंकेमुळे आलेल्या पोकळीचा स्पष्ट संकेत दिलेला आहे.

आत्मकेंद्री धर्मत्यागींसाठी, असंलग्नता प्रक्रिया ही शंका आणि अतिशय वैयक्तिक निराशेतून उद्‌भवलेले प्रश्न याचा आत्मनिरीक्षणात्मक प्रवास असल्याचे दिसते. आत्मकेंद्री प्रवासाचे प्रमाणचिन्ह म्हणजे चिंतनशील आणि बौद्धिक लक्ष्याच्या बरोबरीने दुरावल्यासारखे वाटण्याची हानी, हे आहे. खालील कथा पुढील मुद्दा स्पष्ट करते:

> एका प्रकारे मी बालक म्हणून सर्वांपासून दूर होतो, अज्ञानाच्या एका सुरक्षित कोशात राहात होतो, मला असे वाटत नाही की माझे पालक अगदी ... त्यांनी जे केले किंवा त्यांना जे वाटले योग्य होते की नाही असे मला कधी वाटले, पण का हे मला खरंच माहीत नाही. मी जेव्हा विद्यापीठात गेलो आणि मला काही लोक भेटले तेव्हा मला काही गोष्टींबाबत प्रथमच प्रश्न पडले. चर्चसोबत येणाऱ्या सर्व विसंगती. मी खरोखर धर्माकडे वस्तुनिष्ठतेने पाहिले नव्हते; मी त्याच्याकडे अगदी

(पुढे चालू...)

(पुढे चालू...)

> मुळीच पाहिले होते असे वाटत नाही. असं असलं तरी, ते निराशावादी आहे. याचा अर्थ फक्त ज्या गरीबांना ते मदत करू इच्छितात असे ते म्हणतात त्या तुलनेत चर्चच्या संपत्तीकडे पाहण्यासारखे आहे. आणि देव या कल्पनेत समस्या असू शकते असे तुमच्या लक्षात येते. ...मला हे व्यक्त करताना खूप अवघड गेले; मला असं वाटतं की यात काहीही अर्थ नाही. मला माहीत नाही. (मुलाखत क्रमांक ६७)

हा उतारा स्पष्टपणे देव आणि धर्म या कल्पनांबाबत अनाकर्षण दाखवतो. चर्चच्या 'विसंगती' या आत्मकेंद्री धर्मत्यागीला स्वतःमधील अंतर्भूत अनाकर्षाणापर्यंत नेऊन सोडतात. चर्चमध्ये होणाऱ्या ढोंगीपणामुळे धर्म सुटला हे खूप दुःखद आहे. 'ती खरंच... माझ्यासाठी अवघड वेळ होती' हे विधान असे दाखवते की गमावल्याचा गोंधळ निराकरण करण्यास कठीण आहे, देव आणि धर्म यांचा अनिश्चिततेच्या असुरक्षित बिंदूपर्यंत विचार केला जातो.

भिन्न मार्ग

हरवलेले आणि गोंधळलेले आत्मपरीक्षण हा आत्मकेंद्री प्रवासातील एक सामान्य विषय आहे जो विश्वासार्ह नसतो, तरीही हा प्रवास अजून काहीसे भिन्न वळण घेऊ शकतो. उदाहरणार्थ, आत्मकेंद्री प्रतिसादकाचा प्रवास चिन्हांकित करणारे खिन्न आत्मपरीक्षण, प्रतिगामी वेदना आणि राग याच्याशी संबद्ध केले जाऊ शकतेः

> मी पारंपरिक चर्च आणि पारंपरिक देव यांच्यावर शंका घेणे सुरू केले तेव्हा मी १६ वर्षाचा होतो. जगात खूप जास्त दुःख आहे. अनेक लोक मरण पावतात आणि अनेक मुलांना दुःख भोगावे लागते, असा देव कसा असू शकेल? ...देव मजबूत पिताही आहे, आणि एक हरामखोरही आहे तर जग कसे कोणाला अर्थपूर्ण वाटू शकते? देवाला काही अर्थ नाही. एकतर देव क्षुद्र आणि सूडबुद्धी आहे किंवा तो नाहीच आहे. एकही पुरुष देव नाही, असे मला स्वतःला वाटते. कोणताही धर्म या जगाचे मूलतत्त्व ओळखतो असे मी कधीही खरोखर ऐकलेले नाही आहे. मला धर्माबद्दल पूर्णपणे अनाकर्षण होते आणि ते मला काय देण्याचा प्रयत्न करत होते... मी जितके जास्त पाहिले, ख्रिस्ती धर्मश्रद्धा या हाव आणि दडपशाही यांचा बालेकिल्ला होत्या, हे मला अधिकच कळले. वैयक्तिक आणि सामाजिक दोन्ही पातळीवर, हे वेळ वाया घालवण्यासारखे आहे. त्यामुळे मी नास्तिक झालो आहे. (मुलाखत क्रमांक ३८)

या प्रतिसादकासाठी, आत्मकेंद्री अनाकर्षण हा जगातील दुःखाच्या संतप्त प्रतिबोधनाचा परिणाम आहे. ख्रिस्ती 'हाव आणि दडपशाही' याची अनुभूती, राग आणि दुरावलेपण दोन्हीकडे नेते. उदाहरणार्थ, 'क्षुद्र', 'सूडबुद्धी' आणि 'हरामखोर' असे शब्द संतप्त प्रतिक्रियावादाकडे निर्देश करतात तर आत्मकेंद्री अर्थाचे वैयक्तिकीकृत दुरावलेपण आणि पोकळी पुढील वाक्यांनी निर्देशित होते 'ह्यात काही अर्थ नाही' आणि 'मला कसलेही आकर्षण नाही' अशा प्रकारे या प्रतिसादकाचे दुःख आणि राग एकाचवेळी बाहेर पडतात.

तथापि, क्रोध ही आत्मकेंद्री धर्मत्यागासंबंधित केवळ एकच संकल्पना नाही. अनेक आत्मकेंद्रींच्या पुढील प्रवासात प्रत्यक्षात एक तगडा सुसंगत आणि तार्किक घटक आहे. या उदाहरणात, अनाकर्षणाच्या बरोबरीने कौटुंबिक श्रद्धांबाबत सुसंगत परावर्तन येते. खालील गोष्ट सूचक आहेः

> या मार्गावर मी नक्की कशामुळे आलो हे मला आठवत नाही, पण याचे कारण जगातील सर्व समस्या असाव्यात, असे वाटते. पवित्र युद्ध नेहमी माझ्या डोक्यात घोळत राहतात. राजा आर्थर

वगैरे. मला असे म्हणायचे आहे की पवित्र युद्ध, हा विरोधाभास नाही का? मला वाटतं मी प्रथम फक्त देव, देवाच्या कल्पना सोडून दिल्या. या जगात देव असू शकत नाही, आणि नंतर मी त्याच्याकडे पहिले. वयस्कर लोक फोनवर प्रचारकांना पैसे देतात आणि लोक अजूनही युद्धावर जातात. मला कधीही काहीही मिळत नाही; मिळणारही नाही. तुम्हाला धर्म आणि देव दोन्हीबद्दल काही गंभीर प्रश्न पडू शकत नाहीत? तुम्ही ते तुमच्यावर कसे घेत नाही? म्हणजे मी स्वतःला त्याची काळजी करून देतो. एकदा, मी देवाला सोडले, तसेच नंतर तुम्ही धर्म कसा आहे हे पाहणे सुरू करू शकता खरोखर... तो गोंधळ आहे... ते कठीण असू शकते, पण तुम्ही याबाबत तार्किकदृष्ट्या विचार केलात, की धर्म देण्याचे सोडून तुम्ही आणखी काय करू शकता? (मुलाखत क्रमांक ६८)

या प्रतिसादकासाठी आत्मकेंद्री, भावना उंचबळवणारे प्रक्रियेचे घटक तर्कशास्त्राच्या अर्थाने संस्कारित झालेले आहेत असे दिसत आहे. विशेषतः वैयक्तिकरीत्या जगण्याचा प्रवास सुरू करताना, अहंभाव (उपस्थित) असतो. तथापि, हा अहंभाव हाताळला जातो जी बुद्धीची कमी भावना उंचबळवणारी सबब आहे, म्हणजे 'तर्कशुद्धतेने विचार करणारा'.

अंतिम टिपण्णी

देव आणि धर्म दोन्हीची तपासणी केली जाते असा प्रवास आणि तुलनेने अनाकर्षणाच्या बाबतीत तीव्र अर्थाने नुकसान, संभ्रम आणि पोकळी हे सर्व आत्मकेंद्री धर्मत्याग यासह वैयक्तिक पातळीवर असंलग्नता सर्वोत्तम दर्शवली जाते. मात्र, या सामान्य आधारावर प्रवास विविध वळणं घेऊ शकतो, ज्यामध्ये संतप्त प्रतिक्रियावाद मिश्रित पुढील प्रवास आणि सुसंगती आणि तर्कशास्त्र अंतर्भूत असलेला पुढील प्रवास याचा समावेश होतो.

अंतिम शब्द

आपण जेव्हा समाजशास्त्र, आरोग्यविज्ञान किंवा उपयोजित विज्ञान असे म्हणतो तेव्हा त्यातील सामाजिक, आरोग्य आणि उपयोजित हे शब्द विज्ञानांच्या प्रकाराचे वर्णन करण्यासाठी वापरण्यात येणारी विशेषणे आहेत. आपल्या संशोधनपरंपरांमध्ये हे प्रतिबिंबित होते. संशोधन आयोजित करण्यासाठीच्या अहवाल पद्धती ह्या निर्विवादपणे वैज्ञानिक परंपरांमधून जन्माला आल्या – एक परंपरा जेथे वस्तुनिष्ठतेचा अंमल असतो आणि अहवाल लेखन वस्तुस्थितीवर आधारित असते आणि वस्तुस्थितीला तोंड द्या, ती सहसा रुक्ष असते. पण एक क्षण हे बाजूला ठेवू या आणि काय साध्य करणे हे आपले ध्येय आहे याचा विचार करू. आपण प्रत्यक्षात संशोधनातून काय साध्य करू इच्छितो ते पुराव्यांवर आधारित निष्कर्षांमध्ये योगदान, बदलावर प्रभाव हे आहे – आणि हे करण्यासाठी आपण इतरांवर प्रभाव पडणे आवश्यक आहे. कोणीही भरीव विश्वासार्ह संशोधनाचे सामर्थ्य नाकारत नसले तरी – हे आवश्यक आहे – आपण आपल्या कथा दुसऱ्याला सांगतो, आपली आव्हाने आणि आपल्या आवडी वाटून घेतो तेव्हा उत्पन्न होणारी शक्ती नाकारणे थांबवण्याची वेळ आलेली असू शकते. हे गुणात्मक डेटाचे सामर्थ्य आहे. ही मानवी स्थिती सामयिक करण्याची शक्ती आहे जे अशा पद्धतीने संख्यात्मक अनुभवांच्या संख्याशास्त्रीय विश्लेषणामध्ये घडणे शक्य नाही. म्हणून आपण ते गोळा केले असेल तर ते वापरा, वाटून घ्या आणि आपल्याला आलेल्या अनुभवांशी प्रामाणिक राहा. तुमचे 'अहवाल' किती सामर्थ्यशाली होऊ शकतात हे बघून तुम्हाला आश्चर्य वाटू शकते.

प्रकरणाचा सारांश

- गुणात्मक डेटा, विश्लेषण (क्यूडीए) सांख्यिकीकरणाची मदत न घेता, चिकित्सक आणि सजग संशोधनाद्वारे नवीन आकलन निर्माण करतो आणि मुलाखती, गट चर्चा, निरीक्षण, नियतकालिके आणि संग्रहित दस्तऐवज अशा स्रोतांपासून क्लिष्ट डेटाचे अर्थविवरण करतो.
- क्यूडीए तर्कशास्त्रात, कच्च्या डेटामध्ये अंतर्भूत असलेले विषय निगमनात्मकतेने मांडत असताना आणि अनुमानिकतेने शोध घेत असताना सर्जनशीलता आणि लक्ष केंद्रित करणे यांच्या संतुलनाचा समावेश होतो. ही एक अशी प्रक्रिया आहे जी संशोधकांनी त्यांच्या डेटा बरोबर राहावे, अशी मागणी करते.
- क्यूडीए मध्ये साधारणपणे पुढील गोष्टींचा समावेश होतो: पूर्वग्रह ओळखणे आणि परिणामांची नोंद घेणे; कमी करणे, संघटित करणे आणि संकेतीकरण करणे; नमुने आणि परस्परसंबंध शोधणे; चित्रण व विषयाची बांधणी आणि सिद्धांत विकसित करणे आणि त्याची पडताळणी करणे; आणि निष्कर्ष काढणे.
- क्यूडीएमध्ये बऱ्याच धारणा/शास्त्राधारित धोरणे यांचा समावेश होतो जसे: आशय, प्रवचन, कथा, आणि संभाषण विश्लेषण; भाषिक चिन्हशास्त्र अर्थमीमांसा; आणि मूलभूत सिद्धांत. दृश्य विश्लेषण या सर्वांना छेद देते आणि प्रतिमांच्या महत्त्वाची संशोधकांना आठवण करून देते.
- गुणात्मक डेटाच्या प्रभावी सादरीकरणामुळे तुमच्या अहवाल लेखनाला खरे सामर्थ्य मिळते. स्पष्ट कथानक तयार करणे आणि तुमच्या कथेला वजन देण्यासाठी तुमच्या शब्द आणि प्रतिमांचा निवडक वापर करणे, हे आव्हान आहे.

अवांतर वाचन

सामान्य गुणात्मक विश्लेषण: व्यावहारिक पद्धती

Bazeley, P. (2013) *Qualitative Data Analysis: Practical Strategies*. London: Sage.

मला वाटतं हा क्यूडीएचा एक चांगला व्यापक परिचय आहे. तो स्पष्ट आणि सुलभ आहे आणि तुम्हाला विश्लेषणाच्या सर्व आवश्यक टप्प्यांमधून नेतो. विद्याशाखांच्या श्रेणीतून उदाहरणांचा चांगला वापर.

Bischof, G. H., Warnaar, B. L., Barajas, M. S. and Dhaliwal, H. K. (2011) 'Thematic analysis of the experiences of wives who stay with husbands who transition male-to-female', *Michigan Family Review,* 15(1): 16–33.

वर दिलेला रकाना १४.४ पहा – संपूर्ण मजकूर सहचर संकेतस्थळावर 🖱 उपलब्ध.

Borrell, J. (2008) 'Thematic analysis identifying concepts of problem gambling agency: With preliminary exploration of discourses in selected industry and research documents', *Journal of Gambling Issues,* 22: 195–218.

वर दिलेला रकाना १४.४ पहा – संपूर्ण मजकूर सहचर संकेतस्थळावर 🖱 उपलब्ध.

Grbich, C. (2012) *Qualitative Data Analysis: An Introduction*. London: Sage.

काही चांगले सिद्धांत, चांगली व्यावहारिक धोरणे आणि चांगली उदाहरणे. तुम्हाला गुणात्मकाबद्दलची तर्कमीमांसा तसेच त्याच्या धोरणांमध्ये रस असेल तर एक विश्वसनीय पुस्तक.

Guest, G. S., MacQueen, K. M. and Namey, E. E. (2011) *Applied Thematic Analysis.* Thousand Oaks, CA: Sage.

मला वाटतं, तुम्ही गुणात्मक डेटाचे विश्लेषण करण्याचा प्रयत्न करत असाल तर यासारखे मार्गदर्शक पुस्तक आवश्यक आहे. त्यामुळे पद्धतशीर आणि काटेकोर दोन्ही गोष्टी असलेला एक टप्प्याटप्प्याने जाणारा मूलभूत दृष्टिकोन मिळतो. एकदा वाचण्यास योग्य.

Miles, M. B., Huberman, M. and Saldana, J. (2013) *Qualitative Data Analysis: A Methods Sourcebook.* London: Sage.

हा क्यूडीए वरील एक अभिजात ग्रंथ आहे जो तुम्हाला विश्लेषणाच्या पाच सुस्पष्ट पद्धतींची ओळख करून देईल: अन्वेषण करणे, वर्णन करणे, क्रमरचना करणे, स्पष्टीकरण देणे आणि अंदाज बांधणे. क्यूडीएचा एक उत्कृष्ट परिचय.

Pehlke, T. A., II, Hennon, C. B., Radina, M. E. and Kuvalanka, K. A. (2009) 'Does father still know best? An inductive thematic analysis of popular TV sitcoms', *Fathering*, 7(2): 114–139.

वर दिलेला रकाना १४.४ पहा – संपूर्ण मजकूर सहचर संकेतस्थळावर उपलब्ध.

Saldana, J. (2012) *The Coding Manual for Qualitative Researchers*. London: Sage.

विशेषतः मूलभूत सिद्धांताच्या पंथातील, क्यूडीएचे प्रमुख तंत्र म्हणजे डेटा संकेतन होय. हे करण्यासाठी हे काम ३२ विविध तंत्र पुरवते. व्यापकतेमुळे ते सर्व प्रकारच्या गुणात्मक विश्लेषणास लागू होते.

Silverman, D. (2011) *Interpreting Qualitative Data: Methods for Analysing Talk, Text and Interaction*. London: Sage.

हे या क्षेत्रातील एक आधुनिक अभिजात पुस्तक आहे आणि काही डेटा संकलन धोरणे तसेच विश्लेषणाच्या विविध धोरणांचा यात समावेश आहे. कामाबाबतीतल पायरीपायरीने उत्तरापर्यंत घेऊन जाणाऱ्या उदाहरणांचा उत्तम वापर.

Wertz, F., Charmaz, K., McMullen, L., Josselson, R., Anderson, R. and McSpadden, E. (2011) *Five Ways of Doing Qualitative Analysis: Phenomenological Psychology, Grounded Theory, Discourse Analysis, Narrative Research, and Intuitive Inquiry*. New York: Guilford Press.

विविध क्यूडीए धोरणांची तुलना करणारे, भेद दाखवणारे आणि तंत्र असणारे एकच पुस्तक शोधणे कठीण आहे – पण हे तसे पुस्तक आहे. विशेषतः एका अहवालाचा पाच मार्गांनी घेतलेला शोध त्यांनी ज्या पद्धतीने वापरला आहे, ते मला आवडले.

आशय विश्लेषण

Kripppendorf, K. (2003) *Content Analysis: An Introduction to Its Methodology.* London: Sage.

टप्प्याटप्प्याने येणाऱ्या प्रक्रियेबरोबरच, हे काम आजची बाजारपेठ, राजकीय प्राथमिकता आणि उदयोन्मुख कल्पना समजून घेण्याकरिता केलेल्या मजबूत आशय विश्लेषणाच्या संदर्भातील चर्चा देखील करते.

Schreier, M. (2012) *Qualitative Content Analysis in Practice.* London: Sage.

संकेतन चौकट तयार करणे आणि तिची चाचणी घेणे, साहित्याचे आयोजन करणे आणि मुख्य संकेतन करणे यांचा समावेश असलेला आशय विश्लेषणाचा टप्प्याटप्प्याने येणारा चांगला वृत्तांत. प्रत्येक पायरी स्पष्ट करण्यासाठी उदाहरणांचा चांगला वापर.

संदेशप्रबंध विश्लेषण

Gee, J. P. (2010) *An Introduction to Discourse Analysis: Theory and Method.* London: Routledge.

संदेशप्रबंध विश्लेषणाची वेळ येईल तेव्हा तुमच्या पद्धती वापरून पुढे जाण्याकरिता तुम्हाला काही सिद्धांताची आवश्यकता असते. तुम्ही त्या सामाजिक-ऐतिहासिक कालावधीत बुडालेले असताना, 'चर्चेचा' सामाजिक-ऐतिहासिक संदर्भ समजून घेणे सोपे नाही आहे. हे उपलब्ध काम तुम्हाला सामान्य अडचणींवर मात करण्यासाठी मदत करू शकेल.

Wodak, R. and Meyer, M. (eds) (2009) *Methods of Critical Discourse Analysis.* London: Sage.

हे संपादित खंड त्यांच्या संशोधकांची श्रेणी एकत्र आणतात जे संभाषण विश्लेषण करण्यासाठी काही वेळा त्यांचे विविध दृष्टिकोन सांगतात. समकालीन समस्यांच्या श्रेणीमधून काढलेल्या उदाहरणांचा चांगला वापर.

गोष्टीचे विश्लेषण

Holstein, J. A. and Gubrium, J. F. (eds) (2011) *Varieties of Narrative Analysis.* London: Sage.

शोध घेण्यास योग्य असा एक संपादित खंड. हा सर्वसमावेशक कामाचा एक चांगला व्यावहारिक केंद्रबिंदू आहे आणि कथा व कथाकथन यांचे विश्लेषण करण्यासाठी सहयोगींनी वापरलेल्या विविध दृष्टिकोनांचा त्यात समावेश केलेला आहे.

Clandinin, D. J. (ed.) (2006) *Handbook of Narrative Inquiry: Mapping a Methodology.* London: Sage.

या संपादित खंडामध्ये विश्लेषणातील तज्ज्ञांना एकत्र आणले गेले आहे ज्यामुळे या क्षेत्राच्या ऐतिहासिक घडामोडी, तात्त्विक आधार आणि डावपेचासंबंधीचे विविध दृष्टिकोन यांचा अंतर्भाव होतो.

संभाषण विश्लेषण

Sidnell, J. (2010) *Conversation Analysis: An Introduction.* Chichester: Wiley-Blackwell.

संभाषण विश्लेषणाचा इतिहास, पद्धती आणि तंत्र यांचा अंतर्भाव असलेले एक उत्कृष्ट प्राथमिक विद्यार्थी मार्गदर्शक पुस्तक ज्यामध्ये वास्तविक जीवनातील उदाहरणे आणि टप्याटप्याने स्पष्टीकरण आहे.

Sidnell, J. and Stivers, T. (eds) (2013) *The Handbook of Conversation Analysis.* Chichester: Wiley-Blackwell.

सहयोगींची एक प्रभावी यादी फक्त संभाषण विश्लेषणाचेच नाही तर संदेशप्रबंध विश्लेषण, भाषिक मानववंशशास्त्र, परस्पर संवाद, अप्रासंगिक मानसशास्त्र आणि समाजभाषाशास्त्र याचेही व्यापक चित्र उभे करते. विषय आणि विद्याशाखांची विस्तृत श्रेणी देणारे एक थोडेसे प्रगत पुस्तक.

भाषिकचिन्हशास्त्र

Chandler, D. (2007) *Semiotics: The Basics*. London: Routledge.

स्पष्ट, संक्षिप्त आणि तुलनेने भाषाविभेदमुक्त. चिन्हे म्हणजे काय आणि तुम्ही त्यांचे विश्लेषण आणि अंतर्भाव मजकूराच्या विश्लेषणात कसा करू शकता अशी मूलतत्त्वे, यांचा समावेश होतो. हा पर्यायही बरा आहे.

Hall, S. (2012) *This Means This, This Means That: A User's Guide to Semiotics*. London: Laurence King Publishers.

एक प्राथमिक मार्गदर्शक पुस्तक म्हणून, ज्या असैद्धांतिक मार्गाने ते भाषिकचिन्हशास्त्राचे कोडे सोडवते ते मला खरंच आवडले – हे असे अभ्यास क्षेत्र आहे जे कधीकधी अति क्लिष्ट आणि तात्विक प्रकारे सादर केले जाते. अतिशय उपयुक्त दृश्य उदाहरणे आहेत.

अर्थमीमांसा

Friesen, N., Hendriksson, C. and Saevi, T. (eds) (2012) *Hermeneutic Phenomenology in Education: Method and Practice.* Boston: Sense Publishers.

अर्थमीमांसा विश्लेषण वास्तविक अनुभवाचा अधोरेखित अर्थ पुरवण्याचा प्रयत्न करीत असले आणि शिक्षण, आरोग्य आणि सामाजिक कार्यात वापरले जात असले तरी अशा प्रकारचे विश्लेषण आयोजित करण्याबाबतचा व्यावहारिक सल्ला देणारे काम शोधणे फार कठीण आहे. या संपादित खंडात शिक्षणामधील अर्थमीमांसा दृष्टिकोनाचे वर्णन करून हे अंतर अधोरेखित करण्यास सुरुवात झाली आहे.

Rettig, S. and Hayes, T. (2012) *Hermeneutics and Discourse Analysis in Social Psychology.* Hauppauge, NY: Nova Science Publishers.

हे काम समवयस्क गटात तर्कसुसंगत एकवाक्यतेचे अधिनियमन कसे करण्यात येते, हे समजून घेण्याचे एक साधन म्हणून अर्थमीमांसा विश्लेषणाकडे बघते. तुम्हाला सामाजिक संवादाचा अभ्यास करण्यात स्वारस्य असेल तर या पुस्तकावर नजर टाकणे योग्य ठरेल.

मूलभूत सिद्धांत

Bryant, A. and Charmaz. K. (eds) (2010) *The Sage Handbook of Grounded Theory.* London: Sage.

हा संपादित खंड जगभरातील अग्रगण्य संशोधक आणि व्यवसायक यांना एकत्र आणतो, जे एकत्रितपणे सर्व सिद्धांत, सर्व तंत्र आणि गुणात्मक डेटाचे विश्लेषण करण्याकरिता या इतक्या लोकप्रिय दृष्टिकोनाच्या आजूबाजूला असलेल्या सर्व चर्चा यामध्ये अंतर्भूत करतात.

Corbin, J. and Strauss, A. (2007) *Basics of Qualitative Research: Techniques and Procedures for Developing Grounded Theory*. London: Sage.

हे कदाचित सगळीकडे असणाऱ्या मूलभूत सिद्धांतपद्धतीचे सर्वात लोकप्रिय स्पष्टीकरण आहे. हे अत्यंत व्यावहारिक आहे आणि गुणात्मक डेटाच्या अनुमानिक विश्लेषणाला आणि त्यानंतरच्या सिद्धांत विकसनाला स्पष्टपणे एक परिभाषित दृष्टिकोन देते. प्रवृत्ती सिद्धांत हाती घेतलेल्या कोणासाठीही आवश्यक.

Glaser, B. and Strauss, A. (1967) *Discovery of Grounded Theory.* Chicago: Aldine.

एक उत्कृष्ट पुस्तक. डेटापासून सिद्धांताचा शोध हे गुणात्मक धारणेमधील एक मोठे योगदान आहे. तुम्ही कमीत कमी ह्या पुस्तकाच्या वर्माचे एक वाचन केल्याशिवाय प्रवृत्ती सिद्धांताचा अभ्यास करू नये. आजही हे पूर्णपणे लागू होते.

दृश्य विश्लेषण

Spencer, S. (2011) *Visual Research Methods in the Social Sciences: Awakening Visions.* London: Routledge.

दस्तऐवज आणि ग्रंथ, दस्तऐवज आणि ग्रंथातील फोटो, रेखाटने, नकाशे आणि व्हिडिओ यांचे काय? तुम्हाला तुमच्या विश्लेषणात अधिक प्रातिनिधिक दृश्य प्रकार अंतर्भूत करण्यात स्वारस्य असेल तर ह्या पुस्तकावर एक नजर टाका. चांगली स्पष्ट धोरणे आणि संबंधित उदाहरणे दिलेली आहेत.

Van Leeuwen, T. and Jewitt, C. (eds) (2001) *Handbook of Visual Analysis*. London: Sage.

हा संपादित खंड आशय विश्लेषण, ऐतिहासिक विश्लेषण, रचनात्मक विश्लेषण, मूर्तीविद्या, मानसिक विश्लेषण, सामाजिक भाषिकचिन्हशास्त्र विश्लेषण, चित्रपट विश्लेषण आणि संस्कृतीदर्शी कार्यपद्धती यासारख्या दृश्य विश्लेषण दृष्टिकोनांची विस्तृत श्रेणी देतो. अतिशय व्यापक.

क्यूडीए प्रणाली

Bazeley, P. and Jackson, K. (2013) *Qualitative Data Analysis with NVivo*. London: Sage.

एनव्हीवो ही मोठ्या प्रमाणात गुणात्मक विश्लेषणाला सुरुवात करणाऱ्या विशेषतः प्रवृत्ती सिद्धांत दृष्टिकोन वापरणाऱ्या, कोणासाठीही एक अत्यंत उपयुक्त प्रणाली आहे. पण ह्या प्रणालीतील सर्व खाचाखोचा समजून घेण्यासाठी काही मदत मिळवणे योग्य ठरेल. मी पीएच. डी. करत असताना, पॅट बॅझेले (Bazeley) यांनी मला NUD * IST (NVivo प्रवर्तक) वापरून गुणात्मक विश्लेषण कसे करायचे ते शिकवले. त्यांचे शिकवण्याचे ते कौशल्य छापील स्वरूपात पाहणे चांगले वाटले.

Friese, S. (2012) *Qualitative Data Analysis with ATLAS.ti.* Thousand Oaks, CA: Sage.

अ‍ॅटलास. टी ही एक क्यूडीए प्रणाली आहे जी तुम्हाला मजकूर व प्रतिमा यांचे आयोजन आणि विश्लेषण करण्यास मदत करेल. हे पुस्तक टप्याटप्याने ह्या प्रणालीचा वापर करण्याची पद्धत स्पष्ट करते. प्रश्नसंग्रह आणि उदाहरणे यांची चांगली मालिका.

Lewins, A. and Silver, C. (2007) *Using Software in Qualitative Research: A Step-by-Step Guide.* London: Sage.

हे पुस्तक तुमच्या विश्लेषणाला मदत करू शकेल अशा संगणकाच्या साहाय्याने होणाऱ्या गुणात्मक डेटा विश्लेषण संगणकप्रणालीचा (सीएक्यूडीएएस CAQDAS) चांगला आढावा घेते. योग्य कार्यक्रम निवडणे आणि एकदा निवड केल्यावर त्याचा जास्तीत जास्त फायदा कसा करून घ्यायचा हे माहीत करून घेणे यासाठी मदत करण्याकरिता याची रचना करण्यात आली आहे. ह्या प्रकारच्या पुस्तकांबाबत नेहमी नवीनतम आवृत्तीचा शोध घेणे योग्य ठरते.

१५

लेखनाचे आव्हान

प्रकरणाचे पूर्वावलोकन

- लेखनाचे आव्हान
- लेखनप्रक्रिया
- प्रभावी सादरीकरणे तयार करणे
- सामोरे येण्याची गरज
- अंतिम शब्द

लेखनाचे आव्हान

मी नेहमी पहिली एक ओळ चांगली लिहितो, पण पुढच्या लिहिताना मात्र जड जाते.

मॉलिअर

लेखन ही एक सोपी किंवा फारशी गोंधळात न टाकणारी प्रक्रिया आहे, असे मानणारे फारसे विद्यार्थी मला भेटलले नाहीत. खरंतर, लेखन जवळजवळ नेहमीच धास्तीने आणि सावधपणाने हाताळले जाते. आणि बऱ्याच अर्थी ते न्याय्यही आहे. एक गोष्ट म्हणजे, ही तुम्ही कधीही प्रयत्न केलेली अशी, शैक्षणिक लेखनातील सर्वात मोठी एकमेव कलाकृती असू शकेल. दुसरे म्हणजे, तुमच्या लेखनाच्या गुणवत्तेशी मोठे दूरगामी परिणाम संलग्न आहेत – अनेकदा तुम्ही काय केले आहे यावरून संशोधनाची पारख केली जात नाही, तर तुम्ही जे केले आहे ते मांडण्याच्या तुमच्या क्षमतेवर केली जाते. शेवटी, तुम्ही कदाचित संशोधन अहवालाच्या लेखनकलेचा फारसा सराव केला नसेल. हे क्षेत्र नवीन असण्याची शक्यता आहे.

म्हणून हे सर्व संशोधन लिहिण्याची गरज न पडता सहज होऊ शकेल, अशी तुमची इच्छा असेल अशी शक्यता आहे, हे मला माहीत आहे. पण प्रत्यक्षात तसे होत नाही. हे असे काहीतरी आहे ज्याला तुम्हाला तोंड द्यावेच लागेल. प्रकल्पाची एकूण गुणवत्ता सुधारेल आणि काम कमी भीतीदायक होईल अशा प्रकारे लेखन प्रक्रिया हाताळण्यासाठी सुदैवाने काही प्रत्यक्ष कृतियोजना आहेत. तुम्ही जर (१) प्रारंभ करू शकलात, (२) प्रवासाचा फक्त एक भाग असे त्याकडे पाहण्याऐवजी, संशोधन प्रवासाचा एक अविभाज्य घटक म्हणून लेखनाकडे पाहिलेत, (३) तुमच्या संशोधनात इतरांना खिळवून ठेवेल अशी एक गोष्ट तुम्ही तयार करू शकलात, आणि (४) मसुदा तयार करणे आणि त्याचे पुनर्लेखन करण्याची गरज आहे हे स्वीकारलेत तर तुम्ही अशा संशोधन

प्रकल्पाची निर्मिती करून तो सादर करू शकाल ज्याची तज्ज्ञांवर छाप पडेल आणि कदाचित साहित्यामध्येही प्रत्यक्ष भर घालू शकाल.

रकाना १५.१

लेखनातील जोखीम (आणि आनंद)!

ते सोपे नाहीः

लेखन म्हणजे बऱ्याच अंशी, संथ व्यासंग आणि स्थिर चिकाटीने केलेला प्रयत्न असतो.

सॅम्युएल जॉन्सन (१७०९–८४), इंग्रजी लेखक

ना पेन, ना शाई, ना टेबल, ना जागा, ना वेळ, ना शांती, ना इच्छा.

जेम्स जॉइस (१८८२–१९४१), आयरिश लेखक

लेखन ...खंदक-खोदकाम, पर्वत चढणे, ट्रेडमिल आणि बाळाचा जन्म या सगळ्याचं मिश्रण आहे.

एडना फर्बर (१८८७–१९६८), अमेरिकन लेखिका

पण तरीः

लेखन भयंकर कष्टप्रद आहे, पण रिकामेपणा इतके भयंकर नाही.

थॉमस कार्लाइल (१७९५–१८८१), स्कॉटिश निबंधकार व इतिहासकार

लेखन हे एक गोड, विस्मयकारक बक्षीस आहे.

फ्रांझ काफ्का (१८८३–१९२४), जर्मन लेखक

जनसंपर्क म्हणून संशोधन

प्रकल्पलेखन करत असलेल्या कोणालाही मी फक्त एक सल्ला देईन आणि तो हा की लेखनाकडे संप्रेषणाचा एक धडा म्हणून पाहा. आता तुम्हाला असे वाटेल की तुमच्या प्रकल्पाचे अंतिम ध्येय फक्त तुम्ही काय केले आणि तुम्हाला काय आढळले याचा वृत्तांत आहे, पण ते यापेक्षा कितीतरी जास्त आहे. स्पष्ट करणे, प्रकाशात आणणे आणि इतरांशी तुमचे संशोधन इतरांपर्यंत पोहोचवणे, हे अंतिम ध्येय आहे. तुमच्या वाचकांनी तुमचा संशोधन प्रवास समजून घेणे आणि त्याच्या परिणामांची प्रशंसा करणे आवश्यक आहे.

तुम्ही लेखनाकडे संप्रेषणाची एक प्रक्रिया म्हणून बघता तेव्हा चांगल्या लेखनात तुमच्या वाचकांचा विचार करायला हवा, हे तुम्हाला माहीत असते. फार थोड्या लोकांकडे (कदाचित तुमच्यासकट) नीरस स्वगतसदृश किंवा कंटाळवाण्या आणि भपकेबाज लेखनात गुंतून राहण्याची क्षमता असते, हे लक्षात ठेवणे योग्य ठरेल – त्यांचा मानसिक, बौद्धिक, भावनिक सहभाग असणे आवश्यक असते. तुम्हाला काय म्हणायचे आहे त्याचे प्रेक्षकांनी कौतुक करावे यासाठी तुम्ही त्यांच्या विचारांचा वापर करणे, त्यांच्या प्रश्नांचा अंदाज घेणे आणि त्यांच्या चौकशीला प्रतिसाद देणे आवश्यक आहे. कदाचित ते सतत प्रतिसाद देऊ शकणार नाहीत, परंतु त्यांचा प्रतिसाद हे तुमच्या यशाचे परिमाण आहे.

तुमच्या प्रेक्षकांना जाणून घेणे आणि खिळवून ठेवणे

प्रभावी संशोधन जनसंपर्कामधील एक प्रमुख घटक तुमच्या वाचकांशी जोडले जाण्याची क्षमता हा आहे आणि ते कोण आहेत हे जाणून घेण्याने या गोष्टीची सुरुवात होते:

- *मी कोणासाठी लिहीत आहे?* – लेखन ही वाचकांशी केलेली संभाषण प्रक्रिया असावी आणि याचा अर्थ वाचकांना समोर ठेवून केलेले लेखन. तुमचे वाचक शिक्षणक्षेत्रापुरते मर्यादित असतील की तुमचे काम समाजातील नेते, समाजातील सदस्य, व्यवस्थापक, राजकारणी आणि व्यावसायिक अशा इतर गटांकडून वाचले जाण्याची शक्यता आहे, याचा विचार करा.
- *त्यांना काय माहीत आहे?* – लेखनाच्या बऱ्याच प्रकारांमध्ये वाचकांच्या पातळीवर येऊन प्रारंभ करणे हे आव्हान आहे, त्यांच्या डोक्यावरून जाईल असे किंवा त्यांच्या पातळीपेक्षा फार खालूनही नाही. याचा अर्थ तुमच्या वाचकांना तुमच्या विषयाबद्दल काय माहिती असण्याची शक्यता आहे तसेच संशोधन प्रक्रियेविषयी काय माहिती आहे, याचा विचार करणे. या प्रक्रियेत त्यांना न गमावता लोकांना आधीच काय माहीत आहे त्यात तुम्ही 'मूल्य जोडणे' आवश्यक आहे. विद्यार्थी लेखनाचे आव्हान थोडे वेगळ्या प्रकारचे आहे. यामध्ये, आपल्या वाचकांना विषयाबद्दल तुमच्याइतकी किंवा अगदी तुमच्यापेक्षाही अधिक माहिती असण्याची शक्यता आहे – आणि ते तुमच्या कामाचे परीक्षण करण्याची जबाबदारी घेण्याच्या आवेशात असण्याची शक्यता आहे. 'तज्ज्ञ' असल्यासारखे न दाखवता, तुमची प्रतिबद्धता, युक्तिवाद आणि अंतर्दृष्टी याने तुमच्या वाचकांवर छाप पडेल, अशा प्रकारे तुमचे लेखन हाताळणे ही युक्ती इथे लागू पडेल.
- *त्यांच्या अपेक्षा काय आहेत?* – शिक्षण क्षेत्रातील लोक, मूल्यनिर्धारक किंवा तज्ज्ञ यांच्या अपेक्षा तुम्ही तुमच्या ज्ञानाने त्यांना दिपवून टाकाल(जरी ते छान होईल!) अशा नसल्या, तरी तुमच्या संबंधित साहित्यामध्ये आणि तार्किकदृष्ट्या पक्क्या संशोधन प्रक्रियेमध्ये विवेकी प्रतिबद्धता दर्शविण्यासाठी सक्षम असाल अशी अपेक्षा आहे. दुसऱ्या एका गोष्टीची ते नक्कीच अपेक्षा करतील, निर्दोष काम. तुम्ही स्पेलिंगच्या चुका, टायपिंगच्या चुका आणि निसटलेले संदर्भ यांच्यायोगे अजिबात छाप पाडू शकत नाही.

योग्य रचना आणि शैली शोधणे

संशोधन अहवाल लेखनातील एक सर्वात मोठे आव्हान म्हणजे तो उत्तमप्रकारे कसा आयोजित करायचा याची माहिती करून घेणे. हे निर्धारित करण्यामध्ये अनेक घटकांचा जसे की तुमच्या पर्यवेक्षकाचा सल्ला, तुम्हाला स्वत:ला आरामदायी वाटणे आणि कदाचित सर्वात महत्त्वाचे म्हणजे तुम्ही जिच्या अंतर्गत काम करत आहात ती धारणा यांचा समावेश असेल. प्रत्यक्षार्थवादी संकल्पनेच्या अंतर्गत येणाऱ्या अभ्यासात, उदाहरणार्थ, संख्यात्मक कार्यपद्धती वापरून केलेला अभ्यास, सर्वसाधारणपणे पारंपरिक स्वरूप आणि औपचारिक शैली वापरली जाते. पण अधिक गुणात्मक कार्यपद्धती वापरून केलेल्या अभ्यासात, तुम्ही केलेल्या गोष्टी सर्वोत्तम पद्धतीने कशा टिपायच्या आणि त्या धारणा सर्वोत्तम कशा प्रतिबिंबित होतील अशी अभिव्यक्ती कशाप्रकारे शोधायची, याबाबत काही विवाद आहेत.

पारंपरिक स्वरूप

संशोधन अहवालाची वेळ येते तेव्हा नक्कीच एक पारंपरिक संरचना आहे जी मंजूर, मान्य, अपेक्षित आणि अनेकदा समर्थनीय आहे. हे 'परिचय, साहित्य परीक्षण, पद्धती, निष्कर्ष, चर्चा, अनुमान' असा साहित्यावर वर्चस्व असलेले स्वरूप आहे. आणि अनेक संशोधक ह्या दृष्टिकोनाचा का अवलंब करतात, हे पाहणे खूपच सोपे आहे. त्याचा

कोष्टक १५.१ सामान्य संभाषण

प्रश्न	प्रकरणांची संरचना करणारी उत्तरे/ परंपरागत अहवालांची प्रकरणे
तुमचे संशोधन कशाबद्दल आहे ते मला सांगाल का?	शीर्षक गोषवारा परिचय • संशोधन प्रश्न • गृहीतप्रमेय (योग्य असेल ते)
आणि तुम्ही हे विशिष्ट विषय/प्रश्न का निवडले?	परिचय • तार्किकता
तुम्ही काय साध्य करण्याची अपेक्षा करता?	परिचय • ध्येये आणि उद्दिष्टे
मला याबद्दल जास्त माहिती नाही; तुम्ही मला त्याबद्दल माहिती द्याल का?	पार्श्वभूमी • साहित्य परीक्षण (अलीकडील साहित्य आणि अगोदरचे संशोधन) • सिद्धांत (वर्तमान आणि प्राथमिक जसे योग्य असेल तसे) • संदर्भ (सामाजिक, सांस्कृतिक, ऐतिहासिक आणि भौगोलिक)
तुम्ही तुमचे संशोधन नक्की कसे केले?	संशोध आराखडा/दृष्टिकोन • कार्यपद्धतीय पद्धत (चौकट) • पद्धती (तंत्र/प्रक्रिया) • मर्यादा
आहे ते मला सांगाल का?	निष्कर्ष/परिणाम/उदयोन्मुख कथा • मजकूर, कोष्टके,आलेख, चार्ट, विषय, सुविचार इ. चर्चा • विश्लेषण, अर्थविवरण करणे आणि निष्कर्षांचा अर्थ
तुम्ही जे केले त्याचा संदर्भ/ महत्त्व तुम्ही कसे स्पष्ट कराल?	अनुमान • परिणाम • महत्त्व • शिफारसी (विशेषतः उपयोजित संशोधनामध्ये महत्त्वाचे)

फक्त अपेक्षित असण्याकडे कल नाही तर सामान्य संभाषण प्रवाहाप्रमाणे अगदी नैसर्गिक क्रमाने ते वाचकांच्या प्रश्नांची उत्तरेदेखील देते. कोष्टक १५.१ मध्ये दाखवल्याप्रमाणे, प्रकल्पासंबंधित प्रश्न आणि त्यांची संबंधित उत्तरे सहजगत्या पारंपरिक स्वरूपामध्ये बसणारा अहवाल किंवा प्रबंधाची संरचना करू शकतात.

हे स्वरूप सर्व संशोधन पद्धतींसाठी योग्य नसले तरी या स्वरूपामुळे वाचकांना तुमच्या लेखनाचा आणि म्हणून पर्यायाने तुमच्या संशोधनाचा अर्थ समजावून घेण्यासाठी करायला लागणारे काम निर्विवादपणे मर्यादित होते – तुमचे ध्येय तपासणी, प्रकाशन किंवा व्यापक प्रसार असले तरी ह्या गोष्टीला कमी लेखू नये. तसेच ह्या स्वरूपात थोडी लवचिकता असते. उदाहरणार्थ, तुम्ही अंगीकारलेली अभिव्यक्ती आणि प्रत्येक विभागावर तुम्ही दिलेला भर तुमच्या प्रकल्पांच्या तपशीलानुसार बदलत जातील.

पर्यायी स्वरूप

ज्या धारणेच्या अंतर्गत तुम्ही काम करत आहात त्या धारणेच्या, तुमच्या आरामदायक क्षेत्राच्या, तुमच्या संशोधन विषयाच्या, तुमच्या पद्धतीच्या आणि तुमच्या वाचकांच्या स्वरूपाप्रमाणे पर्यायी व्यवस्था सर्वोत्तम पद्धतीने तुमचा संदेश सगळीकडे पाठवेल, हे तुम्ही ठरवू शकाल. तुमचा संशोधन अहवाल लिहिण्यासाठी पर्यायी संरचना खालील गोष्टींवर आधारित असू शकतेः

- *कालगणना* – तुमच्या संशोधन प्रकल्पातील घटना कशा उलगडत गेल्या त्याचे वर्णन करणे.
- *सिद्धांत बांधणी* – सिद्धांत कसा निगमनात्मकतेने निर्माण झाला याचे वर्णन करणे, आणि तुमच्या संपूर्ण अहवालादरम्यान त्या सिद्धांताच्या बांधणीची मान्यता देणे.
- *आधी निष्कर्ष मांडणे* – वाचकांसमोर आधी तुमचे निष्कर्ष मांडणे आणि नंतर तुम्ही तिथपर्यंत कसे आलात याचे वर्णन करणे.

तुमच्या प्रकल्पासाठी पारंपरिक रचनेपेक्षा या स्वरूपांपैकी कोणतेही एक, त्यांचे एकत्रीकरण, किंवा खरंतर काहीतरी पूर्णपणे स्वतंत्र चांगले उपयुक्त ठरू शकते. पण तुमचे वाचक पर्यायी स्वरूपाशी परिचित असतील का किंवा ते स्वीकारतील का, हे लक्षात घेणे महत्त्वाचे आहे.

दोन उदाहरणे जिथे पर्यायी स्वरूपाची 'जोखीम' कमी आहे आणि कदाचित ती बक्षीसपात्रही आहेत:

- तुम्ही तुमच्या विशिष्ट धारणात्मक, शिस्तीविषयीच्या किंवा कार्यपद्धतीय दृष्टिकोनासाठी योग्य म्हणून स्वीकारले आहे अशा स्वरूपाचा वापर करता तेव्हा; उदाहरणार्थ, प्रवृत्ती सिद्धांत दृष्टिकोनाचा अंगीकार केलेला आहे अशा अभ्यासांसाठी 'सिद्धांत-बांधणी रचनेचा', किंवा कदाचित बदलाचा शोध घेणाऱ्या अभ्यास समस्येसाठी 'कालक्रमानुसार केलेल्या रचनेचा' वापर करणे.
- जेव्हा तुम्हाला हे माहीत आहे (किंवा आत्मविश्वासाने गृहित धरू शकता) की तुमचे वाचक अधिक सर्जनशील रचनेबाबत खुले असण्याची शक्यता आहे. जर तुमच्या लेखनाचे मूल्यमापन करायचे असेल तर तुमचे परीक्षक पर्यायांसाठी खुले असण्याची शक्यता आहे का हे लक्षात घ्या. कदाचित त्यांनी लिहिले असेल किंवा त्यांच्या विद्यार्थ्यांनी पर्यायी मार्गाने लिहिले असेल. जर ते प्रत्यक्षार्थवादी परंपरेमध्ये दृढतापूर्वक पक्के झालेले असतील तर तुम्ही तुमच्या दृष्टिकोनाचा किंवा शक्य असल्यास परीक्षकाचा, फेरविचार करू शकता. तुमचे संशोधन प्रकाशित करणे हे तुमचे ध्येय असेल तर पर्यायी मार्ग बऱ्यापैकी प्रमाणभूत आहे अशा नियतकालिकाचा शोध घेणे महत्त्वाचे आहे.

तुम्ही पद्धतीचे अनुसरण न करण्याचे ठरवले आणि तुमच्या वाचकांसाठी नवीन असलेल्या रचनांकडे जाण्याचा निर्णय घेतलात तर जसजसे वाचक तुमच्या वृत्तांताच्या माध्यमातून पुढे जातील तसतसे रचनेचे तर्कशास्त्र आपसूक स्पष्ट होणारे असेल अशी काळजी घेणे आवश्यक आहे. तुम्ही त्यांना तुमच्या संशोधन प्रकल्पामधून नेत असताना त्यांनी 'हरवून जाणे' हे तुम्हाला परवडण्याजोगे नाही. खरं तर, तुमच्या वाचकांना शेवटी डोकं खाजवत बसावं लागू नये आणि फक्त तुम्ही निवडलेल्या लेखनाच्या मार्गाबाबत ते अपरिचित किंवा अस्वस्थ आहेत, म्हणून तुमच्या संपूर्ण संशोधन प्रकल्पाच्या विश्वासार्हतेबद्दल प्रश्नचिन्ह निर्माण होऊ नये, हे अतिशय महत्त्वाचे आहे.

लेखन प्रक्रिया

परंपरेने संशोधन ही तीन पायऱ्यांची प्रक्रिया आहे: (१) संशोधन प्रस्ताव लिहिणे आणि सादर करणे; (२) संशोधन प्रत्यक्षात आयोजित करणे; (३) अहवाल लिहिणे. आणि शिक्षण क्षेत्रातील कमीत कमी लोक ह्या प्रक्रियेचे समर्थन करत असल्यामुळे अनेक निरीक्षकांच्या आणि त्यांच्या विद्यार्थ्यांच्या व्यवहारात ह्या प्रक्रियेचा वारसा रेंगाळताना दिसतो. तथापि, अननुभवी संशोधकांकरिता, हे धोकादायक असू शकते. बऱ्याच जणांकरिता 'लेखन' हा एक प्रचंड अडथळा असू शकतो. तुम्ही ते शेवटपर्यंत करायचे बाकी ठेवले तर प्रामुख्याने सर्जनशीलता मंदावण्याच्या शक्यतेचा धोका उद्भवू शकतो. ज्यामुळे अपरिहार्य विलंब होऊ शकतो आणि कार्यसिद्धीमध्ये जोखीम येऊ शकते.

संशोधन प्रवासाच्या प्रत्येक टप्प्यावर मध्यवर्ती प्रक्रिया म्हणून लेखनाकडे पाहावे असा सल्ला सामान्यपणे दिला जातो (व्यवहारात संपूर्णपणे वापरत नसतील तरी). तुमच्या संशोधनाबरोबरच प्रगत होत जाणारी एक क्रिया म्हणून लेखनाचा विचार केला गेला पाहिजे. उदाहरणार्थ, तुम्ही तुमच्या अगदी सुरुवातीला सुचलेल्या कल्पना सूत्रबद्ध पद्धतीने लेखी स्वरूपात मांडल्यात तर तुम्ही तुमचा 'परिचय' आणि 'पद्धती' याच्या पहिल्या मसुद्यासाठी टिपणांची निर्मिती सुरू केली आहे; आणि तुम्ही स्रोताबाबत लिहिलेल्या विवरण टिपा तुमच्या 'साहित्य परीक्षणाचे' प्राथमिक मसुदे होऊ शकतात. डेटा संकलन प्रक्रियेतून जात असताना या विभागांचे पुनर्लेखन केले जाऊ शकते. तसेच, प्राथमिक विश्लेषण, टिपणे घेणे आणि डेटा संकलन करत असताना संपूर्ण लेखन करण्याने 'निष्कर्ष' काढण्याची एक चांगली सुरुवात होऊ शकेल.

जरी तुम्ही चालढकल करणारे असलात आणि जसे पुढे वाटचाल कराल त्याप्रमाणे लेखन करण्यास उत्सुक नसलात; तरी तुम्ही तुमचे डेटा संकलन आणि विश्लेषण पूर्ण होईल तेव्हा सुरुवातीपासून तुमचे लेखन सुरू करावे लागणार या विचाराने घाबरवणाऱ्या संभाव्य घटनेला तोंड द्यावे लागण्याच्या तुलनेत हा अत्यंत आकर्षक पर्याय आहे, हे लक्षात ठेवा. जसेजसे पुढे जाल तसतसे लिहित राहा आणि अगदी शेवटपर्यंत ते सर्व ठेवून देणे टाळा. तुम्ही लेखन हा प्रक्रियेचा फक्त एक भाग समजण्याऐवजी, संशोधन प्रक्रियेतील एक अविभाज्य घटक म्हणून पाहण्याची स्वत:ला सक्ती करू शकलात तर तुम्हाला अनुल्लंघनीय अडथळ्याला कधीही सामोरे जावे लागणार नाही.

विश्लेषण म्हणून लेखन करणे

'जसजसे पुढे जाल तसे लिहिणे' हा अहवाल निर्मितीचा प्रमुख भाग, प्रत्यक्षात विश्लेषणाचाही भाग असू शकतो. फार थोडे लोक कागदावर लिखाण न करता मनात अंतिम स्वरूपातील कल्पना स्पष्टपणे मांडू शकतात. जवळजवळ नेहमीच तुम्ही जसे लिहित जाल तशा कल्पना विकसित होत जातात आणि अशाप्रकारे तुमच्या लेखनातील प्रत्येक मसुदा तुमच्या कल्पनेच्या विकसनाला चालना देईल. उदाहरणार्थ, लेखन हे बांधणीच्या आणि अर्थविवरणाच्या केंद्रस्थानी असू शकते. विशिष्ट वर्णनात्मक आकलन निर्मितीपासून ते व्यापक संश्लेषणाकडे आणि लक्षणीय, संबंधित, तार्किक आणि स्पष्ट कथानके कौशल्याने तयार करण्याकडे ते तुम्हाला घेऊन जाईल. खरेतर, अनेक जणांना लिखाण व पुनर्लेखन ही कथानकांवर प्रकाश टाकण्याची गुरुकिल्ली वाटते.

आता हे सर्व प्रकारच्या संशोधनासाठी (त्या मनातच रुजलेल्या राहिल्या तर कल्पना विकासित होणे अक्षरशः अशक्य आहे) खरे असले तरी, तो उत्तर-प्रत्यक्षार्थवादी (व्यक्तिनिष्ठतावादी, अर्थविवरणवादी, विधायकतावादी) धारणांतर्गत येणाऱ्या संशोधनाबाबत विशेषकरून प्रस्तुत आहे. ज्यामध्ये कथा, व्याख्यान आणि ग्रंथ यांच्यामध्ये पुनरावर्तीय प्रतिबद्धतेची गरज असते. तुम्ही जसे प्रत्येक मसुद्यावर काम करत जाल तसे आकलन विकसित होईल आणि तुमचे विश्लेषण आणखी थोडे सखोल होईल.

तुमच्या 'कथानका'ची रचना करणे

मग मी 'कथानक' हा शब्द का वापरत आहे? मी हा शब्द वापरत आहे कारण चांगली कथानकं वाचकांचे कुतूहल जागे करतात, ते कुतूहल कायम ठेवतात, सामर्थ्यवान कथानक देतात, वाचकांना प्रवास घडवतात आणि कधी कधी तार्किक पण आश्चर्यजनक निष्कर्षांकडे घेऊन जातात. कथांचा मतितार्थ म्हणजे त्या जर कंटाळवाण्या, रटाळ, दीर्घसूत्री किंवा दिखाऊ असतील तर लोक त्या वाचणार देखील नाहीत. तुमच्या लेखनामध्ये तुमच्या संशोधानाबद्दलचा अहवाल असण्याची गरज आहे. पण त्याने त्याहूनही अधिक काहीतरी करणे अपेक्षित आहे:

त्याने तो उलगडावा, त्यामध्ये व्यग्र व्हावे आणि त्याने मनोरंजक कथा सांगावी. अशा अनेक गोष्टी आहेत ज्या तुम्ही 'कथे'चा लेखक म्हणून करण्याची आवश्यकता आहे:

१. *तुमच्या संशोधनाचा एक 'संभाषण' म्हणून विचार करा* – संभाषणे दुतर्फा असतात हे मला माहीत आहे, पण तुम्ही याचा अगदी लेखनातही वापर करू शकता. तुम्ही तिथे पाहायला किंवा प्रतिसाद ऐकायला असणार नाही, परंतु तुम्ही तुमचे वाचक जणू काही ऐकत आहेत अशा पद्धतीने त्यांना गुंतवून ठेवण्यासाठी प्रयत्न करणे आवश्यक आहे. खरं तर, तुम्ही संबंधित माहिती देऊ शकलात, प्रश्नांचा अंदाज बंधू शकलात आणि त्यांना प्रतिसाद देऊ शकलात तर तुमचे लेखन म्हणजे 'देवाणघेवाण' होईल. ज्या वाचकांना सहभागी असल्यासारखे वाटते ते सगळ्यात जास्त गुंततात हे लक्षात ठेवा.
२. *या कलेशी परिचित व्हा* – खूप कमी लेखक असे असतात जे उत्सुक वाचक नसतात. एक सर्वात प्रभावी गोष्ट तुम्ही करू शकता ती म्हणजे तुम्हाला ज्या विषयाविषयी लिहायचे असेल त्यासंदर्भातील 'चांगली' उदाहरणे शोधणे. तुम्ही तुमच्या साहित्याचे वाचन करत असताना फक्त आशयाकडे लक्ष देऊ नका तर रचना आणि शैलीकडेही बघा. तसेच चांगल्या, स्वीकारल्या गेलेल्या प्रबंध किंवा अहवालांवरून नजर टाका. ही उदाहरणे या मूळ रचना नसल्या तरी त्यावरून नक्कीच तुम्हाला अंतिम उत्पादनाच्या स्वरूपाचा अंदाज येऊ शकेल.
३. *अभिव्यक्ती शोधा* – 'आकर्षक कथाकथन' आणि 'गंभीरपणे अहवाल मांडणे' या दरम्यान एक ताण असण्याची शक्यता आहे. हे ताण उत्तमपणे कसे हाताळायचे हे तुमच्यावर, तुमच्या ध्येयांवर आणि तुमच्या वाचकांच्या अपेक्षांवर अवलंबून असेल. या घटकांबद्दल तुम्हाला जितकी अधिक माहिती मिळेल, तितके तुम्ही या प्रभावी अभिव्यक्तीबाबत जास्त चांगल्या स्थितीत आहात. आता प्रथमपुरुषी रूपांचा वापर टाळणे हा सामान्य ठोकताळा आहे. म्हणजे तुमचे संशोधन वैयक्तिक पूर्वग्रहाने आणि व्यक्तीनिष्ठतेने डागाळलेले दिसणार नाही. पण अगदी प्रत्यक्षार्थवादी धरणांतर्गतही, हा रिवाज थोडा शिथील आहे (उदा: वैयक्तिक मत देण्याकरता प्रथम पुरुषीचा वापर करणे स्वीकृत नसेल, परंतु तुम्ही केलेल्या गोष्टींवर वस्तुस्थितीवर आधारित अहवाल देणे आता अधिक सामान्यतः स्वीकारले जाते). संशोधकाच्या भूमिकेचा मुखवटा चढवल्यावर यापुढे वस्तुनिष्ठतेवर अवलंबून राहता येणार नाही. उत्तर-प्रत्यक्षार्थवादी धरणांतर्गत, संशोधकाच्या भूमिकेची ओळख सर्वश्रेष्ठ आहे, त्यामुळे खरोखर प्रथमपुरुषी रूपांच्या वापराविरुद्ध कोणतेही ठरावीक नियम नाहीत. खरेतर, अनेक 'गुणात्मक' संशोधक त्यांच्या अहवाल/प्रबंधामध्ये फार आधीच त्यांच्या वैयक्तिक कथा, कार्यक्रम, पूर्वग्रह इ. ची रूपरेषा सांगताना जाणूनबुजून प्रथमपुरुषी अभिव्यक्ती वापरतात. मात्र, काही लोकांना आरामशीर संभाषण आणि तार्किक व व्यापक संशोधनाच्या भाग यांच्यामध्ये प्रवास करताना औपचरिकता हाताळणे अवघड जाऊ शकते. तुमच्या प्रकल्पासाठी योग्य मानली जाईल अशी विश्वासपूर्ण आणि सुसंगत शैली ही यासाठीची गुरुकिल्ली आहे."
४. *तुमची रचना विकसित करा* – रचना ठरवा आणि लवकर तुमच्या लेखनाला योग्य अशा रूपरेषेवर काम करा. तुम्हाला कोठे जायचे आहे याबद्दल तुम्हाला जितके माहिती असेल, तितके तुम्हाला तिथे जाण्यासाठी मदत करू शकेल असा मार्ग ठरवणे सोपे होईल. तुमचे विचार विकसित होत असताना तुमच्या रचनेमध्ये नेहमी सुधारणा केली जाऊ शकते, हे लक्षात ठेवा.
५. *कथानक तयार करा* – तुम्ही पारंपरिक किंवा पर्यायी कोणत्याही रचनेची निवड केलीत, तरी तुमच्या अहवालाने वाचकांना सुरुवात, मध्य, आणि शेवट असणाऱ्या स्पष्ट, सुसंगत, आणि आकर्षक अशा कथानकाच्या माध्यमातून नेणे आवश्यक आहे. अहवालाने तुमच्या वाचकांना गुंतवून ठेवणे, त्यांचे कुतूहल जागे करणे आणि एक प्रकारे कथा उलगडल्याप्रमाणे त्यांना तुमच्या संशोधनाचा प्रवास घडवणे आवश्यक आहे. ज्यामधून वाचकांना तार्किकदृष्ट्या तुमच्या निष्कर्षांपर्यंत नेता येईल. वाचक जे प्रश्न विचारतील अशी शक्यता आहे त्या प्रश्नांची सुसंगत उत्तरे जर तुमचे कथानक देऊ शकले, तर कोष्टक १५.१ चा तपाससूचीसारखा वापर करणे, ही एक चांगली कल्पना आहे. ही प्रक्रिया सुरू करण्यासाठी पुढील काही चांगल्या सूचना आहेत: कामाला एक कल्पक शीर्षक देणे; एक किंवा अधिक मसुदा आराखड्याची तयार

करणे; आणि एकपानी गोषवारा लिहिणे (अनेक संशोधकांना हे काम खूपच अवघड, पण अत्यंत लक्षपूर्वक करण्याचे वाटते).

६. *ठोस युक्तिवाद मांडण्यास सज्ज व्हा* – तुम्ही हेतुपूर्वक लिहिणे आवश्यक आहे. तुमच्या लिखाणाची गुणवत्ता आणि विश्वासार्हता जास्त करून सयुक्तिक आणि ठोस युक्तिवाद मांडण्याच्या तुमच्या क्षमतेवर अवलंबून असते. आपण जरी तुमच्या अभ्यासाची सयुक्तिकता, साहित्याचे परीक्षण किंवा पद्धती, निष्कर्ष आणि अनुमाने यांचे सादरीकरण याबद्दल बोलत असलो तरी संशोधन प्रक्रियेमध्ये फक्त सारांश आणि अहवालापेक्षा अधिक काहीतरी अपेक्षित असते. ही प्रक्रिया लेखकाच्या पटवून देण्याच्या क्षमतेवर तसेच योग्य डेटा व संदर्भांनी तुमच्या युक्तिवादांना पाठिंबा देण्याच्या तुमच्या क्षमतेवर अवलंबून आहे.

७. *तुमचा पहिला मसुदा तयार करा/लिहा* – तुम्ही याचा विचार करू शकता आणि तुम्ही तो विचार करतच राहू शकता किंवा तुम्ही त्याबद्दल आणखी विचार करू शकता, परंतु तुम्ही जोपर्यंत हे करणार नाही तोपर्यंत ते घडणार नाही. तुम्ही तुमच्या लिखाणाची संरचना संशोधनप्रक्रियेचे एक उत्पादन म्हणून करण्यापेक्षा प्रक्रियेचाच एक भाग म्हणून केली तर तुमच्या महिल्या मसुद्याचा आराखडा तुमच्यासमोर असेल आणि तुम्ही त्याला सफाईदार रूप देऊ शकाल. तथापि, तुम्ही 'नंतर लिहू' असा दृष्टिकोन बाळगला असेल तर तुम्ही तुमची टिपणे गोळा करणे आणि कागदावर हे सर्व लिहिणे, आवश्यक आहे. दृष्टिकोन काहीही असला तरी, विद्यार्थ्यांना साधारणपणे पहिला मसुदा लिहिण्यासाठी सुरुवातीला वाटते त्यापेक्षा अधिक वेळ लागेल.

८. *योग्य अभिप्राय मिळवा* – वाचकांच्या अपेक्षा मोठ्या प्रमाणात बदलू शकतात, त्यामुळे तुमचा दृष्टिकोन अयोग्य आहे, हे शोधण्यासाठी शेवटच्या क्षणापर्यंत प्रतीक्षा करू नका. एकतर जिला संशोधनातील थोडा अनुभव आहे किंवा वाचकांच्या अपेक्षांबद्दलची काही अंतर्दृष्टी आहे अशा व्यक्तीला तुमच्या लिखाणाचा मसुदा दिला जाईल याची खात्री करा.

९. *पुनर्लेखनाची तयारी ठेवा* – ही एक अपेक्षा असावी. खरं तर, खाली चर्चा केल्याप्रमाणे, खूप कमी लोक दुसरा किंवा तिसरा मसुदा सादर करण्यापासून वाचतात आणि फक्त पहिलाच तयार करतात.

तपाससूची सहचर संकेतस्थळावर उपलब्ध.

प्रत्येक विभाग/प्रकरण विकसित करणे

आता जरा विशिष्ट गोष्टींचा विचार करू या आणि तुमच्या प्रकल्पाच्या लिखाणातील प्रत्येक विभागातील/प्रकरणातील लेखनाच्या गरजांसंबंधी बोलू या. आता मी 'पारंपरिक' स्वरूपावर लक्ष केंद्रित करण्याचा निर्णय घेतला आहे. कारण या एका स्वरूपाचा बरेच प्रकल्प अवलंब/अनुकूलन करतील आणि जरी तुम्ही पर्यायी रचना निवडलीत तरी, त्यातील विभाग त्याच स्वरूपामध्ये दर्शविले असण्याची शक्यता आहे. तुमच्या दस्तऐवजाची लांबीची – अपेक्षा २० किंवा ३५० पाने यापैकी काहीही असली तरी, अपेक्षित विभाग मुळात एकच आहेत. अर्थात खोलीमध्ये नाट्यमयरीतीने बदल होईल, परंतु प्रत्यक्ष रचना आणि प्रभावी रचनांची मार्गदर्शक तत्त्वे फार कमी प्रमाणात बदलतात.

पुढील बाजू

पाचव्या प्रकरणामध्ये, संशोधन प्रस्तावामध्ये अपेक्षित असलेल्या प्रत्येक विभागाची मी काळजीपूर्वक तपासणी केली आहे. आता तुमच्या प्रकल्प लेखनाच्या पुढील बाजूपर्यंत तुम्ही येता, तेव्हा तुम्ही तुमच्या अंतिम लेखनामध्ये अपेक्षित असलेले विविध विभाग तयार करण्यासाठी ह्या कामाचा वापर करू शकता:

- *शीर्षक* – ही अशी गोष्ट आहे जिच्यावर तुमचा संपूर्ण प्रकल्प लिहून काढेपर्यंत ज्यावर तुम्ही काहीही काम करणार नाही. या टप्प्यावर तुम्ही तुमच्या प्रस्तावासाठी रचलेल्या स्पष्ट, संक्षिप्त आणि निःसंदिग्ध शीर्षकावर एक नजर टाकू शकाल आणि तुमच्या प्रकल्पाशी ते जुळत आहे की जास्त चांगल्याप्रकारे अनुरूप होण्यासाठी त्यावर परत काम केले जाऊ शकते, हे बघू शकाल.
- *सारांश/गोषवारा* – गोषवारा इतका संक्षिप्त असतो की तो योग्य रीतीने तयार करणे कठीण असते. पण तो तुमच्या प्रक्रियेच्या दृष्टीने अत्यंत माहितीपूर्ण असतो. तुम्ही तुमच्या प्रस्तावासाठी एक सारांश लिहिला असेल, तर आता त्यावर एक नजर फिरवा. संशोधनाच्या काळात तुमचं जितकं समृद्ध शिक्षण होणं अपेक्षित होतं तितकं ते झालं असेल तर तो सारांश पुन्हा लिहावा असे तुम्हाला वाटेल. मी माझ्या विद्यार्थ्यांना चर्चा आणि निष्कर्ष लिहिण्यापूर्वी हे करण्याचा सल्ला देते, म्हणजे ते त्यांच्या युक्तिवादावर लक्ष केंद्रित करण्याचा विचार करू शकतील. पण मी हेदेखील सुचवेन की त्यांनी अगदी शेवटी पुन्हा ते बघावे जेणेकरून पूर्णपणे आणि निखालसपणे ध्येय आणि उद्दिष्टांपासून ते पद्धती, निष्कर्ष, चर्चा आणि निष्कर्षांपर्यंत त्यांच्या कामास अनुरूप होईल.
- *संशोधन प्रश्न/गृहीतप्रमेय* – या पुस्तकात चांगल्या प्रकारच्या परिभाषित संशोधन प्रश्नाच्या महत्त्वावर भर दिलेला असल्याने ही गोष्ट तुमचा संपूर्ण संशोधन प्रकल्प चालू असताना तुमच्या अत्यंत जवळची झाली असेल अशी मी आशा करते. आता तुम्ही खरोखर शोधण्याचा प्रयत्न केला हे स्पष्टपणे सांगण्याची तुम्हाला शेवटची संधी आहे.
- *परिचय/तर्कमीमांसा* – तुम्ही हे तुमच्या प्रस्तावासाठी लिहिले असल्यास, तुम्ही आता पुन्हा ते बघणे, वाढवणे आणि विस्तृत करणे आवश्यक आहे. ५ व्या प्रकरणात दर्शवल्याप्रमाणे या विभागाचे मुख्य काम तुमच्या विषयाचा परिचय करून देणे आणि तुम्ही हाताळू इच्छित असलेली समस्या महत्त्वाची आणि शोध घेण्यायोग्य आहे याची वाचकांची खात्री पटवणे हे आहे. (त्यामुळे समस्येचे प्रमाण/खोलीबाबतची अस्तित्वात असलेली काही संबंधित आकडेवारी प्रभावी ठरू शकते, हे लक्षात ठेवा). हा विभाग समस्येला काही संदर्भ देऊ शकतो (आणि अधिक मानवविज्ञानाभिमुख लेखनात समस्येशी असलेला तुमच्या संबंधाचा अगदी काही संकेत), आणि 'त्या कारणाने' तुमच्या ध्येय आणि उद्दिष्टांना तयार करणाऱ्या निष्कर्षांकडे तुमच्या वाचकांना घेऊन जातो. हेतूपूर्वक लिहिणे ही युक्ती आहे.
- *ध्येयं/उद्दिष्टे* – तुम्ही हे प्रथमच लिहित असाल तर, ५ व्या प्रकरणात दिलेला सल्ला बघा. तुम्ही हे आधीच लिहिले असल्यास तुम्ही ठरवलेल्या गोष्टी आणि प्रत्यक्षात केलेल्या गोष्टी यादरम्यान ते चांगल्याप्रकारे बसत आहे, याची खात्री करण्याची ही तुम्हाला शेवटची संधी आहे. कदाचित तुम्हाला पूर्णपणे पुनर्लेखन करावे लागेल (विशेषतः जर तुमच्या प्रकल्पाने एका अनपेक्षित दिशेला वळण घेतले असेल तर) किंवा फक्त परिष्करण आणि दृढ करणे आवश्यक आहे.
- *अभ्यासाचे आढावा* – प्रबंध लेखनातील एक सामान्य पद्धत म्हणजे प्रबंधातील प्रत्येक प्रकरणाचा एक संक्षिप्त आणि सोपा आढावा देणे. प्रत्येक प्रकरणाचा आढावा साधारणपणे एक किंवा दोन परिच्छेदात दिला जातो आणि त्यात फक्त आशयाचाच नाही तर हेतू आणि युक्तिवादाचाही उल्लेख केला जातो. परिच्छेद पुढील वाक्यांशांनी सुरू होण्याची शक्यता आहेः पहिल्या प्रकरणात याची ओळख करून दिलेली आहे... दुसऱ्या प्रकरणात याची चर्चा केलेली दिसते... प्रकरणाचा उद्देश दुहेरी आहे... तिसऱ्या प्रकरणात याची रूपरेषा दिलेली आहे... प्रकरणामध्ये असा युक्तिवाद केलेला आहे.

वरील सर्व गोष्टी सहसा प्राथमिक पानांमध्ये(शीर्षक आणि गोषवारा) आणि पहिल्या विभागात / प्रकरणात समाविष्ट असतात.

- *साहित्य परीक्षण* – हातात साहित्याचा आढावा तयार असेल तेव्हा तुम्ही अंतिम लिखाणाच्या टप्प्यापर्यंत पोहोचला असाल अशी आशा आहे. केलं नसेल तर आता सुरू करा! सहाव्या प्रकरणातील बऱ्यापैकी तपशीलात दिलेल्या सल्ल्याचे अनुसरण करा. तुमच्याकडे मसुदा असेल त्याचे परीक्षण करा, कोणत्याही

नवीन संशोधनाची भर घाला आणि युक्तिवादाच्या सीमा आखण्याचा आणि दृढ करण्याचा प्रयत्न करा. मागील संशोधनांचा आढावा घेऊन तुमच्या संशोधनाचे काय स्थान आहे, हे दाखवणं हे ध्येय आहे हे लक्षात ठेवा. तुमच्या प्रकल्पाच्या स्वरूपानुसार, तसेच आधीच्या संशोधनाच्या अंतर्भावामुळे, तुमच्या साहित्य परीक्षणात एक विभाग असेल जो संकल्पनात्मक किंवा सैध्दांतिक संरचनेमध्ये तुमचा अभ्यासाची स्थापना करेल.

- *पार्श्वभूमी* – हे तुमच्या संशोधनातील एक बऱ्यापैकी साधे सरळ प्रकरण/विभाग आहे ज्यामध्ये वाचकांना संशोधनाचे वातावरण, संस्कृती, राजकीय क्षेत्र इ. बाबत माहिती मिळते. उदाहरणार्थ, तुमचा अभ्यास पलाऊमधील पारंपरिक संस्कृतीला पर्यटनापासून असलेल्या धोक्यांबाबत असेल तर, तुम्ही तुमच्या वाचकांना पलाऊमधील भौगोलिक वैशिष्ट्ये, पर्यटनक्षमता इतिहास आणि संस्कृती तसेच पर्यटनाचा कल याबद्दलचे संदर्भ देणे आवश्यक आहे. तुमचा प्रबंध समजावून घेण्यासाठी वाचकांना काय आवश्यक आहे, त्या गोष्टींचाच समावेश करण्याचे लक्षात ठेवा. जर ते आवश्यक नसेल, तर ते समाविष्ट करू नका.

संशोधन आराखडा विभाग

तुमच्या प्रबंधाचा संशोधन आराखडा विभाग हा खरोखरच तुमच्या अहवालातील महत्त्वाचा मुद्दा आहे. तो तुमच्या प्रकल्पाला खरा संशोधन अभ्यास म्हणून परिभाषित करतो. अशा प्रकारे विश्वासार्हता तपासली जाईल – तुमच्या प्रकल्पाची विश्वासार्हता आणि एक समाजशास्त्रज्ञ म्हणून तुमची विश्वासार्हता दोन्ही.

- *कार्यपद्धती* – समाजशास्त्रातील बहुतेक संशोधन आराखडे आणि मानवविज्ञानावरील लेखन तर तुम्ही कार्यपद्धती किंवा तुम्ही तुमचे संशोधन शास्त्राच्या धारणा(णां)मध्ये बसावे यासाठी जी व्यापक चौकट वापरली आहे त्यात गुंतावे अशी मागणी करेल. आता हा विभाग खूपच सैद्धांतिक असू शकतो आणि पहिल्या प्रकरणात रेखाटलेल्या धारणांविषयक वादामध्ये तुम्हाला गुंतवू शकतात. या पातळीवर कार्यपद्धती, सत्याचे आकलन, वस्तुनिष्ठता आणि ज्ञानाची संरचना या गोष्टी स्थापित करते आणि या चर्चेत संशोधक अभिन्न असू शकतो. इथेच तुम्ही तुमचा अभ्यास कृतिसंशोधन, प्रायोगिक आराखडा आणि मानसघटनाशास्त्र अशा 'गुणात्मक' आणि 'संख्यात्मक' दृष्टिकोनांमध्ये स्थित करता.
- *पद्धती* – सर्व संशोधन आराखडा विभागांमध्ये तुम्ही प्रतिसादक कसे मिळवलेत याबद्दलची माहिती असलेल्या पद्धती (जनसंख्या आणि नमुना/नमुना प्रक्रिया); डेटा संकलन पद्धती (सर्वेक्षण, मुलाखती आणि दस्तऐवजांचे विश्लेषण); आणि विश्लेषणाच्या पद्धती (संख्याशास्त्रीय किंवा विषयासंबंधीचे विश्लेषण) यांचा समावेश होतो. हे विभाग तुम्ही काय केले याचे तुलनेने सोपे अहवाल आहेत (तुमच्या प्रस्तावाच्या तुलनेत, तुम्ही काय करणार होतात).
- *मर्यादा/सीमा* – पाचव्या प्रकरणात चर्चा केल्याप्रमाणे, तुमच्या संशोधन प्रक्रियेवर आणि तिच्या परिणामांवर प्रभाव पाडणारे सर्व घटक स्पष्टपणे मांडणे आवश्यक आहे. तुम्ही इथे पूर्ण गोष्ट उघड करत आहात हे महत्त्वाचे असले तरी, अतिदिलगिरी व्यक्त करणे टाळण्याचा प्रयत्न करा. काही मर्यादा असल्या तरी तुम्ही काय केले आहे आणि तुमचा डेटा विश्वासार्ह का आहे, याचे ठोस समर्थन करणे आवश्यक आहे.
- *नैतिक विचार/मान्यता प्रक्रिया* – शेवटी, तुम्हाला परीक्षण करावेच लागेलः सर्व नैतिक विचार; तुमच्या अभ्यासातील सहभागींच्या भावनिक, शारीरिक आणि बौद्धिक कल्याणाची खात्री करून घेण्यासाठी तुम्ही अंगीकारलेल्या प्रक्रिया आणि तुम्ही ज्यातून गेला आहात त्या मान्यता प्रक्रिया. पुन्हा एकदा हा तुलनेने सोपा असा वृत्तांत देण्याचा विभाग आहे.

शेवटाकडील भाग

- *निष्कर्ष* – निष्कर्ष हे तुमच्या महत्त्वाच्या प्रश्नांच्या सापडलेल्या उत्तरांचे सादरीकरण असते. ते कच्च्या डेटाच्या स्वरूपात नसतात किंवा सिद्धांतामध्ये वापरलेल्या तुमच्या डेटाचा सारांशही नसतात. उलट, हे तुम्हाला सर्वात महत्त्वाच्या वाटणाऱ्या डेटाचे सारांशातून आलेले वर्णन आहे. त्यामुळे तुमच्या संशोधन प्रक्रियांमध्ये विचारलेल्या प्रत्येक प्रश्नाच्या उत्तराचा सारांश करण्याचा मोह टाळणे महत्त्वाचे आहे. सर्वात महत्त्वाचे, मनोरंजक, शिक्षणात्मक, माहितीपूर्ण आणि जे तुमच्या संशोधन प्रश्न/गृहीतप्रमेया संबंधित सर्वोत्तम उदाहरण होते असे सादर करणे आवश्यक आहे. पण ह्या माहितीचे खूप काही करणे टाळा. अमूर्तीकरण साधारणपणे चर्चा विभागापर्यंत दिसते. संख्यात्मक आणि गुणात्मक डेटाचे सादरीकरण अनुक्रमे १३ आणि १४ व्या प्रकरणामध्ये दिलेले आहे.
- *चर्चा* – इथे तुम्हाला तुमच्या डेटाबाबत काहीतरी करता येते. येथे असलेली रचना जवळजवळ नेहमीच विषयासंबंधीची आणि तुमच्या डेटामधून उदयास आलेल्या कथानकाशी बद्ध असलेली असते. तुम्ही तुमच्या निष्कर्षांमध्ये काय शोधले आणि त्यांचे परिणाम व महत्त्व यावर युक्तिवाद करण्याची ही संधी आहे. त्यामुळे निष्कर्ष विभागात बऱ्यापैकी सरळ वृतांतलेखन असले तरी, चर्चा विभाग/प्रकरण हे हेतुपुरस्सर तर्क/युक्तिवाद, तुमच्या निष्कर्षांमधून उदयास आलेले युक्तिवाद यांनी बनलेले असते आणि तुम्ही तुमच्या लक्ष्य आणि उद्दिष्टांपर्यंत पोहोचला आहात, हे दाखवते. हे चांगल्याप्रकारे करण्यासाठी, तुम्ही स्वतः तुमचा डेटा आणि साहित्य दोन्ही वापरून पुनरावर्तीय पद्धतीने काम करण्याची शक्यता आहे.

प्रत्यक्षात निष्कर्ष आणि चर्चा विभाग/प्रकरणे हाताळण्याचे तीन मार्ग आहेत. पहिला मार्ग म्हणजे एक (किंवा अधिक) चर्चा विभाग आणि त्यानंतर एक (किंवा अधिक) निष्कर्ष विभाग देणे. याचा अर्थ, तुम्ही सर्व निष्कर्ष प्रथम मांडाल ज्यानंतर सर्व चर्चा येतील. दुसऱ्या मार्गात विषयासंबंधीचे संघटन येते ज्यामध्ये विशिष्ट विषयासंबंधित निष्कर्ष आणि चर्चा या एका विभाग/प्रकरणात आढळतात. जितके योजनाबद्ध विषय असतील त्यांच्यासाठी याची पुनरावृत्ती केली जाते. तिसरा मार्ग पुन्हा विषयासंबंधीचा आहे, पण यामध्ये निष्कर्ष आणि चर्चा दरम्यानचा फरक कमी आहे. अशा प्रकारची मोठी प्रकरणे सामान्यतः मानवविज्ञानाभिमुख प्रकल्पांमध्ये आढळतात आणि त्यांचे संघटन प्रकर्षाने विषयासंबंधी असते.

- *अनुमान* – अनुमाने काढणे म्हणजे तुमच्या संशोधन प्रक्रियेमध्ये जे प्रकट केले आहे त्याचा स्पष्टपणे सारांश काढणे आणि सर्वात लक्षवेधक आणि विश्वासार्ह मार्गाने तुमच्या प्रकल्पाचा प्रमुख प्रश्न, ध्येये आणि उद्दिष्टे ह्यांच्याशी त्याचा संबंध जोडणे. साधारणपणे एक दृढ विभाग/प्रकरण आहे (तुमच्या 'चर्चा' मध्ये काय काम आले आहे ते दिले पाहिजे). मूळ चौकट किंवा नमुन्यामध्ये असलेल्या शक्यतेपेक्षा इतर नवीन सामग्री अनुमानामध्ये मांडण्याकडे तुमचा कल नसतो. तुम्ही बऱ्यापैकी सुविकसित रीतीने एका मोठ्या चित्राची संकल्पना मांडण्यास सुरुवात करणे योग्य ठरेल.
- *शिफारसी* – समाजशास्त्राच्या संशोधनात, शिफारसी ह्या अनेकदा 'भविष्यातील संशोधना साठी शिफारसी' इतपतच मर्यादित असतात – अभ्यासाच्या मर्यादा आणि सीमा यामुळे पुढील तपासणीची गरज आहे या आधारावर केलेल्या; समस्या आकलनातील पुढील तर्कशुद्ध पायरी किंवा साहित्यात अस्तित्वात असलेली त्रुटी ओळखणे. अशा शिफारसी शक्यतो अनुमानांमध्ये समाविष्ट केलेल्या असतात. तथापि, उपयोजित शास्त्र संशोधनात, शिफारसी हा अहवालाच्या शेवटच्या भागाचा एक आवश्यक भाग असतो आणि अनेकदा त्यांचा स्वतःचा विभाग दिलेला असतो. अशा शिफारसी निष्कर्षांशी स्पष्टपणे जोडल्या पाहिजेत; त्या अत्यंत उपयोजित आणि व्यवहार्य असाव्यात. कालमर्यादा, खर्च आणि भागधारकांचा सहभाग या गोष्टींच्या अमलबजावणीच्या दृष्टीने सोपे जाईल असे गट करण्याचा विचार करावा.
- *संदर्भ* – प्रावीण्य! यापेक्षा किंचितही कमीची अपेक्षा नाही किंवा स्वीकारले जाणार नाही. हे योग्यप्रकारे करण्यासाठी पुरेसा वेळ घ्या – काटेकोरपणे अंमलबजावणी करण्याची हीच योग्य वेळ आहे.

पहिला मसुदा ते अंतिम मसुदा

प्रयत्न न करता केलेले लेखन हे आनंद न देणारे सर्वसाधारण वाचन ठरते.

सॅम्युएल जॉन्सन

तुम्ही औपचारिक किंवा अनौपचारिक, पारंपरिक किंवा पर्यायी, अनाकर्षक किंवा भावनात्मक कोणत्याही प्रकारे लिहिण्याचा निर्णय घ्या, त्यामध्ये एक सर्वसाधारण दुवा असतो. स्वरूप, शैली किंवा अभिव्यक्ती कोणतीही असो, तुमचे अंतिम काम अत्यंत निर्दोष आणि निर्विवादपणे व्यावसायिक असणे आवश्यक आहे – तुम्ही अव्यावसायिक म्हणून समोर येणे उचित होणार नाही. तुमची हुकुमत फक्त संशोधनाच्या गुणवत्तेनेच नाही तर त्याच्या सादरीकरणानेही वाढवली जाऊ शकते किवा नष्ट होऊ शकते. आणि प्रामाणिकपणे सांगायचे तर अनेक मसुदे तयार न करता हे ज्याने साध्य केले आहे असे माझ्या माहितीत तरी कोणी नाही. तात्पर्य काय? तर, पुढील गोष्टींसाठी तयार राहा: (१) शोध घेण्यासाठी आणि सल्ला घेण्यासाठी तयार राहा आणि (२) मसुदा तयार करा, त्याचे पुनर्लेखन करा आणि पुन्हा त्याचे पुनर्लेखन करा.

अभिप्राय मिळवणे आणि वापरणे

यासाठी खरोखर दुसरा कुठलाही मार्ग नाही. तुम्हाला जर पहिल्या मसुद्याकडून अंतिम मसुद्यापर्यंत मार्गक्रमण करायचे असेल तर तुम्हाला गुणवत्ता अभिप्राय मिळवण्याची अस्वस्थ करणारी पावले उचलणे कधीकधी आवश्यक असते. आता ही एक सरळ प्रक्रिया आहे असे तुम्हाला वाटेल. पण तसे नेहमीच नसते. उदाहरणार्थ, माझ्या पीएच. डी.च्या एका उमेदवाराने एकदा एका प्रकरणाचा प्राथमिक मसुदा एका सहकारी समीक्षकाकडे टिपण्णीसाठी सादर केला. दोन महिन्याच्या अस्वस्थ प्रतीक्षेनंतर शेवटी आलेल्या टिप्पण्यामध्ये संपादनासंबंधित लहानसहान शेरे जसे की – शुद्धलेखन, व्याकरण, आणि उद्धृत वचनांसाठी योग्य समास होते असे आढळले. आणि हे अंतिम मसुद्यासाठी खरोखरंच उपयुक्त असले तरी, पहिल्या मसुद्याच्या टप्प्यावर हे पूर्णपणे निरर्थक होते. जिथे कल्पना, संकल्पना आणि तर्कशास्त्र या गोष्टींचे परीक्षण करण्याची गरज असते.

आता खरोखर योग्य लोकांना सल्ला विचारण्याची आणि तुमच्या विनंतीमध्ये अचूकता आणण्याची गरज आहे. प्रक्रियेमध्ये तुमचे नेमके स्थान काय आहे, हे तुम्हाला माहीत असण्याची गरज आहे आणि तुमच्या वर्तमान गरजांसंबंधित टिप्पण्या करायला सांगणे आवश्यक आहे. तुमच्या दस्तऐवजाच्या विविध मसुद्यांचे काम करताना तुम्हाला स्वत:ला जे प्रश्न विचारण्याची गरज भासली, तेच प्रश्न तुमच्या वाचकांना टिप्पणी देण्यासाठी विचारणे, हे एक चांगले धोरण असेल(पुढील विभागातील प्रश्न पहा). हा पहिला मसुदा असेल तर तुम्हाला कदाचित एकूण कल्पना, युक्तिवाद, तर्कशास्त्र आणि रचना याबाबत सल्ला हवा असेल, नंतरच्या टप्प्यात तुम्ही सुसंगतता, स्पष्टपणा, वाचनीयता आणि, शेवटी प्रतीचे संपादन याबाबत सल्ले घेताना दिसाल.

याचा अर्थ असा की सल्ला घेण्यासाठी तुम्ही नेहमी एकाच व्यक्तीकडे जाणार नाही. उदाहरणार्थ, मी ज्यांच्याबरोबर काम करते असे एक प्राध्यापक हे कल्पनाविस्तार करण्यात अव्वल दर्जाचे आहेत, पण ते अत्यंत निष्काळजी आहेत. ते मुलांसाठी चित्राचे पुस्तक संपादित करू शकतील, असे मला वाटत नाही. इतर मूलभूत तत्त्वांच्या तपशीलाचे जाणकार असतील पण व्यापक चित्रामध्ये गुंतू शकणार नाहीत. आता तुमच्या पर्यवेक्षका(कां)चा सल्ला बहुमोल असला तरी सहकारी, समवयस्क आणि कुटुंबाचा सल्लाही बहुमोल असू शकतो. खरं तर, एका टप्प्यावर, तुमचे काम विशेषज्ञ नसलेल्या व्यक्तीला वाचायला सांगणे आणि तुमच्या

युक्तिवादाचा त्याला किंवा तिला काही अर्थ लागतो का हे पाहणे योग्य ठरेल – कारण तो तसा वाटायला हवा. आणि कालमर्यादा समजावून घ्यायचा प्रयत्न करायला विसरू नका. काही वाचकांना तो परत देण्यासाठी महिने लागू शकतात.

आता कोणाला विचारायचे आणि काय विचारायचे ते जाणून घेणे ही एक गोष्ट आहे, पण तुम्ही लिहिलेले दुसऱ्याच्या स्वाधीन करण्याची तयारी असणे ही दुसरी. पुरेसे चांगले नसण्याची तुमची छुपी भीती खरी ठरली तर काय? काम दुसऱ्या कोणाकडे स्वाधीन करणे म्हणजे उघडे पडणे, पण अकार्यक्षमतेची भीती अनेकदा आत्मविश्वासाच्या अभावामुळे येते हे लक्षात ठेवा – क्षमतेच्या अभावामुळे नाही. आणि याशिवाय, अनिश्चित दिशेला तुमच्या प्रचंड वेळेची गुंतवणूक करून प्रतीक्षा करण्यापेक्षा तुम्ही योग्य मार्गापासून भरकटत आहात का हे लवकर कळणे केव्हाही चांगले असते.

समजा तुम्ही योग्य व्यक्तीला योग्य प्रश्न विचारू शकलात आणि तुम्हाला तुमचा मसुदा परत मिळाला. तुम्ही नशीबवान असाल तर तो, विधायक, संबंधित आणि विचारप्रवर्तक टिप्पण्यांनी युक्त असेल. तुम्ही खुष असायला हवे – कोणीतरी फक्त भरपूर वेळ दिलेला आहे आणि मेहनत घेतलेली आहे एवढेच नाही तर पुढे जाण्यासाठी एक मार्गही दाखवला आहे. पण, अर्थातच, तुम्ही मनुष्य आहात. त्यामुळे आनंदी होण्याऐवजी, तुम्ही उध्वस्त होता. खरं तर, तुम्हाला अपमानित, निराश आणि अगदी अकार्यक्षम असल्यासारखे वाटू शकते. असे वाटणारे तुम्ही एकटे नाही आहात. माझ्या कामाबाबतचा अभिप्राय हा मी किती हुशार आहे ह्याची पोचपावती मिळेपर्यंतच मर्यादित असावा, अशी व्यक्तिशः माझी इच्छा होती. तुम्हाला आवडो किंवा न आवडो – पण खरोखर कशाची गरज असेल तर ती चिकित्सकतेची आहे. प्रमाणीकरण तुम्हाला पुढे जाऊ देत नाही. तुम्ही सल्ला स्वीकारला पाहिजे व टीका वैयक्तिक अर्थाने घेऊन चालणार नाही. जर तसे केलेत तर, लेखन हे भावनिक सुरुंग पेरलेले क्षेत्र बनेल.

तुमच्याकडे आता सल्ला आहे तर तुम्ही त्याचे काय कराल? तसेच, आंधळेपणाने केलेले समावेशन हे सर्वार्थआने केलेल्या दुर्लक्षाइतकेच वाईट असते. तुम्ही मनापासून तो अभिप्राय विचारात घेणे, स्त्रोताच्या प्रकाशात त्याचा विचार करणे आणि तुम्ही जे म्हणयचा प्रयत्न करत आहात त्यावर त्या सल्ल्याचा काय परिणाम होईल यावर काम करणे आवश्यक आहे. आणि विशेषतः तुम्हाला स्वतःला विवादास्पद सल्ला मिळत असेल तर अर्थातच हे महत्त्वाचे आहे. तुमच्या पर्यवेक्षक/व्याख्यात्याशी बोला. पण हे तुमचे काम आहे आणि तुम्हीच अंतिम निर्णय घेणे आवश्यक आहे, हे लक्षात ठेना.

मसुदा बनवणे आणि त्याचे पुनर्लेखन करणे

पहिला मसुदा तयार करण्यापासून ते सादर करण्यापर्यंतचा प्रवास हा प्रदीर्घ आणि आव्हानात्मक असतो यात शंका नाही. खरं तर, तुमच्या शरीरातील प्रत्येक कणाची इच्छा असूनही तुम्ही तुमच्या पहिल्या मसुद्यापैकी जास्त भाग अंतिम दस्तऐवजामध्ये ठेवू शकत नाही असे दिसून येते. अर्थातच, पहिला मसुदा आणि त्यानंतरचे मधले सर्व मसुदे याशिवाय तुम्ही अंतिम मसुद्यापर्यंत पोहोचत नाही, हा उपरोध आहे.

आता तुम्ही विविध मसुद्यांवर काम करत असताना तुमच्या लेखनाचे विविध पैलू दृढ केले जातील (रकाना १५.२ पहा). पण हे तुम्ही कितीही मार्गांनी साधू शकता. काही जणांना संथ आणि काळजीपूर्वक पद्धतीने वाक्या वाक्यावर काम करायला आवडते. तर इतरांना देहभान हरपून काम करणे आवडते – ते सगळ्या नवीन कल्पना एकाच वेळी कागदावर उतरवण्याचा प्रयत्न करतात आणि नंतर त्या पारखतात. जोपर्यंत तुम्हाला तुमच्यासाठी काम करणारी एखादी प्रक्रिया मिळत नाही तोपर्यंत तुमचा स्वतःचा दृष्टिकोन विकसित करण्यात काही चूक नाही. शेवटी अंतिम परिणाम हाच महत्त्वाचा असतो.

रकाना १५.२ मध्ये दर्जेदार अंतिम उत्पादन मिळवण्यासाठी मदत करण्याकरिता बऱ्याच तपाससूची दिलेल्या आहेत. ही थोडी रटाळ असली तरी जवळजवळ सर्व चांगले लेखक कमी अधिक फरकाने ह्या प्रक्रियेमधून जातात (रकाना १५.३ पहा).

रकाना १५.२

पुनर्लेखन प्रक्रियेची तपाससूची

पहिल्या मसुद्यावर पुन्हा काम करणे

तुमच्या पहिल्या मसुद्यातच ते असले, तर छान होईल. पण असे क्वचितच होते. तुम्ही थांबता आणि आढावा घेता तेव्हा, लिहिण्याच्या प्रक्रियेमध्येच तुमच्या कल्पना विकसित झाल्या आहेत आणि तुम्ही सुरुवातीला कागदावर ज्या गोष्टी टिपल्यात त्याच्या पलीकडे तुमच्या विचारांनी मार्गक्रमण केलेले आहे, असा शोध लागण्याची शक्यता आहे. तुम्ही तुमच्या पहिल्या मसुद्यावर काम करताना स्वतःला खालील प्रश्न विचाराः

- ☑ याला काही अर्थ आहे का? तर्कशास्त्र प्रवाही आहे का? मला रचना बदलण्याची आवश्यकता आहे का?
- ☑ जी 'अभिव्यक्ती' मला सुखकर वाटते ती मी वापरत आहे का?
- ☑ अधिक साहित्य/कल्पना अंतर्भूत करणे आवश्यक आहे का – का विभागांची खरोखर पुनरावृत्ती झाली आहे का?
- ☑ मी माझ्या एकूण युक्तिवादाबाबत समाधानी आहे का, आणि तो अपेक्षेप्रमाणे आहे का?
- ☑ प्रत्येक प्रकरण किंवा विभागमध्ये स्पष्ट आणि उघड मुद्दे किंवा मतभेद आहेत का?
- ☑ मला अभिप्राय मिळाले आहेत का आणि मी त्यांना प्रतिसाद दिला आहे का?

दुसऱ्या मसुद्यावर पुन्हा काम करणे

एकदा तुम्ही एकूणच कल्पना, युक्तिवाद, तर्कशास्त्र आणि रचना याबाबत समाधानी झालात, की सर्वोत्तम ते साध्य करण्यासाठी तुमच्या युक्तिवादाबाबत थोडीशी तडजोड करण्याची आणि स्पष्टपणा आणि सुसंगततेसाठी झटण्याची वेळ आहे. हे करत असताना स्वतःला खालील प्रश्न विचाराः

- ☑ मी माझे मुद्दे आणि युक्तिवाद जास्त स्पष्ट कसे करू शकते? मी कधी 'वायफळ बडबड' किंवा लेखन करते का? मी बरेच अवजड शब्द आणि संक्षिप्त रूपं वापरत आहे का? मी थोडी/अधिक उदाहरणे अंतर्भूत करावीत का?
- ☑ मला अजून आकृत्या, फोटो, नकाशे, इत्यादी घ्यायचे आहेत का?
- ☑ रचना सुसंगत आहे का? प्रकरणे / विभागात स्पष्ट आणि तार्किक दुवे आहेत का?
- ☑ प्रकरणे/विभागांच्या आत व मध्ये सुसंगतता आहे का? मी कधीही स्वतःचेच खंडन तर करत नाही ना? माझी अभिव्यक्ती संपूर्ण काम करताना सातत्यपूर्ण रीतीने वापरली गेली का?
- ☑ लांबी लक्ष्याप्रमाणे आहे का?
- ☑ मला अभिप्राय मिळाले आहेत का आणि मी त्यांना प्रतिसाद दिला आहे का?

उपान्त्य मसुद्याच्या दिशेने वाटचाल

उपान्त्य मसुद्याच्या दिशेने वाटचाल करण्यासाठी तयार असणे म्हणजे तुम्ही तुमच्या दस्तऐवजामध्ये येणाऱ्या युक्तिवादाच्या रचना आणि तर्कशास्त्राबाबत पुरेसे समाधानी आहात असे सुचवते. आता ओघ, स्पष्टता आणि एकूणच वाचनीयता याकडे लक्ष दिले जाऊ शकते. स्वतःला खालील प्रश्न विचारा:

☑ मी स्पष्टता आणखी वाढवू शकेन असे काही मार्ग आहेत का? माझ्या अटींचा वापर सातत्याने केला जातो? मी अनावश्यक अवजड शब्दांतून सुटका करून घेतली आहे का?
☑ मी हे वाचण्यास अधिक ओघवते करू शकेन असे मार्ग आहेत का? मी माझी लांबलचक वाक्ये (तोडून) लहान करू शकेन का? माझ्या एकवाक्यी परिच्छेदांवर मी परत काम करू शकेन का?
☑ हे अधिक आकर्षक करण्याचे आणखी काही मार्ग आहेत का? मी क्रियापदाच्या कर्मणी प्रयोगाच्या वापरावर मर्यादा आणू शकते का? मी दिलगीर म्हणून सामोरी जाते का? माझे युक्तिवाद मजबूत आणि पटणारे आहेत का?
☑ मला खात्री आहे का की मी माझ्या प्रतिसादकांची/सहभागींची गोपनीयता संरक्षित केलेली आहे?
☑ वाङ्मयचौर्याच्या कोणत्याही संभाव्य आरोपांविरुद्ध मी सावधगिरी बाळगली आहे का? मी मजकूरातील, संदर्भ किंवा संदर्भग्रंथाची यादी यातील स्रोत दोनदोनदा तपासले आहेत का?
☑ मी प्राथमिक आणि शेवटची पाने जसे शीर्षक पान, अनुक्रमणिका, आकडेवारीची/आकृत्यांची सूची, श्रेयनिर्देश, गोषवारा, प्रस्तावना, परिशिष्ट व संदर्भ यादी लिहिली आणि संपादित केली आहेत का?
☑ मी माझे शुद्धलेखन आणि व्याकरण बारकाईने तपासले आहे का?
☑ मी शब्दांची गणना केली आहे का?
☑ मला अभिप्राय मिळाले आहेत का आणि मी त्यांना प्रतिसाद दिला आहे का?

अंतिम मसुद्याची निर्मिती

वरील सर्व गोष्टी जर केल्या असतील तर तुमचा अंतिम दस्तऐवज तयार झाला, असा तुम्ही विचार कराल. पण तसे नाही; तुम्हाला आता अंतिम संपादन करावे लागेल. हे खूप मोठे काम असेल आणि तुम्ही त्यासाठी निधीचा वापर करू शकणार असाल, तर तुम्ही प्रत-संपादक नेमण्याचा विचार करू शकता. तुम्ही स्वतः तुमचे काम डझनभर वेळा पिंजून काढले असतानाही निष्काळजीपणामुळे राहिलेल्या त्रुटी, विशेष संपादकीय कौशल्य असणारे कोणीतरी शोधू शकते, हे किती आश्चर्यकारक आहे. खाली काही गोष्टी दिलेल्या आहेत ज्या तुम्ही सादर करण्यापूर्वी विचारू शकता:

☑ मी टाईप करताना होणाऱ्या सर्व प्रकारच्या चुका तपासल्या आहेत का?
☑ मी शुद्धलेखन तीनतीनदा तपासले आहे का (विशेषतः ज्या गोष्टी संगणकावर तपासल्या जाणार नाहीत जसे 'फॉर्म' टाइप, करण्याऐवजी 'फ्रॉम' टाईप करणे)?
☑ मी ओळीमधील अंतर, फॉन्ट, मार्जिन इत्यादी तपासले आहे का?
☑ मी प्राथमिक आणि शेवटच्या पृष्ठांसहित सर्व पृष्ठांना अनुक्रमे क्रमांक आहेत का? ती सर्व पृष्ठे योग्य क्रमाने आहेत याची मी खात्री केली आहे का?
☑ मुद्रणाच्या कोणत्याही चुका नाहीत याची खात्री करून घेण्यासाठी मी अंतिम दस्तऐवज तपासला आहे का?

तपाससूची सहचर संकेतस्थळावर उपलब्ध.

रकाना १५.३

मला तुमच्यासारखे लिहिता आले असते तर... असं मला वाटतं

विद्यार्थी जेव्हा मी लिहिलेले काहीतरी वाचतात, तेव्हा 'मला तुमच्यासारखे लिहिता आले असते तर... पण मी चांगला लेखक नाही' किंवा 'तुमचे लिखाण किती सोपे आणि नैसर्गिक वाटते, पण माझं म्हणजे नुसता गोंधळ आहे,' अशा गोष्टी बोलण्याकडे त्यांचा कल असतो.

पण तुम्हाला माझ्या सोप्या, नैसर्गिक शैलीबद्दल थोडेसे सांगते.

हे पुस्तक उदाहरण म्हणून घ्या. प्रत्येक प्रकरणाच्या बाबतीत मी तर म्हणेन की माझे समाधान होईल असा प्रारंभ शोधण्यापूर्वी, चार किंवा पाच वेळा प्रयत्न केला (आणि हे सहसा फक्त अवतरण आणि पहिल्या एक-दोन परिच्छेदांच्या बाबतीत आहे). एकदा का सुरुवात कशी करायची याबाबत स्वस्थता आली की मी त्यातील – हर एक वाक्याचे तीन ते चार वेळा पुनर्लेखन करते – हे खूपच चांगले झाले आहे, असे मला वाटत नाही तोपर्यंत. त्या नंतरच मी पुढील विभागाकडे वळते.

पुढील वेळी मी जेव्हा लिहायला बसते, तेव्हा मी पहिला भाग परत वाचते आणि अजून एक दोन वेळा त्यावर काम करते. केवळ या टप्प्यावर ते सोपे आणि नैसर्गिक झाले आहे असे मला वाटायला सुरुवात होते – त्यामुळे मी पुढे जाते. हे सर्व साध्य होईपर्यंत ह्या कष्टपूर्वक संथ प्रक्रियेची संपूर्ण प्रकरणभर पुनरावृत्ती केली जाते.

प्रकरणाचा संपूर्ण मसुदा पूर्ण झाल्यावर मी त्याचे पुन्हा परीक्षण करते, आणखी फेरबदल करते आणि जेव्हा माझे समाधान होते तेव्हा जो परखड आहे पण ज्याच्या मताचा मी आदर करते अशा मी वाचकाला ते देते. तो निःसंशयपणे टिप्पण्या करेल आणि मी त्या विचारात घेईन आणि मजकूरात त्यानुसार योग्य त्या सुधारणा करेन.

संपूर्ण पुस्तक पूर्ण होईल तेव्हा संपूर्ण गोष्ट एकप्रकारे एकसंध झाली आहे याची खात्री करून घेण्यासाठी मी सर्व प्रकरणे मी बघेन. पुन्हा नक्कीच जास्तीचे फेरबदल करावे लागतील. मी नंतर प्रत संपादन करेन आणि माझ्या प्रकाशकाकडे पाठवेन. पूर्ण झाले? अजून नाही ... इथून सेज प्रकाशन मला पुढील परीक्षण (आणि शक्य त्या सुधारणा), व्यावसायिक प्रत-संपादन, मांडणी व आराखडा आणि अंतिम मुद्रितशोधन यामध्ये मदत करेल – आणि सरतेशेवटी तुम्हाला जे दिसेल ते हे असेल.

जर सोपी आणि नैसर्गिक शैली सहजपणे आणि नैसर्गिकपणे जमून आली तरच!

प्रभावी सादरीकरणे तयार करणे

तुम्ही तुमच्या अभ्यासाबाबत लिहिले आहे. आता तुमच्याकडे तुम्ही जगासमोर सादर करू शकाल असा एक अहवाल, प्रबंध किंवा शोधप्रबंध आहे. आणि म्हणून तोंडी सादरीकरणांचा प्रश्न असेल तेव्हा तुम्ही फक्त मुख्य मुद्दे पॉवरपॉइंटमध्ये टाकू शकता आणि झालात तुम्ही तयार.

कृपया नको. तसे करू नका. तुमचा अभ्यास, बाह्यतः न संपणाऱ्या स्लाइडच्या मालिकेमध्ये जास्तीत जास्त कोंबणे आणि नंतर तुम्ही काय केले आणि तुम्हाला काय आढळले, हे लोकांना सांगणे यामुळे फक्त तुमच्या वाचकांना खूप अनावश्यक वेदना देण्यासारखे होईल. मागच्या वेळेस मी अशा प्रकारच्या एका सादरीकरणात होते तेव्हा सात क्रमांकाच्या स्लाईडच्या वेळेस मी बधिर झाले होते. त्यानंतर मी त्या स्लाईडच्या छोट्याशा कोपऱ्यात पाहिले – तुम्ही त्यासाठी तयार आहात का? ७ /१३२ (१३२ पैकी सातवी स्लाईड). इतरांना ऐकू जाईल इतक्या जोरात सुस्कारा सोडला.

माझ्यावर विश्वास ठेवा, तुम्ही हे यापेक्षा चांगल्याप्रकारे करू शकता. रुक्ष, नीरस, कंटाळवाणी सादरीकरणे हेच सर्वसामान्य प्रमाण आहे असे नाही. आपण जेव्हा ही सादरीकरणे ऐकतो, तेव्हा आपल्याला ती सर्व उल्लेखनीय आहेत आणि हे वक्ते प्रेरणादायी आहेत हे कळून येते. आपल्याला ह्याची जाणीव होते कारण आपण हेलावून जातो. आपल्याला ह्याची जाणीव होते म्हणून आपण ते इतरांना सांगू इच्छित असतो. आपल्याला ह्याची जाणीव होते कारण आपण प्रेरित होतो. याचे अनुकरण केले जाऊ शकते – आणि ते तसे करणे आवश्यक आहे. संशोधन सादरीकरणे म्हणजे बदलाभिमुख कारणासाठी माहिती सामयिक करणे होय. त्यामुळे तुमच्या वाचकांना सादरीकरणाद्वारे प्रवृत्त करण्याची व कृती करण्याकरिता प्रेरित करण्याची गरज आहे.

प्रभावी सादरीकरणाचे घटक

होय, तुम्ही एका विशिष्ट पद्धतीने सादर करावे, अशी अपेक्षा ते करू शकतात. ते अगदी तुम्ही कोणत्या विविध विभागांचा विचार करणे आवश्यक आहे हेसुद्धा सूचित करू शकतात. पण असे निर्बंध असले तरीही तुम्हाला वाचक गुंततील आणि त्यांना पर्वा करवी लागेल, अशा प्रकारे सादर करण्याची संधी आहे. सादरीकरण हेसुद्धा उभयमार्गी संभाषण असते, हे लक्षात ठेवा. तुम्ही तुमच्या प्रेक्षकांना गुंतवून ठेवणे आणि त्यांच्यावर लक्ष केंद्रित करणे आवश्यक आहे. तुम्ही त्यांची प्रतिक्रिया शोधायची आहे.

त्यामध्ये खालील गोष्टींचा करावा लागेल:

- *नैपुण्य आणि ज्ञान* – तुम्हाला तुमचा विषय माहीत असणे आवश्यक आहे, यात शंकाच नाही. तुम्ही कशाबद्दल बोलत आहात हे जर तुम्हाला माहीत नसेल तर तुम्हाला सादर करण्याचा अधिकारच नाही. तुमचा विषय माहीत असण्याने तुमच्यात विश्वासार्हता आणि आत्मविश्वास येतो. पण चांगली गोष्ट ही आहे की तुम्हाला माहीत असलेले सगळे तुम्ही त्यांना सांगण्याची गरज नाही! तुमचे ज्ञान स्पष्ट होऊ द्या. तुम्ही अत्यावश्यक, आकर्षक घटक काढू शकता हे दाखवून; तुमच्या आत्मविश्वासातून; तुमच्या लवचिकतेतून ते स्पष्ट होऊ दे. हे तुमच्या अहंकाराबाबत नाही आहे. तुम्हाला किती माहीत आहे हे लोकांना दाखवण्याबाबतही नाही आहे. हे तुमचे प्रेक्षक आणि ते यामधून काय घेऊन जातील याबाबत आहे.
- *तुगचे उद्दिष्ट* – तुमचे तुमच्या अभ्यासासंबंधित निःसंशयपणे एक उद्दिष्ट आहे. समजा ते 'तुमच्या अभ्यासाची रूपरेषा आखणे आणि निष्कर्ष सांगणे' हे असेल. पण, थांबा आणि तुमच्या वाचकांना यातून काय मिळणार आहे याचा विचार करा. तुमच्या संशोधनप्रक्रियेतील सर्व गोष्टी आणि तुम्हाला नक्की काय आढळले हे तुमच्या वाचकांना माहीत असावे, हे तुमचे ध्येय आहे का? की त्यांना धक्का बसला पाहिजे ते प्रवृत्त झाले पाहिजेत, आचरण बदलण्याची इच्छा झाली पाहिजे, ते सहमत झाले पाहिजेत आणि बदलाचे माध्यम बनले पाहिजेत असे तुम्हाला वाटते? सादर करीत असताना या गोष्टी आहेत महत्त्वाच्या असे मला वाटते – आणि या गोष्टी आपण अनेकदा विसरतो. पण तुम्ही प्रेक्षकांसंबंधित अशा प्रकारच्या ध्येयांबाबत स्पष्ट शब्दात मते मांडू शकलात तर तुमच्या सादरीकरणाची रचना आणि पद्धत बदलेल. पण नोंदीपासून ते प्रेरणा देण्यापर्यंत जाण्याशिवाय पर्याय नाही.
- *कथाकथन* – सर्वोत्तम सादरकर्ते गोष्ट कशी सांगायची हे जाणतात, यात शंकाच नाही. गोष्ट सांगताना, ते अटकळीची बांधणी करतात, ते 'वाहवा' असे म्हणायला लावणाऱ्या क्षणांची निर्मिती करतात, ते किस्से वापरतात आणि ते योग्य प्रमाणात भावनांचा वापर करायला घाबरत नाहीत.
- *तुमचे सामर्थ्य* – लोकांना लोकांकडून प्रेरणा मिळते. ही वस्तुस्थिती आहे. विद्यापीठातील तुमच्या सर्वात आवडत्या व्याख्यानाधारित विषयाची तुलना सगळ्यात नावडत्या विषयाशी करा. आशय हा या फरकामधला केवळ एक छोटासा भाग आहे. प्रत्यक्षात व्याख्याता हा प्रेरणा देतो आणि प्रवृत्त करतो. आणि याचा अर्थ

तुमची गणना होते. तुमच्या सादरीकरणामध्ये याचा ठसा उमटणे आवश्यक आहे. त्यातून तुमचे 'अस्तित्व दिसणे' आवश्यक आहे. पण याचा अर्थ असा नाही की तुमची स्वभाव मजेशीर नसताना तसा तो दाखवणे (ते अयशस्वी ठरेल!) किंवा लाजाळू असताना आधिकारिक बनण्याचा प्रयत्न करणे (त्यामुळे तुम्ही अधिक अस्वस्थ व्हाल. पण तुमच्यातल्या वैशिष्ट्यपूर्ण आत्मीयतेची छाप दिसू द्या. मी माझ्या विद्यार्थ्यांना त्यांचे जवळचे मित्र, जोडीदार किंवा पालक त्यांचा सर्वोत्तम गुण कोणता आहे, असे म्हणतात याचा विचार करायला सांगते – अधिकारदर्शकता, प्रामाणिकपणा, विनोद, प्रेमळपणा, बुद्धिमत्ता. मी नंतर त्यांना अशाप्रकारे त्यांचे सादरीकरण करण्याचे आव्हान देते की प्रेक्षक त्यात त्यांची गुणवत्ता प्रतिबिंबित झालेली पाहू शकतील.

- *दृक-श्राव्य साधने* – यांनी तुम्हाला मदत करावी पण ती तुम्हाला पर्याय नाहीत. तुम्ही पॉवरपॉइंट वापरणार असाल, तर त्याचा किमान वापर करा. मंचावर असलेल्या प्रत्येक २ मिनिटांसाठी मी एकापेक्षा जास्त स्लाइडची शिफारस करत नाही – शक्य असल्यास कमीच. तसेच मजकूरावर आधारित स्लाइडपासून अधिक प्रभावी दृश्य स्लाइडकडे जाण्याचा प्रयत्न करा. तसेच व्हिडिओचाही विचार करा – इंटरनेट प्रवाह पूर्वीइतका अडचणीचा राहिलेला नाही. स्वतः ॲनिमेशन करण्याचा देखील विचार करा. मला सगळीकडे फिरता यावे आणि लक्ष वेधणे शक्य व्हावे म्हणून मी नेहमी कॉलर माईक आणि वायरलेस माउसचा वापर करते. व्यासपीठाच्या मागे लपण्यामुळे (श्रोत्यांना) गुंतवून ठेवणे अवघड होऊ शकते.

तपाससूची सहचर संकेतस्थळावर उपलब्ध.

समोर येण्याची गरज

> सामान्य लोकांना, शास्त्रीय संशोधनाचे प्रयत्न आणि परिणाम याचा जाणीवपूर्वक व हुशारीने अनुभव घेण्याची संधी दिली जाणे, याला खूप महत्त्व आहे. ज्ञानसागराला एका छोट्या गटासाठी प्रतिबंधित करण्याने लोकांचे तात्त्विक चैतन्य हिरावून घेतल्यासारखे होते आणि त्यामुळे आध्यात्मिक दारिद्र्य येते.
>
> *अल्बर्ट आईन्स्टाईन*

एका काटेकोर आणि विश्वासार्ह संशोधनाचे आयोजन करण्यासाठी खूप मोठ्या प्रमाणात प्रयत्न लागतात. त्यामुळे संपूर्ण संशोधन प्रक्रियेतून जाऊन तुमच्या यशाचे भांडवल न करणे ही अशी गोष्ट आहे जी तुम्ही करू इच्छिणार नाही. पण प्रत्यक्षात हा अपवादाऐवजी नियम असू शकतो. कपाटात कुठेतरी पडून राहणाऱ्या प्रबंधांचे/अहवालाचे प्रमाण आश्चर्यजनक आहे. विद्यार्थी संशोधक म्हणून तुमचे नजीकचे ध्येय ग्रेड किंवा अगदी एखादी पदवी मिळवणे हे असू शकते, हे खरे आहे. पण संशोधनाचे अंतिम ध्येय हे ज्ञानसागरामध्ये काहीतरी योगदान देणे आहे, हे विसरू नका. आणि तुमच्या निष्कर्षांचा प्रसार झाला नाही तर ते ज्ञानसागरामध्ये कोणतेही योगदान देऊ शकत नाहीत.

दुर्दैवाने, संशोधन प्रकल्प, तो कितीही चांगल्या पद्धतीने आयोजित केला तरी त्यामुळे त्याचा व्यापक प्रसार होण्याची खात्री नाही. उदाहरणार्थ, पीएच. डी. प्रबंध, जो कदाचित शैक्षणिक संशोधनपर लेखनाचा सर्वात प्रतिष्ठित प्रकार आहे. खेदाची गोष्ट म्हणजे, त्याचा सगळ्यात कमी प्रसार झालेला असू शकतो. बहुतेक प्रबंधलेखक, समालोचक किंवा संपादक, पर्यवेक्षक किंवा पर्यवेक्षकीय तज्ज्ञगट/पॅनेल, आणि परीक्षक यांच्याकडून वाचले जातात. शेवटी, हे साधारण सात किंवा आठ लोक झाले – ज्या कामाला साधारण चार किंवा त्यापेक्षा अधिक वर्षे लागतात त्या कामाचा त्यामानाने हा अगदीच कमी प्रसार झाला. आता याचा अर्थ संशोधनाचा प्रसार होणार नाही असा नाही, पण ते सुलभतेने करण्यासाठी आपण काही निश्चित पावले उचलणे आवश्यक आहे, याचे आपल्याला स्मरण होते.

परिषदांना उपस्थित राहणे

परिषदांना उपस्थित राहण्याची तीन चांगली कारणे आहेत. पहिले म्हणजे ज्यांची संख्या अविश्वसनीय आहे अशा नवीनतम संशोधन आणि संशोधकांच्या मालिकांचा परिचय करून घेणे. वेबमुळे संबंधित परिषदांचा शोध घेणे खरोखर खूपच सोपे झाले आहे. ज्यांची चर्चा केली जाते आणि ज्यावर संशोधन केले जाते अशा विषयांची खोली आणि व्याप्ती बघून तुम्ही चकित होण्याची शक्यता आहे. दुसरे कारण म्हणजे जनसंपर्क. तुम्ही नोकरी करण्याचे ठरवले असेल किंवा उच्च पदवी घेण्याचे, एखाद्या क्षेत्रात कोण कोण आहे हे माहीत करून घेणे आणि त्या लोकांची भेट घेण्याची संधी मिळणे हे तुमच्या भविष्यकाळासाठी अमूल्य ठरू शकते. तिसरे (आणि माझे सगळ्यात आवडते) कारण म्हणजे, मजा करण्याची संधी हे आहे. नवीन मित्र बनवणे आणि जुन्या मित्रांना भेटणे; नवीन राज्य, देश किंवा जगात नवीन जागा पाहणे; रोजच्या जीवनापासून दूर जाणे – तुम्ही ह्या सगळ्याकडे एकत्रितपणे बघितलेत तर तो एक न चुकवण्यासारखा अनुभव आहे.

सादरीकरणे करणे

तुम्ही प्रभावी सादरीकरण तयार केले आहे. आता तुम्हाला ते सादर करायचे आहे. आणि ही गोष्ट भीतीदायक असली तरी अत्यंत फायद्याची असू शकते. तुमच्या कामाच्या संभाव्य परिणामाचा अर्थ तसेच अभिप्राय मिळविण्यासाठी एक आश्चर्यकारक संधी आहे. बरेच विद्यार्थी सादरीकरणाच्या आधी चिंताग्रस्त असतात, पण त्यांनी ते केले याबाबत नंतर साधारणपणे आनंदी असतात. सादरीकरण खालील ठिकाणी केले जाऊ शकते:

- *विद्यापीठ प्रणालीमध्ये* – सादरीकरण वर्गात, परिसंवाद मालिकेचा भाग म्हणून, किंवा पदव्युत्तर गटाचा भाग म्हणून सादर केले जाऊ शकते.
- *परिषदांच्या ठिकाणी* – परिषदांमधील सादरीकरणे तुम्हाला आणि तुमच्या कामाला एक उच्च स्तर प्राप्त करून देऊ शकतात. इथे तुम्हाला तुमच्या कामाच्या फक्त प्रसाराची परवानगी असते असे नाही तर ते तुम्हाला अशा प्रकारच्या व्यासपीठांचा अनुभव आणि विश्वासदेखील देतात, तुम्हाला नवीन संशोधन कल्पना निर्माण करण्याकरिता मदत करतात आणि अर्थातच, जनसंपर्कासाठी तुम्हाला अधिकाधिक मार्ग मिळवून देतात.
- *विविध भागधारकांच्या गटासाठी* – तुमचा अभ्यास समुदाय गटाशी स्थानिक सरकारी अधिकारी, किंवा विशिष्ट कामाची जागेशी संबंधित असला तर तुमचे निष्कर्ष मांडणे, तसेच तिथपर्यंत आपले संशोधन पोहचविणे आणि जनसंपर्क हा अतिरिक्त लाभ आहेच.

प्रकाशित करणे

तुम्ही प्रमुख प्रकल्प हाती घेतला असेल तर तुम्ही प्रकाशनाचा विचार करू शकता. खरं तर, तुम्ही पीएच. डी.चे विद्यार्थी असाल तर, पुढे जाता जाता तुम्ही तुमचे काही काम प्रकाशित करण्यास हरकत नाही. त्यामुळे फक्त तुमच्या प्रबंधावर लक्ष केंद्रित होते असे नाही तर ते तुमच्या कारकिर्दीसाठीदेखील मूल्यवान ठरू शकते. आता प्रकाशनातील अखेरचे ध्येय हे आंतरराष्ट्रीय परीक्षकांनी परीक्षण केलेल्या नियतकालिकातील एकाच लेखकाचे लेखन असते आणि हे योग्य ध्येय आहे. पण अननुभवी संशोधकासाठी ते साध्य करणे फारच कठीण होऊ शकते. दुसरा पर्याय सहकारी लेखकाचा आहे. बरेचदा तुमचा पर्यवेक्षक, सहलेखक म्हणून काम करायला तयार असेल, ज्यामुळे तुम्हाला तज्ज्ञाचा सल्ला मिळेल आणि तुमच्या सादरीकरणाला अधिक वजन येईल. फक्त प्रमुख लेखक कोण असेल याविषयी उघडपणे चर्चा होईल याची खात्री करा.

नियतकालिकात लेख प्रकाशित करण्यासाठी काही महत्त्वाच्या पायऱ्या खाली दिलेल्या आहेत:

१. तुमचे प्राविण्य असलेल्या क्षेत्राशी थेट संबंधित शैक्षणिक नियतकालिके शोधा – बऱ्याच नियतकालिकांच्या वेबसाइटवर लक्ष्य आणि संधी यांचे वर्णन केलेले असते. त्यांच्या विषयपत्रिकेच्या गाभ्याच्या जितके जवळ तुमचे काम असेल तितकी स्वीकृतीची शक्यता जास्त असते.
२. सादरीकरणाच्या मार्गदर्शक तत्त्वांचे परीक्षण करा आणि त्यांचे कटाक्षाने पालन करा. याचा अर्थ तुमच्या लेखामध्ये फेरबदल करणे, जेणेकरून पांडित्यपूर्ण रीतीने स्वरूपात आवश्यक तो बदल करणे, लेखाची लांबी आणि संदर्भव्यवस्था ह्या गोष्टींचे पालन केले जाईल.
३. तुमच्या मसुद्यावर अभिप्राय मिळवा. तुमच्या स्वतःच्या कामात कशी सुधारणा केली जाऊ शकते, हे तुम्हाला स्वतःलाच दिसणे कठीण असू शकते.
४. संपर्क तपशीलासाहित सर्व संबंधित माहितीचा अंतर्भाव असलेले व्यावसायिक कव्हर लेटर – अतिरिक्त माहिती देणारे पत्र लिहा.
५. तुम्हाला जर परीक्षण करणाऱ्यांची नावे सुचवण्यास सांगितले गेले, तर टाळू नका. ह्या संधीचा फायदा घ्या. याकामी तुमच्या पर्यवेक्षकाचा चांगला संपर्क स्त्रोत उपयोगी पडण्याची शक्यता आहे.
६. परीक्षणे येतात तेव्हा खोल श्वास घ्या. तुमची चलबिचल होत असेल तर – दूर जा आणि नंतर पुन्हा वाचन करा. पहिल्या वाचनाच्या वेळी तुम्हाला ते जितके वाईट वाटले असेल तितके ते नसेल याची मी हमी देते.
७. तुम्हाला पुन्हा सादरीकरण करण्याची संधी मिळाली तर सुधारणा करा आणि तुमच्या कव्हर लेटर – अतिरिक्त माहिती देणाऱ्या पत्रामध्ये परीक्षण केलेल्या मुद्द्यांना प्रतिसाद द्या. तुमचा लेख नाकारल्यास, अधिक अभिप्राय मिळवा, पुनर्लेखन करा आणि दुसऱ्या नियतकालिकामध्ये प्रयत्न करा.

कामाचा शोध घेणे

नोकरी शोधत असताना तुमच्या संशोधनाच्या अनुभवाचा वापर कसा करावा याविषयी एक झटपट सल्ला. शेवटी, तुम्हाला काही सदैव विद्यार्थी बनून राहण्याची इच्छा नसणार. आता तुम्ही विचार करत असाल की तुम्ही तुम्हाला नव्याने आढळलेल्या पाणी पुनर्वापराच्या किंवा इंटरनेटवरील दादागिरीच्या किंवा आर्थिक संयमाचे सार्वजनिक मूल्य पोहोचविण्याच्या ज्ञानाबद्दल बोलू शकता. आणि अर्थातच ते करा. पण तुमच्या संशोधन प्रक्रियेने तुमचे व्यापक कौशल्य संच कसे वर्धित केले आहेत ते पटवून देण्याचाही विचार करा. उदाहरणार्थ:

- समस्या ओळखण्यामधील तुमचा अनुभव;
- समस्याधारित शिक्षणामध्ये गुंतण्याची तुमची क्षमता;
- संशोधन करण्याची आणि अभ्यासाचे मूल्यमापन करण्याची तुमची क्षमता;
- पुरावा वाचण्याची आणि त्याचे अर्थविवरण करण्याची तुमची क्षमता;
- पुरावा ते पुराव्यावर आधारित निर्णय घेणे यामधील योगदानाबाबतचा तुमचा अनुभव;
- तुमची ऐकण्याची अनन्यसाधारण कौशल्ये;
- गुंतागुंतीच्या प्रकल्पाचे व्यवस्थापन करण्याची आणि तो वेळेत पूर्ण करण्याची तुमची क्षमता.

तुम्ही तुमचा संशोधन प्रकल्प हाताळताना ज्या आव्हानांवर मात केली त्या सर्वांचे विचारमंथन करणे योग्य ठरेल. प्रत्येक आव्हान, संभाव्य नियोक्त्याच्या दृष्टीने अत्यंत मूल्यवान असण्याची शक्यता असेल अशा कौशल्यांचा विकास करण्याकडे निर्देश करते.

अंतिम शब्द

तर तुम्ही या प्रवासाच्या अखेरीस पोहोचला आहात – किंवा निदान पुस्तकाच्या अखेरीस पोहोचला आहात. तुमचा संशोधन प्रवास सुरू राहील अशी आशा आहे. त्यामुळे तुमच्यासाठी शेवटचे शहाणपणाचे शब्द काय आहेत? तसेच, मी स्वत:हून ते सांगेन असे मला वाटत नाही. खरंतर, मी ते अल्बर्ट आइनस्टाइनवर सोडते.

हा प्रवास सुरू ठेवण्याबद्दल आइनस्टाइनचे विचार:

> महत्त्वाची गोष्ट म्हणजे प्रश्न विचारणे थांबवू नये.

आव्हानांवर मात करण्याबाबत आइनस्टाइनचे विचार:

> अडचणींमध्येच संधी दडलेली असते.

गोंधळात टाकणाऱ्या संशोधन प्रक्रियेवरील आइनस्टाइनचे विचार:

> आपण काय करत आहोत हे आपल्याला माहीतच असेल तर त्याला संशोधन म्हटले जाणार नाही, नाही का?

एक व्यावसायिक संशोधक असण्याचा आनंद आइनस्टाइनच्या शब्दात:

> माझ्या हातात असते तर मी कुलूप तयार करणारा आणि दुरुस्त करणारा माणूसही बनू शकलो असतो.

तुमच्या प्रकल्पासाठी तुम्हाला शुभेच्छा. संशोधनाचे तुम्हाला व्यसन लागेल आणि अधिक संशोधन करण्यासाठी परत याल, अशी आशा आहे!

प्रकरणाचा सारांश

- त्याच्या गुणवत्तेला संलग्न प्रमुख दूरगामी परिणाम असलेले तुमचे लिखाण हे शिक्षणविषयक कामामधील एक बराच मोठा भाग असल्याने त्याचा दर्जा, लेखन हे भीतीदायक असू शकते. मात्र, तुमच्या कामाचा दर्जा सुधारण्यासाठी आणि तुमचे काम कमी भीतीदायक करण्यासाठी प्रत्यक्ष धोरणे आहेत.
- प्रभावीपणे लिहिण्यासाठी तुम्हाला तुमचा प्रेक्षक माहिती असणे, रचनेबाबत निर्णय घेणे, लक्षवेधक कथानक तयार करणे, हेतुपूर्वक लिहिणे आणि सतत पुनर्लेखन करण्याची तयारी असणे आवश्यक आहे.
- तोंडी सादरीकरणे ही तुमचे काम फक्त सामयिक करण्याची नुसती संधी नाही तर तुमच्या संशोधनामधून निर्माण होणाऱ्या शक्यता मिळविण्यासाठी इतरांना उत्साहित करण्याची ही संधी आहे. तुमच्या वाचकांना प्रोत्साहित करणारे सादरीकरण तयार करणे योग्य ठरेल.
- कोणत्याही संशोधन प्रकल्पाचे अंतिम ध्येय ज्ञानसागरात ज्ञानाचे योगदान करणे हे आहे. तुमचा प्रकल्प पूर्ण झाल्यानंतर, व्यापक प्रसारणाचा, परिषदा, सादरीकरणे करणे आणि शैक्षणिक/संशोधन निबंधाचे लेखन आणि सादरीकरण याचा विचार करणे योग्य ठरेल.
- संशोधनप्रक्रियेचे आयोजन केल्यामुळे कदाचित तुम्हाला वाटते त्यापेक्षा अधिक शिकायला मिळते. तुम्ही नुकताच शोध घेण्याचा एक आव्हानात्मक प्रवास पूर्ण केला आहे – सामाजिक जगताचा शोध आणि स्वत:बद्दलचाही शोध. याविषयी चिंतन करणे आणि त्याचा फायदा उठवणे योग्य ठरेल.

अवांतर वाचन

लेखन करणे

प्रकल्प लेखनाच्या अंतिम टप्प्यात असलेल्या लोकांना मी वाचनाच्या तीन प्रकारांची शिफारस करते. पहिला म्हणजे तुमच्या विद्यापीठाअंतर्गत निर्माण झालेले दस्तऐवज. विषयाची/अभ्यासक्रमाची रूपरेषा, शैली मार्गदर्शक, आणि हस्तपुस्तिका यासारखी तुमच्या संस्थेमध्ये आणि संस्थेकरिता किंवा अभ्यासक्रमाकरिता निर्माण झालेली पुस्तके फक्त पक्के निकष प्रदान करणार नाही तर तुमच्या अधिक सामान्य अपेक्षा पूर्ण करण्यासाठी दिशानिर्देश करण्याची शक्यता आहे. दुसरा म्हणजे उदाहरणांचे काम करणारे वाचन. तुम्ही कोणत्या 'उत्पादनाची' निर्मिती करणार आहात हे माहीत असेल तर काही प्रभावी उदाहरणांच्या घेतलेल्या शोधामधून खूप शिकायला मिळू शकते. शेवटी, वाचनाचा (खाली शिफारसी दिल्या आहेत) तिसरा प्रकार हा प्रत्यक्ष लेखन प्रक्रिया व्यवस्थापनाशी संबंधित आहे.

Booth, W. C., Colomb, G. C. and Williams, J. M. (2008) *The Craft of Research.* Chicago: University of Chicago Press.

चांगल्या लेखनासाठी स्पष्ट मार्गदर्शन करणारे एक बेस्टसेलर. मजबूत युक्तिवादाची बांधणी कशी करायची हे स्पष्ट करणारे एक उत्कृष्ट पुस्तक, वाचकांना तुम्ही केलेले दावे स्वीकारायला लावण्यासाठी मदत करते. मला याची एक प्रत घ्यायलाच हवी.

Joyner, R. L., Rouse, W. A. and Glatthorn, A. A. (2013) *Writing the Winning Thesis or Dissertation: A Step-by-Step Guide*. Thousand Oaks, CA: Corwin Press.

हे पुस्तक प्रमुख प्रबंध लेखनासोबत येणारी चिंता काही प्रमाणात दूर करण्यास मदत करेल असे वाटते. हे पुस्तक टप्प्याटप्प्याने पुढे जाते आणि व्यावहारिक आहे. ह्याच्यामुळे कठीण कालावधीचा शेवट होण्यास मदत होईल.

Pyrczak, F. and Bruce, R. R. (2011) *Writing Empirical Research Reports: A Basic Guide for Students of the Social and Behavioral Sciences.* Glendale, CA: Pyrczak.

मला इथे दिलेली साधी, सोपी मार्गदर्शक तत्त्वे आवडली. प्रायोगिक अहवालाच्या प्रत्येक अपेक्षित विभागाची रूपरेषा दिलेली आहे आणि तुम्हाला आवश्यक युक्तिवादाची रचना करण्यासाठी मदत करते. ते तुम्हाला आवश्यक रचनेचा ताबा मिळवून देईल.

Wolcott, H. F. (2008) *Writing Up Qualitative Research.* London: Sage.

गुणात्मक अहवाल लेखन ही स्वतःच एक कला आहे. हे पुस्तक अत्यंत सुलभ आणि वापर करण्यास सोपे आहे. मूलभूत उदाहरणे तुम्हाला गुणात्मक काम सर्वोत्कृष्ट पद्धतीने सादर करण्यासाठी भरपूर कल्पना सुचवतील.

सादरीकरणे

Altman, R. (2012) *Why Most PowerPoint Presentations Suck.* Seattle: Create Space.

वाईट पॉवर पॉइंट सादरीकरणे ही माझ्यासाठी सर्वात तापदायक गोष्ट आहे – त्यामुळे या शीर्षकाने माझी उत्सुकता वाढली. पॉवर पॉइंट आपल्याबरोबर बराच काळ असणार आहे, त्यामुळे ते प्रभावीपणे कसे वापरावे ह्याची माहिती करून घेणे योग्य ठरेल.

Donovan, J. (2012) *How to Deliver a TED Talk: Secrets of the World's Most Inspiring Presentations.* Seattle: CreateSpace.

एक उल्लेखनीय टेड टॉक देऊ शकणे हे महत्त्वाकांक्षा बाळगण्यासारखे आहे. टेडशी तुम्ही अपरिचित असाल तर गुगलवर 'टॉप १० टेड टॉक' असा शोध घ्या आणि प्रभावित होण्यासाठी तयार राहा. प्रेरणादायी सामग्री. हे पुस्तक तुम्हाला कोणत्याही सादरीकरणामध्ये सुधारणा करण्यासाठी काही चांगली मार्गदर्शक तत्त्वे पुरवेल.

प्रकाशित करणे

Hartley, J. (2008) *Academic Writing and Publishing: A Practical Handbook.* London: Routledge.

सर्व संबंधित प्रकाशन पायऱ्यांमधून हे व्यावहारिक मार्गदर्शक तुम्हाला घेऊन जाईल. येथे चांगली उदाहरणे दिलेली आहेत.

Thomson, P. and Kamler, B. (2012) *Writing for Peer Reviewed Journals: Strategies for Getting Published.* London: Routledge.

हे सोप्या पायऱ्यांच्या पलीकडे जाणारे आणि लेखकाला अनेकदा तोंड द्यावे लागणाऱ्या द्विधा मनःस्थिती व संघर्ष यांच्या खोलात शिरणारे एक व्यापक मार्गदर्शक पुस्तक आहे. उदाहरणांच्या विस्तृत श्रेणीमध्ये सिद्धांत आणि सराव यांचे चांगले मिश्रण केलेले आहे.

शब्दसंग्रह

अपस्करण – मध्यवर्ती मापनापासून वैयक्तिक मोजमापे कशी विखुरली आहेत, हे बघणे.

अनुभववाद – सर्व ज्ञान इंद्रियांद्वारे जाणले जाते आणि ते तितपतच मर्यादित आहे, असा दृष्टिकोन. वैज्ञानिक पद्धतिची कोनशिला.

अनुमानिक तर्क – सर्वंकष निष्कर्ष, तत्त्व किंवा सिद्धांत काढण्यासाठी विशिष्ट व्यक्तिगत तथ्य वापरणे.

आशय विश्लेषण – गुणात्मक डेटा विश्लेषणाचा प्रकार ज्यामध्ये आशयाच्या अगदी छोट्या भागातील पुनरावृत्तीचा शोध घेऊन भाषणाचे अर्थविवरण केले जाते; उदाहरणार्थ, बातम्यांच्या अहवालामधील 'हवामान बदल' या संज्ञेच्या पुनरावृत्तीची गेल्या पाच वर्षांतील नोंद.

अनुमानिक संख्याशास्त्र – लोकसंख्येमधून घेतलेल्या नमुन्यांवर आधारित अशी जनसंख्येबाबत अनुमाने काढण्यासाठी वापरलेली सांख्यिकीय मापने.

अनेक टप्प्यांवर केलेले समूह नमूना सर्वेक्षण – जनसंख्येच्या संपूर्ण समूहाअंतर्गत अनेक टप्प्यात केलेले सर्वेक्षण. उदाहरणार्थ, जर तुमची जनसंख्या ऑस्ट्रेलियन हायस्कूलमधील विद्यार्थी असतील, तर तुम्ही (१) ऑस्ट्रेलियातील प्रांत निवडण्यासाठी नमूना धोरणाचा वापर कराल, (२) या क्षेत्रांमध्ये असलेल्या काही उच्च माध्यमिक शाळा निवडण्यासाठी नमूना धोरणाचा वापर कराल, (३) त्या शाळांमधील विद्यार्थ्यांना निवडण्यासाठी अतिरिक्त नमुना धोरणाचा उपयोग कराल.

अ-प्रचलित चाचण्या – डेटासाठीच्या संख्याशास्त्रीय चाचण्या ज्यामध्ये संबंधित जनसंख्या एका सामान्य वितरणांतर्गत येते, असे अनुमान केलेले नसते.

अर्थमीमांसा – गुणात्मक डेटा विश्लेषणाचा एक प्रकार जो मजकूराचे अर्थविवरण संवादात्मक प्रकाराने करतो ज्यामध्ये लेखक आणि वाचक दोघांचे अर्थविवारणात्मक काम समाविष्ट असते.

अवलंबित चल – तुम्ही ज्यांचा अभ्यास करण्याचा प्रयत्न करत आहात किंवा मूल्यांकन करण्यासाठी प्रयत्न करीत आहात त्या गोष्टी; उदाहरणार्थ, 'शिक्षणाच्या पातळीवर उत्पन्न अवलंबून आहे', या गृहीतप्रमेयामध्ये उत्पन्न हे अवलंबित चल होईल.

अहेतुक पूर्वग्रह – तुम्हाला आधीच संशय असलेल्या कृतीला पुष्टी मिळू शकेल अशा प्रकारे नकळतपणे वागण्याकडे तुमची प्रवृत्ती असते.

आंतर-चतुर्थक – चतुर्थकाच्या श्रेणीमधील आतील दोन चतुर्थक – ते बाह्यस्थित काढून टाकत असल्याने अपस्करण मोजण्यासाठी अनेकदा वापरले जाते.

आत्मविश्वासाची पातळी – संख्याशास्त्रीय अंदाज अचूक आहे अशी निश्चिततेची पातळी.

उचित व्यवहार/वाजवी वापर – सर्जनशील काम करणाऱ्या लेखकाला कॉपीराइट कायद्याने मंजूर केलेल्या विशेष अधिकाराच्या मर्यादा आणि अपवाद.

उद्दिष्टे – तुम्ही काय कराल आणि कोणत्या कारणांसाठी कराल याचा अभ्यास करून काय साध्य करता येईल, याचा सारांश देते. ते स्पष्ट, ठोस आणि आपल्या संशोधन प्रश्नाशी जवळून संबंधित असेल तर उद्दिष्टे सर्वोत्तम काम करतात.

उल्लेखसूचीकरण (इंडेक्सिकॅलिटी) – वर्तन आणि चर्चेचे संदर्भीय स्वरूप, विशेषतः आपल्याला ज्यात अर्थ वाटत होता त्या ओळखण्यासारख्या नमुन्यांच्या सूचनांशी जुळणे.

उत्तरप्रत्यक्षार्थवाद – जग समजून घेणे म्हणजे अनागोंदी, अवघडपणा, अज्ञात, अपुरेपणा, अनेकत्व, विखंडन, एकाधिक वास्तव आणि अर्थाची रचना यांचा स्वीकार करण्याबाबतचा दृष्टिकोन.

एक गट आराखडा – एक संशोधन आराखडा ज्यामध्ये एकाच गटाचे आधी आणि हस्तक्षेपानंतर निरीक्षण केले जाते. कोणताही नियंत्रण गट नाही.

एकचल विश्लेषण – एका वेळी एकाच चलाचे संख्याशास्त्रीय विश्लेषण होते यामध्ये केन्द्रीय प्रवृत्तीच्या उपाययोजना, अपस्करण आणि वितरण यांचा त्यात समावेश होतो.

ऐतिहासिक विश्लेषण – तथ्य स्थापित करण्यासाठी विविध प्रकारच्या डेटाचे संकलन, समीक्षण, चौकशी आणि विश्लेषण करणे आणि भूतकाळातील घटनांबद्दल निष्कर्ष काढणे.

ऑनलाइन संस्कृतीवर्णन – ही उत्कृष्ट मानववंशशास्त्रीय गृहीतकांवर आधारित ऑनलाइन समुदाय समजून घेण्याचा प्रयत्न करते. साधारणपणे वैयक्तिक संशोधकांचे कार्यपद्धतीय दृष्टिकोन विकसित होतात ज्यामध्ये वेबसाइटचे निरीक्षण आणि सहभाग, ब्लॉग, चर्चा फलक आणि सामाजिक नेटवर्किंगमध्ये सहभाग यांचा समावेश होतो.

कथा विश्लेषण – व्यक्तिगत कथांचे अर्थविवरण करणारा गुणात्मक डेटा विश्लेषणाचा एक प्रकार.

कर्टोसिस – 'सरासरी'च्या तुलनेत वितरण कसे टोकदार किंवा सपाट आहे हे दर्शविते. सकारात्मक कर्टोसिस-अणकुचीदार वितरण दर्शवते तर नकारात्मक कर्टोसिस तुलनेने सपाट वितरण निर्देशित करते.

कल सर्वेक्षण – कल सर्वेक्षणात जनसंख्येतील विशिष्ट छेदक गटाला दोन किंवा अधिक वेळा एकच प्रश्न विचारला जातो. छेदक गट समान राहिला तरी व्यक्ती वेळोवेळी बदलते.

कायदेभंगाचे प्रयोग – दररोजच्या नियमांचा भंग करून ते उजेडात आणणे आणि तुमच्या स्वत:च्या तसेच इतरांच्या प्रतिक्रियांची नोंद घेणे.

कार्यपद्धती – विशिष्ट गणनिष्ठ अनुमानांशी संबंधित युक्तिवादाची तत्त्वे पुरविणाऱ्या सूक्ष्म-स्तरीय चौकटी. इथे दिलेल्या उदाहरणांमध्ये वैज्ञानिक पद्धतीचे संस्कृतीवर्णन आणि कृतिसंशोधन यांचा समावेश आहे.

पद्धती – डेटा संकलन आणि विश्लेषण करण्यासाठी वापरली जाणारी प्रत्यक्ष सूक्ष्म-स्तरीय तंत्रे.

कृतिसंशोधन – सहभागी आणि सहयोगी मार्गाने वास्तविक जगातील समस्या हाताळणारी संशोधन धोरणे. कृतिसंशोधन एकात्मिक पद्धतीने चक्रिय प्रक्रियेद्वारे बदल आणि ज्ञानाची निर्मिती करते.

केन्द्रीय प्रवृत्ती – जी घटना किंवा जा एखाद्या विशिष्ट मर्यादेत बसू शकते. मानके वितरणाचा मध्य किंवा केंद्र सूचित करते: मध्यमान, बहुलक, मध्यगा

क्रमबद्ध नमुना पद्धती – परिभाषित जनसंख्येतील एका विशिष्ट क्रमांकाची केस निवडणे. उदाहरणार्थ, प्रत्येक १० व्या घरी जाणे किंवा यादीतील प्रत्येक २० वी व्यक्ती निवडणे.

क्रमवाचक – ही मापके प्रकारांच्या क्रमांकाची क्रमवारी अर्थपूर्ण प्रकारे लावतात. मात्र, फरकाचे प्रमाण सूचित केलेले नाही.

गुट्टमन स्केलिंग – अनुकूलतेनुसार विशिष्ट विषयाबद्दल निवेदन करणारे मापन जेणेकरून तुम्ही चौथ्या मताशी सहमत असाल तर मागील तीन मतांशी ते तुमची सहमती सुचवते (१) 'पाळीव कुत्र्याला मागील आवारात परवानगी पाहीजे'; (२) 'पाळीव कुत्र्याला घरात परवानगी पाहिजे'; (३) 'पाळीव कुत्र्याला बेडरूममध्ये परवानगी पाहिजे'; आणि (४) 'पाळीव कुत्रे बेड वर झोपले पाहिजे'.

गुणात्मक डेटा – शब्द, चित्रे, प्रतीके, व्हिडिओ किंवा चिन्ह माध्यमांचे प्रतिनिधित्व करणारा डेटा. गुणात्मक डेटा विश्लेषण – गुणात्मक डेटाकडून लोक आणि परिस्थितीचे आकलन आणि अर्थविवरण करण्यासाठी मार्गक्रमण करणे.

गुणात्मक संशोधन धारणा – प्रत्यक्षवादी/प्रत्यक्षार्थवादी 'नियम' नाकारणाऱ्या जगाचे आकलन आणि अभ्यास करणारा आणि अनेक भिंगांमधून जगाचे अर्थविवरण करणारा दृष्टिकोन.

गुणोत्तर – गुणोत्तर मापनावरील प्रत्येक बिंदू समदूर असतो आणि त्यावर केवळ शून्य देखील असतो. गुणोत्तर डेटा हा रिअल संख्या असल्याने वय, उंची आणि अंतर, सर्व प्राथमिक गणितीय क्रिया केल्या जाऊ शकतात.

सापेक्षतावाद – सत्य, नैतिकता आणि संस्कृती यासारख्या गोष्टी फक्त त्यांच्या स्वत:च्या सामाजिक, ऐतिहासिक संदर्भातूनच जाणून घेता येतात, वैश्विक असे काही नसते असे मत.

गुप्तता – ओळख गुप्त ठेवण्यासाठी अगदी संशोधकापासूनही संरक्षण.

गोपनीयता – संशोधन डेटा प्रदान करणाऱ्यांच्या व्यक्तित्वाचे संरक्षण; सर्व व्यवच्छेदक डेटा पूर्णपणे संशोधकाकडे राहतो.

गृहीतप्रमेय – आजमावण्यायोग्य विधानाच्या स्वरूपात व्यक्त झालेल्या दोन किंवा अधिक चलांसंबंधीच्या स्वरूपाविषयीचे तार्किक अनुमान.

चतुर्थक – तुमच्या श्रेणीचे चार समान भागात विभाजन करणारे क्रमवाचक डेटाच्या अपस्करणाचे मापन.

चल – एकापेक्षा अधिक मूल्य असलेल्या रचना; चल 'हार्ड' (उदा. लिंग, उंची किंवा उत्पन्न) किंवा 'सॉफ्टही' (उदा. स्वाभिमान, किंमत, राजकीय मते) असू शकतात.

चिकित्सकता – ज्ञान मिळवण्याच्या गृहीत धरलेल्या मार्गांना आव्हान देणे. हे काय आहे फक्त हे न विचारता, ते का आहे, त्याचा फायदा कोणाला होतो, आणि काय पर्यायी शक्यता असू शकते, याबाबतही विचारणा करणे.

स्फटिकीकरण – परिस्थिती किंवा अनुभवजन्य घटनेबाबत, जगातील सर्व क्लिष्टता विचारात घेऊन, एक समृद्ध आणि वैविध्यपूर्ण आकलन प्रक्रिया विकासित करणे.

जनसंख्या – परिभाषित वर्ग, लोक, वस्तू किंवा घटना यांचे एकूण सदस्यत्व.

तटस्थता – व्यक्तिनिष्ठता ओळखणे आणि पूर्वग्रहित परिणाम/निष्कर्ष टाळले जातील अशा प्रकारे त्या हाताळणे.

तपासून पाहण्याची क्षमता – पद्धतींचे पूर्ण स्पष्टीकरण देते जे संशोधक त्यांच्या निष्कर्षापर्यंत का व कसे आले, हे इतरांना पाहण्याची परवानगी देते.

त्रिकोणीकरण – प्रत्येक स्रोताच्या अधिकृततेची खात्री करून घेण्यासाठी एकापेक्षा अधिक डेटा स्रोतांचा वापर

थरस्टोन प्रमाणीकरण – विशिष्ट रचनेबद्दलच्या विविध विधानांशी प्रतिसादक सहमत आहे का नाही याबाबत विचारणारी श्रेणी. प्रत्येक विधानाची तज्ज्ञांनी नेमून दिल्याप्रमाणे (१–११ मध्ये) योग्यता ठरवली जाते.

स्थानांतरण क्षमता – नमुन्यामधून, वातावणातून किंवा समूहातून काढलेले निष्कर्ष आणि अनुमाने यामधून मिळालेले धडे मोठ्या लोकसंख्येसाठी, वेगळे वातावरण किंवा दुसरा समूह यासाठी सुसंगत असतील का.

दस्तऐवज विश्लेषण – संशोधन डेटाचा एक प्राथमिक स्रोत म्हणून विविध स्वरूपातील लिखित मजकूराचे संकलन, समीक्षण, चौकशी आणि विश्लेषण.

दीर्घस्थायी निरीक्षण – सुरुवातीच्या वरवरच्या स्तराच्या पलीकडे जाऊन परिस्थितीचा अंदाज घेणे.

दुय्यम डेटा विश्लेषण – पूर्वी किंवा पुरेशा प्रमाणात लक्ष न दिल्या गेलेल्या प्रश्नांची उत्तरे शोधण्यासाठी अस्तित्वात असलेल्या डेटा संचाचे संकलन, समीक्षण, चौकशी आणि विश्लेषण.

दुय्यम डेटा – संशोधकांनी चौकशी, सूचना देणे व शोध घेणे हे नसतानाही जो डेटा अस्तित्वात असतो.

दृश्यमान विश्लेषण – शब्दापेक्षा प्रतिमांचे विश्लेषण करून अर्थविवरण करणारा गुणात्मक डेटाचा एक विश्लेषण प्रकार.

द्विचल विश्लेषण – दोन चलांमधील संबंधांचे संख्याशास्त्रीय विश्लेषण; उदाहरणार्थ, शिक्षण आणि उत्पन्न.

धारणा – विशिष्ट विद्याशाखा किंवा शास्त्रीय विषयांमधील सिद्धांत आणि कार्यपद्धती यांचा आधार असलेला विश्वविषयक दृष्टिकोन.

ध्येय – तुम्ही तुमच्या संशोधन प्रकल्पातून काय साध्य करण्याची आशा करता – साधारणपणे संशोधन प्रश्नाचे पुनर्प्रतिपादन.

नमुना – संशोधन अभ्यासामध्ये समाविष्ट करण्यासाठी जनसंख्या घटक निवडण्याची प्रक्रिया.

नमुना – जनसंख्येचा उपसंच.

नमुना लोकसंख्या – ज्या नमुना चौकटीतून नमुना घ्यायचा आहे त्यामध्ये जनसंख्येतील प्रत्येक सदस्याचा समावेश असेल अशी यादी.

नाममात्र – श्रेणीचे प्रतिनिधित्व करण्यासाठी क्रमांक निर्हेतुकपणे नियुक्त केलेले असतात. त्यांना कोणतेही सांख्यिकीय महत्त्व नसल्यामुळे आणि निर्हेतुकपणे वापरल्या जात असल्याने त्या गणिती आकडेमोड करण्यासाठी वापरल्या जाऊ शकत नाहीत.

निगमन तर्कशास्त्र – एखाद्या विशिष्ट वैयक्तिक वस्तुस्थिती किंवा घटनेबद्दल निष्कर्ष काढण्यासाठी सर्वसमावेशक तत्त्व वापरणे.

निम-प्रायोगिक आराखडा – नियंत्रित करण्यासाठी आणि केंद्रीकरणासाठी यादृच्छिकतेने विषय न ठरवून देणारे प्रयोग.

निरीक्षण – डेटा संकलनाची पद्धतशीर पद्धत जी त्याच्या किंवा तिच्या भावनांच्या माध्यमातून डेटा संकलन करण्याच्या संशोधकाच्या क्षमतेवर आधारीत आहे.

निर्णायक संस्कृतीवर्णन – त्याच्या सहभागींच्या दृष्टिकोनातून सांस्कृतिक गटांचे अन्वेषण करण्याबरोबरच चिकितसक किंवा मूलगामी संस्कृतीवर्णन सकारात्मक बदलांसाठी मार्ग दाखवण्याकरिता, 'दुर्लक्षित' गटांवर टाकला जाणारा विषमन्यायी, अप्रामाणिक किंवा दडपून टाकणारा प्रभाव उघड करण्याचा प्रयत्न करते.

निर्हेतुक पुरावा – यामध्ये लेखक, वाचक, उत्पादनाची परिस्थिती दस्तऐवजाचा प्रकार, शैली, एकंदर सूर, कार्यक्रम, राजकीय उद्देश आहे का, यासंबंधित पार्श्वभूमीची माहिती असते.

निष्पक्षता – पद्धती पद्धतशीर, प्रवाही आहेत आणि संशोधनातील व्यक्तिनिष्ठता संपवण्यासाठी त्याची रचना केली आहे.

नेटनोग्राफी – संगणक-मध्यस्थ ऑनलाइन समुदायाचे अपूर्व स्वरूप समजून घेण्याचा प्रयत्न करतो. हे तो वेबसाइटचे निरीक्षण आणि ब्लॉग, चर्चा फलक आणि सामाजिक नेटवर्किंगमध्ये सहभाग यासाठी सहभागींना मान्य असलेल्या नवीन प्रमाणित पद्धतीच्या माध्यमातून करतो.

पद्धती – डेटा संकलन आणि विश्लेषण करण्यासाठी वापरली जाणारी प्रत्यक्ष सूक्ष्म-स्तरीय तंत्रे.

पद्धतशीर परीक्षण – शोध घेणे, निष्कर्षांच्या आणि विश्वासार्ह अध्ययनाच्या परिणामांचे बारकाईने मूल्य ठरवणे आणि संश्लेषण करणे यासाठी पुन्हा उत्पन्न करता येण्याजोग्या पारदर्शक पद्धतींवर आधारीत विशिष्ट विषयावरील प्राथमिक अभ्यासाचा आढावा.

परिकल्पित-निगमन पद्धती – शास्त्रीय पद्धत सामान्य गृहीतप्रमेयाची निगमन तर्काद्वारे चाचणी केली जाते ज्याची नंतर प्रायोगिक चाचणी होते.

परिणामात्मक मूल्यांकन – याला सर्वसमावेशक मूल्यांकनदेखील म्हणतात. त्यामध्ये संबंधित डेटा आणे कृतीयोजनेची परिणामकारकता याची माहिती प्रदान करण्याचे उद्दिष्ट असते.

पुनरुत्पादन क्षमता – सारखीच कार्यपद्धती वेगळ्या अभ्यासात समान/तत्सम संदर्भात वापरली तर परिणाम/निष्कर्ष यांना समर्थन मिळेल का.

प्रक्रिया मूल्यांकन – ज्याला विधायक मूल्यांकन असेही म्हणतात, ते उपक्रमाच्या प्रस्तुतीचा तपास करते आणि डेटा व विशिष्ट बदल उपक्रमाच्या पुढील विकासाला मदत होईल अशी माहिती प्रदान करून मदत करू शकते.

प्रचलन – अपस्करणाचे हे मापन मध्यमानाभोवतीच्या विस्ताराची गणना करण्यासाठी सर्व किंमतींचा वापर करते आणि प्रत्यक्षात ही 'मध्यमानापासूनच्या किंमतींच्या वर्गांच्या फरकाची सरासरी' आहे.

प्रचलित चाचण्या – डेटासाठीच्या संख्याशास्त्रीय चाचण्या ज्यामध्ये असे अनुमान असते की संबंधित जनसंख्या सामान्य वितरणाअंतर्गत येते.

प्रतिसाद न देण्याकडे कल – जेव्हा नमुन्यामध्ये सहभागी होण्यासाठी नकार देणाऱ्यांपेक्षा, मान्य करणारे मूलतः वेगळे असतात.

प्रतिसादक – तुमच्या संशोधन प्रकल्पासाठी डेटा प्रदान करण्यास सहमती देणाऱ्या व्यक्ती.

प्रत्यक्षार्थवाद – सर्व खरे ज्ञान वैज्ञानिक आहे आणि वैज्ञानिक पद्धतीनेच त्याचा चांगल्या प्रकारे पाठपुरावा करता येतो असा दृष्टिकोन.

प्रातिनिधिक सर्वेक्षण – प्रतिसादकांच्या प्रातिनिधिक नमुन्याचा या सर्वेक्षणात वापर केला जातो. तुमच्या लक्ष्य जनसंख्येचे प्रतिनिधित्व करणे आणि जनसंख्येमध्ये निष्कर्षांचे परत सामान्यीकरण करणे हे ध्येय आहे.

प्राथमिक डेटा – संशोधक त्यांच्या संशोधनाच्या उद्देशाने स्पष्टपणे डेटा संकलन करतात.

प्रदीर्घ प्रतिबद्धता – संस्कृती जाणून घेण्यासाठी, संदर्भ समजून घेण्यासाठी आणि विश्वास आणि जवळीक निर्माण करण्यासाठी पुरेशा वेळेची तरतूद करणे.

प्रमाण विचलन – हे प्रचलनाचे वर्गमूळ आहे आणि प्रसामान्य आलेखाअंतर्गत येणाऱ्या डेटाच्या सामान्यतः वापरल्या जाणाऱ्या अनेक संख्याशास्त्रीय चाचण्यांचा आधार आहे.

प्रसामान्य आलेख – प्रमाणबद्ध असलेल्या 'घंटेच्या आकाराचे' डेटाचे वितरण ज्यामध्ये मध्यमान, मध्यगा आणि बहुलक हे सर्व सर्वोच्च बिंदूशी तादात्म्य पावतात.

प्रातिनिधिक नमुना – नमुना संशोधन लोकसंख्येचे वय, लिंग, वंश, सामाजिक-आर्थिक दर्जा, आणि शिक्षण अशा वैशिष्ट्यांच्या परिभाषेत पुरेशा प्रमाणात प्रतिनिधित्व करतो.

बंधमुक्त संशोधन – ज्यांना गुलाम केले आहे त्यांची मुक्तता करण्यासाठी त्याच्या मुळाशी असलेल्या मतप्रणालीला उघडे पाडणे.

भाषिक चिन्हशास्त्र – चिन्हे आणि प्रतिकांमागे असलेल्या अर्थाचे अर्थविवरण करणे.

उदयोन्मुख आराखडा – संशोधन आराखडा ज्यामध्ये संशोधन प्रक्रिया जशी पुढे जाते तसे संपूर्ण शिष्टाचार विकसित होतात.

नीतिमत्ता – अनैतिक प्रक्रियांपासून संशोधिताला संरक्षित करण्यासाठी आणि त्यामधून येणाऱ्या कायदेशीर दायित्वापासून संशोधकाचे संरक्षण करण्यासाठी आखलेले व्यावसायिक 'आचरणाविषयक नियम' यात समाविष्ट असते. महत्त्वाच्या नैतिक विचारांमध्ये जाणीवपूर्वक दिलेली संमती, कोणतीही हानी न पोचवणे आणि गोपनीयता अधिकार यांचा समावेश होतो.

मानववंशशास्त्र – सहभागींच्या दृष्टिकोनातून समजून घेणे, वर्णन करणे आणि त्याच्या जीवनाच्या मार्गाचे अर्थविवरण करण्यासाठी सांस्कृतिक गटांचा अभ्यास करणे.

मूल्याधारित संशोधन – पुढाकाराचा परिणाम जाणून घेणारे तसेच बदल आणि सुधारणांच्या संधी ओळखण्याचा प्रयत्न करणारे संशोधन.

प्रायोगिक आराखडा – कार्यकारणभावाकरिता काटेकोर आणि नियंत्रित शोध. संशोधक त्याच्या अवलंबित चलावर काही परिणाम होतो आहे का हे पाहण्यासाठी स्वतंत्र चलमध्ये बदल करतात.

स्पष्टीकरणात्मक सर्वेक्षण – गोष्टी आहेत तशाच का असतात ह्याचे अन्वेषण करण्याचे ध्येय असलेले सर्वेक्षण; दुसऱ्या शब्दात सांगायचे तर, कार्यकारणभाव निश्चित करणे.

बहुचल विश्लेषण – तीन किंवा अधिक चलांमधील संबंधाचा शोध घेणारे व संशोधकाला मॉडेल आणि चाचणी सिद्धांत विकसित करण्याची परवानगी देणारे संख्याशास्त्रीय विश्लेषण.

बिग डेटा – खूपच मोठे आणि गुंतागुंतीचे माहिती/डेटा संच. इतके मोठे की पारंपारिक डेटाबेस किंवा डेटा प्रक्रियेची साधने वापरून त्यांचे विश्लेषण केले जाऊ शकणार नाही.

बौद्धिक पुरावा – दस्तऐवजाच्या मूळ लेखकाला त्याच्या/तिच्या वाचकांना द्यायची इच्छा असलेली माहिती.

भागधारक – संघटनेमुळे आणि त्याच्या उपक्रमामुळे प्रभावित झालेल्या आणि/किंवा होऊ शकतील अशा झालेल्या व्यक्ती आणि गट.

मजकूर विश्लेषण – दस्तऐवज तसेच ब्लॉग, व्हिडिओ, छायाचित्रे, पोस्ट, टिपण, कविता, गाणी, ट्वीट इत्यादीच्या सामाजिक मागोव्याचा शोध घेणे.

मध्यंतरीय – मोजमाप प्रमाण जे डेटा अनुक्रमित करते आणि फरक मोजण्यासाठी समान अंतरावर असलेल्या एककाचा वापर करते. तथापि, या प्रमाणात केवल शून्य नाही आहे. उदाहरणार्थ, २०१८ हे साल २००० सालानंतर १८ वर्षांनी येते, पण काळ इसपू पहिल्या शतकात सुरू होत नाही.

मध्यस्ती चल – स्वतंत्र आणि अवलंबित चलांदरम्यान असलेल्या मूळ संबंधांमध्ये फेरबदल करणारा पण सहजगत्या न दिसणारा चल, उदाहरणार्थ, तुम्ही तुमच्या बाळासाठी गाणे म्हणणे आणि त्याला शांत करणे या दरम्यान एक संबंध शोधता. गाणे म्हणण्यामुळे शांतता निर्माण होते. तथापि, अखंड लक्ष हा मध्यस्ती चल असू शकतो – अखंड लक्ष देण्यामुळे शांतता, त्यामुळे फक्त एक गाण्याचे रेकॉर्डिंग वापरून संपूर्ण इच्छित परिणाम मिळत नाही.

मध्यगा – श्रेणीच्या मध्यभागी असणारा बिंदू. मध्यगा काढण्यासाठी तुम्ही फक्त चढत्या (किंवा उतरत्या) क्रमाने मूल्य लावा आणि मध्यम मूल्य शोधा.

मध्यमान – गणितीय सरासरी. मध्यमान मोजण्यासाठी, तुम्ही प्रत्येक उदाहरणांच्या मूल्याची बेरीज करा आणि नंतर उदाहरणांच्या संख्येने त्या बेरजेला भागा.

मर्यादा – आराखड्याची वैशिष्ट्ये किंवा मर्यादा यांचा सामान्यीकरणात्व आणि निष्कर्षांची उपयुक्तता यांच्यावर परिणाम. उदाहरणार्थ, लहान नमुना आकार किंवा नोंदींची मर्यादित उपलब्धता.

मर्यादा – तुमच्या परिभाषित जनसंख्येच्या मर्यादा, उदाहरणार्थ, जाणीवपूर्वक वगळणे.

महत्त्वाचे माहितीदाते – ज्यांच्या भूमिका किंवा अनुभव त्यांना संबंधित माहिती किंवा ज्ञान मिळवून देते व ते त्या संशोधकाला सांगायला तयार आहेत अशा व्यक्ती.

मानवनिर्मित सांस्कृतिक वस्तूंचे विश्लेषण – वस्तूंचा निर्माता(ते) आणि वापरकर्ते यांच्या संस्कृतीबद्दल माहिती पडताळून बघण्यासाठी विविध मानवनिर्मित वस्तूंचे संकलन, समीक्षण, चौकशी आणि विश्लेषण करणे.

मानसघटनाशास्त्र – त्यांचे अस्तित्व थेट व्यक्तीच्या स्वतःच्या जाणिवेत आणि अनुभवात असल्याने, अनुभवगम्य घटनांचा हा अभ्यास. सामाजिक-ऐतिहासिक संदर्भ किंवा अगदी तथाकथित 'वस्तुस्थिती' याऐवजी आकलन हे अन्वेषणाचे केंद्र आहे.

मापन प्रमाण – चलांमधील फरक टिपण्याच्या पद्धती: वर्गीकरण (नाममात्र चलने); क्रमवारी (क्रमवाचक चलने); बिंदूंमधील अंतर (मध्यांतरीय चलने); आणि केवल शून्य असलेल्या बिंदूंमधील अंतर (गुणोत्तर चलने).

माहितीपट पद्धत – सामाजिक सुसंवादामधून धागेदोरे वेचून ओळखण्यासारख्या आकृतिबंधाला आकार देणे, नंतर त्या संवादाला त्या आकृतिबंधाच्या दृष्टीने अर्थ प्राप्त करून देणे/होतो.

माहितीपूर्ण संमती – वेळेची बांधिलकी, उपक्रमाचा प्रकार, समाविष्टीत

मिश्र पद्धती – एकाच अभ्यासात संख्यात्मक आणि गुणात्मक पद्धतीचा उपयोग करणे.

बहुलक – चलासाठी नोंद केलेली सर्वात सामान्य किंमत किंवा किंमती.

मुलाखत – डेटा संकलन करण्याची एक पद्धत ज्यामध्ये संशोधक अनेक प्रश्न, विषय क्षेत्र, किंवा विषय यांच्याशी संबंधितमुक्त उत्तरे शोधतो.

मूलभूत संशोधन – परिस्थिती सुधारण्याच्या इच्छेऐवजी ज्ञान विस्तृत करण्याच्या इच्छेने प्रेरित झालेले संशोधन

मूलभूत सिद्धांत – थेट डेटापासून सिद्धांत निर्मिती करण्यासाठी अनुमानिक प्रक्रियांचा वापर करणारा गुणात्मक डेटा विश्लेषणाचा एक प्रकार.

मेटाॲनालिसिस – समान गृहीतप्रमेय सारख्याच पद्धतीने हाताळणाऱ्या दोन किंवा अधिक प्राथमिक अभ्यासाच्या परिणामांचे सांख्यिकी विश्लेषण आणि संश्लेषण. – पद्धतशीर परीक्षणांमध्ये नेहमीचे.

यादृच्छिक नमुना – असा प्रयोग ज्यात जनसंख्येतील प्रत्येक घटकाला नमुन्यामध्ये समाविष्ट होण्यासाठी निवडले जाण्याची समान संधी आहे.

यादृच्छिकीकृत नियंत्रित चाचणी – प्रयोग नियंत्रित परिस्थितीत आयोजित केले जातात ज्यामध्ये नियंत्रक समूह वापरले जातात आणि दोन्ही नियंत्रक आणि लक्ष्य समूहाच्या बाबतीत अहेतूपूर्वक कृतियोजना निश्चिती केली जाते.

लक्ष्य गट – विशिष्ट समस्येचे परीक्षण करण्याच्या हेतूने सहभागी समूहात केलेली नियोजित आणि मार्गदर्शनपर चर्चा.

लिकर्ट प्रमाण – प्रमाण जे प्रतिसादकांना पर्यायांमधून सलगतेवरील स्थान निवडायला सांगते, जसे 'तीव्र असहमती' ते 'तीव्र सहमती'. सलगतेवर साधारणपणे ५ ते ७ बिंदू असतात.

वर्णनात्मक संख्याशास्त्र – वितरणाची सारांश वैशिष्ट्ये, जसे आकार, केन्द्रीय प्रवृत्ती आणि अपस्करण.

वर्णनात्मक सर्वेक्षण – लोकसंख्याशास्त्र, ज्ञान आणि दृष्टिकोन याची माहिती गोळा करून तुमच्या नमुन्याचे वर्णन करणारे सर्वेक्षण.

वस्तुनिष्ठता – निष्कर्ष दृश्य घटनांवर आधारित असतात आणि भावना, वैयक्तिक मतभेद किंवा व्यक्तीनिष्ठतेचा त्याच्यावर प्रभाव पडत नाही.

वाङ्मयचौर्य – दुसऱ्या व्यक्तीचे शब्द, कल्पना किंवा डेटा यांचा संदर्भ दिला जात नाही आणि तुमचा स्वत:चा म्हणून दाखवला जातो.

वास्तववाद – आपल्या ग्रहण क्षमतेवर अवलंबून नसलेले बाह्य जगाचे स्वतंत्र असे अस्तित्व आहे असे मत. दुसऱ्या शब्दांत सांगायचे तर, आपण पाहू किंवा समजू शकत असलो किंवा नसलो तरी सत्य अस्तित्वात असतेच.

विधायक मूल्यमापन – यालाच प्रक्रिया मूल्यांकन असेही म्हणतात, विशिष्ट बदल उपक्रमाचा पुढील विकास होण्यास मदत करू शकेल अशा प्रकारे उपक्रमाच्या विकासाचे अन्वेषण करते तसेच डेटा आणि माहिती पुरवते.

विशिष्ट नमुना धोरण – या प्रक्रियेत कोणत्याही विशिष्ट उदाहरणाच्या नमुना निवडीची शक्यता किंवा शक्याशक्यता ज्ञात नाही आहे.

विश्वसनीयता – अंतर्गत सुसंगततेशी संबंधित, म्हणजेच संकलन, मोजमाप किंवा निर्मिती केलेला डेटा/परिणाम पुनरावृत्ती चाचण्यांतर्गत समान आहेत का.

विश्वास अवकाश – अज्ञात संख्येच्या संभाव्य मूल्यांची श्रेणी – अज्ञात संख्येचा समावेश करण्याची निर्दिष्ट शक्याशक्यता असेल अशा प्रकारे केलेली गणना.

विश्वासार्हता – विश्वास संपादन करण्याची गुणवत्ता, क्षमता, किंवा सामर्थ्य

निर्णायक बंधमुक्तता – चालू विचार, प्रथा, अटी, किंवा संस्था यामध्ये मूलभूत किंवा क्रांतिकारी बदल जे लोकांना प्रबळ सामाजिक संरचनांच्या निर्बंधांमधून मुक्त करू शकतात. निर्बंधांमुळे अनेकदा मर्यादित स्वयं विकास होतो आणि स्वयं निर्धारही मर्यादित राहतो.

विषम – डेटाचे वितरण प्रमाणबद्ध नसते. विषम डेटामध्ये मध्यमान, मध्यगा आणि बहुलक वेगवेगळ्या बिंदूंवर येतात. विषय आणि सर्व प्रकारची संभाव्य शारीरिक आणि भावनिक जोखीम यासहीत संशोधन सहभागीच्या विनंतीपूर्वक सहभागाबाबतची माहिती पूर्ण उघड करणे.

विषयनिष्ठ विश्लेषण – अनुमानिकतेने परस्परसंबंध आणि नमुने ओळखण्यासाठी डेटाचा शोध घेणे. नमुन्यांचे नंतर विश्लेषण केले जाते आणि संभाव्य विषय म्हणून शोध घेतला जातो. विषय नक्की झाल्यावर, कल्पनेचा पुढचा स्तर सिद्धांत विकसनाची आशा करतो.

वेचीव नमूना पद्धती (Hand-picked sampling) – मनात असलेल्या विशिष्ट उद्देशाने नमुन्याची निवड, जसे वैशिष्ट्यपूर्णता, विस्तृत फरक किंवा 'कौशल्य'.

वेब उत्खनन – आशयाचे विश्लेषण, कृत्रिम बुद्धिमत्ता, मशीन शिक्षण, आकडेवारी, आणि डेटाबेस प्रणाली यांचा उपयोग करणाऱ्या पद्धतींचा समावेश करून वेब-आधारित मोठ्या डेटा संचातील नमुन्यांचा शोध घेण्याची प्रक्रिया.

वैधता – सत्य मूल्याशी संबंधित, उदाहरणार्थ, निष्कर्ष 'अचूक' आहेत का. तसेच पद्धती, दृष्टिकोन आणि तंत्र हे प्रत्यक्षात शोध लावला जात असलेल्या गोष्टीशी संबंधित आहेत का याचा विचार करते.

वैज्ञानिक पद्धत – सिद्धांत विकसनासाठी पद्धतशीर दृष्टिकोन ज्यामध्ये निरीक्षणाच्या पुनरावृत्ती चाचण्या, गृहीतप्रमेयांची निर्मिती, गृहीतप्रमेयांची चाचणी आणि मूल्यमापन यांचा समावेश होतो.

संभाषणाचे विश्लेषण – विशिष्ट सामाजिक-ऐतिहासिक संदर्भात स्थित असलेल्या भाषेचे अर्थविवरण करणारा गुणात्मक डेटा विश्लेषणाचा एक प्रकार.

व्यक्तिनिष्ठता – निष्कर्षांवर दृश्य घटनेच्या प्रभावाऐवजी व्यक्तीचे अनुभव, मते, छाप, समजुती आणि भावना यांचा प्रभाव असणे.

सकल मूल्यांकन – ज्याला परिणाम मूल्यांकन देखील म्हणतात त्यामध्ये, प्रस्तुत बदल कृतियोजनेची परिणाम कारकता आणि त्याची कार्यक्षमता या संबंधित डेटा आणि माहिती प्रदान करण्याचे उद्दिष्ट असते.

व्यक्तीसापेक्षता – अनुभवास येणाऱ्या व्यक्तीनिष्ठ घटकांवर भर देतो आणि वैयक्तिक अनुभव हा वास्तव ज्ञानाचा आधार आहे हे स्वीकारतो.

व्यापक प्रतिनिधित्व – लक्ष्य केलेली संस्था, सांस्कृतिक गट किंवा धारणा याबद्दल आत्मविश्वासाने सांगितले जाऊ शकते याची खात्री होण्याइतके पुरेसे व्यापक प्रतिनिधित्व.

व्याप्तीतील त्रुटी – जेव्हा तुमच्या नमुना चौकटीत उणीव असेल आणि ती पुरेशा प्रमाणात तुमच्या लक्ष्य जनसंख्येचे प्रतिनिधित्व करत नसेल तेव्हा.

श्रेणी – सर्वोच्च मूल्यामधून सर्वात खालचे मूल्य वजा करून मिळवलेले अपस्करणाचे मापन.

संकल्पना कार्यान्विकरण – अमूर्त संकल्पनांचे मोजण्यासारख्या चलामध्ये रुपांतर करणे.

संख्यात्मक डेटा – आकड्यांच्या माध्यमातून मांडला जाणारा आणि संख्याशास्त्राच्या मदतीने ज्याचे विश्लेषण केले जाते असा डेटा.

संख्यात्मक संशोधन धारणा – गृहीतप्रमेय, चल आणि संख्याशास्त्र यांच्यावर अवलंबून असलेल्या एकमेव सत्याच्या वस्तुनिष्ठ प्रत्यक्षार्थवादी शोधाने युक्त असणारा विश्वाचे आकलन आणि अभ्यास करण्याचा दृष्टिकोन.

संख्याशास्त्रीय महत्त्व – साधारणपणे 'पी-मूल्याशी' संबंधित. ते तुमचे निष्कर्ष योगायोगापेक्षा अधिक आहेत ह्या शक्याशक्यतेचे मूल्यांकन करते.

संदर्भग्रंथाची यादी – उद्धृत स्त्रोतांची समर्पकता, अचूकता आणि गुणवत्ता दर्शवणारी संक्षिप्त वर्णनात्मक आणि मूल्यांकनीय परिच्छेद असलेली विधानांची सूची.

संपृक्तता – जेव्हा अधिक डेटामुळे ज्ञानसमृद्धीत भर पडत नाही किंवा सिद्धांत विकसनात मदत होत नाही.

संभाषण विश्लेषण – गुणात्मक डेटा विश्लेषणाचा प्रकार जो संभाषणाची संरचना आणि बांधणी समजून घेऊ इच्छितो.

संवेदनशीलतेचे विश्लेषण – एकूण डेटाला विविध दृष्टिकोन दिल्यावर, अभ्यासाचे परिणाम समान रहातील ते प्रमाण.

संशोधन – तथ्य स्थापित करणे आणि नवीन निष्कर्षांपर्यंत पोहोचण्यासाठी साहित्य आणि स्रोत यांचा पद्धतशीर अभ्यास करणे.

संशोधन साधने – संशोधन डेटाचे संकलन करण्यासाठी वापरली जाणारी साधने, जसे प्रश्नावली, निरीक्षण तपास सूची, मुलाखत आणि अनुसूची.

संस्कृतीदर्शी कार्यपद्धती – लोक स्वतःसाठी आणि इतरांसाठी सामाजिक जीवन आणि समाज सुबोध बनवण्याच्या उद्देशाने उपयोगात आणत असलेले नियम, मानके व नमुने, नियमावली आणि परंपरा यांचा अभ्यास.

सत्ताशास्त्र – जे अस्तित्वात आहे त्याचा आणि ते कसे समजावून घ्यावे व त्याचे वर्गीकरण कसे करावे याचा अभ्यास.

सत्यता – सदस्य तपासणी – घटना, परिस्थिती आणि अनुभवजन्य घटना यांचा अन्वयार्थ आतल्या गोटातील सदस्यांशी मिळत्याजुळत्या आहे का हे तपासणे.

समवयस्क व्यक्तींकडून परीक्षण – संशोधन प्रक्रियेच्या बाह्य तपासणीमध्ये, कार्यपद्धतीच्या सर्व पैलूंसंबंधात सहकाऱ्याला मुद्दाम 'विरुद्धपक्षी भूमिका' मांडायला सांगणे.

समस्या अभ्यास (Case study) – एकाच परिस्थितीच्या किंवा समस्येच्या सर्वंकष वर्णन व विश्लेषणाद्वारे आपल्या सामाजिक रचनेमधील घटकांचा अभ्यास करण्याची पद्धत.

जनगणना – असे सर्वेक्षण जे नमुन्यावर विसंबून रहात नाही. परिभाषित लोकसंख्येमधील प्रत्येक घटक अभ्यासात समाविष्ट केलेला असतो.

समिती अभ्यास – येथे व्यक्ती स्वत: वेळोवेळी बदलतात का हे पाहण्यासाठी त्याच नमुन्यातील प्रतिसादाकांना तेच प्रश्न (समान नाही) दोन किंवा अधिक वेळा विचारले जातात.

समूह नमूना निवड – जनसंख्येमधील संपूर्ण समूहाची पाहणी करण्याचे एक नमूना धोरण; समूहामध्ये क्षेत्र, सरकारी विभाग आणि खरेदी संकुल यासारख्या गोष्टींचा समावेश होऊ शकतो.

सर्वेक्षण – प्रश्नावलीच्या माध्यमातून विविध व्यक्तींना त्यांची वैशिष्ट्ये, अंगभूत गुण, ते कसे जगतात, किंवा त्यांची मते यासंबंधी समान प्रश्न विचारून डेटा संकलन करण्याची प्रक्रिया.

सहभागी कृतिसंशोधन – बंधमुक्त ध्येय असलेले, पण कृतिसंशोधन या मथळ्या अंतर्गत येणारे संशोधन ज्यामध्ये सामान्य लोकांकरिता बदल करण्यासाठी ज्ञान निर्मितीची आवर्तने आणि कृती यांचा वापर केला जातो. कधीकधी, बंधमुक्त कृतिसंशोधन किंवा 'दाक्षिणात्य' सहभागी म्हणूनही याचा उल्लेख केला जातो.

सहभागी निरीक्षण – संशोधक ते निरीक्षण करत असलेल्या तुकडीचा, लोकसमूहाचा किंवा सांस्कृतिक गटाचा भाग असतात किंवा होतात.

सहसंबंध – एक संख्याशास्त्रीय तंत्र जे चलांच्या जोड्या का व कशा संबंधित आहेत हे दर्शवू शकते.

साधी यादृच्छिक नमूना पद्धती – एक अशी नमुना प्रक्रिया जिच्यात जनसंख्येतील प्रत्येक घटकाला निवडले जाण्याची समावेशाची समान संधी आहे.

सामाजिक डेटा – व्यक्तींनी स्वेच्छेने किंवा नकळतपणे ऑनलाईन टाकलेला डेटा, जसे ट्विटर, फेसबुक व यूट्यूबवर टाकलेले अनुक्रमे सामायिक ट्वीट, पोस्ट आणि व्हिडिओ.

सामाजिक रचनात्मकतावाद – जग हे मनुष्यप्राण्यांची अन्योन्यक्रिया आणि अर्थ लावण्यातून निर्माण झाले आहे ह्यावर भर देणारा ज्ञानसिद्धांत.

सामान्यीकरणत्व – नमुना, वातावरण, किंवा गट यापासून काढलेले निष्कर्ष आणि/किंवा अनुमाने मोठ्या जनसंख्येला, वेगळ्या वातावरणास किंवा दुसऱ्या गटास थेट लागू होतात का हे बघणे.

साहित्य परीक्षण – निष्कर्ष आणि सैद्धांतिक व कार्यपद्धतीय योगदानासह ज्ञानसागराचे चिकित्सक परीक्षण.

सूचना आणि तपासणी – मुलाखत सुलभ होण्यासाठी वापरली जाणारी तंत्रे. सूचना म्हणजे तुमच्या मुलाखतदाराला उत्तर द्यायला मदत होईल असे काही धागेदोरे किंवा स्मरण सूचना देणे. तपासणी म्हणजे तुमच्या मुलाखतदाराला आणखी खोलवर जायला प्रवृत्त करण्यासाठी विचारण्याचे अतिरिक्त केंद्रिकृत प्रश्न.

स्तरित नमूना पद्धती – तुमच्या जनसंख्येचे विविध उपगटात विभाजन करणे आणि प्रत्येक उपगटातील एक यादृच्छिक नमुना घेणे.

स्त्रीवादी कार्यपद्धती – स्त्रीवादी दृष्टिकोनातून संशोधनाचे आयोजन. पद्धती विविध असल्यातरी, चिकित्सक दृष्टिकोन, सामान्य वैशिष्ट्ये, पुरुषप्रधान पूर्वग्रहावर मात, सामाजिक बदलांच्या दिशेने काम, दुर्लक्षितांचे सबलीकरण, तसेच संशोधकाच्या स्थितीचा स्वीकार यांचा समावेश होतो.

स्नो-बॉल नमुना – संदर्भ मालिका माध्यमातून एक नमुना तयार करणे. उदाहरणार्थ, प्रारंभिक सहभागींना नंतरच्या सहभागींचे नामनिर्देशन करण्यास सांगावे जे पुढील सहभागींचे नामनिर्देशन करतील.

स्मार्ट उद्दिष्टे – विशिष्ट, मोजता येण्याजोगी, गाठता येण्याजोगी, प्रस्तुत/परिणाम केंद्रित/वास्तववादी, आणि ठराविक कालमर्यादा असलेली उद्दिष्टे.

स्वतंत्र चल – तुम्ही समजून घेण्याचा प्रयत्न करत असलेल्या गोष्टींवर परिणाम करणाऱ्या गोष्टी; उदाहरणार्थ, 'उत्पन्न शिक्षणाच्या पातळीवर अवलंबून आहे', या गृहीत प्रमेयामध्ये शिक्षण हे स्वतंत्र चल होईल.

स्वयंसेवक नमूना पद्धती – स्वयंसेवक गोळा करून नमुना निवड करण्यासाठी त्यांचा उपयोग करून घेणे. उदाहरणार्थ, वृत्तपत्रात जाहिरात देणे किंवा स्थानिक संस्थांमध्ये जाणे.

स्वामित्वहक्क – सर्व शासनकर्त्यांद्वारे अधिनियमित कायदेशीर संकल्पना, जी सहसा मर्यादित वेळेसाठी, मूळ कामाचे विशेष अधिकार निर्मात्याला देते.

हिस्टोग्राम – डेटा वितरणाचे प्रतिनिधित्व करण्यासाठी विविध उंचीचे उभे बार वापरणारा आलेख.

ज्ञानशास्त्र – आपल्याला जगाचे वैध ज्ञान कसे होते; ज्ञानाच्या आकलनाचे नियम.

संदर्भग्रंथसूची

Altman, R. (2012) *Why Most PowerPoint Presentations Suck.* Seattle, WA: CreateSpace.

Andrews, R. (2003) *Research Questions*. London: Continuum International.

Argyrous, G. (2011) *Statistics for Research: With a Guide to SPSS.* London: Sage.

Atkinson, P., Coffey, A., Delamont, S., Lofland, J. and Lofland, L. (eds) (2007) *Handbook of Ethnography.* London: Sage.

Audi, R. (2010) *Epistemology: A Contemporary Introduction to the Theory of Knowledge*. London: Routledge.

Balatti, J., Gargano, I., Goldman, M., Wood, G. and Woodlock, J. (2004) *Improving Indigenous Completion Rates in Mainstream TAFE – An Action Research Approach.* Leabrook, South Australia: NCEAR.

Bazeley, P. (2013) *Qualitative Data Analysis: Practical Strategies*. London: Sage.

Bazeley, P. and Jackson, K. (2013) *Qualitative Data Analysis with NVivo*. London: Sage.

Berger, P. L. and Luckmann, T. (1967) *The Social Construction of Reality: A Treatise in the Sociology of Knowledge*. New York: Anchor.

Bischof, G. H., Warnaar, B. L., Barajas, M. S. and Dhaliwal, H. K. (2011) 'Thematic analysis of the experiences of wives who stay with husbands who transition male-to-female', *Michigan Family Review*, 15(1): 16–33.

Blevins, K. R. and Holt, T. J. (2009) 'Examining the virtual subculture of johns', *Journal of Contemporary Ethnography*, 38(5): 619–648.

Bloom, H. (2006) *Learning More from Social Experiments: Evolving Analytic Approaches.* New York: Russell Sage Foundation Publications.

Boghossian, P. A. (2006) *Fear of Knowledge: Against Relativism and Constructivism*. Oxford: Oxford University Press.

Bogner, A. Littig, B. and Menz, W. (eds) (2009) *Interviewing Experts*. Basingstoke: Palgrave Macmillan.

Booth, W. C., Colomb, G. C. and Williams, J. M. (2008) *The Craft of Research.* Chicago: University of Chicago Press.

Borrell, J. (2008) 'Thematic analysis identifying concepts of problem gambling agency: With preliminary exploration of discourses in selected industry and research documents', *Journal of Gambling Issues*, 22: 195–218.

Bronowski, J. (1971) 'An interview with Jacob Bronowski', *Encounter Magazine*, June: 8–9.

Brown, S. G. and Dobrin, S. I. (eds) (2004) *Ethnography Unbound: From Theory Shock to Critical Praxis.* Albany: State University of New York Press.

Bryant, A. and Charmaz, K. (eds) (2010) *The Sage Handbook of Grounded Theory.* London: Sage.

Bryman, A. (2012) *Social Research Methods*. Oxford: Oxford University Press.

Burr, V. (2003) *Social Constructionism.* New York: Psychology Press.

Carey, S. S. (2011) *A Beginner's Guide to Scientific Method.* Belmont, CA: Wadsworth.

Cavana, R. L., Delahaye, B. L. and Sekaran, U. (2001) *Applied Business Research: Qualitative and Quantitative Methods*. New York: John Wiley & Sons.
Chakravartty, A. (2010) *A Metaphysics for Scientific Realism: Knowing the Unobservable*. Cambridge: Cambridge University Press.
Chandler, D. (2007) *Semiotics: The Basics*. London: Routledge.
Clandinin, D. J. (ed.) (2006) *Handbook of Narrative Inquiry: Mapping a Methodology*. London: Sage.
Coghlan, D. and Brannick, T. (2009) *Doing Action Research in Your Own Organization*. London: Sage.
Conee, E. and Sider, T. (2007) *Riddles of Existence: A Guided Tour of Metaphysics*. Oxford: Oxford University Press.
Cooper, H. M. (2009) *Research Synthesis and Meta-analysis: A Step-by-Step Approach*. Thousand Oaks, CA: Sage.
Corbin, J. and Strauss, A. (2007) *Basics of Qualitative Research: Techniques and Procedures for Developing Grounded Theory*. London: Sage.
Creswell, J. W. (2013) *Research Design: Qualitative, Quantitative and Mixed Methods Approaches*. London: Sage.
Creswell, J. W. and Plano Clark, V. L. (2010) *Designing and Conducting Mixed Methods Research*. London: Sage.
Cryer, P. (2006) *The Research Student's Guide to Success*. Buckingham: Open University Press.
Daniel, J. (2011) *Sampling Essentials: Practical Guidelines for Making Sampling Choices*. London: Sage.
Danto, E. A. (2008) *Historical Research*. Oxford: Oxford University Press.
de Certeau, M. (2002) *The Practice of Everyday Life*. Berkeley: University of California Press.
Denzin, N. K. and Lincoln, Y. S. (eds) (2007) *Strategies of Qualitative Inquiry*. Thousand Oaks, CA: Sage.
Denzin, N. K. and Lincoln, Y. S. (eds) (2011) *The Sage Handbook of Qualitative Research*. Thousand Oaks, CA: Sage.
DeWalt, K. M. and DeWalt, B. R. (2010) *Participant Observation: A Guide for Fieldwork*. Lanham, MD: AltaMira Press.
Dillman, D. A. (2006) *Mail and Internet Surveys: The Tailored Design Method*. Hoboken, NJ: John Wiley & Sons.
Donovan, J. (2012) *How to Deliver a TED Talk: Secrets of the World's Most Inspiring Presentations*. Seattle: CreateSpace.
Dorofeev, S. and Grant, P. (2006) *Statistics for Real-Life Sample Surveys: Non-Simple-Random Samples and Weighted Data*. Cambridge: Cambridge University Press.
Double, R. (2006) *Metaethical Subjectivism*. Aldershot: Ashgate Publishing.
Doucouliagos, H. and Ali Ulubaşoğlu, M. (2008) 'Democracy and economic growth: A meta-analysis', *American Journal of Political Science*, 52(1): 61–83.
Ferguson, S. S. (2008) 'Nicotine patch therapy prior to quitting smoking: A meta-analysis', *Addiction*, 103(4): 557–563.
Fetterman, D. (2009) *Ethnography: Step-by-Step*. London: Sage.
Feynman, R. (1997) *Surely You're Joking, Mr. Feynman!* New York: W. W. Norton.
Field, A. and Miles, J. (2010) *Discovering Statistics Using SAS*. London: Sage.
Field, A., Miles, J. and Field, Z. (2012) *Discovering Statistics Using R*. London: Sage.
Fink, A. (2008) *How to Conduct Surveys: A Step-by-Step Guide*. Thousand Oaks, CA: Sage.
Fink, A. (2009) *Conducting Research Literature Reviews: From the Internet to Paper*. Thousand Oaks, CA: Sage.

Fitzpatrick, J. L., Sanders, J. R. and Worthen, B. R. (2010) *Program Evaluation: Alternative Approaches and Practical Guidelines.* New York: Allyn & Bacon.

Fitzpatrick, K. (2011) 'Stop playing up!: Physical education, racialization and resistance', *Ethnography*, 12(2): 174–197.

Fowler, F. J., Jr (2008) *Survey Research Methods*. London: Sage.

Francis, D. and Hester, S. (2004) *An Invitation to Ethnomethodology.* London: Sage.

Freire, P. (1970) *Pedagogy of the Oppressed.* New York: Herder & Herder.

Friese, S. (2012) *Qualitative Data Analysis with ATLAS.ti.* Thousand Oaks, CA: Sage.

Friesen, N., Hendriksson, C. and Saevi, T. (eds) (2012) *Hermeneutic Phenomenology in Education: Method and Practice.* Boston: Sense Publishers.

Galvan, J. L. (2012) *Writing Literature Reviews: A Guide for Students of the Social and Behavioral Sciences.* Glendale, CA: Pyrczak.

Garfinkel, H. (1967) *Studies in Ethnomethodology.* Englewood Cliffs, NJ: Prentice Hall.

Gee, J. P. (2010) *An Introduction to Discourse Analysis: Theory and Method.* London: Routledge.

Geertz, C. ([1973] 2000) *The Interpretation of Cultures*. New York: Basic Books.

Gellner, E. (1987) *Relativism and the Social Sciences.* Cambridge: Cambridge University Press.

Gerring, J. (2006) *Case Study Research: Principles and Practices.* Cambridge: Cambridge University Press.

Gillham, B. (2008) *Observation Techniques: Structured to Unstructured.* London: Continuum International.

Giorgi, A. (2009) *The Descriptive Phenomenological Method in Psychology: A Modified Husserlian Approach.* Pittsburgh: Duquesne University Press.

Girden, E. and Kabacoff, R. (2010) *Evaluating Research Articles from Start to Finish*. Thousand Oaks, CA: Sage.

Glaser, B. and Strauss, A. (1967) *Discovery of Grounded Theory.* Chicago: Aldine.

Glucksmann, M. (2009) *Women on the Line.* London: Routledge.

Gorard, S. (2003) *Quantitative Methods in Social Science.* London: Continuum International.

Gough, D., Oliver, S. and Thomas, J. (eds) (2012) *An Introduction to Systematic Reviews*. London: Sage.

Grbich, C. (2012) *Qualitative Data Analysis: An Introduction*. London: Sage.

Greene, J. C. (2007) *Mixed Methods in Social Inquiry.* San Francisco: Jossey-Bass.

Greenwood, D. and Levin, M. (2006) *Introduction to Action Research: Social Research for Social Change.* Thousand Oaks, CA: Sage.

Groves, R. M., Fowler, F. J., Jr, Couper, M. J., Lepkowski, J. M., Singer, E. and Tourangeau, R. (2009) *Survey Methodology.* Hoboken, NJ: John Wiley & Sons.

Gubrium, J. F., Holstein, J. A., Marvasti, A. B. and McKinney, K. D. (eds) (2012) *The Sage Handbook of Interview Research: The Complexity of the Craft.* London: Sage.

Guest, G. S., MacQueen, K. M. and Namey, E. E. (2011) *Applied Thematic Analysis.* Thousand Oaks, CA: Sage.

Halabi, S., Smith, W., Collins, J., Baker, D. and Bedford, J. (2012) 'A document analysis of HIV/AIDS education interventions in Ghana', *Health Education Journal*, published online 10 July 2012.

Hall, G. and Longman, J. (2008) *The Postgraduate's Companion.* London: Sage.

Hall, S. (2012) *This Means This, This Means That: A User's Guide to Semiotics*. London: Laurence King Publishers.

Hancock, D. R. and Algozzine, R. (2011) *Doing Case Study Research: A Practical Guide for Beginning Researchers*. New York: Teachers College Press.

Hardy, M. A. and Bryman, A. (eds) (2009) *Handbook of Data Analysis*. London: Sage.

Hartley, J. (2008) *Academic Writing and Publishing: A Practical Handbook.* London: Routledge.

Herr, K. G. and Anderson, G. L. (2005) *The Action Research Dissertation: A Guide for Students and Faculty*. London: Sage.

Higgins, J. P. T. and Green, S. (2008) *Cochrane Handbook for Systematic Reviews of Interventions.* New York: Wiley-Interscience.

Hine, C. M. (2012) *Virtual Research Methods.* Thousand Oaks, CA: Sage.

Holstein, J. A. and Gubrium, J. F. (eds) (2011) *Varieties of Narrative Analysis.* London: Sage.

Hood, S., Mayall, B. and Oliver, S. (eds) (1999) *Critical Issues in Social Research: Power and Prejudice.* Buckingham: Open University Press.

Hume, L. and Mulcock, J. (eds) (2004) *Anthropologists in the Field: Cases in Participant Observation.* Irvington, NY: Columbia University Press.

Hurston, Z. N. (1942) *Dust Tracks on a Road.* New York: Harper Collins.

IMNRC (2002) *Integrity in Scientific Research: Creating an Environment that Promotes Responsible Conduct*. Washington, DC: National Academies Press.

International Labour Organization (2005) *Facts on Safe Work.* Geneva: ILO. Web page at http://www.ilo.org/wcmsp5/groups/public/---dgreports/---dcomm/documents/publication/wcms_067574.pdf.

Israel, M. and Hay, I. (2006) *Research Ethics for Social Scientists.* London: Sage.

Jackson, S. L. (2011) *Research Methods and Statistics: A Critical Thinking Approach.* Belmont, CA: Wadsworth.

Jacquette, D. (2003) *Ontology*. Montreal: McGill-Queen's University Press.

Janesick, V. (2007) 'The dance of qualitative research design: Metaphor, methodolatry, and meaning', in N. K. Denzin and Y. S. Lincoln (eds), *Strategies of Qualitative Inquiry*, pp. 35–55. Thousand Oaks, CA: Sage.

Jeynes, W. H. (2001) 'A meta-analysis of the relation of parental involvement to urban elementary school student academic achievement', *British Journal of Cancer*, 85(11): 1700–1705.

Joyner, R. L., Rouse, W. A. and Glatthorn, A. A. and (2012) *Writing the Winning Thesis or Dissertation: A Step-by-Step Guide.* Thousand Oaks, CA: Corwin Press.

Kaplan, D. (ed.) (2004) *The Sage Handbook of Quantitative Methodology for the Social Sciences*. Thousand Oaks, CA: Sage.

Kindon, S. (2008) *Participatory Action Research Approaches and Methods: Connecting People, Participation and Place.* London: Routledge.

Kolb, D. A. (1984) *Experiential Learning: Experience as the Source of Learning and Development.* Englewood Cliffs, NJ: Prentice Hall.

Kozinets, R. V. (2009) *Netnography: Doing Ethnographic Research*. London: Sage.

Krathwohl, D. R. and Smith, N. L. (2005) *How to Prepare a Dissertation Proposal: Suggestions for Students in Education and the Social and Behavioral Sciences.* Syracuse, NY: Syracuse University Press.

Kripppendorf, K. (2003) *Content Analysis: An Introduction to Its Methodology.* London: Sage.

Kvale, S. and Brinkman, S. (2008) *InterViews: Learning the Craft of Qualitative Research Interviewing.* London: Sage.

Lee, R. M. (2011) '"The most important technique ...": Carl Rogers, Hawthorne, and the rise and fall of nondirective interviewing in sociology', *Journal of the History of the Behavioral Sciences*, 47(2): 123–146.

Leedy, P. D. and Ormond, J. E. (2009) *Practical Research: Planning and Design*. Englewood Cliffs, NJ: Prentice Hall.

Leetaru, K. H. (2012) 'A Big Data approach to the humanities, arts, and social sciences: Wikipedia's view of the world through supercomputing', *Research Trends*, 30/September.

Lehmann, E. L. and Romano, J. P. (2010) *Testing Statistical Hypotheses.* New York: Springer.

Letherby, G., Scott, J. and Williams, M. (2012) *Objectivity and Subjectivity in Social Research.* London: Sage.

Levy, P. S. and Lemeshow, S. (2008) *Sampling of Populations: Methods and Applications.* New York: Wiley-Interscience.

Lewin, K. (1946) 'Action research and the minority problems', *Journal of Social Issues*, 2: 34–36.

Lewins, A. and Silver, C. (2007) *Using Software in Qualitative Research: A Step-by-Step Guide.* London: Sage.

Locke, L. F., Spirduso, W. W. and Silverman, S. J. (2007) *Proposals that Work: A Guide for Planning Dissertations and Grant Proposals.* London: Sage.

Lofland, J., Snow, D. A., Anderson, L. and Lofland, L. H. (2005) *Analyzing Social Settings: A Guide to Qualitative Observation and Analysis.* Belmont, CA: Wadsworth.

Lopatto, E. (2013) 'Facebook opens up site data to suicide research', *Bloomberg News*, 27 January.

Lynch, M. and Sharrock, W. (eds) (2009) *Ethnomethodology.* London: Sage.

Machi, L. A. and McEvoy, B. (2012) *The Literature Review: Six Steps to Success.* Thousand Oaks, CA: Corwin Press.

Macrina, F. L. (2005) *Scientific Integrity: Text and Cases in Responsible Conduct of Research.* Herndon, VA: ASM Press.

Madden, R. (2010) *Being Ethnographic: A Guide to the Theory and Practice of Ethnography.* London: Sage.

Madison, D. S. (2011) *Critical Ethnography: Method, Ethics, and Performance.* London: Sage.

Markham, A. N. and Baym, N. K. (2008) (eds) *Internet Inquiry: Conversations about Method.* Thousand Oaks, CA: Sage.

Marshall, C. and Rossman, G. B. (2010) *Designing Qualitative Research.* London: Sage.

Martin, R. (2010) *Epistemology: A Beginner's Guide.* London: Oneworld Publications.

Mayo, E. (1933) *The Human Problems of an Industrial Civilization*. New York: Viking Press.

McIntyre, A. (2007) *Participatory Action Research.* London: Sage.

McIver, J. P. and Carmines, E. G. (1981) *Unidimensional Scaling*. London: Sage.

McNiff, J. and Whitehead, J. (2011) *All You Need to Know About Action Research.* London: Sage.

Mertens, D. M. and Ginsberg, P. E. (2008) *The Handbook of Social Research Ethics.* London: Sage.

Miles, M. B., Huberman, M. and Saldana, J. (2013) *Qualitative Data Analysis: A Methods Sourcebook.* London: Sage.

Mitchell, M. L. and Jolley, J. M. (2012) *Research Design Explained*. Belmont, CA: Wadsworth.

Myatt, G. J. (2006) *Making Sense of Data: A Practical Guide to Exploratory Data Analysis and Data Mining.* New York: Wiley-Interscience.

Nagy Hesse-Biber, S. J. and Leavy, P. L. (eds) (2006) *Feminist Research Practice: A Primer.* London: Sage.

Nelsen, M. R. and Otnes, C. C. (2005) 'Exploring cross-cultural ambivalence: A netnography of intercultural wedding message boards', *Journal of Business Research*, 58(1): 89–95.

Neuman, W. L. (2005) *Social Research Methods: Qualitative and Quantitative Approaches*. Boston: Allyn & Bacon.

Nichols-Casebolt, A. (2012) *Research Integrity and Responsible Conduct of Research.* Oxford: Oxford University Press.

Ogden, T. E. and Goldberg, I. A. (eds) (2002) *Research Proposals: A Guide to Success.* New York: Academic Press.

O'Leary, Z. (2001a) 'Conversations in the kitchen', in A. Bartlett and G. Mercer (eds), *Postgraduate Research Supervision: Transforming (R)Elations*. New York: Peter Lang. pp. 195–198.

O'Leary, Z. (2001b) *Reaction, Introspection and Exploration: Diversity in Journeys out of Faith*. Kew, Victoria: Christian Research Association.

Oliver, P. (2003) *The Students' Guide to Research Ethics*. Buckingham: Open University Press.

Oxford English Dictionary (2007) Oxford: Oxford University Press.

Pan, M. L. (2008) *Preparing Literature Reviews: Qualitative and Quantitative Approaches*. Glendale, CA: Pyrczak.

Patton, M. Q. (2001) *Qualitative Research and Evaluation Methods*.Thousand Oaks, CA: Sage.

Pehlke, T. A., II, Hennon, C. B., Radina, M. E. and Kuvalanka, K. A. (2009) 'Does Father still know best? An inductive thematic analysis of popular TV sitcoms', *Fathering*, 7(2): 114–139.

Phelps, R., Fisher, K. and Ellis, A. H. (2007) *Organizing and Managing Your Research: A Practical Guide for Postgraduates*. London: Sage.

Prior, L. (ed.) (2011) *Using Documents and Records in Social Research*. London: Sage.

Punch, K. (2006) *Developing Effective Research Proposals*. London: Sage.

Pyrczak, F. and Bruce, R. R. (2011) *Writing Empirical Research Reports: A Basic Guide for Students of the Social and Behavioral Sciences*. Glendale, CA: Pyrczak.

Ramazanoğlu, C. with Holland, J. (2002) *Feminist Methodology: Challenges and Choices*. Thousand Oaks, CA: Sage.

Rapley, T. (2008) *Doing Conversation, Discourse and Document Analysis*. London: Sage.

Reason, P. and Bradbury, H. (2006) *Handbook of Action Research*. London: Sage.

Rescher, N. (2005) *Reason and Reality: Realism and Idealism in Pragmatic Perspective*. Lanham, MD: Rowman & Littlefield.

Rettig, S. and Hayes, T. (2012) *Hermeneutics and Discourse Analysis in Social Psychology*. Hauppauge, NY: Nova Science Publishers.

Rhoades, E. A. (2011) 'Literature reviews', *The Volta Review*, 111(3): 353–368.

Ridley, D. (2012) *The Literature Review: A Step by Step Guide for Students*. London: Sage.

Robinson, D. (2013) *Introducing Empiricism*. New York: Totem Books.

Robson, C. (2011) *Real World Research*. Oxford: Blackwell.

Roethlisberger, F. J. and Dickson, W. J. (1939) *Management and the Worker: An Account of a Research Program Conducted by the Western Electric Company, Hawthorne Works*. New York: John Wiley & Sons.

Rosenbaum, P. R. (2010) *Observational Studies*. New York: Springer.

Rossi, P. H., Freeman, H. E. and Lipsey, M. W. (2003) *Evaluation: A Systematic Approach*. Thousand Oaks, CA: Sage.

Roulston, K. (2010) *Reflective Interviewing: A Guide to Theory and Practice*. Thousand Oaks, CA: Sage.

Royse, D., Thyer, B. A., Padgett, D. K. and Logan, T. K. (2009) *Program Evaluation: An Introduction*. Florence, KY: Brooks Cole.

Rubin, H. J. and Rubin, I. S. (2004) *Qualitative Interviewing: The Art of Hearing Data*. Thousand Oaks, CA: Sage.

Rudestam, K. E. and Newton, R. R. (2007) *Surviving Your Dissertation: A Comprehensive Guide to Content and Process*. London: Sage.

Rumsey, D. (2011) *Statistics for Dummies*. Hoboken, NJ: John Wiley & Sons.

Russell, M. A. (2011) *Mining the Social Web: Analyzing Data from Facebook, Twitter, LinkedIn, and Other Social Media Sites*. Sebastopol, CA: O'Reilly Media.

Saldana, J. (2012) *The Coding Manual for Qualitative Researchers*. London: Sage.

Salkind, N. J. (2012) *Statistics for People Who (Think They) Hate Statistics: Excel 2010 Edition.* London: Sage.

Saris, W. E. and Gallhofer, I. N. (2007) *Design, Evaluation, and Analysis of Questionnaires for Survey Research.* New York: Wiley-Interscience.

Schick, T. (ed.) (1999) *Readings in the Philosophy of Science: From Positivism to Postmodern.* Columbus, OH: McGraw-Hill.

Schreier, M. (2012) *Qualitative Content Analysis in Practice.* London: Sage.

Shulman, J. and Asimov, I. (eds) (1988) *Isaac Asimov's Book of Science and Nature Quotation.* New York: Weidenfeld & Nicolson.

Sidnell, J. (2010) *Conversation Analysis: An Introduction.* Chichester: Wiley-Blackwell.

Sidnell, J. and Stivers, T. (eds) (2011) *The Handbook of Conversation Analysis.* Chichester: Wiley-Blackwell.

Silverman, D. (2011) *Interpreting Qualitative Data: Methods for Analysing Talk, Text and Interaction.* London: Sage.

Sinfield, M. (1995) 'Nursing women with AIDS: a phenomenological study', *Australasian Annual Conference, Society for HIV Medicine,* 16–19 November, 7: 61.

Smith, J., Flowers, P. and Larkin, M. (2009) *Interpretative Phenomenological Analysis: Theory, Method and Research.* London: Sage.

Sofalvi, A. (2011) 'Health education films of the silent era: A historical analysis', *International Electronic Journal of Health Education*, 14: 135–141.

Spencer, S. (2011) *Visual Research Methods in the Social Sciences: Awakening Visions.* London: Routledge.

Sprague, J. (2005) *Feminist Methodologies for Critical Researchers: Bridging Differences*. Lanham, MD: AltaMira Press.

Stake, R. E. (1995) *The Art of Case Study Research.* Thousand Oaks, CA: Sage.

Steinmetz, G. (ed.) (2005) *The Politics of Method in the Human Sciences: Positivism and Its Epistemological Others.* Durham, NC: Duke University Press.

Stoudt, B. G., Fox, M. and Fine, M. (2012) 'Contesting privilege with critical participatory action research', *Journal of Social Issues*, 68(1): 178–193.

Swanborn, P. (2010) *Case Study Research: What, Why and How?* Thousand Oaks, CA: Sage.

Tashakkori, A. and Teddlie, C. (eds) (2010) *SAGE Handbook of Mixed Methods in Social and Behavioral Research*. Thousand Oaks, CA: Sage.

Ten Have, P. (2004) *Understanding Qualitative Research and Ethnomethodology.* London: Sage.

Thomas, J. (1993) *Doing Critical Ethnography*. Newbury Park, CA: Sage.

Thomson, P. and Kamler, B. (2012) *Writing for Peer Reviewed Journals: Strategies for Getting Published.* London: Routledge.

Thompson, S. K. (2012) *Sampling.* Hoboken, NJ: John Wiley & Sons.

Tortu, S., Goldsamt, L. A. and Hamid, R. (eds) (2001) *A Practical Guide to Research and Services with Hidden Populations.* Boston: Allyn & Bacon.

Van Leeuwen, T. and Jewitt, C. (eds) (2001) *Handbook of Visual Analysis*. London: Sage.

Vartanian, T. (2010) *Secondary Data Analysis*. Oxford: Oxford University Press.

Wagner, W. E. (2012) *Using IBM® SPSS® Statistics for Research Methods and Social Science Statistics.* Thousand Oaks, CA: Sage.

Wales, E. and Brewer, B. (1976) 'Graffiti in the 1970s', *Journal of Social Psychology*, 99(1): 115–123.

Wallerstein, I. (2001) *Unthinking Social Science: The Limits of Nineteenth-Century Paradigms.* Philadelphia: Temple University Press.

Webb, E. J., Campbell, D. T., Schwartz, R. D. and Sechrest, L. (1998) *Unobtrusive Measures: Nonreactive Research in the Social Sciences.* Dallas: Houghton Mifflin.

Weber, M. ([1904] 1949) 'Objectivity in social science and social policy', in M. Weber, *The Methodology of the Social Sciences.* New York: Free Press.

Wertz, F., Charmaz, K., McMullen, L., Josselson, R., Anderson, R. and McSpadden, E. (2011) *Five Ways of Doing Qualitative Analysis: Phenomenological Psychology, Grounded Theory, Discourse Analysis, Narrative Research, and Intuitive Inquiry*. New York: Guilford Press.

White, P. (2009) *Developing Research Questions: A Guide for Social Scientists.* Basingstoke: Palgrave Macmillan.

Wholey, J. S., Hatry, H. P. and Newcomer, K. E. (eds) (2010) *Handbook of Practical Program Evaluation.* San Francisco: Jossey-Bass.

Willer, D. and Walker, H. (2007) *Building Experiments: Testing Social Theory.* Stanford, CA: Stanford University Press.

Witte, J. C. (2009) 'Introduction to the Special Issue on Web Surveys', *Sociological Methods & Research*, 37: 283–290.

Wodak, R. and Meyer, M. (eds) (2009) *Methods of Critical Discourse Analysis.* London: Sage.

Wolcott, H. F. (2008) *Writing Up Qualitative Research.* London: Sage.

Wolcott, H. F. (2008) *Ethnography: A Way of Seeing.* Lanham, MD: AltaMira Press.

Yin, R. K. (2008) *Case Study Research: Design and Methods*. Thousand Oaks, CA: Sage.

Made in the USA
Monee, IL
18 October 2026

66048473R00229